చిన్నారి
ఆన్ ఫ్రాంక్ డైరీ

Telugu translation of the International bestseller
The Diary of a Young Girl

Published in 2021 by

FiNGERPRINT! **TELUGU**

An imprint of Prakash Books India Pvt. Ltd.

113/A, Darya Ganj,
New Delhi-110 002
Tel: (011) 2324 7062–65, Fax: (011) 2324 6975
Email: info@prakashbooks.com/sales@prakashbooks.com

Telugu translation done in association with Mysticswrite Private Limited

facebook www.facebook.com/fingerprintpublishing
twitter www.twitter.com/FingerprintP
www.fingerprintpublishing.com

ISBN: 978 93 5440 321 7

Processed & printed in India

చిన్నారి
ఆన్ ఫ్రాంక్ డైరీ

Telugu translation of the International bestseller
The Diary of a Young Girl

ఆన్ ఫ్రాంక్

సంపాదకులు: ఓటో ఫ్రాంక్, మిర్జామ్ ప్రెస్లర్

ఆంగ్ల అనువాదం: సూసన్ మసోట్టి

తెలుగు అనువాదం: దేవరకొండ శరత్, గుడిమెళ్ళ మాధురి

FINGERPRINT!

పరిచయము

నెదర్లాండ్స్లోని పదమూడు సంవత్సరాల బాలిక తన పుట్టినరోజు సందర్భంగా డైరీని బహుమతిగా అందుకుంది. రెండు రోజుల తరువాత ఆమె అందులో రాయడం ప్రారంభిస్తుంది. ఇది లేత యవ్వనంలో ఉన్న ఒక సాధారణమైన అమ్మాయి రాసిన సాధారణ డైరీ అయ్యేది. కానీ 1942 జూన్లో అడాల్ఫ్ హిట్లర్ ఖండాంతర ఐరోపాలో ఉన్న యూదులకు వ్యతిరేకంగా దౌర్జన్యకరమైన దండయాత్ర ప్రారంభించాడు. అతని సైన్యాలు ఖండంలోని చాలా భాగాన్ని ఆక్రమించాయి. ఆస్ట్రియా, చెకోస్లోవేకియా, పోలాండ్ ఒకదాని తరువాత ఒకటి అగ్గి పుల్లల్లాగా పడిపోయాయి. జర్మన్లు నెదర్లాండ్స్లోకి ప్రవేశించినప్పుడు, యూదురాలైన ఈ చిన్నారి తన తండ్రి ఒట్టో ఫ్రాంక్, తల్లి ఎడిత్, సోదరి మార్గోట్, ముగ్గురు సభ్యులున్న మరోక కుటుంబం అజ్ఞాతంలోకి వెళ్ళిపోయారు. ఆమ్స్టర్డామ్లో ఆమె తండ్రి పనిచేసే భవనంపై అంతస్తుకి ఉన్న అనుబంధంలో (అనెక్స్) పుస్తకాలు పెట్టుకొనే చెక్క అలమార వెనకాల ఉన్న మూసివేసిన గదిలో దాక్కున్నారు. అక్కడ ఆమె మిగతావాళ్ళతో కలిసి రెండేళ్ళపాటు అజ్ఞాతంలో ఉంది. ఆ తరువాత నమ్మకద్రోహం వల్ల ఆ దేశాన్ని ఆక్రమించిన జర్మన్ దళాల సైనికులు అకస్మాత్తుగా వచ్చి ఆన్ ను (మిగతావాళ్ళని కూడా) నిర్బంధ శిబిరానికి తరలించారు. అక్కడ ఆమె చివరికి టైఫస్ అనే అంటు వ్యాధితో, బ్రిటిష్ దళాలు ఆ శిబిరంలో ఉన్న వారిని విడిపించడానికి కేవలం రెండు వారాల ముందు, చనిపోయింది. అనారోగ్యాన్ని కనుక తట్టుకోగలిగి ఇంకో రెండు వారాల బతికి ఉంటే, ఆమె కూడా విముక్తి పొందేది. 1945 మార్చి మాసం ప్రారంభంలో బెర్గెన్-బెల్సెన్ నిర్బంధ శిబిరంలో మరణించినప్పుడు ఆన్ ఫ్రాంక్ వయసు పదిహేనేళ్ళు. వక్ర రూపం దాల్చిన రాక్షస భావజాలం ఆ చిన్నారి కోమార జీవితాన్ని విషాదకరంగా ఆర్పేసింది.

జూన్ 1929లో జన్మించిన ఆన్ ఫ్రాంక్ జీవితం, 1947లో ఆమె తండ్రి ఆమె డైరీని ప్రచురించకపోతే ఎవ్వరికి తెలిసి ఉండేది కాదు. ఆమె జనాభాలెక్కల్లో ఒక సంఖ్యగా, రెండవ ప్రపంచ యుద్ధకాలంలో మానవత్వ కోణంలో తయారైన ప్రభుత్వ దస్తావేజులో అనామకంగా కొట్టుకుపోయేది. కానీ, అది అలా అవ్వలేదు. 1942 సంవత్సరం వేసవిలో ఆమె తన డైరీ రాయడం ప్రారంభించినప్పటికి, అజ్ఞాతంలో ఉన్న యూదురాలిగా తన అనుభవాలను ఒక పుస్తకంలో పదిలపరిచే ఉద్దేశ్యంతో మాత్రం కాదు. ఆన్ కు సంబంధించినంత వరకు, డైరీ అనేది ఆమె మనసులోని మాటలను చాలా నిజాయితీగా, పక్షపాత రహితంగా వ్యక్తీరించడానికి ఒక చోటు. (తన వ్యక్తిగత జీవితం, తన అంతరంగం, రహస్య జీవితం, తమ అనెక్స్ కుటుంబం, సమకాలీన సామాజిక, రాజకీయ పరిస్థితులు, యుద్ధం లాంటి అనేక విషయాలను 'కిట్టి' అనే కల్పిత పాత్రతో డైరీ ద్వారా చెప్పుకుంది.) ఆమె రాయకుండా దాటవేసిన విషయం అంటూ ఏదీ లేదు. అన్ని విషయాలు దాపరికం లేకుండా బహిర్గతం చేస్తూ తన ఆత్మనే ఆ డైరీ పేజీలలో పొందుపరించింది. అయితే, మార్చి 1944లో లండన్లోని ప్రవాస డచ్ ప్రభుత్వ సభ్యులొకరు, జర్మన్ పాలనలో డచ్ ప్రజల అణచివేతకి సంబంధించిన అనుభవాలతో ఒక పబ్లిక్ ఆర్కైవ్ (చరిత్రకు సంబంధించి ప్రజలు అందజేసిన పాత్రలు, ఆటలు మొదలైనవి ఉంచే కేంద్రం) నెలకొల్పాలని కోరుకుంటున్నట్టుగా తెలుపుతూ చేసిన ఒక రేడియో ప్రసారాన్నిఆన్ విన్నది. తమ లేఖలు, డైరీలు,

పత్రికలు, చాయచిత్రాలు మొదలైనవన్నీ తన ప్రాజెక్టుకు అమూల్యమైనవని, వాటిని భద్రపరచమని ఆయన ప్రజలని కోరారు. అది విని ప్రేరణ పొందిన ఆన్, యుద్ధం ముగిసిన తర్వాత ప్రచురణ కోసం సమర్పించాలనే ఉద్దేశ్యంతో తను రాసిన డైరీని సవరించడం మొదలుపెట్టింది. ఆమె రెండు సంవత్సరాలు ఆపకుండా రాసినదాని మీద పని చేసింది. తను చూసినది, అనుభవించింది, రాసినదానికి పూర్తి నిజాయితీతో కట్టుబడింది. ఈ రోజు, హిట్లర్ పిచ్చితనం నుంచి బతికి బయటపడిన అతి ముఖ్యమైన పత్రాలలో ఆన్ ఫ్రాంక్ డైరీ ఒకటి. అధికారికంగా నమోదు చేసిన రికార్డులు, రాజకీయ ఉపన్యాసాలను పక్కన పెడితే, యదార్థ బాధితులు, బతికి బయటపడినవారి గొంతుల ద్వారా మాత్రమే చారిత్రాత్మక విషాదాల నుంచి మనిషి జీవిత గాథ అల్లబడుతుంది. ఆన్ డైరీ సరిగ్గా ఆ పనే చేసింది. రాయడం ప్రారంభించినప్పుడు ఆమెకి పదమూడు సంవత్సరాలు. నిరూపించడానికి ఆమె దగ్గర ఏమీ లేదు, సాధించడానికి రహస్య అజెండా లేదు, (రాసినది) వ్యాప్తి చేయటానికి ప్రచారం లేదు. రాయలని అనిపించింది కాబట్టే ఆమె రాసింది. పిల్లలకి మాత్రమే ఉండే గొప్ప అమాయకత్వంతో, చిత్తశుద్ధితో రాసింది. కానీ ఆమె రాసింది మాత్రం ఆమె ఉండినంత అమాయకమైనవి కావు. ఆన్ డైరీ బాధితులవైపు నుంచి వచ్చిన, అత్యంత శ్రద్ధతో రచించబడిన, అన్ని విషయాలనూ బహిర్గతం చేసిన పత్రం. రెండవ ప్రపంచ యుద్ధ సమయంలో జరిగిన యూదుల మారణహోమం గురించి ఉన్న వివాదాలు, చర్చల నేపథ్యంలో, ఆన్ డైరీ యూదుల మరణ మోనికి ప్రతిక అయిన గ్రంథం అయింది. 1940లో, ఒకానొక ప్రత్యేకించిన భయంకరమైన సమయంలో (1940–1944) తమ ఈడు అమ్మాయి ఎదుర్కొన్న పరిస్థితులను గురించి తెలుసుకోవటానికి పిల్లలు తమ సిలబస్‌లో భాగంగా ఆన్ డైరీ సంక్షిప్త ప్రకరణలను చదువుతారు. ఈ డైరీని చారిత్రాత్మక సత్యాలకు ప్రామాణికమైన మూలాధారంగా చేసుకొని విద్యావేత్తలు, చరిత్రకారులు అత్యంత శ్రేష్ఠమైన రచనలు చేశారు. డైరీ గురుంచి డచ్ పాత్రికేయుడు, చరిత్రకారుడు అయిన జాన్ రోమిన్ 1946లో ఇలా అన్నారు, 'పిల్లలు చెప్పే రీతిలో ఆగి ఆగి చెప్పబడినప్పటికీ, ఇది 'ఫాసిజం యొక్క వికార స్వరూపం అంతటినీ, నురేమ్బర్గ్ దగ్గర నాజీ యుద్ధ నేరస్థుల మీద జరిగిన విచారణలో చూపించిన అన్ని ఆధారాలకన్నా ఎక్కువ విషయాలనీ ప్రతిబింబిస్తుంది.'

ఆన్ సందేశం అన్ని ఖండాలకి, అన్ని తరాల వారికి చేరింది. ఆమె డైరీ, యూదుల నరమేధ బాధితులను అనివార్యంగా ఊరుపేరూ లేని వారి జాబితాలోకి జారిపోకుండా చేసింది. ఆమె ఇతరులకి తనలాంటి గుర్తింపును, జీవితాన్ని ఇచ్చింది. ఆ కష్టాలలో నివసించిన వారందరికీ, ఆ తరువాత వచ్చిన మనలాంటివారికీ జరిగినవన్నీ యదార్థమని చూపించింది. మనుషుల మనసుకు అయిన గాయం, దాన్ని మూసేసినంత మాత్రాన నయం కాదని అంటారు. గాయానికి సంబంధించిన జ్ఞాపకాలను సజీవంగా ఉంచడం ద్వారా, గుర్తుంచుకోవడం, పంచుకోవడం ద్వారా మాత్రమే ప్రజలు తమ నిజమైన ఆత్మ ప్రక్షాళనకు మార్గాలు కనుగొంటారు. ఒక చిన్నారి—ఆన్ ఫ్రాంక్ డైరీ ఎన్నిసార్లు చదివితే, ఎన్నిసార్లు చర్చిస్తే, ఎన్నిసార్లు సంప్రదింపులకు, చారిత్మక చర్చలకు ప్రేరణ కలిగిస్తుందో, అన్ని సార్లు ఈ ప్రక్షాళనను దగ్గర చేస్తుంది.

జూన్ 12, 1942

నేను నీతో ప్రతి విషయం చెప్పుకోగలనని ఆశిస్తున్నాను. ఎందుకంటే ఇంతవరకూ ఎవరితోనూ నా మనసులోని విషయాలను పంచుకోలేకపోయాను. నువ్వు నా మనశ్శాంతికి, మానసిక బలానికి గొప్ప ఆధారం కాగలవని ఆశిస్తున్నాను.[1]

ఆదివారం, జూన్ 14, 1942

నిన్నందుకున్న క్షణం నుంచి, అంటే నిన్ను మొట్టమొదటగా నా పుట్టినరోజు బహుమతులతోపాటు బల్ల మీద చూసిన క్షణం నుంచి జరిగినది రాయడం మొదలు పెడతాను. (నిన్ను కొనడానికి నేనూ వెళ్ళాను, కానీ అది లెక్కలోకి రాదు.)

ఆ రోజు జూన్ 12, శుక్రవారం. పొద్దున 6 గంటలకు మేలుకున్నాను. అందులో ఆశ్చర్యమేం లేదు. ఎందుకంటే అది నా పుట్టినరోజు కాబట్టి. కానీ ఆ సమయానికి లేవడానికి నాకు అనుమతి లేదు. అందుకే నా ఉత్సుకతని పావు తక్కువ ఏడు వరకు అదుపులో పెట్టుకోవల్సి వచ్చింది. ఇక ఉత్సాహాన్ని ఆపుకోలేకపోయినప్పుడు లేచి భోజనాల గదిలోకి వెళ్ళాను. అక్కడ మా పిల్లి మూర్టే నా కళ్ళను రాసుకుంటూ స్వాగతం చెప్పింది.

ఏడు తరువాత మా అమ్మానాన్నల గదికి వెళ్ళి, అక్కడి నుంచి సేరుగా నా బహుమతులు ఉంచిన ముందుగదికి వెళ్ళగానే నా చూపులు మొదట నీ పైనే పడ్డాయి. నాకు ఎంతగానో నచ్చిన బహుమతుల్లో నువ్వేకదానివి కావచ్చు. ఆ తరువాత రోజ పూలగుత్తులు, పియోనీ మొక్కలు, ఒక తొట్టెలో నాటిన మొక్కను కూడా చూశాను. మా అమ్మానాన్నలు నీలం రంగు బ్లౌజ్, ఒక ఆట వస్తువు, నా బుద్ధికి వైన్ రుచిలాగా అనిపించే ఒక బాటిల్ ద్రాక్ష రసం (ద్రాక్ష నుంచే కదా వైన్ తయారుచేస్తారు), ఒక పజిల్, కోల్డ్ క్రీం భరిణ, 2.5 గిల్లర్ల నాణేలు (నెదర్లాండ్స్ కరెన్సీ), రెండు పుస్తకాలు కొనుక్కునేందుకు గిఫ్ట్ టోకెన్ ఇచ్చారు. ఇంకొక పుస్తకం, కెమెరా అబ్స్క్యూరా (కానీ అక్క మార్గోట్ దగ్గర ఇది అప్పటికే ఉన్నదు వల్ల ఇంకొక వస్తువుతో మార్చుకున్నాను), ఒక పెద్ద పళ్ళెం నిండా ఇంట్లో చేసిన బిస్కెట్లు, (నాకు బిస్కెట్లు తయారు చేయటం బాగా వచ్చు కాబట్టి నేనే చేశానులే), అమ్మ ఇచ్చిన బోలెడన్ని మిఠాయిలు, స్ట్రాబెర్రీ కేకు కూడా ఉన్నాయి. ఇంకా, గ్రామీ నుంచి ఉత్తరం కూడా సరిగ్గా సమయానికి వచ్చింది కానీ అది కేవలం కాకతాళీయంగా జరిగింది.

---

[1] సెప్టెంబర్ 28, 1942, ఎన్ ఈ విధంగా తన మనో భావాన్ని:

"ఈనాటివరకూ నువ్వు నా మనసుకి ఊరటనిచ్చే నిజమైన గొప్ప తోడుగా ఉన్నావు. ఇప్పుడు నేను (లేఖలు) రాస్తున్న కిట్టీ కూడా అంతే. ఈ విధంగా డైరీలో నా మనసులోని భావాలు రాసుకోగలగటం సంతోషంగా ఉంది. నీతో నా విషయాలని పంచుకోసే క్షణాల కోసం వేచి చూడటం నా వల్ల కావటం లేదు!

ఓహ్, నిన్ను నాతోపాటు తీసుక్చివ్చినందుకు నాకు చాలా ఆనందంగా ఉంది."

7

ఆ తరువాత నన్ను తనతోపాటు తీసుకువెళ్ళడానికి ప్యాసలి రావంటో మేమిద్దరం బడికి వెళ్ళాం. బడి విరామ సమయంలో టీచర్లకు, నా తోటి విద్యార్థులకు బిస్కెట్లు పంచాను. అప్పటికింక మళ్ళీ తరగతి మొదలయ్యే సమయమైంది. ఆరోజు తరగతిలోని మిగతావాళ్ళతో కలిసి జిమ్‌కు వెళ్ళడంతో సాయంత్రం ఐదు వరకు నేను ఇంటికి చేరలేదు. (నా భుజాలు, నడుము భాగాలు పట్టు పడలేకపోతూ ఉండేవి. అందువల్ల జిమ్‌లో పాల్గొనేందుకు నాకు అనుమతి లేదు.) ఆ రోజు నా పుట్టినరోజు కాబట్టి, నా తోటి విద్యార్థులు ఏ ఆట ఆడాలో నేనే నిర్ణయించాలి. నేను వాలీ బాల్ ఆటని ఎంపిక చేశాను. ఆ తరువాత వాళ్ళంతా నా చుట్టూ గుండ్రంగా డాన్స్ చేస్తూ 'హ్యాపీ బర్త్ డే' అని పాడారు. నేను ఇంటికి వెళ్ళేటప్పటికి శాన్ లెడర్‌మాన్ వచ్చి ఉంది. ఐసె వాగ్నర్, హ్యానలి గోస్లర్, జాక్వెలీన్ వాన్ మార్సెన్‌లు జిమ్ నుంచే నాతో ఇంటికొచ్చేశారు, మేమంతా ఒకే తరగతివాళ్ళం కాబట్టి. హ్యానలి, శాన్ నాకు మంచి స్నేహితులు. మా ముగ్గురిని చూసినవారు "అదిగో ఆన్, హ్యాన్, శాన్ వెళుతున్నారు" అని అంటుంటారు. నేను "జ్యూయిష్ లైసియెమ్" కు వెళ్ళటం మొదలు పెట్టినప్పటి నుంచి నాకు జాక్వెలీన్ వాన్ మార్సెన్ పరిచయం అయింది. నాకిప్పుడు ఆమె ప్రాణ స్నేహితురాలు. ఐసె హ్యానలికి గొప్ప స్నేహితురాలు. శాన్ వేరే బడిలో చదువుతోంది. అక్కడ ఆమెకి స్నేహితులున్నారు.

వాళ్ళు నాకు "డచ్ సాగాస్–లెజెండ్" అనే చక్కని పుస్తకాన్ని ఇచ్చారు. అయితే పొరపాటున రెండవ భాగాన్ని ఇవ్వడంతో నా దగ్గర ఉన్న మరో రెండు పుస్తకాలను ఇచ్చి వాటికి బదులుగా మొదటి భాగాన్ని తీసుకున్నాను. హెలెన్ ఆంటీ ఒక పజిల్ ఇచ్చింది. స్టెప్పి ఆంటీ భుజానికి కిందివైపు పెట్టుకొనే అందమైన నగను (బ్రోచ్), ఆంటీ లెనీ "డేసీ గోస్ టు ది మౌంటైన్" అనే అద్భుతమైన పుస్తకాన్ని ఇచ్చారు.

ఈరోజు పొద్దున పొద్దున్నే స్నానం చేస్తున్నప్పుడు రిన్ టిన్ టిన్ లాంటి కుక్క నాక్కూడా వుంటే ఎంతో బాగుంటుందనుకున్నాను. అప్పుడు నేను కూడా దాని రిన్ టిన్ టిన్ అనే పిలుస్తాను, బడికి తీసుకెళ్తాను. అది అక్కడ సెక్యూరిటీ గార్డ్ రూములో ఉండచ్చు. వాతావరణం బాగుంటే సైకిల్ స్టాండ్ దగ్గరైనా దాన్ని ఉంచచ్చు.

సోమవారం, జూన్ 15, 1942

నా పుట్టినరోజు సందర్భంగా ఆదివారం మధ్యాహ్నం విందు ఇచ్చాను. "ద రిన్ టిన్ టిన్" మూవీ నా స్నేహితులకి అమితంగా నచ్చింది. అప్పుడు మళ్ళీ రెండు బ్రోచ్‌లు, రెండు పుస్తకాలు, ఇంకా ఒక బుక్ మార్క్ అందుకున్నాను.

నేనిప్పుడు నా బడి, నా తరగతి గురించి కొంత చెప్పడంతో ఆరంభిస్తాను. ముందుగా నా తోటి విద్యార్థులతో మొదలు పెడతాను.

బెట్టీ బ్లొఎమెన్‌డల్ పేదపిల్లలాగా కనిపిస్తుంది. బహుశా పేదపిల్లేనని అనుకుంటున్నాను. ఆమె వెస్ట్ ఆమ్‌స్టర్‌డమ్‌లో ఎవరికీ తెలియని ఒక వీధిలో ఉంటుంది. అదెక్కడందో మాకెవ్వరికీ తెలీదు. ఆమె చాలా బాగా చదువుతుంది. అందుకు కారణం ఆమె బాగా కష్టపడటమే–తెలివైందని కాదు. తను చాలా నెమ్మది.

జాక్వెలీన్ వాన్ మార్సెన్ నా ప్రాణ స్నేహితురాలని అనుకుంటారు. కానీ నాకు నిజమైన మిత్రులు ఎప్పుడూ లేరు. తను నిజమైన స్నేహితురాలని మొదట్లో భావించినా, అలా అనుకోవడం తప్పని ఆ తరువాత తెలుసుకున్నాను.

డి.క్యూ[2] చాలా భయస్తురాలు. ఎప్పుడూ అన్నీ మరిచి పోతూ ఉంటుంది. అందువల్ల టీచర్లు ఆమెకి శిక్షగా ఎక్కువ రివర్క్ ఇస్తుంటారు. తను చాలా జాలీ గలది, ముఖ్యంగా జి.జెడ్ పట్ల.

ఇ.యస్. అతిగా మాట్లాడుతుంది. అందువల్ల విసుగు పుడుతుంది. ఎవరైనా ఏదైనా అడిగేటప్పుడు వారి జుట్టుపైన చెయ్యి వెయ్యటమో లేదా గుండీలను తడమటమో చేస్తుంది. తనకి నేనంటే ఇష్టంలేదని అంటారు. నాకూ ఆమె అంటే ఇష్టం లేదు కాబట్టి ఆ విషయం అసలు పట్టించుకోను.

హెన్నీ మెట్స్ చాలా మంచిది, ఎప్పుడూ ఆనందంగా ఉంటుంది. అయితే ఎప్పుడూ గట్టిగా మాట్లాడుతుంది. మేము ఆడుకోనేటప్పుడు మరీ చిన్నపిల్లలాగా ప్రవర్తిస్తుంది. కానీ దురదృష్టంకొద్దీ హెన్నీకి బెప్పి అనే స్నేహితురాలు ఉంది. బెప్పిది అసహ్యమైన, సంస్కారం లేని స్వభావం. ఆ చెడు ప్రభావం హెన్నీ మీద ఉంది.

జె.ఆర్–ఆమె గురించి ఒక పుస్తమే రాయగలను. జె ది అసహ్యం కలిగించే స్వభావం–తెప్పించుకోని తిరిగే ధోరణి గలది, గర్విష్టి, ఎవ్వరితోనూ కలవనిది, రెండు నాలుకల ధోరణి గలది. తను చాలా పెద్ద అని అనుకుంటుంది. జాక్ని తన చెప్పుచేతల్లో ఉంచుకుంది. ఇది సిగ్గు పడాల్సిన విషయం. జె తెలిగ్గా నొచ్చుకుంటుంది. అతి చిన్నవిషయానికి కూడా ఏడ్చేస్తుంది. వీటికి తోడు ఆడంబరం ఎక్కువ. మిస్ జె ఎప్పుడూ తను చెప్పిందే లేదా చేసిందే ఒప్పవ్వాలంటుంది. ఆమె చాలా ధనవంతురాలు. బీరువా నిండా ఎన్నో అందమైన బట్టలున్నాయి. తన దష్టిలో అవి పాతకాలం నాటివి. జె తను అందగత్తెనని అనుకుంటుంది కానీ కాదు. మా ఇద్దరికి పడదు.

ఐసె వానర్ మంచి పిల్ల. ఎప్పుడూ ఆనందంగా ఉండే స్వభావం. కానీ భలే చాదస్తం. ఏదో ఒక విషయం మీద బాధపడుతూ, సణుగుతూ గంటలు గంటలు గడపగలదు. నేనంటే ఆమెకు చాలా ఇష్టం. చాలా తెలివిగలదైన బద్ధకస్తురాలు.

ఫ్యానలీ గోస్లర్ లేదా బడిలో లైస్ అని పిలువబడే అమ్మాయి ఒకింత విచిత్రంగా ఉంటుంది. సాధారణంగా బిడియం ఎక్కువ. ఇంట్లో బాగా మాట్లాడుతుంది కానీ బయటివారితో ఎంత అవసరమో అంతే మాట్లాడుతుంది. ఆమెకు ఎవరేం చెప్పినా వాళ్ళ అమ్మతో వాగేస్తుంది. కానీ తన మనసులో అనుకున్నది చెప్పేస్తుంది. ఈమధ్య కొంత కాలంగా నేను ఆమెను చాలా అభిమానిస్తున్నాను.

నన్నీవాన్ ప్రాగ్ సిగార్ చిన్నగా, సరదాగా ఉండే వివేకవంతురాలైన అమ్మాయి. తను మంచి పిల్ల అని అనుకుంటున్నాను. మంచి తెలివైనది. నన్నీ గురించి చెప్పటానికి ఇంతకంటే పెద్దగా ఏమీలేదు.

ఈఫ్టి దె జోంగ్ నా ఉద్దేశ్యంలో అద్భుతమైన అమ్మాయి. తన వయసు పన్నెండే అయినా ఒక పరిపూర్ణమైన స్త్రీలాగా ఉంటుంది. నన్నుచిన్న పిల్లలాగా చూస్తుంది. సహాయం చేసే గుణం ఎక్కువ. తనంటే నాకు ఇష్టం.

జి.జెడ్ మా తరగతి మొత్తానికీ అందగత్తె. ఆమెకి చక్కని ముఖం ఉంది కానీ కొంచెం తెలివితక్కువది. తనని ఇంక్ సంవత్సరం ఇదే తరగతిలో ఉంచేస్తారని అనుకుంటున్నాను. అయితే ఆ విషయం నేను తనతో అనలేదులెండి.[3]

ఇక జి.జెడ్ పక్కన కూర్చొనే 12 మంది ఆడపిల్లల్లో చివర కూర్చునేదాన్ని నేనే.

---

[2] ఎవరైతే తమ గురించి ఇతరులకు తెలియకూడదనుకుంటారో, వారి పూర్తి పేర్లు రాయలేదు. నాకు తోచిన అక్షరాలను ఉపయోగించాను.

[3] ఎస్ కొంత కాలం తర్వాత ఈ కింది మాటలను చేప్పింది:
"నేను అనుకున్నట్టు జి. జెడ్ ను అదే తరగతిలో ఉంచెయలేదు. చాలా ఆశ్చర్యమేనింది."

అబ్బాయిల గురించి చెప్పటానికి చాలా ఉంది. అంతగా లేదేమో కూడా.

మారిస్ కోష్నర్ నాకున్న అనేక అభిమానుల్లో ఒకడు. కాని చిరాకు పుట్టిస్తాడు.

సాల్లీ స్ప్రింగర్ అసహ్యమైన బుద్ధి గలవాడు. అతను ఎందుకూ పనికిరాకుండా పోయాడనే వదంతులున్నాయి. కాని మంచి చమత్కారి. అందువల్ల నాకు అతనొక అద్భుతమైన వ్యక్తిగా అనిపిస్తాడు.

ఎమియిల్ బోనేవిట్-జి.జెడ్ అభిమాని. అయితే ఆమె అతన్ని పట్టించుకోదు. అతను చాలా విసుగు పుట్టిస్తాడు.

రాబ్ కోహెన్ నన్ను కూడా ప్రేమించేవాడు. నేను మాత్రం అతన్ని ఇక ఏమాత్రం భరించలేను. తను చాలా గొప్పవాడినని అనుకుంటూ ఉంటాడు. కాని అతనిది చాలా చెడ్డ స్వభావం, రెండు నాలుకల ధోరణి. అబద్ధాలకోరు కూడా. పెద్దగా అరుస్తూ ఎదుటవారిని హేళన చేస్తాడు.

మాక్స్ వాన్ డే వెల్డే-మేడెంబ్లిక్ నుంచి వచ్చాడు. రైతు కుటుంబానికి చెందినవాడు. మార్గోట్ చెప్పినట్లుగా మర్యాదస్తుడు.

హెర్మన్ కూప్మన్ది కూడా జోపీ డి బీర్ లాగానే అసహ్యమైన స్వభావం. ఎప్పుడూ ఆడపిల్లల వెంటపడుతూంటాడు. వాళ్ళతో తిరుగుతూంటాడు.

లియో బ్లోమ్-జోపీ డి బీర్ బెస్ట్ ఫ్రెండ్. కాని జో బుద్ధి వల్ల చెడిపోయాడు.

ఆల్బర్ట్ డే మెస్కుతా మొంటెస్సొరి బడి నుంచి వచ్చాడు. ఒక తరగతి చదవకుండానే పై తరగతికి అర్హత పొందాడు. తెలివిగలవాడు.

లియో స్లాగేర్ కూడా అదే మొంటెస్సొరి బడి నుంచి వచ్చాడు. కాని అంత తెలివైనవాడు కాదు.

రూ స్టొపెల్మోన్ పొట్టిగా ఉండి, ఎప్పుడూ అవకతవక పనులు చేస్తూంటాడు. అల్క్మేర్లో నుంచి వచ్చి సంవత్సరం మధ్యలో చేరాడు. తెలివైనవాడు కాదు.

నీ యెస్-ఇతను ఏయే పనులు చెయ్యకూడదో అవన్నీ చేస్తాడు.

జెక్ఖూన్స్ కోసురౌట్ మా వెనుక వరుసలో నీ. యెస్ పక్కన కూర్చుంటాడు. మేం (జి, నేను) అతన్ని చూసి పిచ్చిగా నవ్వుకుంటాం.

ప్యాట్రీ స్వాబ్ మా తరగతిలో అందరి కంటే మర్యాదస్తుడు. మంచి వాడు.

వెర్నర్ జోసెఫ్ కూడా మంచివాడే. కాని ఇటీవల జరిగిన మార్పులవల్ల అతనిలో చురుకుతనం తగ్గిపోయింది. అందువల్ల అతన్ని చూస్తే చికాగ్గా ఉంటుంది.

సామ్ సలోమన్ ఊళ్ళోని వెనకపడిన ప్రాంతం నుంచి వచ్చిన మొరటు కుర్రాళ్ళలో ఒకడు. చెడు ప్రవర్తన కలవాడు (నా అభిమాని!)

ఆప్పీ రిఎమ్ చాలా పాతకాలం మనిషి. అతని వ్యవహారం కూడా అస్సలు బాగుండదు.

శనివారం, జూన్ 20, 1942

నాలాంటి వాళ్ళకు డైరీ రాయటం అనేది నిజంగా క్రొత్త అనుభవం. దానికి కారణం నేను ఇంతకు మునుపెన్నడూ డైరీ రాయకపోవటం కాదు. నాకీ కాదు, ఎవ్వరికీ కూడా13 ఏళ్ళ విద్యార్థినికి వచ్చిన ఆలోచనలపై కొంత కాలం పోయిన తరువాత ఆసక్తి ఉండదు. అయితే అయినదిలే, అది పెద్దగా పట్టించుకోవలిసిన విషయమేం కాదు. నాకు రాయాలని ఉంది. నా మనసులోని అన్ని విషయాలనూ చెప్పేసి, మనసుని తేలిక పరచుకోవలిసిన అవసరం నాకు చాలా ఉంది.

"మనుషుల కంటే కాగితానికి ఎక్కువ ఓపిక ఉంటుంది". ఈ సామెత నాకు ఒకరోజు గుర్తుకు వచ్చింది. ఆ రోజున చాలా నిరుత్సాహంగా ఉంది. చికాగ్గానూ నిరసంగానూ ఉండటంతో

10

బయటకి వెళ్ళలా వద్దా అని గడ్డం క్రింద చేయి పెట్టుకుని ఆలోచిస్తూ కూర్చున్నాను. చివరికి అలానే ఆలోచిస్తూ కూర్చుండిపోయాను. అవును! కాగితానికి నిజంగానే ఓపిక ఎక్కువ. ఎందుకంటే, గట్టిగా కట్టబడిన యీ పుస్తకాన్ని, అదే. మనం గొప్పగా చెప్పుకోనే డైరీని చదవటానికి, నాకు ఒక నిజమైన స్నేహితుడు/స్నేహితురాలు దొరికే వరకూ, ఎవ్వరికీ అనుమతి ఇవ్వాలని అనుకోవటం లేదు కాబట్టి ఈ విషయం ఏ కొద్దిగా కూడా మార్పు చేకపోవచ్చు.

నేను ఏ కారణం వల్ల డైరీ రాయాలని మొట్టమొదటిసారిగా కోరుకున్నానో, మళ్ళీ అక్కడికే వస్తున్నాను: నాకు స్నేహితులు లేరు.

ఇంకా వివరంగా చెప్పాలంటే, ఒక 13 సంవత్సరాల పిల్ల ప్రపంచంలో ఒంటరిగా ఉన్నదంటే ఎవ్వరూ నమ్మరు. నేను ఒంటరి దాన్ని కాదు కూడా. నాకు నన్ను ప్రేమించే తల్లి తండ్రులు ఉన్నారు, 16 ఏళ్ళ అక్క ఉంది, 'స్నేహితులు' అని పిలవడానికి 30 మంది వ్యక్తులున్నారు. ఆరాధించే చూపులను నా నుంచి మరల్చలేక నన్నే చూస్తూ ఉండే అభిమానుల గుంపు ఉంది. వాళ్ళు అప్పుడప్పుడు తరగతిలో సగం విరిగిన, జేబులో పెట్టుకున్న అద్దంతో ఒక్క క్షణమైనా నన్ను చూడాలని ప్రయత్నించేవారు కూడా. నాకు ఒక కుటుంబం ఉంది, ప్రేమించే అత్తలు పిన్నులు ఉన్నారు. మంచి ఇల్లు ఉంది. మొత్తమ్మీద చూస్తే, ఒక్క నిజమైన స్నేహితురాలు తప్ప జీవితంలో అన్నీ ఉన్నట్లే అనిపిస్తుంది. నా స్నేహితులతో ఉన్నప్పుడు సరదాగా కాలం గడపటంపైనే నా ధ్యాస ఉంటుంది. అయితే, రోజువారీ మామూలు విషయాల గురించి మాట్లాడగలను తప్ప అన్ని విషయాల గురించి వాళ్ళతో నా అంతట నేను చొరవగా మాట్లాడలేను. మేము దగ్గర కాలేకపోతున్నామన్నదే సమస్య. మాకు ఇకరి మీద ఒకరికి నమ్మకం లేకపోవడంలో తప్పు నాదే ఉండవచ్చు. కారణాలు ఏవైనా పరిస్థితులు అలా ఉన్నాయి మరి. దురదృష్టవశాత్తు అవి మారేవి కాదు. అందుచేతే నేను డైరీని ప్రారంభించాను.

నా ఊహలో ఎంతోకాలంగా ఎదురుచూసిన ఈ స్నేహితురాలి గౌరవాన్నిపెంచేందుకు–చాలామంది తమ డైరీల్లో నిజాలను రాసుకోనే విధంగా నేను రాయలసుకోవడంలేదు కానీ–ఈ డైరీ నాకు స్నేహితురాలిగా ఉండలనుకుంటున్నాను. అందుకే ఈ స్నేహితురాలిని "కిట్టీ" అని పిలుస్తాను.

నేను నా గురించి చెప్పకుండా నేరుగా రాయటం ప్రారంభిస్తే, కిట్టీకి నేను చెప్పే కథల్లో ఒక్క మాటని కూడా ఎవ్వరూ అర్థం చేసుకోలేరు. కాబట్టి నాకు ఇష్టం లేకపోయినా, నా జీవితం గురించి క్లుప్తంగా చెప్తాను.

నాకు తెలిసినవాళ్ళందరిలోకి ఎంతగానో ఆరాధించదగినవారు మా నాన్న. ఆయన 36 ఏళ్ళ వచ్చిన తరువాతే పెళ్ళిచేసుకున్నారు. అప్పుడు అమ్మ వయస్సు 25. అక్క మార్గ్రోట్ 1926 సంవత్సరం లో జర్మనీలోని ఫ్రాంక్ఫర్ట్ ఎం మెయిన్లో పుట్టింది. నేను 1929 జూన్ 12న పుట్టాను. నాకు నాలుగెళ్ళు వచ్చేవరకు ఫ్రాంక్ఫర్ట్లో ఉన్నాను. మేము యూదులం కావటం వల్ల 1933లో నాన్నగారు హాలండ్ దేశానికి వలసవెళ్ళారు. జాం తయారీకి కావలసిన వస్తువులను ఉత్పత్తి చేసే డచ్ ఒపెక్ కంపెనీకి మేనేజింగ్ డైరెక్టర్ అవ్వడం వల్ల వెళ్ళారు. మా అమ్మ ఎడిత్ లెండర్ ఫ్రాంక్ నాన్నతో కలిసి సెప్టెంబర్లో హాలండ్కి వెళ్ళింది. నన్ను, అక్క మార్గ్రోట్ ను అమ్మమ్మతో ఉండేందుకు ఆచెన్ కు పంపారు. అక్క మార్గ్రోట్ డిసెంబర్లో హాలండ్ చేరుకుంది. ఆమె వెనకాలే ఫిబ్రవరిలో నేను హాలండ్ చేరుకున్నా. అక్కడ అక్క పుట్టినరోజు కానుకగా నన్ను టేబుల్ మీద కుదేశారు.

వెళ్ళిన వెంటనే మొంటిసరి నర్సరీ బడికి వెళ్ళటం మొదలుపెట్టాను. నాకు ఆరేళ్ళు వచ్చేవరకు, అంటే ఒకటో తరగతి (ఫస్ట్ ఫారం)కి వచ్చేవరకు అదే బడికి వెళ్ళాను. ఆరవ తరగతిలో ఉన్నప్పుడు శ్రీమతి కుపెరుస్ నా టీచర్. ఆమె మా బడికి ప్రధానోపాధ్యాయరాలు కూడా. ఆ ఏడాది ఆఖరిలో అక్క మార్గ్రోట్ చదువుతున్న జ్యూయిష్ లైసెంలో నన్ను చేర్చుకోవడం వల్ల, వీడ్కోలు తీసుకునేటప్పుడు మేమిద్దరం (టీచర్, నేను) కన్నీటిపర్యంతమయ్యాం.

11

మా జీవితాలలో అశాంతి అనేది లేకుండా లేదు. ఎందుకంటే జర్మనీలో యూదులకు వ్యతిరేకంగా హిట్లర్ చేసిన చట్టాల వల్ల మా బంధువులు చాలా బాధపడుతుండేవారు. 1938లో ఒక పథకం ప్రకారం జరిగిన మానవ మారణహోమం తరువాత మా మామయ్యలు (మా అమ్మ అన్నదమ్ములు) క్షేమంగా ఉండే అవకాశం దొరకడంతో జర్మనీని వదిలిపెట్టి నార్త్ అమెరికాకు పారిపోయారు. వయసు మళ్ళిన మా అమ్మమ్మ మాతో ఉండేందుకు మా దగ్గరికి వచ్చేంది. అప్పుడు ఆమెకు 73 ఏళ్ళు.

1940 తరువాత, మంచి రోజులనేవి మధ్య మధ్య ఎప్పుడో ఒకసారి అరుగూ వచ్చాయి. మొదట యుద్ధం, తరువాత ఓటమి, ఆ తరువాత జర్మన్లు రావటం. వీళ్ళు రావడంతోనే యూదులకి సమస్యలు మొదలయ్యాయి. యూదువ్యతిరేక చట్టాల పరంపర మా స్వేచ్ఛను బాగా తగ్గించేసింది. యూదులు పసుపు రంగు నక్షత్రాన్ని పెట్టుకోవాలి, యూదులు సైకిళ్ళ మీదే తిరగాలి, యూదులు ట్రామ్స్ వాడకూడదు, యూదులు కార్లు నడపకూడదు–సొంత కార్లైనా సరే, యూదులు బజారు పనులు మధ్యాహ్నం 3 గంటల నుంచి సాయంకాలం 5 గంటల లోపు చూసుకోవాలి. యూదులు నడిపే క్షౌరశాలలు, బ్యూటీపార్లర్లలో యూదులు వెళ్ళాలి, యూదులు రాత్రి 8 గంటల నుంచి మరునాడు ఉదయం 6 గంటల వరకూ రోడ్ల మీద తిరగకూడదు, యూదులు సినిమాలకి, నాటకాలకి మరే ఇతర వినోద కార్యక్రమాలకి వెళ్ళకూడదు, యూదులు ఈత కొలనులకి, టెన్నిస్ కోర్టులకి, హాకీ మైదానాలకి, మరే ఇతర ఆటల మైదానాలకి వెళ్ళటం మీద నిషేధం విధించబడింది. అంతే కాదు, రోయింగ్‌కి వెళ్ళకూడదు, ఏ విధమైన ఆటల్లో కూడా బహిరంగంగా పాల్గొనకూడదు. యూదులు తమ తోటల్లోగాని, తమ స్నేహితుల తోటల్లోగాని రాత్రి 8 గంటల తరువాత కూర్చోకూడదు, క్రైస్తవుల ఇళ్ళకి వెళ్ళకూడదు. యూదులు నిర్వహిస్తున్న విద్యా సంస్థలకే యూదులు వెళ్ళాలి, మొదలైనవి. ఇది చేయకూడదు, అది చేయకూడదు అంటూ ఎన్నో ఆంక్షలు. కానీ జీవితం ఆగలేదు. జాక్ ఎప్పుడూ చెప్పేది, ''అనుమతి ఉండదనే భయంతో నేను ఇకముందు ఏ పని చెయ్యడానికి సాహసించను'' అని.

1941 వేసవి కాలంలో అమ్మమ్మకి జబ్బు చేసి, ఆపరేషన్ చెయ్యవలసిన అవసరం వచ్చింది. దాంతో నా పుట్టినరోజు ఎటువంటి వేడుకలు లేకుండానే గడిచిపోయింది. 1940లో కూడా పోలండ్‌లో నా పుట్టినరోజప్పుడే యుద్ధం ముగియడంతో పెద్దగా వేడుక జరుపుకోలేదు. 1942లో అమ్మమ్మ చనిపోయింది. ఆమెని నేను చాలాసార్లు తలుచుకుంటానే విషయం ఎవ్వరికీ తెలియదు, నేను ఆమెని ఇంకా ప్రేమిస్తున్నాను. 1942లో జరిగిన పుట్టినరోజు వేడుకలు, గత రెండు సంవత్సరాలుగా జరగనందుకు ఏర్పడిన కొరత తీర్చే ఉద్దేశంతో జరిపారు. మిగిలిన ఇతర దీపాలతో పాటు అమ్మమ్మ దీపం కూడా వెలిగించాం.

మేం నలుగురం ఇప్పటికి బాగానే ఉన్నాం. నా డైరీ పట్ల నాకున్న పవిత్రమైన అంకిత భావంతో... ఇంతటితో నేను ఈరోజు, అంటే 1942 జూన్ 20కి వచ్చేశాను.

శనివారం, జూన్ 20, 1942

నా ప్రియాతి ప్రియమైన కిట్టి,

నన్నింక రాయటం మొదలుపెట్టని. ఇప్పుడు అంతా చక్కగా, ప్రశాంతంగా ఉంది. అమ్మ, నాన్న బయటికెళ్ళారు. అక్క మార్గోట్ తోటి స్నేహితులతో పింగ్ పాంగ్ ఆడుకునేందుకు ట్రీస్ కుటుంబం ఇంటికి వెళ్ళింది. ఈమధ్య నేను కూడా పింగ్ పాంగ్ ఎక్కువగా ఆడుతున్నాను. ఎంతగానంటే, మేం ఐదుగురు బాలికలం కలిసి ఒక సంఘాన్ని ఏర్పాటు చేశాం. ''ద లిట్టి ల్ డిప్పర్ మైనస్ టూ'' దాని

పేరు. నిజంగా అర్థం లేని పేరు. అయితే ఈ పేరు ఒక పొరపాటు జరగటం వల్ల వచ్చింది. మేము మా సంఘానికి ఓ ప్రత్యేకమైన పేరు పెట్టాలనుకున్నాం. మేం ఐదుగురు ఉన్నందువల్ల "లిట్టిల్ డిప్పర్" అనే పేరు పెట్టుకున్నాం. అందులో ఐదు నక్షత్రాలు ఉంటాయనేది మా ఆలోచన. కానీ మేము అనుకున్నది తప్పు. ఇందులో కూడా "బిగ్ డిప్పర్" లో లాగా ఏడు నక్షత్రాలు ఉంటాయి. ఈ విషయమే "మైనస్ టూ" అన్న మాట ఎందుకు వచ్చిందో వివరిస్తుంది. ఐసె వానర్ దగ్గర పింగ్ పాంగ్ ఆట ఉంది. మేము ఎప్పుడు కావాలంటే అప్పుడు వాళ్ళ భోజనాల గదిలో ఆడుకోనేందుకు వానర్స్ అనుమతిస్తారు. పింగ్ పాంగ్ ఆటగళ్ళమైన మా ఐదుగురికి ఐస్ క్రీం ఇష్టం కావడం వల్ల, ముఖ్యంగా వేసవిలో ఆట ఆడిన తరువాత ఒళ్ళు వేడెక్కటం వల్ల, సాధారణంగా దగ్గరలోనే ఉన్న ఐస్ క్రీం దుకాణానికి వెళ్ళటంతో మా ఆట పూర్తవుతుంది. "ఒయాసిస్" లేదా "డెల్ఫీ" యూదులని అనుమతిస్తాయి. ఈమధ్య చాల కాలంగా మేము డబ్బు కోసం లేదా పర్సు కోసం వెతుక్కోవటం మానేశాం. "ఒయాసిస్" దాదాపు ఎప్పుడూ బాగా రద్దీగా ఉండటం వల్ల ఒక వారంలో ఎంత ఐస్ క్రీం తినగలమో అంత కంటే ఎక్కువే తినిపించే ఉదార స్వభావులైన తెలిసిన కుర్రాళ్ళనో, లేదా మా అభిమానులనో పట్టేస్తున్నాం.

ఈ చిన్న వయసులోనే నేను అభిమానుల గురించి మాట్లాడటం విని నువ్వు బహుశా కొంచెం ఆశ్చర్యపడచ్చు. ఇది అదృష్టమో లేదా దురదృష్టమో గానీ, మా బడిలో ఈ వ్యసనం హద్దులు మీరిపోయింది. 'నీతో పాటు సైకిల్ తొక్కుతూ రావచ్చా' అని ఒక కుర్రవాడు నన్నడిగి, మేం మాట్లాడటం మొదలుపెడితే...అతను నన్ను తక్షణం మోహించేసి, నన్ను ఒక్క క్షణం కూడా తన కళ్ళ ముందు నుంచి పక్కకి వెళ్ళనివ్వనని పదింట తొమ్మిది సందర్భాల్లో నేను నమ్మకంగా చెప్పగలను. కానీ నేను తీవ్రమైన కాంక్షతో నిండిన అతని చూపులని పట్టించుకోకుండా నా దోవన నేను సరదాగా సైక్లింగ్ చేస్తుంటాను. దాంతో కుర్రాడి ఉత్సాహం చల్లారిపోతుంది. ఒక వేళ సంభాషణ మరీ చెడుదోవనపడి, "మీనాన్న అనుమతి అడుగుతావా" అంటూ అసందర్భంగా వాగితే, నేను నా బైక్ని కొద్దిగా అటూ ఇటూ తిప్పుతాను. అప్పుడు నా సంచి కింద పడుతుంది. దాంతో ఆ కుర్రాడు తన బైక్ దిగి నా సంచి తీసి నాకు ఇవ్వవలసి వస్తుంది. ఈ లోపల నేను మాట మార్చేస్తాను. ఈ కుర్రళ్ళంతా ఎంతో అమాయకంగా ఉండే రకాలు. అయితే, మమ్మల్ని చూసి గాల్లో ముద్దులు విసిరేవాళ్ళు లేదా గట్టిగా చెయ్యి పట్టుకునే ప్రయత్నం చేసేవాళ్ళు ఉంటారు. కానీ ఖచ్చితంగా వాళ్ళు నన్ను తప్పుగా అర్థం చేసుకున్నావాళ్ళు. నేను నా బైక్ నుంచి దిగేసి వాళ్ళ తోడు అక్కరలేదని చెప్పడమో, లేదా నాకు అవమానం జరిగిందన్నట్టు నటిస్తూ 'నేను లేకుండానే ఇంటికి వెళ్ళ' మని స్పష్టంగా చెప్పేస్తాను.

ఇదీ విషయం. ఇదుగో, ఇప్పుడు మనం మన స్నేహానికి పునాది వేశాం. రేపటివరకు

సీ ఎన్.

ఆదివారం, జూన్ 21, 1942

ప్రియమైన కిట్టీ,

మా తరగతి మొత్తం భయంతో వణుకుతోంది. ఉపాధ్యాయుల సమావేశం జరగబోతోంది మరి. ఈ సమావేశంలోనే ఎవరు పైతరగతికి వెళతారో ఎవరు వెళ్ళరో నిర్ణయిస్తారు. ఈ విషయంలో తరగతిలోని సగం మందికి పైగానే విద్యార్థులు పందేలు కాస్తున్నారు. మా వెనుక వరుసలో ఉన్న అబ్బాయిలు సి.ఎన్, జకూస్ కోసెరూట్ ఇద్దరూ సెలవుల్లో ఎంత డబ్బు పోడుపుచేయగలరో అంత మొత్తాన్ని పందెం కాశారు. వాళ్ళని చూసి జి.జెడ్, నేనూ పిచ్చిగా నవ్వుకున్నాం. పొద్దస్తమానం "నువ్వు గట్టెక్కుతావు", "లేదు,

13

నేను అవ్వను", "అవును అవ్వుతావు", "లేదు నేను అవ్వనంటే!"...ఇవే మాటలు వినిపిస్తున్నాయి. బతిమాలుతున్నట్టున్నట్టుగా చూసే జి.జెడ్ చూపులు, కోపంతో నేను అనే మాటలు కూడా వాళ్ళని శాంతపరచలేకపోయాయి. నన్ను అడిగితే, మా తరగతిలో ఎంతో మంది మూర్ఖులు ఉన్నారు కాబట్టి సుమారు నాలుగింట ఒక వంతు విద్యార్థులను ఇదే తరగతిలో ఉంచేయాలి. కానీ, ఈ భూమ్మీద అసలు అంచనా వేయలేని అతి క్లిష్టమైన జీవాలు ఉపాధ్యాయులు. ఏమో, ఈసారి ఒక మార్పు కోసం, ఎవరూ ఊహించని విధంగా వాళ్ళు సరైన మార్గంలో ఉంటారేమో!

నా గురించి, నా స్నేహితురాళ్ళ గురించి నేను అంతగా కలవరపడను. మేం సాధిస్తాం. ఒక్క గణితశాస్త్రం విషయంలో మాత్రమే నాకు నమ్మకంగా లేదు. ఏదైనా, ఇప్పుడు చేయగలిగేది ఎదురు చూడటం మాత్రమే. ఫలితాలు వచ్చేంత వరకు, ధైర్యంగా ఉండమని ఒకరికొకరం చెప్పుకుంటూ ఉంటాం.

నా ఉపాధ్యాయులందరితో నేను బాగా కలిసిపోతాను. వాళ్ళు తొమ్మిది మంది. ఏడుగురు మగవాళ్ళు, ఇద్దరు మహిళలు. లెక్కల ఉపాధ్యాయుడు మిస్టర్ కీసింగ్ పాతకాలం మనిషి, బిగుసుకుపోయి ఉంటాడు. నేను ఎక్కువగా మాట్లాడతానని ఆయనకు నా మీద చాలా కాలంగా కోపం. ఎన్నోసార్లు నన్ను హెచ్చరించిన తరువాత, ఇంట్లో చేయాల్సిన అదనపు పని ఇచ్చాడు. 'ఏ చాటర్ బాక్స్' అనే అంశంపై ఒక వ్యాసాన్ని రాసుకు రమ్మని చెప్పాడు. "చాటర్‌బాక్స్"! దాని గురించి ఏం రాయగలం? ఆ విషయం తరువాత ఆలోచిద్దాంలే అనుకున్నా. నా పుస్తకంలో వ్యాసం పేరు రాసుకొని, పుస్తకాన్ని సంచిలో దోపేసి, నిశ్శబ్దంగా ఉండటానికి ప్రయత్నించాను.

ఆ సాయంత్రం రె వర్క్ పూర్తి చేసిన తర్వాత, పుస్తకంలో రాసుకున్న వ్యాసం పేరు మీద నా దృష్టి పడింది. నా ఫౌంటెన్ పెన్ కొనను నోట్లో పెట్టుకొని నములుతూ వ్యాసం గురించి ఆలోచించడం మొదలుపెట్టాను. అసందర్భమైన మాటలు వాడుతూ, పదాలను దూరం దూరంగా రాస్తూ వ్యాసం రాయటం ఎవరైనా చేసేయచ్చు. కానీ మాట్లాడటం అనేది ఎంత అవసరమో ఒప్పుకొన్నట్టు చేసే వాదనలతో వ్యాసం రాయాలనేది అసలైన ఎత్తుగడ. బాగా ఆలోచించాను. అకస్మాత్తుగా ఒక ఆలోచన తట్టింది. మిస్టర్ కీసింగ్ నాకు కేటాయించిన మూడు పేజీల వ్యాసాన్ని రాసేశాను. నాకు తృప్తిగా అనిపించింది. మాట్లాడటం అనేది స్త్రీల లక్షణమని, దాని అదుపులో ఉంచడానికి నేను నా వంతు కృషి చేస్తానని వాదించాను. అయితే, ఈ అలవాటుని పూర్తిగా ఎన్నటికీ మానుకోలేను. ఎందుకంటే, నాకంటే ఎక్కువ కాకపోయినా, మా అమ్మకి కూడా నాలాగే మాట్లాడే లక్షణం ఉంది. మరి వారసత్వ లక్షణాలను ఎవరు మాత్రం ఏం చేయగలరు!

మిస్టర్ కీసింగ్ నా వాదనలు విని బాగా నవ్వుకున్నాడు కానీ తరువాతి పాఠం జరుగుతున్నప్పుడు నా అలవాటు ప్రకారం నేను మాట్లాడటంతో నాకు రెండో వ్యాసాన్ని కేటాయించాడు. ఈసారి 'యాన్ ఇన్‌కరిజబుల్ చాటర్‌బాక్స్'. అది కూడా రాసిచ్చాను. ఆ తర్వాత రెండు పాఠాలు పూర్తయ్యేంత వరకూ మిస్టర్ కీసింగ్ నన్ను తప్పుపట్టేందుకు ఏమీ లేకపోయింది. అయితే, మూడవ పాఠం జరుగుతున్నప్పుడు ఇక భరించలేక "ఆన్ ఫ్రాంక్, తరగతిలో మాట్లాడినందుకు శిక్షగా "'క్వాక్, క్వాక్, క్వాక్' అని మిసెస్ చాటర్‌బాక్స్ అన్నది" అనే వ్యాసం రాయ" అన్నాడు.

నవ్వుతో తరగతి దద్దరిల్లింది. చాటర్‌బాక్సుల అంశం మీద నా ప్రజ్ఞాపాటవాలు దాదాపుగా అయిపోయినప్పటికీ నేను కూడా వాళ్ళందరితోపాటు నవ్వెస్తివచ్చింది. ఇక మరోక పథకం వెయ్యాల్సిన సమయం వచ్చింది, అది సహజంగా కూడా ఉండాలి. నా స్నేహితురాలు శాన్ కవిత్వం బాగా చెప్పగలదు. తను వ్యాసం మొదటి నుండి చివరి వరకు పద్యరూపంలో ప్రాయడానికి సహాయం చేస్తానన్నది. నేను ఆనందంతో ఎగిరి గంతేశాను. కీసింగ్ ఈ హాస్యాస్పదమైన వ్యాసంతో నన్ను ఆట పట్టించటానికి

ప్రయత్నిస్తున్నాడు కానీ దాన్నిఖచ్చితంగా ఆయన మీదికే తప్పికొడతాను. నేను కవిత పూర్తి చేశాను, అది భలే అందంగా ఉంది! ఈ కవితలో ఒక తల్లి బాతు, ఒక తండ్రి హంస, ముగ్గురు బాతు పిల్లలు ఉంటాయి. బాతు పిల్లలు అతిగా వాగుతున్నాయని వాటిని తండ్రి హంస కొరికి చంపేస్తుంది. అదృష్టవశాత్తూ, కీసింగ్ కవితని సరిగ్గా అర్థంచేసుకున్నాడు. కవితని తరగతిలో చదివాడు. తన సొంత వ్యాఖ్యలు కూడా జోడించాడు. వేరే తరగతుల్లో కూడా చదివాడు. అప్పటి నుంచి నాకు మాట్లాడటానికి అనుమతి దొరికింది. అదనపు రివర్క్ కూడా ఇవ్వట్లేదు. అంతేకాదు, తన స్వభావానికి విరుద్ధంగా కీసింగ్ ఈమధ్య ఎప్పుడూ హాస్యోక్తులు విసురుతున్నాడు.

సీ, ఆన్

బుధవారం, జూన్ 24, 1942

ప్రియాతి ప్రియమైన కిట్టీ,

ఉక్కపోస్తోంది. అందరూ ఆయాసపడుతున్నారు. ఇంత వేడిలో నేను ప్రతిచోటికి నడవాలి. ట్రామ్‌లో వెళ్లటం ఎంత ఆహ్లాదకరమో ఇప్పుడే నేను గ్రహించగలిగాను కానీ యూదులు ఇక విలాసాన్ని ఉపయోగించుకోవడానికి లేదు. మా రెండు పాదాలే మాకు ఆధారం. నిన్న భోజన సమయంలో జాన్ లుకెన్‌స్ట్రాట్‌లో దంతవైద్యుడితో అపాయింట్‌మెంట్ ఉంది. అది మా ఇంటి నుండి చాలా దూరంలో స్టాడ్స్‌టిమ్మెర్‌టయినెన్‌లో ఉంది. ఆరోజు మధ్యాహ్నం నేను నా బల్ల మీద దాదాపు నిద్రపోయానుకో. అదృష్టవశాత్తూ, జనం మనం అడగకుండానే తాగడానికి ఏదైనా ఇస్తారు. దంతవైద్యుడి సహాయకుడు నిజంగా దయగలవాడు.

మా (యూదుల) ప్రయాణం కోసం మిగిలి ఉన్న సదుపాయం ఒక్క పడవ మాత్రమే. జోసెఫ్ ఇస్రాల్‌కీడ్ దగ్గర పడవ నడిపే అతను మేము అడగ్గానే అవతలి ఒడ్డుకి చేర్చాడు. యూదులైన మేము ఇటువంటి గడ్డు పరిస్థితుల్లో ఉన్నామంటే అది డచ్ వారి తప్పు కాదు.

బడికి వెళ్లాల్సిన అవసరం రాకూడదని కోరుకుంటున్నాను. ఈస్టర్ సెలవుల్లో నా బైక్ (సైకిల్) ఎవరో దొంగిలించారు. నాన్న మా అమ్మ బైక్‌ని జాగ్రత్తగా ఉంచమని కొంతమంది క్రైస్తవ స్నేహితులకి ఇచ్చారు. హమ్మయ్య, వేసవి సెలవలు దాదాపు వచ్చేసినట్టే. ఇంకో వారం గడిస్తే ఈ బాధ తీరిపోతుంది.

నిన్నవుద్దున ఊహించని విషయం జరిగింది. నేను సైకిళ్లు ఉంచే చోటు దాటుతున్నప్పుడు నన్నెవరో పేరు పెట్టి పిలవడం వినబడింది. తిరిగి చూసేసరికి...నిన్న సాయంత్రం నా స్నేహితురాలు విల్మా ఇంట్లో కలుసుకున్న చక్కని అబ్బాయి కనిపించాడు. అతను విల్మాకు దూరపు బంధువు. విల్మా మంచి పిల్ల అని అనుకునేదాన్ని. అవును మంచిదే, కానీ ఆమె మాట్లాడేది ఒక్క అబ్బాయిల గురించే. అందుకే విసుగ్గా ఉంటుంది. అతను కొద్దిగా బిడియపడుతూ నా వైపొచ్చాడు. తనును తాను హలో సిల్బర్‌బర్గ్ గా పరిచయం చేసుకున్నాడు. నేను కొంచెం ఆశ్చర్యపోయాను. అతనికి ఏం కావాలో నాకు స్పష్టంగా తెలియలేదు కానీ తెలుసుకోవడానికి ఎక్కువ సమయం పట్టలేదు. తను నాతో పాటు బడికి రావచ్చునా అని అడిగాడు. 'నువ్వు ఇదే దారిలో వెళ్తున్నంతవరకు నేను నీతో వస్తాను' అని చెప్పాను. దాంతో మేం కలిసి నడిచాం. హలోకి పదహారేళ్లు. అన్నిరకాల తమాషా కథలు బాగా చెప్పగలడు.

అతను ఈరోజు పొద్దున మళ్ళీ నా కోసం ఎదురుచూస్తూ కనిపించాడు. ఇక ఇప్పటి నుంచి రోజూ ఇలాగే చేస్తాడని అనుకుంటున్నాను.

ఆన్

బుధవారం, జూలై 1, 1942

ప్రియమైన కిట్టి,

ఈరోజు వరకూ నీకు రాసేందుకు నిజంగా నాకు సమయం దొరకలేదు. గురువారం నాడు రోజంతా స్నేహితులతో ఉన్నాను. శుక్రవారం మాత్రం కొందరున్నారు. ఈరోజు వరకూ అలాగే గడిచిపోయింది.

పోయిన వారంలో హెలో, నేను ఒకరినొకరం బాగా తెలుసుకున్నాం. అతను తన జీవితం గురించి చాలా చెప్పాడు. అతను గెల్సిన్‌కిర్చెన్ నుంచి వచ్చాడు. అమ్మమ్మ, తాతతో ఉంటున్నాడు. అతని తల్లిదండ్రులు బెల్జియంలో ఉంటారు కానీ అతను అక్కడికి వెళ్ళేందుకు అవకాశం లేదు. హెలోకి ఉర్సుల్ అనే స్నేహితురాలు ఉండేది. తను నాకూ తెలుసు. ఆమె ఖచ్చితంగా చక్కని పిల్ల, ఖచ్చితంగా విసుగు పుట్టించే వ్యక్తి. నన్ను కలిసినప్పటి నుంచీ ఉర్సుల్ మీద తనకి ఆసక్తి తగ్గుతోందని హెలో గ్రహించాడు. కాబట్టి, నేను ఒక రకమైన ఉత్సాహం ఇచ్చే టొషధాన్ని. మనం దేనికి పనికొస్తామో మనకే తెలియకపోవచ్చు.

జ్యాక్ శనివారం రాత్రి నాతోనే ఉంది. ఆదివారం మధ్యాహ్నం ఆమె హ్యానెలితో ఉంది. నాకు భలే విసుగు పుట్టింది.

హెలో ఆ సాయంత్రం వచ్చి ఉండాల్సింది. కానీ, ఆరు గంటలకి ఫోన్ చేశాడు. నేను ఫోన్ ఎత్తేసరికి, 'నేను హెల్ముత్ సిల్వర్‌బర్గ్‌ని మాట్లాడుతున్నాను. ఆన్‌తో మాట్లాడచ్చా?' అని అడిగాడు

'ఓ, హలో. నేను ఏన్ ని.'

'ఓ, హలో ఏన్. ఎలా ఉన్నావు?'

'ఓ, బాగున్నాను. ధన్యవాదాలు.'

'ఈ రాత్రికి రాలేను, క్షమించమని చెబుదామని అనుకున్నాను. అయినా నీతో ఒక మాట చెప్పాలి. నిన్ను తీసుకువెళ్ళటానికి పది నిమిషాల్లో వస్తే ఫరవాలేదా?'

'ఓ, తప్పకుండా రావచ్చు.'

'సరే, నేను వెంటనే వచ్చేస్తాను!'

నేను ఫోన్ పెట్టేసి తొందరగా బట్టలు మార్చుకున్నాను, తల దువ్వుకున్నాను. ఎంత గాభరాగా అనిపించిందంటే, కిటికీలో నుంచి తొంగి చూశాను అతని కోసం. చివరికి అతను కనిపించాడు. అద్భుతాల్లో అద్భుతం! నేను మెట్లు దిగి పరిగెత్తకుండా అతను బెల్ మోగించే వరకా నిశ్శబ్దంగా ఎదురుచూశాను. నేను తలుపు తెరవగానే తను చెప్పాలనుకున్నది చెప్పటం మొదలుపెట్టాడు.

'ఆన్, నువ్వు నాకన్నా చాలా చిన్నదానివని, నిన్ను నేను తరచూ కలిసేంత వయసు నీకు లేదని మా అమ్మమ్మ అనుకుంటోంది. నేను లోవెన్‌బాచ్‌కు వెళ్ళాలంటోంది, కానీ నేను ఉర్సుల్‌తో ఎక్కడికీ వెళ్ళడం లేదని నీకు తెలిసి ఉండచ్చు.'

'లేదు, నాకు తెలీదు. ఏం జరిగింది? మీ ఇద్దరూ ఏమైనా వాదించుకున్నారా?'

'లేదు, అటువంటిదేం లేదు. మేము ఒకరికొకరు తగమని, అందుచేత ఇకపై మేమిద్దరం కలిసి ఇంకా ముందుకి వెళ్ళకపోవడమే మంచిదని నేను ఉర్సుల్‌తో చెప్పేసాను. అంతేకాదు ఆమె నా ఇంటికి రావచ్చు, అదేవిధంగా వాళ్ళ ఇంటికి నేనూ వెళ్ళచ్చని ఆశిస్తున్నానని చెప్పాను. నిజానికి, ఉర్సుల్ మరొక అబ్బాయితో తిరుగుతోందని అనుకున్నాను. అదే అర్థం వచ్చేలా ఆమెతో వ్యవహరించాను. కానీ అది నిజం కాదు. అప్పుడు మా మామయ్య ఆమెకి నేను క్షమాపణ చెప్పాలన్నాడు. కానీ నాకలా చేయ్యాలని అనిపించలేదనుకో', అందుకే ఆమె నుంచి విడిపోయాను. (కానీ అనేక కారణాల్లోఇది ఒకటి.)

16

"మా అమ్మమ్మ నేను నీతో కాకుండా ఉర్సుల్తో ఉండాలని కోరుకుంటోంది కానీ నేను ఒప్పుకోను, ఒప్పుకోబోను. కొన్నిసార్లు పెద్దవాళ్ళ ఆలోచనలు పాతకాలానికి చెందినవై ఉంటాయి. అంత మాత్రాన వాళ్ళు చెప్పిన దారిలోనే నేను పోవాలని కాదు. నాకు నా అమ్మమ్మ, తాతయ్య కావాలి. కానీ, నిజానికి ఒక రకంగా చూస్తే వాళ్ళకి నేను కావాలి. ఇప్పటి నుంచి నేను బుధవారం సాయంత్రాలు ఖాళీగా ఉంటాను. మా తాతయ్య అమ్మమ్మ నన్ను వుడ్ కార్వింగ్లో చేర్చారు కానీ నేను మాత్రం జియొనిస్టులు నిర్మించే క్లబ్కి వెళ్తున్నాను. వాళ్ళు జియొనిస్టులకి వ్యతిరేకులు కాబట్టి వాళ్ళకి నేను వెళ్ళటం ఇష్టంలేదు. నేను మతోన్మాద జియొనిస్టుని కాదు కానీ అదంటే నాకు ఆసక్తి. ఏదైనా, ఈ మధ్య చాలా గందరగోళంగా ఉంటోంది. అందువల్ల మానేద్దామనుకుంటున్నాను. కాబట్టి వచ్చే బుధవారం అది నా చివరి సమావేశం అవుతుంది. అంటే నేను నిన్ను బుధవారం సాయంత్రం, శనివారం మధ్యాహ్నం, శనివారం సాయంత్రం, ఆదివారం మధ్యాహ్నం కలవగలను. ఇంకా ఎక్కువసార్లు కూడా కలవచ్చేమో."

'కానీ మీ అమ్మమ్మ, తాతయ్య ఒద్దన్నప్పుడు వాళ్ళకి తెలియకుండా నువ్వు చెయ్యకూడదు కదా.'

'ప్రేమలో, యుద్ధంలో అంతా న్యాయమే.'

మేము అలా మాట్లాడుతూనే బ్లాంకోవర్స్ పుస్తకాల దుకాణాన్ని దాటాం. అక్కడ మరో ఇద్దరు అబ్బాయిలతో పీటర్ షిఫ్ ఉన్నాడు. ఎంతో కాలం తరువాత మొదటిసారి అతను నాకు 'హలో' చెప్పాడు. అలా చెప్పడం నిజంగా నాకు బాగా అనిపించింది.

సోమవారం సాయంత్రం హలో మా నాన్నని, అమ్మని కలవడానికి వచ్చాడు. నేను కేక్, కొన్ని స్వీట్లు కొన్నాను. మేము టీ, బిస్కట్లు తీసుకున్నాం, పని చేసుకున్నాం. కానీ మేమిద్దరం కూడా కుర్చీలనే అంటి పెట్టుకొని కూర్చోవాలనుకోలేదు. కాబట్టి సరదాగా కాసేపు నడుద్దామనుకొని బయలుదేరాం. రాత్రి గం 8.10 వరకూ అతను నన్ను ఇంటి దగ్గర వదిలిపెట్టలేదు. నాన్న మండిపడ్డారు. సమయానికి ఇంటికి రాకపోవడం నా తప్పే అన్నారు. ఇక ముందంతా ఎనిమిదికి ఇంకా పది నిమిషాలుండగానే ఇంటికి వచ్చేస్తానని మాట ఇచ్చాను. శనివారంనాడు నన్ను తన ఇంటికి రమ్మని హలో అడిగాడు.

ఒకరోజు రాత్రి హలో వాళ్ళ ఇంట్లో ఉన్నప్పుడు, 'ఉర్సల్, ఏన్ లలో ఎవరంటే నీకు బాగా ఇష్టం?' అని హలోని విల్మా అడిగిందట. నాతో చెప్పింది.

'అది నీకు అనవసరం.' అని హలో చెప్పాడట.

కానీ తను వెళ్ళటప్పుడు మాత్రం (అప్పటివరకూ ఆ సాయంత్రం వాళ్ళు మళ్ళీ మాట్లాడుకోలేదు) 'నాకు ఆన్ అంటే ఎక్కువ ఇష్టం కానీ ఈమాట ఎవరికీ చెప్పద్దు. బై' అంటూ ఇదుగో, చూస్తూండగానే తుర్రుమన్నాడని విల్మా చెప్పింది.

హలో చెప్పే ప్రతి మాటలో, చేసే ప్రతి పనిలో, అతను నన్ను ప్రేమిస్తున్నడన్న విషయం కనిపిస్తుంది. ఇది కొత్తగా, ఒక రకంగా బాగుంది. హలో మంచి మర్యాదస్తుడని మార్గ్రెట్ అంటుంది. నేను కూడా అలానే అనుకుంటున్నాను. కానీ అతను మేము అనుకున్నదానికంటే ఎక్కువ మర్యాదస్తుడు. అమ్మ కూడా అతన్ని బాగా మెచ్చుకుంటుంది. 'అందంగా ఉంటాడు, మంచి మర్యాద తెలిసినవాడు" అని. అతనికి అందరిలో మంచి పేరుండటం నాకు సంతోషంగా ఉంది, ఒక్క నా స్నేహితురాళ్ళలో తప్ప. వాళ్ళ తీరు మరీ పిల్లతనంగా ఉంటుందన్నది అతని అభిప్రాయం. అతని అభిప్రాయం సరైనదే. జ్యాక్ ఇప్పటికీ హలో గురించి మాట్లాడి నన్ను ఎగతాళి చేస్తుంది. కానీ అతన్ని నేను ప్రేమించటం లేదు. ఇది నిజం. అబ్బాయిలు నా స్నేహితులుగా ఉండటం అనేది అందరికీ ఆమోదయోగ్యమే. ఎవరూ ఏమీ అనుకోరు.

పెద్దయ్యాక ఎవరిని పెళ్ళి చేసుకుంటావని అమ్మ అడుగుతూనే ఉంది. కానీ ఆ వ్యక్తి పీటర్ అని ఆమె ఊహించలేదని నేను పందెం వేయగలను. ఎందుకంటే ఆమెకి నమ్మకం కలిగేలాగా ఆ విషయాన్ని

17

కళ్యవరకుండా చెప్పాను. నేను పీటర్ను ప్రేమించినట్టు ఇంకెవరిని ప్రేమించలేదు. అతను నా మీద తనకున్న మనోభావాలని దాచడానికి మాత్రమే వేరే అమ్మాయిలందరితో తిరుగుతున్నాడని నాకు నేను సర్దిచెప్పుకుంటాను. బహుశా అతను హాల్లో, నేను ప్రేమించుకుంటున్నామని అనుకుంటున్నాడేమో. కానీ మేము ప్రేమించుకోవట్లేదు. అతను కేవలం స్నేహితుడు, లేదా అమ్మ అన్నట్టుగా నన్ను పెళ్లి చేసుకోవాలని ఆశించే వ్యక్తి.

నీ, ఆన్

ఆదివారం, జూలై 5, 1942

ప్రియమైన కిట్టీ,

పరీక్షా ఫలితాలని శుక్రవారం నాడు యూదుల థియేటర్లో ప్రకటించారు. నా రిపోర్ట్ కార్డ్ మరీ అంత ఘోరంగా ఏం లేదు. నాకు ఒక డి గ్రేడ్, బీజగణితంలో సి–, రెండు బిం, రెండు బి–, మిగిలిన అన్నిట్లో బి వచ్చాయి. మా అమ్మానాన్న సంతోషంగా ఉన్నారు. గ్రేడ్ల వర్గీకరణ విషయానికొస్తే వాళ్ళు మిగతా తల్లిదండ్రుల్లాగా ఉండరు. మంచి రిపోర్టా కాదా అని ఎన్నడూ ఆందోళన పడరు. నేను ఆరోగ్యంగా, సంతోషంగా ఉంటూ దురుసుగా లేనంత కాలం వాళ్ళు తఫ్తిగా ఉంటారు. ఈ మూడు విషయాలూ సరిగ్గా ఉంటే మిగతావన్నీ వాటంతటవే సరిపోతాయి.

నేను మాత్రం ఇందుకు వ్యతిరేకం. నాకు చదువులో వెనకబడటం ఇష్టం ఉండదు. కొన్నిసార్లు మీద యూదు లైసీయమ్ నన్ను తీసుకుంది. అసలు నేను మాంటిస్సోరి బడిలోనే ఉండాల్సింది కానీ యూదుల పిల్లలు యూదుల పాఠశాలలకే వెళ్ళాల్సివచ్చినప్పుడు, ఎంతగానో అభ్యర్థించిన మీదట లైస్ గోస్లార్ ని, నన్నుతీసుకోవడానికి మిస్టర్ ఎల్లే ఒప్పుకున్నారు. లైస్ జ్యామెట్రి పరీక్ష మళ్ళీ రాయాల్సి ఉన్నా ఈ సంవత్సరం తను కూడా గట్టెక్కేసింది.

పాపం లైస్. తనకి ఇంట్లో చదువుకోవడం అంత తేలికేం కాదు. తన చెల్లెలు, గారాబంగా పెరిగిన రెండెళ్ళ పిల్ల, రోజంతా తన గదిలోనే ఆడుకుంటుంది. తన దారికి రాకపోతే, ఆ పిల్లగట్టిగా అరవడం మొదలుపెడుతుంది. ఇక లైస్ కనుక చెల్లెలిని చూసుకోకపోతే వాళ్ళమ్మ (మిసెస్ గోస్లార్) కేకలేస్తుంది. కాబట్టి లైస్ రివర్క్ చెయ్యడానికి చాలా కష్టపడుతుంది. ఇదే పరిస్థితి కొనసాగినట్లైతే తను తీసుకుంటున్న అదనపు శిక్షణ పెద్దగా ఉపయోగపడదు. గోస్లార్ ఇల్లు, ఆ కుటుంబం నిజంగా చూడదగ్గవి. మిసెస్ గోస్లార్ తల్లిదండ్రులు వాళ్ళ పక్కనే ఉంటున్నారు కానీ ఇక్కడి ఈ కుటుంబంతో కలిసి భోంచేస్తారు. పనమ్మాయి ఉంది, ఒక చిన్నపిల్ల. ఎప్పుడూ వేరే ఏదో లోకంలో ఉన్నట్టు ఉండే, అసలు ఇంట్లోనే ఉండని మిస్టర్ గోస్లార్, ఎప్పుడూ విసుగ్గా ఉంటూ చిరాకెత్తించే, మరోసారి తల్లి కాబోతున్న మిసెస్ గోస్లార్... అంత సామర్థ్యం లేని లైస్ ఈ అలకల్లోల్లంలో మునిగి ఉంటుంది.

మా అక్క మార్గోట్కి కూడా రిపోర్ట్ ఇచ్చారు.

ఎప్పటిలాగే అద్భుతం. మాకే కనుక 'కమ్ లాడ్' (ఉత్తమ శ్రేణి కొలమానం) లాంటిది ఉండి ఉంటే ఆమె ఆనర్స్ సాధించేది. అంత తెలివైనది.

ఈమధ్య నాన్న ఎక్కువగా ఇంట్లోనే ఉంటున్నారు. ఆఫీసులో ఆయనకి పనేమీ లేదు, తన అవసరం లేదని భావింపబడటం ఆయనకి చాలా భయంకరంగా ఉండాలి. మిస్టర్ క్లైమన్, 1941లో ఏర్పాటు చేసిన సుగంధ ద్రవ్యాలు, వాటి ప్రత్యామ్నాయాల సంస్థ ఒపెక్టాను, మిస్టర్ కుగ్లర్, గీస్ అండ్ కంపెనీ యాజమాన్యాన్ని కొనుకున్నారు.

కొన్ని రోజుల క్రితం, మాకు పొరుగున ఉన్న కూడలిలో మేము ఊరికే అలా నడుస్తున్నప్పుడు... అజ్ఞాతంలోకి వెళ్ళడం గురించి నాన్న మాట్లాడటం మొదలుపెట్టారు. మిగతా ప్రపంచానికి దూరంగా బతకడం చాలా కష్టమన్నారు. ఇప్పుడీ విషయం ఎందుకు లేవనెత్తుతున్నారని నేను అడిగాను.

'అవును ఆన్, ఒక సంవత్సరం కన్నా ముందు నుంచే మన బట్టలు, ఆహారం, సామాన్లు వేరేవాళ్ళకి పంపించేస్తున్న విషయం నీకు తెలుసు. జర్మన్లు మన వస్తువులు స్వాధీనం చేసుకోకూడదు. అదే విధంగా మనంతట మనం వాళ్ళ బారిన పడకూడదు. మనల్ని తరిమేసే వరకు ఉండద్దు. అందుకని మనమే వెళ్ళిపోదాం.' అని ఆయన సమాధానం ఇచ్చారు.

'అయితే, ఎప్పుడు నాన్నా?' అని అడిగాను. నాన్న ఎంత గంభీరంగా ఉన్నారంటే, నాకు భయమేసింది.

'ఆదుర్దా పడకండమ్మా. అన్నీ మేము చూసుకుంటాం. మీకు వీలున్నంతవరకు మీ స్వేచ్ఛని ఆనందంగా అనుభవించండి.' అన్నారు.

అంతే. ఓహ్, సాధ్యమైనంత వరకూ బాధ కలిగించే ఈ మాటలు నిజం కాకుండా ఉండుగాక.

డోర్ బెల్ మోగుతోంది. హెల్గ్ వచ్చాడు. ఇక రాయడం ఆపాల్సిన సమయమైంది.

సీ, ఆన్

బుధవారం, జూలై 8, 1942

ప్రియాతి ప్రియమైన కిట్టీ,

పోయిన ఆదివారం ఉదయం నుంచీ కొన్ని సంవత్సరాలు గడచిపోయినట్టు అనిపిస్తోంది. ప్రపంచం మొత్తం అకస్మాత్తుగా తలకిందులుగా అయిపోయినట్టు చాలా జరిగింది. కానీ కిట్టీ, నువ్వు చూస్తున్నట్టుగా నేనికా బతికే ఉన్నాను. అదే గొప్ప విషయం అని నాన్న అంటున్నారు. నేను సజీవంగానే ఉన్నాను కానీ ఎక్కడ? ఎలా? అని అడగద్దు. బహుశా ఈ రోజు నేను చెప్పే ఒక్క మాటా నీకు అర్థం కాకపోవచ్చు. కాబట్టి ముందు ఆదివారం మధ్యాహ్నం ఏం జరిగిందో చెప్పడంతో మొదలుపెడతాను.

మూడు గంటలకి (హెల్గ్ వెళ్ళిపోయాడు కానీ తరువాత మళ్ళీ రావాల్సి ఉంది) డోర్ బెల్ మోగింది. నేను బాల్కనీలో ఎండలో బద్ధకంగా చదువుకుంటున్నాను. అందువల్ల నాకు డోర్ బెల్ వినపడలేదు. కొద్దిసేపటి తరువాత వంటింటి దోవలో మార్గోట్ చాలా ఆందోళనగా కనిపించింది. 'నాన్నకి ఎస్ ఎస్ (స్క్వేడ్ స్టాఫర్, అంటే, జర్మన్ పారామిలిటరీ సంస్థ) నుండి తాఖీదు (కాల్-అప్ నోటీస్) వచ్చింది' అని గుసగుసగా చెప్పింది. 'అమ్మ మిస్టర్ వాన్ డాన్ని కలవటానికి వెళ్ళింది.' (మిస్టర్ వాన్ డాన్ నాన్నకి వ్యాపార భాగస్వామి, మంచి స్నేహితుడు.)

నేను నివ్వెరపోయాను. తాఖీదు: దీని అర్థం ఏమిటో అందరికీ తెలుసు. నిర్బంధ శిబిరాలు, ఒంటరి జైలు గదులు నా మదిలో వేగంగా మెదిలాయి. నాన్నని అటువంటి దుస్థితికి ఎలా వదిలేయగలం? 'నాన్న వెళ్ళడం లేదులే' అని మేము గదిలో అమ్మ కోసం ఎదురుచూస్తూ కూర్చున్నప్పుడు మార్గోట్ ప్రకటించింది. 'రేపు మనం అందరం అజ్ఞాతంలోకి వెళ్ళగలమా? అని అడగడానికి అమ్మ మిస్టర్ వాన్ డాన్ని కలవడానికి వెళ్ళింది. వాన్ డాన్లు కూడా మనతో వస్తున్నారు. మనం మొత్తం ఏడుగురం ఉంటాం.' మా మధ్య నిశ్శబ్దం ఆవరించింది. ఏమీ మాట్లాడలేకపోయాం. నాన్న యూదు ఆసుపత్రిలో ఎవరినో చూడాని వెళ్ళడం, ఏం జరుగుతోందో మాకు పూర్తిగా తెలియకపోవటం, అమ్మ

కోసం చాలాసేపుగా ఎదురుచూడటం, వాతావరణంలో వేడి, ఏం జరుగుతుందోనన్న ఉత్కంఠ...ఇవన్నీ మమ్మల్ని నిశ్చలంగా ఉండెట్టు చేశాయి.

అకస్మాత్తుగా డోర్ బెల్ మోగింది. 'హలో వచ్చాడు' అన్నాను.

మార్గ్రెట్ నన్ను ఆపటం కోసం 'తలుపు తెరవకు!' అని అరిచింది. కాని అలా చెప్పాల్సిన అవసరం లేదు. ఎందుకంటే అమ్మ, మిస్టర్ వాన్ డాన్ కింద హాల్లో మాట్లాడుతుండటం మేము విన్నాం. ఆ తరువాత వాళ్ళిద్దరూ లోపలికొచ్చి తలుపు మూసేశారు. బెల్ మోగిన ప్రతిసారి నాన్న వచ్చారేమోనని మార్గ్రెట్ లేదా నేను మునివేళ్ళ మీద నిశ్చలంగా కిందికి వెళ్ళి చూడవలసి వచ్చింది, మరెవరినీ లోపలికి అనుమతించకుండా ఉండటానికి. మిస్టర్ వాన్ డాన్ అమ్మతో మాత్రమే మాట్లాడాలని అనుకోవటంతో నన్ను, మార్గ్రెట్ని ఆ గది నుంచి బయటికి పంపించేశారు.

మార్గ్రెట్, నేను మా పడకగదిలో కూర్చుని ఉన్నప్పుడు, తాఖీదు నాన్న కోసం కాదని, తన కోసం వచ్చిందని తను నాతో చెప్పింది. ఈ రెండో దెబ్బకి నేను ఏడవడం మొదలుపెట్టాను. మార్గ్రెట్ వయసు పదహారు. నిజానికి తన వయసు అమ్మాయిలని వాళ్ళంతట వాళ్ళుగా బతికడానికి దూరంగా పంపించేయాలనుకుంటారు. కాని హమ్మయ్య, మార్గ్రెట్ వెళ్ళదు. మేము అజ్ఞాతంలోకి వెళ్ళడం గురించి నాతో నాన్నమాట్లాడినప్పుడు ఆయన మాటల అర్థం ఇదే అయ్యుంటుంది. అదే మాట అమ్మ మనసులో అనుకొని ఉంటుంది. దాక్కోవడం...ఎక్కడ దాక్కుంటాం? నగరంలోనేనా? ఊళ్ళోనా? ఇంట్లోనా? గుడిసెలోనా? ఎప్పుడు, ఎక్కడ, ఎలా? ఈ ప్రశ్నలను నేను అడగడానికి వీల్లేదు కాని అవి నా మనసులో ఇంకా మెదులుతూనే ఉన్నాయి.

మార్గ్రెట్, నేను మా వస్తువుల్లో అతి ముఖ్యమైన సంచిలో సర్దుకోవటం ప్రారంభించాం. నేను ముందుగా దూర్చేసిన వస్తువు ఈ డైరీ. ఆ తరువాత జట్టును గుండ్రంగా తిప్పుకొనే పరికరం, రుమాళ్ళు, బడి పుస్తకాలు, ఒక దువ్వెన, కొన్ని పాత ఉత్తరాలు. అజ్ఞాతంలోకి వెళ్తున్నానే ఆలోచనలో మునిగిపోయి చాలా తమాషా అయిన వస్తువులని బ్యాగ్లో కుక్కేశాను కాని నాకు బాధలేదు. నాకు బట్టలకంటే జ్ఞాపకాలే ఎక్కువ.

చివరికి ఐదు గంటలకి నాన్న ఇంటికొచ్చారు. మిస్టర్ క్లైమాన్కి ఫోన్ చేశాం, ఆ రోజు సాయంత్రానికికల్లా రాగలరేమోనని అడగడానికి. మిస్టర్ వాన్ డాన్ మియెప్ని తీసుకురావడానికి వెళ్ళారు. మియెప్ వచ్చి ఒక సంచీడు బూట్లు, దుస్తులు, జాకెట్లు, లోదుస్తులు, మేజోళ్ళు తీసుకెళ్తూ, ఆరోజు రాత్రి మళ్ళీ వస్తానని మాట ఇచ్చింది. ఆ తరువాత మా ఇంట్లో నిశ్శబ్దం ఆవరించింది. మాకెవరికీ తినాలనిపించలేదు. వాతావరణం ఇంకా వేడిగా ఉంది. అంతా చాలా విచిత్రంగా అనిపించింది.

మా మేడ మీద ఉన్న పెద్ద గదిని గోల్డ్ స్మిత్కు అద్దెకిచ్చాం. అతనిది మూడు పదులు నిండిన వయసు. విడాకులు తీసుకున్నాడు. మేం మర్యాదగా సూచిస్తూనే ఉన్నా, ఆ సాయంత్రం అతనికి చేసే పనేం లేకపోయినా, రాత్రి పది వరకూ మా దగ్గరే వేళ్ళాడాడు.

మియెప్, జ్యాన్ గీస్ పడకొండు గంటలకి వచ్చారు. 1933 నుండి నాన్న కంపెనీలో పనిచేసిన మియెప్ మాకు బాగా దగ్గర స్నేహితురాలైయింది. ఆమె భర్త జ్యాన్ కూడా. మరోసారి బూట్లు, మేజోళ్ళు, పుస్తకాలు, లోదుస్తులు మియెప్ సంచిలోకి, జ్యాన్ లోతైన జేబుల్లోకి దూరిపోయాయి. పడకొండున్నరకి వాళ్ళు కూడా మాయమైపోయారు.

నేను అలసిపోయాను. నా సొంత మంచంలో నేను పడుకొనే చివరి రాత్రి ఇదే అని తెలిసినప్పటికీ వెంటనే నిద్రపోయాను. మరుసటి రోజు పొద్దున ఐదున్నరకి అమ్మ నన్ను పిలిచేవరకూ మెలకువ లేదు. అదృష్టవశాత్తూ ఆదివారం అంత వేడిగా ఆరోజు లేదు. రోజంతా వెచ్చగా వర్షం పడింది. మేం నలుగురం ఎన్ని బట్టలు ఒకదాని మీద ఒకటి పొరలు పొరలుగా వేసుకున్నామంటే, ఒక రాత్రి రెఫ్రిజిరేటర్లో గడపడానికి వెళ్తున్నట్టుగా ఉంది. మాతో వీలైనన్ని ఎక్కువ బట్టలు తీసుకొని వెళ్ళచ్చని అలా

చేశాం. ఇప్పుడు మేము ఉన్న పరిస్థితిలో ఏ యూదుడూ సూట్కేస్ నిండా బట్టలతో ఇల్లొదిలి వెళ్ళే ధైర్యం చెయ్యడు. నేను రెండు బనియన్లు, మూడు జతల ప్యాంట్లు, ఒక డ్రెస్, దాని మీద ఒక స్కర్ట్, జాకెట్, రెయిన్ కోట్, రెండు జతల మేజోళ్ళు, భారీ బూట్లు, టోపీ, స్కార్ఫ్, మరెన్నో వేసుకున్నాను. మేము ఇల్లొదిలి వెళ్ళక ముందే నాకు ఉక్కిరిబిక్కిరి అవుతున్నట్టు అనిపించింది. కానీ నాకెలా ఉందో అడగాలని ఎవ్వరూ అనుకోలేదు.

మార్గోట్ తన బడి సంచిని బడి పుస్తకాలతో నింపి, తన సైకిల్ని తీసుకొచ్చి, మియెప్ ముందు వెళ్తుండగా ఏదో తెలియని చోటికి నడుపుకుంటూ వెళ్ళిపోయింది. ఏమో మరి, నేనలాగే అనుకున్నాను. ఎందుకంటే మేం దాక్కునే స్థలం ఎక్కడుందో నాకింకా తెలీదు మరి.

ఏడున్నరకి మేము కూడా తలుపు మూసేశాం. నేను వీడ్కోలు చెప్పిన ఏకైక జీవి నా పిల్లి మూర్తె. మిస్టర్ గోల్డ్ స్మిడ్ట్ కోసం ఒక సూచన (నోట్) పెట్టేసి వచ్చాం. దాని ప్రకారం, అతను మూర్తెని పొరుగువాళ్ళింటికి తీసుకెళ్ళాలి. వాళ్ళు దాన్ని బాగా చూసుకుంటారు.

తీసేసిన పరుపులు, భోజనం బల్ల మీద ఉన్నఅల్పాహారాలు, వంటగదిలో పిల్లికోసం ఉంచిన మాంసం ముక్క...ఇవన్నీ మేం ఆదరాబాదరాగా బయలుదేరామనే అభిప్రాయాన్నికలిగిస్తాయి. కానీ మాకు అభిప్రాయాల మీద ఆసక్తి లేదు. అక్కడ నుంచి బయటపడి, తప్పించుకుని భద్రంగా మా గమ్యాన్ని చేరుకోవాలని మాత్రమే అనుకున్నాం. ఇంకేదీ ముఖ్యమనిపించలేదు.

రేపు మరిన్ని విషయాలు చెప్పుకుందాం.

సీ, ఆన్

గురువారం, జూలై 9, 1942

ప్రియమైన కిట్టి,

ఆ విధంగా మేము అంటే...మా నాన్న, అమ్మ, నేను ధారగా కురుస్తున్న వర్షంలో నడుస్తున్నాం. ఒక్కొక్కరం ఒక్కొక్క సంచిని, వివిధ రకాలైన వస్తువులతో నింపిన ఒక షాపింగ్ సంచిని మోస్తున్నాం. తెల్లవారుజామున ఉద్యోగాలకు వెళ్ళే వాళ్ళు మమ్మల్ని సానుభూతితో చూశారు. వాళ్ళ మొహాలు చూస్తే, మాకు ఏ రకమైన రవాణా సదుపాయాన్ని అందించలేకపోతున్నందుకు విచారిస్తున్నారని చెప్పచ్చు. మేము ధరించిన, స్పష్టంగా కనిపించే పసుపురంగు నక్షత్రమే మా గురించి చెప్పేస్తుంది.

వీధిలో నడుస్తున్నప్పుడు మాత్రమే మేమేం చేయబోతున్నామో అమ్మ, నాన్న కొద్దికొద్దిగా చెప్పారు. కొన్ని నెలలుగా వీలైనన్ని వస్తువులను, దుస్తులను మా ఇంటి నుంచి బయటికి తరలిస్తూ వచ్చాం. జూలై 16న అజ్ఞాతంలోకి వెళ్ళాలన్న నిర్ణయం జరిగింది. అయితే, మార్గోట్ అందుకున్న కాల్-అప్ నోటీసు కారణంగా మా ప్రణాళికను పది రోజులు ముందుకు జరపాల్సొచ్చింది. అంటే, సరైన వసతులు లేని గదిలో సర్దుకోవలసి ఉంటుందన్నమాట.

మేము దాక్కునే చోటు నాన్న కార్యాలయ భవనంలో ఉంది. అది అర్థం చేసుకోవడం బయటివాళ్ళకి కొంచెం కష్టం కాబట్టి నేను వివరిస్తాను. మా నాన్న కార్యాలయంలో ఎక్కువ మంది పని చేయటం లేదు. మిస్టర్ కుగ్లర్, మిస్టర్ క్లెమాన్, మియెప్, ఇంకా ఇరవై మూడు సంవత్సరాల టైపిస్ట్ బెప్ వోస్కుయిజ్ల్ మాత్రమే పని చేస్తున్నారు. వాళ్ళందరికీ మేము రావడం గురించిన సమాచారం ఇవ్వబడింది. బెప్ వాళ్ళ నాన్న మిస్టర్ వోస్కుయిజ్ల్ ఇద్దరు సహాయకులతో గిడ్డంగిలో పనిచేస్తున్నారు. వీళ్ళలో ఎవరికీ (పనివాళ్ళకి) ఏమీ చెప్పలేదు.

ఇక భవనాన్ని వర్ణిస్తాను. కింద అంతస్తులోని పెద్ద గిడ్డంగిని పనిచేసే గది, వస్తువులను పెట్టే గదిగా (స్టోర్ రూమ్) ఉపయోగిస్తారు. అది స్టాక్ గది, స్టాక్ ఉంచే గది, మిల్లింగ్ గది వంటి అనేక విభిన్న విభాగాలుగా విభజించబడింది. ఇక్కడే దాల్చినచెక్క, లవంగాలు, మిరియాలకు ప్రత్యామ్నాయంగా వాడే వస్తువులు ఉంచుతారు.

గిడ్డంగి తలుపుల పక్కన ఇంకొక తలుపు ఉంది. అది విడిగా కార్యాలయానికి వెళ్ళేది. ఆఫీసు తలుపు లోపల రెండో తలుపు ఉంది. దాని తరువాత మెట్ల మార్గం. పైమెట్టు వద్ద ఇంకొక తలుపు ఉంది దానికున్న మంచు రంగు కిటికీ మీద "ఆఫీస్" అని నల్ల అక్షరాలతో రాసి ఉంది. ఇది వచ్చే, పోయేవాళ్ళ వ్యవహారాలు చూసే పెద్దగా ఉండే ముందు కార్యాలయం (రిసెప్షన్). చాలా పెద్దగా, బాగా వెలుతురుతో చాలా నిండుగా ఉంటుంది. బేప్, మియెప్, మిస్టర్ క్లెమాన్ పగటిపూట అక్కడే పని చేస్తారు. ఆ తరువాత ఉన్న ఖాళీ స్థలంలోని ఇనుపెట్టె, దుస్తులు ఉంచుకొనే అర, కాగితాలు మొదలైనవి పెట్టుకునే పెద్ద అలమరా దాటి వెళ్తే...చిన్నగా, చీకటిగా, ఇరుకుగా ఉండే సంస్థ నిర్మాణం చూసే కార్యాలయం (బ్యాక్ ఆఫీస్) వస్తుంది. దీన్ని మిస్టర్ కుగ్లర్, మిస్టర్ వాన్ డాన్ కలిసి వాడుకొనేవారు కానీ ప్రస్తుతం మిస్టర్ కుగ్లర్ ఒక్కరే ఉపయోగిస్తున్నారు. మిస్టర్ కుగ్లర్ కార్యాలయానికి నడవా నుంచి కూడా చేరుకోవచ్చు కానీ గాజు తలుపు ద్వారా మాత్రమే వెళ్ళాలి. ఈ తలుపు లోపలి నుంచి తెరవచ్చు. కానీ బయటినుంచి తెరవటం సులభం కాదు. మిస్టర్ కుగ్లర్ కార్యాలయంలోంచి బయటకొచ్చేసి, బొగ్గుల గది దాటి పొడవుగా ఉండే ఇరుకైన మార్గం గుండా ముందుకు సాగి నాలుగు మెట్లెక్కితే, మొత్తం భవనంలోకి అందమైన ఆంతరంగిక కార్యాలయంలోకి ప్రవేశిస్తాం. సాగుసైన ఎర్రచందనం కలప కుర్చీలు, బల్లలు, తివాచీలు పరిచిన, ఖరీదైన మిశ్రమాలతో తయారుచేసిన బండలు, ఒక రేడియో, కొత్త రకంగా ఉన్న అందమైన దీపం...అన్నీ ప్రథమ శ్రేణికి చెందినవే. దాని పక్కనే వాటర్–హీటర్, రెండు గ్యాస్ సదుపాయాలున్న విశాలమైన వంటగది, దాని పక్కనే ఒక మరుగుదొడ్డి ఉన్నాయి. ఇవి మొదటి అంతస్తు వివరాలు.

చెక్కమెట్ల ద్వారా కిందున్న నడవా నుంచి రెండో అంతస్తుకి వెళ్ళచ్చు. మెట్ల పైభాగంలో రెండువైపులా తలుపులు ఉన్న విశాలమైన భాగముంది. ఎడమ వైపున ఉన్న తలుపు నుంచి ఇంటి ముందు భాగంలో ఉండే మసాలా సామగ్రిని నిలవ ఉంచే చోటు, అటక, గోదాములోని అటకకు వెళ్ళచ్చు. డచ్ వారి శైలిలో చాలా నిటారుగా, చిలమండని మెలితిప్పి వేసినట్లు విధంగా ఉండే మరోక మెట్లవరస ఇంటి ముందు భాగం నుంచి వీధివైపు ఉన్న తలుపు వరకు ఉంటుంది.

ఈ భాగానికి కుడి వైపున్న తలుపు ఇంటి వెనుకాల ఉన్న రహస్య భాగానికి (అనెక్స్)కి దారితిస్తుంది. సాదా బూడిదరంగు తలుపు వెనుకాల అన్ని గదులు ఉన్నాయని ఎవరూ అనుమానించరు. తలుపు ముందు ఒక చిన్న అడుగు మాత్రం ప్రదేశం ఉంది. అది దాటితే మనం ఇక లోపల ఉన్నట్టే. సరిగ్గా కంటికి ముందు నిట్ట నిలువుగా మెట్లున్నాయి. ఎడమ వైపున్న ఇరుకైన వసారా ఫ్రాంక్ కుటుంబం ముందు గదిగా, పడక గదిగా ఉపయోగించుకునే గదికి దారితిస్తుంది. పక్కనే ఒక చిన్న గది ఉంది. ఆ కుటుంబం లోని ఇద్దరు యువతులు నిద్రపోవడానికి, చదువుకోటానికి వాడే గది. మెట్లకి కుడి వైపు కిటికీ లేకుండా చేతులు కడుక్కునే తొట్టె (సింకు) మాత్రమే ఉన్న 'స్నానాలగది' ఉంది. మూలగా ఉన్న ఒక తలుపు మరుగు దొడ్డికి, మరొకటి మార్గోట్, నేను ఉండే గదికి దారితిస్తాను. మెట్లు ఎక్కి పైభాగంలో ఉన్న తలుపు తెరిచి చూస్తే...కాలువ ప్రక్కన ఉన్న ఇటువంటి పాత ఇంట్లో ఇంత పెద్ద, వెలుతురున్న విశాలమైన గది ఉండటం ఆశ్చర్యం కలిగిస్తుంది. ఇందులో గ్యాస్ కుక్కర్ (ఇది మిస్టర్ కుగ్లర్ ప్రయోగశాలగా ఉండేది), సింకు ఉన్నాయి. ఇది మిస్టర్ అండ్ మిసెస్ వాన్ డాన్ వంటగది, పడక గది, అలాగే మా అందరికీ ముందు గది, భోజనాల గది, చదువుకునే గదిగా ఉండబోతోంది. పక్కగా ఉన్న ఒక చిన్న గది

పీటర్ వాన్ డాన్ పడకగది. ఇంకా, భవనం ముందు భాగంలో ఉన్నట్లే ఒక అటక, గోదాము ఉన్నాయి. కాబట్టి అదీ విషయం. నేను మా ప్రియమైన రహస్య నివాసాన్ని (అనెక్స్ ని) నీకు పరిచయం చేసేశాను!

సీ, ఆన్

జూలై 10, 1942

ప్రియమైన కిట్టీ,

మా ఇంటి గురించిన సుదీర్ఘ వర్ణనతో నీకు బహుశా విసుగు తెప్పించి ఉంటాను. కాని నేను ఎటువంటి పరిస్థితుల్లో పడ్డానో నీకు తెలియాలని ఇప్పటికీ అనుకుంటున్నాను. అయితే, నేను ఈ పరిస్థితికి ఎలా చేరుకున్నానో నేను తరువాత రాసే ఉత్తరాల ద్వారా నీకు తెలుస్తుంది.

మందు నా కథ చెప్పటం కొనసాగించని. ఎందుకంటే, దాని నేనికా పూర్తి చెయ్యలేదని నీకు తెలుసుగా! మేము 263, ప్రిన్సెన్ గ్రాచ్ట్ చేరుకున్న తరువాత, మియెప్ మమ్మల్ని గబగబా పొడవైన దారి గుండా చెక్క మెట్ల పైకి, తరువాత పై అంతస్తుకి, దానికి ఆనుకొని కట్టిన గదిలోకి తీసుకెళ్లింది. ఆమె మమ్మల్ని ఒంటరిగా వదిలేస్తూ తలుపులు మూసేసింది. మార్గోట్ మాకంటే ముందుగానే తన బైక్ మీద వచ్చేసి మా కోసం ఎదురుచూస్తోంది.

మా ముందు గది, మిగతా అన్ని గదులూ ఎంతగా వస్తువులతో నిండిపోయి ఉన్నాయంటే, ఆ పరిస్థితిని వివరించడానికి నాకు మాటలు దొరకటం లేదు. గత కొన్ని నెలలుగా కార్యాలయానికి పంపిన అట్టపెట్టెలన్నీ నేల మీద, పడకలపైన ఒకదాని మీద ఒకటి పేర్చి ఉన్నాయి. నేల నుంచి పైకప్పు వరకు బట్టలతో చిన్నగది నిండిపోయి ఉంది. మేమా రాత్రి తీరైన పడకల్లో పడుకోవలసినుకుంటే అక్కడి గందరగోళ పరిస్థితిని సరి చేసుకోవాలి. అమ్మ, మార్గోట్ ఇక శరీరాలని ఏ మాత్రం కదిలించలేని స్థితిలో ఉన్నారు. వాళ్ళు అలిసిపోయి, దయనీయంగా, ఇంకేం చెప్పాలో తెలియని పరిస్థితిలో ఇంకా దుప్పట్లు పరచని పరుపుల మీద పడుకున్నారు. కాని మా కుటుంబంలో శుభ్రతకు బాధ్యత వహించే మా నాన్న, నేను వెంటనే పని ప్రారంభించేశాం.

రాత్రికి మా శుభ్రమైన పడకల మీద పడిపోయేంత వరకూ మేమిద్దరం రోజంతా...పెట్టెలు ఖాళీ చేసి, అలమారలు సర్ది, మేకులు కొట్టి, చిందరవందరనంతా సరిచేశాం. ఆ రోజంతా మేము వేడిగా ఏమీ తినలేదు. అయినా మేము పట్టించుకోలేదు. అమ్మ, మార్గోట్ తినలేనంతగా అలిసిపోయి ఉన్నారు. నాన్న, నేను పనిలో మునిగిపోయాం.

మందురోజు రాత్రి ఆపిన దగ్గర మంగళవారం పొద్దున తిరిగి పని ప్రారంభించాం. బెప్, మియెప్ మా దగ్గర కూపన్లు తీసుకొని సరుకులు కొనటానికి వెళ్ళారు. మేము ఎవ్వరికీ కనిపించకుండా ఉండటానికి ఉపయోగించే తెరలని నాన్న సిద్ధం చేశారు. మేము వంటగది నేలని రుద్ది శుభ్రం చేశాం. మళ్ళీ ఉదయం నుంచి రాత్రి వరకు పనిలో ఉండిపోయాం. బుధవారం వరకూ నా జీవితంలో వచ్చిన ఎంతో పెద్ద మార్పు గురించి ఆలోచించే సమయమే నాకు దక్కలేదు. రహస్య ప్రదేశంలోకి వచ్చిన తరువాత మొదటిసారిగా దాని గురించి నీకు చెప్పడానికి, నాకేం జరిగిందో, ఇంకా ఏం జరగబోతోందో అర్థం చేసుకోవడానికి సమయం ఇప్పుడే దొరికింది.

సీ, ఆన్

శనివారం, జూలై 11, 1942

ప్రియమైన కిట్టీ,

ప్రతి పావుగంటకి సమయాన్ని సూచించే వెస్టర్టారెన్ గడియారం మోతకి నాన్న, అమ్మ, మార్గోట్ ఇంకా అలవాటు పడలేకపోతున్నారు. నేను మాత్రం అలా కాదు, దాన్ని నేను మొదటున్నుంచీ ఇష్టపడ్డాను. ఈ గంటలు చాలా భరోసా ఇస్తున్నట్లు అనిపిస్తుంది, ముఖ్యంగా రాత్రుళ్ళు. అజ్ఞాతంలో ఉండటం గురించి నేను ఏమనుకుంటున్నానో వినాలని నీకు ఉంటుందనడంలో నాకు సందేహం లేదు. సరేలే కాని, నాకు నిజంగా ఇంకా తెలీదని మాత్రమే ప్రస్తుతానికి చెప్పగలను. నా ఇంట్లో ఉంటున్నంత హాయిగా ఈ ఇంట్లో నేనెప్పటికీ ఉండగలనని అనుకోవడం లేదు. అంత మాత్రాన ఈ ఇంటిని ద్వేషిస్తున్నానని కాదు. ఇది దాదాపుగా, విచిత్రమైన భరణంతో సెలవులో ఉండటం లాంటిది. అజ్ఞాత జీవితాన్ని ఇలా వర్ణించటం అదోలా అనిపించవచ్చు కాని, ఇక్కడి విషయాలు ఆ విధంగానే ఉన్నాయి మరి. ఈ రహస్య నివాసం (అనెక్స్) దాక్కోవడానికి అనువైన ప్రదేశం. ఇది తడిగా, ఎత్తుపల్లాలతో ఉండవచ్చు కాని ఆమ్‌స్టర్‌డామ్ మొత్తంలో, అసలు పోలండ్ మొత్తంలో దాక్కోవడానికి ఇంతకంటే సౌకర్యంగా ఉన్న చోటు లేకపోవచ్చు.

ఇప్పటి వరకు మా పడకగది ఉత్త గోడలతో, చాలా శూన్యంగా ఉంది. నా మొత్తం పోస్ట్ కార్డ్, సినీతారల చిత్రాల సేకరణని ముందే ఇక్కడికి తెచ్చిన మా నాన్నకి ధన్యవాదాలు. కుంచెకి, జిగురు డబ్బాకి కూడా. నేను గోడల మీద ఈ చిత్రాలని అతికించగలిగాను. దీనివల్ల గది ముందుకన్నా బాగా ఉత్సాహంగా కనిపిస్తుంది. వాన్ డాన్ కుటుంబం వచ్చాక అటకపైన పడేసిన చెక్క ముక్కలతో మేం అలమారాలు చెయ్యగలుగుతాం.

మార్గోట్, అమ్మ కొంతవరకు కోలుకున్నారు. బాగానే కోలుకున్నట్టు అమ్మకి అనిపించడంతో నిన్న మొదటిసారి సగానికి విరిచిన బరానిల సూప్ చేద్దామనుకుంది. కాని ఆమె కింద మెట్ల మీద నిలబడి మాట్లాడుతూ దాని గురించి మరిచిపోయింది. బీన్స్ నల్లగా మాడిపోయాయి. ఎంతగా గీకినా అవి బాణలి నుంచి ఊడి రాలేదు.

నిన్న రాత్రి నలుగురం కింద ప్రైవేటు కార్యాలయానికి వెళ్ళి రేడియోలో ఇంగ్లాండ్ స్టేషన్ పెట్టుకొని విన్నాం. ఎవరైనా వింటారేమోనని నేనెంత భయపడ్డానంటే, నన్ను తిరిగి మేడమీదికి తీసుకెళ్ళమని నాన్నని అక్షరాలా వేడుకున్నాను. అమ్మ నా ఆందోళనని అర్థం చేసుకొని నాతో పైకొచ్చింది. మేము ఏం చేస్తున్నా సరే, ఇరుగుపొరుగున ఉన్నవాళ్ళు మా మాటలు వింటారేమో లేదా మమ్మల్ని చూస్తారేమో అని చాలా భయపడుతున్నాం. వెళ్ళినరోజు వెంటనే తెరలు కుట్టడం ప్రారంభించాం. నిజానికి వాటిని తెరలు అనలేం. ఎందుకంటే అవి రూపం, నాణ్యత, ఆకారాల్లో చాలా తేడా ఉన్న గుడ్డ ముక్కలు మాత్రమే. వీటిని నాన్న, నేనూ ఏమాత్రం నైపుణ్యం లేకుండా వంకరటింకరగా కుట్టేసాం. ఈ కళాకృతులని కిటికీలకు తగిలించాం. మేము అజ్ఞాతంలోంచి బయటికొచ్చే వరకు అవి అక్కడే ఉంటాయి.

మాకు కుడి వైపున్న భవనం కేగ్ కంపెనీకి చెందిన ఒక శాఖ. ఇది జాండమ్ నుంచి వచ్చిన సంస్థ. ఎడమ వైపు గెపకరణాల తయారీ గది ఉంది. అక్కడ పనిచేసేవాళ్ళు పనివేళల తర్వాత ఆ ప్రాంగణంలో ఉండనప్పటికీ, మేము చేసే ఏ శబ్దమైనా గోడల గుండా ప్రయాణించవచ్చు. మార్గోట్‌కి బాగా జలుబుగా ఉంది. అయినా కూడా రాత్రి పూట దగ్గకూడదని చెప్పాం. పెద్ద మోతాదులో కోడైన్ ఇస్తున్నాం.

నేను వాన్ డాన్ కుటుంబం ఎప్పుడెప్పుడొస్తుందా అని ఎదురు చూస్తున్నాను. మంగళవారం రావాలి మరి. వాళ్ళొస్తే చాలా సరదాగా ఉంటుంది. ఇప్పట్లాగా నిశ్శబ్దంగా కూడా ఉండదు. సాయంత్రాలు,

రాత్రులు నిశ్శబ్దంగా ఉంటే నాకు చాలా భయమేస్తుంది, తెలుసా? మా సహాయకుల్లో ఒకరెవరైనా ఇక్కడ నిద్రపోతే బాగుండు. అందుకోసం నేను ఏమైనా ఇచ్చేస్తాను.

నిజానికి ఇక్కడి పరిస్థితి అంత ఘోరంగా ఏం లేదు...మా వంట మేము చేసుకోగలం, నాన్న వాళ్ళ కార్యాలయంలో రేడియో వినగలం కాబట్టి. మిస్టర్ క్లైమాన్, మియెప్, బెప్ వోస్కుయిజ్ల్ కూడా మాకు చాలా సహాయం చేశారు. ఇప్పటికే మేము చాలా ఎక్కువగా రబార్బ్, స్ట్రాబెర్రీ, చెర్రీలని నిలవ పెట్టాం కాబట్టి ప్రస్తానికి మాకు విసుగింపించకపోవచ్చు. చదువుకోడానికి పత్రికలు, పుస్తకాలు కూడా వస్తాయి. చాలా ఆట వస్తువులు కూడా కొనబోతున్నాం. అయితే, మేం కిటికీ గుండా చూడలేం, బయటికి వెళ్ళలేం. కింద ఉన్నవాళ్ళకి వినిపించకుండా నిశ్శబ్దంగా ఉండాలి. నిన్న మాకు చేతి నిండా పని. మిస్టర్ కుగ్లర్ భద్రపరచాలనుకున్న రెండు డబ్బాల చెర్రీలలోంచి గింజలు తీయాల్సొచ్చింది. ఖాళీ అయిన డబ్బాలని పుస్తకాల అరల తయారికి ఉపయోగించబోతున్నాం.

ఎవరో నన్ను పిలుస్తున్నారు.

సీ, ఎన్‌

ఆదివారం, జూలై 12, 1942

నా పుట్టినరోజుని ఒక సెల క్రితం అందరూ నాతో చాలా చక్కగా ఉన్నారు. అయినా కూడా నేను అమ్మనుంచి, మార్గెట్ నుంచి మరింత దూరం అవుతున్నానని ప్రతిరోజూ అనిపిస్తుంది. ఈరోజు చాలా కష్టపడి పని చేశానని వాళ్ళు నన్ను మెచ్చుకున్నారు కానీ, ఐదు నిమిషాల తరువాత నుంచి మళ్ళీ నన్ను ఎత్తిపొడుపు మాటలు మొదలుపెట్టారు.

వాళ్ళు మార్గెట్‌తో వ్యవహరించే విధానం, నాతో వ్యవహరించిన విధానం మధ్య తేడా చూడటం తేలిక. ఉదాహరణకి, మార్గెట్ వాక్యూమ్ క్లీనర్ పగలగొట్టింది. దానివల్ల మేము మిగతా రోజంతా లైటు లేకుండానే గడిపాం. అప్పుడు అమ్మ, "నీకు పని చెయ్యడం అలవాటు లేదని సులభంగా తెలిసిపోతోంది. లేకపోతే ప్లగ్ నుంచి వైర్ లాగడంకన్నా ఎక్కువే నీకు తెలిసి ఉండేది" అంది. మార్గెట్ ఏదో సమాధానం ఇచ్చింది. అక్కడితో కథ ముగిసింది.

కానీ ఈరోజు మధ్యాహ్నం అమ్మ రాసిన కొనవలసిన వస్తువుల జాబితాలో ఒకచోట నేను మళ్ళీ రాయాలనుకున్నాను, ఆమె చేతివాత చదవడం చాలా కష్టం కావటం వల్ల. కానీ అమ్మ నన్ను రాయనియలేదు. మళ్ళీ నా మాటను కొట్టిపారేసింది. మిగతా కుటుంబమంతా అమ్మతో చేరింది.

నేను వాళ్ళలో ఇమడలేను. గత కొన్ని వారాలలో ఈ విషయం బాగా స్పష్టంగా అనిపించింది. వాళ్ళు ఎంతో భావుకంగా, ఒక్కటిగా ఉంటారు కానీ నేను నాతో నేనే భావుకంగా ఉంటాను. మేం నలుగురం ఉంటే ఎంత బాగుంటుందని, ఎంత చక్కగా ఒక్కళ్ళతో ఒక్కళ్ళం కలిసిపోతామని వాళ్ళెప్పుడూ అంటారు, నేనలా అనుకోనని వాస్తవం గురించి ఒక్క క్షణం కూడా ఆలోచించకుండా.

నాన్న ఒక్కరే అప్పుడప్పుడూ నన్ను అర్థం చేసుకుంటారు, సాధారణంగా అమ్మని, మార్గెట్‌నే సమర్థించినా కూడా. వాళ్ళు నా గురించి బయటి వ్యక్తులతో మాట్లాడటం నేను సహించలేని మరో విషయం. నేను ఎలా ఏడిచానో లేదా ఎంత తెలివిగా ప్రవర్తిస్తున్నానో చెప్పుంటే భయంకరంగా ఉంటుంది.

[సెప్టెంబర్ 28, 1942 న ఏన్ జోడించిన వ్యాఖ్య:
బయటికి వెళ్ళలేకపోవడం అనేది నేను చెప్పలేనంతగా నన్ను కలవరపెడుతోంది. మా అజ్ఞాతవాసం బట్టబయలువుతుందని, మేం కాల్చివేయబడతామని భయపడిపోతున్నాను. అయినా అలా జరిగే అవకాశం బాగా తక్కువేలే.

కొన్నిసార్లు వాళ్ళు మూర్ఛే గురించి మాట్లాడతారు. నేనది భరించలేను. మూర్ఛే నా బలహీనత. ప్రతి నిమిషం అది లేని లోటు నాకు తెలుస్తూనే ఉంటుంది. దాని గురించి నేనెంత తరచుగా ఆలోచిస్తానో ఎవరికీ తెలియదు. అలా తలచుకొన్నప్పుడల్లా నా కళ్ళు నీళ్ళతో నిండిపోతాయి. మూర్ఛే చాలా ప్రేమగా ఉంటుంది. అది మా దగ్గరికి మళ్ళీ వచ్చేస్తుందని కలలు కనేంతగా నేను దాని ప్రేమిస్తున్నాను.

నాకు చాలా ఆశలున్నాయి కాని యుద్ధం ముగిసే వరకూ మేమిక్కడే ఉండాల్సి ఉంటుందన్నది వాస్తవం. మేము అసలు బయటికి వెళ్ళలేం. మియెప్, ఆమె భర్త జ్యాన్, బెప్ వోస్కుయిజ్, మిస్టర్ వోస్కుయిజ్, మిస్టర్ కుగ్లర్, మిస్టర్ క్లైమాన్, మిసెస్ క్లైమాన్ మాత్రమే మమ్మల్ని కలవడానికి రావచ్చు. అయితే, మిసెస్ క్లైమాన్ ఎప్పుడూ రాలేదు. అది చాలా ప్రమాదకరమని ఆమె అనుకుంటుంది.[5]

శుక్రవారం, ఆగస్టు 14, 1942

ప్రియమైన కిట్టి,

నిన్ను నేను నెలరోజులు పూర్తిగా పట్టించుకోకుండా వదిలేశాను. అయినా, ఈమధ్య పెద్దగా ఏం జరగలేదులే. అందువల్ల ప్రతిరోజూ నీకు చెప్పేటంతటి వార్తలు నాకు దొరకలేదు. వాన్ డాన్ కుటుంబ సభ్యులు జూలై 13 న వచ్చారు. వాళ్ళు పద్నాలుగున తేదీన వస్తున్నారని మేము అనుకున్నాం కాని పదమూడు నుంచి పదహారవ తేదీ వరకు జర్మన్లు ఎడాపెడా తాఖీదులు (కాల్‌ప్ నోటీసులు) పంపుతూ చాలా అశాంతిని కలిగించారు. దాంతో ఒక రోజు ఆలస్యం చెయ్యడంకన్నా ఒక రోజు ముందుగానే బయలుదేరటం క్షేమమని వాళ్ళు నిర్ణయించుకున్నారు.

పీటర్ వాన్ డాన్ పొద్దున తొమ్మిదిన్నరకి వచ్చాడు (మేము అల్పాహారం చేస్తుండగా). పీటర్‌కి పదహారో యేడు జరుగుతోంది. సిగ్గుపడుతూ, మొరటుగా ఉండే కుర్రాడు. అతను ఉన్నా లేకున్నా పెద్ద తేడా ఏమీ ఉండదు. మిస్టర్ అండ్ మిసెస్ వాన్ డాన్ అరగంట తరువాత వచ్చారు. ఒక అరగంటకి మిస్టర్ వాన్ డాన్, మిసెస్ వాన్ డాన్ వచ్చారు. మిసెస్ వాన్ డాన్ పడక గదిలో పెట్టుకునే పెద్ద చేంబర్ పాట్ (రాత్రుళ్ళు మాత్ర విసర్జన కోసం ఉపయోగించేది) ఒకటి టోపీ పెట్టుకొనే పెట్టెలో పెట్టి తీసుకొచ్చింది. అది చూస్తుంటే మాకు నవ్వొచ్చింది. 'నా కుండ లేకుండా నేను పోయగా ఉండలేను' అనేసింది. ఈ కుండే సోఫా కింద శాశ్వత స్థానాన్ని పొందిన మొదటి వస్తువు. మిస్టర్ వాన్ డాన్ చేంబర్ పాట్ బదులు, సులువుగా మడత పెట్టేసి టీ బల్లని చంకలో పెట్టుకొని శ్రమపడుతూ వచ్చారు.

మొదటి నుంచి మేం కలిసే భోజనం చేస్తున్నాం. మూడు రోజుల తరువాత, మేము ఏడుగురం కలిసి ఒక పెద్ద కుటుంబమైనట్టు అనిపించింది. సహజంగానే, జనావాసానికి మేము దూరంగా ఉన్న వారం రోజుల్లో జరిగినవాటి గురించి మాకు చెప్పాల్సింది వాన్ డాన్ కుటుంబం దగ్గర

[5] సెప్టెంబర్ 1942న ఎన్ జోడించిన వ్యాఖ్య:
నాన్న ఎప్పుడూ చాలా మంచివారు. నన్ను సరిగ్గా అర్థం చేసుకుంటారు. నేను అప్రయత్నంగా కన్నీళ్ళ వర్షం కురిపించకుండా మేం మనస్సువిప్పి ఎప్పుడైనా మాట్లాడుకోగలగాలని కోరుకుంటాను. కాని ఏడవడం నా వయసుతో ముడిపడిన విషయమన్నది స్పష్టం. నాకున్న సమయమంతా రాయడంలో గడిపేయడం నాకిష్టం కాని దానివల్ల విసుగనిపిస్తుందేమో. ఇప్పటి వరకు నా ఆలోచనలను మాత్రమే నా డైరీకి చెప్పుకున్నాను. భవిష్యత్తులో ఏదో ఒక రోజు నేను గట్టిగా చదవుకోగలిగేలాగా వినోదాన్ని కలిగించే రాతలనేం రాయలేదు. ముందు ముందు భావుకతకు తక్కువ, వాస్తవానికి ఎక్కువ సమయాన్ని కేటాయించబోతున్నాను.

చాలా ఉంది. ముఖ్యంగా మా ఇంటి విషయంలో, మిస్టర్ గోల్డ్ స్మిడ్ విషయంలో ఏం జరిగిందో తెలుసుకోవాలనుకున్నాం.

మిస్టర్ వాన్ డాన్ ఆ విశేషాలు వివరించటం ప్రారంభించారు: 'సోమవారం పొద్దున తొమ్మిది గంటలకి మిస్టర్ గోల్డ్ స్మిడ్ ఫోన్ చేసి, నేను తన ఇంటికి రాగలనేమో అని అడిగాడు. నేను వెంటనే వెళ్ళి ఆయనని కలిశాను. అతను చాలా కలవరంగా ఉన్నాడు. మీ కుటుంబం వదిలి వెళ్ళిన ఒక చీటీని నాకు చూపించాడు. అతనికిచ్చిన సూచనల ప్రకారం, అతను పిల్లిని తీసుకెళ్ళి పొరుగువారికి ఇవ్వాలని అనుకుంటున్నాడు. అది మంచి ఆలోచనే అని నేను అన్నాను. మీ ఇంటిని అధికారులు శోధిస్తారేమోనని అతను భయపడతంతో మేం అన్నిగదుల్లోకీ వెళ్ళి అక్కడక్కడా వస్తువులని సర్దిపెట్టాం. బల్లమీద వదిలేసిన అల్పాహారానికి సంబంధించిన వస్తువులు తీసేశాం. అకస్మాత్తుగా నేను మిసెస్ ఫ్రాంక్ వాడే బల్ల మీద ఒక చిన్నపుస్తకాన్ని చూశాను. దాని మీద మార్గ్లిట్లోని ఒక చిరునామా రాసి ఉంది. మిసెస్ ఫ్రాంక్ దాన్ని ఉద్దేశపూర్వకంగానే వదిలేశారని నాకు తెలిసినా, నేను ఆశ్చర్య పడుతున్నట్టుగా, భయ పడుతున్నట్టుగా నటించాను. మీరు నేరం చేసినట్టు చూపించే ఆ కాగితాన్ని కాల్చేయమని మిస్టర్ గోల్డ్స్మిడ్ని బతిమాలాను. మీరు మాయమవ్వటం గురించి నాకు ఏమీ తెలియదని చాలా గట్టిగా ప్రమాణం చేశాను కానీ ఆమె రాసిన చిరునామా వల్ల ఒక ఆలోచన కలిగింది. ''మిస్టర్ గోల్డ్ స్మిడ్, ఈ చిరునామా ఎంతో నాకు బాగా తెలుసు. సుమారు ఆరు నెలల క్రితం ఒక ఉన్నత స్థాయి అధికారి కార్యలయానికి వచ్చారు. ఆయన, మిస్టర్ ఫ్రాంక్ చిన్నప్పుడు కలిసి పెరిగినట్టున్నారు. మిస్టర్ ఫ్రాంక్కి ఎప్పుడైనా అవసరమైతే సహాయం చేస్తానని ఆయన మాట ఇచ్చాడు. ఆయన మార్గ్లిట్లో ఉన్నాడని ఇప్పుడు గుర్తొస్తోంది. ఈ అధికారి తన మాటను నిలబెట్టుకుంటున్నాడని అనిపిస్తోంది. బెల్జియంకి, అక్కడి నుంచి స్విట్జర్లాండ్కి వెళ్ళడానికి వారికి ఏదో ఒక విధంగా సహాయం చెయ్యాలని ఆలోచిస్తున్నాడు. ఫ్రాంక్ కుటుంబం గురించి అడిగే వాళ్ళ స్నేహితులందరికీ ఈ విషయం చెప్పడంలో ఎటువంటి హానీ లేదు. అయితే, మార్గ్లిట్ గురించి చెప్పల్సిన అవసరం లేదు.'' అన్నాను. ఆ తరువాత నేను వెళ్ళిపోయాను. మీ స్నేహితులు చాలామందికి ఈ కథే చెప్పాడు. ఎందుకంటే ఆ తరువాత నేను చాలామంది దగ్గర ఇది విన్నాను.'

ఇదంతా చాలా తమాషాగా ఉందని మాకు అనిపించింది కానీ కొంతమంది ఈ కథనంతా స్పష్టంగా ఊహించుకున్నారని మిస్టర్ వాన్ డాన్ చెప్పినప్పుడు ఇంకా గట్టిగా నవ్వేశాం. ఉదాహరణకి, మా కూడలిలోనే నివసిస్తున్న ఒక కుటుంబం, పొద్దున్నే మేము నలుగురం మా సైకిళ్ళ మీద వెళ్ళడం చూసినట్టు చెప్పరన్నారు. అర్ధరాత్రి మమ్మల్ని ఏదో సైనిక వాహనం లాంటి దాంట్లోకి ఎక్కించారని ఇంకొక మహిళ చాలా నమ్మకంగా పలికిందని కూడా చెప్పారు.

నీ, ఆన్

శుక్రవారం, ఆగస్టు 21, 1942

ప్రియమైన కిట్టీ,

ఇప్పుడు మా రహస్య స్థావరం (అనెక్స్) నిజంగానే రహస్యమైపోయింది. దాచిపెట్టిన సైకిళ్ళ కోసం చాలా ఇళ్ళు వెతుకుతున్నారు కాబట్టి, ప్రవేశ ద్వారం ముందు ఒక పుస్తకాల అర పెట్టడం మంచిదని మిస్టర్ కుగ్లర్ అనుకున్నారు. కీలు ఉండటం వల్ల ఈ అరని తలుపులా తెరవచ్చు. దీన్ని మిస్టర్ వోస్కుయిజ్ల్ తయారు చేశారు. (మేము ఏడుగురం అజ్ఞాతంలో ఉన్నామని మిస్టర్ వోస్కుయిజ్ల్కి తెలుసు. ఆయన మాకు చాలా సహాయంగా ఉంటున్నారు.)

ఇక మేము కిందికి వెళ్ళాలనుకున్నప్పుడల్లా ముందు వంగి, తరువాత దూకాలి. మొదటి మూడు రోజుల తరువాత, మేమంతా ఎత్తు తక్కువగా ఉన్న తలుపులకి తలలు కొట్టుకోవడం వల్ల ఏర్పడిన బొప్పులతో తిరుగుతున్నాం. అప్పుడు పీటర్ చెక్క ముక్కలతో నింపిన తువ్వాలను తలుపుల మీద పెట్టి మేకులు కొట్టాడు. మెత్తగా ఉండే ఏర్పాటు చేశాడు. ఇదేమన్నా సహాయపడుతుందేమో చూద్దాం!

నేను బడి పని ఎక్కువగా చేయట్లేదు. సెప్టెంబర్ వరకు నాకు నేనే సెలవిచ్చుకున్నాను. నాన్న అప్పటికి నాకు పాఠాలు చెప్పడం ప్రారంభించాలనుకుంటున్నాను. కానీ ముందు అన్ని పుస్తకాలూ కొనాలి.

ఇక్కడ మా జీవితాల్లో పెద్ద మార్పేమీ లేదు. ఈ రోజు పీటర్ తల స్నానం చేశాడు, ఇది పెద్ద విశేషమేం కాదు. మిస్టర్ వాన్ డాన్, నేను ఎప్పుడూ గొడవ పడుతుంటాం. అమ్మ నన్నెప్పుడూ పసిపాపలాగే చూస్తుంది. అది నేను సహించలేను. మిగిలిన వాళ్ళందరికీ అంతా బాగానే జరుగుతోంది. పీటర్లో మెచ్చుకోగలిగే మార్పేదీ వచ్చినట్టు నాకు అనిపించలేదు. రోజంతా తన మంచం మీద పడుకొనే ఉంటాడు. మహా చిరాకు కలిగించే కుర్రాడు. ఏదో కొద్దిగా వడ్రంగి పని చేయడానికి మాత్రమే లేస్తాడు, అది కాగానే మళ్ళీ పడుకోవడమే. ఏం మొద్దు స్వరూపమో!

ఈరోజు పొద్దున అమ్మ ఇంకొక భయంకరమైన ఉపన్యాసం ఇచ్చింది. మేమిద్దరం అన్నిటినీ భిన్నంగా చూస్తాం. నాన్నది మంచి మనసు. నామీద అరుస్తారు కానీ అది ఐదు నిమిషాల కన్నా ఎక్కువ ఉండదు.

ఈరోజు బయట అందంగా ఉంది. వేడిగా, పోయిగా ఉంది. అయినా కూడా మేము అటక మీద మడత మంచం మీద పడుకొనో, కూర్చునో వాతావరణాన్ని ఆస్వాదిస్తుంటాం.

నీ, ఆన్

బుధవారం, సెప్టెంబర్ 2, 1942

ప్రియాతి ప్రియమైన కిట్టి,

మిస్టర్, మిసెస్ వాన్ డాన్ భయంకరంగా వాదించుకున్నారు. అలాంటి వాదనని నేనెప్పుడూ చూడలేదు. ఎందుకంటే మా అమ్మనాన్న అలా ఒకరి మీద ఒకరు అరుచుకోవాలని కలలో కూడా అనుకోరు. వాదనకి కారణమైన విషయం ఎంత చిన్నదంటే, దాని గురించి ఒక్క మాట కూడా వథా చేయడం అనవసరం అనిపించింది. సరేలే, ఎవరి ఇష్టం వాళ్లది.

అయితే, మధ్యలో చిక్కుకొనే పీటర్కి చాలా కష్టంగా ఉంటుంది. కానీ పీటర్ తీవ్రంగా స్పందించే రకం, సోమరిపోతు అవ్వడంతో ఎవరూ అతన్ని ఎక్కువగా పట్టించుకోరు. నిన్న పీటర్ తన నాలుక గులాబీ రంగుకి బదులు నీలం రంగులో ఉందన్న చింతతో, ఆందోళనతో ఉన్నాడు. అరుదుగా కనపడే ఈ మార్పు ఎలా వచ్చిందో అలానే అదృశ్యమైంది. ఈ రోజు మందపాటి కండువా ఒకటి మెడకి చుట్టుకొని తిరుగుతున్నాడు, మెడ పట్టేసిందని. ఆ గొప్ప వ్యక్తి నడుము నొప్పిగా ఉందని కూడా ఫిర్యాదు చేస్తున్నాడు. గుండెలో, మూత్రపిండాల్లో, ఊపిరితిత్తుల్లో నొప్పులు, బాధలు అతనికి సర్వసాధారణం. తన ఆరోగ్యం గురించి అతిగా ఆలోచిస్తుంటాడు.

సెప్టెంబర్ 21, 1942 న ఎన్ జోడించిన వ్యాఖ్య:
మిస్టర్ వాన్ డాన్ ఇటీవల నాతో చాలా స్నేహపూర్వకంగా ఉంటోంది. నేనేమీ అనలేదు కానీ ఆమె అలా ఉన్నంతవరకూ పోయిగా ఉంటున్నాను.

మా అమ్మ, మిసెస్ వాన్ డాన్ అంత సఖ్యంగా లేరు. వాళ్ల మధ్య ఘర్షణ రావడానికి తగిన కారణాలు ఉన్నాయి. నీకు ఒక చిన్న ఉదాహరణ ఇవ్వాలంటే, మిసెస్ వాన్ డాన్ అందరం వాడుకొనే గది నుంచి తన దుప్పట్లు మూడు మాత్రమే ఉంచి మిగతావన్నీ తీసేసింది. అమ్మవే రెండు కుటుంబాలకీ ఉపయోగించుకోవచ్చని అనుకుంటోంది. అమ్మ కూడా తన మార్గాన్నే అనుసరించిందని తెలుసుకున్నప్పుడు ఆమె ఆశ్చర్యపోతుంది.

దానికి తోడు, మిసెస్ వాన్ డి కోపంగా ఉండటానికి కారణం ఏంటంటే, మా పింగాణీ పళ్లేలకు బదులు మేము ఆమెవి ఉపయోగిస్తున్నాము. మా పళ్లేలని మేమేం చేశామో తెలుసుకోవడానికి ఆమె ఇంకా ప్రయత్నిస్తోందిబీ అటక మీద ఒక్కొక ప్రకటనల సామగ్రి వెనకాల, అట్ట పెట్టెల్లో సర్ది పెట్టాం కాబట్టి, అవి ఆమె అనుకుంటున్న దానికంటే చాలా దగ్గరగా ఉన్నాయి. మేము అజ్ఞాతంలో ఉన్నంత కాలం ఆ పళ్లేలు ఆమెకి అందవు. నేనెప్పుడూ దురదృష్టమైనకరమైన సంఘటనలో ఎదుర్కొంటాను. నిన్న జరిగింది కూడా అదే! నిన్న నేను మిసెస్ వాన్ డాన్ సూప్ పాత్ర ఒకటి విరగ్గొట్టాను.

'ఓహ్!' ఆమె కోపంగా అరిచింది. 'ఇంకొంచెం జాగ్రత్తగా ఉండలేవా? ఇదే చివరి సూప్ పాత్ర.'

కిట్టీ, ఇద్దరు ఆడవాళ్ళూ రోత పుట్టించే డచ్ భాష మాట్లాడతారన్న విషయం దయచేసి గుర్తుపెట్టుకో. (నేను మగవాళ్ల గురించి వ్యాఖ్యానించే ధైర్యం చెయ్యను: చేస్తే, వాళ్లని అవమానించినట్టు అవుతుంది.) నువ్వు వాళ్ల చేతకాని ప్రయత్నాలు చూస్తే పగలబడి నవ్వుతావు. వాళ్ల లోపాలని మేము ఎత్తిచూపడం మానేశాం, వాటిని సరిదిద్దడంవల్ల వచ్చే ప్రయోజనం ఏంలేదు కాబట్టి. అమ్మ లేదా మిసెస్ వాన్ డాన్ 'ఇలా మాట్లాడారు' ని నేను ఎప్పుడు చెప్పినా, ఉన్నదున్నట్టు కాకుండా సరైన డచ్‌లో రాస్తాను.

పోయిన వారం మా మారుపలేని దినచర్యలో చిన్న అంతరాయం ఏర్పడింది. దీనికి కారణం పీటర్, మహిళల గురించిన ఒక పుస్తకం. అయితే, ఒక విషయం ముందు చెప్పాలి. మిస్టర్ క్లైమాన్ మాకు ఇచ్చే దాదాపు అన్ని పుస్తకాలు చదవడానికి మార్గొట్, పీటర్‌లకి (పెద్దవాళ్లు) అనుమతి ఉంది. కానీ ప్రత్యేకమైన ఈ పుస్తకాన్ని పెద్దవాళ్లు తమ దగ్గరే ఉంచుకోవాలనుకొన్నారు. ఇది వెంటనే పీటర్‌లో కుతూహలాన్ని రేకెత్తించింది. దాంట్లో చదవకూడని విషయం ఏముంది? వాళ్ల అమ్మ కిందికెళ్లి మాట్లాడుతున్నప్పుడు అతను దాన్ని రహస్యంగా దొంగిలించి అటక మీదికి వెళ్లిపోయాడు. రెండు రోజులు అంతా బాగానే ఉంది. మిసెస్ వాన్ డాన్‌కి అతనేం చేస్తున్నాడో తెలుసు. కానీ మిస్టర్ వాన్ డాన్ దాని గురించి తెలుసుకునే వరకు మౌనంగా ఉంది. ఆయన నిర్ఘాంతపోయి కోప్పడ్డాడు. పుస్తకాన్ని లాగేసుకున్నాడు. ఆ విషయం అక్కడితో అయిపోతుందని అనుకున్నారు. కానీ ఆయన తన కొడుకు కుతూహలాన్ని గుర్తించడంలో నిర్లక్ష్యం చేశారు. పీటర్ వాళ్ల నాన్న అంత వేగంగా తీసుకొన్న చర్యకి కనీసం ఆశ్చర్యపోకుండా, బాగా ఆసక్తికరమైన ఈ పుస్తకంలోని మిగిలిన భాగాలు చదవటానికి దారులు వెతకడం మొదలుపెట్టాడు.

ఈలోగా, మిసెస్ వాన్ డి అమ్మ అభిప్రాయం అడిగింది. ఈ పుస్తకం మార్గొట్‌కి తగినదని అమ్మ అనుకోలేదు కానీ, వేరే పుస్తకాలు చదవనివ్వడంలో అమ్మకి ఎటువంటి పొని కనిపించలేదు.

"చూడండి, మిసెస్ వాన్ డాన్! మార్గొట్, పీటర్‌ల మధ్య చాలా తేడా ఉంది. మొదటిది ఏంటంటే, మార్గొట్ ఆడపిల్ల. అబ్బాయిల కంటే అమ్మాయిల పరిణతి ఎక్కువ. ఇక రెండవది. ఆమె ఇప్పటికీ చాలా సీరియస్ పుస్తకాలు చదివింది కాబట్టి నిషేధించబడిన పుస్తకాల కోసం వెతకదు. మూడోది, ఒక పెద్ద పేరున్న బడిలో నాలుగు సంవత్సరాలు చదివింది కాబట్టి మార్గొట్ తెలివితేటల్లో, విజ్ఞతలో చాలా ముందుంది." అని అమ్మ చెప్పింది.

మిసెస్ వాన్ డాన్ అమ్మతో ఏకీభవించింది. కానీ పెద్దల కోసం రాసిన పుస్తకాలని యువతని చదవనివ్వడం సూత్రప్రాయంగా తప్పు అని భావించింది.

ఇంతలో, పీటర్ తనని గాని పుస్తకాని గానీ ఎవరూ పట్టించుకోని సమయం గురించి ఆలోచించాడు. సాయంత్రం ఐదున్నరకి కుటుంబం మొత్తం ప్రైవేట్ కార్యాలయంలో రేడియో వింటున్నప్పుడు అతను తన నిధిని తీసుకోని మళ్ళీ ఎవరికీ తెలియకుండా అటకెక్కాడు. ఎనిమిదిన్నరకి కింది రావాల్సింది. కానీ, పుస్తకంలో ఎంతగా మునిగిపోయాడంటే, సమయాన్ని గమనించుకోలేదు. వాళ్ళ నాన్న గదిలోకొస్తుంటే అతను అప్పుడే మెట్లు దిగి వస్తున్నాడు. ఆ తరువాత జరిగిన దృశ్యం ఆశ్చర్యం కలిగించలేదు. ఒక చెంపదెబ్బ, మరో గట్టి దెబ్బ, పుస్తకం కోసం పెనుగులాట తరువాత ఆ పుస్తకం బల్ల మీదికి చేరింది, పీటర్ అటక మీద ఉన్నాడు.

భోజనాల వేళకి పరిస్థితులు అలా అయిపోయాయి. పీటర్ మేడ మీద ఉండిపోయాడు. ఎవ్వరూ అతని గురించి ఒక్క క్షణం కూడా ఆలోచించలేదు. అతను భోజనం లేకుండానే నిద్రపోవాల్సొస్తుంది. అకస్మాత్తుగా కీచుమనే పెద్ద శబ్దం వినిపించే వరకు మేం సరదాగా మాట్లాడుకుంటూ తింటున్నాం. అప్పుడు ఫోర్కులు కింద పెట్టేసి ఒకరి మొహాలొకరు చూసుకున్నాం. పాలిపోయిన మా మొహాల్లో నివ్వెరపాటు స్పష్టంగా కనిపించింది.

అప్పుడు పొగగొట్టం నుంచి పీటర్ గొంతు వినిపించింది, 'నేను కిందికి రాను!' అన్నాడు.

మిస్టర్ వాన్ డాన్ ఒక్కసారిగా లేచారు. ఆయన రుమాలు నేలమీద పడింది. ముఖం ఎర్రబడుతుండగా, 'నేనిక భరించలేను' అని అరిచారు.

నాన్న ఏం జరుగుతుందోనని భయపడి ఆయన చెయ్యి పట్టుకోని ఆపారు. ఇద్దరూ కలిసి అటక మీదికెళ్ళారు. చాలా పెనుగులాట, తన్నులాట తరువాత పీటర్ గదిలోకెళ్ళి తలుపు మూసుకున్నాడు. మేము భోజనం చెయ్యడం కొనసాగించాం.

మిసెస్ వాన్ డాన్ తన ముద్దుల కొడుకు కోసం ఒక రొట్టె ముక్క దాచి పెట్టాలనుకోంది. కానీ మిస్టర్ వాన్ డి మొండిగా ఉండి ఒప్పుకోలేదు. 'వాడు ఈ నిమిషానే క్షమాపణ చెప్పకపోతే అటక మీదే పడుకోవాల్సొస్తుంది.'

భోజనం చెయ్యలేదు కాబట్టి తగినంత శిక్ష అనుభవించినట్టే కదా అని మేము అభ్యంతరం చెప్పాం. పీటర్‌కి జలుబు పట్టుకుంటే ఎలా? వైద్యుణ్ని కూడా పిలవలేం.

పీటర్ క్షమాపణ చెప్పలేదు. అటక మీదికి వెళ్ళిపోయాడు. మరుసటి రోజు పొద్దున అతను మంచమ్మీద పడుకున్నట్టు మిస్టర్ వాన్ డాన్ గమనించిన, ఆ విషయాన్ని అంతటితో వదిలేయాలని నిర్ణయించుకున్నారు. ఏడు గంటలకి పీటర్ మళ్ళీ అటకెక్కాడు కాని మా నాన్న అతనితో స్నేహంగా మాట్లాడి కిందికి రావటానికి ఒప్పించారు. మూడు రోజులపాటు సాగిన కోపంతో కూడిన చూపులు, గాఢమైన నిశ్శబ్దం తరువాత అంతా మామూలు స్థితికి వచ్చింది.

సీ, ఆన్

సోమవారం, సెప్టెంబర్ 21, 1942

ప్రియతి ప్రియమైన కిట్టి,

ఈ రోజు ఇక్కడ అనెక్స్ సంబంధించిన సాధారణ వార్తలు నీకు చెప్తాను. నా దీవాన్ పరుపుకి పైవైపున ఒక దీపం (లైటు) ఏర్పాటు చేశారు. ఇందువల్ల భవిష్యత్తులో తుపాకీల పేలుళ్ళ విన్నప్పుడు ఒక తాడు లాగి ఆ దీపం వెలిగించగలను. పగలు, రాత్రి మా కిటికిని కూడా కొద్దిగా తెరిచే ఉంచుతున్నాం కాబట్టి ప్రస్తుతం దాన్ని ఉపయోగించలేను.

30

ఆహార పదార్థాలని భద్రపరచడానికి వాన్ డాన్ పురుష సభ్యులు చెక్కతో ఒక బీరువా తయారుచేశారు. చక్కగా చేతికి అందేలా ఉన్న ఆ బీరువాకి నిజమైన తెరలు ఏర్పాటు చేశారు. ఇప్పటివరకు ఈ అద్భుతమైన అర పీటర్ గదిలో ఉండేది. కానీ తాజా గాలి రానివ్వడం కోసమని దాన్ని అటకెక్కించారు. ఒక్కప్పుడు ఇది ఉన్న చోట ఇప్పుడొక అర ఉంది. ఆ అర కింద తన బల్లని పెట్టుకొని, దాని మీద చక్కని రగ్గు కప్పుమని, బల్ల ఉండిన చోట తన బీరువా పెట్టుకోమని పీటర్‌కి నేను సలహా ఇచ్చాను. దానివల్ల అతని చిన్నగది మరింత సౌకర్యంగా ఉంటుంది. అయితే, అక్కడ నిద్రపోవడానికి నేను ఏమాత్రం ఇష్టపడను.

మిసెస్ వాన్ డాన్‌ని భరించలేం. మేడమీద ఉన్నప్పుడు నేను ఆపకుండా చెప్పే కబుర్ల వల్ల తిట్లు తింటూనే ఉంటాను. అయినా ఆమె మాటలు నేను ఏమాత్రం పట్టించుకోను. మేడం ఇప్పుడొక కొత్త ఎత్తుగడ వేసింది. గిన్నెలు, పెనాలు కడిగే పని నుంచి తప్పించుకోవాలని చూస్తోంది. గిన్నెల అడుగున పదార్థాలేమైనా మిగిలి ఉంటే వాటిని అలానే వదిలేస్తుంది. అంతేగాని గాజు పాత్రలోకి తీసిపెట్టదు. తరువాత మధ్యాహ్నం మార్గోట్ అన్ని గిన్నెలూ పెనాలూ శుభ్రం చెయ్యడంలో నతమతమౌతున్నప్పుడు మేడం ఆశ్చర్యంగా, 'ఓహ్, మార్గోట్, పాపం నీకు ఎంత పనందో' అంటుంది.

వారం విడిచి వారం మిస్టర్ క్లేమాన్, నా వయసు అమ్మాయిల కోసం రాసిన పుస్తకాలు కొన్నిటిని నాకోసం తెస్తారు. జూప్ టెర్ హీల్ సీరిస్ నాకు చాలా ఉత్సాహాన్నిస్తుంది. సిస్సీ వాన్ మార్క్స్‌వెల్డ్ రాసిన అన్ని పుస్తకాలూ చదివి బాగా ఆనందించాను. ది జూనియెస్ట్ సమ్మర్ నాలుగుసార్లు చదివాను. దాంట్లోని హాస్య సంఘటనలు ఇప్పటికీ నాకు నవ్వు తెప్పిస్తాయి.

నాన్న, నేను ప్రస్తుతం మా వంశవృక్షం తయారుచేసే పనిమీదున్నాం. పని చేస్తున్నంతసేపూ అందులోని ప్రతి వ్యక్తి గురించి నాన్న నాకు ఏదో ఒక విషయం చెప్పున్నారు.

నేను బడి పాఠాలు చదవటం మొదలుపెట్టాను. ప్రతిరోజూ ఐదు అసమాపన క్రియలు (ఇర్రెగులర్ వెర్బ్స్) తలకెక్కించుకంటూ ఫ్రెంచ్ నేర్చుకోటానికి బాగా కష్టపడుతున్నాను. కానీ బడిలో నేర్చుకున్నది మాత్రం చాలానే మర్చిపోయాను.

పీటర్ చాలా అయిష్టంగా ఆంగ్లం చదవటం మొదలుపెట్టాడు. కొన్ని పాఠశాల పుస్తకాలు ఇప్పుడే వచ్చాయి. నేను చాలా ఎక్కువగానే పుస్తకాలు, పెన్సిల్స్, రబ్బరు, లేబుళ్ళు ఇంటి నుంచి తెచ్చుకున్నాను. పిమ్ (ఇది మా నాన్నకి మేము పెట్టిన ముద్దు పేరు) డచ్ పాఠాలు నేర్చుకోవడంలో నన్ను సహాయం చెయ్యమన్నారు. ఫ్రెంచ్, ఇంకా మిగతా సబ్జెక్టు చదవటంలో నాన్న నాకు సహాయం చేస్తే, అందుకు బదులుగా డచ్ నేర్పడానికి నేను పూర్తి సిద్ధంగా ఉన్నాను. కానీ నాన్న అసలు ఊహించనేలేని తప్పులు చేస్తారు!

అప్పుడప్పుడు నేను లండన్ నుంచి ప్రసారమయ్యే డచ్ కార్యక్రమాలు వింటాను. యువరాణి జూలియానా జనవరిలో ఒక బిడ్డను కనబోతోందని ఇటీవలే ప్రిన్స్ బెర్న్ హార్డ్ ప్రకటించాడు. నా ఉద్దేశం లో ఇది అద్భుతం. రాచ కుటుంబం అంటే నాకు ఎందుకంత ఆసక్తో ఇక్కడ ఎవరూ అర్థం చేసుకోరు.

కొన్ని రోజుల క్రితం నేను చర్చనీయాంశం అయ్యాను. నేను అజ్ఞానిని మేమందరం నిర్ధారించేశాం. దాంతో, మరుసటి రోజు నా చదువులో మునిగిపోయాను. నా పద్నాలుగు లేదా పదిహేనో ఏట ఇంకా ఫస్ట్ ఫామ్‌లోనే ఉండాలన్న కోరిక నాకు లేదు మరి. నేను ఏది చదవాలనుకున్నా ఒప్పుకోరనే విషయం కూడా చర్చించాం. అమ్మ ప్రస్తుతం జెంటిల్‌మెన్, వైఫ్స్ అండ్ సర్వెంట్స్' అనే పుస్తకం చదువుతోంది. అది నేను చదవడానికి వీల్లేదు (మార్గోట్‌కి అనుమతి ఉన్నప్పటికీ). ముందు నేను మేధావి అయిన మా అక్కలాగా మానసికంగా బాగా పరిణతి చెందాలి. ఆ తరువాత తత్త్వశాస్త్రం, మనస్తత్త్వశాస్త్రం, శరీరధర్మశాస్త్రాల్లో నా అజ్ఞానం గురించి చర్చించాం. (నేను వెంటనే ఈ పెద్ద పదాల అర్థాల కోసం

నిఘంటువు చూశాను!) ఈ విషయాల గురించి నాకేమీ తెలియదన్నది నిజం. కానీ వచ్చే ఏడాది ఈపాటికి ఏమన్నా నేర్చుకొని ఉంటానేమో.

శీతాకాలంలో వేసుకోవడానికి కావలసిన దుస్తుల్లో నాకు పొడవు చేతుల దుస్తులు ఒకటి, ఉన్ని దుస్తులు మూడు మాత్రమే ఉన్నాయని తెలుసుకొని నిర్ఘాంతపోయాను. తెల్ల స్వెట్టర్ అల్లుకోవడానికి నాన్నా నాకు అనుమతిచ్చారు. అయితే, ఉన్ని చూడటానికి అంతగా బాగుండదు కానీ వెచ్చగా ఉంటుంది. అదే కదా ముఖ్యం. మా దుస్తులు కొన్ని స్నేహితుల దగ్గర ఉన్నాయి కానీ దురదృష్టవశాత్తూ యుద్ధం ముగిసేవరకు వాటిని తెచ్చుకోలేం. అది కూడా, అవి అప్పటి వరకు అక్కడ ఉంటేనే.

మిసెస్ వాన్ డాన్ గదిలోకి వచ్చినప్పుడు సరిగ్గా అప్పుడే ఆమె గురించి ఏదో రాయటం పూర్తి చేశాను. వెంటనే రోజీమని పుస్తకం మూసేశాను.

'హే, ఏన్, నేను కనీసం తొంగి చూడకూడదా?'

'లేదు, మిసెస్ వాన్ డాన్.'

'పోనీ, కనీసం చివరి పేజీ?'

'లేదు, చివరి పేజీ కూడా, మిసెస్ వాన్ డాన్.'

నేను చచ్చినంత పన్నెందుకో. ఎందుకంటే ఆ పుటలోనే ఆమె గురించిన వర్ణన ఉంది. అది అంత బాగుండదు.

ప్రతిరోజూ ఏదో ఒకటి జరుగుతోంది. కానీ అవన్నీ రాయలేనంత అలసటగా, బద్ధకంగా ఉంది.

సీ, ఆన్

శుక్రవారం, సెప్టెంబర్ 25, 1942

ప్రియమైన కిట్టి,

నాన్నకి దగ్గయ్యేపడిలో ఉన్న మిస్టర్ డ్రెహెర్ అనే స్నేహితుడున్నారు. ఆయన రోగిష్టి, పేదవారు, చెవిటి. ఆయన పక్కన పనికిరాని తోకలాగా ఆయన భార్య. ఆయనకంటే ఇరవైయేడు సంవత్సరాలు చిన్నది, ఆయన లాగే పేద. వాళ్ళు సంపన్నులుగా ఉన్నరోజుల్లో చేయించుకొన్నవాటిలో మిగిలిన అసలైనవి కొన్ని, నకిలీవి కొన్ని గాజులు ఉంగరాలతో ఆమె తన చేతులు కాళ్ళు నింపుకుంది. మిస్టర్ డ్రెహెర్ ఇప్పటికే నాన్నకి పెద్ద తలనొప్పి. కానీ ఈ 'పాపం' అనిపించే వద్దతితో ఫోన్‌లో మాట్లాడేటప్పుడు నాన్న చూపించే గొప్ప సహనాన్ని నేనెప్పుడూ ఆరాధిస్తాను. మేము ఇంట్లో ఉన్నప్పుడు, 'అవును, మిస్టర్ డ్రెహెర్' 'లేదు, మిస్టర్ డ్రెహెర్' అనే మాటలు ప్రతి మూడు నిమిషాలకు వచ్చే విధంగా ఫోన్ రిసీవర్ ముందు గ్రామఫోన్ ఉంచమని నాన్నకి అమ్మ సలహా ఇచ్చేది. ఎందుకంటే, ఎటూ నాన్న ఇచ్చే సుదీర్ఘమైన సమాధానాల్లో ఒక్కమాట కూడా ఆ పెద్దాయనికి ఎప్పుడూ అర్థంకాలేదు.

మిస్టర్ డ్రెహెర్ ఈ రోజు కార్యాలయానికి ఫోన్ చేసి, తనని కలవడానికి రమ్మని మిస్టర్ కుగ్లర్‌ని అడిగారు. మిస్టర్ కుగ్లర్‌కి వెళ్ళలనిపించలేదు. మియెప్‌ని పంపుతానని చెప్పారు. కానీ మియెప్ ముందుగానే నిర్ణయించిన ఆ సమావేశాన్ని రద్దు చేసింది. మియెప్ కోసం మిసెస్ డ్రెహెర్ కార్యాలయానికి మూడుసార్లు ఫోన్ చేసింది. కానీ మియెప్ మధ్యాహ్నం అంతా బయటే ఉండటం వల్ల బెప్ గొంతుని అనుకరించి మాట్లాడాల్సివచ్చింది. దీంతో, కింది అంతస్తులోని ఆఫీసుతో పాటు మేడమీద ఉన్న అనెక్స్ (రహస్య నివాసం)లో కూడా ఒకటే నవ్వులు. ఇక ఫోన్ మోగిన ప్రతిసారి బెప్ 'మిసెస్ డ్రెహెర్ నుంచి ఫోన్!' అంటుంది. దాంతో మియెప్ నవ్వాలి, ఆ ఫోన్ చేసిన వాళ్ళకి మర్యాదలేని

32

మూసుముసి నవ్వు వినిపించేలాగా. నువ్వు దీన్ని ఊహించలేవూ? ఈ విశాల ప్రపంచం మొత్తంలో ఇదే గొప్ప కార్యాలయం అయ్యుండాలి. పై అధికారులు, కార్యాలయంలోని అమ్మాయిలు కలిసి ఇలాంటి వినోదాన్ని పంచుకొంటూ ఉంటారు.

కొన్నిసార్లు సాయంత్రం వేళల్లో కాసేపు సరదాగా కబుర్లు చెప్పుకోవడానికి నేను వాన్ డాన్స్ దగ్గరికి వెళ్తాను. మేము 'మాత్ బాల్ బిస్కెట్లు' తింటూ (ఇవి పురుగులు రాకుండా మందులు వేసే బట్టలు పెట్టుకొనే అలమారాలో భద్రపరిచే బిస్కెట్లు) సంతోషంగా గడుపుతాం. ఈమధ్య పీటర్ గురించి సంభాషణ జరిగింది. అతను తరచూ నా చెంపను తడుతుంటాడని, అది నాకు ఇష్టం లేదని చెప్పాను. అప్పుడు వాళ్ళు పెద్దవాళ్ళు మాట్లాడే పద్ధతిలో, పీటర్ నన్ను ఒక చెల్లిగా ప్రేమిస్తాడనీ, నేను ఎప్పటికైనా అత్తన్ని అన్నయ్యలా ప్రేమించడం నేర్చుకోగలనా...అని అడిగాను. 'ఓఁ, కుదరదు' అని అన్నాను కానీ నిజానికి నేను మనసులో అనుకున్నది, 'ఓఁ, అబ్బా!' అని. కొంచెం ఊహించుకో! పీటర్ కొంచెం బిగదీసుకుని ఉంటాడు, బహుశా అది అతని బిడియపడే తత్త్వం వల్ల కావచ్చు అని నేను తరువాత జోడించనులే. ఆడపిల్లలతో ఉండటం అలవాటు లేని అబ్బాయిలు అలానే ఉంటారు.

అనెక్స్ కమిటీ (పురుషుల విభాగం) చాలా సజనాత్మకమైనదని నేను తప్పకుండా చెప్పాలి. మా కోసం మా వస్తువులను కొన్నింటిని రహస్యంగా దాచిపెట్టిన ఒపెక్టా కో సంస్థ అమ్మకాల ప్రతినిధి (సేల్స్ రిప్రెజెంటేటివ్), అతని మిత్రుడు మిస్టర్ బ్రోక్స్‌కి వీళ్ళు సందేశం పంపాలి. అందుకోసం వీళ్ళు రచించిన పథకం ఏంటో విను! ఒపెక్టాతో పరోక్షంగా వ్యాపార సంబంధాలున్న దక్షిణ జీలాండ్‌లోని ఒక దుకాణం యజమానికి వీళ్ళు ఒక లేఖ టైప్ చేస్తారు. అతను ఒక దరఖాస్తును నింపి, తనకు అందిన స్వీయ – చిరునామా (సేల్ఫ్ అడ్రస్) ఉన్న కవరులో వీళ్ళకి పంపాలని కోరతారు. కవరు మీద చిరునామా నాన్నే స్వయంగా రాస్తాను. జీలాండ్ నుంచి లేఖ తిరిగొచ్చిన తరువాత, కవరులోంచి దరఖాస్తును తీసి,సి, నాన్న బ్రతికే ఉన్నారని ధ్రువీకరించే సందేశం, చేతితో రాసినదాన్ని, అందులో పెట్టచ్చు. ఈ విధంగా మిస్టర్ బ్రోక్స్ ఎటువంటి కుట్రనూ అనుమానించకుండా లేఖ చదవగలరు. బెల్జియంకి దగ్గరగా ఉండటం వల్ల (సరిహద్దుల మీదుగా ఒక లేఖని సులభంగా అక్రమ రవాణా చెయ్యవచ్చు), ప్రత్యేక అనుమతి లేకుండా ఎవరినీ అక్కడికి వెళ్ళటానికి అనుమతించకపోవడం వల్ల వాళ్ళు ఈ పనికోసం జీలాండ్ ప్రావిన్స్ ఎంచుకున్నారు. మిస్టర్ బ్రోక్ వంటి అమ్మకాలు జరిపే ఒక సాధారణ వ్యక్తి (సేల్స్ మ్యాన్)కి ఎప్పటికీ అక్కడికి వెళ్ళడానికి అనుమతి దొరకదు.

నిన్న నాన్న మరో తమాషా చేశారు. నిద్రమత్తులో తడబడి మంచం మీది నుంచి పడిపోయారు. ఆయన పాదాలు చల్లగా ఉండడంతో నేను ఆయనకు నిద్రపోయేటప్పుడు వేసుకొనే నా మేజోళ్ళు ఇచ్చాను. ఐదు నిమిషాల తరువాత వాటిని నేలమీదికి విసిరేశారు. ఆ తరువాత దీపాలకాంతి ఇబ్బంది పెడుతుండంతో దుప్పటిని లాక్కొని ముసుగు పెట్టుకున్నారు. ఎవరో దీపం (లైటు) ఆర్పేశారు. దాంతో నాన్న దుప్పట్లో నుంచి తలని జాగ్రత్తగా బయటికి తీశారు. ఇదంతా చాలా వినోదంగా అనిపించింది. మార్గోట్ 'ఎప్పుడూ ఏదో ఒక పనిలో ఉండే తేనెటీగ' (బిజీ బీ) అని పీటర్ అంటాడు. ఆ విషయం గురించి మేం మాట్లాడుకోవటం ప్రారంభించాం. అకస్మాత్తుగా నాన్న గొంతు అగాధంలో నుంచి మాట్లాడినట్టు వినబడింది: 'పనిలో తీరిక లేకుండా ఉంటుందనే కదా మీ ఉద్దేశం.'

మాస్సి పిల్లి రోజులు గడుస్తున్న కొద్దీ నాతో మంచిగా ఉంటోంది కానీ ఇప్పటికీ నాకు అదంటే నాకు కొంచెం భయమే.

సీ, ఆన్

ఆదివారం, సెప్టెంబర్ 27, 1942

ప్రియాతి ప్రియమైన కిట్టీ,

అమ్మకి, నాకు ఈ రోజు 'చర్చ' లాంటిది జరిగింది. కానీ బాధకలిగిం అంశం ఏంటంటే, నేను ఒక్కసారిగా భోరుమని ఏడ్చేశాను. ఆపుకోలేకపోయాను. నాన్న నాతో ఎప్పుడూ మంచిగా ఉంటారు. నన్ను బాగా అర్థం కూడా చేసుకుంటారు. ఇలాంటి సందర్భాల్లో నేను అమ్మని భరించలేను. ఆమెకి నేను అపరిచితురాలినన్నది స్పష్టంగా తెలుస్తోంది. చాలా మామూలు విషయాల గురించి నేను ఏమనుకుంటానో కూడా ఆమెకి తెలీదు.

పనిమనిషులు, ఈరోజుల్లో వాళ్లని 'పరిచారకులు' (డొమెస్టిక్ హెల్స్) అని పిలవాలన్న విషయం గురించి మేము మాట్లాడుకుంటున్నాం. అయితే అలా తమని యుద్ధం ముగిసిన తరువాత పిలవాలని వాళ్ళు కోరుకుంటున్నారని అమ్మ అన్నది. నాకలా అనిపించలేదు. అప్పుడు, నేను చాలా తరచూ 'తరువాత' గురించి మాట్లాడుతున్నానని, నేను పెద్దదాన్ని కాకపోయినా ఎదిగిన మహిళల వ్యవహరిస్తాని అన్నది. కానీ గాలిలో ఇసుకమేడలు కట్టడం అనేది అంత భయంకరమైన విషయమని అనుకోను, మనం వాటిని మరీ గాఢంగా తీసుకోనంత వరకు. ఏదేమైనా, నాన్న సాధారణంగా నన్ను సమర్థిస్తారు. ఆయన లేకుంటే నేను ఇక్కడ ఉండలేకపోయేదాన్ని.

మార్గోట్‌తో కూడా నాకు అంతగా పడదు. మేడ మీద జరిగేతంత కోపావేశాల ప్రదర్శన మా కుటుంబంలో ఎన్నడూ జరగకపోయినా, మా బంధాలు హాయిగా అనిపించే స్థితికి ఇంకా చేరుకోలేదనిపిస్తుంది. మార్గోట్ వ్యక్తిత్వం, అమ్మ వ్యక్తిత్వం నాకు బాగా పరాయిగా అనిపిస్తాయి. నా సొంత తల్లికన్నా ఎక్కువగా నేను నా స్నేహితురాళ్ళని అర్థం చేసుకుంటాను. ఇది సిగ్గుచేటు కాదా?

మిసెస్ వాన్ డాన్ మళ్ళీ అలిగి అంటీముట్టనట్టుగా ఉంది. అలా ఆమె ఇప్పటికి లెక్కలేనన్నిసార్లు చేసింది. ఆమె అదోరకంగా ఉండి, తన వస్తువులు దాచెయ్యడం మరీ ఎక్కువైపోయింది. ప్రతి వాన్ డాన్ 'అదృశ్య చర్య' కీ ప్రతిగా ఫ్రాంక్ "అదృశ్య చర్య" తో అమ్మ బదులు చెప్పకపోవటం అస్సలు బాగాలేదు.

వాన్ డాన్ కుటుంబీకుల వంటి వాళ్ళు కొంతమంది తమ పిల్లలని పెంచుకోవటంలోనే కాకుండా వేరేవాళ్ళ పిల్లల పెంపకంలో కూడా సహాయపడి అందులో ఒక ప్రత్యేకమైన ఆనందం పొందుతారు. మార్గోట్‌కి ఆ అవసరం లేదు. ఎందుకంటే ఆమె సహజంగా మంచిది, దయగలది, తెలివైనది, పరిపూర్ణత తానుగా ఉన్నది. కానీ మా ఇద్దరికీ సరిపడా అల్లరి నాదే. కొన్నిసార్లు వాన్ డాన్ దంపతుల ఉపదేశాలు, నా పెడసరపు సమాధానాలతో వాతావరణం నిండిపోయింది. నాన్న, అమ్మ ఎప్పుడు నన్ను బాగా సమర్థిస్తారు. వాళ్ళు లేకుండా నేను మళ్ళీ మామూలుగా ప్రశాంతంగా అవ్వలేను. నేను తక్కువ మాట్లాడాలి, నా విషయాలకే పరిమితం కావాలి, వినయంగా ఉండాలి అని వాళ్ళు నాకు చెబుతూనే ఉంటారు. కానీ నేను ఘోరంగా ఓడిపోతున్నట్టు అనిపిస్తుంది. నాన్న అంత ఓపిగ్గా లేకపోతే, నా తల్లిదండ్రులు నా నుంచి ఆశించే చాలా సాధారణ స్థాయిని ఎప్పటికైనా అందుకోగలననే ఆశ ఎప్పుడో వదిలేసేదాన్ని.

నాకు ఏమాత్రం నచ్చని కూరగాయలు కొంచెమే వడ్డించుకొని, వాటి బదులు బంగాళదుంపలు తింటాను. వాన్ డాన్స్, ముఖ్యంగా మిసెస్ వాన్ డాన్, నేను ఎంత చెడిపోయానో తెలుసుకొని ఊరుకోలేదు. 'ఇదుగో ఆన్, ఇంకొన్ని కూరగాయలు తిను' అంటుంది.

'ఒద్దు మేడమ్, ధన్యవాదాలు. బంగాళదుంపలే చాలు.' అని సమాధానం చెప్తాను.

'కూరగాయలు నీకు మంచివిబీ మీ అమ్మ కూడా అదే అంటుంది. ఇంకొన్ని తిను.' అని, ఇక నాన్న జోక్యం చేసుకొని, నాకు నచ్చని వంటకాన్ని తిరస్కరించే నా హక్కుని ఆయన సమర్థించే వరకూ ఆమె నొక్కి చెబుతూనే ఉంటుంది.

అప్పుడు మిసెస్ వాన్ డి నిజంగా కోపంతో రెచ్చిపోతుంది 'నువ్వు మా ఇంట్లో ఉండాల్సింది, పిల్లలను ఏ విధంగా పెంచాలో అలా పెంచే చోట. ఇది సరైన పెంపకం అని నేను అనను. ఆన్నీ ఘోరంగా చెడగొట్టారు. నేనైతే ఒప్పుకొనేదాన్ని కాదు. ఆన్ నా కూతురయ్యుంటే...'

ఆమె నిందల మొదలు, ముగింపు ఎప్పుడూ ఇదే విధంగా ఉంటుంది: 'ఆన్ నా కూతురు అయ్యుంటేనా...' అని. హమ్మయ్య, మంచిదైంది. ఆమె కూతుర్ని కానందుకు కతజ్ఞురాలిని.

కానీ పిల్లలని పెంచే విషయానికి మళ్ళీ వస్తే, నిన్న మిసెస్ వాన్ డి తన చిన్న ప్రసంగాన్ని ముగించిన తరువాత కొంతసేపు నిశ్శబ్దం ఆవరించింది. అప్పుడు నాన్న 'ఆన్నీ బాగా పెంచామనే నేను అనుకుంటున్నాను. కనీసం మీ అంతం లేని ఉపన్యాసాలకి బదులు చెప్పకపోవడం నేర్చుకుంది. కూరగాయల విషయానికొస్తే, 'ఎవరు ఎవరిని తప్పు పడుతున్నారో ఆలోచించండి' అని మాత్రమే అంటాను.'

మిసెస్ వాన్ డి భళే ఓడిపోయింది. ఎవరు ఎవరిని తప్పు పడుతున్నారో ఆలోచించండి అనే మాటలు నిజానికి ఆమెకే వర్తిస్తాయి. ఎందుకంటే, 'వాయువు' కలిగిస్తుందని ఆమె రాత్రి వేళల్లో బీన్స్ గాని ఏ రకమైన క్యాబేజి గాని తినదు. నేనూ అదే (కారణం) చెప్పగలను కదా. ఎంతటి మూర్ఖురాలో అని నీకు అనిపించటం లేదూ? ఏదైమైనా, ఆమె నా గురించి మాట్లాడటం మానేస్తుందని ఆశిద్దాం.

మిసెస్ వాన్ డాన్ ఎంత త్వరగా భావావేశాలకు లోనౌతుందో చూడటం చాలా సరదాగా ఉంటుంది. నేనలా ఉండను. అలా ఉండకపోవడం ఆమెకి రహస్యంగా అంతులేని కోపం తెప్పిస్తుంది.

సీ, ఆన్

సోమవారం, సెప్టెంబర్ 28, 1942

ప్రియమైన కిట్టీ,

నిన్న ముగింపు ఇంకా చాలా దూరం ఉండగానే రాయటం ఆపేయాల్సి వచ్చింది. మా ఘర్షణల్లో ఇంకొకదాని గురించి నీకు చెప్పడానికి తహతహలాడిపోతున్నాను. కానీ అది చెప్పడానికి ముందు ఈ విషయం చెప్పాలనుకున్నాను: పెద్దలు తరచూ తేలిగ్గా గొడవ పడటం, అది కూడా అల్ప విషయాల మీద అనేది విచిత్రంగా ఉందనిపిస్తుంది. ఇప్పటి వరకు పిల్లలే గిల్లికజ్జాలు పెట్టుకుంటారని అనుకనేదాన్ని. వీళ్ళు పిల్లల్ని మించిపోయారు. వాస్తవానికి, కొన్నిసార్లు నిజమైన తగాదా రావడానికి కారణం ఉంటుంది. కానీ ఇక్కడ మాటా మాటా అనుకోవటం మాత్రం కేవలం గిల్లికజ్జాలే. ఈ గొడవలు రోజూ జరుగుతాయనే వాస్తవానికి నేను అలవాటు పడాలి. కానీ దాదాపు ప్రతి చర్చా నా గురించి జరిగినంత కాలం అల అలవాటు పడినట్టు ఉండను, ఎప్పటికీ ఉండలేను కూడా. (వాళ్ళు వీటిని 'తగాదాల' కు బదులుగా 'చర్చలు' అని పిలుస్తారు. కానీ జర్మనికి వాటి మధ్య తేడా తెలీదు!) వాళ్ళు ప్రతిదాన్ని విమర్శిస్తారు. అంటే నా ప్రతి అంగుళం మీదా–అంటే తల నుంచి కాలి వరకు–మళ్ళీ కాలి నుంచి తల వరకు–చర్చలు, కబుర్లు జరుగుతాయి. వాళ్ళ నుంచి తిట్లు, అరుపులు ఎప్పుడూ నా మీద వచ్చి పడుతుంటాయి, నాకు అలవాటు లేకపోయినా. తమకు అధికారం ఉందని అనుకొనేవాళ్ళ ప్రకారం, నేను పళ్ళికిలించి వాటిని నవ్వుతూ భరించాలి. కానీ నావల్ల కాదు! వాళ్ళు చేసే అవమానాలు నిశ్శబ్దంగా భరించే ఉద్దేశం నాకు లేదు. ఆన్ ఫ్రాంక్ నిన్న జన్మించిన పసిపాప కాదని నేను వాళ్ళకి

35

చూపిస్తాను. వాళ్ళు నా ప్రవర్తన చూసి బదులు తమ ప్రవర్తననే చూసుకొనే విధంగా చేస్తే, అది వాళ్ళు గమనించుకొని, వాళ్ళకున్న పెద్దరికాన్ని మూసుకొని కూర్చుంటారు. ఎంత ధైర్యం వాళ్ళకి ఆ విధంగా వ్యవహరించడానికి! అది అనాగరికం. అటువంటి దురుసుతనం...అటువంటి మూర్ఖత్వం (మిసెస్ వాన్ డాన్) చూసినప్పుడంతా నేను ఆశ్చర్యపోతుంటాను. కానీ ఆ విషయానికి అలవాటు పడిన వెంటనే మాత్రం ఇక ఎక్కువ సమయం తీసుకోను. వాళ్ళ పాఠాలు వాళ్ళకే అప్పజెప్తాను. దాంతో వాళ్ళు బాణీ మారుస్తారు! వాన్ డాన్ దంపతులు అనే అంతటి కుసంస్కారం, తలబిరుసుతనం, మొండితనం, మూర్ఖత్వం, సోమరితనం, వంటివి ఉన్నదాన్ని నేను? కాదు, ఖచ్చితంగా కాదు. నాలో ఉన్న లోపాలు, తప్పులు నాకు తెలుసు కానీ వాళ్ళు వాటిని మరీ ఎక్కువ చేసి చూపిస్తారు! వాళ్ళు నన్ను మందలించినప్పుడు, ఎగతాళి చేసినప్పుడు నేను ఎంతగా ఊడికిపోతానో నీకు తెలిసి ఉంటేనా కిట్టీ! పెల్లుబికే కోపంతో నేను భగ్గుమానటానికి ఎక్కువ సమయం పట్టదు.

ఇక ఇంతటితో ఆ విషయం చాలు. నా తగాదాల గురించి చెప్పి నీకు చాలాసేపు విసుగు తెప్పించాను. అయినా భోజనాల సమయంలో జరిగిన బాగా ఆసక్తికరమైన సంభాషణ ఒకటి జోడించకుండా ఉండలేకపోతున్నాను.

ఎందుకో తెలీదు గానీ మేము పిమ్ (నాన్న)కి ఉన్న అతి మెతకతనం అనే అంశం గురించి మాట్లాడుకోవటం జరిగింది. ఆయన నిరాడంబరంగా ఉంటారేది అందరికీ తెలిసిన నిజం. దాని గురించి ప్రశ్నించాలని ఏ తెలివితక్కువ దద్దమ్మ కూడా కలలోనైనా అనుకోరు. ప్రతి సంభాషణలో తనని తాను చొప్పించుకోవాలనుకొనే మిసెస్ వాన్ డాన్ అకస్మాత్తుగా అన్నది, "నాకసలు గర్వం లేదు. నిరాడంబరంగా కూడా ఉంటాను, నా భర్త కంటే చాలా ఎక్కువ" అని.

ఇంత హాస్యాస్పదమైన మాట నువ్వు ఎప్పుడైనా విన్నావా? 'నిరాడంబరం' అని దేన్నంటారో అది ఆమె కాదని ఈ వాక్యమే స్పష్టం చేస్తుంది!

'నా భర్త కంటే చాలా ఎక్కువ' అనే మాటలని వివరించాల్సిన బాధ్యత ఉందనుకున్న మిస్టర్ వాన్ డాన్ ప్రశాంతంగా సమాధానమిస్తూ, 'నాకు నమ్రతగా, నిరాడంబరంగా ఉండాలనే కోరిక లేదు. నా అనుభవం ప్రకారం, దూకుడుగా ఉండటం ద్వారా చాలా ఎక్కువ పొందవచ్చు.' అన్నారు. ఆ తరువాత నా వైపు తిరిగి, "మెతకగా, నోట్లో వేలు పెడితే నోరకలేనట్టు ఉండొద్దు ఆన్. అది నీకు ఏ విధంగానూ ఉపయోగపడదు." అన్నారు.

ఈ అభిప్రాయంతో అమ్మ పూర్తిగా ఏకీభవించింది. కానీ, ఎప్పటిలాగే, మిసెస్ వాన్ డాన్ కొనసాగించింది. అయితే, ఈసారి నాతో నేరుగా చెప్పే బదులు, మా అమ్మానాన్న వైపు తిరిగి, 'ఆన్‌తో మీరు ఈ విషయం చెప్పగలగాలంటే, జీవితం మీద మీకు ప్రత్యేకమైన దక్కథం ఉండాలి. నేను పెరిగినప్పుడున్న పరిస్థితులు వేరే. అవి ఇప్పటికీ పెద్దగా మారి ఉండక పోవచ్చు, మీ ఆధునిక కుటుంబంలో తప్ప,' అన్నది.

ఇది పిల్లల పెంపకంలో అమ్మ అవలంబించే ఆధునిక పద్ధతుల మీద ప్రత్యక్ష విమర్శ. వాటిని అమ్మ చాలా సందర్భాల్లో సమర్థించుకుంది. మిసెస్ వాన్ డాన్ ఎంతా కలత చెందిందంటే, ఆమె మొహం చాలా ఎర్రగా మారిపోయింది. ఏ వ్యక్తుల మొహాలు కోపం వల్ల ఎర్రగా మారతాయో, తమకి కోపం వస్తోందని తెలుసుకున్నప్పుడు ఆ వ్యక్తులు ఇంకా ఆందోళన పడతారు. వాళ్ళు చాలా తొందరగా ప్రత్యర్థుల చేతిలో ఓడిపోతారు.

అమ్మ కోపం తెచ్చుకోకుండా, ఈ విషయాన్ని వీలైనంత త్వరగా ముగించాలని కోరుకుంటూ ఒక్క క్షణం ఆగి, 'సరే, మిసెస్ వాన్ డాన్, ఒక వ్యక్తి మరీ ఎక్కువ నిరాడంబరంగా లేకుంటే మంచిదని నేను ఒప్పుకుంటాను. నా భర్త, మార్గోట్, పీటర్ అందరూ ఎంతో నిరాడంబరంగా ఉంటారు. మీ భర్త, ఆన్, నేను పూర్తిగా భిన్నమైన వాళ్ళం కానప్పటికీ, మేం ఎవరినీ మా మీద పెత్తనం చెలాయించనివ్వం.'

మిసెస్ వాన్ డాన్: 'ఓహ్, మిసెస్ ఫ్రాంక్, మీ ఉద్దేశ్యం నాకు అర్థం కాలేదు! నిజంగా నేను చాలా నిరాడంబరం, మెతక. నేను దూకుడని మీరెలా చెప్పగలరు?'

అమ్మ: 'దూకుడని నేను అనలేదు కాని మీద మెతక స్వభావం అని మాత్రం మిమ్మల్ని ఎవరూ అనరు.'

మిసెస్ వాన్ డి.: 'నేను ఏ విధంగా దూకుడో తెలుసుకోవాలనుకుంటున్నాను! నన్ను నేను చూసుకోకపోతే ఇంకెవరూ చూడరు. త్వరలోనే నా పని అయిపోతుంది. కాని దానర్థం నేను మీ భర్తలాగా నిరాడంబరంగా, మెతకగా లేనని కాదు.'

మిసెస్ వాన్ డాన్ తనని తాను హాస్యాస్పదంగా సమర్థించుకోవడంతో అమ్మకి నవ్వడం తప్ప వేరే దారి లేకపోయింది. అది ఆమెకి కోపం తెప్పించింది. పుట్టుకతో మాటకారి కాని ఆమె, తన అద్భుతమైన వివరణలని జర్మన్, డచ్ మిశ్రమంలో కొనసాగించి, చివరికి తన మాటల్లో తానే చిక్కుకొంది. అంతటితో ఆమె కుర్చీలోంచి లేచి గది నుంచి వెళ్ళబోతున్నప్పుడు ఆమె దృష్టి నా మీద పడింది. అప్పుడు ఆమెని నువ్వ చూసి ఉండాల్సింది! అదృష్టమో దురదృష్టమో, మిసెస్ వాన్ డి వెనక్కి తిరిగి చూసేసరికి నేను సానుభూతి, వ్యంగ్యం కలబోసి తల ఆడిస్తున్నాను. నేనప్పుడు ఉద్దేశపూర్వకంగా అలా చెయ్యలేదు. కాని ఆమె నిందల్ని ఎంత శ్రద్ధగా విన్నానంటే, అలా స్పందించడం పూర్తిగా అసంకల్పితంగా జరిగిపోయింది. మిసెస్ వాన్ డి వేగంగా నా వైపుకి తిరిగి...సరిగ్గా, కోపంతో ఎర్రబడిన మొహంతో మోటుగా ప్రవర్తించే చేపలు అమ్మకొనే మహిళలాగా జర్మన్ భాషలో నీచంగా, అసభ్యంగా, గట్టిగా తిట్టింది. అదంతా చూస్తుంటే నాకు ఆనందంగా అనిపించింది. నాకు బొమ్మలెయ్యడం వచ్చి ఉంటే, అప్పుడామె ఎలా కనిపించిందో అలానేవెయ్యాలనుకుంటాను.ఆమె అంత నవ్వుచ్చేలా అనిపించింది, ఆ బుద్ధిలేని మతిమరుపు మనిషి! నేను ఒక విషయం నేర్చుకున్నాను: ఒక పోట్లాట జరిగిన తరువాతే ఒక వ్యక్తి గురించి తెలుసుకుంటాం. అప్పుడే మనం వాళ్ళ నిజ స్వభావాన్ని నిర్ధయించగలం.

సీ, ఆన్

మంగళవారం, సెప్టెంబర్ 29, 1942

ప్రియమైన కిట్టి,

అజ్ఞాతంలో ఉన్నప్పుడు వింతగొలిపే విషయాలు జరుగుతాయి! దీన్ని ఊహించడానికి ప్రయత్నించు...మాకు స్నానాలగది లేదు కాబట్టి ఒక సత్తు తొట్టెలో స్నానం చేస్తాం. ఆఫీసులో (అంటే, కింది అంతస్తు మొత్తం) వేడి నీళ్ళు మాత్రమే ఉంటాయి కాబట్టి మేము ఏడుగురం వంతులు వేసుకొని ఈ గొప్ప అవకాశాన్ని బాగా ఉపయోగించుకుంటాం. కాని మేము ఎవ్వరం కూడా ఒకేలాంటి వాళ్ళం కాదు కాబట్టి, పైగా ఒక్కొక్కరికి ఒక్కొక్క స్థాయి నమ్రతతో (స్వభావం) బాధపడుతుంటాం కాబట్టి, కుటుంబం లోని వాళ్ళంతా స్నానం చెయ్యడానికి వేర్వేరు స్థలాలను ఎంచుకున్నాం. ఆఫీసు వంటగదికి అద్దాల తలుపు ఉంటుంది. అయినా పీటర్ అక్కడ స్నానం చేస్తాడు. అతను స్నానం చేసే సమయం అయ్యేసరికి మాలో ప్రతి ఒక్కరి దగ్గరికి వచ్చి, తరువాతి అరగంట వరకూ మేము వంటగది వైపు వెళ్ళకూడదని ప్రకటిస్తాడు. ఈ జాగ్రత్త చాలుననుకుంటాడు. మిస్టర్ వాన్ డి స్నానం మేడమీద చేస్తారు. తన గదిలో ఉండే భద్రత... మెట్లన్నీ ఎక్కి వేడి నీళ్ళు తీసుకెళ్ళడంలో ఉన్న కష్టం కంటే ఎక్కువన్నది ఆయన వాదన. మిసెస్ వాన్ డి ఇంకా స్నానం చేయలేదు. ఆమె అన్నిటికన్నా అనువైన ప్రదేశమేదో తెలుసుకోవాలని చూస్తోంది. నాన్న ప్రైవేట్ కార్యాలయంలో, అమ్మ వంటగదిలో పొయ్యి దగ్గర మంట నుంచి దూరంగా ఉండే తెర

37

(ఫయర్ గార్డ్) వెనకాల స్నానం చేస్తారు. మార్గోట్, నేను కార్యాలయం ముందుభాగాన్ని మేము స్నానం చేసే ప్రదేశంగా ప్రకటించాం. శనివారం మధ్యాహ్నం పరదాలు వేసెయ్యటం వల్ల మేము చీకట్లోనే ఒళ్ళు రుద్దుకుంటాం. అయితే ఆ సమయంలో మా ఇద్దరిలో స్నానం ఎవరు చెయ్యట్లేదో వాళ్ళు కిటికీ తెరలకున్న చిరుగుల గుండా అంతులేని వినోదం కలిగించే మనుషులని కన్నార్పకుండా చూస్తారు.

ఒక వారం క్రితం ఈ స్థలం నాకు నచ్చలేదని నిర్ధారించుకున్నాను. ఇంకా ఎక్కువ సౌకర్యంగా ఉండే చోటు కోసం వెతుకుతున్నాను. కార్యాలయంలో ఉన్న విశాలమైన మరుగుదొడ్డిలో నా సత్తు తొట్టిని పెట్టుకోవచ్చన్న ఆలోచన నాకు పీటరే ఇచ్చాడు. అక్కడ నేను కూర్చోవచ్చు, లైటు వేయచ్చు, తలుపు గడియ పెట్టచ్చు, ఎవరి సహాయం లేకుండా నీళ్ళు పోసుకోవచ్చు. ఇవన్నీ కూడా...ఎవరికైనా కనిపిస్తామేమో అనే భయం లేకుండా చెయ్యచ్చు. నేను ఆదివారం నాడు నా అందమైన స్నానాల గదిని మొదటిసారి ఉపయోగించుకున్నాను. వింతగా అనిపిస్తుందేమో కానీ, వేరే ఏ చోటు కన్నా నాకు ఇదే బాగా నచ్చింది.

బుధవారం నాడు నీటి గొట్టాలు బాగుచేసే అతను (ప్లంబర్) కింది అంతస్తులో పని చేస్తున్నాడు. శీతాకాలంలో నీటిపైపులు, తూములు బిగుసుకుపోకుండా వాటిని కార్యాలయంలోని మరుగుదొడ్డి నుంచి నడవాలోకి మారుస్తున్నాడు. అతను రావడం చాలా ఇబ్బందిగా కలిగించింది. పగటిపూట నీళ్ళు వదలటానికి లేకపోవడమే కాదు, ఆ గదిలోకి పోవటానికి కూడా వీల్లేకుండా పోయింది. ఈ సమస్యని మేమెలా సంభాళించామో చెప్తాను. ఈ విషయం నీ దగ్గర తీసుకురావటం నాకు తగదని నీకు అనిపించవచ్చు కానీ, ఈ రకమైన విషయాల్లో నాకు అంత విజ్ఞత లేదు. మేము ఇక్కడికి వచ్చిన రోజున నాన్న, నేను ఛేంబర్ పాట్ (మూత్ర విసర్జన కోసం పడకగదిలో పెట్టుకునే కుండ) తయారుచేశాం. అందుకోసమని ఆహారం నిలవచేసే ఒక పాత్ర (ప్రిజర్వింగ్ జార్) వాడేశాం. ప్లంబర్ ఉన్న సమయం లో ప్రకతి అవసరాలు తీర్చుకోనేందుకు పగలంతా జార్లు ఉపయోగించాం. నా అభిప్రాయం ప్రకారం, రోజంతా కదలకుండా కూర్చుని ఒక్క మాట కూడా మాట్లాడకుండా ఉండటంలో ఉండే కష్టంలో ఇది సగం కూడా కాదు. మిస్ క్వాక్, క్వాక్, క్వాక్‌కి ఇది ఎంత కష్టమో నువ్వు ఊహించగలవు. మామూలు రోజుల్లో మేము గుసగుసలాడుతున్నట్టు మాట్లాడాలి. మాట్లాడకుండా లేదా కదలకుండా ఉండటం ఇంతకన్నా పది రెట్లు దారుణం.

మూడు రోజుల పాటు కూర్చొనే ఉన్న తరువాత నా వెనుక భాగం బిగుసుకొని పుండైపోయింది. రాత్రి వేళ చేస్తన్న వ్యాయామం ఉపశమనం కలిగించింది.

సీ, ఆన్

గురువారం, అక్టోబర్ 1, 1942

ప్రియమైన కిట్టి,

నిన్న నాకు విపరీతంగా భయమేసింది. ఎనిమిది గంటలకి అకస్మాత్తుగా డోర్ బెల్ మోగింది. మమ్మల్ని పట్టుకోవటానికి ఎవరో వస్తున్నారని మాత్రమే అనుకోగలిగాను, నా ఉద్దేశ్యం నీకు తెలుసు కదా. కానీ ఆ వచ్చినది ఎవరో కావాలని సరదాగా ఏడిపించటానికి వచ్చినవాళ్ళు (ప్రాంక్స్టర్స్) గాని తపాలా బంట్రోతు (పోస్ట్స్ మాన్) గాని అయ్యుండాలని అందరూ నమ్మకంగా అన్నప్పుడు శాంతపడ్డాను.

పగటిపూట నిశ్శబ్దంగా ఉంటోంది. మిస్టర్ లెవిన్సన్ అనే యూదువు, ఒక చిన్నపాటి రసాయన శాస్త్రవేత్త, మిస్టర్ కుగ్లర్ కోసం వంటగదిలో కొన్ని ప్రయోగాలు చేస్తున్నారు. అతనికి మొత్తం

38

భవనమంతా బాగా తెలుసు కాబట్టి, ఇదివరకు ప్రయోగశాలగా ఉండిన గది ఒకసారి చూద్దామని అక్కస్మాత్తుగా బయలుదేరుతుడేమోనని మేము భయపడుతూ ఉండిపోయాం. ఎలక పిల్లల్లాగా నిశ్శబ్దంగా, కదలకుండా ఉండిపోయాం. పాదరసం లాంటి ఆన్ గంటల తరబడి నిశ్శబ్దంగా కూర్చోవాల్సివస్తుందని, పైగా అలా ఉండగలుగుతుందని మూడు నెలల క్రితం ఎవరైనా ఊహించేవారా?

ఇరవైతొమ్మిదిన మిసెస్ వాన్ డాన్ పుట్టినరోజు. మేం పెద్దగా వేడుక జరపనప్పటికీ పువ్వులు, సాధారణ బహుమతులు, మంచి ఆహారంతో ఆమెని ముంచెత్తేశాం. జంటగా ఉండే ఎర్రటి పువ్వులు ఆమె తన జీవిత భాగస్వామి నుంచి అందుకోవడం కుటుంబ సాంప్రదాయం.

మిసెస్ వాన్ డాన్ అనే అంశం దగ్గర ఒక్క క్షణం ఆగి నీకొక విషయం నీకు చెప్తాను. నాన్నతో చనువుగా ఉండాలని ఆమె చేసే ప్రయత్నాలంటే నాకు ఎప్పుడూ చిరాకే. ఆమె ఆయన చెంప మీద, తల మీద నాజుకుగా తడుతుంది. తన స్కర్ట్ పైకి లాక్కుంటూ, పిమ్ దృష్టిని ఆకర్షించాలని 'చమత్కార వ్యాఖ్యానాలు' అనబడేవేవో చేస్తుంది. అదృష్టవశాత్తూ నాన్నకి ఆమె అందంగా గాని ఆకర్షణీయంగా గాని అనిపించదు. అందుకని ఆమె సరసాలకి స్పందించరు. నీకు తెలిసుగా, నేను చాలా అసూయపడే రకాన్ని. ఆమె ప్రవర్తనని హర్షించలేను. మా అమ్మ మాత్రం మిస్టర్ వాన్ డి తో అలా అంతా చెయ్యదు. ఈ మాట నేను మిసెస్ వాన్ డి మొహనే అనేశాను.

పీటర్ కొన్నిసార్లు భలే వినోదం కలిగిస్తాడు. అతనికి నాకూ ఒక విషయంలో సారూప్యముంది. అందరూ నవ్వుకోనేలాగా బట్టలు వేసుకోవడం మాకు ఇష్టం. ఒక రోజు సాయంత్రం, వాళ్ళ అమ్మ బిగుత్తెన దుస్తులు ధరించి పీటర్, అతని సూట్ వేసుకొని నేను ప్రత్యక్షమయ్యాం. అతను హ్యాట్ పెట్టుకున్నాడు, నేను టోపీ. పెద్దలు పొట్టలు చెక్కలయ్యేలాగా నవ్వారు. మేమందరం అదంతా ప్రతి క్షణమూ ఆనందించాం.

మార్గోట్ కోసం, నా కోసం బెప్ 'ది బిజినెస్కార్' నుంచి కొత్త స్కర్టులు కొనింది. వాటి గుడ్డ బంగాళాదుంపలు నింపే బస్తాల గుడ్డలాగా వికారంగా ఉంది. ఈ డిపార్ట్మెంటు స్టోర్లు వెనకటిరోజుల్లో అమ్మదానికే ధైర్యం చెయ్యని దుస్తులకి ఇప్పుడు 24.00 గిల్డర్లు (మార్గోట్ స్కర్ట్), 7.75 గిల్డర్లు (నాది) ఖర్చు అవుతోంది.

మాకు మంచి కాలక్షేపం కలగబోతోంది మాకు. మార్గోట్, పీటర్, నేను షార్ట్హ్యాండ్ నేర్చుకోవడానికి బెప్ కరస్పాండెన్స్ కోర్సు ఏర్పాటు చేసింది. చూస్తూ ఉండు, వచ్చే ఏడాది ఈ సమయానికి మేము చాలా చక్కటి సంక్షిప్తలిపి రాసేలా తయారవుతాం. ఏదేమైనా, అలాంటి రహస్య భాష రాయడం నేర్చుకోవడం నిజంగా ఆసక్తికరంగా ఉంటుంది.

నా చూపుడు వేలు (ఎడమ చేతిలో) భయంకరంగా నొప్పి పెడుతోంది కాబట్టి ఇస్త్రీ చెయ్యలేను. ఏం అదృష్టం!

భోజనాల బల్ల దగ్గర మిస్టర్ వాన్ డాన్ తన పక్కన నన్ను కూర్చోమంటున్నారు. మార్గోట్ ఆయనతో సమానంగా తినడు మరి. అది నాకు సమ్మతమే, నేను మార్పులు ఇష్టపడతాను. ఇంటి ఆవరణ చుట్టూ ఒక చిన్న నల్లపిల్లి ఎప్పుడూ తిరుగుతూ ఉంటుంది. అది నా ప్రియమైన, ముద్దుగా ఉండే మూర్తేని గుర్తు చేస్తుంది. నేను మార్పు కోరుకోవడానికి ఇంకొక కారణం ఏంటంటే, అమ్మ నన్నెప్పుడూ ఆక్షేపిస్తా ఉంటుంది, ముఖ్యంగా భోజనాల బల్ల దగ్గర. ఇప్పుడిక అదంతా మార్గోట్ భరించాల్సి ఉంటుంది. బహుశా భరించాల్సి రాకపోవచ్చేమో, అమ్మ ఆమెతో అలా వ్యంగ్యంగా మాట్లాడదు కాబట్టి. (శ్రేష్టతకి ఉదాహరణగా నిలిచే ఆ మార్గోట్తో! శ్రేష్టతకి ఉదాహరణ అంటూ మార్గోట్ని ఎప్పుడూ ఆటపట్టిస్తాను. ఆమెకది అస్సలు నచ్చదు. నేనలా అనడం, కేవలం ఇతరుల మెప్పు కోసం మంచిగా ఉండకూడదనే విషయాన్ని ఆమెకి నేర్పుతుందేమో. ఇప్పుడింక ఆమె తెలుసుకోవాల్సిన సమయం వచ్చింది.

39

గందరగోళంగా ఉన్నఈ వార్తలని మిస్టర్ వాన్ డాన్ చెప్పిన ఒక నవ్వొచ్చే హాస్యోక్తి (జోక్)తో ముగిస్తాను:

తొంభై తొమ్మిది సార్లు చిన్న శబ్దం చేసి ఒక్కసారి మాత్రం ముందుకు వెళ్ళేదేది?

వంకర తిరిగిన పాదాలతో ఉండే వెయ్యికాళ్ళ జెర్రి.

వీడ్కోలు,

ఆన్

శనివారం, అక్టోబర్ 3, 1942

ప్రియమైన కిట్టి,

మంచం మీద మిస్టర్ వాన్ డాన్ పక్కన పడుకున్నందుకు నిన్న అందరూ నన్ను ఆటపట్టించారు. 'నువ్వున్న వయసులోనా! ఆశ్చర్యం!' ఇదే తరహాలో ఇంకొన్ని వ్యాఖ్యానాలు చేశారు. వెర్రితనం కదూ. వాళ్ళన్న విధంగా మిస్టర్ వాన్ డాన్తో పడుకోవాలని నేను ఎప్పటికీ అనుకోను.

నిన్న అమ్మ, నేను మరోసారి తీవ్రంగా వాదించుకున్నాం. ఆమె నిజంగా అక్కడేని వాదన లేపింది. నా పాపాలన్నీ నాన్నకి చెప్పి ఏడుపు మొదలుపెట్టింది. దాంతో నేను కూడా ఏడ్చాను. అప్పటికే నాకు భయంకరమైన తలనొప్పి ఉంది. చివరికి అమ్మ కంటే తనని ఎక్కువ ప్రేమిస్తున్నానని నేను నాన్నతో చెప్పాను. దానికి నాన్న 'ఇది కేవలం ఒక తాత్కాలికమైన దశ' అని సమాధానం ఇచ్చారు. కానీ నేనలా అనుకోవడం లేదు. అమ్మని ఏమాత్రం భరించలేను. ఆమె చెంప చెళ్ళుమనేలా కొట్టాలని అనిపించినప్పుడు...రోషమని వెనుక సమాధానం చెప్పకుండా, ప్రశాంతంగా ఉండాలి, బలవంతంగా. అమ్మ అంటే ఎందుకు నాకింత గాఢమైన అయిష్టమో నాకు తెలీదు. అమ్మకి బాగాలేకపోతే లేదా తలనొప్పిగా ఉంటే, నేను చొరవ తీసుకొని ఆమెకి సహాయం చెయ్యాలని నాన్న అంటారు. కానీ నేనలా చెయ్యను. ఎందుకంటే ఆమెని నేను ప్రేమించట్లేదు, ఆమెకి సహాయం చేయటంలో నాకు ఆనందం ఉండదు కాబట్టి. అమ్మ ఏదో ఒక రోజు చనిపోతుందని ఈ హించగలను కానీ నాన్న మరణం ఊహించరానిదిగా అనిపిస్తుంది. ఇలా ఆలోచించటం నా నీచత్వమే. కానీ నాకు అలానే అనిపిస్తుంది మరి. ఇది గాని, నేను రాసిన వేరే ఏ విషయులు గాని అమ్మ ఎప్పటికీ చదవదని ఆశిస్తున్నాను.

ఈ మధ్య నన్ను పెద్దవాళ్ళ పుస్తకాలు ముందుకన్నా ఎక్కువగా చదవనిస్తున్నారు. నికో వాన్ సుచ్వెలెన్ రచించిన ఎస్. యాల్ ప్రస్తుతం నాకు తీరిక లేకుండా చేస్తోంది. లేత యవ్వనంలో ఉండే అమ్మాయిలకి ఉద్దేశించబడిన పుస్తకాలకి, ఈ పుస్తకానికి పెద్ద తేడా లేదనిపిస్తోంది. పిల్లలు యాపిల్ పళ్ళలాగా చెట్ల మీద పెరుగుతారని, అవి పండినప్పుడు వాటిని ఒక కొంగ చెట్టు నుంచి తుంచి తల్లుల దగ్గరికి తీసుకొస్తుందని ఇవా అనుకుంది. కానీ ఆమె స్నేహితురాలి పిల్లికి పిల్లలున్నాయి. ఆ పిల్లలు పిల్లి నుంచి బయటికి రావడం ఎవా చూసింది కాబట్టి, పిల్లలు కూడా కోళ్ళలాగా గుడ్డు పెట్టి వాటిని పొదుగుతాయని, బిడ్డని కోరుకునే తల్లులు కూడా గుడ్డుపెట్టి, పొదగటానికి కొన్ని రోజుల ముందు మేడమీదికి వెళ్తారని అనుకుంది. పిల్లలు పుట్టిన తరువాత, అలా గొంతు కూర్చొని శ్రమ పడినందుకు తల్లులు చాలా బలహీనంగా ఉంటారని అంటుంది. ఒకానొక సమయంలో ఎవా కూడా బిడ్డ కావాలనుకుంది. ఆమె ఒక ఉన్ని కండువా తీసుకొని నేలమీద పరిచింది, గుడ్డు అందులో పడాలని. ఆ తరువాత ఆమె మోకాళ్ళ మీద కూర్చొని మొక్కటం మొదలుపెట్టింది. అలా ఎదురుచూస్తూ కోడిపెట్టలా శబ్దం చేసింది కానీ గుడ్డు బయటికి రాలేదు. చివరికి, ఆమె చాలా సేపు కూర్చున్న తరువాత నిజంగానే ఏదో వచ్చింది. కానీ అది

40

గుడ్డుకాదు, మాంసపు ముక్క. ఎవా ఇబ్బంది పడింది. తనకి అనారోగ్యంగా ఉందనుకుంది. తమాషాగా ఉంది కదా? మహిళలు వీధిలో తమ శరీరాలు అమ్ముకోవడం, చాలా డబ్బులు అడగడం గురించి ఎవా యాత్ రాసిన పుస్తకంలో కొన్ని భాగాలున్నాయి. అటువంటి స్థితిలో ఒక మగవాడి ముందు నేనైతే మహా ఇబ్బంది పడిపోతాను. ఇంకా, ఆ పుస్తకం ఎవా బూతుత్రసావం గురించి ప్రస్తావించింది. ఓహ్, నేను రజస్వల కావాలని ఎదురుచూస్తున్నాను. అప్పుడు నేను నిజంగా పెద్దదాన్ని అయినట్లు.

నాన్న మళ్ళీ సణుగుతున్నారు. నా డైరీ తీసేసుకుంటానని బెదిరించారు. ఓహ్, భయంకరాతి భయంకరం! ఇప్పటి నుంచి దీన్ని దాచేస్తాను.

ఆన్ ఫ్రాంక్

బుధవారం, అక్టోబర్ 7, 1942

నేనిలా ఊహిస్తున్నాను...

నేను స్విట్జర్లాండ్ వెళ్ళాను. నాన్న, నేను ఒక గదిలో నిద్రపోతాం. అబ్బాయిల[7] చదువుకునే గదిని సిట్టింగ్ రూమ్‌గా మార్చారు. అక్కడ నేను సందర్శకులని కలవచ్చు. ఆశ్చర్యకరంగా, వాళ్ళు నా కోసం కొత్త గెపకరణలు కొన్నారు. అందులో కొత్త బల్ల, టీ బల్ల, రాసుకునే బల్ల, చేతులుండే కుర్చీలు, సోఫా ఉన్నాయి. ప్రతి వస్తువూ చాలా అద్భుతంగా ఉంది. కొన్ని రోజుల తరువాత నాన్న నాకు 150 గిల్డర్లు ఇచ్చారు–స్విస్ డబ్బుగా మార్చే ఇచ్చారులే. అయినా నేను మాత్రం వాటిని గిల్డర్లనే అంటాను–నాకు అవసరమని నేను అనుకునే ప్రతిదాన్ని, పూర్తిగా నాకోసమే కొనుక్కోమని చెప్పారు. (ఆ తరువాత నాకు వారానికి ఒక గిల్డర్ లభిస్తుంది. అది కూడా నాక్కావలసింది కొనుక్కోవడానికి ఉపయోగించుకోవచ్చు.) నేను బెర్డ్‌తో కలిసి బయలుదేరి, ఇవన్నీ కొంటాను:

3 నూలు బనియన్లు @ 0.50 = 1.50

3 కాటన్ నిక్కర్లు @ 0.50 = 1.50

3 ఉన్ని బనియన్లు @ 0.75 = 2.25

3 ఉన్ని నిక్కర్లు @ 0.75 = 2.25

2 పెటికోట్స్ @ 0.50 = 1.00

2 బ్రాలు (బాగా చిన్నవి) @ 0.50 = 1.00

5 పైజామాలు @ 1.00 = 5.00

1 లైట్ డ్రెస్సింగ్–గౌన్ @ 2.50 = 2.50

1 మందపాటి డ్రెస్సింగ్–గౌన్ @ 3.00 = 3.00

2 బెడ్ జాకెట్లు @ 0.75 = 1.50

1 చిన్న దిండు @ 1.00 = 1.00

1 జత తేలికపాటి చెప్పులు @ 1.00 = 1.00

1 జత వెచ్చని చెప్పులు @ 1.50 = 1.50

1 జత వేసవి బూట్లు (బడి) @ 1.50 = 1.50

1 జత వేసవి బూట్లు (నాణ్యమైనవి)@ 2.00 = 2.00

---

[7] ఆన్ కజిన్స్ బెర్డ్‌పార్ట్ (బెర్డ్), స్టీఫెన్ ఎలియాస్.)

1 జత శీతాకాలపు బూట్లు (బడి) ఏ 2.50 గా 2.50

1 జత శీతాకాలపు బూట్లు (నాణ్యమైనవి)

2 ఆప్రాన్లు @ 0.50 = 1.00

25 రుమాళ్ళు @ 0.05 = 1.25

4 జతల పట్టు మేజోళ్ళు @ 0.75 = 3.00

4 జత మోకాలి–మేజోళ్ళు @ 0.50 = 2.00

4 జతల మేజోళ్ళు @ 0.25 = 1.00

2 జతల మందపాటి మేజోళ్ళు @ 1.00 = 2.00

తెల్ల ఉన్ని యొక్క 3 బంతులు (లోదుస్తులు, టోపీ) = 1.50

3 నీలిరంగు నూలు (స్వెట్టర్లు, స్కర్ట్) = 1.50

రంగురంగుల నూలు యొక్క 3 బంతులు (టోపీ, కండువా) =1.50

దుప్పట్లు, బెల్టులు, కాలర్లు, బటన్లు = 1.25

వీటికి తోడు 2 బడి దుస్తులు (వేసవి), 2 బడి దుస్తులు (శీతాకాలం), 2 మంచి దుస్తులు (వేసవి), 2 మంచి దుస్తులు (శీతాకాలం), 1 వేసవి స్కర్ట్, 1 మంచి శీతాకాలపు స్కర్ట్, 1 బడి చలికాలం స్కర్ట్, 1 రెయిన్ కోట్, 1 వేసవి కోటు, 1 శీతాకాలపు కోటు, 2 టోపీలు, 2 టోపీలు. మొత్తం 108.00 గిల్డర్లకి.

2 హ్యాండ్‌బ్యాగులు, 1 ఐస్–స్కేటింగ్ దుస్తులు, 1 జత స్కేట్లు, 1 కేసు (పౌడర్, స్కిన్ క్రీమ్, ఫౌండేషన్ క్రీమ్, ప్రక్షాళన క్రీమ్, సన్‌టాన్ ion లేపం, కాటన్ ఉన్ని, ప్రథమ చికిత్స వస్తు సామగ్రి, రాజ్, లిప్‌స్టిక్, కనుబొమ్మ పెన్సిల్, బాత్ సాల్ట్స్, బాత్ పౌడర్, యూ డి కోలోన్, సబ్బు, పౌడర్ పఫ్).

వీటికి తోడు 4 స్వెటర్లు @ 1.50, 4 బ్లౌజులు @ 1.00, ఇతర వస్తువులు @10.00 ఇంకా పుస్తకాలు, బహుమతులు @ 4.50.

శుక్రవారం, అక్టోబర్ 9, 1942

ప్రియమైన కిట్టీ,

ఈ రోజు నా దగ్గర నీకు చెప్పడానికి ఘోరమైన, నిరుత్సాహపరిచే వార్తలు తప్ప మరేమీ లేవు. మాకున్న చాలామంది యూదు స్నేహితులని, తెలిసినవాళ్ళని పశువుల మందల్లా పట్టుకెళుతున్నారు. గెస్తపో (రహస్య పోలీసులు) వాళ్ళతో చాలా కనికరంగా వ్యవహరిస్తున్నారు. వాళ్ళని పశువులని రవాణా చేసే వాహనాల్లో వెస్టర్‌బోర్క్‌కి, యూదులందరినీ పంపుతున్న డ్రెంతెల్‌ లో ఉన్న పెద్ద శిబిరానికి పంపుతున్నారు. అక్కడి నుండి తప్పించుకొని వచ్చిన ఒక వ్యక్తి గురించి మియెప్ మాకు చెప్పింది. ఇక వెస్టర్‌బోర్క్‌లో పరిస్థితులు భయంకరంగా ఉండాలి. అక్కడున్నవాళ్ళకి తినడానికి దాదాపు ఏమీ దొరకదు. తాగడానికి దొరికేది ఇంకా తక్కువ. ఎందుకంటే నీళ్ళు రోజుకి ఒక్క గంట మాత్రమే దొరుకుతాయి. అక్కడ ఉన్న ఎన్నో వేల మందికి కేవలం ఒక మరుగుదొడ్డి, ఒక చేతులు కడుక్కొనే తొట్టి (సింక్) మాత్రమే ఉన్నాయి. పురుషులు, మహిళలు ఒకే గదిలో నిద్రపోతారు. మహిళలు, పిల్లలు తరచూ గుండు చేయించుకుంటారు. అక్కడి నుంచి తప్పించుకోవటం దాదాపు అసాధ్యం. అక్కడ ఉన్నవాళ్ళు చాలా మంది యూదుల్లాగే కనిపిస్తారు. ఎందుకంటే, వాళ్ళందరి జుట్టు గొర్రెలకున్నట్టు బాగా పొట్టిగా కత్తిరిస్తారు. అదే వాళ్ళకి గుర్తు.

పోలండ్‌లోనే పరిస్థితులు ఇంత ఘోరంగా ఉంటే, జర్మన్లు వాళ్ళని పంపిస్తున్న వేరే దూర, అనాగరిక ప్రదేశాల్లో పరిస్థితులు ఇంకెలా ఉండాలి? వాళ్ళలో ఎక్కువ మంది హత్యకు గురవుతున్నారని అనుకుంటున్నాం. వాళ్ళని విష వాయువుకి గురి చేస్తున్నట్టు ఆంగ్ల రేడియోలో చెప్పారు. బహుశా అది చావుకి అతిదగ్గరి దారేమో.

నాకిదంతా ఘోరంగా అనిపిస్తోంది. మియెప్ చెప్పే ఈ భయానక సంఘటనలు ఎంతో హృదయ విదారకంగా ఉన్నాయి. మియెప్ కూడా చాలా కలవరపడుతోంది. ఉదాహరణకి, ఈమధ్య ఒకరోజ మియెప్ వాళ్ళ కారు కోసం బయటికి వెళ్ళినప్పుడు...గెస్టపోవాళ్ళు వద్దరాలు, వికలాంగురాలు అయిన ఒక యూదు మహిళను వాళ్ళ ఇంటి గుమ్మంలో కుదేసి వెళ్ళరు. మెరిసే సెర్చ్ లైట్లకి, పైనుంచి వెళ్తున్న ఆంగ్లేయుల విమానాలని తుపాకీలతో కాలుస్తున్న శబ్దాలకి ఆ వద్దరాలు భయపడింది. అయినా మియెప్ ఆమెని లోపలికి రానిచ్చే ధైర్యం చెయ్యలేదు. అలా ఎవరూ చెయ్యరు. శిక్ష వేసే విషయానికొస్తే జర్మన్లు ఉదారులు.

బెప్ కూడా ఉత్సాహంగా ఏమీ లేదు. ఆమె ప్రియుడిని జర్మనీకి పంపుతున్నారు. విమానాలు ఎగురుతున్న ప్రతిసారీ వాటిలోని బాంబులన్నీ బెర్టస్ తల మీద ఎక్కడ పడేస్తారోనని ఆమె భయపడుతుంది. 'ఓh, కంగారు పడ్డదు. అవి అతని మీద పడవులే' లేదా 'ఒక్క బాంబు మాత్రమే చాలు' లాంటి హాస్యోక్తులు ఈ పరిస్థితికి తగినవి కావు. జర్మనీలో పని చేయడానికి బలవంతంగా పంపబడుతున్నది బెర్టస్ ఒక్కడే కాదు. యువకులతో నిండిన రైళ్ళు రోజూ బయలుదేరుతున్నాయి. వాళ్ళలో కొందరు రైలు ఏదైనా చిన్న స్టేషన్ దగ్గర ఆగినప్పుడు దొంగతనంగా తప్పించుకోవడానికి ప్రయత్నిస్తారు. కానీ చాలా కొద్దిమంది మాత్రమే ఎవ్వరంటా పడకుండా తప్పించుకొని, ఎక్కడైనా దాక్కోగలరు.

కానీ నా దుఃఖాలకి ఇది ముగింపు కాదు. 'బందీలు' అన్న మాటని ఎప్పుడైనా విన్నావా? అది విధ్వంసకులకి వేసే తాజా శిక్ష. ఇది మనం ఊహించగలిగే విషయాల్లో అత్యంత భయంకరమైనది. ప్రఖ్యాత పౌరులు—అమాయక ప్రజలు—బంధింపబడి ఉరిశిక్ష కోసం ఎదురుచూస్తూ ఉంటారు. గెస్టపోకి విధ్వంసకులెవ్వరూ కనిపించకపోతే, ఐదుగురు బందీలను పట్టుకొని ఒక వరుసలో గోడకి ఆనించి నిలబెడతారు. వాళ్ళ మరణ వార్తలు దినపత్రికలో చదువుతాం, వాటిని 'ప్రాణాంతక ప్రమాదాలు' గా పేర్కొనే చోట.

ఆ జర్మన్లు మానవత్వానికి ప్రతి రూపాని, నేనూ నిజంగా వాళ్ళలో ఒకదాన్నని అనుకోవడమే! కాదు, అది నిజం కాదు, చాలాకాలం క్రితమే హిట్లర్ మా జాతీయతను లాగేసుకున్నాడు. అంతే కాక, జర్మన్లకి, యూదులకి మధ్య ఉన్న శత్రుత్వానికి మించిన శత్రుత్వం ఈ భూమ్మీద ఇంకోటి లేదు.

సీ, ఆన్

బుధవారం, అక్టోబర్ 14, 1942

ప్రియమైన కిట్టీ,

నేను చాలా పని హడావుడిలో ఉన్నాను. నిన్న లా బెల్లె నివేర్నాయిస్ పుస్తకం నుంచి ఒక అధ్యాయాన్ని అనువదించడంతో, అందులోని పదాలను రాసుకోవడంతో మొదలుపెట్టాను. ఆ తరువాత లెక్కల్లోని ఒక దౌర్భాగ్యపు సమస్య మీద పనిచేశాను. ఫ్రెంచ్ వ్యాకరణంలోని మూడు పుటలు కూడా అనువదించాను. ఈ రోజు ఫ్రెంచ్ వ్యాకరణం, ఇంకా చరిత్ర. ప్రతిరోజూ ఆ దౌర్భాగ్యపు లెక్కలు

చేయాలంటే మాత్రం ఒప్పుకోను. నాన్నకి కూడా లెక్కలంటే విసుగే. నాన్న కంటే నేనే ఏ కొద్దిగానో మెరుగు, దాంట్లో మా ఇద్దరిలో ఎవరికి కూడా ఏమాత్రం ప్రావీణ్యం లేకపోయినా. కాబట్టి ఎప్పుడూ మార్గొట్ సహాయం అడగాల్సొస్తుంది. నాకు చాలా ఇష్టమైన షార్ట్‌హ్యాండ్ నేర్చుకోవడం కూడా కొనసాగిస్తున్నాను. మా ముగ్గురిలోకీ నేనే ఎక్కువ పురోగతి సాధించాను.

నేను స్మార్ట్ ఫ్యామిలీ చదివాను. ఇది చాలా బాగుంది కానీ జూప్ టర్ హెల్యూల్ తో పోల్చలేం. ఏమైనా, ఒకే రకమైన మాటలు రెండు పుస్తకాల్లోనూ కనిపిస్తాయి. ఆ పుస్తకాలను రాసింది ఒకరే కాబట్టి అలా ఉండడంలో అర్థం ఉంది. సిస్సీ వాన్ మార్క్స్వెల్డ్ ఒక అద్భుతమైన రచయిత. నేను ఖచ్చితంగా నా పిల్లలని కూడా ఆమె పుస్తకాలు చదవనిస్తాను.

అంతేకాక, కార్నర్ రాసిన నాటకాలు చాలా చదివాను. అతను రాసే విధానం నాకు చాలా ఇష్టం. ఉదాహరణకి హెడ్విగ్, ది కజిన్ ఫ్రమ్ బ్రెమెన్, ది గవర్నెస్, ది గ్రీన్ డొమినో, మొదలైనవి.

అమ్మ, మార్గొట్, నేను మరోసారి ప్రాణ స్నేహితులమయ్యాం. నిజానికి అలా ఉండటం చాలా బాగుంటుంది. నిన్న రాత్రి మార్గొట్, నేను నా మంచంలో పక్కపక్కనే పడుకున్నాం. అది మరీ చాలా ఇరుకైంది కానీ అసలు సరదాగా అనిపించింది అందువల్లే. ఒకసారి నా డైరీ చదవచ్చా...అని తను అడిగింది.

'అందులోని కొన్ని భాగాలు' అని, తన డైరీ గురించి అడిగాను. తన డైరీ చదవడానికి నాకు అనుమతి ఇచ్చింది.

మా సంభాషణ రానున్న రోజల మీదకెళ్ళింది. పెద్దయ్యాక తను ఏం చేద్దామనుకుంటోందో అడిగాను. కానీ చెప్పలేదు. దాని గురించి గోప్యంగా ఉంచింది. అది శిక్షణ (టీచింగ్)కి సంబంధించిందని నాకనిపించింది. ఖచ్చితంగా చెప్పలేనులే కానీ, అటువంటిదే ఏదో ఉందని మాత్రం నా అనుమానం. నేను నిజంగా మరీ ఇంత ఆసక్తి చూపించకూడదు.

ఈరోజు పొద్దున నేను పీటర్ని తన మంచం మీదినుంచి తోశేసి దానిమీద నేను పడుకున్నాను. అతనికి బాగా కోపమొచ్చినా నేను పట్టించుకోలేదు. అప్పుడప్పుడు నాతో కొంచెం ఎక్కువ స్నేహంగా ఉండటం గురించి అతను ఆలోచిస్తాడేమో. ఎంతైనా నిన్న రాత్రి అతనికి ఒక యాపిల్ పండు ఇచ్చాను మరి.

నేను అనాకారినని తను అనుకుంటోందా...అని ఒకసారి మార్గొట్ని అడిగాను నేను బాగానే ఉంటానని, నాకు చక్కని కళ్ళున్నాయని చెప్పింది. కొంచెం అస్పష్టంగా ఉంది. అలా అనిపించడం లేదూ?

ఊఁ సరే. మళ్ళీ కలిసే వరకు!

ఆన్ ఫ్రాంక్

పిఎస్: ఈరోజు పొద్దున మేమందరం ఎంత బరువున్నామో చూసుకున్నాం. మార్గొట్ ఇప్పుడు 9 రాళ్ళ 6 పౌండ్లు. (59.87 కిలోలు), అమ్మ 9 రాళ్ళ 10 పౌండ్లు (61.68 Kgs), నాన్న 11 రాళ్ళ 1 పౌండ్ (70.30కిలోలు), ఆన్ 6 రాళ్ళ 12 పౌండ్లు (43.54 కిలోలు), పీటర్ 10 రాళ్ళ 1 పౌండ్ (63.96కిలోలు), మిసెస్ వాన్ డాన్ 8 రాళ్ళ 5 పౌండ్లు (53.1 కిలోలు), మిస్టర్ వాన్ డాన్ 11 రాళ్ళ (69 కిలోలు). ఇక్కడున్న మూడు నెలల్లో నేను 19 పౌండ్ల బరువెక్కాను. చాలా ఎక్కువ, కదా?

మంగళవారం, అక్టోబర్ 20, 1942

ప్రియమైన కిట్టీ,

మమ్మల్ని భయపెట్టిన సంఘటన జరిగి రెండు గంటలు అయినప్పటికీ నా చేతులు ఇంకా వణుకుతున్నాయి. భవనంలో ఐదు మంటలార్పే పరికరాలున్నాయన్న విషయం ముందు చెప్పాలి. కార్యాలయంలోని సిబ్బంది తెలివితక్కువతనంతో...వడ్రంగి లేదా ఏ పేరుతో అతన్ని పిలుస్తారో, అతను మంటలార్పే పరికరాలు నింపడానికి వస్తుంటాడని హెచ్చరించడం మర్చిపోయారు. పర్యవసానంగా, మేము నిశ్శబ్దంగా ఉండాలనే విషయాన్ని పట్టించుకోలేదు, చివరి మెట్టు దగ్గర (పుస్తకాలు పెట్టుకొనే బీరువా అవతల వైపు నుంచి) సుత్తితో కొట్టిన శబ్దం వినిపించే వరకు. వడ్రంగి పని చేస్తున్నాడని నాకు వెంటనే అనిపించింది. బెప్ని కిందికి వెళ్ళడని హెచ్చరించడానికి వెళ్ళాను. అప్పుడేమో భోంచేస్తోంది. ఆ మనిషి వెళ్ళిపోయినప్పుడు మాకు తెలుస్తుందనే ఉద్దేశ్యంతో నాన్న, నేను తలుపు దగ్గర కాపు కాశాం. సుమారు పదిహేను నిమిషాలు పనిచేసిన తరువాత అతను తన సుత్తి, ఇంకొన్ని వేరే ఉపకరణాలూ పుస్తకాల బీరువా మీద ఉంచి (లేదా అలా మాకు అనిపించింది!). మా తలుపు గట్టిగా తట్టాడు. మేము భయంతో తెల్లగా పాలిపోయాం. అతను ఏమైనా విన్నాడా? విని ఈ నిగూఢంగా కనిపిస్తున్న పుస్తకాల బీరువాని తనిఖీ చెయ్యాలనుకుంటున్నాడా? అతను దాన్ని కొట్టడం, లాగడం, నెట్టడం, కుదుపుతూ ఉండడం వల్ల మాకలా అనిపించింది.

నేను ఎంతగా భయపడ్డానంటే, ఈ అపరిచితుడు మా అద్భుతమైన అజ్ఞాత స్థలాన్ని తెలుసుకుంటాడేమో అన్న ఆలోచనతో దాదాపు మూర్ఛపోయాను. ఇక నాకు మిగిలింది కొన్నిరోజులే అని అనుకున్నానో లేదో, 'తెరవండి, ఇక్కడున్నది నేనే' అంటూ మిస్టర్ క్లైమాన్ గొంతు వినిపించింది.

మేము వెంటనే తలుపు తెరిచాం. జరిగిందేంటి? పుస్తకాల బీరువాకి ఉండే కొక్కం ఇరుక్కుపోయింది. అందుకే వడ్రంగి రావడం గురించి ఎవరూ మమ్మల్నిహెచ్చరించలేకపోయారు. ఆ మనిషి వెళ్ళిపోయిన తరువాత, మిస్టర్ క్లైమాన్ బెప్ని తీసుకెళ్ళడానికి వచ్చారు కాని బీరువా తెరవలేకపోయారు. నాకెంత ఉపశమనం కలిగిందో నీకు చెప్పలేను. నా ఊహలో, ఏ వ్యక్తి అయితే ఈ రహస్య అనెక్స్ లోపలికి రావడానికి ప్రయత్నిస్తున్నాడని అనుకున్నానో, ఆ వ్యక్తి పెరిగి పెరిగి ఒక రాక్షసాకారాన్ని పొందాడు. అంతే కాకుండా, ప్రపంచంలో అత్యంత క్రూరమైన నిరంకుశుడయ్యే వరకు పెరిగాడు. హమ్మయ్య. అదృష్టవశాత్తూ కనీసం ఈసారైనా అంతా సరిగ్గా అయిపోయింది.

సోమవారంనాడు మేము చాలా సరదాగా గడిపాం. మియెప్, జాన్ ఆ రాత్రి మాతోనే గడిపారు. గసెస్ (మియెప్, జాన్) మా మంచాలు ఉపయోగించుకోవడానికి వీలుగా మార్గొట్, నేను ఆ రాత్రికి అమ్మానాన్నల గదిలో పడుకున్నాం. వాళ్ళ గౌరవార్థం వంటకాలు తయారయ్యాయి. భోజనం భలే రుచిగా ఉంది. నాన్న దగ్గరున్న లైటుకి షార్ట్ సర్క్యూట్ అవ్వడం వల్ల మేము అకస్మాత్తుగా చీకటిలో మునిగిపోయినప్పుడు వేడుకలకికి క్షణికంగా అంతరాయం కలిగింది. మేమేం చెయ్యాలి? మా దగ్గర ఫ్యూజులున్నాయి. కాని ఫ్యూజ్ బాక్స్ చీకటిగా ఉండే గిడ్డంగి వెనుక భాగంలో ఉండటంతో రాత్రి సమయంలో ఫ్యూజు వేయడం ఇబ్బందిగా మారింది. అయినా కూడా మగవాళ్ళు సాహసం చేశారు. దాంతో పది నిమిషాల తరువాత ఇక కొవ్వొత్తులు ఆర్పేయగలిగాం.

ఈ రోజు పొద్దున నేను తొందరగా లేచాను. జాన్ అప్పటికే తయారై ఉన్నాడు. అతను ఎనిమిదిన్నరకి బయలుదేరాలి కాబట్టి ఎనిమిదికి మేడమీద అల్పాహారం చేస్తున్నాడు. మియెప్ తయారవుతోంది. నేను లోపలికి వచ్చినప్పుడు ఆమెని బనియన్లో చూశాను. ఆమె సైకిల్ తొక్కేటప్పుడు

నేను వేసుకునే లాంటి పొడవైన లోదుస్తులే వేసుకుంటుంది. మార్గోట్, నేను గబగబా బట్టలు తగిలించేసుకొని మామూలు కంటే ముందుగానే మేడమీదికెళ్ళాము. సంతోషంగా అల్పాహారం తిన్న తరువాత మియెప్ కిందికెళ్ళడానికి బయలుదేరింది. బయట కుండపోతగా వర్షం. దాంతో సైకిల్ తొక్కుతూ పనికి వెళ్ళాల్సిన అనవసరం లేదని ఆమె సంతోషించింది. నాన్న, నేను పడకలు సర్దాం. తరువాత నేను ఐదు అసమాపక ఫ్రెంచ్ క్రియలు నేర్చుకున్నాను. చాలా కష్టపడుతున్నాను, అలా నీకు అనిపించడం లేదా?

మార్గోట్, పీటర్ మా గదిలో చదువుకుంటున్నారు. మౌస్చి దివాన్ మీద మార్గోట్ పక్కన ముడుచుకొని ఉంది. అసమాపక ఫ్రెంచ్ క్రియల తరువాత నేను వాళ్ళతో చేరి ద ఉడ్స్ ఆర్ సింగింగ్ ఫర్ ఆల్ ఎటర్నిటీ అనే పుస్తకం చదివాను. ఇది చాలా చక్కని పుస్తకం కానీ చాలా అసాధారణమైనది. అది చదవటం దాదాపు పూర్తి చేశాను.

వచ్చే వారం రాత్రిపూట మాతో గడపటం బెప్ వంతు.

నీ, ఆన్

గురువారం, అక్టోబర్ 29, 1942

నా ప్రియమైన కిట్టి,

నాకు చాలా ఆందోళనగా ఉంది. నాన్నకి వొంట్లో బాగుండలేదు. ఆయన చర్మం మీద మచ్చలు ఏర్పడ్డాయి. ఒళ్ళు బాగా వేడిగా ఉంది. చిన్నమ్మవారు పోసినట్టు అనిపిస్తోంది. ఒక్కసారి ఆలోచించు, మేము వైద్యున్ని కూడా పిలవలేం! చెమట పడితే జ్వరం తగ్గుతుందనే ఆశతో అమ్మ ఆయనకి చెమట పట్టేట్టు చేసింది.

జౌండర్-ఆమ్మెల్లాన్లో ఉన్న వాన్ డాన్స్ అపార్ట్మెంట్ నుంచి కుర్చీలు, బల్లలు మొదలైనవి తొలగించేశారని ఈరోజు పొద్దున మాకు మియెప్ చెప్పింది. కానీ మేము మిసెస్ వాన్ డికి ఇంకా చెప్పలేదు. ఈమధ్య ఆమె బాగా నెర్వస్నెస్సినో పడుతోంది. ఆమె తను వదిలేసి వచ్చిన అందమైన చైనా వస్తువులు, చక్కని కుర్చీలనీ తలుచుకొని బాధపడుతూ మూలగడం వినాలని మాలో ఎవరూ అనుకోవటం లేదు. మేము కూడా మంచి మంచి వస్తువుల్లో చాలావరకు వదులుకోవాల్సొచ్చింది. ఇప్పుడు దాని గురించి సణిగితే ఏం ప్రయోజనం?

నేను హెబ్బెల్, ఇతర ప్రసిద్ధ జర్మన్ రచయితల పుస్తకాలు చదవడం మొదలుపెట్టాలని నాన్న కోరిక. ఇప్పుడు నేను జర్మన్ భాష బాగా చదవగలను. అయితే, నిశ్శబ్దంగా నాలో నేను చదువుకోవడానికి బదులు బయటికి చదువుతాను. అయినా ఫరవాలేదు. కింద ఉన్న పెద్ద పుస్తకాల బీరువా నుంచి నాన్న గోయెత్, ష్పిల్లర్ నాటకాలు తీసుకొచ్చారు. రోజూ సాయంత్రం నాకు చదివి వినిపించాలనుకుంటున్నారు. డాన్ కార్లోస్తో మొదలుపెట్టాం. నాన్న చేస్తున్న మంచి పని అమ్మకి ప్రోత్సాహం ఇవ్వడంతో తన ప్రార్థన పుస్తకాన్ని నా చేతుల్లో బలవంతంగా పెట్టింది. నేను కేవలం మర్యాద కోసం జర్మన్లో ఉన్న కొన్ని ప్రార్థనలు చదివాను. అవి వినడానికి బాగున్నాయి కానీ, నాకు అంతగా పట్టవు. మతవిశ్వాసంతో, భక్తితో ఉండాలని నన్నెందుకు బలవంతం చేస్తోంది?

---

¹"గాభరా

46

రేపు మేము మొదటిసారి పొయ్యి వెలిగించబోతోున్నాం. పొగగొట్టం శుభ్రం చేసి చాలా కాలమైంది కాబట్టి గదంతా తప్పకుండా పొగతో నిండిపోతుంది. అది పొగ లాగేస్తుందని ఆశిద్దాం!

నీ, ఆన్

సోమవారం, నవంబర్ 2, 1942

ప్రియమైన కిట్టీ,

బెప్ శుక్రవారం సాయంత్రం మాత్రనే ఉంది. సరదాగా గడించింది కాని ఆమె కొంచెం వైన్ తాగింది కాబట్టి అంత బాగా నిద్రపోలేదు. మిగతా విషయాల్లో, ప్రత్యేకంగా చెప్పడానికేం లేదు. నిన్న నాకు భయంకరమైన తలనొప్పి వచ్చింది. దాంతో తొందరగా పడుకున్నాను. మార్గోట్ మళ్ళీ విసిగిస్తోంది.

ఈరోజు పొద్దున ఆఫీసుకి సంబంధించిన ఇండెక్స్ కార్డ్ ఫైలు సరిచేయడం మొదలుపెట్టాను. ఎందుకంటే, అదికిందపడి అందులోనివన్నీ కలిసిపోయాయి. కాసేపటికే నాకు బుర్ర చెడిపోయే పరిస్థితి రావడంతో మార్గోట్ని, పీటర్ని సహాయం చేయమని అడిగాను కాని వాళ్ళు బాగా బద్ధకించారు. అందుకని ఆ పని పక్కన పెట్టేసాను. ఇదంతా ఒక్కత్తినే చేయటానికి నేనేం వెర్రిదాన్ని కాదు!

ఆన్ ఫ్రాంక్

పిఎస్: నేను త్వరలో రజస్వల కాబోతున్నానేమో అనే ముఖ్యమైన వార్త చెప్పడం మర్చిపోయాను. ఎందుకలా చెప్పగలనంటే, నా ప్యాంటీలో తెల్లటి మరక కనబడుతోంది. త్వరలో (రక్తస్రావం) మొదలవుతుందని అమ్మ చెప్పింది. నేనింక ఎదురు చూడలేను. ఇది ఎంతో ముఖ్యమైన ఘటన. శానిటరీ నాప్కిన్స్ ఉపయోగించే అవకాశం లేకపోవడం మాత్రం బాగాలేదు. కాని అవి ఇక దొరకవు మరి. అమ్మ వాడే టాంపాన్లు ప్రసవమైన స్త్రీలు మాత్రమే ఉపయోగించగలరు.[°]

[°]1944, 9 జనవరి 22న ఆన్ జోడించిన వ్యాఖ్య:

నేనింక ఆ రకమైన విషయాలు రాయలేను.

ఒకటిన్నర సంవత్సరాల తరువాత ఇప్పుడు నా డైరీని మళ్ళీ చదువుతున్నాను. నా పిల్లతనపు అమాయకత్వాన్ని చూసి నేనే ఆశ్చర్యపోతున్నాను. ఎంతగా కోరుకున్నా మళ్ళీ అంత అమాయకురాలిని అవ్వలేనని అంతరాత్మకి తెలుసు. అప్పటి మానసిక స్థితితో మార్పుల్ని అర్థం చేసుకోగలను. మార్గోట్, అమ్మ, నాన్నల గురించి చేసిన వ్యాఖ్యానాలు నిన్ననే రాసినట్టుగా ఉన్నాయి. కాని వేరే విషయాల గురించి అంత బహిరంగంగా రాయడని ఊహించలేకపోతున్నాను. ఏ విషయమైతే వాస్తవంలో అంత మంచిది కావో, అప్పడవి మంచివి అనుకున్న గుర్తింది. వాటి గురించి రాసిన పుటలు చదువుతున్నప్పుడు నాకు బాగా ఇబ్బందికరంగా ఉంది. నా వర్ణనలు కూడా ఎంతో దురుసుగా ఉన్నాయి. అవన్నీ ఇక చాలు.

ఇంటి మీద నాకున్న బెంగ, మార్రిజ్ కోసం ఆరాటాన్ని నేను అర్థం చేసుకోగలను. నేనిక్కడ గడిపిన కాలమంతా నాకు తెలియకుండానే—కొన్ని సమయాల్లో తెలిసి—నమ్మకం, ప్రేమ, ఇంకా శారీరక ఆప్యాయతలు కోరుకున్నాను. ఈ కోరిక తీవ్రత మారచ్చు కాని అది మాత్రం ఎప్పుడూ ఉండనే ఉంది.

47

గురువారం, నవంబర్ 5, 1942

ప్రియమైన కిట్టి,

బ్రిటీషువారు చివరికి ఆఫ్రికాలో కొన్ని విజయాలు సాధించారు, స్టాలిన్‌గ్రాడ్ ఇంకా వశం కాలేదు. మగవాళ్ళు సంతోషంగా ఉన్నారు. దాంతో ఈరోజు పొద్దున మేము, కాఫీ, టీ తీసుకొన్నాం. మిగిలిన విషయాల్లో ప్రత్యేకంగా చెప్పడానికేం లేదు.

ఈ వారం నేను చాలా చదువుతున్నాను, ఏ పని చెయ్యట్లేదు. అన్ని విషయాలూ అలానే ఉండాలి. ఖచ్చితంగా, అదే విజయానికి మార్గం.

అమ్మ, నేను ఈ మధ్య బాగానే ఉంటున్నాం కానీ ఎప్పుడూ కూడా దగ్గరగా లేము. నాన్న తన మనోభావాల గురించి పెద్దగా చెప్పరు. కానీ ఎప్పటిలాగానే ఆయనంటే నాకు అమితమైన ఇష్టం. కొన్ని రోజుల క్రితం మేము పొయ్యి వెలిగించాం. గది మొత్తం ఇప్పటికీ పొగతో నిండిపోయి ఉంది. సెంట్రల్ హీటింగ్ ఉండాలని నేను అనుకుంటున్నాను. అలా కోరుకునేది నేను ఒక్కతినే కాకపోవచ్చు. మార్గోట్—ఒక కంపు కొట్టే వ్యక్తి (ఈ మాటకి వేరే పర్యాయ పదం లేదు), చిరాకు కలగటానికి మూలం. నిరంతరం...అంటే, పొద్దున, మధ్యాహ్నం, రాత్రి.

ఆన్ ఫ్రాంక్

శనివారం, నవంబర్ 7, 1942

ప్రియమైన కిట్టి,

అమ్మ చాలా ఆందోళనగా, ఉద్రేకంగా ఉంది. ఇది నాకు మంచి సూచన కాదు. నాన్న, అమ్మ ఎప్పుడూ మార్గోట్ని తిట్టకుండా ప్రతిదానికీ నన్ను నిందించడం యాదచ్ఛికమా? ఉదాహరణకి, నిన్న రాత్రి మార్గోట్ అందమైన బొమ్మలున్న ఒక పుస్తకం చదువుతోంది. తను లేచి, తరువాత చదువుదాం అని దాన్ని పక్కన పెట్టేసింది. నేను అప్పుడు ఖాళీగా ఉన్నాను కాబట్టి అది తీసుకొని బొమ్మలు చూడటం మొదలుపెట్టాను. మార్గోట్ తిరిగొచ్చి, నా చేతుల్లో 'తన' పుస్తకాన్ని చూసింది. కనుబొమలు ముడివేసి కోపంగా చూస్తూ పుస్తకం ఇచ్చేయమని దబాయించింది. నేను ఇంకొంచెంసేపు ఆ పుస్తకం చూడలనుకున్నాను. మార్గోట్కి వెంటనే కోపం వచ్చేసింది. అమ్మ గట్టిగా, 'మార్గోట్ ఆ పుస్తకం చదువుతోంది. దాన్ని తిరిగిచ్చేయ్' అని అరిచింది.

నాన్న లోపలికొచ్చి, జరుగుతున్నదేంటో కూడా తెలుసుకోకుండా మార్గోట్కి అన్యాయం జరుగుతోందనుకొని నామీద విరుచుకుపడ్డారు, 'మార్గోట్ నీ పుస్తకాల్లో ఒకటి తీసుకొని చూస్తుంటే నువ్వేం చేస్తావో చూడలనుంది!' అని.

నేను వెంటనే సరే అనుకొని పుస్తకం కింద పెట్టేసి, వాళ్ళ ప్రకారం, గది నుంచి ''చిరాగ్గా'' బయటికొచ్చేశాను. నేను కోపంగా గాని చిరగ్గా గాని లేను, కేవలం విచారంగా ఉన్నాను.

సమస్య ఎంతో తెలుసుకోకుండా నాన్న తీర్పు ఇచ్చేయడం సరైంది కాదు. మార్గోట్ ఏదో అన్యాయానికి గురవుతున్నట్టు నాన్న, అమ్మ మార్గోట్ వైపుకి గబగబా వచ్చి జోక్యం చేసుకోకుండా ఉండంటే, నా అంతట నేనే మార్గోట్కి అంతకన్నా చాలా ముందే పుస్తకం ఇచ్చేసి ఉండేదాన్ని.

సహజంగానే అమ్మ మార్గోట్ పక్షాన నిలబడింది. వాళ్ళెప్పుడూ ఒకరినొకరు సమర్ధించుకుంటారు.

దీనికి నేనెంతగా అలవాటుపడిపోయానంటే, అమ్మ చీవాట్లని, మార్గొట్ చంచలమైన మానసిక స్థితిని పట్టించుకోవటం పూర్తిగా మానేశాను. వాళ్లు అమ్మ, మార్గొట్ అవ్వటం వల్ల మాత్రమే నేను వాళ్లని ప్రేమిస్తాను. వ్యక్తులుగా వాళ్లని అసలు ఏమాత్రం పట్టించుకోను. నాకు సంబంధించినంతవరకు, వాళ్లు ఎట్లో దూకచ్చు. నాన్న విషయం వేరేగా ఉంటుంది. నాన్నని నేను పిచ్చిగా అభిమానించటం వల్ల...ఆయన మార్గొట్ పట్ల పక్షపాతంతో ఉండటం, మార్గొట్ చేసే ప్రతి పని ఆమోదించటం, తనని ప్రశంసించటం, కౌగిలించుకోవటం చూసినప్పుడు నాకు కడుపు మంటగా ఉంటుంది. నేను నాన్నలాగా ఉండాలను కొంటాను. నాన్న కంటె ఎక్కువగా నేనెప్పిపడే వ్యక్తులు ప్రపంచంలో ఎవరూ లేరు. ఆయన మార్గొట్ని వేరేగా, నన్ను వేరేగా చూస్తున్నారని ఆయన గ్రహించట్లేదు. తెలివి, దయ, అందం విషయాల్లో మార్గొట్ని మించినవాళ్లు లేరు, ఆమె ఉత్తమురాలు. అంత మాత్రమే. కానీ నన్ను కూడా సీరియస్‌గా తీసుకోవాలి. ఆ హక్కు నాకుంది. నేనెప్పుడూ మా కుటుంబ జోకర్ ని, అల్లరిపిల్లని. నేను చేసే తప్పులకి ఎప్పుడూ రెట్టింపు చెల్లించాల్సొచ్చింది: ఒకసారి తిట్లు తినటం ద్వారా, మళ్లీ ఇంకోకసారి నాకే నిరాశ కలగటం వల్ల. అర్ధంలేని ఆప్యాయత లేదా తీవ్రమైన చర్చలు నన్నిక తృప్తి పరచలేవు. నాన్న ఇవ్వలేనిదేదో అదే కోరు కుంటున్నాను. నాకు మార్గొట్ అంటే అసూయ లేదు, అలా నేనప్పుడూ లేను. ఆమె తెలివితేటలు లేదా తన అందం అంతే నాకు అసూయ లేదు. నాకు కావలసింది నాన్న నన్ను నిజంగా ప్రేమిస్తున్నాడని నాకు అనిపించటం, అంతే. నేను ఆయన బిడ్డనైన కారణంగా ప్రేమించకూడదు, నన్ను నన్నుగా. ఆన్‌గా ప్రేమించాలి.

అమ్మ పట్ల ధిక్కారం రోజురోజికి పెరుగుతోంది కాబట్టి నేను నాన్న దగ్గరే వెళ్లడుతూ ఉంటాను. ఆయన ద్వారానే నాలో ఇంకా మిగిలి ఉన్న కొద్దిపాటి కుటుంబ భావనని కాపాడుకలుగుతున్నాను. అమ్మ గురించి నేను అనుకునేది కొన్నిసార్లు బయటికి కక్కేసేయాల్సిన అవసరం నాకుందని ఆయన అర్ధం చేసుకోరు. ఆయన దాని గురించి మాట్లాడటం ఆయనకి ఇష్టంలేదు. అమ్మ లోపాలకి సంబంధించిన చర్చే రానివ్వరు.

అయినా అన్ని లోపాలతో అమ్మని భరించటం నాకు చాలా కష్టం. నేనెలా ప్రవర్తించాలో నాకు తెలీదు. ఆమె అజాగ్రత్త, వ్యంగ్యం, కరినమైన మనసుని నేను అంత బాగా ఎదుర్కోలేను. అలాగని ప్రతిదానికీ నిందలు భరిస్తూ ఉండలేను.

నేను అమ్మకి పూర్తిగా వ్యతిరేకం కాబట్టే మేము గొడవ పడుతుంటాం. ఆమె గురించి చెడ్డగా చెప్పటం నా ఉద్దేశ్యం కాదు. నాకా హక్కు లేదు. నేనామెని ఒక తల్లిగా మాత్రమే చూస్తున్నాను. ఆమె నాకు తల్లి కాదు, నాకు నేనే తల్లినై పోవాలి. నేను వాళ్లతో తెగతెంపులు చేసుకున్నాను. నా సొంత దారిని ఏర్పరచుకుంటున్నాను. అది నన్నెక్కడికి నడిపిస్తుందో చూద్దాం. నాకు వేరే దారి లేదు. ఎందుకంటే ఒక తల్లి, ఒక భార్య ఎలా ఉండాలో నేను చిత్రించగలను. నేను 'అమ్మ' అని పిలవాల్సిన స్త్రీలో అలాంటి ఛాయలేవీ నాకు కనిపిస్తున్నట్టు లేదు.

అమ్మలోని చెడు విషయాలు పట్టించుకోకూడదని నాకు నేను పదే పదే చెప్పుకుంటాను. మంచి విషయాలు మాత్రమే చూడాలనుకుంటాను. ఆమెలో లేనివి నాలో ఉన్నాయా అని చూసుకోవాలను కుంటాను. కానీ అది పని చేయట్లేదు. అసలు ఇంకా ఘోరం ఏంటంటే...నాన్న, అమ్మ తమకున్న లోపాలు, నన్ను నిరాశపరుస్తున్నందుకు నేను వాళ్లని ఎంతగా నిందిస్తున్నానో గ్రహించట్లేదు. పిల్లని సంపూర్తిగా సంతోషపెట్టగల తల్లిదండ్రులు ఎవరైనా ఉన్నారా?

దేవుడు వర్తమానంలో, భవిష్యత్తులో కూడా నన్ను పరీక్షించటానికి ప్రయత్నిస్తున్నాడని అప్పుడప్పుడు అనుకుంటాను. ఎవ్వరూ నాకు ఆదర్శంగా నిలవకుండానే, సలహాలు ఇవ్వకుండానే, నా అంతట నేనే మంచి వ్యక్తినవ్వాలి. కానీ చివరికి అది నన్ను మరింత దఢంగా చేస్తుంది.

ఈ ఉత్తరాలు నేను కాకుండా ఇంకెవరు చదువుతారు? ఓదార్పు కోసం నన్ను నేనే కాక ఇంకెవరిని ఆశ్రయించగలను? నాకు తరచూ ఓదార్పు కావాలి. తరచూ నాకు బలహీనంగా అనిపిస్తుంది. అంతకన్నా తరచుగా, అనుకున్నవి చెయ్యలేకపోతున్నాను. ఇది నాకు తెలుసు. అందుకే నేను మెరుగవ్వాలని ప్రతిరోజూ గట్టిగా అనుకుంటాను.

నన్ను వాళ్ళు ఎప్పుడూ ఒకే రకంగా చూడరు. ఒక రోజు ఆన్ తెలివైన అమ్మాయి, అన్నీ తెలుసుకోవటానికి అర్హత ఉన్న పిల్ల అంటారు. ఆ మరునటి రోజే ఆన్ వెర్రిది, ఒక్క విషయం కూడా తెలిదు కానీ తను తెలుసుకోవలసినవన్నీ పుస్తకాల నుంచి నేర్చేసుకున్నట్టు ఊహించుకుంటుంది అంటారు! నేనేం చేసినా నవ్వటానికి ఇప్పుడు నేను పసి పాపను గాని గారాబంతో చెడిపోయిన ముద్దొచ్చే చిన్నపాపని గాని కాను. నాకు సొంత ఆలోచనలు, ప్రణాళికలు, ఆదర్శాలు ఉన్నాయి కానీ వాటిని ప్రస్తుతం స్పష్టంగా వివరించలేకపోతున్నాను.

రాత్రుళ్ళు నేను ఒంటరిగా ఉన్నప్పుడో లేదా పగలు నాకు సరిపడని వ్యక్తులతో ఉండాల్సినప్పుడో, నా ఉద్దేశాలని ఎప్పుడూ తప్పుగా అర్థం చేసుకునేవాళ్ళని భరించాల్సినప్పుడో నా బుర్రలోకి ఎన్నో ఆలోచనలొస్తాయి. అందుకే నేను ఎప్పుడూ మళ్ళీ నా డైరీ దగ్గరికే వచ్చేస్తాను. ఇక్కడే మొదలుపెట్టి ఇక్కడే ముగిస్తాను. ఎందుకంటే కిట్టికి ఎప్పుడూ ఓపికే. ఏది ఎలా ఉన్నా, నేను ముందుకుకూర్తూనే ఉంటానని, నా సొంత మార్గాన్ని కనుక్కుంటానని, కన్నీళ్ళు అపుకుంటానని ఆమెకి మాట ఇస్తున్నాను. కొన్నిటిల్లోనైనా ఫలితాలు సాధించాలని, లేదా నన్ను ప్రేమించే వ్యక్తి నన్ను ఒక్కసారి ప్రోత్సాహిస్తూ మాట్లాడాలని మాత్రమే కోరుకుంటున్నాను.

నా మాటలని ఖండించకు. కొన్నిసార్లు ఇక బద్దలయ్యే స్థితికి చేరుకొనే వ్యక్తిగా నన్ను అనుకో!

సీ, ఆన్

సోమవారం, నవంబర్ 9, 1942

ప్రియమైన కిట్టి,

నిన్న పీటర్ పదహారో పుట్టినరోజు. నేను ఉదయం ఎనిమిది గంటలకల్లా మేడమీద ఉన్నాను. పీటర్, నేను అతనికి వచ్చిన బహుమతులు చూశాము. మొనోపోలీ ఆట, రేజర్, సిగరెట్ లైటర్ అందుకున్నాడు. అంటే దాని అర్థం అతను బాగా పొగ తాగుతున్నాడని కాదు, కానే కాదు. ఇది అన్నిటిల్లో ప్రత్యేకమెందిగా కనబడుతోంది, అంతే.

అతిపెద్ద ఆశ్చర్యకర విషయం మిస్టర్ వాన్ డాన్ నుంచి తెలిసింది. ఆంగ్లేయులు ట్యూనిస్, అల్జీర్స్, కాసాబ్లాంకా, ఒరాన్ లలో అడుగుపెట్టరని ఆయన ఒంటిగంటకి చెప్పారు.

'ఇది అంతానికి ప్రారంభం' అని అందరూ అన్నారు. అయితే, ఇంగ్లాండ్‌లో ఇవే మాటలు అందరూ మళ్ళీ మళ్ళీ చెప్పుకోవటం బ్రిటిష్ ప్రధాని చర్చిల్ విని ఉంటారు. 'ఇది అంతం కాదు. ఇది అంతానికి ప్రారంభం కూడా కాదు. కానీ బహుశా ప్రారంభానికి అంతం.' అని ప్రకటించారు. 'నీకు తేడా తెలుస్తోందా?' అయినా, ఆశావాదానికి కారణం ఉంది. మూడు నెలలుగా దాడికి గురైన రష్యన్ నగరం స్టాలిన్‌గ్రాడ్ ఇప్పటికీ జర్మన్స్ చేతికి చిక్కలేదు.

నిజమైన అనెక్స్ స్ఫూర్తితో నీతో తిండికి సంబంధించిన విషయాలు మాట్లాడాలి. (పై అంతస్తులో ఉన్నవాళ్ళు నిజమైన తిండిపోతులని చెప్పాలి.)

ఒక మంచి బేకర్ (రొట్టెలు...బ్రెడ్ తయారుచేసే వ్యక్తి) మాకు రొట్టెలు తెచ్చిస్తాడు. అతను మిస్టర్ క్లైమాన్

స్నేహితుడు. మేము ఇదివరకు ఇంట్లో ఉన్నప్పుడు తిన్నంతగా ఇప్పుడు తినట్లేదు కానీ, అతనిచ్చేది మాకు సరిపోతుంది. మేము చీకటి బజార్లో రేషన్ పుస్తకాలు కూడా కొంటాం. వీటి ధర పెరుగుతూ ఉంటుంది. ఇప్పటికీ 27 నుండి 33 గిల్డర్లకు పెరిగింది. అది కేవలం ముద్రించిన కాగితాల మీట్ల కోసం మాత్రమే!

నిలవ ఉండే పోషకాహారాలు మాకు కావాలనుకొని మూడు వందల పౌండ్ల బీన్స్ కొన్నాం. వంద డబ్బాల ఆహారమే ముందే ఇక్కడ దాచి ఉంచాం. ఇవన్నీ మాక్కోసం మాత్రమే కాదు, కార్యాలయ సిబ్బంది కోసం కూడా. మా రహస్య ప్రవేశ ద్వారం లోపల హాలులో కొక్కెల మీద బీన్స్ బస్తాలను వేళాడదీశాం. కానీ బరువుకి ఆగలేక కొన్ని సంచుల కుట్లు ఊడిపోయాయి. అందుకని వాటిని అటక మీదికి తరలించాలని నిర్ణయించుకున్నాం. బరువులను ఎత్తే పని పీటర్కి అప్పగించబడింది. అతను ఆరు బస్తాలలో ఐదింటిని చెక్కుచెదరకుండా పైకి తీసుకెళ్లగలిగాడు. చివరి బస్తాని తీసుకెళ్తున్నప్పుడు అది తెగిపోయింది. అంతటితో సోయా బీన్స్ గింజల వరద, కాదు కాదు...వడగళ్ల తుఫానులాగా గాల్లోకి ఎగిరి మెట్లమీద ప్రవహించాయి. ఆ సంచిలో సుమారు యాభై పౌండ్ల బీన్స్ ఉండడం వల్ల చచ్చిపోయినవాళ్లు కూడా పైకి లేచేటంత శబ్దం వచ్చింది. కింద అంతస్తులలో ఉన్నవాళ్లు, ఇక భవనం తమ మీద కూలిపోతోందనే నమ్మకానికి వచ్చేశారు. పీటర్ నివ్వెరపోయాడు కానీ, అప్పుడు మెట్ల దిగువన గోధుమవర్ణంలో ఉండే సముద్రంలో ఒక ద్వీపంలాగా నిలబడిన నన్ను, తరంగాల్లా నా చీలమండలని కొడుతున్న బీన్స్ని చూసి పగలబడి నవ్వటం మొదలుపెట్టాడు. మేం వెంటనే వాటిని ఏరడం మొదలుపెట్టాం. కానీ బీన్స్ చాలా చిన్నవి, జారిపోయేవీ కాబట్టి అవి అవకాశమున్న ప్రతి మూలకీ, రంధ్రాల్లోకీ దోర్లేశాయి. ఇప్పుడు మేడమీదికి వెళ్లిన ప్రతిసారీ వంగి, చుట్టు బీన్స్ కోసం వెతుకుతున్నాం, మిసెస్ వాన్ డాన్కి గుప్పెడు బీన్స్ అందజేయచ్చను.

నాన్న అనారోగ్యం నుంచి కోలుకున్నారని చెప్పడం దాదాపు మర్చిపోయాను.

నీ, ఆన్

పిఎస్: ఆల్జీర్స్ కైవసమైందని రేడియోలో ఇప్పుడే ప్రకటించారు. మొరాకో, కాసాబ్లాంకా, ఇంకా ఒరాన్ చాలా రోజులుగా ఇంగ్లిషువారి చేతుల్లోనే ఉన్నాయి. ఇప్పుడిక ట్యూనిస్ కోసం ఎదురు చూస్తున్నాం.

మంగళవారం, నవంబర్ 10, 1942

ప్రియమైన కిట్టి,

బ్రహ్మాండమైన వార్త! మాతోపాటు ఎనిమిదో వ్యక్తిని అజ్ఞాతంలోకి తీసుకోవాలని ఆలోచిస్తున్నాం!

అవును, నిజంగా. ఇంకొక వ్యక్తికి తగినంత చోటు, ఆహారం ఉన్నాయని మేము ఎప్పుడూ అనుకుంటాం. కానీ మిస్టర్ కుగ్లర్, మిస్టర్ క్లైమాన్ల మీద ఇంకా ఎక్కువ భారం పడుతుందని జంకాం. కానీ యూదుల మీద జరుగుతున్న భయంకరమైన అత్యాచారాల గురించిన వార్తలు రోజురోజికి ఎక్కువవుతున్నాయి కాబట్టి, నాన్న ఈ ఇద్దరు పెద్దమనుషులకీ ఈ విషయం చెప్పాలని నిర్ణయించు కున్నారు. ఇదొక బ్రహ్మాండమైన ఆలోచన అని వాళ్లకి అనిపించింది. 'ఏడు మందినా ఎనిమిది మందినా ప్రమాదం ఒకటే.' అని సరిగ్గా చెప్పారు. ఇక నిర్ణయం జరిగిపోయిన తర్వాత, మేము కూర్చుని, మనసులోనే మా పరిచయస్తుల వర్గంలో ఈ మా విస్తరించిన కుటుంబంతో బాగా కలిసిపోయే వ్యక్తి కోసం వెతకడం మొదలుపెట్టాం. అది కష్టం కాలేదు. నాన్న వాన్ డాన్ బంధువులందరినీ తిరస్కరించిన తరువాత,

51

ఆల్ఫ్రెడ్ డస్సెల్ అనే దంతవైద్యుడిని ఎంపిక చేశాం. అతను తనకంటే బాగా చిన్నదైన ఒక అందమైన క్రైస్తవ మహిళతో కలిసి ఉంటున్నాడు. వాళ్లు పెళ్లి చేసుకోలేదేమో కానీ అది అంత ముఖ్యమైన విషయమేం కాదు. అతనికి నెమ్మది, సంస్కారవంతుడు అని పేరు. అతనితో మాకున్న పైపై పరిచయాన్ని బట్టి అతను మంచివాడే అనిపించింది. మియెప్కి కూడా అతను తెలుసు కాబట్టి ఆమె అవసరమైన ఏర్పాట్లు చెయ్యగలదు. మిస్టర్ డస్సెల్ వస్తే, మార్గోట్ గదిలో కాకుండా నా గదిలో పడుకోవాలి. మార్గోట్ మడత మంచంతో సరిపెట్టుకోవాలి[10] వచ్చేటప్పుడు పళ్లలో ఏర్పడే రంధ్రాలు (కావిటీస్) నింపడానికి ఏదైనా తీసుకొని రమ్మని అడుగుతాం.

సీ, ఆన్

గురువారం, నవంబర్ 12, 1942

ప్రియమైన కిట్టి,

డాక్టర్ డస్సెల్ని చూసొద్దామని వెళ్లానని చెప్పడానికి మియెప్ వచ్చింది. ఆమె గదిలోకి ప్రవేశించిన వెంటనే, ఎవరికి తెలియకుండా దాక్కునే చోటు ఏదైనా తెలిస్తే చెప్పమని అడిగాడట. ఆమె ఒక చోటు ఉందని చెప్పినప్పుడు చాలా సంతోషించాడట. అతను వీలైనంత త్వరగా అజ్ఞాతంలోకి వెళ్లాలని, శనివారం అయితే మేలని మియెప్ చెప్పిందట. అయితే ఆరోజువిమాత్రం కుదరదని అతను చెప్పాడట. తను అప్పటివరకు చేసిన చికిత్సల వివరాలు నమోదు చేసి, డబ్బు వ్యవహారాలు చక్కబెట్టి, ఇద్దరు రోగులను చూడాలని చెప్పాడట. మియెప్ ఈరోజు పొద్దున మాకు ఈ సందేశాన్ని అందించింది. అంతవరకు ఆగడం సమంజసమని మాకు అనిపించలేదు. ఈ సన్నాహాల్నిటి గురించి ఎవరెవరికైతే తెలియకూడదని అనుకుంటామో వాళ్లకే వివరాలు ఇవ్వాల్సొస్తుంది. శనివారానికి ఎలాగైనా వచ్చేయగలడేమో అడగడానికి డాక్టర్ డస్సెల్ దగ్గరికి మియెప్ వెళ్లింది. కానీ అతను కుదరదన్నాడు. అతను సోమవారానికి రావాల్సి ఉంది.

అతను మా ప్రతిపాదనకి ఎగిరి గంతేయకపోవడం నాకు విచిత్రంగా అనిపించింది. వాళ్లు (అధికారులు) కనుక అత్తిని వీధిలో పట్టుకుంటే, అది అతని పుస్తకాలకి గాని అతని రోగులకి గాని ఏ విధంగానూ ఉపయోగపడదు. కాబట్టి ఆలస్యం ఎందుకు? నన్నడిగితే, అతను చెప్పినదానికంతా సై అనడం నాన్న తెలివితక్కువతనం అంటాను.

ఇంకేం వార్తలు లేవు.

సీ, ఆన్

మంగళవారం, నవంబర్ 17, 1942

ప్రియమైన కిట్టి!

మిస్టర్ డస్సెల్ వచ్చాడు. అంతా సజావుగా జరిగింది. ఉదయం 11 గంటలకి పోస్టాఫీసు ముందు ఒక నిర్దిష్ట స్థలంలో ఉండమని, ఒక వ్యక్తి వచ్చి కలుస్తాడని మియెప్ అతనితో చెప్పింది. అతను అనుకున్న

---

[10] డస్సెల్ వచ్చిన తరువాత మార్గోట్ తన తల్లిదండ్రుల గదిలో పడుకుంది.

సమయానికి అనుకున్న చోటికి వచ్చాడు. మిస్టర్ క్లెమాన్ అతని దగ్గరికి వెళ్ళి, అతను కలవాలనుకున్న వ్యక్తి రాలేకపోయాడని, కార్యాలయానికి వెళ్ళి మియెప్ ని కలవాలని కోరారు. మిస్టర్ క్లెమాన్ ఆఫీసుకి తిరిగి రావడానికి ట్రామ్ లో బయలుదేరారు. మిస్టర్ డస్సెల్ కాలినడకన వచ్చాడు.

మిస్టర్ డస్సెల్ ఆఫీసు తలుపు తట్టినప్పుడు పదకొండు ఇరవై అయ్యింది. పసుపు రంగు నక్షత్రం కనిపించకుండా ఉండడానికి అతన్ని కోటు తీసేయమని మియెప్ అడిగింది. తరువాత అతన్నిప్రైవేటు కార్యాలయానికి తీసుకొచ్చింది. పనిమనిషి వెళ్ళేవరకు మిస్టర్ క్లెమాన్ అతనికి తోడుగా ఉన్నారు. ప్రైవేటు కార్యాలయం వేరే ఏదో పనికి అవసరమన్న సాకుతో మిస్టర్ డస్సెల్ ని మియెప్ మేడమీదికి తీసుకొచ్చి పుస్తకాల బీరువా తెరిచి లోపలికి అడుగుపెట్టింది. మిస్టర్ డస్సెల్ ఆశ్చర్యంతో చూస్తూ ఉండిపోయాడు.

ఈలోగా మా కుటుంబంలో కొత్తగా చేరబోతున్నవ్యక్తి కోసం ఎదురు చూస్తూ మేం ఏడుగురం డైనింగ్ టేబుల్ చుట్టూ కూర్చున్నాం, కాఫీ, కాగ్నాక్ బ్రాందీతో. మియెప్ ముందు అతన్ని ఫ్రాంక్ కుటుంబం ఉండే గదిలోకి తీసుకెళ్ళింది. అతను వెంటనే మా కుర్చీలు మొదలైన వాటిని గుర్తించాడు కానీ మేం సరిగ్గా అతని నెత్తి మీదే మేడ మీద ఉన్నట్లు అతనికి తెలీదు. మియెప్ ఈమాట అతనితో చెప్పినప్పుడు అతను దాదాపు మూర్ఛపోయినంతగా ఆశ్చర్యపోయాడు. అతన్ని ఇంకా ఎక్కువసేపు ఉత్కంఠలో ఉంచకుండా ఆమె మేడ మీదికి తీసుకురావడం మంచిదైంది. మిస్టర్ డస్సెల్ ఒక కుర్చీలో కూలబడిపోయి, నిజం తెలుసుకోవాలని మా ముఖాలని చదువుతున్నట్లుగా నిశ్శబ్దంగా తేరిపార చూస్తూండిపోయాడు. అప్పుడు తడబడుతూ, 'మరి...మీరు బెల్జియంలో లేరా? ఆఫీసర్, ఆటో, వాళ్ళు రావడం లేదా? మీరు తప్పించుకోలేకపోయారా?'

అతనికి మేము జరిగినదంతా వివరించాం. జర్మన్లని గాని మమ్మల్ని వెతుక్కుంటూ వచ్చే ఇంకెవరినైనా గాని తప్పుదోవ పట్టించటానికి మేమే 'ఆఫీసర్, కారు' అని ఒక పుకారును కావాలని ఎలా వ్యాప్తి చేశామో చెప్పాం. అంతటి చాతుర్యాన్ని తెలుసుకున్న మిస్టర్ డస్సెల్ మాటలు రాక...అందంగా, నివాసయోగ్యంగా ఉన్న అనెక్స్ మిగతా భాగాన్ని ఆశ్చర్యంతో చూడటం తప్ప ఏమీ చెయ్యలేకపోయాడు. మేమంతా కలిసి భోజనం చేశాం. ఆ తరువాత అతను చిన్న కునుకు తీసి, టీ సమయానికి మాతో కలిశాడు. మియెప్ ముందుగానే ఇక్కడికి తీసుకురాగలిగిన కొన్ని వస్తువులను చక్కగా సర్దుకొని తన ఇంట్లో పోయినా ఉన్న అనుభూతి పొందసాగాడు...ముఖ్యంగా రహస్య అనుబంధం (వాన్ డాన్ వారి నిర్మాణం) గురించి ఈ కింది టైపు చేయబడిన సమాచారం అతనికి ఇచ్చినప్పుడు:

రహస్య అనుబంధానికి సంబంధించిన పరిచయ పత్రిక మరియు సూచిక

యూదులు మరియు ఇతర బహిష్కరించబడిన వ్యక్తుల తాత్కాలిక వసతి కోసం ఒక ప్రత్యేక సౌకర్యం

ఏడాది పొడవునా తెరిచే ఉంటుంది. అమ్మర్డామ్ నడిబొడ్డున అందమైన, నిశ్శబ్ద, పచ్చని పరిసరాలలో ఉంది. సమీపంలో వ్యక్తిగత నివాసాలు ఏవీ లేవు. ట్రామ్ నెంబర్ 13 లేదా 17 ద్వారా లేదా కారు మరియు సైకిల్ ద్వారా కూడా చేరుకోవచ్చు. ఎవరికైతే జర్మన్ అధికారులు అలాంటి రవాణాను నిషేధించారో, వాళ్ళు కాలినడకన కూడా దీని చేరుకోవచ్చు. కుర్చీలూ, మంచాలూ మొదలైనవి ఉన్న గదులు, అవి లేని గదులు, అపార్టుమెంట్లు భోజనంతో లేదా భోజనం లేకుండా...అన్ని సమయాలలో లభిస్తాయి.

ధర: ఉచితం.

ఆహారం: కొవ్వు తక్కువగా ఉన్నది

బాత్రూంలో (ఫ్లషించండి, స్నానం లేదు) మరియు లోపల, వెలుపల గోడల మీద ఎల్లవేళలా నీటి సరఫరా. వేడి చేయటం కోసం చక్కని పొయ్యులు.

వివిధ రకాల వస్తువులను పెట్టుకొనేందుకు తగినంత స్థలం. రెండు పెద్ద, ఆధునిక బీరువాలు. లండన్, న్యూయార్క్, టెల్ అవీవ్ మరియు అనేక ఇతర స్టేషన్లకు ప్రత్యక్ష ప్రసార సౌలభ్యం తో ప్రైవేట్ రేడియో సౌకర్యం. ఇది సాయంత్రం 6 గంటల తర్వాత నివాసితులందరికీ అందుబాటులో ఉంటుంది. నిషేధించబడిన ప్రసారాలను వినకూడదు. కొన్ని మినహాయింపులు మాత్రం ఉన్నాయి—అనగా, జర్మన్ స్టేషన్లు శాస్త్రీయ సంగీతాన్ని వినడానికి మాత్రమే పెట్టుకోవచ్చు. జర్మన్ వార్తా ప్రసారాలను (అవి ఎక్కడ నుండి ప్రసారం చేయబడినాకూడా) వినడం మరియు వాటిని ఇతరులతో పంచుకోవడం పూర్తిగా నిషేధించబడింది.

విశ్రాంతి గంటలు: రాత్రి 10 నుండి. ఉదయం 7:30 వరకుబీ ఆదివారాలు ఉదయం 10:15 గంటల వరకు. పరిస్థితులను బట్టి, నిర్వహణాధికారులు సూచించినప్పుడు నివాసితులు పగటిపూట కూడా విశ్రాంతి సమయాలను పాటించాలి. అందరి భద్రతను కాపాడటానికి, విశ్రాంతి గంటలను ఖచ్చితంగా పాటించాలి!!!

ఖాళీ సమయంలో చేయదగ్గ కార్యకలాపాలు: తదుపరి ప్రకటన వచ్చేవరకు ఎవరూ ఇంటి వెలుపలికి అనుమతించబడరు.

భాషను వాడుకోవాల్సిన విధానం: అన్ని సమయాల్లో మదువుగా మాట్లాడటం అవసరం. నాగరిక ప్రజల భాష మాత్రమే మాట్లాడవచ్చు. అందువల్ల జర్మన్ మాట్లాడటానికి లేదు.

పఠనం మరియు మినహాయింపులు: జర్మన్ పుస్తకాలు చదవకూడదు. అయితే, సాంప్రదాయకమైన, పాండిత్య పరంగా ప్రామాణికమైన పుస్తకాలను మాత్రం చదవచ్చు. ఇతర పుస్తకాలు ఇచ్చికం.

కాలిస్టెనిక్స్ వ్యాయామం: ప్రతిరోజూ

గానం: మదువుగా మాత్రమే, సాయంత్రం 6 గంటల తర్వాత.

సినిమాలు: ముందుగా విర్భాట్లు అవసరం.

పాఠాలు: సంక్షిప్తలిపి (షార్ట్హ్యాండ్) నేర్చుకోవటానికి 7 రోజుల కాల పరిమితితో ఒక కరస్పాం డెస్ కోర్సు. ఇంగ్లీష్, ఫ్రెంచ్, గణితం, చరిత్రలలో కోర్సులు పగలు లేదా రాత్రి ఏ సమయం లోనైనా నేర్పబడతాయి. చెల్లింపులు బోధన రూపంలో చేయుచ్చు. ఉదా. డచ్ భాష నేర్పడం ఇంట్లో పెంచుకొనే చిన్న జంతువుల సంరక్షణ కోసం ప్రత్యేక విభాగం (హానికారమైన క్రిమికీటకాలకు, పక్షులకు, ప్రత్యేక అనుమతులు అవసరం).

భోజన సమయాలు:

ఉదయం అల్పాహారం: ఉదయం 9 గంటలకు. ప్రభుత్వ సెలవులు మరియు ఆదివారాలు మినహా మిగతా అన్ని రోజులా. ఆదివారాలు మరియు ప్రభుత్వ సెలవు దినాలలో ఉదయం 11:30 గంటలకు.

మధ్యాహ్న భోజనం: తేలికపాటి భోజనం. మధ్యాహ్నం 1:15 నుండి 1:45 గంటలకు వరకు

రాత్రి భోజనం: వేడి భోజనం ఉండచ్చు, ఉండక పోవచ్చు. భోజన సమయం వార్తా ప్రసారాలపై ఆధారపడి ఉంటుంది.

సరఫరా దళానికి సంబంధించి బాధ్యతలు: అన్ని సమయాల్లో కార్యాలయ పనులకు సహాయం చేయడానికి నివాసితులు సిద్ధంగా ఉండాలి.

స్నానాలు: ఆదివారాల్లో ఉదయం 9 గంటల తర్వాత స్నానాల తొట్టె నివాసితులకు అందుబాటులో ఉంటుంది. నివాసితులు తమ ఎంపిక ప్రకారం కింది అంతస్తులోని మరుగుదొడ్డి, వంటగది, ప్రైవేట్ కార్యాలయం లేదా ముందు కార్యాలయంలో స్నానం చేయచ్చు.

ఆల్కహాల్: ఔషధ ప్రయోజనాల కోసం మాత్రమే. సమాప్తం.

సీ ఆన్

గురువారం, నవంబర్ 19, 1942

ప్రియమైన కిట్టి,

మేము అనుకున్నట్టుగానే మిస్టర్ డస్సెల్ చాలా మంచి వ్యక్తి. అతను నాతో ఒకే గదిలో ఉండటానికి అభ్యంతరం చెప్పలేదు. నిజం చెప్పాలంటే, ఒక అపరిచితుడు నా వస్తువులు ఉపయోగించడం నాకు సంతోషంగా ఏమీ అనిపించలేదు కానీ ఒక మంచి ప్రయోజనం కోసం త్యాగాలు చెయ్యాల్సిందే. నేనీ చిన్న త్యాగం చెయ్యగలనని సంతోషంగా ఉంది. 'మన స్నేహితుల్లో ఒక్కరివైనా కాపాడుకోగలిగితే, ఇక మిగిలినవి అనవసరం' అన్నారు నాన్న. ఆయన చెప్పింది పూర్తిగా నిజం.

వచ్చిన మొదటి రోజు మిస్టర్ డస్సెల్ నన్ను అన్నిరకాల ప్రశ్నలూ అడిగాడు– ఉదాహరణకి, పనమ్మాయి కార్యాలయానికి ఏ సమయంలో వస్తుంది, స్నానాల గదిని ఉపయోగించటానికి ఏ ఏర్పాట్లు చేశాం, మరుగుదొడ్డికి ఎప్పుడు వెళ్ళచ్చు అని. నీకు నవ్వొస్తుందేమో కానీ అజ్ఞాత ప్రదేశంలో ఇవన్నీ అంత తేలిక కాదు. పగటిపూట కింద అంతస్తులో వినిపించేలా ఎటువంటి శబ్దమూ చెయ్యలేం. పనమ్మాయి లాగా ఇంకెవరైనా ఉన్నప్పుడు కొంచెం ఎక్కువ జాగ్రత్తగా ఉండాలి. మిస్టర్ డస్సెల్‌కి ఇవన్నీ ఓపిగ్గా వివరించాను కానీ అతను ఎంత నెమ్మదిగా అర్థం చేసుకుంటాడో చూసి ఆశ్చర్యపోయాను. అతను ప్రతి ఒక్కటీ రెండుసార్లు అడుగుతాడు. అయినా మనం చెప్పిందాన్ని గుర్తుంచుకోలేడు.

బహుశా ఉన్నట్టుండి కలిగిన మార్పు వల్ల అయోమయంగా ఉందేమో. దాన్ని అధిగమించేస్తాడులే. మిగతా అంతా బాగానే ఉంది.

మిస్టర్ డస్సెల్ ఇంతకాలంగా మాకు తెలియని బాహ్య ప్రపంచ విషయాలు ఎన్నో చెప్పాడు. అవన్నీ విచారకరమైన వార్తలే. లెక్కలేనంతమంది స్నేహితులు, పరిచయస్తులని భయంకరమైన విధి మైపుకి తీసుకెళ్ళారు. రోజూ రాత్రి ఆకుపచ్చ, బూడిద రంగు సైనిక వాహనాలు వీధుల్లో విహరిస్తాయి. ప్రతి ఇంటి తలుపూ తట్టి యూదులెవ్వరూ ఆ యింట్లో నివసిస్తున్నారేమో అడుగుతారు. ఎవరైనా ఉన్నట్టైతే, ఆ మొత్తం కుటుంబాన్నీ వెంటనే తీసుకెళ్ళిపోతారు. లేదంటే ఇంకొక ఇంటికెళ్తారు. అజ్ఞాతంలోకి వెళ్ళకపోతే తప్ప వాళ్ళ బారి నుంచి తప్పించుకోవడం అసాధ్యం. వాళ్ళు తరమా జాబితాలు పెట్టుకొని తిరుగుతూ, ఎక్కడి నుంచి యూదులని లాగాలో తెలిసిన ఇళ్ళ తలుపులు మాత్రమే తడతారు. తలకి ఇంత అని తరచూ చాలా డబ్బు ఆశ చూపుతారు. ఇది వెనకటి రోజుల్లోని బానిస వేట లాంటిది. దీని తేలిక చేసి చెప్పడం నా ఉద్దేశం కాదు. ఇది తేలిగ్గా తీసుకోలేనంత విషాదకరమైనది. సాయంత్రం చీకటి పడ్డాక అమాయక ప్రజలు ఏడుస్తున్న పిల్లలని తీసుకొని బారులు తీరి నడుస్తూ ఉండటం తరచూ చూస్తుంటాను. గుప్పెడుమంది అధికారులు వాళ్ళని నడిపిస్తూ, క్రూరంగా ప్రవర్తిస్తూ, వాళ్ళు పడిపోయే వరకు కొడతారు. ఆ అధికారులు ఎవరినీ వదిలిపెట్టరు. జబ్బుపడినవారు, వద్దులు, పిల్లలు, చంటిపిల్లలు, గర్భిణీ స్త్రీలు–అందరినీ మరణించే వరకు నడిపిస్తారు.

55

మేమిక్కడ చాలా అదృష్టవంతులం. ఆ నరకానికి దూరంగా ఉన్నాం. ఇక ఎప్పటికీ మేము సహాయం చెయ్యలేని మాకు ప్రియమైనవాళ్ళ గురించి అంతగా ఆందోళన పడాల్సిన అవసరం లేకపోతే, ఈ బాధల గురించి ఒక్క క్షణం కూడా ఆలోచించేవాళ్ళమే కాదు. వేరే ఎక్కడో నా ప్రియమైన స్నేహితులు అలసటతో పడిపోతూ లేదా నేల మీదికి తోసేయబడుతుంటే నేను వెచ్చటి పరుపు మీద పడుకోవటం దుర్మార్గంగా అనిపిస్తోంది.

భూమ్మీద నడుస్తున్న అత్యంత క్రూరమైన రాక్షసుల దయ మీద ప్రస్తుతం ఆధారపడి ఉన్న నా సన్నిహితుల గురించి ఆలోచించినప్పుడు, నాకే భయమేస్తుంది.

దీనికంతా కారణం వాళ్ళు యూదులు కావటమే.

సీ, ఆన్

శుక్రవారం, నవంబర్ 20, 1942

ప్రియమైన కిట్టీ,

ఎలా స్పందించాలో మాకు నిజంగా తెలియట్లేదు. ఇప్పటి వరకు యూదుల గురించి మాకు అందిన వార్తలు చాలా తక్కువ. దాంతో మాకు సాధ్యమైనంత ఉల్లాసంగా ఉండటమే మంచిదనుకున్నాం. మియెప్ అప్పుడప్పుడు ఎవరైనా స్నేహితులకి ఏం జరిగిందో ప్రస్తావించేది. దాంతో అమ్మ గాని లేదా మిసెస్ వాన్ డాన్ గాని ఏడుపు మొదలుపెట్టేవారు. అందుకని ఇక ఇటువంటి విషయాలు చెప్పకపోవడమే మేలని ఆమె నిర్ణయించుకుంది. కానీ మేము మిస్టర్ డస్సెల్ మీద ప్రశ్నలతో దాడి చేశాం. అతను మాకు చెప్పిన కథలు ఎంత జుగుప్సాకరమైనవి, భయంకరమైనవి అంటే, వాటిని మా బుర్రల్లో నుంచి తీసేయ్యలేకపోతున్నాం. అన్నీ జీర్ణించుకున్న తరువాత మళ్ళీ మామూలుగా హాస్యమాడటం, ఆటపట్టించడం మొదలుపెడతామేమో. ఇప్పుడున్నట్లు దిగులుగానే ఉంటే, అది మాకు గాని బయటివాళ్ళకి గాని ఏ మంచీ చేయదు. 'రహస్య అనెక్స్' ని 'బాధాకరమైన అనెక్స్' గా మార్చడంలో అర్థం ఏమింటుంది?

నేనే పని చేస్తున్నా సరే, పోయినవాళ్ళ గురించి ఆలోచించకుండా ఉండలేకపోతున్నాను. ఎప్పుడైనా నవ్వొస్తే, అంత ఉల్లాసంగా ఉండడం సంస్కారం కాదని గుర్తు తెచ్చుకుంటాను. కానీ రోజంతా నేను ఏడుస్తూనా గడపాలా? లేదు, అలా ఉండలేను. ఈ విచార పరిస్థితి పోతుంది.

ఈ బాధకి ఇంకొకటి తోడైంది. అది కాస్త వ్యక్తిగతం. ఇంతకుముందే నీకు చెప్పిన బాధతో పోలిస్తే ఇది పేలవంగా ఉంటుంది. అయినా, అందరూ నన్ను దూరం పెట్టున్నట్టు ఈమధ్య అనిపిస్తే దని నీకు చెప్పకుండా ఉండలేను. నన్ను శూన్యత ఆవరించింది. నా మనసంతా నా స్నేహితులతో నిండిపోయి, వాళ్ళతో హాయిగా గడిపేదాన్ని కాబట్టి ఈ విషయం గురించి పెద్దగా ఆలోచించేదాన్ని కాదు. ఇప్పుడు మాత్రం విచారకరమైన విషయాల గురించి గాని నా గురించి గాని ఆలోచిస్తున్నాను. అర్థం చేసుకోవడానికి కొంత సమయం పట్టింది కానీ, చివరికి గ్రహించాను...నాన్న ఎంత మంచివారైనా, ఇదివరకటి నా ప్రపంచంలో ఆయనకి ఉండిన స్థానాన్ని మాత్రం ఆయన మళ్ళీ తీసుకోలేరని. నా మనోభావాల విషయానికి వస్తే, అమ్మ, మార్గోట్ ఎప్పుడో లెక్కలోకి రావటం మానేశారు.

అయితే, ఈ మూర్ఖత్వంతో నేను నిన్నెందుకు బాధపెడుతున్నాను? నేను చాలా కృతఘ్నురాలిని కిట్టీ, నాకు తెలుసు. కానీ నేను మళ్ళీ మళ్ళీ తిట్లు తిన్నప్పుడు, ఆలోచించడానికి ఈ వేరే బాధల్ని కూడా ఉన్నప్పుడు, నా తల తిరగడం మొదలవుతుంది!

సీ, ఆన్

శనివారం, నవంబర్ 28, 1942

ప్రియమైన కిట్టి,

మేము విద్యుత్తు మరీ ఎక్కువగా వాడేస్తున్నాం. దాంతో మా పరిమితిని దాటేశాం. ఫలితం: అసాధారణ ఆర్థిక వ్యవస్థ, విద్యుత్తు సరఫరా నిలిపివేయబడే అవకాశం. పక్షం రోజులు దీపాలు ఉండవు. ఈ ఆలోచనే ఆహ్లాదం కలిగిస్తోంది, కదా? కానీ ఎవరికి తెలుసు, అంతకాలం ఉండకపోవచ్చు! సాయంత్రం నాలుగు, నాలుగున్నర తర్వాత చదవడం వీలుకానంత చీకటిగా ఉంటుంది. కాబట్టి అన్ని రకాల వెర్రి కార్యకలాపాలతో కాలం గడుపుతున్నాం: పొడుపు కథలు చెప్పడం, చీకట్లో వ్యాయామం చేయడం, ఇంగ్లిష్ కలగలిపిన ఫ్రెంచ్ మాట్లాడటం, కాసేపటి తర్వాత పుస్తకాలు సమీక్షించడం. ఏదైనా కాసేపయ్యాక విసుగొనిపిస్తుంది. నిన్న నేను ఒక కొత్త కాలక్షేపం కనిపెట్టాను: బైనాక్యులర్లతో పొరుగిళ్లలో దీపాలున్న గదుల్లోకి తొంగిచూడటం. పగటిపూట మా తెరలు అంగుళం కూడా పక్కకి జరపలేం. చీకటిగా ఉన్నప్పుడు తెరిస్తే ప్రమాదం ఉండదు.

పొరుగువాళ్లు ఇంత ఆసక్తికరంగా ఉంటారని నాకు ముందెప్పుడూ తెలీదు. ఏమైనప్పటికీ, మా పొరుగువాళ్లు ఆసక్తికరంగా ఉన్నారు. కొంతమంది రాత్రి భోజనం చేస్తూ, ఒక కుటుంబం చిన్న సినీ-ఫిల్మ్ తయారు చేస్తూ కనిపించారు. ఎదురింట్లో దంతవైద్యుడు భయపడుతున్న ఒక వద్దరాలికి వైద్యం చేస్తున్నాడు.

పిల్లలతో బాగా కలిసిపోతాడని, వాళ్లని ఎంతగానో ప్రేమిస్తాడని అందరూ అనుకునే డస్సెల్, క్రమశిక్షణలో పాతకాలం వాడు, మర్యాదగా ప్రవర్తించటం మీద భరించలేని సుదీర్ఘ ఉపన్యాసాలు ఇచ్చే బోధకుడయ్యాడు. బాగా ఇరుకైన నా గదిని అత్యంత శ్రేష్ఠమైన అతనికి కూడా ఇవ్వడంలో నాకు గొప్ప ఆనందం (!) ఉంది. ఇక్కడున్న ముగ్గురు చిన్నవాళ్లలో ఘోరంగా ప్రవర్తించేది నేనే అని సాధారణంగా అనుకుంటారు కాబట్టి, అవే పాత తిట్లు మళ్లీ తినకుండా ఉండటానికి, చీవాట్లు, హెచ్చరికలు నా మీదికి మళ్లీ మళ్లీ పడకుండా ఉండటానికి నేను చెయ్యగలిగినంతా అదే. దానికి తోడు, అవన్నీ నాకు వినబడనట్టుగా నటించడం. మిస్టర్ డస్సెల్ నామీద చాడీలు చెప్పేవాడు కాకపోయింటే, ఫిర్యాదులు చెయ్యడానికి అమ్మని ప్రత్యేకంగా ఎంచుకొని ఉండకపోతే పరిస్థితి ఇంత ఇదిగా ఉండేది కాదు. మిస్టర్ డస్సెల్ క్రమశిక్షణ అంటూ చీవాట్లు పెడితే, అమ్మ నాకు మళ్లీ మళ్లీ పాఠాలు చెప్పింది. ఈసారైతే మొత్తం పుస్తకమంతా చదివేసింది. నేను నిజంగా అదృష్టవంతురాలినైతే, ఐదు నిముషాల తరువాత మిసెస్ వాన్ డి నన్ను పిలిచి సంజాయిషీ అడుగుతుంది. నియమ నిబంధనలు కూడా నిర్దేశిస్తుంది!

నిజంగా, తప్పులు పట్టుకొనేవాళ్ల కుటుంబంలో తప్పు దారిన పెంచబడి, ఈ రకంగా అందరి దృష్టిలో పడటం అంత సులభం కాదు.

రాత్రి మంచం మీద పడుకొని, అనేకమైన నా పాపాలు, అతిగా వర్ణింపబడిన నా లోపాల గురించి ఆలోచిస్తున్నప్పుడు, నేను ఆలోచించుకోవాల్సిన అనేక విషయాలతో బాగా అయోమయం అయిపోతాను. ఎంతగా అంటే, నా మానసిక స్థితిని బట్టి నవ్వుతాను లేదా ఏడుస్తాను. ఆ తరువాత, నేను ఉన్నదానికి భిన్నంగా ఉండాలని లేదా నేను ఉండాలని అనుకుంటున్న దానికన్నా భిన్నంగా ఉండాలని లేదా బహుశా నేను ప్రవర్తిస్తున్న, ప్రవర్తించాలనుకుంటున్న దానికి భిన్నంగా ప్రవర్తించాలనే వింత ఆలోచనలతో నిద్రపోతాను.

ఓ, ప్రియమైన కిట్టి, ఇప్పుడు నేను నిన్ను కూడా అయోమయానికి గురి చేస్తున్నాను. నన్ను క్షమించు, కానీ నాకు రాసింది కొట్టేయడం ఇష్టం లేదు. కొరత ఉన్న ఈ సమయంలో కాగితం ముక్క విసిరేయడం నిషిద్ధం కూడా. అందువల్ల, పైన రాసినదాన్ని మళ్లీ చదవవద్దని, అందులోని అర్థం తెలుసుకోవడానికి ప్రయత్నించవద్దని మాత్రమే నీకు నేను చెప్పగలను. ఎందుకంటే, నువ్వు మళ్లీ దాన్నుంచి బయట పడలేవు!

సీ, ఆన్

సోమవారం, డిసెంబర్ 7, 1942

ప్రియమైన కిట్టి,

హానుక్కా ఉత్సవాలు, సెయింట్ నికోలస్ దినోత్సవం ఈ సంవత్సరం దాదాపుగా ఒకే సమయంలో వచ్చాయి. ఒక్క రోజు మాత్రమే తేడా. హానుక్కా ఉత్సవాలకి మేం పెద్దగా ఏం చేయలేదు, కొన్ని చిన్న బహుమతులు ఇచ్చిపుచ్చుకొన్నాం. కొవ్వత్తులు వెలిగించాం. కొవ్వత్తుల కొరత ఉంది కాబట్టి వాటిని పది నిమిషాలు మాత్రమే వెలిగించాం. కానీ పాట పాడుతున్నంతసేపూ కొవ్వత్తులు వెలగకపోయినా పెద్ద పట్టింపు ఉండదు. మిస్టర్ వాన్ డాన్ చెక్కతో ఒక కొవ్వత్తుల స్టాండ్ తయారుచేశాడు కాబట్టి ఆ కొరత కూడా లేకపోయింది.

శనివారం నాడు సెయింట్ నికోలస్ దినోత్సవం ఇంకా చాలా సరదాగా గడిచింది. రాత్రి భోజన సమయంలో బెప్, మియెప్ నాన్నతో గుసగుసలాడుతూనే ఉండటం మాలో కుతూహలాన్ని రేకెత్తించింది. వాళ్ళేదో చెయ్యబోతున్నారని మేము అనుమానించాం. ఖచ్చితంగా ఎనిమిది గంటలకి అందరం కారుచీకటిలోనే నడవా గుండా కింది అంతస్తులోని మూలగదికి వెళ్ళాం(ఇలా వెళ్ళడంతో వణికిపోయాను. మళ్ళీ సురక్షితంగా మేడమీదికి తిరిగి రావాలని కోరుకున్నాను!) ఈ గదికి కిటికీలు లేవు కాబట్టి అక్కడ దీపాలు వెలిగించగలిగాం. ఆ తరువాత నాన్న పెద్ద బీరువా తెరిచారు.

'ఓహ్, ఎంత అద్భుతంగా ఉంది!' అంటూ మేమంతా అరిచేశాం.

అలమరాలో మూలగా ఒక పెద్ద బుట్ట ఉంది. అది రంగురంగుల కాగితం, బ్లాక్ పీటర్ (సెయింట్ నికోలస్ సహచరుడు) బొమ్మ ఉన్న ముసుగుతో అలంకరించబడింది.

ఆ బుట్టని త్వరగా మాతో మేడమీదికి తీసుకొచ్చాం. దాంట్లో ప్రతి ఒక్కరికీ ఒక చిన్న బహుమతి, దాంతోపాటు ఒక సముచితమైన కవిత ఉన్నాయి. సెయింట్ నికోలస్ దినోత్సవం రోజున జనం ఒకరికొకరు రాసుకొనే కవితల గురించి నీకు బాగా తెలుసు కాబట్టి, వాటిని నీకోసం ఇక్కడ కాపీ రాయటం లేదు.

నాక్కోక బొమ్మ వచ్చింది, నాన్నకి బుకెండ్ (పుస్తకాలని నిలబెట్టి ఉంచే ఆధారం), అలాగే అందరికీ ఏదో ఒకటి. ఏమైనా, ఇది మంచి ఆలోచన. మేము ఎనిమిది మందిమీ కలిసి ఇంతకు ముందెప్పుడూ సెయింట్ నికోలస్ దినోత్సవాన్ని జరుపుకోలేదు కాబట్టి, అలా జరుపుకోవడం ప్రారంభించడానికి ఇదే మంచి సమయం అయ్యింది.

నీ, ఆన్

పీఎస్. ఎంతో మంచివైన మా పాత రోజులకి సంబంధించిన వస్తువులలో మిగిలినవాటిని కింది అంతస్తులో ఉన్న ప్రతి ఒక్కరికీ బహుమతులుగా ఇచ్చాం. దానికి తోడు, ఎప్పుడు డబ్బులిచ్చినా మియెప్, బెప్ కృతజ్ఞతతో తీసుకుంటారు.

మిస్టర్ వాన్ డాన్ యాష్ ట్రే, మిస్టర్ డస్సెల్ పిక్చర్ ఫ్రేమ్, నాన్న బుకెండ్లు చేసింది మిస్టర్ వోస్కుయిజ్ల్ అని ఈ రోజే విన్నాం. చేతులని ఉపయోగించి అంత కళాత్మక నైపుణ్యంతో ఎలా పనిచేస్తారో నాకు అర్థమే కాదు.

గురువారం, డిసెంబర్ 10, 1942

ప్రియమైన కిట్టి,

మిస్టర్ వాన్ డాన్ మాంసం, నిల్వ చేసిన మాంసం ముక్కలు, మసాలా వ్యాపారంలో ఉండేవారు. మసాలా దినుసుల గురించి ఆయనకి ఉన్న పరిజ్ఞానం వల్లే ఆయన్ని ఉద్యోగంలోకి తీసుకున్నారు. అయినా కూడా, మాంసం ముక్కలను నిలవచేయటంలో ఆయనకున్న ప్రతిభే ఇప్పుడు మాకు అందివచ్చింది. మాకు భలే ఆనందంగా అనిపించింది.

ముందు ముందు క్షామకాలం ఎదుర్కోవాల్సి వస్తే ఉపయోగపడుతుందని మేము ఎక్కువ మొత్తం లో మాంసం తెప్పించుకున్నాం. మిస్టర్ వాన్ డాన్ వేయించిన పంది మాంసం, ఇతర జంతు మాంసంతో బ్రాట్వర్స్ట్, సాసేజెస్, మెట్వర్స్ట్ తయారు చేయాలని నిర్ణయించుకున్నారు. ఆయన మాంసాన్ని యంత్రంలో ఒకసారి, రెండుసార్లు, మూడుసార్లు వేసి చిన్న చిన్న ముక్కలు చేయడం నాకు వేడుకగా అనిపించింది. ఆ తరువాత ఆయన ముక్కలకి మిగిలిన పదార్థాలు జోడించి, పొడవైన గొట్టంతో ఆ మిశ్రమాన్ని డబ్బాల్లోకి తోశారు. మేము భోజనంలో పైన చెప్పినవాటిలో రెండింటిని తిన్నాం. కాని భద్రపరచాల్సిన మాంసం ముక్కలని మొదట ఆరబెట్టాలి కాబట్టి వాటిని పైకప్పు నుండి దిగిన ఒక చెక్క స్తంభానికి వేలాడదీశాం. గదిలోకి వచ్చిన ప్రతి ఒక్కరూ ఊగుతూ వెళ్ళాడుతున్న మాంసం ముక్కలని చూసి విరగబడి నవ్వారు. అది భలే హాస్య దృశ్యం.

వంటగది వధశాలైంది. తన భార్య ఆప్రాన్ వేసుకొని, ఎప్పటికన్నా లావుగా కనిపిస్తున్న మిస్టర్ వాన్ డాన్ మాంసంతో దీక్షగా పని చేస్తున్నారు. నెత్తుటి చేతులు, ఎర్రటి ముఖం, మరకలు అంటిన ఆప్రాన్లో, చూడటానికి నిజమైన కసాయివాడిలా అనిపించారు. మిసెస్ వాన్ డి. ఒకేసారి అన్ని పనులు చేయాలని ప్రయత్నిస్తోంది: ఒక పుస్తకం నుంచి డచ్ నేర్చుకోవడం, సూప్ కలియబెట్టడం, మాంసంవైపు చూడటం, విరిగిన తన పక్కటెముక వల్ల నిట్టూర్చటం, మూలగటం. వయస్సు మళ్ళిన (!) ఆడవాళ్ళు నడుము దగ్గర చేరిన కొవ్వుని వదిలించుకోవటానికి తెలివి తక్కువ వ్యాయామాలు చేస్తే జరిగేది ఇదే! డస్సెల్కి కంటి ఇన్ఫెక్షన్ సోకింది. పొయ్యి పక్కన కూర్చొని కామోమైల్ టీని కంటి మీద అద్దుకొంటున్నాడు. కిటికీ గుండా వస్తున్న సూర్యరశ్మిలో కూర్చున్న పిమ్, ఎవ్వరికీ దోవలో అడ్డురాకుండా ఉండేందుకు తన కుర్చీని అటూ ఇటూ జరపాల్సివస్తోంది. కీళ్ళవాతం ఆయన్ని ఇబ్బంది పెడుతోందవచ్చు. ఎందుకంటే ఆయన ముందుకి వంగి బాధగా మొహం పెట్టి మిస్టర్ వాన్ డాన్ చేస్తున్న పనిని గమనిస్తున్నారు. పేదల సంక్షేమ గృహాల్లో కనిపించే, ఇక పనికిరాని అనిపించే వద్దులని ఆయన నాకు గుర్తుతెచ్చరు. పీటర్ మౌస్చీతో గది చుట్టూ తిరుగుతుంటే, అమ్మ, మార్గోట్, నేను ఉడికించిన బంగాళాదుంపల తొక్కలు తీస్తున్నాం. సరిగ్గా గమనిస్తే, మాలో ఎవ్వరం కూడా చేస్తున్న పని సరిగా చేయటం లేదని గ్రహించచ్చు. మేమందరం మిస్టర్ వాన్ డాన్ని చూడటంలో అంతగా నిమగ్నమయ్యాం.

డస్సెల్ దంత వైద్యం ప్రారంభించాడు. కేవలం వినోదం కోసం, అతను తన మొదటి రోగికి చేసిన వైద్యం గురించి వివరిస్తాను.

అమ్మ ఇస్త్రీ చేస్తోంది. మొదటి బాధితురాలు మిసెస్ వాన్ డి. గది మధ్యలో కుర్చీలో కూర్చుంది. డస్సెల్ డాంబికం వలకపోస్తూ వైద్యం చేసేటప్పుడు ఉపయోగించే తన పెట్టె బయటికి తీసి 'సం యా డి' కొలోన్ (నోట్లోని క్రిములను తీసేసే ద్రవం), వేజిలీన్ ఇవ్వమని అడిగాడు. అతను మిసెస్ వాన్ డాన్ పళ్లని పరీక్షించి, ఆమెకి నొప్పి కలిగిస్తున్న రెండు ఏవో తెలుసుకున్నాడు. అతను వాటిని తాకిన ప్రతిసారీ ఆమె నొప్పితో కేకలు పెడుతోంది. సుదీర్ఘ పరీక్ష తరువాత (మిసెస్ వాన్ డికి సంబంధించినంత వరకు 'సుదీర్ఘమైన'. అసలైతే రెండు నిమిషాల కన్నా ఎక్కువ సమయం పట్టలేదు), డస్సెల్ ఒక పంటిలోని

రంధ్రాన్ని తొలవడం ప్రారంభించాడు. కానీ మిసెస్ వాన్ డికి అతన్ని ఆ పని చెయ్యనిచ్చే ఉద్దేశం లేదు. డస్సెల్ తన ప్రోబ్ (వైద్య పరికరం) ఆపేసే వరకు చేతులూ కాళ్ళూ వేగంగా ఆడిస్తూనే ఉంది. కానీ అది మిసెస్ వాన్ డి పంటిలో చిక్కుకుంది. ఇంక చూసుకో, మిసెస్ వాన్ డి అన్ని దిక్కులవైపుకీ తల వేగంగా ఊపేసింది, అరిచింది (నోట్లో ఆ పరికరం ఉండగా ఎంత వీలవుతుందో అంత), దాన్ని బయటికి తీయాలని ప్రయత్నించింది కానీ ఇంకా లోపలికి తోసేసింది. మిస్టర్ డస్సెల్ నడుం మీద చేతులు పెట్టుకొని జరుగుతున్న దృశ్యాన్ని శాంతగా చూశాడు. మిగతా ప్రేక్షకులంతా మాత్రం ఘొల్లుమని నవ్వాం. అలా చెయ్యడం సంకుచితత్వమే. అదే నేనైతే ఖచ్చితంగా ఇంకా గట్టిగా అరిచేదాన్ని. మిసెస్ వాన్ డి చతికిలబడడం, తన్నడం, కేకలు వేయడం, అరవడం వంటివి చేసీ చేసీ చివరికి అకస్మాత్తుగా పరికరాన్ని బయటికి తీయగలిగింది. మిస్టర్ డస్సెల్ ఏమీ జరగనట్టు తన పని కొనసాగించాడు. మిసెస్ వాన్ డికి ఇక గోల పెట్టడానికి సమయం లేనంత వేగంగా అతను పని చేశాడు. అయితే, అతనికి మాత్రం ముందెప్పుడూ లేనంత సహాయం లభించింది, ఇద్దరు సహాయకులకి ఏమాత్రం తగ్గకుండా. మిస్టర్ వాన్ డి, నేను మాకు అప్పగించిన పని బాగా చేశాం. ఈ సన్నివేశం మధ్య యుగాలలోని 'ఎ క్వాక్ ఎట్ వర్క్' అనే పేరున్న కళాత్మక చిత్రాలలో ఒకదానిలా అనిపించింది. అయితే, అదే సమయంలో రోగి మాత్రం చిరాకు పడసాగింది...ఆమె 'తన' సూప్, 'తన' ఆహారం మీద ఒక కన్నేసి ఉంచింది కాబట్టి. ఒక్కటి మాత్రం ఖచ్చితం. మిసెస్ వాన్ డి మరోసారి దంత వైద్యున్ని చూడాలనుకోవడానికి కొంత సమయం పడుతుంది.

సీ, ఆన్

ఆదివారం, డిసెంబర్ 13, 1942

ప్రియమైన కిట్టి,

నేను కార్యాలయంలో ముందువైపు చక్కగా, హాయిగా కూర్చొని ఉన్నాను. బరువుగా ఉన్న తెరలలోని రంధ్రం గుండా బయటికి చూస్తున్నాను. చీకటిగానే ఉన్నా రాయుడికి కావలసినంత వెలుతురుంది.

నడుస్తున్న జనాన్ని చూస్తుంటే నిజంగా వింతగా ఉంది. ఎవరి కాళ్ళ మీద వాళ్ళే పడిపోతారేమో అన్నంత తొందరగా వాళ్ళందరూ వెళుతున్నారు. సైకిళ్ళపైన వెళ్ళేవాళ్ళు ఎంత వేగంగా వెళతారంటే వాటి మీద ఎవరున్నారో కూడా నేను చెప్పలేను. ఈ పరిసరాల్లోని మనుషులు అంత ఆకర్షణీయంగా ఏమీ లేరు. ముఖ్యంగా పిల్లలు ఎంత మురికిగా ఉన్నారంటే, వాళ్ళని ఎవరూ పొడుగాటి కర్రతో కూడా తాకడానికి ఇష్టపడనంత. ముక్కులు కారే నిజమైన మురికివాడ పిల్లలు. వాళ్ళు మాట్లాడే ఒక్క మాటైనా నాకు అర్థం కాదు.

నిన్న మధ్యాహ్నం మార్గోట్, నేను స్నానం చేస్తున్నప్పుడు ఇలా అన్నాను, 'మనం చేపలు పట్టే కర్ర ఒకటి తీసుకొని, ఆ నడుస్తున్న పిల్లలు ఒక్కక్కరినీ పట్టి చుట్టి స్నానాల తొట్టెలో వేసి స్నానం చేయించి, వాళ్ళ బట్టలు సరిచేసి అప్పుడు...'

'రేపటికంతా మళ్ళీ వాళ్ళు మునుపటిలాగే మురికిగా, చిందరవందరగా మారిన బట్టల్లో ఉంటారు' అని మార్గోట్ బదులిచ్చింది.

అయినా నేనేదో వాగుతున్నాను. వేరే చూడదగినవి కూడా ఉన్నాయి: కార్లు, పడవలు, వర్షం. ట్రామ్ శబ్దం, పిల్లల రణగొణ ధ్వనులు వినిపిస్తున్నాను. నాకు నేనుగా ఆనందిస్తున్నాను.

మేమెంత చిన్నవాళ్ళమో మా ఆలోచనలూ అంతే చిన్నవి. రంగులరాట్నం లాగా అవి యూదుల

నుంచి ఆహారం వైపుకి, ఆహారం నుంచి రాజకీయాల మీదికి వెళ్తుంటాయి. యూదుల గురించి మాట్లాడుతుంటే గుర్తొచ్చింది. నిన్నతెరల గుండా చూస్తున్నప్పుడు ఇద్దరు యూదులని చూశాను. ప్రపంచంలోని ఏడు అద్భుతాల్లో ఒకదాన్ని చూస్తున్నట్టు అనిపించింది. ఆ దృశ్యం చూస్తుంటే తమాషాగా అనిపించింది. నేను వాళ్ళను అధికారులకి వదిలేసి, ఇప్పుడు రహస్యంగా వాళ్ళ దురదృష్టాన్ని చూస్తున్నట్టు అనిపించింది.

మాకెదురుగా ఒక పడవ ఇల్లు (హౌస్ బోట్) ఉంది. ఆ పడవ కెప్టెన్ తన భార్యాబిడ్డలతో ఉంటున్నాడు. అతనికి కీచుగా మొరిగే ఒక చిన్న కుక్క ఉంది. దాని తోక చూసే దాని గుర్తుపడతాం. అది పడవ పైభాగం చుట్టూ పరిగెడుతున్నప్పుడల్లా మొరుగడం వినిపిస్తుంది, దాని తోక కనిపిస్తుంది. ఓహ్, ఎంత అవమానకరంగా, ఇప్పుడే వర్షం మొదలైంది, అప్పుడే దాదాపు జనులందరూ గొడుగుల కింద దాక్కున్నారు. నాకు కనిపిస్తున్నదంతా రెయిన్ కోట్లు, అప్పుడప్పుడు మేజోడు లాంటి టోపీ ఉన్న తల వెనుక భాగం మాత్రమే. నిజానికి నేను చూడాల్సిన అవసరం కూడా లేదు. ఇప్పుడు, నేను మహిళలని ఒక్క చూపులో గుర్తించగలను: బంగాళాదుంపలు తిని లావై ఉండి, ఎరుపు లేదా ఆకుపచ్చ కోటు, అరిగిపోయిన బూట్లు వేసుకొని, భుజాల నుంచి వేలాడుతున్న షాపింగ్ సంచితో, తమ భర్తల మానసిక స్థితిని బట్టి భయంకరమైన మొహాలతో లేదా మంచి హాస్య స్ఫూర్తి కలిగిన మొహాలతో ఉంటారు.

సీ, ఆన్

మంగళవారం, డిసెంబర్ 22, 1942

ప్రియమైన కిట్టీ,

క్రిస్మస్ పండగ సందర్భంగా ఒక్కొక్కరికి అదనంగా పావు పౌండు వెన్న అందుతుందని విని మాకందరికీ ఆనందంగా ఉంది. వార్తాపత్రిక ప్రకారం, ప్రతి ఒక్కరికీ అర పౌండకి అర్హత ఉంది కానీ అది రేషన్ పుస్తకాలని ప్రభుత్వం నుంచి నేరుగా పొందే అదృష్టవంతులకే వర్తిస్తుంది. నల్ల బజారులో ఎనిమిది రేషన్ పుస్తకాలకి బదులు నాలుగు మాత్రమే కొనగలిగే మాలాంటి అజ్ఞాతంలో ఉన్న యూదులకి కాదు. మాలో ప్రతిఒక్కరూ వెన్నతో ఏదో ఒకటి తయారు చేయబోతున్నారు. ఈరోజు పొద్దున నేను రెండు కేకులు, కొన్ని బిస్కెట్లు తయారు చేశాను. మేడ మీద హడావుడిగా ఉంది. ఇంటి పనులన్నీ పూర్తయ్యే వరకు నేను చదువుకోకూడదని అమ్మ చెప్పింది.

గాయపడిన తన పక్కటెముకకి పరిచర్య చేసుకుంటూ మిసెస్ వాన్ డాన్ మంచం మీద పడుకొని ఉంది. ఆమె రోజంతా ఏదో ఫిర్యాదు చేస్తూనే ఉంటుంది. వేసిన కట్లను మార్చాలని అంటూనే ఉంటుంది. సాధారణంగా ప్రతిదానికీ అసంతృప్తితో ఉంటుంది. ఆమె మళ్ళీ నడిచి పనులు చెయ్యగలిగితే నేను సంతోషిస్తాను. ఎందుకంటే ఆమొది అసాధారణంగా కష్టపడే తత్వం. ఎక్కడిదక్కడ చక్కగా సర్దిపెడుతుంది. ఈమాట నేను ఒప్పుకోవాలి. ఆమె శారీరకంగా, మానసికంగా మంచి స్థితిలో ఉన్నంతవరకూ చాలా ఉల్లాసంగా ఉంటుంది.

నేను 'మరీ ఎక్కువ' శబ్దం చేస్తాను కాబట్టి పగటిపూట ఎప్పుడూ 'ష్, ష్' అనిపించుకొంటూ ఉంటాను. అవి చాలనట్టు, నా ప్రియమైన 'గది సహచరుడు' (రూమ్ మేల్) రాత్రంతా కూడా నన్ను 'ష్, ష్' అనడం మొదలుపెట్టాడు. అతని ఉద్దేశంలో నేను కనీసం ఒకవైపు నుంచి ఇంకొకవైపుకి కూడా ఒత్తిగిలకూడదు. నేను అతన్ని పట్టించుకోవటం మానేశాను. అతను ఇంకొక్కసారి 'ష్' అన్నాడంటే, నేను కూడా అతన్ని 'ష్' అంటాను.

రోజులు గడుస్తున్న కొద్దీ అతను ఇంకా కోపం తెప్పిస్తున్నాడు, ఇంకా అహంభావిగా తయారవుతున్నాడు. అతను వచ్చిన మొదటి వారంలో తప్ప నాకు ఉదారంగా వాగ్దానం చేసిన బిస్కెట్లలో ఒక్కటి కూడా నాకు కనిపించలేదు. ముఖ్యంగా ఆదివారాల్లో, పది నిమిషాల పాటు వ్యాయామం చెయ్యడానికని తెల్లవారుఝూమునే దీపాలు వేసినప్పుడు అతను భలే కోపం తెప్పిస్తాడు.

నా మంచం పొడవు పెంచడానికి నేను ఉపయోగించే కుర్చీలు నిద్రావస్థలో ఉన్న నా తల కింద ఎప్పుడూ కదులుతూ ఉండడంతో ఈ హింసని నేను చాలాసేపు భరిస్తున్నట్టు అనిపిస్తుంది. చేతులు వేగంగా ఊపుటంతో వ్యాయామాలు పూర్తి చేసిన తరువాత, ఆ మహానుభావుడు బట్టలు వేసుకోవటం మొదలుపెడతాడు. అతని లోదుస్తులు ఒక మేకుకి వేలాడుతూ ఉంటాయి. అందుకని ముందు అది తీసుకోవటానికి నా మంచం మీది నుంచి ఒకసారి నిదానంగా ముందుకెళ్ళి, మళ్ళీ నిదానంగా వెనక్కొస్తాడు. అతని టై టేబుల్ మీద ఉంటుంది కాబట్టి మరోసారి కుర్చీలు తోసుకుంటూ, తగులుకుంటూ వెళ్తాడు.

అయితే, విసుగు పుట్టించే ముసలివాళ్ళ గురించి ఆసక్తికరంగా చెబుతూ నేను నీ సమయం వృథా చెయ్యకూడదు. దాని వల్ల ఎటూ ప్రయోజనం ఉండదు. లైట్ బల్బ్ మరలు విప్పడం, తలుపు వెయ్యడం, బట్టలు దాచేయడం వంటివి చేసి ప్రతీకారం తీర్చుకొందామంటే, దురదృష్టవశత్తూ శాంతి ప్రయోజనాల కోసం మానుకోవాల్సించింది.

భలే, నేను ఎంతో వివేకవంతురాలిని అవుతున్నాను! ఇక్కడ చేసే ప్రతి పనిలోనూ మేము సహేతుకంగా ఉండాలి: చదువుకోవడం, వినడం, నోటిని అదుపులో పెట్టుకోవడం, ఇతరులకి సహాయం చెయ్యడం, దయతో వ్యవహరించడం, రాజీపడటం, ఇవి కాక ఇంకా ఏంటో నాకు తెలీదు! మొదట్నుంచీ తక్కువగా ఉన్న నా ఇంగితజ్ఞానం చాలా త్వరగా వాడేస్తానేమో, యుద్ధం ముగిసేసరికి ఏమీ మిగిలేదేమోనని భయమేస్తోంది.

సీ, ఆన్

బుధవారం, జనవరి 13, 1943

ప్రియమైన కిట్టి,

ఈరోజు పొద్దునంతా అంతరాయాలు కలుగుతూనే ఉన్నాయి. ఫలితంగా, నేను మొదలుపెట్టిన ఒక్క పని కూడా పూర్తి చేయలేకపోయాను.

మాకు కొత్త కాలక్షేపం దొరికింది. కూరల్లో వేసే పులుసు పొడి (పొడి గ్రేవీ) పొట్లాలు నింపే పని. ఇది గిస్ అండ్ కంపెనీ ఉత్పత్తి. మిస్టర్ కుగ్లర్‌కి పొట్లాలు నింపే పనికి ఇంకెవ్వరూ దొరకలేదు. పైగా, ఆ పని మేమే చేస్తే ఖర్చు ఇంకా తగ్గుతుంది. ఇది జైళ్ళలో ఉండేవాళ్ళు చేసేలాంటి పని. మహావిసుగ్గా ఉంటుంది. మాకు తల తిరిగేటట్టు, బాగా నవ్వేటట్టు చేస్తుంది.

బయట భయానక సంఘటనలు జరుగుతున్నాయి. రాత్రి, పగలు ఏ సమయంలోనైనా నిస్సహాయులైనవాళ్ళని ఇళ్ళ నుంచి బయటికి లాగి పారేస్తున్నారు. వీపు మీదుగా మోసే ఒక సంచిని, కొంచెం నగదు మాత్రమే తీసుకోవడానికి అనుమతిస్తున్నారు. వీటిని కూడా దారిలోనే దోచుకుంటున్నారు. కుటుంబాలు చిందరవందరైపోతున్నాయి. మగవాళ్ళు, ఆడవాళ్ళు, పిల్లలు విడిపోతున్నారు. బడి నుంచి పిల్లలు ఇంటికి వచ్చేసరికి తల్లిదండ్రులు కనిపించకుండా పోతున్నారు. సామాన్లు కొనుక్కొని ఇంటికి తిరిగి వచ్చిన మహిళలకి ఇళ్ళు నిర్బంధంలో కనిపిస్తున్నాయి.

కుటుంబ సభ్యులు కనబడటం లేదు. తమ కొడుకులని జర్మనీకి పంపుతున్నారని పోలాండ్‌లోని క్రైస్తవులు కూడా భయంగా బతుకుతున్నారు. అందరూ భయపడుతున్నారు. రోజూ రాత్రి వందలాది విమానాలు పోలాండ్ మీదుగా జర్మన్ నగరాలకి వెళ్తున్నాయి, వాటి మీద బాంబులు వేయడానికి. రష్యా, ఆఫ్రికాలలో ప్రతి గంటకి వందలు లేదా వేల సంఖ్యలో ప్రజలని చంపేస్తున్నారు. ఘర్షణతో సంబంధం లేకుండా ఎవరూ లేరు. ప్రపంచం మొత్తం యుద్ధంలో మునిగి ఉంది. మిత్రరాజ్యాలు బాగానే యుద్ధం చేస్తున్నప్పటికీ, దాని ముగింపు అనేది కనుచూపుమేరలో ఎక్కడా కనిపించటం లేదు.

మా వరకు మేము చాలా అదృష్టవంతులం. లక్షలాది మంది కంటే అదృష్టవంతులం. ఇక్కడ నిశ్చలంగా, సురక్షితంగా ఉంది. మా డబ్బుతో మేము ఆహార పదార్థాలు కొనుక్కుంటున్నాం. మేము ఎంత స్వార్థపరులం అంటే, 'యుద్ధం తరువాత' అంటూ మాట్లాడుకుంటున్నాం, కొత్త బట్టలు, బూట్లు కొనడం కోసం ఎదురుచూస్తున్నాం. నిజానికి యుద్ధం ముగిసిపోయినప్పుడు ఇతరులకి సహాయం చెయ్యడం కోసం, పడవలు, సామాన్లు సాధ్యమైనంత వరకు రక్షించడం కోసం ప్రతి పెన్నీని ఆదా చెయ్యాలి.

ఈ పరిసరాల్లోని పిల్లలు పలుచని చొక్కాలు, చెక్క బూట్లతో పరిగెడుతూ ఉంటారు. వాళ్ళకి కోట్లు లేవు, టోపీలు లేవు, మేజోళ్ళు లేవు. వాళ్ళకి సహాయం చేయడానికి ఎవరూ లేరు. ఆకలి బాధని తట్టుకొనేందుకు కొంచెం కొంచెంగా క్యారెట్ నమిలి తింటూ, చల్లగా ఉండే తమ ఇళ్ళ నుంచి చల్లని వీధుల గుండా ఇంకా చల్లగా ఉండే తరగతి గదికి వెళ్తారు. పోలాండ్‌లో పరిస్థితులు ఎంత ఘోరంగా మారాయంటే, పిల్లలు గుంపులు గుంపులుగా చేరి వీధుల్లో వెళ్తున్నవారిని ఆపి ఒక్క రొట్టెముక్క ఇవ్వమని అడుక్కుంటున్నారు.

యుద్ధం తెచ్చిన దుస్థితి గురించి నీకు చెప్తూ గంటలు గడిపేయగలను కానీ దానివల్ల నాకింకా దుర్భరంగా అనిపిస్తుంది. మేము చెయ్యగలిగిందంతా యుద్ధం ముగిసే వరకు, సాధ్యమైనంత ప్రశాంతంగా వేచి ఉండటమే. యూదులు, క్రైస్తవులు ఒక్కలాగానే ఎదురుచూస్తున్నారు. మొత్తం ప్రపంచం వేచి చూస్తోంది. చాలామంది మరణం కోసం ఎదురు చూస్తున్నారు.

సీ, ఆన్

శనివారం, జనవరి 30, 1943

ప్రియమైన కిట్టీ,

నేను కోపంతో ఉడికిపోతున్నాను. అయినా దాని బయటికి చూపించలేను. కేకలు వెయ్యాలని, చిందులు వేద్దామని ఉంది. అమ్మ వణికిపోయేటట్టు, ఏడ్చేటట్టు చెయ్యాలని ఉంది. ఇంకా ఏమేం చేయాలనుందో తెలీదు. ఎందుకంటే, ఆమె ప్రతిరోజూ నా మీద విసిరే దుష్ట పదాలు, అపహాస్యపు చూపులు, ఆరోపణలు...బిగుతుగా కట్టిన విల్లు నుంచి వదిలిన బాణాల్లాగా నాకు గుచ్చుకుంటున్నాయి. వాటిని నా శరీరం నుంచి బయటికి లాగటం దాదాపు అసాధ్యం. అమ్మ, మార్గోట్, వాన్ డాన్ దంపతులు, డస్సెల్, ఇంకా, నాన్నతో కూడా గట్టిగా అరుస్తూ చెప్పాలనుకుంటున్నాను, 'నన్ను ఒంటరిగా వదిలేయండి. నా కళ్ళు మండేటట్టు, తల విపరీతంగా నొప్పి పెట్టేటట్టు ఏడవకుండా కనీసం ఒక్క రాత్రి అయినా నన్ను గడపనివ్వండి. నన్ను దూరంగా, అన్నిటికీ దూరంగా, ఈ ప్రపంచానికి దూరంగా ఉండనివ్వండి!' అని. కానీ అలా చెప్పలేను. నా సందేహాలని లేదా వాళ్ళు చేసిన గాయాలని చూడనివ్వలేను. వాళ్ళ సానుభూతిని లేదా నవ్వుతూ వాళ్ళు చేసే ఎగతాళిని భరించలేను. అది నాకు ఇంకా గట్టిగా అరవాలనిపించేలా చేస్తుంది.

మాట్లాడేటప్పుడు నేను డాంబికం చూపిస్తానని అందరూ అనుకుంటారు. నిశ్శబ్దంగా ఉంటే హేళన చేస్తారు. సమాధానం చెప్పినప్పుడు పెంకితి, మంచి ఆలోచన చెప్పినప్పుడు మోసగత్తె, అలిసిపోయినప్పుడు సోమరి, తినవలసిన దాని కంటే ఒక్క ముద్ద ఎక్కువ తింటే స్వార్థపరురాలు, తెలివితక్కువది, పిరికిది, వగైరా, వగైరా అని అందరూ అనుకుంటారు! రోజంతా, నేను మహా చిరాకు పుట్టించే పిల్లనన్నది తప్ప మరేదీ వినను. అది విని నవ్వేసి పట్టించుకోనట్టుగా నటిస్తున్నప్పటికీ, నిజానికి పట్టించుకుంటాను. మరొక వ్యక్తిత్వాన్ని నాకు ఇవ్వమని దేవుడిని కోరగలిగితే బాగుంటుంది, ఎవరికీ కోపం తెప్పించని వ్యక్తిత్వాన్ని.

కానీ అది అసాధ్యం. నాకు జన్మతః వచ్చిన వ్యక్తిత్వంతో నేను ముడివడి ఉన్నాను. అయినా నేను చెడ్డదాన్ని కాదనేది నా విశ్వాసం. అందరినీ మెప్పించటానికి, ఒక మిలియన్ సంవత్సరాలలోనూ వాళ్ళెప్పుడూ ఊహించలేనంతగా, నా వంతు కృషి చేస్తాను. మేడమీద ఉన్నప్పుడు తేలిగ్గా నవ్వేటానికి ప్రయత్నిస్తాను. వాళ్ళకు నా సమస్యలు తెలియడం నాకిష్టం లేదు.

కొన్నిసార్లు వరుసగా అసంబద్ధమైన నిందలు విన్న తర్వాత నేను అమ్మ మీద విరుచుకుపడ్డాను, 'నువ్వేమన్నా నేను పట్టించుకోను. నా సంగతి ఇంక వదిలేయ్యొచ్చు కదా? నాతో ఇంక లాభం లేదు' అని. అలా ఎదిరించి మాట్లాడదాని ఆమె ఎటూ అంటుంది. రెండు రోజులు నన్ను పూర్తిగా వదిలేస్తుంది. ఆ తరువాత అకస్మాత్తుగా అంతా మరిచిపోయి నన్ను అందరిలాగానే చూస్తుంది.

ఒక రోజంతా నవ్వుతూ ఉండటం, మరుసటి రోజు ద్వేషంతో ఉండటం నాకు అసాధ్యం. దానికన్నా, నేను బంగారం లాంటి బాటని, అది పూర్తిగా బంగారమయం కాదనుకో, ఎంచుకొని నా ఆలోచనలు నాలోనే దాచుకుంటాను. బహుశా వేరేవాళ్ళు నన్నెంత నిర్లక్ష్యంతో చూస్తున్నారో ఎప్పుడో ఒకసారి నేను కూడా వాళ్ళని అదేవిధంగా చూస్తానేమో. ఓహ్, నేనలా చెయ్యగలిగితే కదా.

సీ, ఆన్

శుక్రవారం, ఫిబ్రవరి 5, 1943

ప్రియమైన కిట్టీ,

గొడవల గురించి నీకు నేను రాసి చాలా కాలం అయినా కూడా, ఇంకా ఏ మార్పూ లేదు. తొందరగా మరిచిపోయే మా ఘర్షణలని మిస్టర్ డస్సెల్ మొదట్లో చాలా గంభీరంగా తీసుకొనేవాడు. కానీ ఇప్పుడతను ఎదిగాడు. వాటికి అలవాటు పడిపోయి మధ్యవర్తిత్వం చేసే ప్రయత్నాలు మానేశాడు.

మార్గోట్, పీటర్ అందరూ అనుకొనే విధంగా 'యువత' కారు. వాళ్ళిద్దరూ మరీ నెమ్మదిగా ఉంటారు, విసుగు పుట్టిస్తారు. వాళ్ళ పక్కనే ఉన్నా వాళ్ళనుంచి నేను చాలా వ్యత్యాసంగా ఉంటాను. 'మార్గోట్, పీటర్ అలా చెయ్యరు. మీ అక్కని చూసి ఎందుకు నేర్చుకోవు?' అని పెద్దవాళ్ళు అంటూ ఉంటారు. అలా అనడం నాకస్సలు ఇష్టం లేదు.

మార్గోట్ లాగా ఉండాలనే కోరిక నాకు లేనే లేదని ఒప్పుకుంటాను. ఆమెకి పట్టుదల మరీ తక్కువ, మందకొడిగా ఉంటుంది. అందువల్ల ఆమెలాగా ఉండాలనుకో. ఆమె వేరేవాళ్ళు ఏం చెప్పినా వింటుంది, ఎప్పుడూ ఒత్తిడికి లొంగిపోతుంది. నేను బాగా ధైర్యంగా ఉండాలనుకుంటాను. కానీ ఇలాంటి ఆలోచనలు నా దగ్గరే అట్టేపెట్టుకుంటాను. నన్ను నేను సమర్థించుకోవటానికి ఇవన్నీ చెప్తే, వాళ్ళు నన్ను చూసి నవ్వుతారు.

భోజనాల వేళప్పుడు పరిస్థితి ఉద్రిక్తంగా ఉంటుంది. అదృష్టవశాత్తూ, కొన్నిసార్లు 'సూప్ తినేవాళ్ళ' వల్ల, అంటే, కార్యాలయం నుంచి మధ్యాహ్నం సూప్ తినడానికి వచ్చేవాళ్ళ వల్ల ప్రకోపాలు అదుపులో ఉంటాయి. మార్గోట్ చాలా తక్కువ తింటుందన్న విషయాన్ని మిస్టర్ వాన్ డాన్ ఈరోజు మధ్యాహ్నం మళ్ళీ లేవదీశారు. 'నీ రూపాన్ని కాపాడుకోవటానికి నువ్వు తక్కువగా తింటావనుకొంటాను' అని ఎగతాళిగా అన్నారు.

మార్గోట్ని ఎప్పుడూ సమర్థించే అమ్మ పెద్ద గొంతుతో, 'నేను మీ అర్థం లేని కబుర్లని ఇంకొక్క నిమిషం కూడా భరించలేను.'

మిసెస్ వాన్ డి బీట్రూట్ లాగా ఎర్రగా అయిపోయింది. మిస్టర్ వాన్ డి సూటిగా చూశారు. ఏమీ అనలేదు.

అయినా కూడా, మేము తరచూ సంతోషంగా నవ్వుకుంటూ ఉంటాం. కొంతకాలం క్రితం మిసెస్ వాన్ డి ఏవో అర్థంపర్థంలేని విషయాలతో మమ్మల్ని అలరించింది. ఆమె తన గతం గురించి...తన తండ్రితో ఎంత అనుబంధం ఉందో, అప్పట్లో తను ఎంతటి తిరుగుబోతో చెప్పసాగింది. 'మీకు తెలుసా,' అని ఆమె కొనసాగించింది, 'ఎవరైనా పెద్దమనిషి ఎప్పుడైనా అసంభవంగా ప్రవర్తిస్తే, "నేను ఒక మహిళానని గుర్తుచుకోండి సర్" అని నేను సమాధానమివ్వాలని మా నాన్న చెప్పారు. కానీ నా ఉద్దేశం ఏంటో ఆయనకి తెలుసు'. ఆమేదో మంచి జోక్ చెప్పినట్టు మేము పొట్ట చెక్కలయ్యేలా నవ్వాం.

పీటర్ కూడా, సాధారణంగా మౌనంగా ఉన్నా, అప్పుడప్పుడు నవ్విస్తాడు. కొత్త పదాల అర్థా లేంతో తెలుసుకోకుండానే వాటిని ప్రయోగించేస్తాడు. ఒక రోజు మధ్యాహ్నం ఆఫీసులో సందర్శకులు ఉండడం వల్ల మేము మరుగుదొడ్డిని ఉపయోగించకోలేకపోయాం. అతను ఆపుకోలేక వెళ్ళాడు కానీ నీళ్ళు వదల్లేదు. కంపు కొడుతుందని మమ్మల్ని హెచ్చరించడానికి, తలుపుకి: "ఆర్.ఎస్.విపి–గ్యాస్!" అని ఒక సందేశాన్ని తగిలించాడు. వాస్తవానికి అతను చెప్పదలుచుకున్నది 'డేంజర్–గ్యాస్!' కానీ 'ఆర్.ఎస్.విపి' అనే మాట అంతకంటే ఘనంగా ఉందనుకొని ఆ మాటని వాడాడు. దాని అర్థం 'దయచేసి ప్రత్యుత్తరం ఇవ్వండి' అని అతనికి అసలు తెలీదు.

సీ, ఆన్

శనివారం, ఫిబ్రవరి 27, 1943

ప్రియమైన కిట్టీ,

ఇక ఏ రోజైనా దండయాత్ర జరగచ్చని పిమ్ అనుకుంటున్నారు. చర్చిల్‌కి న్యుమోనియా వచ్చింది కానీ ఆయన క్రమంగా కోలుకుంటున్నారు. భారత స్వాతంత్ర్య సమరానికి నాయకుడైన గాంధీ ఇంతకు ముందు అనేకసార్లు ఉన్నట్టి మరోసారి నిరాహార దీక్షలో ఉన్నారు.

మిసెస్ వాన్ డి తను విధిరాతని నమ్మేదాన్నని అంటుంది. కానీ మరి తుపాకులు పేలినప్పుడు ఎక్కువగా భయపడేది ఎవరు? పెట్రోనెల్లా వాన్ డాన్ తప్ప మరెవరో కాదు.

బిషప్ లు తమ పారిష్‌వాసులని ఉద్దేశించి రాసిన లేఖని జ్యాన్ పట్టుకొచ్చాడు. అది అందంగా, ఉత్తేజపరిచేదిగా ఉంది. 'నెదర్లాండ్స్ ప్రజలారా, లేవండి, చర్యలు తీసుకోండి. మన దేశం, మన ప్రజలు, మన మతస్వేచ్ఛ కోసం పోరాడటానికి మనలో ప్రతి ఒక్కరూ మనసైన మార్గాలు ఎంచుకోవాలి! మీ సహాయం, మద్దతు ఇవ్వండి. ఇప్పుడే పని మొదలుపెట్టండి!' వాళ్ళు వేదిక మీదినుంచి ఉపదేశిస్తున్నది ఇదే. అదేమైనా మంచి చేస్తుందా? మా తోటి యూదులకు ఇక సహాయం చెయ్యలేనంత ఆలస్యం ఖచ్చితంగా అయిపోయింది.

ఇప్పుడు మాకేమైందో ఊహించగలవా? మిస్టర్ కుగ్లెర్, మిస్టర్ క్లెమాన్లకి చెప్పకుండానే భవన యజమాని భవనాన్ని విక్రయించేశాడు. ఒక రోజు పొద్దున్నే కొత్త యజమాని ఒక వాస్తు నిపుణుడితో (ఆర్కిటెక్ట్) కలిసి స్థలాన్ని చూసుకోవటానికి వచ్చాడు. అదృష్టం కొద్దీ మిస్టర్ క్లెమాన్ ఆఫీసులోనే ఉన్నాడు. రహస్య అనెక్స్ మినహా భవనంలో చూడాల్సినవన్నీ ఆయన వాళ్ళకి చూపించాడు. తాళం చెవిని ఇంట్లో వదిలేశిచ్చినట్టు చెప్పేశాడు. దాంతో కొత్త యజమాని ఇంక ఏ ప్రశ్నలూ వెయ్యలేదు. అతను అనెక్స్ చూడాలంటూ మళ్ళీ రాకుండా ఉండాలి. వస్తే మటుకు మేము పెద్ద ఇబ్బందిలో పడతాం.

నాన్నమార్గోట్ కోసం, నాకోసం ఒక కార్డు ఫైల్ ఖాళీ చేసి, ఒక వైపు ఖాళీగా ఉన్న ఇండెక్స్ కార్డులతో దాన్ని నింపారు. దీన్ని మేము చదువుకొనే ఫైలుగా వాడాలి. దీంట్లో మార్గోట్, నేను మేము చదివిన పుస్తకాల పేర్లు, వాటి రచయితల పేర్లు, వాటిని చదివిన తేదీలూ రాయాలి. నేను రెండు కొత్త పదాలు నేర్చుకున్నాను: 'వేశ్యాగృహం', 'దుష్ట స్త్రీ'. కొత్త పదాల కోసం ప్రత్యేకంగా ఒక నోట్‌బుక్ కొన్నాను.

వెన్న, వనస్తులు కొత్త రకంగా విభజింపబడుతున్నాయి. ఎవరి భాగాన్ని వాళ్ళ పళ్ళేలలోనే వడ్డిస్తారు. ఇది చాలా అన్యాయమైనది. అందరికోసం ఎప్పుడూ అల్పాహారం తయారుచేసే వాన్ డాన్ కుటుంబం, మాకు ఇచ్చేదానికన్నా ఒకటిన్నర రెట్లు ఎక్కువ తీసుకుంటుంది. దాని గురించి ఏమైనా అంటే వాదానికి దారి తీస్తుందేమోననే భయంతో మా తల్లిదండ్రులు ఏమీ అనలేకపోతున్నారు. ఇది సిగ్గుచేటు. ఎందుకంటే అలాంటి వాళ్ళకి గుణపాఠం చెప్పాలన్నది నా అభిప్రాయం.

సీ, ఏన్

గురువారం, మార్చి 4, 1943

ప్రియమైన కిట్టీ,

మిసెస్ వాన్ డికి ఒక కొత్త మారుపేరొచ్చింది—మేము ఆమెని మిసెస్ బీవర్‌బ్రుక్ అని పిలవడం మొదలుపెట్టాం. నిజానికి, అదెంటో నీకు అర్థం కాదు కాబట్టి నేను వివరిస్తాను. మిస్టర్ బీవర్‌బ్రుక్ అనే ఒకాయన జర్మనీపై జరిగే బాంబు దాడులు కఠినంగా లేవనే తన అభిప్రాయం గురించి తరచూ ఇంగ్లిష్ రేడియోలో మాట్లాడుతూ ఉంటాడు. చర్చిల్, వార్తా నివేదికలు సహా అందరితో విభేదించే మిసెస్ వాన్ డాన్, మిస్టర్ బీవర్‌బ్రుక్‌తో పూర్తిగాఏకీభవిస్తుంది. కాబట్టి ఆమె ఆయనని పెళ్ళి చేసుకోవడం అనేది మంచి ఆలోచన అని మేము అన్నాం. ఆమె ఆ మాటతో ఉబ్బితబ్బిబ్బైంది కాబట్టి ఆమెని మిసెస్ బీవర్‌బ్రుక్ అని పిలవాలని నిర్ణయించుకున్నాం.

ఇప్పుడున్న ఒక గిడ్డంగి ఉద్యోగిని జర్మనీకి పంపిస్తున్నారు కాబట్టి ఒక కొత్త ఉద్యోగి రాబోతున్నాడు. ఇది అతనికి మంచి విషయం కాదు కాని మాకు మంచిదే. ఎందుకంటే కొత్త ఉద్యోగికి భవనం గురించి తెలీదు కదా. గిడ్డంగిలో పనిచేసే వాళ్ళంటే మాకింకా భయంగానే ఉంది.

గాంధీ నిరాహార దీక్ష విరమించారు.

నల్లబజారు వ్యాపారం మూడు పూవులు ఆరు కాయలుగా జరుగుతోంది. అర్థం లేని ధరలు చెల్లించడానికి మా దగ్గర తగినంత డబ్బు ఉంటే, మేము మూర్ఖంగా ఎంతో మెక్కేసి ఉండచ్చు. మాకు కూరగాయలు, పళ్ళు సరఫరా చేసే అతను బంగ్లాదుంపలని 'వెహెర్మాక్ట్' నుంచి కొని వాటిని బస్తాల్లో కార్యాలయానికి తీసుకొస్తాడు. మేమిక్కడ దాక్కున్నట్టు అతనికి అనుమానంగా ఉండడంతో కావాలని భోజనాల వేళప్పుడు వస్తాడు, గిడ్డంగి ఉద్యోగులు బయటికెళ్ళిన సమయంలో.

ప్రస్తుతం ఇక్కడ ఎన్ని మిరియాల బస్తాలు దించుతున్నారంటే, మేము ఊపిరి తీసుకున్నప్పుడంతా తుమ్ముతున్నాం, దగ్గుతున్నాం. మేడమీదికి వచ్చే అందరూ మమ్మల్ని 'ఫఛ్' తో పలకరిస్తున్నారు. మిసెస్ వాన్ డి కింది అంతస్తుకి అసలు వెళ్లనే వెళ్లనంది, ఇంకొక్కసారి మిరియాల వాసన పీల్చిందంటే ఆమె అనారోగ్యానికి గురవుతుందని.

నాన్న వ్యాపారం బాగా జరుగుతోందని నాకు అనిపించడం లేదు. పెక్టిన్ (జ్యామ్ మొదలైన వాటిలో వాడే పదార్థం), మిరియాలు తప్ప వేరే ఏమీ లేవు. తినుబండరాల వ్యాపారంలో ఉన్నప్పుడు, మిఠాయిలెందుకు తయారు చెయ్యకూడదు?

ఈరోజు పొద్దున మళ్ళీ నాపైన ఉరుములతో కూడిన మాటల వర్షం కురిసింది. వాతావరణం ఎన్ని మోటు మాటలతో నిండిపోయిందంటే, నా చెవుల్లో 'ఆన్, ఇది బాగాలేదు', 'వాన్ డాన్ మంచితనం' అనే మాటలు మోగసాగాయి. మంట, సూరేకరం!

సీ, ఆన్

బుధవారం, మార్చి 10, 1943

ప్రియమైన కిట్టీ,

నిన్న రాత్రి ఫ్యూజ్ సర్క్యూట్టైంది. దాంతో పాటు, తెల్లవారుఝుము వరకు తుపాకులు మోగుతూనే ఉన్నాయి. విమానాలు, తుపాకులు పేలడం గురించి నాకున్న భయం నుంచి నేను ఇంకా బయటపడలేదు. ఓదార్పు కోసం దాదాపు రోజూ రాత్రి నాన్న మంచంలోకి వెళ్లిపోతాను. అలా చెయ్యడం పిల్లతనంగా ఉంటుందని నాకు తెలుసు. కానీ ఆ అనుభవం నీకు జరిగేవరకు ఆగు! ఆక్-ఆక్ తుపాకులు ఎంత శబ్దం చేస్తాయంటే ఎవరి గొంతు వాళ్లకే వినిపించదు. విధి రాతను నమ్మే మిసెస్ బీవర్‌బ్రూక్ నిజంగా ఏడ్చేసి, భయంగా చిన్న స్వరంతో, 'ఓ, ఇది చాలా భయంకరంగా ఉంది. ఓ, తుపాకులు చాలా గట్టిగా శబ్దం చేస్తున్నాయి!'–ఇది, 'నాకు బాగా భయంగా ఉంది' అని ఇంకొక విధంగా చెప్పడమే.

చీకట్లో ఉన్నంత భయంగా కొవ్వొత్తి వెలుగులో ఉన్నప్పుడు అనిపించడంలేదు. నేను జ్వరం వచ్చినట్టు వణికిపోసాగాను. కొవ్వొత్తిని వెలిగించమని నాన్నని వేడుకున్నాను. కానీ ఆయన మొండిగా ఉన్నారు, వెలుగు ఉండకూడదని. అకస్మాత్తుగా మాకు మెషిన్ గన్ పేలుడు వినిపించింది. అది వైమానిక దాడిని ఎదుర్కొనే (యాంటీ ఎయిర్ క్రాఫ్ట్) తుపాకుల కంటే పది రెట్లు ఘోరంగా ఉంది. అమ్మ మంచం మీది నుంచి దూకి, పిమ్‌కి బాగా కోపం వచ్చే విధంగా కొవ్వొత్తి వెలిగించింది. ఆయన గొణుగుడికి 'ఎంతైనా, ఆన్ మాజీ సైనికురాలేం కాదు!' అని ఖచ్చితమైన సమాధానం ఇచ్చింది. అంతే, ఇక అక్కడితో అయిపోయింది!

మిసెస్ వాన్ డికి ఉన్న వేరే భయాలేవైనా నేను చెప్పానా? చెప్పినట్టు లేను. రహస్య అనెక్స్‌లో జరిగిన తాజా సాహసకృత్యాలు నీకు తెలియజేయాలంటే, ఇది కూడా చెప్పాల్సిందే. ఒక రోజు రాత్రి మిసెస్ వాన్ డి అటక మీద ఎవరిమో గట్టి అడుగుల చప్పుడు విన్నానని అనుకుంది. ఆమెకి దొంగలంటే భయం కాబట్టి తన భర్తని లేపింది. అదే క్షణంలో దొంగలు అదృశ్యమయ్యారు. మిస్టర్ వాన్ డి వినగలిగిన ఏకైక శబ్దం విధి రాతను నమ్మే తన భార్య గుండె భయంతో చేసిన శబ్దం మాత్రమే. 'ఓ, పుట్టి!' ఆమె అరిచింది. (పుట్టి అనేది ఆమె తన భర్తకి పెట్టుకున్నముద్దు పేరు.) 'వాళ్ళు మన మాంసం ముక్కలు, ఎండు బీన్స్ అన్నీ తీసుకెళ్ళిపోయి ఉండాలి. మరి, పీటర్ గురించో? ఓ, పీటర్ ఇంకా తన మంచంలో క్షేమంగానే ఉన్నట్టేనా?'

'వాళ్ళు పీటర్ని దొంగిలించలేదని నాకు ఖచ్చితంగా తెలుసు. అంత తెలివి తక్కువగా ఉండకు, నన్ను మళ్ళీ నిద్రపోనీ.'

అది అసంభవం. మిసెస్ వాన్ డి నిద్రపోలేనంతగా భయపడింది.

కొన్నిరోజుల తరువాత ఒక రాత్రి వాన్ డాన్ కుటుంబం మొత్తం భయంకరమైన శబ్దాలు విని మేల్కొంది. పీటర్ ఒక టార్చితో అటక మీదికెక్కాడు—ఎవరో పరిగెడుతున్న శబ్దం—ఏది పరిగెత్తి పారిపోవడం చూశాడనుకుంటున్నావు? అపారమైన ఎలుకల సమూహాన్ని!

దొంగలెవరో మాకు తెలియగానే, మేము మౌస్చిని (పిల్లిని) అటక మీద పడుకోవడానికి వదిలేశాం. ఆహ్వానించని అతిథులని మళ్ళీ చూడలేదు...కనీసం రాత్రివేళల్లో.

కొన్నిరోజుల క్రితం (ఏడున్నర అయింది, అయినా ఇంకా వెలుతురు ఉంది), పీటర్ కొన్ని పాత వార్తాపత్రికలు తేవడానికి అటక మీదికెక్కాడు. అతను నిచ్చెన నుంచి దిగడానికి పైకున్న తలుపుని గట్టిగా పట్టుకోవాల్సొచ్చింది. అతను చూసుకోకుండా తన చేతిని కింద పెట్టాడు. వెంటనే అదిరిపోయి, నొప్పితో నిచ్చెన మీద నుంచి దాదాపు కింద పడ్డాడు. తనకి తెలియకుండానే ఒక పెద్ద ఎలుక మీద చెయ్యి వేశాడు. అది అతని చేతిని కరిచింది. మా దగ్గరికి వచ్చే సమయానికి తెల్లగా పాలిపోయాడు, మోకాళ్ళు వణుకుతున్నాయి, పైజామా రక్తంతో తడిసిపోయింది. అతను అంతగా కదిలిపోయినందుకు ఆశ్చర్యపోనవసరం లేదు. ఎలుక మీద చెయ్యి పెట్టడం సరదాగా ఏమీ ఉండదు, అందులోనూ అది చేతి నుంచి కండ లాగేసినప్పుడు.

సీ, ఆన్

శుక్రవారం, మార్చి 12, 1943

ప్రియమైన కిట్టీ,

పిల్లల న్యాయవాది మామా (అమ్మ) ఫ్రాంక్ని పరిచయం చేయనా! యువకులకి అదనపు వెన్న, నేటి యువత ఎదుర్కొంటున్న సమస్యల్లాంటివి దేని గురించి ప్రస్తావించినా అమ్మ యువతరాన్నే సమర్థిస్తుంది. ఒకటో రెండో వాగ్వివాదాల తరువాత, తను అనుకున్నది సాధిస్తుంది.

మాంసం ఊరగాయ జాడీ ఒకటి పగిలి పోయింది. మౌస్చి, బోష్ లకి ఇక విందే.

మేము అజ్ఞాతంలోకి రావటానికి ముందు నుంచే బోష్ ఇక్కడే ఉన్నా కూడా, నువ్వింకా దాన్ని కలవలేదు. అది గిడ్డంగి, కార్యాలయాలకి చెందిన పిల్లి. అది ఎలుకలని గిడ్డంగి నుంచి దూరంగా ఉంచుతుంది. వింతగా, రాజకీయంగా ఉండే దాని పేరుని సులభంగా వివరించవచ్చు. కొంత కాలం గ్యాస్ అండ్ కో సంస్థలో రెండు పిల్లులు ఉండేవి, ఒకటి గిడ్డంగిలో, మరోకటి అటక మీద. అప్పుడప్పుడు అవి ఒకదానికొకటి ఎదురుపడేవి. దాంతో సహజంగానే గొడవ జరిగేది. గిడ్డంగి పిల్లి ఎప్పుడూ దూకుడుగా ఉండేది. కానీ అటక మీది పిల్లి చివరలో విజేతగా నిలిచేది, రాజకీయాల్లాగానే. కాబట్టి గిడ్డంగి పిల్లికి జర్మన్ లేదా 'బోష్' అని, అటక మీద ఉండే పిల్లికి ఆంగ్లేయుడు లేదా 'టామీ' అని పేరు పెట్టారు. కొంతకాలం తర్వాత వాళ్ళు టామిని వదిలించుకున్నారు. కానీ మేము కిందికి వెళ్ళినప్పుడు మాకు వినోదం కలిగించడానికి బోష్ ఎప్పుడూ ఉంటుంది.

మేము ఎన్ని బ్రౌన్ బీన్స్, హారికోట్ బీన్స్ తిన్నామంటే, ఇక నాకు మొహం మొత్తేసింది. వాటి గురించి ఆలోచిస్తైనే నాకు జబ్బు చేస్తుంది.

సాయంత్రాలు రొట్టెలు తినడం రద్దైంది.

తను అంతగా ఉల్లాసంగా ఏమీ లేనని నాన్న చెప్పరు. మళ్ళీ ఆయన కళ్ళు చాలా విషాదంగా కనిపిస్తున్నాయి. పాపం!

ఇన ఇబక్కర్ బౌడియర్ రాసిన ఎ నాక్ ఎట్ ది డోర్ పుస్తకం నుంచి నన్ను నేను దూరం చేసుకోలేను. ఇది ఎంతో బాగా రాసిన కుటుంబ కథ. కానీ యుద్ధం, రచయితలు, మహిళల విముక్తికి సంబంధించిన భాగాలు అంత బాగా లేవు. నిజం చెప్పాలంటే, ఈ విషయాలు నాకు పెద్ద ఆసక్తికరంగా అనిపించవు.

జర్మనీ మీద భయంకరమైన బాంబు దాడులు జరుగుతున్నాయి. దాంతో మిస్టర్ వాన్ డాన్ బాగా సణుక్కుంటున్నారు. కారణం: సిగరెట్ కొరత.

డబ్బాల్లో నిలవ చేసిన ఆహారం తినడం మొదలుపెట్టాలా వద్దా అనే చర్చ మాకు అనుకూలంగా ముగిసింది.

నాకు ఉన్నవాటిలో ఇంట్లో వేసుకొని తిరగడానికి అంతగా అనువుగా ఉండని స్కయింగ్ బూట్లని తప్ప వేరే ఏవీ నేను తొడుక్కోలేను. 6.50 గిల్డర్లు పెట్టి కొన్న గడ్డి, రబ్బరుతో చేసిన చెప్పులు వారం తిరిగే లోపే అరిగిపోయాయి. బహుశా మియెప్ చీకటి బజారు నుంచి ఏమైనా తేగలదేమో.

నాన్న జుట్టు కత్తిరించే సమయమైంది. నేను బాగా కత్తిరిస్తున్నానని, యుద్ధం తరువాత ఇంకొక క్షురకుడి దగ్గరికి వెళ్ళనని పిమ్ అంటున్నారు. నేనే కనుక ఆయన చెవికి పదేపదే గంటు పెట్టకుండా ఉంటే బాగుండేది కదా!

సీ, ఆన్

గురువారం, మార్చి 18, 1943

నాకు అత్యంత ప్రియమైన కిట్టి,

టర్కీ యుద్ధంలోకి ప్రవేశించింది. గొప్ప ఉత్సాహంగా ఉంది. రేడియో వార్తల కోసం ఆత్రుతగా ఎదురుచూస్తున్నాం.

శుక్రవారం, మార్చి 19, 1943

ప్రియమైన కిట్టి,

గంట కూడా కాకుండానే ఆనందాన్ని నిరాశ అనుసరించింది. టర్కీ ఇంకా యుద్ధంలో ప్రవేశించలేదు. టర్కీ తన తటస్థ వైఖరిని త్వరలోనే వదులుకోవడం గురించి ఆ దేశ కేబినెట్ మంత్రి మాట్లాడాడు, అంతే. డ్యామ్ స్క్వేర్‌లోని వార్తాపత్రికలు అమ్మే అతను, 'టర్కీ ఇంగ్లండ్ వైపు!' అని అరుస్తుండడంతో జనం ఆత్మతోకొద్ది పత్రికలని అతని చేతుల్లోంచి లాగేసుకున్నారు. ప్రోత్సాహకరమైన ఈ పుకారుని ఈ విధంగా మేము విన్నాం.

వెయ్యి గిల్డర్ల కాగితాలు చెల్లవని ప్రకటించబోతున్నారు. ఇది నల్లబజారు వ్యాపారస్తులకి, వాళ్ళ లాంటి వాళ్ళకి శరాఘాతమే. కానీ అజ్ఞాతంలో ఉన్నవాళ్ళకి, డబ్బుని లెక్కల్లో చూపించలేని ఎవరికైనా ఇది అంతకన్నా పెద్ద దెబ్బే. వెయ్యి గిల్డర్ల కాగితం మార్చాలంటే, అది ఎలా వచ్చిందో చెప్పగలగాలి, రుజువు కూడా చూపాలి. ఇప్పటికీ వాటిని పన్నులు చెల్లించడానికి ఉపయోగించవచ్చు, అయితే వచ్చే వారం వరకు మాత్రమే. ఐదు వందల నోట్లు కూడా అదే సమయంలో చెల్లకుండా పోతాయి. గస్ అండ్ కో వద్ద

ఇంకా లెక్కల్లో చూపించని వెయ్యి-గిల్డర్ నోట్లు ఉండేవి. వాటితో రానున్న సంవత్సరాలకి తమ లెక్కల ప్రకారం కట్టవలసిన పన్నులను ముందుగానే చెల్లించారు. అందువల్ల అంతా న్యాయబద్ధంగా ఉన్నట్టు అనిపిస్తోంది.

కాలితో ఉపయోగించే పాతకాలపు దంతవైద్యుల డ్రిల్ పరికరం ఒకటి డస్సెల్ అందుకున్నాడు. అంటే బహుశా త్వరలోనే నేను పూర్తిస్థాయిలో పరీక్షింపబడతానేమో.

ఇంటి నియమాలు పాటించటం అంటే డస్సెల్‌కి చాలా భయంకరమైన నిర్లక్ష్యం. తన భార్య ష్లార్లెట్‌కి ఉత్తరాలు రాయడమే కాదు, వేరే అనేకమందితో ఉత్సాహంగా ఉత్తరప్రత్యుత్తరాలు జరుపుతుంటాడు. అనెక్స్ యొక్క డచ్ ఉపాధ్యాయురాలు మార్గోట్ అతని లేఖలు దిద్దుతుంది. ఇక ఉత్తరాలు రాయద్దని నాన్న చెప్పేశారు. దాంతో మార్గోట్ ఉత్తరాలు దిద్దడం మానేసింది. కానీ అతను మళ్ళీ మొదలుపెట్టడానికి ఎక్కువ కాలం పట్టదని నేను అనుకుంటున్నాను.

గాయపడిన సైనికులతో ఫ్యూహ్రర్ (హిట్లర్) మాట్లాడుతున్నాడు. రేడియోలో విన్నాం. అది దయనీయంగా ఉంది. ప్రశ్నలు-సమాధానాలు దాదాపు ఈ విధంగా ఉన్నాయి:

'నా పేరు హెన్రిచ్ షెప్పెల్.'

'మీరు ఎక్కడ గాయపడ్డారు?'

'స్టాలిన్‌గ్రాడ్ దగ్గర.'

'ఇది ఎలాంటి గాయం?'

'విపత్తుమైన చలి వల్ల గాయపడ్డ రెండు పాదాలు, విరిగిన ఎడమ చెయ్యి.'

ఇది సరిగ్గా రేడియోలో ప్రసారమైన అసహ్యమైన తోలుబొమ్మ ప్రదర్శన నివేదిక. గాయపడినవాళ్ళు గాయాలు చూసుకొని గర్వపడుతున్నట్టు అనిపించింది. గాయం ఎంత ఎక్కువైతే అంత గొప్ప. ఒక వ్యక్తి అయితే ఫ్యూహర్‌తో చేతులు కలపబోతున్నానే ఆలోచనతో ఎంతగా ఉత్సాహపడిపోయాడంటే (అతనికి ఒక చెయ్యి ఇంకా ఉందనే అనుకుంటున్నాను) దాని వల్ల ఒక్కమాట కూడా మాట్లాడలేకపోయాడు.

అనుకోకుండా నేను డస్సెల్ సబ్బుని నేల మీద పడేసి తొక్కేశాను. ఇప్పుడది కనిపించట్లేదు. అతనికి కలిగిన నష్టాన్ని భర్తీ చేయమని నాన్నని అప్పుడే అడిగాను. ముఖ్యంగా ఎందుకంటే డస్సెల్‌కి తక్కువ ధరలో దొరికే యుద్ధకాలపు సబ్బు నెలకి ఒక్కటే దొరుకుతుందని.

నీ, ఆన్

గురువారం, మార్చి 25, 1943

ప్రియమైన కిట్టి,

నిన్న రాత్రి అమ్మ, నాన్న, మార్గోట్, నేను అందరం కలిసి చాలా హాయిగా కూర్చొని ఉన్నాం. అప్పుడు పీటర్ అకస్మాత్తుగా లోపలికి వచ్చి నాన్న చెవిలో గుసగుసలాడాడు. నాకు 'గిడ్డంగిలో ఒక పెద్ద పీపా (బారెల్) పడిపోయింది', 'ఎవరో తలుపు మీద చేతులు కదిలిస్తున్నారు' అనే మాటలు వినిపించాయి.

మార్గోట్ కూడా వినింది. కానీ నేను భయంతో పాలిపోయి విపరీతంగా ఆందోళన పడటంతో, నన్ను శాంతపరచడానికి ప్రయత్నించింది. నాన్న, పీటర్ కింది అంతస్తుకి వెళ్ళగా, మేము ముగ్గరం వాళ్ళ కోసం ఎదురుచూశాం. ఒకటో రెండో నిమిషాల తరువాత మిసెస్ వాన్ డాన్ తను రేడియో వింటున్న చోటి నుంచి పైకొచ్చేసింది. పిమ్ ఆమెని అది ఆపేసి, శబ్దం చేయకుండా మునివేళ్ళ మీద నడుస్తూ మేడమీదికి వెళ్ళమని అడిగారట. కానీ మనం నిశ్శబ్దంగా ఉండటానికి ప్రయత్నిస్తున్నప్పుడు ఏం జరుగుతుందో నీకు

తెలుసు. ఆ పాట మెట్లు రెండుసార్లు గట్టిగా క్రిందమన్నాయి. ఐదు నిమిషాల తరువాత పోలిపోయిన మెహ్ల్ తో పీటర్, పిమ్ మళ్ళీ కనిపించి తమ అనుభవాలు చెప్పారు.

వాళ్ళు మెట్ల కింద నిలబడి ఎదురుచూశారు. ఏమీ జరగలేదు. అప్పుడు అకస్మాత్తుగా రెండుసార్లు దభాలుమన్న శబ్దం వాళ్ళకి వినిపించింది, ఇంటి లోపల రెండు తలుపులు గట్టిగా వేసినట్టు. పిమ్ పరుగున మెట్లెక్కారు. పీటర్ ఏమో డస్సెల్ని హెచ్చరించడానికి వెళ్ళారు. డస్సెల్ చివరికి మేడమీద ప్రత్యక్షమయ్యాడు...పెద్ద రాద్ధాంతం, పెద్ద శబ్దం చేయకుండా కాదులే. ఆ తరువాత మేమందరం మేజోళ్ళతోనే మునివేళ్ళ మీద నడుచుకుంటూ పైఅంతస్తులో ఉండే వాన్ డాన్ దంపతుల దగ్గరికి వెళ్ళాం. మిస్టర్ వాన్ డికి బాగా జలుబు చేసింది. అప్పటికే పడుకొని ఉన్నారు కాబట్టి మేము ఆయన పడక చుట్టూ గుమిగూడి మా సందేహాలన్నిటి గురించి గుసగుసలాడుతూ చర్చించుకున్నాం. మిస్టర్ వాన్ డి గట్టిగా దగ్గిన ప్రతిసారీ మిసెస్ వాన్ డీ, నేను దాదాపు వణికిపోయాం. ఎవరో ఆయనకి కోడైన్ ఇవ్వాలనే మంచి ఆలోచన చెప్పేవరకు ఆయన దగ్గుతూనే ఉన్నారు. ఆయన దగ్గ వెంటనే తగ్గింది.

మరోసారి బాగా ఎదురు చూశాం కానీ ఏమీ వినబడలేదు. చివరికి, మామూలుగా నిశ్శబ్దంగా ఉండే భవనంలో నుంచి అడుగుల శబ్దాలు వినబడటంతో దొంగలు పారిపోయి ఉంటారన్న నిర్ధారణకి వచ్చాం. ఇప్పుడు సమస్య ఏంటంటే, ప్రైవేటు కార్యాలయంలోని కుర్చీలు రేడియో చుట్టూ చక్కగా వేసి ఉన్నాయి. రేడియోలో ఇంగ్లండ్ స్టేషన్ వినిపిస్తుంది. ఒకవేళ దొంగలు తలుపుని బలవంతంగా తెరిచి ఉంటే, వైమానిక దాడుల పర్యవేక్షకులు దీన్ని గమనించి పోలీసులని పిలిచి ఉంటే, పరిణామాలు చాలా తీవ్రంగా ఉండేవి. అందువల్ల మిస్టర్ వాన్ డాన్ లేచి కోటు, ప్యాంటు వేసుకొని, టోపీ ధరించి, నాన్నని జాగ్రత్తగా అనుసరిస్తూ కిందికెళ్ళారు. పీటర్ (ఎందుకైనా మంచిదని భారీ సుత్తిని పట్టుకొని) ఆయన వెనుకే వెళ్ళాడు. ఐదు నిమిషాల తరువాత మగవాళ్ళు వెనక్కొచ్చి భవనంలో ఎటువంటి కార్యకలాపాల సంకేతాలు లేవని చెప్పేవరకు మహిళలం (మార్గ్రోట్, నేను కలిపి) ఉత్కంఠతో ఎదురుచూశాం. నీళ్ళు తిప్పకూడదు, మరుగుదొడ్లో నీళ్ళు వదలకూడదు అని నిర్ణయించాం. కానీ ఆ ఆందోళనతో అందరికీ కడుపు తిప్పుతుండడంతో ఒకరి తర్వాత ఒకరం మరుగుదొడ్డికి వెళ్ళొచ్చాం. ఆ తరువాత వచ్చిన దుర్వాసన ఎలా ఉంటుందో నువ్వు ఊహించగలవు.

ఇలాంటి సంఘటనల్లో ఎప్పుడూ వేరే విపత్తులు కూడా ఉంటాయి. ఇది అందుకు మినహాయింపేమీ కాదు. మొదటిది: వెస్టర్ టార్న్ గడియారం గంటలు కొట్టడం ఆపేసింది. ఆ గంటలు ఎప్పుడూ ఓదార్పు కలిగిస్తున్నట్టుగా నాకు అనిపించేది. రెండోది: మిస్టర్ వోస్ క్యుయిజ్ల్ నిన్న రాత్రి తొందరగా వెళ్ళిపోయారు. అతను బేప్ కి తాళం చెవి ఇచ్చారా, ఆమె తలుపుకి తాళం వేయడం మర్చిపోయిందా...మాకు సరిగ్గా తెలీదు.

కానీ ఇప్పుడి అనలు ముఖ్యమే కాదు. రాత్రి ఇప్పుడే మొదలైంది. ముందు ఏం జరగనుందో మాకు అర్థం కాలేదు. ఎనిమిదింబావు, పదిన్నర మధ్య, దొంగ మొదటిసారి భవనంలోకి ప్రవేశించి, మా జీవితాలను ప్రమాదంలో పడేసిన సమయంలో, ఎటువంటి శబ్దాలు వినబడకపోవడంతో మాకు కొంత తెరిపి కలిగింది. దాని గురించి ఎక్కువగా ఆలోచించినకొద్దీ, దొంగలు తలుపు బద్దలుకొట్టి ప్రయత్నం చేసే అవకాశం లేదనిపించింది. ఎందుకంటే అది సాయంత్రం. వీధిలో ఇంకా జనం తిరుగుతూ ఉన్న సమయం కాబట్టి. దానికి తోడు, పక్కింటి కెగ్ కంపెనీ గిడ్డంగి నిర్వాహకుడు ఆ సమయంలో ఇంకా పనిచేస్తూనే ఉండాలి. గాభరా వల్ల, గోడలు సన్నగా ఉండటం వల్ల, శబ్దాలని పొరపాటుగా అర్థం చేసుకోవడం సులభం. అంతేకాకుండా, ప్రమాదకరమైన క్షణాల్లో మన ఊహ తరమూ మనల్ని మాయలో పడేస్తుంది.

అందుకని, నిద్రపోవాలని కాకపోయినా మేము వెళ్ళి పడుకొన్నాం. నాన్న, అమ్మ, మిస్టర్ డస్సెల్ రాత్రి చాలావరకు మేలుకొనే ఉన్నారు. నాకు రెప్పపాటు కాలం కూడా నిద్రలేదంటే అతిశయోక్తి కాదు.

ఈరోజు పొద్దున్నే మగవాళ్ళు కిందికెళ్ళి బయటి తలుపు ఇంకా తాళం వేసుందో లేదో చూశారు. కానీ అంతా బాగానే ఉంది!

ఈ భయం గొలిపిన సంఘటన వివరాలన్నీ కార్యాలయ సిబ్బంది అందరికీ పూసగుచ్చినట్టు చెప్పాం. ఇలాంటివి జరిగిపోయిన తర్వాత వాటిని తలచుకొని నవ్వడం చాలా సులభం. అయితే, బెప్ ఒక్కతే మేము చెప్పింది గంభీరంగా తీసుకుంది.

సీ, ఆన్

పిఎస్. ఈరోజు పొద్దున మరుగుదొడ్డి మూసుకుపోయింది. మాలిన్యమంతాను, స్ట్రాబెర్రీ కొన్నప్పటి రసీదులు (ఈమధ్య వాటిని టాయిలెట్ పేపర్ కోసం ఉపయోగిస్తున్నాం) బయటికి తీయడానికి నాన్న ఒక పొడవైన బొంగు ఉపయోగించాల్సొచ్చింది. ఆ తరువాత ఆ బొంగుని కాల్చేశారు.

శనివారం, మార్చి 27, 1943

ప్రియమైన కిట్టీ,

మేము షార్ట్‌హ్యాండ్ కోర్సు పూర్తి చేసేశాం. ఇప్పుడు రాసే వేగం పెంచుకొనే పనిమీద ఉన్నాం. మేము తెలివైనవాళ్ళం కదా! నా 'కాలాన్ని హరించే' (టైమ్ కిల్లర్స్) గురించి నీకు ఇంకా చెప్పనీ. (అది నా కోర్సులకి నేను పెట్టిన పేరు. ఎందుకు పెట్టానంటే, మేము చేస్తున్నదంతా ఒక్కటే...తొందరగా రోజులు గడిపేసి ఇక్కడ ఉండాల్సిన కాలం ముగింపుకి దగ్గరవడానికి ప్రయత్నం చెయ్యడం.) నేను పురాణాలని, ముఖ్యంగా గ్రీకు, రోమన్ దేవుళ్ళని ఆరాధిస్తాను. ఇక్కడున్న ప్రతి ఒక్కరూ నా ఆసక్తి తాత్కాలిక అనుకుంటారు. పురాణాలని ఇష్టపడే యుక్తవయస్కుల గురించి వాళ్ళెప్పుడూ వినలేదు. అయితే మరి నేనే మొదటిదాన్నేమో!

మిన్‌హేర్ వాన్ డాన్‌కి జలుబుగా ఉంది. లేదా, ఆయనకి గొంతు బొంగురు పోయింది అనచ్చు. ఆయన దానికోసం చాలా చేస్తున్నారు. కామోమైల్ టీతో నోరు పుక్కిలిస్తున్నారు. నోట్లో పైభాగానికి మిర్ర్ (ఒక చెట్టు జిగురు) కలిపిన మందు రాస్తున్నారు. ఛాతీ, ముక్కు, చిగుళ్ళు, నాలుకకి విక్స్ రుద్దుతున్నారు. వీటన్నిటి మీద, ఆయన మహా చిరాగ్గా ఉన్నారు.

రోటర్ అనే ఒక జర్మన్ ప్రముఖవ్యక్తి ఇటీవల ప్రసంగించాడు. 'జూలై ఒకటో తేదీ లోపు యూదులందరూ జర్మన్ ఆక్రమిత భూభాగాల నుంచి వెళ్ళిపోవాలి. ఏప్రిల్ 1, మే 1 మధ్య యుట్రెఖ్ట్ రాష్ట్రం నుంచి, మే 1, జూన్ 1 మధ్య ఉత్తర, దక్షిణ హాలెండ్ రాష్ట్రాల నుంచి యూదులని [వాళ్ళు బొద్దింకలు అన్నట్టుగా] నిర్మూలిస్తాం.' అన్నాడు. ఈ నిస్సహాయ ప్రజలు, అనారోగ్య పశువులు, నిర్లక్ష్యానికి గురైన పశువుల్లాగా మురికి కబేళాలకి తరలింపబడుతున్నారు. అయితే, ఈ విషయం మీద ఇంకేమీ చెప్పను. నా ఆలోచనలే నాకు పీడకలలు కలిగిస్తున్నాయి!

ఒక మంచి వార్త ఏంటంటే, విధ్వంసక చర్యల్లో భాగంగా లేబర్ ఎక్సేంజికి నిప్పంటించారు. కొన్ని రోజుల తరువాత రిజిస్టర్ ఆఫీస్ కూడా మంటల్లో కాలిపోయింది. జర్మన్ పోలీసుల్లా నటించి కొందరు వ్యక్తులు సంరక్షకుల (గార్డల) కళ్ళు చేతులు, నోరు కట్టేసి కొన్ని ముఖ్యమైన పత్రాలు నాశనం చేయగలిగారు.

సీ, ఆన్

గురువారం, ఏప్రిల్ 1, 1943

ప్రియమైన కిట్టి,

నాకు అల్లరి చెయ్యాలని లేదు (తేదీ చూడు). అందుకు విరుద్ధంగా, ఈ రోజు 'దురదృష్టాలు ఒంటరిగా రావు' అనే సామెత చెప్పగలను.

మొదటిది, మా కాంతి కిరణం లాంటి మిస్టర్ క్లైమాన్, పేగుల్లో మళ్ళీ రక్తస్రావం కావటంతో కనీసం మూడు వారాలు మంచంలోనే ఉండాలి. ఆయన కడుపు కొంచెం ఇబ్బంది పెడుతోందని, దీనికి చికిత్స లేదని చెప్పాలి. రెండవది, బెప్కి ఫ్లూ వచ్చింది. మూడవది, మిస్టర్ వోస్కుయిజ్ల్ వచ్చేవారం ఆసుపత్రికి వెళ్ళాలి. బహుశా ఆయన కడుపులో పుండు ఉందేమో. శస్త్రచికిత్స చేయించుకోవల్సి రావచ్చు. నాల్గవది, కొత్త ఒపెక్టా డెలివరీల గురించి చర్చించడానికి పొమొసిన్ ఇండస్ట్రీస్ అధికారులు ఫ్రాంక్ఫర్ట్ నుంచి వచ్చారు. నాన్న ముఖ్యమైన విషయాలు మిస్టర్ క్లైమాన్తో చర్చించారు. మిస్టర్ కుగ్లర్కి సమగ్ర సమాచారం ఇవ్వడానికి తగినంత సమయం మాత్రం దొరకలేదు.

పెద్దమనుషులు ఫ్రాంక్ఫర్ట్ నుంచి వచ్చారు. చర్చలు ఎలా జరుగుతాయో అని నాన్న అప్పటికే కంగారుగా ఉన్నారు. 'నేను అక్కడే ఉంటే బాగుండేది కదా. నేను కింది అంతస్తులో ఉంటే బాగుండేది కదా.' అని నిట్టూర్చారు.

'మీ చెవిని నేలకి ఆనించి పెట్టి పడుకోండి. వాళ్ళను ప్రైవేటు కార్యాలయానికి తీసుకొస్తారు కాబట్టి అంతా వినగలుగుతారు.'

నాన్న మొహంలో సందిగ్ధత తొలగిపోయింది. నిన్న పొద్దున పదిన్నరకి మార్గోట్, పిమ్ (ఒక చెవి కంటే రెండు చెవులు మేలు కదా) నేల మీద చెవులు ఆనించి పెట్టారు. మధ్యాహ్నానికి చర్చలు పూర్తి కాలేదు కానీ నాన్న ఇక వినే కార్యక్రమాన్ని కొనసాగించే స్థితికి లేరు. అటువంటి అసాధారణ, అసౌకర్య స్థితిలో గంటల తరబడి ఉండటం నాన్నకి కష్టమైంది. రెండున్నర గంటలకి మాకు నడవాలో గొంతులు వినిపించాయి. నేను నాన్న స్థానాన్ని తీసుకున్నాను. మార్గోట్ నాకు తోడుగా ఉంది. సంభాషణ ఎంత సుదీర్ఘంగా, విసుగు పుట్టించే విధంగా జరిగిందంటే, చల్లగా, గట్టిగా ఉండే లినోలియం నేల మీద నేను ఉన్నట్టుండి నిద్రలోకి జారిపోయాను. వాళ్ళు మా మాటలు వింటారనే భయంతో మార్గోట్ నన్ను తాకే ధైర్యం కూడా చెయ్యలేదు. మరి ఆమె అరవకూడదు కదా. నేను చక్కగా అరగంట సేపు నిద్రపోయి, తరువాత ఉలికిపడి లేచాను. ఆ ముఖ్యమైన చర్చలోని ప్రతి మాటా మర్చిపోయాను మరి. అదృష్టవశాత్తూ, మార్గోట్ బాగా శ్రద్ధ పెట్టింది.

సీ, ఆన్

శుక్రవారం, ఏప్రిల్ 2, 1943

ప్రియమైన కిట్టి,

ఓహ్, నా పాపాల జాబితాకి మరోక అంశం తోడైంది. నిన్న రాత్రి నేను మంచం మీద పడుకొని ఉన్నాను. నాన్న నా మీద దుప్పట్లు సరిగ్గా కప్పి నాతో కలిసి ప్రార్థన చేస్తారని ఎదురుచూస్తున్నాను. అమ్మ గదిలోకి వచ్చి, నా మంచం మీద కూర్చుని చాలా సున్నితంగా అడిగింది, 'ఆన్, నాన్న సిద్ధంగా లేరు. ఈ రాత్రికి నీ ప్రార్థనలని నేను వింటే ఏం?'

'ఒద్దు మమ్మీ,' నేను బదులిచ్చాను.

అమ్మ లేచి, ఒక క్షణం నా మంచం పక్కన నిలబడి, నెమ్మదిగా తలుపు వైపుకి నడిచింది. అక్స్మాత్తుగా వెనక్కి తిరిగింది. బాధతో ఆమె మొహం ఎలాగో అయిపోయింది. అప్పుడిలా అనింది, 'నీ మీద కోపం తెచ్చుకోవాలనుకోవడం లేదు. నువ్వు నన్ను ప్రేమించేట్లటు నేను చేసుకోలేను!' ఆమె గది దాటుతున్నప్పుడు కన్నీళ్ళు ఆమె బుగ్గలమీదుగా కిందికి జారాయి.

ఆమెని అంత క్రూరంగా తిరస్కరించి నేను ఎంత అల్పమైన బుద్ధిని చూపించానో ఆలోచిస్తూ కదలకుండా పడుకున్నాను. కానీ ఆమెకి వేరే విధంగా సమాధానం చెప్పడం నా వల్ల కాదని కూడా నాకు తెలుసు. ఆమెతో కలిసి ప్రార్థన చేయాలని నాకు లేనప్పుడు కపటంగా ఉండలేను. కపటం పనిచేయదు. అమ్మ మీద జాలేసింది. చాలా చాలా జాలేసింది. ఎందుకంటే, నా జీవితంలో మొదటిసారి ఆమె నా కఠినత్వం పట్ల వ్యతిరేకత చూపించలేదు. నన్ను తనని ప్రేమించేలా చేసుకోలేకపోవడం గురించి మాట్లాడినప్పుడు ఆమె మొహంలో శోకం కనిపించింది. నిజం చెప్పడం చాలా కష్టం. అయినా, అసలు నిజం ఎంటంటే, అమ్మే నన్ను తిరస్కరించింది. ఆమె వ్యంగ్యంగా చేసే వ్యాఖ్యలు, నాకు సరదా అనిపించని మొరటు హాస్యక్తుల్లే నన్నిలా చేశాయి. ఆమె చూపించే ప్రేమకి స్పందించని మనిషిగా తయారుచేశాయి. కఠినంగా ఉండే ఆమె మాటలు విన్న ప్రతిసారీ నా మనసు ఎలా కుంగిపోతుందో, మా మధ్య ప్రేమ లేదని ఆమె తెలుసుకున్నప్పుడు అదే విధంగా ఆమె మనసు కుంగిపోయింది.

ఆమె అర్ధరాత్రి వరకూ ఏడ్చింది. ఆమెకి నిద్దే రాలేదు. నాన్న నా వైపు చూడటం మానేశారు. ఎప్పుడైనా ఆయన కళ్ళు నా కళ్ళతో కలిసినప్పుడు, ఆయన నోరు తెరిచి చెప్పని మాటలని నేను చదవగలను: 'ఇంత దయ లేకుండా నువ్వేలా ఉండగలవు? మీ అమ్మని ఇంత బాధ పెట్టడానికి నీకెంత ధైర్యం!'

నేను క్షమాపణ చెప్పాలని అందరూ అనుకుంటున్నారు. కానీ ఇది నేను క్షమాపణ చెప్పాల్సిన విషయం కాదు. ఎందుకంటే, నేను నిజం చెప్పాను. ఎలాగైనా ఎప్పుడో ఒకప్పుడు అమ్మే తెలుసుకుంటుంది. అమ్మ కన్నీళ్ళ పట్ల, నాన్న చూపుల పట్ల నేను నిర్లక్ష్యంగా ఉన్నట్లే అనిపిస్తుంది. అవును, నేను అలాగే ఉన్నాను. ఎందుకంటే నేను ఎప్పుడూ అనుభవిస్తూ వచ్చిన బాధను వాళ్ళిద్దరూ ఇప్పుడు అనుభవిస్తున్నారు. నేను అమ్మ మీద జాలి మాత్రమే పడగలను. ఆమె వైఖరి ఏంటో ఆమే స్వయంగా నిర్ణయించుకోవాలి. నా మటుకు నేను మౌనంగానే, దూరంగానే ఉంటాను. నేను నిజం దాచాలనుకోవడం లేదు. ఎందుకంటే ఇది ఎంత ఎక్కువకాలం వాయిదా వేస్తే, వాళ్ళు అది విన్నప్పుడు దాన్ని అంగీకరించడం అంత కష్టం అవుతుంది!

సీ, ఆన్

మంగళవారం, ఏప్రిల్ 27, 1943

ప్రియమైన కిట్టి,

తగాదాల వల్ల కలిగే ప్రభావాలతో ఇల్లు ఇంకా కంపిస్తూనే ఉంది. ప్రతి ఒక్కరూ మిగతావాళ్ళ మీద కోపంగా ఉన్నారు. అమ్మ–నేను, మిస్టర్ వాన్ డాన్–నాన్న, అమ్మ–మిసెస్ వాన్ డి. ఇది భయంకరమైన వాతావరణం అనిపించడం లేదూ? మరోసారి ఆన్ లోపాల జాబితా విస్తృతంగా ప్రసారం చేయబడింది.

మా జర్మన్ సందర్శకులు పోయిన శనివారం మళ్ళీ వచ్చారు. వాళ్ళు ఆరు వరకు ఉన్నారు. మేమంతా ఒక్క అంగుళం కూడా కదిలే ధైర్యం చెయ్యకుండా మేడమీద కూర్చున్నాం. భవనంలో లేదా

పరిసరాల్లో ఎవరైనా పని చేస్తూండకపోతే, ప్రతి అడుగూ ప్రైవేటు కార్యాలయంలో వినబడుతుంది. చాలాసేపు అలా కూర్చోవడంతో నాలో అసహనం ఎక్కువైపోయింది.

మిస్టర్ వోస్కుయిజ్ల్‌ని ఆసుపత్రిలో చేర్చారు. కానీ మిస్టర్ క్లైమాన్ కార్యాలయానికి వచ్చేశారు. ఆయన కడుపులోని రక్తస్రావం అనుకున్నదాని కంటే తొందరగా ఆగిపోయింది. అగ్నిమాపక సిబ్బంది మంటలని మాత్రమే ఆపకుండా భవనాన్నంతా నీటితో నింపేశారు కాబట్టి, రిజిస్టర్ కార్యాలయం చాలా ఎక్కువగా దెబ్బతిందని ఆయన మాకు చెప్పారు. నాకు సంతోషం కలిగింది!

కార్లన్ టైల్స్‌ని ధ్వంసం చేశారు. ఫైర్‌బాంబులతో నిండిన రెండు బ్రిటిష్ విమానాలు సరాసరి జర్మన్ ఆఫీసర్స్ క్లబ్ మీద దిగాయి. 'విల్లెల్‌మ్‌ల్వాట్ & సింగెల్' ప్రదేశం మొత్తం మంటల్లో కాలిపోయింది. జర్మన్ నగరాల్లో వైమానిక దాడుల సంఖ్య రోజురోజుకీ పెరుగుతోంది. చాలా కాలంగా మాకు రాత్రివేళల్లో మంచి నిద్ర లేదు. నిద్ర లేకపోవడం వల్ల నా కళ్ళ కింద వాపులొచ్చాయి.

మా భోజనం ఘోరంగా ఉంటోంది. పొద్దున అల్పాహారంలో వెన్న లేని సాదా రొట్టె, నాసిరకం కాఫీ ఉంటున్నాయి. రెండు వారాలుగా భోజనంలో పాలకూర లేదా వండిన లేట్యూస్‌తో పాటు కుళ్ళినట్టుగా, తీయటి రుచితో ఉన్న పెద్దపెద్ద బంగాళదుంపలు ఉంటున్నాయి. సన్నబడటానికి ప్రయత్నించేవాళ్ళకి అనేక్కే తగిన ప్రదేశం! మేడమీది వాళ్ళు తీవ్రంగా విమర్శిస్తున్నారు కానీ ఇది అంత పెద్ద విషాదమని మేము అనుకోవడం లేదు.

1940లో యుద్ధంలో పాల్గొన్న లేదా శిక్షణ పొందిన డచ్ మగవాళ్ళు అందరినీ యుద్ధ ఖైదీల శిబిరాల్లో పని చేయడానికి పిలిచారు. ఆక్రమణ వల్లే వాళ్ళు ఈ ముందు జాగ్రత్త చర్య తీసుకుంటున్నారని ఘంటాపథంగా చెప్పగలను.

సీ, ఆన్

శనివారం, మే 1, 1943

ప్రియమైన కిట్టీ,

నిన్న డస్సెల్ పుట్టినరోజు. ముందు అతను పుట్టినరోజు జరుపుకోవటం ఇష్టం లేనట్టు నటించాడు. కానీ బహుమతులతో నిండిపోయున్న పెద్ద షాపింగ్ సంచీతో మియెప్ వచ్చినప్పుడు, చిన్నపిల్లవాడిలాగా ఉత్సాహంతో పొంగిపోయాడు. అతని ప్రియురాలు 'లోట్టే'...గుడ్లు, వెన్న, బిస్కెట్లు, నిమ్మరసం, రొట్టె, కాగ్నక్ (నాణ్యమైన బ్రాందీ), మసాలా కేకు, పువ్వులు, కమలాపళ్ళు, చాక్లెట్, పుస్తకాలు, రాసు కోనేందుకు కాగితాలు పంపించింది. అతను బహుమతులని ఒక బల్ల మీద పేర్చి, వాటిని మూడు రోజులకి తక్కువ కాకుండా ప్రదర్శించాడు– వయసుమళ్ళిన మూర్ఖుడు!

అతను ఆకలితో మాడుతున్నాడేమో అనే ఆలోచనే నీకు అక్కరలేదు. అతని గూట్లో రొట్టె, జున్ను, జ్యామ్, గుడ్లు కనిపించాయి మాకు. డస్సెల్...మేము ఎంతో దయగా చూసి, అతను నాశనం అయిపోకుండా కాపాడటానికి మేము ఇక్కడికి తీసుకొచ్చిన వ్యక్తి, మాకు తెలికుండా తన పొట్ట నింపుకోవటం, మాకు ఏమీ ఇవ్వకపోవడం చాలా సిగ్గుపడాల్సిన విషయం. మా దగ్గర ఉన్నవన్నీ అతనితో పంచుకున్నాం కదా! కానీ, మా అభిప్రాయం ప్రకారం ఇంకా ఘోరమైన విషయం ఏంటంటే, మిస్టర్ క్లైమాన్, మిస్టర్ వోస్కుయిజ్ల్, బెప్ ల విషయంలో అతను మహా పీనాసి. వాళ్ళకి ఏమీ ఇవ్వడు. డస్సెల్ దృష్టిలో, అనారోగ్యంగా ఉన్న క్లైమాన్ కడుపుకి ఎంతగానో అవసరం అయిన కమలాపళ్ళు తన కడుపుకే ఎక్కువ ప్రయోజనం కలిగిస్తాయి.

ఈరోజు రాత్రి తుపాకులు ఎంత ఎక్కువగా మోగుతున్నాయంటే, నేను ఇప్పటికే నాలుగుసార్లు నా వస్తువులు ఒక దగ్గర పెట్టుకోవాల్సొచ్చింది. పారిపోవాల్సిన అవసరం వస్తే తీసుకొని వెళ్ళాల్సిన వస్తువులతో ఈరోజు ఒక పెట్టె సర్దిపెట్టాను. కానీ అమ్మ సరిగ్గా అన్నట్టు, 'ఎక్కడికి వెళ్తాం?'

కార్మికుల సమ్మె వల్ల మొత్తం పోలెండ్ అంతా శిక్ష అనుభవిస్తోంది. 'మార్షల్ లా' (పౌర చట్టాన్ని రద్దు చేసి సైన్యానికి సంపూర్ణ అధికారం ఇవ్వడం) ప్రకటించబడింది. ప్రతి ఒక్కరికి ఒక వెన్న కూపన్ తగ్గుతుంది. ఏం దుర్మార్గపు పిల్లలు.

ఈరోజు సాయంత్రం నేను అమ్మకి తలస్నానం చేయించాను. ఈరోజుల్లో అది అంత సులువైన పని కాదు. షాంపూ అయిపోయింది కాబట్టి చాలా జిగటగా ఉండే శుభ్రం చేసే ద్రవాని (లిక్విడ్ క్లెన్సర్) వాడుకోవాలి. దానికి తోడు, అమ్మ జట్టు దువ్వుకోవటానికి చాలా కష్టపడింది. మా దువ్వెనకి పది పళ్ళు మాత్రమే మిగిలాయి మరి.

సీ, ఆన్

ఆదివారం, మే 2, 1943

ఇక్కడి మా జీవితాల గురించి ఆలోచించినప్పుడు, అజ్ఞాతంలో లేని యూదులతో పోలిస్తే మేం స్వర్గంలో జీవిస్తున్నామనే సాధారణంగా నిర్ధరిస్తాను. అయినప్పటికీ, ముందు ముందు అంతా సాధారణ స్థితికి వచ్చినప్పుడు...ఎప్పుడూ అంత సౌకర్యంగా ఉన్న పరిస్థితుల్లో బతికిన మేము ఎలా ఇంత 'దిగజారా' గలిగాం అని నేను ఆశ్చర్యపోతానేమో. ముఖ్యంగా నా ఉద్దేశ్యం మర్యాదకి సంబంధించినది. ఉదాహరణకి, మేము ఇక్కడికి వచ్చినప్పటి నుంచి అదే నూనెగుడ్డ (ఆయిల్ క్లాత్, నీళ్ళు పీల్చుకోకుండా ఉండడానికి ఒకవైపు నూనె రాసిన గుడ్డ) భోజనాల బల్ల మీద వేసి ఉంది. ఇంతగా ఉపయోగించిన తరువాత మరి దాన్నిండా మరకలే. దాన్ని శుభ్రం చేయడానికి నేను చాలా కష్టపడతాను కానీ లాభం ఉండదు. గిన్నెలు తుడిచే గుడ్డ కూడా మేము అజ్ఞాతంలోకి రాక ముందు కొన్నది. అందులో బట్ట కంటే రంధ్రాలు ఎక్కువగా ఉన్నాయి కాబట్టి దాన్ని ఉతకడం ఫలితం లేని పని. వాన్ డాన్ దంపతులు శీతాకాలం అంతా అదే ఫ్లానెలెట్ దుప్పటి మీద పడుకుంటున్నారు. బట్టలు ఉతికి సబ్బుపొడి మాకు కొంచెమే అందుతోంది, పైగా ఈమధ్య దొరకట్లేదు. అందువల్ల వాళ్ళు దాన్ని ఉతకలేకపోతున్నారు. దానికి తోడు, అది బాగా నాసిరకం దుప్పటి కావటం వల్ల దాన్ని ఉతికి ప్రయోజనం ఉండదు. నాన్న చిరిగిపోయిన అంచున్న ప్యాంటు వేసుకొని తిరుగుతున్నారు. ఆయన టై కూడా పాతపడిపోయిన చిప్పలు చూపిస్తోంది. అమ్మ కార్సెట్ (శరీరాకృతి కోసం దుస్తుల ధరించే లోదుస్తులు) ఈ రోజు తెగిపోయింది. దాన్ని ఇంక బాగు చేయలేం. మార్గోట్ చాలా చిన్నదైపోయిన బ్రా వేసుకుంటోంది. అమ్మ, మార్గోట్ కలిసి శీతాకాలం మొత్తం మూడే మూడు బనీసులు వాడారు. నావి ఎంత చిన్నవయ్యాయంటే అవి నా పొట్టని కూడా పూర్తిగా కప్పట్లేదు. ఇవన్నీ అధిగమించగల విషయాలే. కానీ కొన్నిసార్లు ఆశ్చర్యపోతాను: ఎవరి వస్తువులైతే–నా లోదుస్తుల నుంచి నాన్న షేవింగ్ బ్రష్ వరకు–ప్రతి ఒక్కటీ పాతదై పాడైపోయి ఉందో, అటువంటి మేము, యుద్ధానికి ముందటి స్థానాన్ని తిరిగి పొందగలమని ఎప్పటికైనా ఆశించవచ్చా?

ఆదివారం, మే 2, 1943

జరుగుతున్న యుద్ధం గురించి అనెక్స్ వాసుల వైఖరి

మిస్టర్ వాన్ డాన్: మా అందరి అభిప్రాయం ప్రకారం, గౌరవనీయులైన ఈ పెద్దమనిషికి రాజకీయాల మీద గొప్ప అవగాహన ఉంది. ఏదేమైనా, 1943 సంవత్సరం చివరి వరకు మేము ఇక్కడే ఉండాల్సొస్తుందని ఆయన జోస్యం చెప్పినారు. ఇది చాలా దీర్ఘ కాలం. అయినా కూడా అప్పటి వరకు ఇక్కడ ఉండగలగటం సాధ్యమే. కానీ బాధలు, కన్నీళ్ళు తప్ప మరేమీ ఇవ్వని ఈ యుద్ధం అప్పటికి ముగిసిపోతుందని ఎవరు మాకు భరోసా ఇవ్వగలరు? అంతవరకూ మాకు గానీ, మాకు సహాయం చేస్తున్న వారికి గానీ ఏమీ జరగదని ఎవరు హామీ ఇవ్వగలరు? ఎవరూ ఇవ్వలేరు! అందుకే ప్రతి ఒక్క రోజూ ఆందోళనతో నిండి ఉంటుంది. భయం వల్ల ఆందోళన కలిగినట్లు...ఆశించడం, ఆశపడటం వల్ల కూడా ఆందోళన కలుగుతుంది. ఉదాహరణకి, ఇంటి లోపల గానీ బయట గానీ ఏదైనా చప్పుడు విన్నప్పుడు, తుపాకులు పేలినప్పుడు లేదా పేపర్లో కొత్త 'ప్రకటనలు' చదివినప్పుడు ఆందోళన కలుగుతుంది. ఎందుకంటే, మా సహాయకులు కూడా బలవంతంగా అజ్ఞాతంలోకి వెళ్ళాల్సొస్తుం దేమో అని మేము భయపడుతున్నాం. ఈమధ్య ప్రతి ఒక్కరూ అజ్ఞాతంలో ఉండటం గురించి మాట్లాడుతున్నారు. ఎంత మంది వ్యక్తులు అజ్ఞాతంలో ఉన్నారో మాకు తెలీదు. అయినా, సాధారణ జనాభాతో పోలిస్తే ఈ సంఖ్య చాలా తక్కువగానే ఉంటుంది. కానీ భవిష్యత్తులో...డబ్బు తీసుకొని గానీ, తీసుకోకుండా గానీ, యూదులని, క్రైస్తవులని తమ ఇళ్ళలో ఉండనివ్వడానికి పోలాండ్లో ఎంతమంది మంచివాళ్ళు సిద్ధపడ్డారో తెలిసి ఆశ్చర్యపోతాం. అందులో సందేహం లేదు. తప్పుడు ధ్రువ పత్రాలున్న జనం కూడా నమ్మలేనంత సంఖ్యలో ఉన్నారు.

మిసెస్ వాన్ డాన్: ఈ అందమైన ఆడపిల్ల (ఆమె సొంత అభిప్రాయం ప్రకారం) తప్పుడు ధ్రువపత్రాలు పొందడం ఈమధ్య తెలి7ందని విన్నప్పుడు, మేము ఒక్కొక్కరం ఒక్కొక్కటి తయారు చేయించుకోవాలని వెంటనే ప్రతిపాదించింది. అవి చేయించుకోవడానికి ఏమీ అవసరం లేనట్టు. నాన్నకి, మిస్టర్ వాన్ డాన్కి అంత స్థోమత ఉన్నట్టు.

మిసెస్ వాన్ డాన్ ఎప్పుడూ చాలా హాస్యాస్పదమైన విషయాలు మాట్లాడుతూ ఉంటుంది. ఆమె 'పుట్టి' కేమో తరచూ చిరాకేస్తుంది. కానీ అందులో ఆశ్చర్యం లేదు. ఎందుకంటే ఒక రోజు కెర్లీ (మిసెస్ వాన్ డాన్) ప్రకటించింది, 'ఇదంతా అయిపోయిన తరువాత నేను బాప్టిజం తీసుకుంటాను' అని. ఆ తరువాత, 'నాకు గుర్తున్నంతవరకు, నేను జెరూసలేం వెళ్ళాలనుకున్నాను. యూదులతో ఉన్నప్పుడు మాత్రమే నాకు హాయిగా ఉంటుంది!'

పిమ్ పెద్ద ఆశావాది, కానీ ఆయన కారణాలు ఆయనకి ఎప్పుడూ ఉంటాయి.

మిస్టర్ డస్సెల్ ఏ విషయంలోనైనా ముందుకెత్తిన కొద్దీ తను చెప్పిందే సరైనదంటాడు. ఆ మహారాజుని వ్యతిరేకించేవాళ్ళు రెండుసార్లు ఆలోచించుకోవడం మంచిది. ఆల్ఫ్రెడ్ డస్సెల్ ఇంట్లో అతని మాటే చట్టం. కానీ అది ఆన్ ఫ్రాంక్కి ఏమాత్రం నప్పదు.

అనెక్స్ కుటుంబంలోని ఇతర సభ్యులు యుద్ధం గురించి ఏమనుకుంటున్నారో లెక్కలోకి రాదు. రాజకీయాల విషయానికొస్తే, ఈ నలుగురు మాత్రమే లెక్కలోకి వస్తారు. నిజానికి, వాళ్ళలో ఇద్దరు మాత్రమే లెక్కలోకి వస్తారు. కానీ మేడమ్ వాన్ డాన్, డస్సెల్ తమని తామే అందులో కలిపేసుకుంటారు.

మంగళవారం, మే 18, 1943

ప్రియమైన కిట్,

ఈమధ్య నేను జర్మనీ పైలట్లు, ఆంగ్ల పైలట్లు మధ్య జరిగిన భయంకరమైన ఆధిపత్య పోరు చూశాను. దురదృష్టవశాత్తు, మిత్రరాజ్యాల వాయుదళాల్లోని ఇద్దరు ఎయిర్ మెన్ లు మండుతున్న విమానం నుంచి దూకాల్సొచ్చింది. హాఫ్‌వెగ్‌లో నివసిస్తున్న మాకు పాలుపోసే వ్యక్తి, నలుగురు కెనడా వాళ్ళు రహదారి పక్కన కూర్చొని ఉండడం చూశాడు. వాళ్ళలో ఒకరు డచ్ ధారాళంగా మాట్లాడుతున్నాడు. అతను సిగరెట్ వెలిగించుకోవడానికి నిప్పు ఉందా అని పాలుపోసే మనిషిని అడిగాడు. ఆ తరువాత, తమ బందంలో ఆరుమంది ఉండేవారని, వాళ్ళలో పైలట్ కాలిపోయి చనిపోయాడని, ఐదవ సభ్యుడు ఎక్కడో దాక్కున్నాడని చెప్పాడు. జర్మన్ సెక్యూరిటీ పోలీసులు ఆ నలుగురిని పట్టుకెళ్ళటానికి వచ్చారు. వారిలో ఎవరూ గాయపడలేదు. మండుతున్న విమానం నుంచి పారాచూట్ ద్వారా భూమ్మీదికి దిగిన తరువాత కూడా ఎవరైనా అంత నిబ్బరంగా, సమయానికి తగిన ఆలోచనతో ఎలా ఉండగలరు?

బయట వేడిగా ఉంది, కాదనలేం కానీ, మా కూరగాయల తొక్కలు, చెత్త కాల్చడానికి ప్రతిరోజూ మంట వెయ్యాల్సిందే. గిడ్డంగి ఉద్యోగులు చూసే అవకాశం ఉంటుందని మేము ఏదీ చెత్తబుట్టలో పడేయలేం. ఒక చిన్న అజాగ్రత్త చర్య జరిగితే చాలు, ఇక మా జీవితాలు నాశనం అయినట్టే!

విశ్వవిద్యాలయాల విద్యార్థులందరిసీ 'జర్మన్ల పట్ల సానుభూతితో ఉంటాం. కొత్త విధానాన్ని (న్యూ ఆర్డర్: నాజీ పాలనలోని రాజకీయ, ఆర్థిక విధానం) ఆమోదిస్తాం' అనే అధికారిక ప్రకటన మీద సంతకం చేయ్యమని అడుగుతున్నారు. ఎనబై శాతం మంది తమ మనస్సాక్షి ఇచ్చే ఆదేశాలు పాటించాలని నిర్ణయించుకున్నారు. కానీ అందుకు దండన కలిగానంగా ఉంటుంది. సంతకం చేయ్యడానికి నిరాకరించిన ఏ విద్యార్థినైనా జర్మనీలోని కార్మిక శిబిరానికి పంపుతారు. మా దేశ యువత జర్మనీలో కష్టపడి కార్మికులుగా పనిచేయాల్సొస్తే, వాళ్ళ జీవితాలు ఏమైపోవాలి?

నిన్న రాత్రి తుపాకులు ఎంతగా శబ్దం చేశాయంటే, అమ్మ కిటికి మూసేసింది. నేను పిమ్ మంచం మీద ఉన్నాను. అకస్మాత్తుగా, సరిగ్గా మా తలల మీద, మిసెస్ వాన్ డి ఒక్క ఉడుతన దూకిన శబ్దం వచ్చింది, మౌచ్చి కదా ఆమెని కొరికినట్టు. దాని వెంట ఒక పేలుడు శబ్దం వినిపించింది. నా మంచం పక్కనే ఒక ఫైర్‌బాంబ్ పడినట్టు తోచింది నాకు. 'లైట్లు! లైట్లు!' అని అరిచాను.

పిమ్ దీపం (ల్యాంప్) వెలిగించారు. ఏ నిమిషంలోనైనా గది మంటల్లో పేలిపోతుందేమో అనుకున్నాను. ఏమీ జరగలేదు. ఏం జరుగుతోందో చూడటానికి మేమంతా మేడమీదికి పరిగెత్తాం. మిస్టర్, మిసెస్ వాన్ డి తెరిచి ఉన్న కిటికీ గుండా ఒక ఎర్రటి వెలుగుని చూశారు. దగ్గరలో ఏదో మంట ఉందని ఆయన అనుకున్నారు. ఆమె మాత్రం ఖచ్చితంగా మా ఇల్లు తగలబడిపోతోందని అనుకుంది. పేలుడు శబ్దం వచ్చినట్టప్పటికి మిసెస్ వాన్ డి వణుకుతున్న కాళ్ళతో మంచం పక్కన నిలబడి ఉంది. సిగరెట్ తాగేందుకు డస్సెల్ మేడమీద ఉండిపోయాడు. మేము మళ్ళీ మా పరుపుల్లోకి దూరేశం. పదిహేను నిమిషాలు కూడా గడవక ముందే మళ్ళీ కాల్పులు మొదలయ్యాయి. మిసెస్ వాన్ డి. ఒక్క ఉడుతన మంచం మీది నుంచి లేచి, తన జీవిత భాగస్వామి దగ్గర ఆమెకి దొరని ఓదార్పు కోసం మెట్లు దిగి డస్సెల్ గదికి వెళ్ళింది. 'నా మంచంలోకి రా, నా బిడ్డా!' అనే మాటలతో డస్సెల్ ఆమెకి స్వాగతం పలికాడు.

మేము పొట్ట చెక్కలయ్యేలాగా నవ్వేశాం. తుపాకుల గర్జన మమ్మల్ని మళ్ళీ ఇబ్బంది పెట్టలేదు. మా భయాలన్నీ తుడిచిపెట్టుకుపోయాయి.

నీ, ఆన్

ఆదివారం, జూన్ 13, 1943

ప్రియమైన కిట్టి,

నా పుట్టినరోజుకని నాన్న రాసిన కవిత మరీ బాగుంది కాబట్టి దాన్ని నా వరకే ఉంచుకోకూడదు.

పిమ్ జర్మన్ భాషలో మాత్రమే పద్యాలు రాస్తారు కాబట్టి, దాన్ని డచ్ భాషలోకి అనువదించడానికి మార్గోట్ ముందుకొచ్చింది. తనకి గర్వంగా అనిపించేటంత బాగా అనువాదం చేసిందో లేదో నువ్వే చూసుకో. ఈ సంవత్సరంలో జరిగిన సాధారణ సంఘటనల సారాంశంతో పద్యం ప్రారంభమై, ఆ తరువాత ఇలా కొనసాగుతుంది:

మాలో చిన్నదానివి, కానీ ఇక ప్రముఖ్యం లేనిదానివి కాదు,
నీకు జీవితం కష్టతరంగా ఉండవచ్చు, ఎందుకంటే మేమందరం ఆనవాయితీగా
నీకు ఉపాధ్యాయులుగా అవుతాం. అది ఒక భయంకరమైన విసుగు.
'మాకు అనుభవం ఉంది! మా నుండి తెలుసుకో!'
'మేము ఇవన్నీ ముందే చేశాము, తెలుసా.'
మాకు ఏ విషయం ఏ విధంగా చేయాలో అనుభవపూర్వకంగా తెలుసు, మాకు అదే
తెలుసు.
ప్రాచీన కాలం నుండి, అది అంతే.
ఎవరిలో ఉన్న లోపాలు వాళ్ళకి కేవలం తేలికపాటి దారాల్లాంటివి తప్ప ఇంకేం కాదు,
కానీ అవి ఇంకెవరివైనా అయితే మాత్రం బరువైన వస్తువులే.
మనం యిటువంటి దుస్థితిలో ఉన్నప్పుడు తప్పులు కనుగొనడం సులభం,
కానీ నీ తల్లిదండ్రులకి, ఎంత ప్రయత్నం చేసినా,
నీతో న్యాయంగా, దయతో కూడా వ్యాహరించడం చాలా కష్టం.
తప్పులు పట్టుకోవటం అనే అలవాటు వదిలించుకోవటానికి చాలా కష్టమైనది.
నువ్వు వయసు మళ్ళిన వారితో నివసిస్తున్నప్పుడు, నువ్వు చేయగలిగేది
వారి సతాయింపులు భరించటమే– అది కష్టం, కానీ అది నిజం.
మాత్ర చేదుగా ఉండవచ్చు, కానీ అది లోపలికి వెళ్ళాలిసిందే.
దాని ఉద్దేశం శాంతి కొనసాగడమే, తెలుసా.
ఇక్కడ ఉన్న చాలా నెలలు వధా పోలేదు.
ఎందుకంటే సమయం వధా చేయటం నీ స్వభావానికి వ్యతిరేకం.
నువ్వు దాదాపు రోజంతా చదివుతావు, అధ్యయనం చేస్తావు,
విసుగుని పారద్రోలాలనే సంకల్పంతో.
ఎంత కష్టమైన ప్రశ్న అయితే, భరించటం అంత కష్టం,
'నేను ధరించటానికి నా దగ్గర ఏమున్నాయి?
నాకు ఇక నిక్కర్లు లేవు, నా బట్టలు అయ్యాయి చాలా బిగుతు,
నా చొక్కా అయ్యింది నడుముకు కట్టుకొనే గుడ్డ, అయ్యాను నేను హాస్యాస్పదంగా!
నా బూట్లు ధరించడానికి నేను మునివేళ్ళని కోల్పోవాలి,
ఓ ప్రియా, నేను చాలా బాధలతో పీడింపబడుతున్నాను!'

తిండి గురించి రాసిన భాగంలో ప్రాస కుదర్చడంలో మార్గోట్ ఇబ్బంది పడింది కాబట్టి దాని వదిలేస్తున్నాను. కానీ ఆ విషయాన్ని పక్కన పెడితే, ఇది మంచి పద్యం అనిపించడం లేదా?

మిగిలిన విషయాలకి వస్తే, నన్ను బొత్తిగా చెడగొట్టారు. నా అభిమాన గ్రీకు మరియు రోమన్ పురాణాల గురించిన పెద్ద పుస్తకంతో సహా చాలా అందమైన బహుమతులు అందుకున్నాను. మిఠాయిలు లేకపోవడం గురించి నేను ఏమీ అనలేను. ప్రతి ఒక్కరి నిల్వలూ దాదాపు అయిపోయాయి మరి. అనెక్స్ యొక్క బెంజమిన్ గా, నేను నా యోగ్యతకి మించి ఎక్కువ బహుమతులనే పొందాను.

సీ, ఆన్

మంగళవారం, జూన్ 15, 1943

ప్రియమైన కిట్టి,

ఇక్కడ చాలా చాలా విషయాలు జరిగాయి. కానీ నిస్సజంగా, మళ్ళీ మళ్ళీ అవే విషయాలుండే నా బాతాఖానీతో నీకు విసుగు తెప్పిస్తున్నానని, ఇక ముందు ఉత్తరాలు తక్కువగా రాయాలని తరుచూ అనుకుంటాను. కాబట్టి వార్తలు క్లుప్తంగా చెప్పేస్తాను.

మిస్టర్ వోస్కుయిజ్ల్ కడుపులోని పుండు తీయటం కోసం జరగాల్సిన ఆపరేషన్ జరగలేదు. వైద్యులు ఆయన్ని శస్త్రచికిత్సబల్ల మీద పడుకోబెట్టి పొట్ట తెరిచినప్పుడు, వాళ్ళకి క్యాన్సర్ కనిపించిందట. అది ఎంత ముదిరిన దశలో ఉందంటే, ఆపరేషన్ చేయడంలో అర్థం ఉండదు. అందువల్ల వాళ్ళు మళ్ళీ కుట్టేసి, ఆయన్ని మూడు వారాలపాటు ఆసుపత్రిలో ఉంచుకొని, బాగా పోషించి తిరిగి ఇంటికి పంపించారు. కానీ వాళ్ళు క్షమించరాని పొరపాటు ఒకటి చేశారు. ఆయనకి ఏం జరగబోతోందో చెప్పేశారు. ఆయన ఇక ఉద్యోగం చెయ్యలేరు. చుట్టూ మూగే ఎనిమిది పిల్లలతో ఇంట్లోనే కూర్చొని, తనని సమీపిస్తున్న మరణం గురించి చింతిస్తున్నారు. ఆయన గురించి నాకు చాలా బాధగా ఉంది. ఈ సమయంలో బయటికి వెళ్ళలేకపోవడంతో చాలా కోపంగా ఉంది. లేకపోతే, వీలైనన్నిసార్లు ఆయనని కలిసేదాన్ని. వ్యవహారాల నుంచి ఆయన మనసు మళ్ళించడానికి సహాయం చేసేదాన్ని. ఇప్పుడిక ఈ మంచి వ్యక్తి... గడ్డంలో ఎవరేం చెప్పుకొంటున్నారో, ఏం చేస్తున్నారో మాకు చెప్పలేరు. అది మాకు ప్రమాదకరమే. భద్రతా చర్యల విషయానికొస్తే, మిస్టర్ వోస్కుయిజ్ల్ మాకు గొప్ప సహాయ సహకారాల కేంద్రంగా ఉండేవారు. ఆయన సాహచర్యం లేకపోవడం మాకు పెద్ద లోటే.

వచ్చే నెల అధికారులకి రేడియో ఇచ్చేయడం మా వంతు. మిస్టర్ క్లైమాన్ ఇంట్లో రహస్యంగా దాచిపెట్టిన ఒక చిన్న రేడియో ఉంది. మా అందమైన ఫిలిప్స్ స్థానంలో పెట్టుకోవడానికి ఆయన దాన్ని మాకు ఇస్తున్నారు. మా పెద్ద ఫిలిప్స్ రేడియోని ఇవ్వాల్సి రావటం బాధకరమే. కానీ మనం అజ్ఞాతంలో ఉన్నప్పుడు అధికారులతో గొడవలు తెచ్చుకోలేం. అయితే, మేము 'బేబీ' రేడియోని మేడమీద పెట్టుకుంటాం. రహస్యంగా దాగిన యూదులు, రహస్యంగా దాచిన డబ్బు ఉన్నప్పుడు, రహస్యంగా రేడియో ఉంచుకోవటం ఏమంత పెద్ద విషయం?

దేశవ్యాప్తంగా ప్రజలు తమ దగ్గరున్న 'ధైర్యాన్ని పెంచే రేడియో' కి బదులు అధికారులకి ఇచ్చేయడానికని పాత రేడియోల కోసం ప్రయత్నం చేస్తున్నారు. ఇది నిజం: బయటి నుంచి వచ్చే నివేదికలు రోజురోజుకీ అధ్వాన్నంగా తయారవుతున్నకొద్దీ, రేడియో మాత్రం తన అద్భుతమైన స్వరంతో మేము ఆశలు వదులుకోకుండా ఉండటానికి తోడ్పడుతుంది. 'ఉత్సాహం తెచ్చుకోండి,

దైర్యం, నమ్మకం పెంచుకోండి, పరిస్థితులు బాగుపడుతున్నాయి!' అని మాకు మేము చెప్పుకోవడానికి సహాయపడుతుంది.

సీ. ఆన్

ఆదివారం, జూలై 11, 1943

ప్రియమైన కిట్టీ,

మళ్ళీ పిల్లల పెంపకం విషయానికొస్తే (లెక్కపెట్టలేనన్నిసార్లు) నీకు చెప్పాల్సినవి ఉన్నాయి. నేను సహాయకారిగా, స్నేహపూర్వకంగా, దయతో ఉండటానికి సాధ్యమైనంత కృషి చేస్తున్నాను. తిట్ల వర్షాన్ని తేలికపాటి జల్లుగా తగ్గించడానికి చెయ్యగలిగినదంతా చేస్తున్నాను. మనం భరించలేని మనుమలతో ఆదర్శప్రాయమైన బిడ్డలా ప్రవర్తించడం అంత సులభం కాదు. ప్రత్యేకించి, మనం మాట్లాడే ఒక్క మాట కూడా మన ఉద్దేశం కానప్పుడు. కానీ, నేను అనుకున్నది సూటిగా చెప్పే నా పాత పద్ధతి కంటే, కొంచెం కపటత్వంతో ఉంటే చాలా ఎక్కువ ప్రయోజనం కలగడం చూస్తున్నాను (ఎవరూ ఎప్పుడూ నా అభిప్రాయం అడగకపోయినా లేదా నా అభిప్రాయాన్నివరకూగా అనుకున్నా). అయినా, వాళ్ళు అన్యాయంగా వ్యవరించినప్పుడు తరచూ నా పాత్రని మరచిపోతుంటాను. అప్పుడు నా కోపాన్ని అరికట్టడం అసాధ్యం అవుతుంది. దాంతో ప్రపంచంలోని అత్యంత మర్యాద లేని అమ్మాయినంటూ తరువాతా నెలంతా గడిపేస్తారు. అప్పుడప్పుడు నాకు జాలి కావాలని నీకు అనిపించట్లేదూ? నేను మూలుగుతూ ఫిర్యాదులు చేసేరకాన్ని కాకపోవడం ఒక మంచి విషయం. ఎందుకంటే, అలా ఉంటే నేను కోపిష్టిని అయిపోతానేమో. సాధారణంగా నేను వాళ్ళ తిట్లలోని హాస్యకోణాన్ని చూడగలను. కానీ వేరే ఎవరినైనా తూర్పారబడుతుంటే అందులో హాస్యాన్ని చూడటం మరింత తేలిక.

ఇంకా విశేషాలు చెప్పాలంటే, సంక్షిప్తలిపి నేర్చుకోవటం ఆపేయాలని నిర్ణయించుకున్నాను (చాలా ఆలోచించిన తరువాత). మిగతా సబ్జెక్ట్లు చదవటానికి ఎక్కువ సమయం దొరుకుతుందన్నది అందుకు మొదటి కారణం. రెండోది, నా కళ్ళు. అదొక బాధాకరమైన కథ. నాది చాలా ప్రాస్పదృష్టి అయిపోయింది. చాలాకాలం క్రితమే కళ్ళజోడు వాడటం మొదలుపెట్టి ఉండాలి. (హో, నేను తెలివితక్కువ దద్దమ్మలాగా కనిపించను కదా!) కానీ నీకు తెలుసు కదా, అజ్ఞాతంలో ఉన్నవాళ్ళు కొన్ని పనులు చెయ్యలేరు...

నిన్న ఇక్కడ ప్రతి ఒక్కరూ మాట్లాడింది ఒక్క ఆన్ కళ్ళ గురించే. ఎందుకంటే, నన్ను మిసెస్ కైమాన్తో కలిసి కంటి నిపుణుడి దగ్గరికి వెళ్ళమని అమ్మ సూచించింది. అది వినగానే నేను నిలబడలేనంతగా కంగారు పడిపోయాను. ఇది చిన్న విషయమేం కాదు మరి. బయటికి వెళ్ళటమే! వీధిలో నడుస్తున్నట్టు ఒకసారి అనుకో! నేనైతే ఊహించలేను. ముందు నేను భయపడిపోయాను. ఆ తరువాత సంతోషించాను. కానీ అది అంత తేలికేమీ కాదు. అటువంటి ప్రయత్నాన్ని ఆమోదించాల్సిన వివిధ విభాగాల అధికారులు తొందరగా ఒక నిర్ణయానికి రాలేకపోయారు. నాతో వెంటనే బయలుదేరడానికి మియెప్ సిద్ధంగా ఉన్నప్పటికీ, వాళ్ళు ముందు అన్ని ఇబ్బందులు, అపాయలూ జాగ్రత్తగా అధ్యయనం చేయాల్సొచ్చింది. ఈ లోపు నేను నా బూడిద రంగు కోటుని అర నుంచి తీశాను. కానీ అది ఎంత చిన్నదైపోయిందంటే, అది నా చిన్న చెల్లెలిదేమో అనిపించింది. మేము దాని అంచుని చిన్నది చేశాం. అయినా కూడా గుండీలు పెట్టుకోలేకపోయాను. వాళ్ళు ఏం నిర్ణయిస్తారోనని నాకు చాలా కుతూహలంగా ఉంది. అయినా, వాళ్ళు ఎప్పటికైనా ఒక ప్రణాళిక తయారుచేస్తారని నేను అనుకోవటం లేదు. ఎందుకంటే బ్రిటిషువారు సిసిలీలో అడుగుపెట్టారు. 'శ్రీఘ్రమైన ముగింపుకి' నాన్న సిద్ధంగా ఉన్నారు.

నన్ను, మార్గోట్ని చెయ్యమని బెప్ కార్యాలయం పని చాలా ఇస్తుంది. అది మా ఇద్దరికి మేము ముఖ్యమైనవాళ్ళం అనే అనుభూతినిస్తుంది. అది ఆమెకి పెద్ద సహాయమే. ఉత్తరాలని ఒక క్రమంలో పెట్టడం, అమ్మకాల పుస్తకంలో లెక్కలు రాయడం ఎవరైనా చెయ్యగలరు. కాని మేము ఆ పని చాలా విశేషమైన ఖచ్చితత్వంతో చేస్తాం.

మియప్ మొయ్యాల్సినవి ఎన్నో ఉంటాయి. వాటితో ఆమె బరువు మోస్తున్న గుర్రంలాగా కనిపిస్తుంది. ఆమె దాదాపు రోజూ క్రమపడుతూ సైకిల్ మీద బయటికెళ్ళి, తను కొన్న వస్తువులు పెద్ద షాపింగ్ సంచుల్లో పెట్టుకొని తీసుకొస్తుంది. ప్రతి శనివారం ఐదు లైబ్రరీ పుస్తకాలు తీసుకొచ్చేది కూడా ఆమె. మేము శనివారం కోసం ఎదురుచూస్తాం. ఎందుకంటే, శనివారం అంటే పుస్తకాలు. బహుమతి పొందిన చిన్నపిల్లల సమూహంలాంటి వాళ్ళం మేము. బంధిఖానాలో ఉన్నట్టుగా జీవిస్తున్న మనిషికి పుస్తకాలు ఎంత విలువైనవో సాధారణ ప్రజలకి తెలీదు. మమ్మల్ని మరలించేవి చదవడం, అధ్యయనం చేయడం, రేడియో వినడం మాత్రమే.

సీ, ఆన్

మంగళవారం, జూలై 13, 1943

చక్కని చిన్నబల్ల

నిన్న మధ్యాహ్నం నాన్న నాకు అనుమతి ఇచ్చారు...మా గదిలోని బల్లని వారానికి రెండు సార్లు, మధ్యాహ్నం నాలుగు నుంచి ఐదున్నర వరకు నేను వాడుకోవటానికి మంచి మనసుతో అనుమతిస్తారేమో (నేను ఎంత మర్యాదగా ఉన్నానో చూడు?) మిస్టర్ డస్సెల్ని అడగడానికి. ప్రస్తుతం నేను రోజూ రెండున్నర నుంచి నాలుగు వరకు అక్కడ కూర్చుంటున్నాను, డస్సెల్ నిద్రపోయే సమయం లో. మిగిలిన సమయాల్లో గది గాని బల్ల గాని నాకు దొరకవు. మధ్యాహ్నాలు పక్క గదిలో చదవటం అసాధ్యం. అక్కడ ఏదో ఒక హడావుడి జరుగుతూ ఉంటుంది.

కాబట్టి నా అభ్యర్థన సమంజసమే అనిపించింది. దాంతో డస్సెల్ని చాలా మర్యాదగా అడిగాను. ఆ మహాజ్ఞాని ఏం సమాధానం ఇచ్చాడనుకుంటున్నావ్? 'కుదరదు' అన్నాడు, అంతే!

నాకు కోపమొచ్చింది. నన్ను అలా పక్కన పెట్టేయటాన్ని ఒప్పుకోలేను. అతను ఒప్పుకోక పోవటానికి కారణం అడిగాను కాని ప్రయోజనం లేకపోయింది. అతని సమాధానం సారాంశం ఇది: 'నేను కూడా చదువుకోవాలి కదా. ఆ పని మధ్యాహ్నాలు చేయలేకపోతే నా వృత్తికి ఏమాత్రం పనికిరాను. చదవకపోతే పని మొదలుపెట్టి లాభం ఉండదు. పైగా నీకు చదువు మీద అంతగా దృష్టి లేదు. పురాణాలు చదవడం –అదేం పని? చదవడం, అల్లడం కూడా లెక్కలోకి రావు. బల్లని నేను వాడుకుంటాను. నేను వదిలిపెట్టను', అంతే.

నేను బదులిచ్చాను, 'మిస్టర్ డస్సెల్, నా పని మీద నాకెప్పుడూ దృష్టి ఉంటుంది. మధ్యాహ్నాలు పక్కగదిలోచదువుకోలేను. మీరు నా అభ్యర్థనని మళ్ళీ పరిశీలిస్తే బాగుంటుంది!'

ఈ మాటలనేని, అవమానింపబడిన ఆన్ వెనక్కి తిరిగి ఆ వైద్య జ్ఞాని అక్కడే ఉన్నా లేనట్టు వ్యవహరించింది. నేను కోపంతో రగిలిపోతున్నాను. డస్సెల్ చాలా దురుసుగా ప్రవర్తించాడు (ఖచ్చితంగా అలా ప్రవర్తించాడు), నేను చాలా మర్యాదగా ప్రవర్తించాను అనిపించింది.

ఆరోజు సాయంత్రం నేనలాగో అలా పీమ్ని పట్టుకొని జరిగింది చెప్పాను. తరువాత నేనేం చేయాలో చర్చించాం. ఎందుకంటే నాకు వదిలిపెట్టే ఉద్దేశం లేదు. ఈ విషయాన్ని నేను చూసుకోవాలని

అనుకుంటున్నాను. డస్సెల్‌తో ఎలా వ్యవహరించాలో కొంత నాన్న చెప్పారు కానీ, నేను చిరగ్గ ఉన్నాను కాబట్టి మరుసటిరోజు వరకు ఆగమని హెచ్చరించారు. అయితే నేను ఈ చివరి సలహాని పట్టించుకోకుండా, శుభ్రం చేసే పని పూర్తైన తరువాత డస్సెల్ కోసం ఎదురుచూశాను. పిమ్ పక్కగదిలో కూర్చుని ఉన్నాను. అది నన్ను శాంతంగా ఉండేట్టు చేసింది.

నేనిలా మొదలుపెట్టాను, 'మిస్టర్ డస్సెల్, ఈ విషయం గురించి ఇంకా చర్చించడంలో అర్థం లేదని మీరు నమ్ముతున్నట్టుంది. కానీ మళ్ళీ ఆలోచించమని మిమ్మల్ని వేడుకుంటున్నాను.'

డస్సెల్ నన్ను చూసి చాలా తియ్యటి నవ్వు నవ్వాడు. 'ఈ విషయం పరిష్కరించిందే అయినా, చర్చించడానికి నేనెప్పుడూ సిద్ధమే'.

డస్సెల్ పదేపదే అంతరాయం కలిగిస్తున్నా నేను మాట్లాడుతూనే ఉన్నా. 'మీరు ఇక్కడికి వచ్చినప్పుడు, ఈ గదిని మనిద్దరం పంచుకోవాలని మాట్లాడుకున్నాం. మనం కనుక దీన్ని న్యాయంగా విభజిస్తే, పొద్దునంతా మీకు, మధ్యాహ్నమంతా నాకు చెందుతుంది. నేను అంత అడగడం లేదు కానీ వారానికి రెండు మధ్యాహ్నాలు నాకు కావాలనుకోవడం సబబే అనిపిస్తోంది.'

డస్సెల్ సూది మీద కూర్చున్నట్టు ఒక్క ఊదుటన కుర్చీలోంచి లేచాడు. 'గది మీద నీ హక్కుల గురించి నువ్వు మాట్లాడాల్సిన పని లేదు. నేనెక్కడికి వెళ్ళాలి? బహుశా అటక మీద నాకోసం ఒక చిన్న గూడు కట్టమని మిస్టర్ వాన్ డాన్‌ని అడగాలి కాబోలు. పని చేసుకోవడానికి ప్రశాంతమైన స్థలం దొరకనిది నీ ఒక్కదానికే కాదు. నువ్వెప్పుడూ గొడవ పెట్టుకుందామని చూస్తుంటావు. పని చేసుకొనే స్థలం మీద నీ కంటే ఎక్కువ అర్హత ఉన్న మీ అక్క మార్గోట్ నన్ను ఇదేమాట అడిగి ఉంటే, తిరస్కరించాలని ఎప్పుడు అనుకొనేవాణ్ణి కాదు. కానీ నువ్వు...'

అతను మరోసారి పురాణాల గురించి, అల్లికల లాంటి వ్యవహారాల గురించి తీసుకొచ్చాడు. మరోసారి ఆన్ అవమానించబడింది. అయినా నేను దాని పైకి చూపించకుండా డస్సెల్ మాట్లాడటం పూర్తయ్యేవరకు ఊరుకున్నాను. 'కానీ నీతో మాట్లాడటం అసాధ్యం. నువ్వు మహా స్వార్థపరురాలివి. అందుకు నువ్వు సిగ్గుపడాలి. అన్నీ నీ ఇష్టప్రకారం జరగటమే నీకు ముఖ్యం. ఇంకెవరూ ముఖ్యం కాదు. ఇలాంటి పిల్లని నేనెప్పుడూ చూడలేదు. ఇంత జరిగిన తరువాత కూడా నువ్వనుకున్నట్టే జరగడానికి ఒప్పుకుంటున్నాను. మిస్టర్ డస్సెల్ తన బల్ల ఇవ్వడానికి నిరాకరించినందుకు ఆన్ ఫ్రాంక్ పరీక్షల్లో తప్పించాడని జనం తరువాత అనడం నాకిష్టం లేదు!'

అతనిలా మాట్లాడుతూనే ఉన్నాడు, ఇంక నేను తట్టుకోలేనంత మాటల వరద ప్రవహించే వరకు. ఒక్క క్షణం అనిపించింది, 'అతను, అతని అబద్ధాలు. నేను ఈ పనికిరాని మొప్పిని ఎంత గట్టిగా కొడతానంటే, ఎగిరి గోడ అవతల పడతాడు!' అని. కానీ మరుక్షణమే అనుకున్నాను, 'శాంతించు, అతని గురించి అంతగా బాధపడేంత అర్హత అతనికి లేదు!' అని.

చివరికి మిస్టర్ డస్సెల్ తన కోపం అంతా వెళ్ళగక్కి, విజయం సాధించినట్టు మొహం పెట్టి, అందులో కోపాన్ని కూడా కలగలిపి, గదిలోంచి వెళ్ళిపోయాడు. అతని కోటు జేబులు తిండి పదార్థాలతో ఉబ్బిపోయి ఉన్నాయి.

నేను నాన్న దగ్గరికి పరిగెత్తుకుంటూ వెళ్ళి మొత్తం కథంతా చెప్పాను లేదా కనీసం ఆయన ఏమేం వినలేకపోయారో అవి చెప్పాను. అదే రోజు సాయంత్రం నాన్న డస్సెల్‌తో మాట్లాడాలని నిర్ధారించుకున్నారు. వాళ్ళు అరగంట పైగా మాట్లాడుకున్నారు. ముందు ఆన్ బల్లని ఉపయోగించినప్పుడా ఒద్దా అని చర్చించారు. తను, డస్సెల్ ఇంతకుముందే ఒకసారి ఈ విషయం గురించి మాట్లాడుకున్నామని నాన్న అన్నారు. అప్పుడు చిన్నవాళ్ళ ముందు పెద్దవాళ్ళతో విభేదించడం ఇష్టంలేక డస్సెల్‌తో ఏకభవించానని చెప్పారు. అయినా కూడా అది న్యాయమని అనుకోలేదన్నారు.

తనేదో చోరబాటుదారుడైనట్టు, కనిపించినవన్నీ సొంతం చేసుకోవటానికి చూస్తున్నట్టు మాట్లాడే హక్కు నాకు లేదని డస్సెల్‌కి అనిపించింది. కానీ నాన్న దాన్ని గట్టిగా వ్యతిరేకించారు. ఎందుకంటే నాన్న నేను మాట్లాడినది స్వయంగా విన్నారు, నేనలా అనలేదని తెలుసు కాబట్టి. అలా సంభాషణ ముందుకి వెళ్ళీ జరిగింది. నాన్న నా 'స్వార్థాన్ని', నా 'అర్థం లేని కార్యకలాపాలని' సమర్థిస్తుంటే, డస్సెల్ అంతసేపూ సణుగుతూనే ఉన్నాడు.

చివరికి డస్సెల్ ఒప్పుకోవల్సొచ్చింది. వారానికి రెండు రోజులు మధ్యాహ్నం పూట అంతరాయం లేకుండా పని చేసే అవకాశం నాకు దొరికింది. డస్సెల్ అలిగినట్టు కనిపించాడు. రెండ్రోజులు నాతో మాట్లాడలేదు. అయినా, ఐదు నుంచి ఐదున్నర వరకు బల్లని ఆక్రమించుకొని కూర్చొనే తీరాడు... అంతా చిన్నపిల్లల మనస్తత్వంగా ఉంది.

యాభై నాలుగు సంవత్సరాల వయసులో అంత అల్పంగా, చిన్న చిన్న విషయాల్లో పట్టి పట్టి చూసే ఏ మనిషికైనా కూడా ఆ లక్షణాలు పుట్టుకతోనే వచ్చి ఉంటాయి. వాళ్ళు ఎప్పటికీ మారరు.

శుక్రవారం, జూలై 16, 1943

ప్రియమైన కిట్టి,

మరోసారి చోరబాటు ప్రయత్నం జరిగింది, ఈసారి నిజమైనదే! పీటర్ ఈరోజు పొద్దున ఏడు గంటలకి రోజులాగానే కింద ఉన్న గిడ్డంగికి వెళ్ళాడు. వెంటనే గిడ్డంగి తలుపు, వీధి తలుపు రెండూ తెరిచి ఉన్నట్టు గమనించాడు. అతను వెంటనే పిమ్‌కి ఈ విషయం చెప్పాడు. నాన్న ప్రైవేట్ కార్యాలయానికి వెళ్ళి, రేడియోలో ఒక జర్మన్ స్టేషన్ పెట్టి తలుపు తాళం వేసుకారు. వాళ్ళిద్దరూ మళ్ళీ మేడమీదికి వెళ్ళిపోయారు. ఇలాంటి సందర్భాల్లో మాకిచ్చే ఆదేశాలు 'స్నానం చేయకూడదు, అసలు నీళ్ళే వదలకూడదు, నిశ్శబ్దంగా ఉండాలి, ఎనిమిది గంటలకల్లా తయారైపోవాలి, మరుగుదొడ్డికి వెళ్ళకూడదు.' ఎప్పటిలాగే మేము వాటిని అక్షరాలా పాటించాం. రాత్రి బాగా నిద్రపోగలిగినందుకు, ఏ శబ్దాలూ వినబడనందుకు మేమంతా సంతోషించాం. కాసేపు కోపంగా ఉన్నాం. ఎందుకంటే పొద్దన్నంతా కార్యాలయం నుంచి ఎవ్వరూ మేడమీదికి రాలేదు. మిస్టర్ క్లైమాన్ పదకొండున్నర వరకు మమ్మల్ని దిక్కు తోచని స్థితిలో వదిలేశారు. దొంగలు బయటి తలుపు, గిడ్డంగి తలుపు గడపారతో బలవంతంగా తెరిచారని ఆయన చెప్పారు. అయితే, విలువైనదేదీ దొరక్కపోవటంతో తమ అదృష్టాన్ని తరువాతి అంతస్తులో పరీక్షించుకున్నారట. వాళ్ళు రెండు నగదు పెట్టెలు దొంగిలించారు. వాటిలో 40 గిల్డర్లు, ఖాళీ చెక్‌బుక్‌లు, అన్నిటికన్నా ఘోరం–330 పౌండ్ల చక్కెర కూపన్లు, అంటే మాకు కేటాయించినవన్నీ, ఉన్నాయి. కొత్తవి సంపాదించటం అంత తేలిక కాదు.

ఇప్పుడు దొంగతనం చేసినది ఆరు వారాల క్రితం మూడు తలుపులు (గిడ్డంగి తలుపు, రెండు వీధి తలుపులు) తెరవడానికి విఫలయత్నం చేసిన మురికి చెందినవాడే అయ్యంటాడని మిస్టర్ కుగ్లర్ అనుకుంటున్నారు.

ఈదోపిడీ ఇంకొక ప్రకంపనే సృష్టించినా, అనెక్స్ ఆనందంగానే కనిపిస్తోంది. నగదు రిజిస్టర్, టైప్‌రైటర్లు బట్టల అలమారలో సురక్షితంగా దాచిపెట్టాం కాబట్టి సహజంగానే ఆనందపడ్డాం మరి.

నీ, ఆన్

పిఎస్. సిసిలీలో సైన్యం దిగింది. మరోక అడుగు...కి దగ్గరైంది!

సోమవారం, జూలై 19, 1943

ప్రియమైన కిట్టి,

ఆదివారం నాడుఉత్తర ఆమ్‌స్టర్‌డామ్ చాలా భారీ బాంబు దాడికి గురైంది. దీనివల్ల చాలా విధ్వంసం జరిగింది. మొత్తం వీధులన్నీ శిథిలాల కింద ఉండిపోయాయి. మృతదేహాలన్నిటినీ తవ్వీ తీయడానికి కొంత సమయం పడుతుంది. ఇప్పటివరకు రెండు వందల మంది చనిపోయారు. లెక్కలేనంత మంది గాయపడ్డారు. ఆస్పత్రులు కిక్కిరిసి ఉన్నాయి. చనిపోయిన తమ తల్లిదండ్రుల కోసం పిల్లలు పొగలు రేగుతున్న ఆ శిథిలాల్లో వెతుకుతున్నట్టు మాకుతెలిసింది. రాబోయే విధ్వంసాన్ని సూచిస్తూ దూరం నుంచి చిన్నగా వినిపిస్తున్న శబ్దం గురించిన ఆలోచన ఇప్పటికీ నన్ను వణికిస్తోంది.

శుక్రవారం, జూలై 23, 1943

బెప్ ప్రస్తుతం ఎక్సర్‌సైజ్ పుస్తకాలను, ముఖ్యంగా జర్నల్స్, లెడ్జర్లను తీసుకొని రాగలుగుతోంది, పుస్తకాలు దాచుకొనే నా అక్కకి ఉపయోగపడేలా! వేరే పుస్తకాలు కూడా అమ్మకానికి ఉన్నాయి కానీ అవి ఎలా ఉన్నాయి, ఎంతకాలం ఉంటాయి అని మాత్రం అడగద్దు. ప్రస్తుతానికి వాటన్నిటి మీద కూపన్లు అవసరం లేదు' అని రాసి ఉన్న లేబుల్స్ ఉన్నాయి. కూపన్లుఅవసరం లేకుండా కొనగల మిగతా అన్ని వస్తువుల్లాగే అవి పూర్తిగా పనికిరావి. వాటిలో దగ్గర దగ్గరగా అడ్డగీతలున్న పన్నెండు బూడిద రంగు కాగితం షీట్లు ఉంటాయి. మార్గోట్ కాలిగ్రఫీ అందంగా రాయడం కోర్స్ నేర్చుకోవడం గురించి ఆలోచిస్తోంది. నేర్చుకోమనినేను సలహా ఇచ్చాను. నా కళ్లసమస్య వల్ల అమ్మ నన్ను నేర్చుకోనివ్వదు కానీ అందులో అర్థం లేదనిపిస్తుంది. ఇదైనా, ఇంకోటైనా...నేనేం చేసినా అన్నీఒకటే చోటుకొస్తాయి.

కిట్టి, నువ్వు ఎప్పుడూ యుద్ధ కాలంలో జీవితం గడపలేదు. నేను ఉత్తరాలు రాస్తున్నప్పటికీ రహస్య జీవితం గురించి నీకు చాలా తక్కువ తెలుసు. అందువల్ల, మేం మళ్ళీ బయటికి వెళ్లగలిగినప్పుడు మాలో ప్రతి ఒక్కరం అన్నిటికన్నా ముందు ఏం చేయాలనుకుంటున్నామో సరదా కోసం నీకు చెప్తాను.

మార్గోట్, మిస్టర్ వాన్ డాన్, అన్నిటికంటే ఎక్కువగా, అంచు వరకు నీళ్ళు నిండిన తొట్టెలో అరగంటకు పైగా పడుకొని వేడి వేడి స్నానం చేయాలని కోరుకుంటున్నారు. మిసెస్ వాన్ డాన్ ఒక కేక్ కావాలను కుంటోంది. తన భార్య షార్లెట్ను చూడటం గురించి తప్ప డస్సెల్ మరేమీ ఆలోచించలేదు. అమ్మేమో ఒక కప్పు అసలైన కాఫీ కోసం తహతహలాడిపోతోంది.నాన్న మిస్టర్ వోస్కుయిజల్స్ కలవాలనుకుంటున్నారు. పీటర్ డౌన్‌టౌన్స్ వెళ్తాడు. ఇంక నేనేమో ఎక్కడ ప్రారంభించాలో నాకు తెలియనంతగా సంబరపడతాను.

అన్నిటికన్నా ఎక్కువగా, మాకు సొంతంగా ఒక ఇల్లు ఉండాలని, స్వేచ్ఛగా తిరిగే పరిస్థితి ఉండాలని, చివరిగా, హోంవర్క్‌లో నాకు సహాయం చేయడానికి మళ్ళీ ఎవరైనా ఉండాలని కోరుకుంటున్నాను. ఇంకొక రకంగా చెప్పాలంటే, మళ్ళీ బడికి వెళ్లాలనుంది.

బెప్ తక్కువ ధరలో పళ్ళు తెస్తానంది: ద్రాక్ష ఒక పౌండుకి 2.50 గిల్డర్లు, గూస్‌బెర్రీలు ఒక పౌండుకి 70 సెంట్లు, ఒక్కొక్క పీచ్ పండు 50 సెంట్లు, పుచ్చకాయలు ఒక పౌండుకి 75 సెంట్లు. రోజూ సాయంత్రం వార్తాపత్రికలు పెద్ద అక్షరాలతో: న్యాయంగా వ్యాపారం చేయండి, ధరలు తగ్గించండి!' అని రాయడంలో ఆశ్చర్యం లేదు.

సోమవారం, జూలై 26, 1943

ప్రియమైన కిట్టి,

నిన్న చాలా గందరగోళంగా గడిచింది. మేమందరం ఇంకా కంగారుగానే ఉన్నాం. నిజానికి, ఏదోక ఒక రకమైన ఉత్కంఠ లేకుండా గడిచే రోజు అసలు ఉందా అని ఆశ్చర్యపోవచ్చు.

పొద్దున అల్పాహారం తీసుకునేటప్పుడు మొదటి హెచ్చరిక సైరన్ వినిపించింది కానీ మేము పట్టించుకోలేదు. ఎందుకంటే విమానాలు తీరం దాటుతున్నాయని మాత్రమే దాని అర్థం. నాకు భయంకరమైన తలనొప్పి రావడంతో అల్పాహారం తర్వాత ఒక గంట పడుకొని, మధ్యాహ్నం రెండు గంటలకి ఆఫీసుకి వెళ్లాను. రెండున్నరకి మార్గోట్ తన కార్యాలయ పని పూర్తి చేసి, తన వస్తువులన్నిటినీ సర్వుకుంటూ ఉండగా మళ్లీ సైరన్ గట్టిగా మోగింది. దాంతో తను, నేను మేడమీదికి వెళ్లిపోయాం. మళ్లీ వెంటనే, ఐదు నిమిషాల్లోపే తుపాకులు ఎంత గట్టిగా శబ్దం చేశాయంటే, మేము వెళ్లి నడవాలో నిలబడ్డాం. ఇల్లు కదిలిపోతోంది. బాంబులు పడుతూనే ఉన్నాయి. నేను నా 'ఎస్కేప్ బ్యాగ్' (పారిపోవలనుకున్నప్పుడు తీసుకెళ్లాల్సిన సంచి)ని పట్టుకున్నాను. ఎందుకంటే, పారిపోవడంకన్నా ఎక్కువగా చేతిలో పెట్టుకోవడానికి ఏదన్నా ఉండాలనిపించింది. ఇక్కడి నుంచి మేము వెళ్లలేమని నాకు తెలుసు కానీ, వెళ్లాల్సినా మాత్రం, వైమానిక దాడిలో పట్టుబడితే ఎంత ప్రమాదకరమో వీధుల్లో కనిపించడం కూడా అంతే ప్రమాదకరం. అర గంట తరువాత ఇంజిన్ల శబ్దం తగ్గిపోయింది. ఇంట్లో మళ్లీ పనుల సందడి మొదలైంది. ముందున్న అటక మీద నుంచి పీటర్ బయటికొచ్చాడు. డస్సెల్ ముందువైపు కార్యాలయంలోనే ఉన్నాడు. మిసెస్ వాన్ డి కి ప్రైవేటు కార్యాలయంలోనే సురక్షితంగా ఉన్నట్టు అనిపించింది. మిస్టర్ వాన్ డాన్ అటక మీద నుంచి చూస్తున్నారు. ఇంకా, కింద ఉన్నవాళ్లం సోక్రాశ్రయం నుంచి రేగుతున్న పొగను చూడటానికి ఒక్కొక్కరం ఒక్కొక్క చోటికెళ్లాం. కాసేపట్లోనే మండుతున్న వాసన ప్రతిచోటికీ వ్యాపించింది. బయట చూస్తే, నగరాన్ని దట్టమైన పొగమంచు కప్పేసినట్టు అనిపించింది.

అలాంటి పెద్ద మంట చూడటానికి కష్టంగా ఉంటుంది. కానీ, మా అదృష్టం కొద్దీ అదంతా ఆయిపోయి మేమందరం ఎవరి పనుల్లో వాళ్లు పడ్డాం. రాత్రి భోజనం చేయబోతుండగా ఇంకొక వైమానిక దాడి హెచ్చరిక వినబడింది. భోజనం బాగున్నా, సైరన్ విన్న క్షణమే నాకింక తినాలనిపించలేదు. అయినా ఏమీ జరగలేదనుకో. నలభై ఐదు నిమిషాల తరువాత అంతా బాగానే ఉన్నట్టు సైరన్ మోగింది. గిన్నెలు, భోజనం బల్ల శుభ్రం చేసిన తరువాత మళ్లీ ఒక వైమానిక దాడి హెచ్చరిక, తుపాకీ కాల్పులు, విమానాల సమూహాల శబ్దం వినిపించాయి. 'బాబోయ్, ఒకే రోజులో రెండుసార్లు. అంటే, ఎన్నో రెట్లెక్కువ' అనుకున్నాం. అది మాకు చేసిన మంచి ఏమీ లేదు. ఎందుకంటే, మరోసారి బాంబులు కురిశాయి, ఈసారి నగరంలో వేరేచోట. బ్రిటిమ నివేదికల ప్రకారం, షిపోల్ విమానాశ్రయం మీద బాంబు దాడి జరిగింది. విమానాలు కిందికి మీదికి వెళ్లాయి. ఇంజిన్ల శబ్దం మార్గింది. దాంతో చాలా భయమేసింది. అది జరుగుతున్నంతసేపూ కూడా ఇదిగో వస్తాడో, ఇది అదే అని నేను ఆలోచిస్తూనే ఉన్నాను.

తొమ్మిది గంటలకి పడుకోవడానికి వెళ్తే, అప్పటికి నా కాళ్లు ఇంకా వణుకుతూనే ఉన్నాయని ఖచ్చితంగా చెప్పగలను. అర్ధరాత్రి మళ్లీ మెలకువొచ్చింది. ఇంకొన్ని విమానాలు! అప్పుడు డస్సెల్ బట్టలు విప్పుతున్నాడు. కానీ నేను పట్టించుకోకుండా మొదటిసారి పేలుడు శబ్దం వచ్చినప్పుడే పూర్తిగా మేలుకొని లేచి కూర్చున్నాను. ఒంటిగంట వరకు నాన్న మంచంలో, ఒకటిన్నర వరకు నా మంచంలో ఉండి మళ్లీ రెండు గంటలకి నాన్న మంచం మీదికి వెళ్లిపోయాను. కానీ విమానాలు వస్తూనే ఉన్నాయి. ఆఖరికి

వాళ్ళు కాళ్ళులు ఆపడంతోనేను మళ్ళీ 'ఇంటి' కి (నా గదికి) వెళ్ళగలిగాను. చివరికి రెండున్నరకి నిద్రపోయాను.

ఏడు గంటలు. ఉలికిపడి మేల్కొని మంచం మీద కూర్చున్నాను. మిస్టర్ వాన్ డాన్ నాన్నతో ఉన్నారు. నా మొదటి ఆలోచన: దొంగలు. 'అంతా' అని మిస్టర్ వాన్ డాన్ అనడం విన్నాను. దాంతో అంతా దొంగిలించబడిందని అనుకున్నాను. కానీ కాదు, ఈసారి ఇది అద్భుతమైన వార్త. కొన్ని నెలలుగా, బహుశా యుద్ధం ప్రారంభమైనప్పటి నుంచి కావచ్చు, మాకు తెలిసినవార్తల్లోకెల్లా మంచివార్త. ముస్సోలినీ రాజీనామా చేశాడు. ఇటలీ రాజు ప్రభుత్వాన్ని తన ఆధీనంలోకి తీసుకున్నాడు.

మేము సంతోషంతో ఎగిరి గంతేశాం. నిన్నటి భయంకర సంఘటనల తరువాత, చివరికి ఏదో మంచి జరిగి మాలో కొత్త ఆశ రేపింది! యుద్ధం అయిపోవాలన్న ఆశ. శాంతి కోసం ఆశ.

మిస్టర్ కుగ్లర్ వచ్చి, ఫోకర్ విమాన కర్మాగారం తీవ్రంగా దెబ్బతిన్నట్టు మాతో చెప్పారు. ఇంతలో, ఈరోజు పొద్దున విమానాలు ఎగురుతుండగా మరోక వైమానిక దాడి హెచ్చరిక మోగింది. ఆ తరువాత మళ్ళీ ఇంకోకటి. ఇక నేను ఈ హెచ్చరికలు భరించలేను. నేనసలు నిద్రపోయిందే లేదు. నాకు ఏ పని చేయాలని లేదు. ఇప్పటికి మాత్రం ఇటలీ గురించిన ఉత్కంఠ, ఈ ఏడాది చివరికి యుద్ధం ముగుస్తుందనే ఆశ మమ్మల్ని మెలకువతో ఉంచుతున్నాయి...

సీ, ఆన్

గురువారం, జూలై 29, 1943

ప్రియాతి ప్రియమైన కిట్టి,

మిసెస్ వాన్ డాన్, డస్సెల్, నేను గిన్నెలు కడుగుతున్నాం. నేను చాలా నిశ్శబ్దంగా ఉన్నాను. ఇలా ఉండటం నాకు సంభవించి చాలా అసాధారణమైన విషయం కాబట్టి వాళ్ళు ఖచ్చితంగా గమనించే ఉంటారు. కాబట్టి, వాళ్ళ నుంచి ఎలాంటి ప్రశ్నలూ రాకుండా ఉండాలని తటస్థంగా ఉండే ఒక అంశం కోసం త్వరగా నా మెదడులో వెతికాను. అప్పటికి హెన్రీ ఫ్రమ్ అక్రోస్ ద స్ట్రీట్ పుస్తకం సరిపోతుందనిపించింది. కానీ అంతకన్నా పెద్ద తప్పు ఇంకొకటి లేకపోయింది. ఎందుకంటే, మిసెస్ వాన్ డాన్ తీవ్రంగా, వ్యంగ్యంగా స్పందించకపోయినా, మిస్టర్ డస్సెల్ అంతపని చేశాడు. మొత్తమ్మీద జరిగింది: మిస్టర్ డస్సెల్ ఈ పుస్తకం అద్భుతమైన రచనకు ఉదాహరణ అంటూ మార్గొట్ని, నన్ను చదవమని సిఫారసు చేశాడు. మాకేమో అది తప్ప ఇంకే పుస్తకమైనా అద్భుతమైన రచన కావచ్చనిపించింది. అందులో చిన్నపిల్లవాడిని బాగా చిత్రికరించారు. కానీ మిగిలిన విషయాలు...వాటి గురించి ఎంత తక్కువ చెప్తే అంత మంచిది. మేము గిన్నెలు కడుగుతుండగా అటువంటి అర్థమే వచ్చే మాట ఏదో అన్నాను. ఇక డస్సెల్ ఒక పెద్ద, వ్యంగ్యమైన విమర్శనాత్మక ప్రసంగమే చేశాడు.

'నువ్వు మనిషి మనస్తత్వాన్ని ఎలా అర్థం చేసుకోగలవు? పిల్లల విషయమైతే అంత కష్టం కాదు! కానీ అటువంటి పుస్తకం చదివేంత వయసు నీకు, మీ అక్కకి లేదు. మీరు మరీ చిన్నవారు. ఇరవై ఏళ్ళ వ్యక్తి కూడా దాన్ని అర్థం చేసుకోలేడు.' (మరి అతను అంత ఖ్చ్చపడి మార్గొట్కి, నాకు ఆ పుస్తకాన్ని ఎందుకు సిఫారసు చేశాడు?)

మిసెస్ వాన్ డి, డస్సెల్ ఆ పొడవైన ప్రసంగం కొనసాగించారు: నీకు తెలియాల్సిన దానికన్నా చాలా ఎక్కువ తెలుసు. నువ్వు పెరగకూడని విధంగా పెరిగావు. ముందు ముందు పెద్దయ్యాక అనుభవించడానికి ఇంకేమీ ఉండదు. అప్పుడు 'అయ్యో, నేను ఇరవై సంవత్సరాల క్రితమే ఏదో పుస్తకంలో చదివాను.' అంటావు. నీకు భర్త కావాలనుకున్నా లేదా ప్రేమలో పడాలనుకున్నా ఇప్పుడిక

తొందరపడటం మంచిది. ఎందుకంటే నీకు ప్రతిదీ నిరాశే కలిగిస్తుంది. తెలుసుకోవలసినదంతా సిద్ధాంత పరంగా నీకు ఇప్పటికే తెలుసు. కానీ మరి ఆచారంలో? అది వేరే కథ!'

అప్పుడు నాకెలా అనిపించిందోనువ్వు ఊహించగలవా? నేను ప్రశాంతంగా, నేనే ఆశ్చర్యపడేలా ఇలా సమాధానం ఇచ్చాను, 'నేను సరిగ్గా పెరగలేదని మీరు అనుకోవచ్చు. కానీ చాలా మంది దాని ఒప్పుకోరు!' అని.

నా తల్లిదండ్రులకు వ్యతిరేకంగా నన్ను తయారు చేయడం అనేది పిల్లలని బాగా పెంచడంలో భాగమని వాళ్ళు నమ్ముతున్నట్టు స్పష్టంగా తెలుస్తోంది. ఎందుకంటే, వాళ్ళు ఎప్పుడు చేసేది అదే. పెద్దవాళ్ళ విషయాల గురించి నా వయసు అమ్మాయికి చెప్పకపోవడం మంచిదే. పిల్లలని ఆ విధంగా పెంచినప్పుడు ఏం జరుగుతుందో మాత్రం మనమందరం చూడచ్చు.

నన్ను వేళాకోళం చేసినందుకు ఆ క్షణంలో వాళ్ళిద్దరినీ చెంపదెబ్బ కొట్టేదాన్ని. కోపంతో రగిలిపోయాను. నాకే కనుక మేము ఒకరితో ఒకరు ఇంకెంత కాలం ఉండాలో తెలిసి ఉంటే, రోజులు లెక్కబెట్టడం మొదలుపెట్టేదాన్ని.

మిసెస్ వాన్ డానెనా ఇలా మాట్లాడాల్సింది! ఆమె ఒక ఉదాహరణ నెలకొల్పుతుంది–చెడ్డ ఉదాహరణ! ఆమె చాలా రెచ్చగొట్టే రకం, అహంకారి, మోసపూరితమైనది, ఎదుటివారిని వాడుకొనే మనిషి, ఎప్పుడూ అసంతృప్తితో ఉంటుంది. దానికి తోడు ఆడంబరం, వగలాడితనం. దాని గురించి సందేహమే లేదు. ఆమె బాగా తక్కువ స్థాయి మనిషి. మేడమ్ వాన్ డాన్ గురించి నేను ఒక పుస్తకమే రాయగలను. ఎవరికి తెలుసు, ఏదో ఒక రోజు రాస్తానేమో. బయటికి అందమైన వ్యక్తిత్వాన్ని ఎవరైనా ధరించగలరు. మిసెస్ వాన్ డి అపరిచితులతో, ముఖ్యంగా పురుషులతో స్నేహంగా ఉంటుంది. కాబట్టి ఆమెని మొదటిసారి చూసినప్పుడు ఆమె గురించి పొరపాటుగా అనుకోవడం సులభమే.

మిసెస్ వాన్ డి మాటల్లో చెప్పలేనంత తెలివితక్కువదని అమ్మ, ఆమె అసలు ముఖ్యమే కాదని మార్గోట్, ఆమె అనాకారి అని (అక్షరాలా, అలంకారికంగా!) పిమ్ అభిప్రాయాలు. సుదీర్ఘ పరిశీలన తర్వాత (నేను మొదట్లో ఎప్పుడూ పక్షపాతం చూపను), ఆమె ఆ మూడూ అని, ఇంకా చాలా ఎక్కువ అనే నిర్ధారణకి నేనొచ్చాను. ఆమెకి చాలా చెడ్డ లక్షణాలున్నాయి. వాటిలో ఒక్కటి మాత్రమే ఎందుకు ఎత్తి చూపించాలి?

సీ, ఆన్

పిఎస్: రచయిత కోపం చల్లబడటానికి ముందు ఈ కథ ప్రాయబడిందని పాఠకులు దయచేసి పరిగణనలోకి తీసుకుంటారా?

మంగళవారం, ఆగస్టు 3, 1943

ప్రియమైన కిట్టీ,

రాజకీయపరంగా అంతా బాగా జరుగుతోంది. ఇటలీ ఫాసిస్ట్ పార్టీని నిషేధించింది. చాలా చోట్ల ప్రజలు ఫాసిస్టులతో పోరాడుతున్నారు. సైన్యం కూడా ఈ పోరాటంలో చేరింది. అలాంటి దేశం ఇంగ్లాండు మీద యుద్ధాన్ని ఎలా కొనసాగించగలదు?

మా అందమైన రేడియోని పోయిన వారం తీసేశారు. (చట్టం అమలులోకి వచ్చిన) నిర్ణీత రోజున రేడియో పెట్టనందుకు మిస్టర్ కుగ్లర్ మీద డసెల్ చాలా కోపంగా ఉన్నాడు. నా అంచనాలో డసెల్ మరీ

88

మరీ దిగజారిపోతున్నాడు. ఇప్పటికే ఉన్న కంటే తక్కువలో ఉన్నాడు. రాజకీయాలు, చరిత్ర, భౌగోళికం లేదా ఇంకేదాన్ని గురించైనా అతను చెప్పేది ఎంత వ్యంగ్యంగా ఉంటుందంటే, దాన్ని మళ్ళీ చెప్పే ధైర్యం నేను చెయ్యను: చరిత్రలో హిట్లర్ మసకబారిపోతాడు; రోటర్‌డామ్‌లోని నౌకాశ్రయం హాంబర్గ్‌లోని నౌకాశ్రయం కంటే పెద్దది; ఇటలీ మీద బాంబు దాడి చేసి మట్టుబెట్టే అవకాశాన్ని తీసుకోవడం లేదు కాబట్టి ఆంగ్లేయులు మూర్ఖులు; మొదలైనవి.

ఇప్పుడే మా మీద మూడో వైమానిక దాడి జరిగింది. నా పళ్ళను బిగబట్టి ధైర్యంగా ఉండటం నేర్చుకోవాలని నేను నిర్ణయించుకున్నాను.

'వాళ్ళు పట్టుబడనీ', 'అసలు అంతం అనేది లేకపోవడం కన్నా ఒక్కసారిగా అంతం చేసెయ్యడం మంచిది' అని ఎప్పుడూ అనే మిసెస్ వాన్ డాన్ మా అందరిలోకీ పిరికిది. ఆమె ఈరోజు పొద్దున్న ఆకులా వణుకిపోయి భోరుమని ఏడ్చేసింది. ఆమె భర్త ఆమెని ఓదార్చాడు. ఒక వారంపాటు గొడవ జరిగిన తర్వాత ఆయనతో ఈమధ్యే సంధిని ప్రకటించింది లే. ఆ ఓదార్పు సన్నివేశం చూడగానే నేను దాదాపు భావోద్వేగానికి గురయ్యాను.

పిల్లిని పెంచుకోవడం వల్ల నష్టాలు, లాభాలు కూడా ఉన్నాయని మౌస్సి ఇప్పుడు నిస్సందేహంగా నిరూపించింది. ఇల్లంతా చిన్న చిన్న పురుగులు ముసురుకుంటున్నాయి. పరిస్థితి రోజురోజుకీ అధ్వాన్నంగా మారుతోంది. మిస్టర్ క్లైమాన్ అన్ని మూలలా పసుపు పొడి చల్లుతున్నారు కానీ అవి దాన్ని ఏమాత్రం పట్టించుకోవట్లేదు. ఇది మమ్మల్నందరినీ చాలా చికాకుపెడుతోంది. మా చేతుల మీద, కాళ్ళ మీద లేదా శరీరంలో ఇంకెక్కడైనా అవి కుట్టినట్టు ఊహించేసుకొని ఈ సాకుతో కొన్ని వ్యాయామాలు చేస్తున్నాం. మా చేతులు, మెడలని కాస్త పట్టించుకుంటున్నాం. ముందంతా వ్యాయామం బాగా తక్కువగా చేసినందుకు ఇప్పుడు అనుభవిస్తున్నాం. చాలా బిగదీసుకుపోయి ఉన్నాం. తలలు తిప్పడం కూడా కష్టంగా ఉంది మాకు. సరైన వ్యాయామం అనేది ఎప్పుడో పక్కదారి పట్టింది.

నీ, ఆన్

బుధవారం, ఆగస్టు 4, 1943

ప్రియమైన కిట్టీ,

సంవత్సరానికి పైగా అజ్ఞాతంలో ఉన్నాం కాబట్టి మా జీవితాల గురించి నీకు చాలా తెలుసు. అయినా కూడా, సాధారణ సమయాలతో, సాధారణ మనుషులతో పోలిస్తే ఇదంతా చాలా భిన్నంగా ఉంటుంది. అందువల్ల నీకు నేను ప్రతి విషయమూ చెప్పలేను. ఏదైనా, మా జీవితాన్ని నీకు మరింత దగ్గరగాచూపించటానికి, మామూలురోజుల్లో మా జీవితం ఎలా ఉంటుందో కొంతవరకు వివరిస్తాను. సాయంత్రం, రాత్రి గురించి చెప్పడంతో మొదలుపెడతాను.

సాయంత్రం తొమ్మిది గంటలు. అనెక్స్‌లో పడకోనే సమయం ఎప్పుడూ బాగా సందడిగా మొదలవుతుంది. కుర్చీలు మార్చడం, పడకలు బయటికి తీయడం, దుప్పట్లు విప్పడం–పగటిపూట ఏది ఎక్కడ ఉంటుందో రాత్రి అది అక్కడే ఉండదు. నేను ఐదు అడుగుల పొడవు మాత్రమే ఉన్న ఒక చిన్న దివాన్ మీద పడుకుంటాను కాబట్టి దాని పొడవును పెంచడానికి కొన్ని కుర్చీలు జోడించాలి. ఈడర్ బాతు రెక్కలతో నింపిన మెత్తని దుప్పట్లు, పరచుకొనే గుడ్డలు,దిండు, దుప్పట్లు: అన్నీ డస్సెల్ మంచం మీద నుంచి తీయ్యాలి. పగటిపూట అవి అక్కడే ఉంటాయి.

పక్కనున్న గదిలో కిర్రుమని శబ్దం: అది మార్గోట్ మడత మంచం వేసుకోవడం వల్ల వచ్చింది.

చెక్క పలకలు కొంచెం సౌకర్యంగా ఉండటానికి దుప్పట్లు, దిండ్లు వంటివి ఏవైనా కొన్ని ఎక్కువ ఇర్వాటు చేయాలి కదా. మేడమీది నుంచి ఉరుములా శబ్దం వినిపిస్తుంది. గులాబీ రంగు జాకెట్ ధరించిన ఆ మహారాణి మిసెస్ వాన్ డీ తన సున్నితమైన నాసికా రంధ్రాల ద్వారా రాత్రి గాలిని పీల్చేందుకు అనువుగా తన మంచాన్ని కిటికీ వైపుకి తోయ్యడం వల్ల వచ్చిన శబ్దం.

తొమ్మిది గంటల సమయం. పీటర్ తర్వాత, ఇక బాత్రూమ్కి వెళ్ళడం నా వంతు. నేను తలస్నానం చేస్తాను. చాలా తరచుగా నాకు సింక్లో తేలుతూ చిన్న పురుగు కనిపిస్తుంది (వేసవికాలం, వేసవి వారాలు లేదా రోజుల్లో మాత్రమే). నేను పళ్ళు తోముకుంటాను, జుట్టుని రింగులుగా దువ్వుకుంటాను, గోళ్ళు శుభ్రం చేసుకుంటాను, పైపెదవి మీదున్న నల్లని రోమాలు కనిపించకుండా ఉండటానికి పెరాక్సైడ్ పూస్తాను–ఇదంతా అరగంటలోపే చేసేస్తాను.

తొమ్మిదిన్నర. బాత్ రోబ్ చుట్టుకుంటాను. ఒక చేతిలో సబ్బు, రెండోదాంట్లో రాత్రిళ్ళు నేను మంచం దగ్గర ఉపయోగించే ప్యాట్టీ, హెయిర్పిన్లు, నిక్కర్లు, జుట్టు రింగులుగా తిప్పుకునే కర్లర్లు,దూది తీసుకొని బాత్రూం నుంచి బయటికొస్తాను. తరువాత వాళ్ళు నన్ను వెనక్కి పిలుస్తారు, సింక్లో నేను వదిలేసిన, అందంగా వంకీలు తిప్పబడినా కూడా ఎబ్బెట్టుగా కనిపించే వెంట్రుకలను తీసెయ్యమని.

పది గంటలు. వెలుతురు పడకుండా కిటికీలకు తెరలు కప్పేసి గుడ్నైట్ చెప్పే సమయం. కనీసం తరువాతి పదిహేను నిమిషాలపాటు ఇల్లంతా మంచాల క్రింద చప్పుళ్ళు, విరిగిన స్ప్రింగుల చప్పుళ్ళతో నిండిపోతుంది. మా మేడమీద ఉన్నవాళ్ళు దాంపత్య క్రీడలో లేకపోతే ఇక అంతా నిశ్శబ్దంగానే ఉంటుంది.

పదకొండున్నర. బాత్రూమ్ తలుపు క్రీమంటుంది. గదిలో కొద్దిగా కాంతిరేఖ పడుతుంది. బూట్ల చప్పుడు, ఒక పెద్ద కోటు, దాని లోపల ఉన్న మనిషి కంటే పెద్దది...మిస్టర్ కుగ్లర్ కార్యాలయంలో తను రాత్రిళ్ళు చేసే పని ముగించుకొని డస్సెల్ తిరిగి వస్తాడు. అతను మొత్తం పది నిమిషాలపాటు ముందుకి వెనక్కి కదలడం, కాగితం చప్పుడు (తిండి ఏదో తన అలమారలో పెట్టడం వల్ల వచ్చిన చప్పుడు), పడక సర్దుకోవడం వినిపిస్తుంది. అప్పుడు మళ్ళీ శాల్తీ అదృశ్యమవుతుంది. ఇక చప్పుడు వినిపించేది ఎప్పుడో ఒకసారి మరుగుదొడ్డి నుంచి మాత్రమే.

సుమారు మూడుగంటలు. నా మంచం కింద సత్తు డబ్బా ఉపయోగించటానికి నేను లేవాలి. అందులో కిందివైపు రబ్బరు చాప ఉంటుంది, ఎందుకైనా మంచిదని కారుకుండా ఉండటానికి. నేను అందులోకి వదిలేటప్పుడు శ్వాసను బిగబడతాను, పర్వతప్రాంతం నుంచి జారిపడే జలపాతం లాగా చప్పుడు వస్తుంది కాబట్టి. ప్యాట్టీ మళ్ళీ దాని స్థానంలోకి వెళ్ళిపోతుంది. ('ఓహ్, ఆ అసభ్యకరమైన నైట్!' అని మార్గోట్ (ప్రతి సాయంత్రం అనే) తెల్లటి నైట్గౌన్లోని వ్యక్తి మళ్ళీ మంచం ఎక్కుతుంది. ఒక నిర్దుష్టమైన వ్యక్తి పదిహేను నిమిషాలపాటు మేల్కొనే ఉండి, రాత్రిపూట వచ్చే శబ్దాలు వింటూ ఉంటాడు. ముందుగా మెట్ల మీద దొంగలు ఉన్నారా అని తెలుసుకోవడానికి, ఆ తరువాత–మేడమీద, పక్క గదిలో ఉన్నవాళ్ళు నిద్రపోతున్నారో లేదా సగం మేల్కొని ఉన్నారో తెలుసుకోవడానికి. ఇది సరదా ఏమీకాదు, ముఖ్యంగా డాక్టర్ డస్సెల్ అనబడే కుటుంబసభ్యుడికి సంబంధించినప్పుడు. ఆ తరువాత...ముందుగా, గాలి కోసం చేప చేసే శబ్దం వస్తుంది. ఇది తొమ్మిదిసార్లో పదిసార్లు పునరావృతమవుతుంది. అప్పుడు, పెదవుల్ని బాగా తడుపుకోవడం తెలుస్తుంది. చిన్నగా చేత్తో తడుతున్న శబ్దం కూడా వినిపిస్తుంది. తరువాత చాలాసేపు అటూయిటూ దొర్లడం, దిండ్లని సర్దడం జరుగుతుంది. ఐదు నిమిషాల గడమైన నిశ్శబ్దం తరువాత, ఇదే క్రమం మరో మూడుసార్లు పునరావృతమవుతుంది. ఆ తర్వాత అతను కొంతసేపు నిద్రపోతానికి వెనక్కి వాలినట్టుగా తెలుస్తుంది.

కొన్నిసార్లు రాత్రిపూట ఒంటిగంటకి, నాలుగింటికి మధ్య తుపాకులు పేలతాయి.ఇలా జరుగుతుందని నాకు ఎప్పుడూ కూడా ముందుగా తెలీదు. కానీ అలవాటు మీద అకస్మాత్తుగా నేను నా మంచం పక్కన

నిలబడి ఉంటాను. అప్పుడప్పుడు నేను ఎంతగాఢంగా కలలు కంటుంటానంటే (అసమాపన ఫ్రెంచ్ క్రియలు లేదా మేడమీద గొడవ గురించి) నా కల పూర్తయిన తరువాతే కాల్లులు ఆగిపోయాయని, నేను నా గదిలో నిశ్శబ్దంగా ఉండిపోయానని నాకు తెలుస్తుంది. కానీ సాధారణంగా మెలుకువొస్తుంది. అప్పుడు నేనొక దిండు తీసుకొని, రుమాలు కూడా తీసుకొని నా డ్రెస్సింగ్-గౌన్, చెప్పులు విసురుగా వేసుకొని, పక్కన గదిలో ఉన్న నాన్న దగ్గరికి దూసుకెళ్తాను...ఈ పుట్టినరోజు కవితలో మార్గోట్ వివరించిన విధముగా:

> రాత్రి చీకటిలో తుపాకీ గుండ్లు మోగినప్పుడు,
> తలుపు తెరుచుకుంటుంది.
> ఒక రుమాలు, ఒక దిండు, తెలుపు దుస్తుల్లో ఉన్న ఒక కాల్టీ కనిపిస్తాయి...

ఒక్కసారి పెద్దమంచం చేరిన తర్వాత ఇక జరగాల్సిన ఘోరం అంతా ముగిసినట్టే, పేలుడు శబ్దాలు మామ్మలుకన్నా ఎక్కువగా ఉన్నప్పుడు తప్ప.

ఆరు నలభై ఐదు. బ్రింగ్...కావాలనుకున్నా ఒద్దనుకున్నా పగలూ రాత్రీ ఏ సమయంలోనైనా కీచుమని మోగే అలారం గడియారం. వాం...మిసెస్ వాన్ డి దాన్ని ఆపేసింది. మిస్టర్ వాన్ డి లేచినిల్కు తాగి బాత్రూంకి పరిగెడతారు.

విడంబావు. తలుపు మళ్ళీ కిర్రమంటుంది. డస్సెల్ బాత్రూంకి వెళ్తాడేమో. చివరికి ఒక్కదాన్నే ఉండడంతో, నేను తెర తీసేస్తాను...ఇక అనెక్స్లో ఒక కొత్తరోజు ప్రారంభమవుతుంది.

సీ, ఆన్

గురువారం, ఆగస్టు 5, 1943

ప్రియమైన కిట్టి,

ఈ రోజు మధ్యాహ్నం భోజనం గురించి మాట్లాడుకుందాం.

పన్నెండున్నర అయింది. మొత్తం మురా అంతా హాయిగా ఊపిరి పీల్చుకుంటుంది: చీకటిగతం ఉన్న మిస్టర్ వాన్ మారెన్, ఇంకా మిస్టర్ డి కోక్ భోజనానికి ఇంటికెళ్ళారు.

మేడ మీద మిసెస్ వాన్ డి యొక్క అందమైన, ఏకైక రగ్గు మీద వాక్యూమ్ క్లీనర్ గుదించిన చప్పుడు వినిచ్చు. చంకలో కొన్ని పుస్తకాలు పెట్టుకొని మార్గోట్ 'నిదానంగా నేర్చుకునేవాళ్ళ' తరగతికి వెళ్తుంది. డస్సెల్ ఆ రకమే అనిపిస్తాడు. కాస్తంత ప్రశాంతత, నిశ్శబ్దం దొరుకుతుందని ఆశిస్తూ, పిమ్ వెళ్ళి తన శాశ్వత సహచరుడు డికెన్స్తో (పుస్తకంతో) కలిసి ఒక మూల కూర్చుంటారు. పని హడావుడిలో ఉన్న చిన్నారి గృహిణికి సహాయం చేయడానికి అమ్మ మేడమీదికి గబగబా వెళ్తుంది. ఇక నేనేమో అదే సమయంలో బాత్రూమ్ చక్కబెట్టి నేనూ తయారైపోతాను.

పన్నెండు ముప్పావు. ఒక్కొక్కరుగా ఒచ్చేస్తారు: మొదట మిస్టర్ గస్, తరువాత మిస్టర్ క్లైమాన్ లేదా మిస్టర్ కుగ్లెర్, ఆ వెనకాలే జెప్, కొన్నిసార్లు మియెప్.

ఒంటిగంట. రేడియో చుట్టూ చేరి వాళ్ళంతా బిబిసి వింటారు. మిస్టర్ వాన్ డాన్ రేడియోలో మాట్లాడుతున్నవారితో వాదించలేరు కాబట్టి అనెక్స్ కుటుంబసభ్యులు ఒకరితో ఒకరు కలగజేసుకొని సమయం ఇదొక్కటే.

ఒకటింబావు. ఆహార పంపిణీ. కింది అంతస్తు నుంచి వచ్చిన ప్రతిఒక్కరికీ ఒక కప్పు సూప్, పుడ్డింగ్

91

లభిస్తాయి, ఒకవేళ ఉంటే. తృప్తిపడిన మిస్టర్ గీస్ తన దినపత్రిక, కప్పు, సాధారణంగా తన పక్కనే ఉండే పిల్లితో దివాన్ మీద కూర్చుంటాడు లేదా బల్ల మీద వాలతాడు. ఈ మూడింటిలో ఏ ఒక్కటి లేకపోయినా అతను తన నిరసనను వినిపించడానికి సందేహించడు. మిస్టర్ క్లైమాన్ పట్టణానికి సంబంధించిన తాజా వార్తలను వినిపిస్తారు. ఆయన ఒక అద్భుతమైన మాధ్యమం. మిస్టర్ కుగ్లర్ గబగబా మెట్లెక్కి వచ్చి గట్టిగా తలుపు తడతారు. తను నిశ్శబ్దంగా, అన్యమనస్కంగా ఉన్నాడా లేదా సందడిగా మాట్లాడే మంచి మానసిక స్థితిలో ఉన్నాడా అన్నదాన్ని బట్టి చేతులు నలుపుకుంటూ, లేదా వాటిని ఉత్సాహంగా రుద్దుకుంటూ వస్తారు.

ఒకటే ముప్పావు. ప్రతి ఒక్కరూ బల్ల దగ్గర నుంచి లేచి తమతమ పనుల మీద వెళతారు. మార్గోట్, అమ్మ శుభ్రం చేస్తారు. మిస్టర్ అండ్ మిసెస్ వాన్ డి. దివాన్ దగ్గరికి, పీటర్ అటక మీదికి, నాన్న తన దీవాన్ దగ్గరికి, డస్సెల్ కూడా అక్కడికే. ఆన్ హోంవర్క్ చేసుకుంటుంది.

తరువాత వచ్చేది రోజంతటికీ నిశ్శబ్దంగా ఉండే సమయం. వాళ్ళంతా నిద్రలో ఉన్నప్పుడు ఎలాంటి అవాంతరాలూ ఉండవు. డస్సెల్ మొహం చూస్తే, అతను తిండి గురించి కలలు కంటున్నట్టు తెలుస్తుంది. కానీ నేను అతన్ని ఎక్కువసేపు చూడను. ఎందుకంటే మనకి తెలిసేలోపే సమయం పరిగెత్తిపోయి సాయంత్రం నాలుగైపోతుంది. ఇక అప్పుడు చిన్న చిన్న విషయాలను కూడా అతిగా పట్టించుకొనే డాక్టర్ డస్సెల్ చేతిలో గడియారంతో నిలబడి ఉంటాడు, నేను బల్ల శుభ్రం చెయ్యడం ఒక నిమిషం ఆలస్యమైందని చెప్పడానికి.

సీ, ఆన్

శనివారం, ఆగస్టు 7, 1943

ప్రియమైన కిట్టి,

కొన్ని వారాల క్రితం నేనొక కథ రాయడం మొదలుపెట్టాను. అందులో మొదటి నుంచి చివరి వరకు ఏం జరగాలో ఆలోచించేశాను. ఇది రాసేటప్పుడు నేనెంత ఆనందం అనుభవించానంటే, నా పెన్నుకి సంబంధించిన నిబ్, వగైరా వస్తువులు పోగొట్టుకున్నాను.

సీ, ఆన్

సోమవారం, ఆగస్టు 9, 1943

ప్రియమైన కిట్టి,

మనం ఇప్పుడు అనెక్స్‌లోని సాధారణంగా జరిగే ఒక రోజు గురించిన విషయాలతో ముందుకెళ్దాం. ఇప్పటికే మధ్యాహ్న భోజనం గురించి చెప్పడం అయిపోయింది కాబట్టి రాత్రి భోజనం గురించి వివరించే సమయం వచ్చింది.

మిస్టర్ వాన్ డాన్. ఈయనకి మొదట వడ్డిస్తారు. ఆయన తను ఇష్టపడే వాటిని ధారాళంగా వడ్డించుకుంటారు. అప్పుడు జరిగే సంభాషణలో సాధారణంగా పాలు పంచుకుంటారు. తన అభిప్రాయాన్ని చెప్పడంలో ఎప్పుడూ విఫలం కారు. ఆయన మాట్లాడిన తర్వాత ఇక అంతే. ఎవరైనా ధైర్యం చేసి అందుకు వ్యతిరకంగా ఏమన్నా అంటే మిస్టర్ వాన్ డి బాగా గొడవ పడగలరు.

92

ఓహ్, ఆయన పిల్లి లాగా అరవగలరు...కానీ ఆయన అలా చెయ్యకపోతే బాగుంటుందనిపిస్తుంది. ఎవరైనా అది ఒక్కసారి చూసిన తర్వాత ఇక మళ్ళీ చూడలనుకోరు. ఆయన అభిప్రాయానికి తిరుగులేదు, ఆయనకే అన్నిటి గురించీ బాగా తెలుసు. ఒప్పుకుంటాం, ఆయన మెదడు గొప్పదే. కానీ దాని అహంకారం అంతా ఇంతా కాదు.

మేడం. నిజానికి, ఏమీ చెప్పకపోవడం ఉత్తమం. కొన్ని రోజులు, ముఖ్యంగా ఆమె మానసిక స్థితి బాగాలేదేమో అన్న సందర్భం వచ్చే ముందు, ఆమె ఆలోచనల్ని చదవడం కష్టం. జరిగే చర్చలని విశ్లేషిస్తే, ఆమె అందులోని విషయం కాదని, దోషి అని తెలుసుకోవచ్చు! ప్రతి ఒక్కరూ విస్మరించడానికి ఇష్టపడే సత్యమిది. అయినప్పటికీ, ఆమెను ప్రేరేపకురాలని అనము...ఇబ్బంది రేకెత్తించదు. కానీ దాన్ని మిసెస్ వాన్ డాన్ 'సరదా' అంటుంది. మిసెస్ ఫ్రాంక్, ఆన్ మధ్య ఇబ్బందిని రేకెత్తిస్తుంది. మార్గోట్, మిస్టర్ ఫ్రాంక్ మాత్రం ఆమెకి అంత సులభంగా దొరకరు.

అయినా మళ్ళీ టేబుల్ దగ్గరికి వచ్చేద్దాం. తనకి సరిపడా భోజనం ఎప్పుడూ లభించడం లేదని మిసెస్ వాన్ డి అనుకోవచ్చు. కానీ విషయం అది కాదు. ఎంపిక చేసిన బంగాళాదుంపలు, బాగా రుచికరమైన ముద్ద, అక్కడ ఏం ఉంటే దాంట్లోమంచి భాగం...ఇది ఆమె నినాదం. అన్నిట్లోకీ మంచిది నాకు దొరికినంతవరకూ మిగతా అందరూ వాళ్ళకి కావలసినది తీసుకోవచ్చు. (సరిగ్గా 'ఆన్ ఫ్రాంక్ ఇలా చేస్తుంది' ని ఆమె ఆరోపణ). ఇక ఆమె రెండవ సంకేతపదం: మాట్లాడుతూనే ఉండడం.ఎవరైనా వింటున్నంత వరకు, వాళ్ళకిఅసలు ఆసక్తి ఉందా లేదా అని ఆమె ఆలోచిస్తున్నట్టు అనిపించదు. మిసెస్ వాన్ డాన్ చెప్పదానిమీద అందరికీ ఆసక్తి ఉంటుందని ఆమె అనుకుంటూ ఉండాలి.

వగలాడిలా నవ్వు, తనకన్నీ తెలిసినట్టు నటన, ప్రతిక్కరికీ ఏదో ఒక సలహా ఇచ్చి వాళ్ళకి తల్లి అయినట్టు ప్రవర్తన...ఇవన్నీ మంచి అభిప్రాయం కలిగించడం ఖాయం. కానీ తరచి చూస్తే, ఆ మంచి ముద్ర మాయమవుతుంది. ఆమె గురించి చెప్పలంటే: ఒకటి, ఆమె కష్టపడి పనిస్తుంది; రెండు, ఉత్సాహం గా ఉంటుంది; మూడు, వగలాడి-కొన్నిసార్లు అందమైన ముఖం గలది. ఆమె పెట్రోనెల్లా వాన్ డాన్.

మూడో వ్యక్తి. చాలా తక్కువ మాట్లాడతాడు. యువకుడైన మిస్టర్ వాన్ డాన్ సాధారణంగా నిశ్శబ్దంగా ఉంటాడు. తన ఉనికిని తెలియనివ్వడు. ఆకలికి సంబంధించినంతవరకు, అతను ఎప్పటికీ నిండని పెద్ద పాత్ర. చాలా మంచి ప్రమాణంలో భోజనం చేసిన తర్వాత కూడా, అతను మన కళ్ళలోకి చూస్తూ అంతకంటే రెండు రెట్లు ఎక్కువ తినేవాడినని అనగలడు.

నాలుగవ వ్యక్తి-మార్గోట్. పిట్ట కదా తిన్నట్టు తింటుంది. అస్సలు మాట్లాడదు. ఆమె కూరగాయలు, పళ్ళు మాత్రమే తింటుంది. వాన్ డాన్స్ అభిప్రాయం ప్రకారం 'చెడిపోయింది'. మాలో 'మరీ తక్కువ వ్యాయామం చేసేది, మరీ తక్కువగా స్వచ్ఛమైన గాలి పీల్చేదీను'.

ఆమె పక్కన-అమ్మ. మంచి ఆకలిగలది, మాట్లాడటంలో పాలు పంచుకుంటుంది. మిసెస్ వాన్ డాన్ని అనుకున్నట్టుగా, ఈమె గృహిణి అని ఎవరూ అనుకోరు. ఇద్దరి మధ్య తేడా ఏంటి? మిసెస్ వాన్ డి వంట చేస్తుంది, అమ్మ శుభ్రం చేస్తుంది, గృహోపకరణాలని పాలిష్ చేస్తుంది.

ఆరు, ఏడు సంఖ్యల వ్యక్తులు. నాన్న గురించి, నా గురించి పెద్దగా చెప్పను. నాన్న బల్ల దగ్గర చాలా నిరాడంబరంగా ఉండే వ్యక్తి. ఎప్పుడూ కూడా అవతలివాళ్ళకి వడ్డన జరిగిందా లేదా అని ముందు చూస్తారు. తనకు ఏమీ అక్కరలేదు; మంచివన్నీ ముందుపిల్లలకి అని ఆయన ఉద్దేశం. ఆయన మూర్తిభవించిన మంచితనం. ఆయన పక్కన కూర్చున్నది అనెక్సీ చెందిన ఆందోళనల మాట.

డస్సెల్ తనకి తాను వడ్డించుకోవడం, తిండి మీద దృష్టి పెట్టడం, తినడం. మాట్లాడటం మాత్రం ఉండదు. ఏదైనా చెప్పాల్సి వస్తే మాత్రం తిండి గురించి మాత్రమే మాట్లాడటం. ఇది గొప్పలు

చెప్పుకోవటానికే తప్ప తగువులకి దారితీయదు. అతను భారీగా తినేస్తాడు. ఆహారం బాగున్నా బాగాలేకున్నా, సరే, 'ఒద్దు' అన్న మాట అతని నిఘంటువులో లేదు.

ఛాతీ వరకు వచ్చే ప్యాంటు, ఎరుపు రంగు జాకెట్, నల్లటి, మెరిసిపోయే తోలు చెప్పులు, కొమ్ముతో తయారైన ఫ్రేమున్న కళ్లద్దాలు–అతను చిన్నబల్ల దగ్గర పనిలో ఉన్నప్పుడు ఇలానే కనిపిస్తాడు... ఎప్పుడూ చదువుతానే ఉన్నా, అభివృద్ధి అనేది మాత్రం లేకుండా. దీనికి అంతరాయం కలిగించేది మధ్యాహ్న భోజనం, నిద్ర, ఇంకా–అతనికి ఎంతో ఇష్టమైన ప్రదేశం–మరుగుదొడ్డి మాత్రమే. రోజుకి మూడు, నాలుగు లేదా ఐదు సార్లు ఎవరో ఒకరు బయట నిలబడి, ఒక కాలి మీద నుంచి ఇంకోక కాలి మీదికి ఒరుగుతూ ఉంటారు...ఒర్చుకుంటూ, ఆపుకోవడానికి కష్టపడుతూ. డస్సెల్ పట్టించుకుంటాడా? సరదాగా అనడం కాదు. ఏడుంబావు నుంచి ఏడున్నర వరకు, పన్నెండున్నర నుంచి ఒంటిగంట వరకు, రెండు నుంచి రెండుంబావు వరకు, నాలుగు నుంచి నాలుగుంబావు వరకు, ఆరు నుంచి ఆరుంబావు వరకు, పడికొండున్నర నుంచి పన్నెండు వరకు. మనం గడియారాన్ని వీటి ద్వారా సరిచేసుకోవచ్చు. ఇవి అతని 'క్రమం తప్పని' సమయాలు. జరగనిది ఏదో జరిగే లోపల తలుపు తీయమని బయటి నుంచి వినిపించే గొంతులకి అతను కొంచెం కూడా చలించడు.

తొమ్మిదవ సంఖ్య. మా ఇంటిని, భోజనం బల్లని పంచుకున్నప్పటికీ ఆమె మా అనెక్స్ కుటుంబం లో భాగం కాదు. బెప్ది ఆరోగ్యకరమైన ఆకలి...తన పళ్లెంలో ఉన్నది శుభ్రంగా తినేస్తుంది. ఫలానాదే కావాలని అనదు. బెప్ సులభంగా ప్రసన్నురాలవుతుంది. అది మనకి సంతోషాన్నిస్తుంది. ఆమెని గురించి ఈ విధంగా చెప్పచ్చు: ఉల్లాసం, మంచి హాస్యప్రియత్వం, దయాగుణం, సుముఖత్వం.

మంగళవారం, ఆగస్టు 10, 1943

ప్రియమైన కిట్టి,

కొత్త ఆలోచన: భోంచేసేటప్పుడు నేను మిగతావాళ్లతో కంటే నాతో నేనే ఎక్కువగా మాట్లాడుకుంటాను. దీనికి రెండు ప్రయోజనాలు ఉన్నాయి. మొదటిది, ఎడతెగని నా వాగుడుని వాళ్లు వినాల్సిన పని లేకపోవడం వల్ల వాళ్లు సంతోషించడం. రెండోది, వాళ్ల అభిప్రాయాలకి నేను కోపం తెచ్చుకోవాల్సిన అవసరం ఉండకపోవడం. నా అభిప్రాయాలు తెలివితక్కువవని నేను అనుకోను కానీ మిగతావాళ్లు అనుకుంటారుకాబట్టివాటిని నాలోనేదాచుకోవడంమంచిది.నాకసలుఏమాత్రం ఇష్టంలేనిదితినాల్సొచ్చినప్పుడు కూడా ఇదే కిటుకు ప్రయోగిస్తాను. ఆ పదార్థాన్ని నా ముందు పెట్టుకుని, అది రుచిగా ఉన్నట్టు నటించి, సాధ్యమైనంతవరకు దానివైపు చూడకుండా ఉంటే, అసలు అదేంటో నేను గ్రహించడానికి ముందే అది మాయమైపోతుంది. పొద్దున్నే లేవడమనేది నాకు అస్సలు నచ్చని ఇంకొక విషయం. ఆ క్షణంలో నేను మంచం మీది నుంచి దూకి, నాల్గో నేనే, 'నువ్వు మళ్లీ వెంటనే మెత్తటి కప్పుకొని పడుకుంటావు' అనుకొని కిటికీ దగ్గరికి నడిచి, తెర తీసేసి, తాజా గాలి అందేవరకు శ్వాసిస్తాను. అంతే, ఇక నేను మేల్కొన్నట్టే. మళ్లీ పడుకోవాలని అనిపించేలోగా వీలైనంత వేగంగా మంచం తీసేస్తాను. ఇటువంటి దాన్ని అమ్మ ఏమంటుందో నీకు తెలుసా? జీవన కళ...జీవించటానికి కావలసిన నేర్పరితనం. ఈ వ్యక్తీకరణ తమాషాగా ఉంది కదా?

పోయిన వారం మేమంతా కాస్త గందరగోళానికి లోనయ్యాం. ఎందుకంటే మా ప్రియమైన వెస్టర్టోరెన్ గంటల గడియారం యుద్ధం కోసం కరిగించబడింది. అందువల్ల రాత్రైనా పగలైనా సమయం ఎంత అయిందో మాకు ఖచ్చితంగా తెలియట్లేదు. ఈ ప్రాంతం వాళ్లకి సమయం తెలియజేయడానికి సత్తు లేదా రాగితో తయారుచేసిన ప్రత్యామ్నాయ ఏర్పాటు చేస్తారని నాకింకా ఆశలున్నాయి.

94

నేను వెళ్ళిన ప్రతిచోటా, మేడమీద లేదా కింద, అందరూ నా పాదాల వైపు మెచ్చుకోలుగా చూస్తారు. ఎంతో అందంగా ఉండే బూట్లు తొడుక్కుంటాను మరి. (ఇలాంటి యుద్ధ సమయాల్లో!) మియెప్ 27.50 గిల్లర్లకి వాటిని పట్టేయగలిగింది. ఎరుపు రంగు మెత్తటి తోలు, మధ్యస్థ-పరిమాణంలో ఉన్న ఎత్తు మడమలు. అవి వేసుకున్నప్పుడు నేను కర్రల మీద ఉన్నట్టు అనిపిస్తుంది. ఇప్పటికే ఉన్నదానికంటే ఎత్తుగా కూడా కనిపిస్తున్నాను.

నిన్నటి రోజు నాకు దురదృష్టకరమైనది. డబ్బానికి మందంగా ఉన్నమొన నా కుడిచేతి బొటనవేలుకి గుచ్చుకుంది. ఫలితంగా, మార్గ్రేట్ నా కోసం బంగాళాదుంపల తొక్కల్సాన్చింది (ఈ బాధలో ఉన్న మంచిని గ్రహించు). నా చేతిరాత మాత్రం అసహ్యంగా మారింది. ఆ తరువాత, నేను అల్మరా తలుపుకి ఎంతగా కొట్టుకున్నానంటే, అది నన్ను దాదాపుగా కింద పడేసింది. అప్పుడు నేను అరిచిన అరుపుకి వీళ్ళట్లు తిన్నాను కూడా. వాళ్ళు నా నుదిటిమీద నీళ్ళు పోసుకోనివ్వలేదు కాబట్టి ప్రస్తుతం నా కుడి కన్ను మీద ఒక పెద్ద బొప్పితో తిరుగుతున్నాను. పరిస్థితిని ఇంకా దిగజారుస్తున్నట్టుగా, నా కుడి పాదం చిన్నవేలు వాక్యూమ్ క్లీనర్‌లో చిక్కుకుంది. రక్తం కారి బాధ కలిగింది కానీ నాకున్న వేరే బాధలు అప్పటికే చాలా ఇబ్బంది కలిగిస్తున్నాయని దీని లక్ష్యపెట్టలేదు. అలా చేయడం మూర్ఖత్వమైంది. ఇప్పుడు ఇన్‌ఫెక్షన్ సోకిన బొటనవేలుతో తిరుగుతున్నాను మరి. లేపనం, గాజుగుడ్డ, కట్టు ఉండడం వల్ల నా పాదానికి అద్భుతమైన నా కొత్త బూటుని తొడుక్కోలేను.

డస్సెల్ మమ్మల్ని మళ్ళీ అపాయంలో పడేశాడు. ఇప్పటివరకు లెక్కలేనన్నిసార్లు అలా పడేశాడు. నిజానికి అతను ముస్సోలినికి వ్యతిరేకంగా రాయబడిన ఒక పుస్తకాన్ని మియెప్‌తో తెప్పించుకున్నాడు. ఈ పుస్తకం నిషేధించబడింది. ఇక్కడికి వచ్చేటప్పుడు ఆమెని ఒక ఎస్ ఎస్ (పారామిలటరికి చెందిన) మోటారుసైకిల్ తగిలి కింద పడింది. ఆమెకి కోపం వచ్చి, 'యు బ్రూట్స్!' అని అరుస్తూ తన దారిన వచ్చేసింది. ఆమెని కనుక ప్రధాన కార్యాలయానికి తీసుకెళ్ళి ఉంటే ఏం జరిగేదో ఆలోచించే సాహసం నేను చేయ్యలేను.

నీ, ఆన్

మా చిన్న సమాజంలో రోజువారీ పని: బంగాళదుంపల తొక్క తీయడం!

ఒకరు కొన్ని వార్తాపత్రికలను తేవడానికి వెళ్తారు; మరొకరు కత్తులు (సాధారణంగా ఆ వ్యక్తి తనకోసంగా అన్నిట్లోకి మంచి కత్తిని ఉంచుకోవడం జరుగుతుందనుకో); మూడో వ్యక్తి బంగాళదుంపలు; ఇంక నాల్గవ వ్యక్తి నీళ్ళు తేవడానికి వెళ్తారు.

మిస్టర్ డస్సెల్ మొదలుపెడతాడు. అతను ప్రతిసారీ తొక్క బాగా తీయకపోవచ్చు కానీ, ఆగకుండా మాత్రం పని చేస్తాడు...అందరూ తనలాగే చేస్తున్నారో లేదో చూడటానికి అటుయిటూ చూస్తూ. లేదు, వాళ్ళు అతనిలా తీయడం లేదు!

'చూడు ఆన్, నేను చేతిలోకి పీలర్ ఇలా తీసుకొని పైనంచి కిందికి చేస్తున్నాను! కాదు, అలా కాదు...కానీ అలా!'

'నేను చేస్తున్న విధానం ఇంకా తేలికగానిపిస్తుంది, మిస్టర్ డస్సెల్,' నేను సుమారుగా ఇలా అంటాను.

'కానీ ఇలా చెయ్యడమే అన్నిటికన్నా మంచి విధానం, ఆన్. ఇది నువ్వు నా నుంచి నేర్చుకోవచ్చు. అయినా, ఎలాగైనా ఫరవాలేదు, నీకు నచ్చినట్టుగా చెయ్యి.'

మేం తొక్క తీయడం కొనసాగిస్తాం. నేను నా కంటి చివరి నుంచి డస్సెల్ వైపు చూస్తాను. అతను తల విదిలిస్తాడు. (నా గురించే, ఎటువంటి సందేహం లేదు), కానీ ఇంకేం మాట్లాడడు.

నేను తొక్క తీస్తూనే ఉంటాను. అప్పుడు నాకు ఇంకొకవైపున్న నాన్నని చూస్తాను. నాన్నకి, బంగాళదుంపల తొలు తీయడమనేది ఒక పని మాత్రమే కాదు, అది అన్ని విధాలుగా సరిగ్గా చేయాల్సిన పని. చదువుతున్నప్పుడు ఆయన తల వెనుక భాగంలో లోతైన ముడత ఉంటుంది. కానీ బంగాళదుంపలు, బీన్స్ లేదా కూరగాయలను తరుగుతున్నప్పుడు ఆ పనిలో పూర్తిగా నిమగ్నమైపోతారు. బంగాళదుంపల తొక్క తీసే ముఖం పెట్టుకొని, ఒక్కసారి స్థిరపడ్డాక ఇక చక్కగా ఒలిచిన బంగాళదుంప మాత్రమే ఆయన చేతుల్లోంచి వస్తుంది.

నేను పని చేస్తూనే ఉంటాను. ఒక్క క్షణమే చూస్తాను కానీ నాకు ఆ మాత్రం సమయం నాకు చాలు. మిసెస్ వాన్ డి. డస్సెల్ దృష్టిని ఆకర్షించడానికి ప్రయత్నిస్తోంది. ఆమె అతని వైపు చూడటం తో మొదలుపెడుతుంది కానీ డస్సెల్ గమనించనట్లు నటిస్తాడు. ఆమె సంజ్ఞ చేస్తుంది కానీ డస్సెల్ తొక్క తీస్తూనే ఉంటాడు. ఆమె నవ్వుతుంది కానీ డస్సెల్ తల పైకెత్తి చూడడు. అప్పుడు అమ్మ కూడా నవ్వుతుంది కానీ డస్సెల్ వాళ్ళని పట్టించుకోడు. తన లక్ష్యాన్ని సాధించడంలో విఫలమైన మిసెస్ వాన్ డి వ్యూహాలను మార్చాల్సొస్తుంది. కొద్దిసేపు నిశ్శబ్దంగా ఉంటుంది. అప్పుడు ఆమె, 'పుట్టి, మీరు ఆప్రాన్ వేసుకోకూడదూ? లేకపోతే, నేను రేపంతా మీ సూట్ మీద మరకలు పోగొట్టే పనిలోనే ఉండాల్సొస్తుంది!' అంటుంది. (తన భర్తతో)

'నేను సూట్ పాడు చేసుకోవడం లేదు.'

మళ్ళీ కొద్దిసేపు నిశ్శబ్దం. 'పుట్టి, మీరు కూర్చోవచ్చు కదా?'

'నాకు ఇలా బాగానే ఉంది. నాకు నిలబడటం ఇష్టం!'

నిశ్శబ్దం.

'పుట్టి, చూడండి, డు *స్ప్రిట్జ్ స్కోన్*!' [11]

'నాకు తెలుసమ్మా. కానీ జాగ్రత్తగానే ఉంటున్నాను.'

మిసెస్ వాన్ డి ఇంకొక విషయం వెతుకుతుంది. 'ఊం, పుట్టి, బ్రిటిష్‌వారు ఈ రోజు బాంబు దాడులు ఎందుకు చేయట్లేదు?'

'ఎందుకంటే వాతావరణం బాగాలేదు, కెల్లి!'

'అయితే నిన్న వాతావరణం ఎంత బాగుంది కదా. కానీ వాళ్ళు అప్పుడు కూడా దాడి చేయలేదు.'

'ఈ విషయాన్ని వదిలేద్దాం.'

'ఎందుకు? దాని గురించి ఎవ్వరూ మాట్లాడకూడదా లేదా అభిప్రాయాన్ని చెప్పకూడదా?'

'కూడదు!'

'సరే, ఎందుకు కూడదు?'

'ఓహ్, గమ్మునుండు, మమ్మిచెన్!' [12]

'మిస్టర్ ఫ్రాంక్ తన భార్యకి ఎప్పుడూ సమాధానం ఇస్తారు.'

మిస్టర్ వాన్ డి తనను తాను నియంత్రించుకోవడానికి ప్రయత్నిస్తున్నారు. ఈ వ్యాఖ్య ఆయననెప్పుడూ చిరాకుపరుస్తుంది కానీ మిసెస్ వాన్ డి వదిలిపెట్టే రకం కాదు: 'ఓహ్, ఆక్రమణ అనేది జరగదు!'

మిస్టర్ వాన్ డి మొహం తెల్లగా మారుతుంది. అది మిసెస్ వాన్ డి గమనించినప్పుడు ఆమె ముఖం ఎర్రబడుతుంది. అయినా ఆమె మంకుతనం వదిలిపెట్టదు: 'బ్రిటిషవారు ఏమీ చెయ్యట్లేదు!'

---

[11] ఇప్పుడు మీద పోసుకుంటున్నారు!

[12] అమ్మా

ఇప్పుడిక బాంబు పేలుతుంది. ఇక నోరు మూసుకో, డోన్నర్‌వెటర్‌నాచ్ మాల్!¹³

అమ్మ నవ్వు ఆపుకోలేదు. నేను ఆమెని సూటిగా చూస్తాను.

అంతకుముందే కనుక వాళ్ళు భయంకరంగా తగువుపడి ఉండకపోతే ఇలాంటి దృశ్యాలు దాదాపు ప్రతిరోజూ పునరావృతమవుతాయి. అంతకుముందే గొడవపడి ఉంటే మాత్రం మిస్టర్ లేదా మిసెస్ వాన్ డి ఇక ఒక్క మాట కూడా మాట్లాడరు.

నేను ఇంకొన్ని బంగాళాదుంపలు తీసుకొని రావాల్సిన సమయం వస్తుంది. అటక మీదికి ఎక్కుతాను. అక్కడ పిల్లి చర్మం మీది నుంచి పురుగులు తీసే పనిలో పీటర్ మునిగి ఉంటాడు. అతను తల పైకెత్తి చూస్తాడు, పిల్లి దాన్ని గమనిస్తుంది. హూష్...పిల్లి కిటికీ నుంచి వర్షం నీళ్ళు జారే చోటికి పారిపోతుంది.

పీటర్ కోపంగా తిడతాడు; నేను నవ్వుతూ గది నుంచి బయటపడతాను.

రహస్య నివాసంలో స్వేచ్ఛ

ఐదున్నర. బేప్ రాక మా రాత్రిపూట స్వేచ్ఛని సూచిస్తుంది. ఇక వెంటనే అన్నీ జరిగిపోతాయి. నేను బేప్‌తో మేడమీదికి వెళ్తాను. ఆమె సాధారణంగా మాకన్నా ముందే తన పుడ్డింగ్ తినేస్తుంది. ఆమె కూర్చున్న క్షణమే మిసెస్ వాన్ డి తన కోరికలు చెప్పడం మొదలుపెడుతుంది. ఆమె జాబితా సాధారణంగా, 'ఓ' బేప్, నాకు...' అనడంతో మొదలవుతుంది. బేప్ నన్ను చూసి సైగ చేస్తుంది. మేడమీదికి ఎవరొచ్చినా మిసెస్ వాన్ డి వాళ్ళకి తన కోరికని తెలియజేసే అవకాశం వదులుకోదు. మేడమీదికి వెళ్ళడానికి ఎవ్వరూ ఇష్టపడకపోవడానికి ఇది ఒక కారణమై ఉండాలి.

ఐదు ముప్పావు. బేప్ వెళ్ళిపోతుంది. నేను చుట్టూ అంతా చూద్దామని రెండు అంతస్తులు దిగి కిందికి వెళ్తాను: ముందు వంటగదికి, తరువాత ప్రైవేటు కార్యాలయానికి, ఆ తరువాత మౌస్చి పిల్లి కోసం తలుపు తెరవడానికి బొగ్గుల గదికి.

సుదీర్ఘమైన తనిఖీ పర్యటన తరువాత, మిస్టర్ కుగ్లెర్ కార్యాలయంతో ముగిస్తాను. మిస్టర్ వాన్ డి ఈరోజాటి ఉత్తరాల కోసం అన్నీ డ్రాయర్లు, ఫైళ్ళు వెతుకుతూ కనిపిస్తారు. పీటర్ బోస్‌ని, గిడ్డంగి తాళం చెవిని తీసుకుంటాడు. పిమ్ టైప్‌రైటర్లని మేడమీదికి తీసుకుస్తారు.

కార్యాలయ పని చెయ్యడం కోసం మార్గోట్ ఒక నిశ్శబ్ద ప్రదేశం కోసం చుట్టూ చూస్తుంది. మిసెస్ వాన్ డి పొయ్యి మీద నీటి గిన్నెపెడుతుంది. అమ్మ బంగాళాదుంపల పళ్ళెంతో మెట్లు దిగి వస్తుంది. మాకందరికీ ఎవరి పనులేంటో తెలుసు.

పీటర్ గిడ్డంగి నుంచి తొందరగానే తిరిగొస్తాడు. వాళ్ళు అతన్ని అడిగే మొదటి ప్రశ్న అతనికి 'రొట్టె విషయం గుర్తుందా' అని. లేదు, అతనికి గుర్తులేదు. అతను ముందు కార్యాలయం తలుపు దగ్గర వంగి తనును తాను వీలైనంత చిన్నగా చేసుకొని, చేతులు, మోకాళ్ళ మీద స్టీలు అలమరలోకి పాకుంటూ వెళ్ళి రొట్టెని తీసి, బయటికి రాబోతాడు. ఏమైనా, అతను ఇదే చెద్దామనుకుంటాడు. కాని ఏం జరిగిందో అతను తెలుసుకోకముందే, మౌస్చి అతని మీదనుంచి దూకి బల్ల కింద కూర్చుంటుంది.

పీటర్ చుట్టూ అంతా చూస్తాడు. ఆహో, అదిగో, అక్కడింది పిల్లి! అతను తిరిగి ఆఫీసులోకి పాకుతూ వచ్చి పిల్లి తోక పట్టుకుంటాడు. మౌస్చి బుస కొడుతుంది, పీటర్ నిట్టూరుస్తాడు. అతను

సాధించిందేంటి? మౌస్సీ ఇప్పుడు కిటికీలో కూర్చుని తనను తాను నాక్కుంటుంది, పీటర్ బారినుంచి తప్పించుకున్నందుకు చాలా సంతోషిస్తా. ఒక రొట్టె ముక్కతో మౌస్సీని ఆకర్షించడం తప్ప పీటర్కి వేరే దారి లేదు. మౌస్సీ ఆ ఎర తీసుకొని అతని వెనకాలే వస్తుంది. దాంతో తలుపు మూసేస్తాడు.

నేను తలుపులోని సందు నుంచి ఈ దృశ్యమంతా చూస్తాను.

మిస్టర్ వాన్ డాన్ కోపంగా ఉండి తలుపు గట్టిగా వేస్తారు. మార్గోట్, నేను ఒకరివైపు ఒకరం చూస్తూ ఒకే విధంగా అనుకుంటాం: మిస్టర్ కుగ్లర్ చేసినదో పొరపాటు కారణంగా ఆయన మళ్ళీ కోపంగా ఉన్నారు. పక్కిల్లో ఉన్న కెగ్ సంస్థ గురించి మరచిపోయారు.

హాలులో మరో అడుగుల శబ్దం వినిపిస్తుంది. డస్సెల్ లోపలికి వచ్చిరాజసంగా కిటికీ వైపు వెళ్తాడు. వాసన చూస్తాడు. దగ్గి, తుమ్మి తన గొంతు సరి చేసుకుంటాడు. ఎందుకంటే, పాపం అతని దురదృష్టం కొద్దీ-అవి మిరియాలు. అతను ముందు కార్యాలయం వైపుకి వెళ్తాడు. కర్టెన్లు తెరిచి ఉంటే అతను అక్కడ ఉండి రాసుకోలేడని అర్థం. దాంతో అతను విసుగ్గా అక్కడి నుంచి అదృశ్యమవుతాడు.

మార్గోట్, నేను మరొకసారి ఒకరివైపు ఒకరం చూసుకుంటాం. 'రేపు అతని ప్రియురాలికి ఒక పేజీ తక్కువ అవుతుంది,' అని ఆమె అనడం నాకు వినిపిస్తుంది. నేను ఔనన్నట్టు తల ఊపుతాను.

మెట్ల మార్గంలో ఏనుగు నడక వినబడుతుంది. ఇది డస్సెల్ తన అభిమాన ప్రదేశంలోకి వెళ్ళడం.

మేం పని కొనసాగిస్తాం. టక్, టక్, టక్...మూడుసార్లు తట్టడం అంటే 'రాత్రి భోజన సమయం' అని అర్థం!

సోమవారం, ఆగస్టు 23, 1943

వెన్ డై ఉర్ హాల్బ్ న్యూనే స్లాగ్ట్[14]

మార్గోట్, అమ్మ ఆందోళనగా ఉన్నారు. 'ష్...నాన్నా. నిశ్శబ్దంగా ఉండండి, ఒట్టో. ష్...పిమ్! ఎనిమిదిన్నరైంది. ఇక్కడికి రండి, ఇంక మీరు నీళ్ళు వాడకూడదు. చిన్నగా నడవండి!' ఇది బాత్రూంలో ఉన్న నాన్నకి మేము చెప్పే మాటల నమూనా. ఎనిమిదిన్నర గంటలకంతా ఆయన గదిలో ఉండాలి. నీళ్ళు తిప్పడానికి లేదు, మరుగుదొడ్డిలో నీళ్ళు వదలడానికి లేదు, చుట్టూ నడవకూడదు, ఎటువంటి శబ్దం ఉండకూడదు. కార్యాలయ సిబ్బంది వచ్చేంతవరకు, శబ్దాలన్నీ గిడ్డంగికి ఇంకా తేలిగ్గా చేరతాయి.

ఎనిమిది-ఇరవై మేడ మీద తలుపు తెరుచుకుంటుంది. దీని తరువాత నేల మీద మూడుసార్లు సున్నితంగా తట్టడం...ఆన్...గంజి తాగు...అన్నదానికి సూచన. నా గిన్నెడు గంజిని తీసుకోవడానికి గబగబా మెట్లు ఎక్కి వెళ్తాను.

మళ్ళీ కింద అన్నీ గబగబా చేసెయ్యాలి: తల దువ్వుకుంటాను, పాట్టీని దూరంగా పెట్టేసి మంచాన్ని మళ్ళీ దాని స్థానంలోకి లాగేస్తాను.

నిశ్శబ్దం! గడియారం ఎనిమిదిన్నర కొడుతోంది. మిసెస్ వాన్ డి తన బూట్లు తీసేసి గదిలో చెప్పులతో తిరుగుతుంది. మిస్టర్ వాన్ డి కూడా-ఆయన ఒక చా చాప్లిన్. ఇక అంతా నిశ్శబ్దంగా ఉంటుంది.

ఆదర్శ కుటుంబ సన్నివేశం ఇప్పుడు పతాక స్థాయికి చేరుకుంది. నేను చదవడమో రాయడమో చేయాలనుకుంటాను. మార్గోట్ కూడా అంతే. నాన్న, అమ్మ కూడా అంతే. ఒక మంచి పరుపు కూడా

---

[14] ఎనిమిదిన్నర అయినప్పుడు.

లేని, కుంగిపోయిన, చప్పుడు చేసే మంచం అంచున నాన్న కూర్పొని ఉన్నాడు (డికెన్స్ పుస్తకం, ఇంకా డిక్షనరీతో). దానిమీద రెండు పలుచని దిండ్లలాంటివి ఒకదాని మీద ఒకటి పెట్టచ్చు.

'ఇవి నాకు అవసరం లేదు, అవి లేకుండా నేను సర్దుకోగలను!' అని ఆయన అనుకుంటారు.

ఒక్కసారి చదవడం మొదలుపెట్టిన తరువాత ఇక ఆయన తల పైకెత్తి చూడరు. అప్పుడప్పుడు నవ్వుతారు. అమ్మ చేత కూడా ఒక కథ చదివించాలని ప్రయత్నిస్తారు. 'నాకు ప్రస్తుతం సమయం లేదు!'

ఆయన నిరాశ చెందినట్టు కనిపిస్తారు. అయినా చదవడం కొనసాగిస్తారు. కొద్దిసేపటి తరువాత ఇంకోక మంచి వ్యాసం చూసినప్పుడు ఆయన మళ్ళీ ప్రయత్నిస్తారు: 'నువ్వు దీన్ని చదవాలమ్మా!' అమ్మ మడత మంచం మీద కూర్చుని, చదవడమో, కుట్టుపనో, అల్లడమో లేదా అధ్యయనం చెయ్యడమో...తన జాబితాలో తరువాత ఏది ఉందో అది చేస్తుంది. ఉన్నట్టుండి ఆమెకు ఒక ఆలోచన తడుతుంది. ఆమె మరచిపోకుండా ఉండాలని త్వరగా దాని గురించి చెప్పి, 'ఆన్, గుర్తుంచుకో...మార్గోట్, ఇది రాసుకో...'

కొంతసేపటి తర్వాత మళ్ళీ నిశ్శబ్దంగా ఉంటుంది. మార్గోట్ తన పుస్తకం మూసేస్తుంది. నాన్న తన భ్రుకుటిని ముడివేస్తారు. అప్పుడు ఆయన కనుబొమలు ఒక తమాషా ఆకారంలో ఉంటాయి. ఆయన తల వెనుక భాగంలో ఏకాగ్రతని సూచించే ముడత మళ్ళీ కనిపిస్తుంది. ఆయన మళ్ళీ తన పుస్తకంలోకి దూరిపోతారు. అమ్మ మార్గోట్తో మాట్లాడటాన్ని మొదలుపెడుతుంది. నాకు ఆసక్తి కలగడంతో వింటాను. పిమ్ని కూడా సంభాషణలోకి లాగేస్తాం...తొమ్మిది గంటలు. అల్పాహారం!

శుక్రవారం, సెప్టెంబర్ 10, 1943

ప్రియమైన కిట్టి,

నేను నీకు రాసే ప్రతిసారీ ఏదో ప్రత్యేకమైనది జరిగి ఉంటుంది. అది సాధారణంగా పోయి కలిగించేది కాకుండా జాగుప్సాకరమైనదే ఉంటోంది. ఇప్పుడు మాత్రం ఏదో అద్భుతమే జరుగుతోంది.

సెప్టెంబర్ 8, బుధవారం నాడు మేము ఏడుగంటల వార్తలు వింటున్నప్పుడు ఒక ప్రకటన వినబడింది: ఇప్పటివరకు జరిగిన యుద్ధానికి సంబంధించిన కొన్ని అత్యుత్తమ వార్తలు: 'ఇటలీ లొంగిపోయింది.' ఇటలీ బేషరతుగా లొంగిపోయింది! ఎనిమిదింబావుకి ఇంగ్లాండ్ నుంచి డచ్ ప్రసారం ఈ వార్తతో ప్రారంభమైంది: శ్రోతలారా, గంట పదిహేను నిమిషాల క్రితం, నేను నా రోజువారీ నివేదిక రాయడం పూర్తి చేయగానే ఇటలీ లొంగిపోవడం గురించి మాకు అద్భుతమైన వార్తలు అందాయి.

'మీకు చెప్పాను, ఈ రోజు నేను నా పుస్తకాలనిచెత్తబుట్టలోకి విసిరేసినంత ఆనందంగా ఇంతకుముందు ఎప్పుడూ వినలేదు!'

'గాడ్ సేవ్ ద కింగ్' అనే అమెరికన్ జాతీయ గీతాన్ని, రష్యన్ ఇంటర్నేషనల్'ను వినిపించారు. ఎప్పటిలాగే, డచ్ కార్యక్రమం మరీ ఎక్కువ ఆశ కలిగించకుండా, ఉత్సాహం నింపేదిగా జరిగింది.

బ్రిటీమవారు నేపుల్స్లో అడుగుపెట్టారు. ఉత్తర ఇటలీని జర్మన్లు ఆక్రమించారు. బ్రిటీమవారు ఇటలీలో అడుగుపెట్టిన సెప్టెంబర్ 3 శుక్రవారం నాడు ఒప్పందంపై సంతకం చేశారు. ఇటలీ సైనిక జనరల్ బాడ్గ్లియో, ఇంకా ఇటాలియన్ రాజు చేసిన ద్రోహం గురించి జర్మన్లు అన్ని వార్తాపత్రికలలో విరుచుకుపడుతున్నారు.

అయినా, దుర్వార్త కూడా ఉంది. ఇది మిస్టర్ క్లైమాన్ గురించి. నీకు తెలుసు కదా, మాకందరికీ ఆయనంటే చాలా ఇష్టం. ఆయన ఎప్పుడూ అనారోగ్యంగా, నొప్పితో ఉన్నా, ఎక్కువగా తినలేకపోయినా, పెద్దగా నడవలేకపోయినా కూడా ఎంతో ఉల్లాసంగా, అద్భుతమైన సాహసంతో ఉంటారు. 'మిస్టర్

కైమాన్ గదిలోకి ప్రవేశించినప్పుడు సూర్యుడు ప్రకాశించడం మొదలుపెడతాడు' అని అమ్మ ఈమధ్యే అన్నది. ఆమె సరిగ్గా చెప్పింది.

ఆయన చాలా కష్టంతో కూడుకున్న కడుపు ఆపరేషన్ కోసం ఆసుపత్రికి వెళ్ళాలని తెలిసింది. కనీసం నాలుగు వారాలు అక్కడే ఉండాలట. ఆయన మాకు వీడ్కోలు చెప్పినప్పుడు నువ్వు చూడవల్సింది. ఏదో చిన్న పని మీద వెళ్తున్నట్టుగా చాలా సాధారణంగా వ్యవహరించారు.

సీ, ఆన్

గురువారం, సెప్టెంబర్ 16, 1943

ప్రియమైన కిట్టి,

ఇక్కడ అనెక్స్‌లోని బంధాలు మరీ అధ్వాన్నంగా తయారవుతున్నాయి. భోజనాల సమయంలో నోళ్ళు తెరవడానికి కూడా మాకు ధైర్యం లేదు (ముద్ద నోట్లో పెట్టుకున్నప్పుడు తప్ప). ఎందుకంటే మేమేం చెప్పినా సరే, ఎవరో ఒకరు దాని నిరసించడమో లేదా తప్పుగా తీసుకోవడమో అవుతోంది. మిస్టర్ వోస్కుయిజల్ అప్పుడప్పుడు మమ్మల్ని కలవడానికి వస్తారు.

దురదృష్టవశాత్తు, ఆయన పరిస్థితి అంత బాగాలేదు. ఆయన తన కుటుంబానికి ఏమాత్రం సహకరించడం లేదు. ఎందుకంటే ఆయన వైఖరి ఇలా ఉంది మరి: 'నేనేం పట్టించుకోగలను, ఎలాగూ చావబోతున్నాను!' ఇక్కడ అనెక్స్‌లో ప్రతీఒక్కరూ ఎంత ఆర్తితో ఉన్నారో ఆలోచించినప్పుడు, వోస్కుయిజల్స్ కుటుంబంలో పరిస్థితి ఇంకెలా ఉంటుందో నేను ఊహించగలను.

ఆందోళనని, కుంగుబాటుని ఎదుర్కోవడానికి నేను రోజూ వలేరియన్ మూలిక రసం తీసుకుంటున్నాను. కానీ అది మరుసటి రోజు నేను ఇంకా దయనీయంగా ఉండకుండా చెయ్యదు. పది వలేరియన్ చుక్కలకన్నా పోయిగా నవ్వడం ఎక్కువ మేలు చేస్తోంది కానీ, ఎలా నవ్వాలో మేము దాదాపు మరిచిపోయాం. ఈ దుఃఖంతో నా ముఖం వేళ్ళాడిపోతుందని, నా పెదవుల చివరలు శాశ్వతంగా జారిపోతాయని కొన్నిసార్లు భయమేస్తుంది. మిగతావాళ్ళు ఇంతకన్నా బాగా ఏమీ లేరు. శీతాకాలం అనే భయంకరాన్ని గురించి ఇక్కడ అందరూ భయపడుతున్నారు.

మా జీవితాలకి ఆశ కలిగించని ఇంకొక వాస్తవం ఏంటంటే, గిడ్డంగిలో పని చేసే మిస్టర్ వాన్ మారెన్‌కి అనెక్స్ గురించి అనుమానం కలుగుతోంది. మియెప్ కొన్నిసార్లు ల్యాబ్‌కి వెళ్తున్నాటుందు. బెప్ ఫైల్ రూమ్‌కి, మిస్టర్ క్లెమాన్ ఒపెక్టా సామాగ్రి సరఫరాకి వెళ్తున్నామంటారు. మిస్టర్ కుగ్లర్ ఏమో... అనెక్స్ ఈ భవనానికి చెందినది కాదని, పక్కింటికి చెందినదని అంటారు. మొదడున్నవ వ్యక్తెవా ఈపాటికి ఇదంతా గమనించి ఉండాలి.

మిస్టర్ వాన్ మారెన్ నమ్మదగినవాడు, అన్నిట్లోనూ మరీ ఆసక్తి చూపించే వ్యక్తి కాకపోయింటే అతను మా పరిస్థితి గురించి ఏమనుకున్నా మేము పట్టించుకోనేవళ్ళం కాదు. ఏదో పనికిరాని సాకుతో అతన్ని దూరంగా పెట్టలేం.

ఒక రోజు మిస్టర్ కుగ్లర్ కొంచెం ఎక్కువ జాగ్రత్తగా ఉండాలనుకున్నారు. అందుకని, పన్నెండు ఇరవైకి కోటు వేసుకొని మూలన ఉన్న మందుల దుకాణానికి వెళ్ళారు. ఐదు నిమిషాల లోపే తిరిగి వచ్చి మమ్మల్ని కలవడానికి దొంగతనంగా మెట్లెక్కారు. ఒకటింటావుకి ఆయన బయలుదేరారు కానీ బెప్ మెట్ల మీద ఆయనని కలుసుకొని, వాన్ మారెన్ ఆఫీసులోనే ఉన్నాడని హెచ్చరించింది.

మిస్టర్ కుగ్లర్ ఘరవాలేదన్నట్టు మొహం తిప్పేసి, ఒకటిన్నర వరకు మాతోనే ఉన్నారు. అప్పుడిక

తన బూట్లు తీసేసి సాక్స్ వేసుకున్న కాళ్లతోనే (ఆయనకి జలుబు ఉన్నప్పటికీ) ముందువైపున్న అటక మీదికి, అక్కడి నుంచి కిందికి ఇంకోక మెట్లు దారిలో వెళ్ళారు. చప్పుడు లేకుండా ఉండడానికి ఒక్కొక్క అడుగే వేస్తూ వెళ్ళారు. జాగ్రత్తగా మెట్లు దాటి వెళ్ళడానికి ఆయనకి పదిహేను నిమిషాలు పట్టింది కానీ, ఒక్కసారి ఇక బయటి నుంచి ప్రవేశించిన తరువాత కార్యాలయంలోకి ఇబ్బంది లేకుండా వెళ్ళిపోయారు. ఈలోగా బెప్ వాన్ మారెన్ని వదిలించుక్కోని మిస్టర్ కుగ్లర్ని అనెక్స్ నుంచి తీసుకెళ్ళడానికి వచ్చింది.

కానీ అతను అప్పటికే బయలుదేరి, మెల్లగా మునివేళ్ళ మీద మెట్లు దిగసాగారు. మేనేజర్ కార్యాలయం బయట బూట్లు వేసుకోవడం చూసి బాటసారులు ఏమనుకొని ఉండాలి? 'హే, మీరు మేజోళ్ళతో ఉన్నారే!'

సీ, ఆన్

బుధవారం, సెప్టెంబర్ 29, 1943

ప్రియమైన కిట్టీ,

ఈరోజు మిసెస్ వాన్ డాన్ పుట్టినరోజు. జున్ను, మాంసం, రొట్టెలు...ఒక్కొక్కదాని కోసం ఒక్కొక్క రేషన్ రశీదు కాకుండా, ఆమె మా నుంచి అందుకున్నది ఒక జామ్ సీసా మాత్రమే. ఆమె భర్త, డస్సెల్, ఇంకా సిబ్బంది ఆమెకి పువ్వులు, ఆహారం తప్ప ఇంకేమీ ఇవ్వలేదు. ప్రస్తుతం జరుగుతున్నకాలం అటువంటిది మరి!

అందరికీ మరీ ఎక్కువగా పనులు చేసి పెట్టాల్సొచ్చినందువల్ల పోయిన వారం బెప్కి నరాల వణుకు వచ్చింది. జనం రోజికి పదిసార్లు ఆమెని బయటికి పంపుతూనే ఉన్నారు...ప్రతిసారి కూడా వెంటనే వెళ్ళాలనో, మళ్ళీ వెళ్ళాలనో, అంతా తప్పే చేసిందనో అంటూ. ఆమెకి మామూలుగా చెయ్యాల్సిన ఆఫీసు పని ఉందని, మిస్టర్ క్లైమన్ అనారోగ్యంతో ఉన్నారని, మియెప్ జలుబుతో ఇంట్లో ఉందని, ఆమెకి చీలమండ బెణికిందని, ఇబ్బందుల్లో ఉన్న ప్రియుడు, నిసపట్టే తండ్రి ఉన్నారని ఆలోచించినప్పుడు, ఆమెకి ఇక శక్తి, ఓపిక మిగలకపోవడంలో ఆశ్చర్యమేం లేదు కదా. మేము ఆమెని ఓదార్చాము. తనకి కుదరదని, తనకి సమయం లేదని ఒకసారో రెండుసార్లో ఆమె చెప్పేస్తే, షాపింగ్ జాబితాలు వాటంతట అవే చిన్నవైపోతాయని కూడా చెప్పాం.

శనివారం ఒక పెద్ద నాటకం జరిగింది. ఇలాంటివి ఇంతకు ముందెప్పుడూ అనెక్స్లో చూడలేదు. వాన్ మారెన్ గురించిన చర్చతో ప్రారంభమైన వాదనతో, కన్నీళ్ళతో ముగిసింది. తనను కుష్ఠురోగిలా చూస్తున్నారని, తనతో ఎవరూ స్నేహంగా లేరని, ఇలా తనకి జరిగి ఉండకూడదని డస్సెల్ అమ్మకి ఫిర్యాదు చేశాడు. దీని తరువాత చాలా పొగడ్తలు అనుసరించాయి కానీ అదృష్టవశాత్తూ అమ్మ ఈసారి వాటికి పడిపోలేదు. అతని విషయంలో మాకు నిరాశ కలిగిందని, ఒకటి కంటే ఎక్కువ సందర్భాల్లో పెద్ద గొడవలు జరగడానికి అతనే కారణమని ఆమె అతనికి చెప్పింది. డస్సెల్ ఆమెకి చంద్రుణ్ణి తెచ్చిస్తానన్నంత వాగ్దానం చేశాడు కానీ, ఎప్పటిలాగే, మేము కనీసం ఒక కాంతిరేఖని కూడా చూడలేదు.

వాన్ డాన్ కుటుంబంతో వేగడం ఇబ్బందిగా ఉందని చెప్పగలను! వాళ్ళు మమ్మల్ని మోసం చేస్తున్నారని నాన్న కోపంగా ఉన్నారు: వాళ్ళు మాంసం, ఇతర వస్తువులని దాచుకుంటున్నారు. అబ్బా, ఇప్పుడు ఎలాంటి బాంబు పేలబోతోంది? ఈ వాగ్వివాదాలలో నేను అంతగా తగులుకొని ఉండకపోతే ఎంత బాగుండేది! నేను ఈ విషయం ఇక్కడితో వదిలిపెట్టగలిగితే ఎంత బాగుంటుంది! వాళ్ళమాకు పిచ్చెక్కిస్తున్నారు!

సీ, ఆన్

ఆదివారం, అక్టోబర్ 17, 1943

ప్రియమైన కిట్టి,

భగవంతుడి దయ వల్ల మిస్టర్ క్లేమాన్ ఆసుపత్రి నుంచి వచ్చేశారు! ఆయన కొంచెం పాలిపోయినట్టు కనిపిస్తున్నారు. అయినప్పటికీ, మిస్టర్ వాన్ డాన్ కోసం కొన్ని దుస్తులు అమ్మిపెడదామని ఉల్లాసంగా బయలుదేరారు.ఒప్పుకోలేని నిజం ఏంటంటే, మిస్టర్ వాన్ డాన్ దగ్గర డబ్బులు అయిపోయాయి. ఆయన గిడ్డంగిలో తన దగ్గరున్న చివరి వంద గిల్డర్లు పోగొట్టుకున్నారు. గిడ్డంగి మాకు ఇప్పటికీ ఇబ్బందులని సృష్టిస్తోంది: సోమవారం పొద్దున గిడ్డంగిలో వంద గిల్డర్లు ఎలా పోయాయని మగఉద్యోగులు ఆశ్చర్యపోతున్నారు. అనుమానాలు కలుగుతున్నాయి. అయితే, వంద గిల్డర్లు దొంగిలించబడ్డాయి. ఎవరు దొంగ?

డబ్బు కొరత గురించి మాట్లాడుతున్నాను కదా. మిసెస్ వాన్ డి కి గుట్టల కొద్దీ దుస్తులు, కోట్లు, బూట్లు ఉన్నాయి. వీటిలో ఏ ఒక్కటీ లేకుండా తను ఉండలేదని ఆమె అనుకుంటుంది. మిస్టర్ వాన్ డి సూట్ని తరలించడం కష్టం. పీటర్ బైక్ అమ్మకానికి పెట్టారు కానీ ఎవరూ కొనకపోవడంతో అది వెనక్కొచ్చేసింది. కానీ కథ అక్కడితో అయిపోలేదు. చూడు, మిసెస్ వాన్ డి తన ఫర్ కోటుని దూరం చేసుకోవాల్సి ఉంటుంది. ఆమె అభిప్రాయం ప్రకారం, నాన్న వాళ్లు పనిచేస్తున్న సంస్థ మా జరుగుబాటు కోసం ఖర్చు పెట్టాలి. కానీ ఇది హాస్యాస్పదం. వాళ్లు(వాన్ డాన్స్) దాని గురించి ఇప్పుడే నిప్పులుక్కక్కేలా గొడవ పడి మళ్లీ, 'ఓహ్, నా మంచి పుట్టి', 'డార్లింగ్ కెర్లీ' అనుకొనే సయోధ్య దశలోకి ప్రవేశించారు.

ఈ గౌరవప్రదమైన ఇల్లు పోయిన నెలలో ఎంత అసహ్యకరమైన భాష భరించాల్సొచ్చిందో తలుచుకున్నప్పుడు నేను నిర్వాంతపోతుంటాను. అప్పుడు...నాన్న పెదవులని బిగబట్టి అటూయిటూ తిరుగుతున్నారు. ఇంకొక సున్నితమైన సమస్యని పరిష్కరించడానికి పిలుస్తారేమోని భయపడుతున్నట్టుగా, తన పేరు విన్నప్పుడల్లా ఆందోళనగా మేడమీదికి చూస్తున్నారు. అమ్మ ఎంత కంగారుగా ఉందంటే, ఆమె చెంపలమీద ఎర్రటి మచ్చలు ఏర్పడ్డాయి. మార్గోట్ ఏమో తలనొప్పి అంటోంది. డస్సెల్కి నిద్ర పట్టట్లేదు. మిసెస్ వాన్ డి పగలంతా కారాలు మిరియాలు నూరుతుంది. ఇంక నాకేమో పూర్తిగా పిచ్చెక్కింది. నీకు నిజం చెప్పాలంటే, మేము ఎవరితో గొడవల్లో ఉన్నామో, ఎవరితో లేమో కొన్నిసార్లు మరచిపోతాను. నా మనసుని దాన్నుంచి మళ్లించే ఏకైక మార్గం చదువుకోవడమే. ఈ మధ్య నేనది ఎక్కువగా చేస్తున్నాను.

నీ, ఆన్

శుక్రవారం, అక్టోబర్ 29, 1943

నా ప్రియాతి ప్రియమైన కిట్టి,

మిస్టర్ క్లేమాన్ ఆరోగ్యం మళ్లీ దెబ్బతింది. ఆయన కడుపు ఆయన్ని ఒక్క క్షణం కూడా శాంతంగా ఉండనివ్వడం లేదు. కడుపులో రక్తస్రావం ఆగిందో లేదో కూడా ఆయనకి తెలీదు. తనకి ఆరోగ్యం బాగాలేదని, ఇంటికి వెళుతున్నానని మాకు చెప్పడానికి వచ్చారు. మొదటిసారి ఆయన నిజంగా నీరసంగా కనిపించారు.

మిస్టర్, మిసెస్ వాన్ డి మధ్య ఇంకొన్ని తీవ్రమైన యుద్ధాలు జరిగాయి. కారణం చాలా చిన్నది:

వాళ్ళ దగ్గర డబ్బులేవు. వాళ్ళు మిస్టర్ వాన్ డి ఓవర్ కోటు, సూటు అమ్మాలనుకున్నారు కానీ కొనేవాళ్ళు దొరకలేదు. ఆయన చెప్పిన ధరలు చాలా ఎక్కువగా ఉన్నాయి మరి.

కొంతకాలం క్రితం మిస్టర్ క్లెమాన్ తనకి తెలిసిన ఒక ఫ్యూరియర్ (జంతువుల బొచ్చుతో వ్యాపారం చేసే వ్యక్తి) గురించి చెప్పారు. అది మిస్టర్ వాన్ డికి తన భార్య బొచ్చు కోటు అమ్మాలనే ఆలోచన కలిగించింది. అది కుందేలు చర్మంతో తయారైంది, పదిహేడేళ్ళగా ఆమె దగ్గరుంది. ఆ కోటుకి మిసెస్ వాన్ డికి 325 గిల్డర్లను లభించాయి. ఇది బాగా పెద్ద మొత్తం. యుద్ధం తరువాత కొత్త బట్టలు కొనుక్కోవడానికి ఆమె ఆ డబ్బుని తనకోసమే దాచుకోవాలనుకుంది. ఇంటి ఖర్చుల కోసం ఆ డబ్బు చాలా అవసరమని ఆమెకి అర్థమయ్యేలా చెప్పడానికి మిస్టర్ వాన్ డి కొంత ప్రయత్నం చేయాల్సొచ్చింది.

అప్పుడు కొనసాగిన అరుపులు, కాళ్ళతో నేల మీద కొట్టడం, ప్రమాణాలు చేయడాన్ని నువ్వు ఊహించలేవు. భయంకరంగా ఉండింది. మా కుటుంబం మెట్ల కింద శ్వాస బిగబట్టి నిలబడి ఉంది, ఒకవేళ వాళ్ళని దూరంగా లాగాల్సి వస్తుందేమో అని. ఆ రాద్ధాంతాలు, కన్నీళ్ళు, ఉద్రిక్తతలు ఎంత ఒత్తిడిని కలిగించాయంటే, నేను రాత్రి ఏడుస్తూ, నాకోసం అరగంటైనా దొరికినందుకు నా అదృష్టానికి కృతజ్ఞతలు చెప్పుకుంటూ నా మంచం మీద పడిపోయాను.

ఒక్క ఆకలి లేకపోవడం తప్ప నేను బాగానే ఉన్నాను. 'అయ్యో, నువ్వు దారుణంగా కనిపిస్తున్నావు!' అన్న మాటలు వింటూంటాను. నన్ను ఆరోగ్యంగా ఉంచడానికి వాళ్ళు ఏం చేయగలరో అంతా చేస్తున్నారని నేను ఒప్పుకోవాలి: వాళ్ళనాకు డెక్స్ట్రోస్, కాడ్-లీవర్ ఆయిల్, బ్రూవర్స్ ఈస్ట్, ఇంకా కాల్షియం పెట్టించిస్తున్నారు. నాకు మానసికంగా తీవ్రమైన బాధ కలుగుతుంది, ముఖ్యంగా ఆదివారాల్లో. అప్పుడు నాకింక అస్సలు చేతకాదు. వాతావరణం వేడిగా, ఊపిరి సలపనట్టుగా, నిస్తేజంగా ఉంది. బయటేమో ఒక్క పక్షి కూత కూడా వినిపించట్లేదు. ప్రాణాంతకమైన, అణచివేసే అంతటి నిశ్శబ్దం ఇంట్లో నెలకొంది. అది నామీద ఎంతగా ప్రభావం చూపుతోందంటే, నన్ను పాతాళం లోతుల్లోకి లాగేస్తుందేమో అనిపిస్తుంది. ఇలాంటి సమయాల్లో నాన్న, అమ్మ, మార్గోట్ ఉన్నా కూడా నాకు పట్టదు. ఒక గది నుంచి ఇంకొక గదికి తిరుగుతూ, పైకి కిందికి వెళ్తూ ఉంటాను. నేను రెక్కలు తరిగిన పాటలు పాడే పక్షిని, చీకటి పంజరంలో చువ్వలని కొట్టుకుంటూ ఉన్నానిపిస్తుంది. 'స్వచ్ఛమైన గాలి, నవ్వు ఉన్న చోటికి నన్ను పోనీ!' అని నాలోని ఒక స్వరం అరుస్తోంది. నాకు ఇక జవాబు ఇవ్వాలని కూడా లేకుండా దీవాన్ మీద పడుకోవలనుంది. నిద్ర నిశ్శబ్దాన్ని కలిగిస్తుంది. భయంకరమైన భయం మరింత త్వరగా పోయేలా చేస్తుంది. కాలాన్ని చంపడం అసాధ్యం కాబట్టి కాలాన్ని గడపటంలో తోడ్పడుతుంది.

సీ, ఆన్

బుధవారం, నవంబర్ 3, 1943

ప్రియమైన కిట్టి,

మా మనసులని అనవసరపు వ్యపహారాల నుంచి మళ్ళించడానికి, వాటిని అభివృద్ధి కూడా చేయడానికి నాన్న ఒక కరస్పాండెన్స్ పాఠశాల నుంచి వాళ్ళ కోర్సుల జాబితా (కేటలాగ్) తెప్పించారు. మార్గోట్ ఆ లావుపాటి జాబితాని మూడుసార్లు సూక్ష్మంగా పరిశీలించింది. అయినా కూడా తనకి నచ్చిన, తను అనుకున్న ఖర్చులో ఏదీ కనిపించలేదు. నాన్న తొందరగానే తృప్తి పడ్డారు. 'ప్రాథమిక లాటిన్' లో నమూనా పాఠం కోసం అడగాలని నిర్ణయించుకున్నారు. మేము అడిగినంత తొందరగా పని జరిగిపోయింది. పాఠం వచ్చింది. మార్గోట్ ఉత్సాహంగా పని మొదలుపెట్టడానికి సిద్ధమైంది. అది

ఖర్చుతో కూడినదైనా ఆకోర్సే చెయ్యాలని నిర్ణయించుకుంది. నాకు లాటిన్ నేర్చుకోవలని ఉన్నా అది నేర్చుకోవడం నాకు చాలా కష్టం.

నేను 'న్యూ టెస్టమెంట్' గురించి ఏమైనా నేర్చుకోవాలని, నాకొక క్రొత్త పని ఇవ్వడానికి కూడా నాన్న మిస్టర్ క్లైమాన్ని పిల్లల బైబిల్ తెచ్చిపెట్టమని అడిగారు.

'మీరు హానుక్కా (యూదుల దీపాల పండగ) సందర్భంగా ఆన్కి బైబిల్ ఇవ్వాలనుకుంటున్నారా?' మార్గొట్ అడిగింది, కొంచెం అవాక్కైనట్టుగా.

'అవును...బహుశా సెయింట్ నికోలస్ డే మరింత మంచి సందర్భం కావచ్చు' అని నాన్న బదులిచ్చారు.

యేసు, హానుక్కా కలిసి కొనసాగలేరు.

వాక్యూమ్ క్లీనర్ విరిగిపోయింది కాబట్టి నేను రోజూ రాత్రి పాత బ్రష్ని రగ్గ శుభ్రం చేయడానికి తీసుకెళ్ళి. కిటికీ మూసేసి ఉంది. లైట్ వెలుగుతోంది. పొయ్యి మండుతోంది. నేను రగ్గని శుభ్రం చేస్తున్నాను. మొదటిసారి చేస్తున్నప్పుడు, ఇది ఖచ్చితంగా ఒక సమస్య. 'ఫిర్యాదులు వచ్చే అవకాశం ఉంది.' అనుకున్నాను.

నేను సరిగ్గానే అనుకున్నాను: గది చుట్టూ తిరుగుతున్న దట్టమైన దుమ్ము వల్ల అమ్మకి తలనొప్పి వచ్చింది. మార్గొట్ కొత్త లాటిన్ నిఘంటువుని దుమ్ము కప్పింది. శుభ్రం చేసినప్పటికీ నేల మీద మార్పేమీ కనిపించడం లేదని పిమ్ గోణిగారు. ఇక నా నొప్పులు సరేసరి.

ఇప్పటి నుంచి ఆదివారం నాడు పొద్దున ఐదున్నరకి బదులు ఏడున్నరకి పొయ్యి వెలిగించాలని మేము నిర్ణయించుకున్నాం. ఇది ప్రమాదకరమని నేను అనుకుంటున్నాను. మా పొగగొట్టం నుంచి రేగే పొగ గురించి ఇరుగూపొరుగూ ఏమనుకుంటారు?

తెరల విషయంలో కూడా ఇంతే. మేము అజ్ఞాతంలోకి వెళ్ళిన మొదట్లోనే వాటిని కిటికీలకి గట్టిగా అమర్చాం. కొన్నిసార్లు ఆడవాళ్ళైనా మగవాళ్ళైనా ఎవరో ఒకరు బయటికి చూడాలన్న కోరికని ఆపుకోలేరు కదా. ఫలితం: నిందల తుఫాను. దానికి ప్రతిస్పందన: 'ఓహ్, ఎవరు గమనించరులే.' అజాగ్రత్త యొక్క ప్రతి చర్య అలాగే మొదలవుతుంది, అదే విధంగా ముగుస్తుంది. ఎవరూ గమనించరు, ఎవరూ వినరు, ఎవరూ కొంచెం కూడా శ్రద్ధ చూపించరు. చెప్పడం సులభమే కానీ అది నిజమేనా?

ప్రస్తుతానికి, తుఫాను లాంటి తగాదాలు సద్దుమణిగాయి. డస్సెల్, వాన్ డాన్స్ మాత్రమే ఇంకా గొడవ పడుతున్నారు. డస్సెల్ మిసెస్ వాన్ డి గురించి మాట్లాడుతున్నప్పుడు ఆమెని 'ఆ ముసలిగబ్బిలం' అని లేదా 'ఆ మూర్ఖమంత్రగత్తె' అని అంటాడు. దీనికి విరుద్ధంగా, మిసెస్ వాన్ డి మహాజ్ఞాని అయిన పెద్దమనిషి...డస్సెల్ని 'వృద్ధ పనిమనిషి' లేదా 'అతి సున్నితమైన, నరాల బలహీనత ఉన్న వృద్ధ బ్రహ్మచారిణి' అంటుంది.

గురివింద గింజ సామెత!

సీ, ఆన్

సోమవారం సంఘటన, నవంబర్ 8, 1943

ప్రియమైన కిట్టి,

నువ్వు నా ఉత్తరాలన్నిటినీ ఒకేసారి చదివితే కనుక, అవి రకరకాల మనోభావాలున్నప్పుడు రాసినవని తెలుస్తుంది. అనెక్స్‌లోని వాళ్ళ మనోభావాల మీద ఇంతగా ఆధారపడటం నాకు కోపం తెప్పిస్తుంది కానీ నేనొక్కదాన్ని మాత్రమే కాదు: మేమందరం అందుకు లోనై ఉన్నవాళ్ళమే. నేను పుస్తకంలో మునిగిపోయి ఉన్నప్పుడు, ఇతరులతోకలిసిపోయే ముందు నేను నా ఆలోచనల క్రమాన్ని మార్చాలి. లేకపోతే నేను వింతగా ఉన్నానని అనుకోగలరు. నువ్వుచూస్తున్నట్టుగా, నేను ప్రస్తుతం మానసికంగాకుంగి పోయి ఉన్నాను. దానికి కారణమేంటో నేను నిజంగా చెప్పలేని కానీ ఇది ప్రతి మలుపులోనూ నాకు ఎదురయ్యే నా పిరికితనం నుంచి పుట్టిందనిపిస్తోంది. ఈరోజు సాయంత్రం బెప్ ఇక్కడ ఉన్నప్పుడు, దోర్ బెల్ ఎక్కువసేపు, గట్టిగా మోగింది. నేను తక్షణమే పాలిపోయాను. నా కడుపులో తిప్పింది. గుండె ఎడాపెడా కొట్టుకుంది. ఇదంతా నేను భయపడడం వల్ల జరిగింది.

రాత్రి మంచం మీద పడుకున్నప్పుడు నేను నాన్న, అమ్మ లేకుండా చీకటి కొట్టులో ఒంటరిగాఉన్నట్టు లేదా వీధుల్లో తిరుగుతున్నట్టు లేదా అనెక్స్ మంటల్లో ఉన్నట్టు లేదా వాళ్ళు (అధికారులు) మమ్మల్ని తీసుకెళ్ళిపోవడానికి అర్ధరాత్రి వచ్చినట్టు లేదా నేను ఆత్రంగా మంచం కిందపాకుతున్నట్టు కనిపిస్తుంది. ఇదంతా నిజంగా జరుగుతున్నట్టుగా చూస్తాను. ఇంక ఇదంతా త్వరలో జరుగుతుందేమో అని ఆలోచిస్తానా!

మాకు ఇక్కడ ఇంతటి శాంతి, ప్రశాంతత ఉన్నందుకు తనకి అసూయ కలుగుతుందని మియెప్ తరచూ అంటుంది. అది నిజమే కావచ్చుకానీ ఆమె మాకున్న భయం గురించి ఆలోచించడం లేదన్నది స్పష్టం.

ప్రపంచం ఎప్పటికైనా మాకు మళ్ళీ మామూలైపోతుందని నేను ఊహించలేను. 'యుద్ధం తరువాత' అని నేను మాట్లాడతాను, కానీ అది గాలిలో ఉన్న ఒక కోట గురించి మాట్లాడుతున్నట్టు మాట్లాడతానే కానీ, అది ఎప్పటికీ నిజం కాలేదు.

భయంకరమైన మేఘులతో చుట్టుముట్టబడిన నీలాకాశంలోని భాగాలుగా, అనెక్స్‌లో ఉన్న మా ఎనిమిది మందిని చూస్తాను. మేము నిలబడి ఉన్న గుండ్రని చోటు ఇప్పటికి సురక్షితమే కానీ మేఘులు మా మీదికొస్తున్నాయి. మా మధ్య ఉన్న వలయం, రానున్న ప్రమాదం ఇంకా ఇంకా గట్టిగా లాగబడుతున్నట్టు అనిపిస్తోంది. చీకటి, ప్రమాదం మమ్మల్ని చుట్టుముట్టాయి. దీన్నించి బయట పడలన్న వెతుకులాటలో మేము ఒకరినొకరం ఢీ కొట్టుకుంటూ ఉంటాం. మేము కింద జరుగుతున్న పోరాటాన్ని, పైనున్న శాంతిని, అందాన్ని చూస్తాం. ఈ లోపల మేము పైకి కానీ కిందికి కానీ వెళ్ళకుండా ఉండడానికి నల్లని దట్టమైన మేఘులు మమ్మల్ని వేరుచేస్తాయి. మమ్మల్ని నలిపేయడానికి అది మా ముందు ఒక అభేద్యమైన గోడలా దూసుకొస్తోంది కానీ ఇంకా అలా చేయలేకపోతోంది. నేను, 'ఓ, రింగ్, రింగ్, విశాలంగా తెరుచుకొని మమ్మల్ని బయటకు పంపించు!' అని అరుస్తూ బతిమాలడం మాత్రమే చేయగలను.

నీ, ఆన్

గురువారం, నవంబర్ 11, 1943

ప్రియమైన కిట్టీ,

ఈ అధ్యాయానికి నా దగ్గర ఒక మంచి పేరు ఉంది:

నా ఫౌంటెన్ పెన్

జ్ఞాపకార్థం నివాళి

నా ఫౌంటెన్ పెన్ ఎప్పటికీ నా అత్యంత విలువైన వస్తువుల్లో ఒకటిగా ఉండేది. నేను దాన్ని ఎంతో విలువైనదిగా భావించాను, ముఖ్యంగా దానికి మందపాటి పాళీ ఉండడం వల్ల. మందంగా ఉన్న పాళీలతో మాత్రమే నేను చక్కగా రాయగలను. ఈ కారణమే సుదీర్ఘం, ఆసక్తికరం అయిన ఫౌంటెన్-పెన్ జీవితానికి దారితీసింది. దాని గురించి కింద క్లుప్తంగా చెప్తాను.

నా తొమ్మిదో ఏట నా ఫౌంటెన్ పెన్ (దూదిలో చుట్టబడి) మా అమ్మమ్మ (దయ గలిగిన దాత) ఉండిన ఆచెన్ నుంచి 'ఇంత అని విలువకట్టలేని నమూనా' గా వచ్చింది. ఫిబ్రవరి గాలులు మా ఫ్లాట్ చుట్టూ ఆవరించాయి. నేను జ్వరంతో మంచం మీద పడుకొని ఉన్నాను. ఈ అద్భుతమైన ఫౌంటెన్ పెన్ ఎరుపురంగు తోలు డబ్బాలో వచ్చింది. నాకు దొరికిన మొదటి అవకాశంలోనే దాన్ని నా స్నేహితురాళ్ళకి చూపించేశాను. నేను, ఆన్ ఫ్రాంక్, ఫౌంటెన్ పెన్ యజమానురాలిని అని గర్వంగా అనిపించింది.

నాకు పదేళ్ళప్పుడు పెన్నుని బడికి తీసుకెళ్ళడానికి ఒప్పుకున్నారు. నన్ను ఆశ్చర్యానికి గురి చేస్తూ, టీచర్ కూడా నేను దాంతో రాయడానికి అనుమతి ఇచ్చారు. నాకు పదకొండేళ్ళప్పుడు, నా నిధిని మళ్ళీ పక్కన పెట్టేయాల్సొచ్చింది. ఎందుకంటే మా ఆరో తరగతి ఉపాధ్యాయురాలు పాఠశాల పెన్నులు, సిరా బుడ్డీలు మాత్రమే ఉపయోగించేందుకు అనుమతించింది. పన్నెండేళ్ళ వయసప్పుడు నేను యూదు లైసియంలో చేరాను. ఆ గౌరవార్థం నా ఫౌంటెన్ పెన్ను పెట్టుకోవడానికి ఒక కొత్త డబ్బా అందుకున్నాను. ఇందులో పెన్సిల్ పెట్టుకోవడానికి చోటు ఉండడమే కాక, దీనికొక జిప్పర్ కూడా ఉంది. ఇది డబ్బాకన్నా ఇంకా ఎక్కువ ఆకర్షణీయంగా ఉంది. నాకు పదమూడేళ్ళప్పుడు ఫౌంటెన్ పెన్ నాతో అనెక్స్ కి వచ్చింది. మేమిద్దరం కలిసి లెక్కలేనన్ని డైరీలు, వ్యాసాలు గబగబా రాసేశం. నేను పద్నాలుగేళ్ళ దాన్నయ్యాను. నా ఫౌంటెన్ పెన్ నాతో దాని జీవితపు చివరి సంవత్సరాన్ని ఆనందించసాగింది. అప్పుడు...

శుక్రవారం మధ్యాహ్నం. అప్పుడే ఐదు దాటింది. నా గది నుండి నేను బయటికొచ్చి, రాసుకోవడానికని బల్ల దగ్గర కూర్చోబోతున్నాను. ఇంతలో మార్గోత్, నాన్నలాటిన్ నేర్చుకోవడానికి స్థలం కావాలని నన్ను పక్కకి తోసేశారు. ఫౌంటెన్ పెన్ ఉపయోగించబడకుండా బల్ల మీద ఉండిపోయింది. ఎందుకంటే దాని యజమాని బల్ల మీద ఒక చిన్న మూలన సర్దుకోవాల్సొచ్చి, నిట్టూరుస్తూ బీన్స్ రుద్దుతోంది మరి. ఆ విధంగా మేము బీన్స్ నుంచి పొట్టుని తీసేసి వాటి అసలు స్థితికి తీసుకొస్తాం. పావు తక్కువ ఆరుకి నేను నేలమీద తుడిచేని, కుళ్ళిన బీన్స్తో పాటు చెత్తని ఒక వార్తాపత్రికలో వేసి, పొయ్యిలోకి విసిరేశాను. ఒక పెద్ద మంట లేచింది. అప్పటికి చివరి శ్వాస పీల్చుకుంటున్న పొయ్యి ఇంత అనూహ్యంగా కోలుకోవడం అద్భుతమని అనుకున్నాను.

మళ్ళీ అంతా నిశ్శబ్దంగా ఉంది. లాటిన్ విద్యార్థులు వెళ్ళిపోయారు. నేను రాయడం ఆపిన చోట తిరిగి మొదలుపెట్టడానికని టేబుల్ దగ్గర కూర్చున్నాను. కాని నా ఫౌంటెన్ పెన్ ఎక్కడా కనిపించలేదు. మళ్ళీ ఇంకోసారి చూశాను. మార్గోత్ చూసింది, అమ్మ చూసింది, నాన్న చూశారు. డస్సెల్ చూశాడు. కాని అది మాయమైపోయింది.

'బహుశా అది బీన్స్‌తో పాటు స్టవ్‌లో పడిపోయిందేమో!' మార్గోట్ సూచించింది.

'లేదు, పడిపోయి ఉండదు!' నేను బదులిచ్చాను.

కాని ఆ సాయంత్రం, నా ఫౌంటెన్ పెన్ ఇంకా కనిపించనప్పుడు, అది కాలిపోయి ఉంటుందని మేమందరం అనుకున్నాం, ముఖ్యంగా ఎందుకంటే సెల్యులాయిడ్ (పారదర్శకమైన ప్లాస్టిక్) బాగా మండుతుంది. మరుసటి రోజు నాన్న పొయ్యి ఖాళీ చేద్దామని వెళ్ళినప్పుడు బూడిదలో జేబుకి తగిలించుకునే దాని క్లిప్ దొరికడంతో మా భయాలు నిజమయ్యాయి. బంగారు నిబ్ జాడ కూడా మిగల్లేదు. 'అది కరిగి రాయై ఉండాలి' అని, అలా జరిగిందో లేదో తెలియకుండానే నాన్న ముగింపు పలికేశారు.

చిన్న ఆలోచనే అయినా, నాకు ఒకే ఒక ఓదార్పు మిగిలింది: నా ఫౌంటెన్ పెన్నుకి దహన సంస్కారాలు జరిగాయి, ఏదో ఒక రోజు నాకు జరిగాలని నేను కోరుకుంటున్నట్టే!

సీ, ఆన్

బుధవారం, నవంబర్ 17, 1943

ప్రియమైన కిట్టి,

ఇటీవలి సంఘటనలు ఇంటి పునాదులనే కదిలించేశాయి. బెప్ వాళ్ళ ఇంట్లో వచ్చిన డిఫ్థీరియా వల్ల ఆమె మమ్మల్ని ఆరు వారాల పాటు కలవకూడదు. ఆమె లేకుండా వంట, సామన్లు కొనడం చాలా కష్టం అవుతుంది. ఇక ఆమె సాహచర్యాన్ని ఎంతగా కోల్పోతామో చెప్పాల్సిన పని అసలే లేదు. మిస్టర్ క్లెమాన్ ఇంకా మంచంలోనే ఉన్నారు. ఆయన మూడు వారాలపాటు గంజి తప్ప ఏమీ తీసుకోలేదు. మిస్టర్ కుగ్లర్ పనిలో మునిగిపోయి ఉన్నారు.

మార్గోట్ తన లాటిన్ పాఠాలని ఒక టీచర్‌కి పంపుతుంది. ఆయన వాటిని దిద్ది తిరిగి పంపిస్తాడు. ఆమె బెప్ పేరుతో నమోదై ఉంది. ఆ టీచర్ చాలా మంచి వ్యక్తి, చమత్కారి కూడా. ఇంత తెలివైన విద్యార్థిని ఆయనకి ఉన్నందుకు ఆయన సంతోషిస్తున్నారని పందెం వేయగలను. డస్సెల్ గందరగోళంలో ఉన్నారు. ఎందుకో మాకు తెలియదు. డస్సెల్ మేడమీద ఉన్నప్పుడు ఏమీ మాట్లాడక పోవడంతో ఇదంతా మొదలైంది. అతను మిస్టర్ వాన్ డాన్‌తో గాని, మిసెస్ వాన్ డాన్‌తో గాని ఒక్క మాట కూడా మాట్లాడలేదు. ఇది మేమంతా గమనించాం. ఇది కొన్ని రోజులు కొనసాగింది. ఆ తరువాత అమ్మ అవకాశం తీసుకొని, అతని జీవితాన్ని దుర్భరం చేయగల మిసెస్ వాన్ డి గురించి హెచ్చరించింది. మిస్టర్ వాన్ డాన్ 'నిశ్శబ్ద చికిత్స' ను ప్రారంభించారని, దాన్ని విచ్ఛిన్నం చేసే ఉద్దేశ్యం తనకు లేదని డస్సెల్ చెప్పాడు. నిన్న నవంబర్ 16, అతని అజ్ఞేస్ జీవితానికి మొదటి వార్షికోత్సవం అని ఇక్కడ నేను వివరించాలి. ఈ సందర్భాన్ని పురస్కరించుకొని అమ్మ ఒక మొక్కని అందుకుంది. కాని, కొన్ని వారాలపాటు వార్షికోత్సవం గురించి పరోక్షంగా ప్రస్తావిస్తూ, డస్సెల్ మాకు విందు ఇవ్వాలని అనుకుంటున్నానని చెప్తూ వచ్చిన మిసెస్ వాన్ డాన్ ఏమీ అందుకోలేదు.

నిస్వార్థంగా అతన్ని ఇంట్లోకి తీసుకున్నందుకు మాకు –మొదటిసారి–కృతజ్ఞతలు చెప్పే అవకాశాన్ని ఉపయోగించుకోవాల్సింది పోయి, అతను ఒక్క మాట కూడా మాట్లాడలేదు. పదహారున పొద్దున... అభినందనలు తెలపాలా లేదా నా సంతాపాన్నో...అని నేను అతన్ని అడిగినప్పుడు, ఏదైనా ఘరవాలేదని అతను బదులిచ్చాడు. ఏమైనా, తనను తానుగా శాంతి దూత పాత్ర పోషించిన అమ్మ ఇక ముందుకి వెళ్ళలేదు. చివరికి పరిస్థితి 'డ్రా' గా ముగించింది.

డస్సెల్ ఖచ్చితంగా వెర్రివాడని నేను అతిశయోక్తి లేకుండా చెప్పగలను. అతనికి జ్ఞాపకశక్తి, స్థిరమైన అభిప్రాయాలు, ఇంగితజ్ఞానం లేవని మేము తరచూ నవ్వుకుంటాం. అప్పుడే విన్న వార్తలని మాకు అందించే ప్రయత్నంలో అయోమయానికి గురై, అతను కొన్నిసార్లు మాకు వినోదం కలిగించాడు. అంతేకాకుండా, అతన్ని దేనికైనా నిందించినా లేదా ఆరోపించినా, ప్రతిసారి బోలెడన్ని వాగ్దానాలు చేసేస్తూ సమాధానమిస్తాడు. అతను వాటిని ఎప్పుడూ నిలబెట్టుకోలేడు.

డెర్ మన్ హాట్ ఐనెన్ గ్రాసెన్ గీస్ట్

ఉనా ఇస్ట్ సో క్లీన్ వాన్ టాటెన్![15]

నీ, ఆన్

శనివారం, నవంబర్ 27, 1943

ప్రియమైన కిట్టి,

రాత్రి, సరిగ్గా నేను నిద్రపోతున్నప్పుడు, ఉన్నట్టుండి ఫ్యానెలీ నా ముందు కనిపించింది.

చినిగిపోయిన బట్టలు వేసుకొని, పెల్లగా, అలసిపోయిన మొహంతో ఉన్న ఆమెని నేను అక్కడ చూశాను. ఆమె పెద్దవైన తన కళ్లలో ఎంతటి బాధతో, ఎంత నిండ చేస్తున్నట్టుగా నన్ను చూసిందంటే, ఆ కళ్లలోని సందేశాన్ని నేను చదవగలిగాను: 'ఓహ్, ఆన్, నువ్వు నన్నెందుకు విడిచిపెట్టావు? నాకు సహాయం చెయ్యి, నాకు సహాయం చెయ్యి, ఈ నరకం నుంచి నన్ను కాపాడు!'

నేనేమో ఆమెకి సహాయం చెయ్యలేను. వేరేవాళ్లు హింసపడుతూ, చినిపోతుండగా నేను కేవలం నిలబడిపోయి చూస్తుండడం మాత్రమే చెయ్యగలను. ఆమెని మళ్ళీ మా దగ్గరికి తీసుకురావాలని భగవంతుడిని ప్రార్థించడం ఒక్కటే చెయ్యగలను. నేను ఫ్యానెలీనే చూశాను, ఇంకెవ్వరినీ కాదు. ఎందుకో అర్థం చేసుకున్నాను. ఎందుకంటే ఆమెని నేను తప్పుగా అర్థం చేసుకున్నాను. అప్పుడు ఆమెకి ఎంత కష్టంగా ఉందో అర్థం చేసుకొనేంత పరిపక్వత నాలో లేకపోయింది. ఆమె తన స్నేహితురాలి పట్ల అంకిత భావంతో ఉంది. నేను ఆమెని (ఆ స్నేహితురాలిని) తీసుకెళ్లిపోవాలని ప్రయత్నిస్తున్నట్టు ఆమెకి అనిపించిందేమో. పాపం, ఆమెకి చాలా భయంకరంగా అనిపించి ఉండాలి! నాకు తెలుసు. ఎందుకంటే నాలోనే ఆ అనుభూతి ఉన్నట్టు నేను గుర్తించాను! నాకు అప్పుడప్పుడు అవగాహనా తరంగాలు అందాయి కాని నా సొంత సమస్యలు, ఆనందాల్లో స్వార్థపూరితంగా చుట్టుకొనిపోయాను.

ఆ మెత్ ఆ విధంగా సంకుచితంగా వ్యవహరించాను. ఇప్పుడు ఆమె పాలిపోయిన, బతిమాలుతున్న కళ్లతో నన్ను చూస్తోంది, అబ్బా, ఎంతో నిస్సహాయంగా చూస్తోంది. నేనే కనుక ఆమెకి సహాయం చెయ్యగలిగితేనా! ప్రియమైన భగవంతుడా, నేను కోరుకున్నవన్నీ నా దగ్గర ఉన్నాయి. ఆమెని మాత్రం విధి తన ప్రాణాంతకమైన కోరల్లో బంధించింది. నాకున్నంత భక్తి ఆమెకి కూడా ఉండేది. ఇంకా ఎక్కువే ఉండేదేమో. తను కూడా ఏది సరైనదో అదే చెయ్యాలనుకుంది. బహుశా ఆమె చినిపోతుంటే, నేను మాత్రం బతకడానికి ఎందుకు ఎంపికయ్యాను? మా మధ్య తేడా ఏంటి? ఇప్పుడు మేమెందుకు ఎంతో దూరంగా ఉన్నాం?

నిజం చెప్పాలంటే, కొన్ని నెలల తరబడి నేను ఆమె గురించి ఆలోచించనేలేదు–కాదు, కనీసం ఒక

---

[15]బాగా తెలిసిన సామెత–మనిషికున్న స్ఫూర్తి గొప్పది, కాని అతను చేసే పనులు ఎంత అల్పమైనవి.

సంవత్సరం అయినా ఆలోచించలేదు. ఆమెని పూర్తిగా మరిచిలేదు. అయినా కూడా, ఆమె నా ముందు కనిపించిన తరువాత కానీ నేను ఆమె బాధలనిటి గురించి ఆలోచించలేదు.

ఓహ్, హ్యానెలీ, యుద్ధం ముగిసే వరకు నువ్వు జీవించి ఉంటే, నిన్ను మాలో కలుపుకొని నేను చేసిన తప్పుని దిద్దుకోగలను.

కానీ, ఎప్పటికైనా సహాయం చేయగల స్థితిలో నేను ఉన్నా కూడా, ఆమెకి అ సహాయం ఇప్పుడు అవసరమైనదానికంటే ఎక్కువ ఎప్పుడూ అవసరం ఉండదు. ఆమె ఎప్పుడైనా నా గురించి ఆలోచిస్తుందా, ఆమె ఏమనుకుంటోంది? అనిపిస్తుంది.

దయగల దేవుడా, కనీసం ఆమెని ఓదార్చు. అలా చేస్తే కనీసం ఆమె ఒంటరిగా అయినా ఉండదు. ఓహ్, నేను ఆమె గురించి కరుణతో, ప్రేమతో ఆలోచిస్తున్నానని నువ్వే కనుక ఆమెకి చెప్పగలిగితే, అది ఆమెకి ముందుకెళ్ళడానికి సహాయపడుతుందేమో కదా.

నేను దీని గురించే ఆలోచిస్తూ ఉండడం మానాలి. దాని వల్ల ఏ ప్రయోజనము లేదు. ఆమె విశాలమైన కళ్ళని నేను చూస్తూనే ఉన్నాను. అవి నన్ను వెంటాడుతున్నాయి. హ్యానెలీ నిజంగా దేవుణ్ణి నమ్ముతుందా లేక మతాన్ని ఆమె మీద బలవంతంగా రుద్దారా? నాకు అది కూడా తెలీదు. అడిగే ప్రయత్నం ఎప్పుడూ చెయ్యలేదు.

హ్యానెలీ, హ్యానెలీ, నేనే కనుక నిన్ను తీసుకెళ్ళగలిగితే, నా దగ్గర ఉన్నవన్నీ నీతో పంచుకోగలిగితే ఎంత బాగుండేది. చాలా ఆలస్యం అయిపోయింది. నేను సహాయం చెయ్యలేను లేదా నా తప్పుని దిద్దుకోలేను. కానీ ఆమెని మళ్ళీ మరచిపోను. ఆమె కోసం ఎప్పుడూ ప్రార్థిస్తాను!

సీ, ఆన్

సోమవారం, డిసెంబర్ 6, 1943

ప్రియమైన కిట్టి,

సెయింట్ నికోలస్ దినోత్సవం ఎంత దగ్గరికొస్తందో అంతా ఎక్కువగా పోయినేడాది ఘనంగా అలంకరించిన బుట్ట గురించి మేమందరం అనుకుంటున్నాం. ఈ సంవత్సరం వేడుకని దాటవేయడం ఘోరమని అందరికంటే ఎక్కువగా నేనే అనుకున్నాను. సుదీర్ఘ చర్చల తరువాత, చివరికి ఒక పథకం తయారుచేశాను. అది కొంచెం సరదాగా ఉంటుంది. దానికోసం పిమ్ని సంప్రదించాను. మేమిద్దరం ఒక వారం క్రితం ఒక్కొక్కరి కోసం ఒక్కొక్క ఒక పద్యం రాసే పని మొదలుపెట్టాం.

ఆదివారం సాయంత్రం పావు తక్కువ ఎనిమిది గంటలకి బట్టలు పెట్టుకొనే పెద్ద బుట్టని మేడ మీదికి మోసుకెళ్ళాం. గులాబీ, ఇంకా నీలం రంగు కార్బన్ కాగితాలతో చేసిన కటౌట్లు, విల్లులతో దాని అలంకరించాం. దాని మీద ఒక పెద్ద గోధుమ రంగు కాగితం ఉంది. దానికి ఒక సూచన జోడించబడింది. బహుమతిని చూడగానే అందరూ భలే ఆశ్చర్యపోయారు. నేను సూచికని తీసి గట్టిగా చదివాను:

మరోసారి సెయింట్ నికోలస్ దినోత్సవం
మా రహస్య ప్రదేశానికి కూడా వచ్చింది;
ఇది అంత సరదాగా ఉండదని భయంగా ఉంది,
పోయిన సంవత్సరం మనం జరుపుకున్న సంతోషకరమైన రోజు లాగా ఉండదని.
అ తరువాత మాలో ఆశ రేకెత్తింది,

109

ఆశావాదమే ఆటను గెలుచుకుంటుందని
సందేహించడానికి కారణమే లేదు.
ఈ సంవత్సరం ముగిసే సమయానికి,
మనమందరం స్వేచ్ఛగా, సురక్షితంగా మరియు ఆరోగ్యంగా ఉంటామం.
అయినప్పటికీ, ఇది సెయింట్ నికోలస్ దినోత్సవం అని మర్చిపోవద్దు,
ఒకరికి ఇవ్వడానికి మన దగ్గర ఏమీ మిగలకపోయినా కూడా.
మనం చెయ్యడానికి వేరే ఏదన్నా చూసుకోవాలి:
'కాబట్టి ప్రతి ఒక్కరూ దయచేసి మీ బూట్లలో చూసుకోండి!'

ఒక్కొక్కరూ తమ మోని బట్టలలోంచి తీస్తున్నప్పుడు అక్కడంతా నవ్వులతో దద్దరిల్లింది. ప్రతి బూటు లోపలా దాని యజమాని కోసం చిన్న ప్యాకేజీ ఉంది.

సీ, ఆన్

బుధవారం, డిసెంబర్ 22, 1943

ప్రియమైన కిట్టీ,

ఈరోజు వరకు నీకు రాయకుండా ఫ్లూ నన్ను ఆపింది. ఇక్కడ అనారోగ్యంతో ఉండటం భయంకరమైంది. దగ్గిన ప్రతిసారీ నేను దుప్పటి కింద దూరాల్సొచ్చింది—ఒకసారి, రెండుసార్లు, మూడు సార్లు—ఇంక దగ్గకుండా ఉండటానికి ప్రయత్నించాల్సొచ్చింది. చాలాసార్లు ఆ గరగర, అసౌకర్యం పోవడానికి నిరాకరించడంతో తేనె, చక్కెర లేదా దగ్గు మందుతో పాలు తాగాల్సొచ్చింది. నాకు జరిగిన చికిత్సలన్నిటినీ తలచుకుంటేనే తల తిరుగుతుంది: చెమట పట్టించడం, ఆవిరి చికిత్స, తడి కాపడం, పొడికాపడం, వేడి పానియాలు, గొంతు రుద్దడం, కదలకుండా పడుకోవడం, హీటింగ్ ప్యాడ్, వేడనీటి సీసాలు, నిమ్మరసం, ఇంక ప్రతి రెండు గంటలకు ఒకసారి థర్మామీటర్. ఈ నివారణలు నిజంగానే మనల్ని మెరుగుపరుస్తాయా? అన్నిటికన్నా ఘోరమైన విషయం ఏంటంటే, మిస్టర్ డసెల్ నా వైద్యుడైపోవాలని నిర్ణయించేసుకొని, నా గుండె చప్పుళ్ళు వినడానికి తన తల నా ఛాతీ మీద ఉంచాడు. అతని జట్టు నాకు చక్కిలిగింతలు పెట్టింది. అంతే కాదు, అతను ముప్పై సంవత్సరాల క్రితం పాఠశాలకు వెళ్ళినప్పటికీ, కొంతవరకు వైద్య పట్టా పొందినప్పటికీ, ఇది నాకు ఇబ్బందిగా అనిపించింది. అతను నా గుండె మీద ఎందుకు తల పెట్టాలి? అతను నా ప్రియుడు కాదే! అయినా, అనారోగ్యంగా ఉన్నవాళ్ళ నుంచి వాళ్ళు ఆరోగ్యంగా ఉన్నారనిపించే శబ్దాలు రావు కదా. అతని వినికిడి శక్తి రోజురోజుకీ తగ్గుతోంది, వినడానికి చాలా కష్టపడుతున్నాడు కాబట్టి అతను ముందు చెవులు శుభ్రం చేసుకోవాలి. ఇక నా అనారోగ్యం గురించి చెప్పింది చాలు. నేను మళ్ళీ ఫిడేలులాగా ఆరోగ్యంగా ఉన్నాను. దాదాపు అర అంగుళం పొడవు, రెండు పౌనుల బరువు పెరిగాను. కాస్త పాలిపోయి ఉన్నాను కానీ మళ్ళీ ఎప్పుడెప్పుడు చదువుకుంటానా అనిపిస్తోంది.

బెస్సహాంఫీన్స్[16] (ఈ సందర్భంలో ఉపయోగించగలిగే మాట ఇదొక్కటే), మేమందరం బాగా కలిసిపోతున్నాం. గొడవలు లేవు, ఉన్నా ఎక్కువ కాలం ఉండవు. కనీసం ఆరు నెలలపాటుఈ ఇంట్లో ఇంతటి శాంతి, నిశ్శబ్దం లేకపోయాయి.

---

[16]మినహాయింపు ఉన్న

బెప్ ఇంకా అందరి నుంచి దూరంగానే ఉంది. కానీ ఆమె సోదరికి మాత్రం ఇక ఆ అంటువ్యాధి రాదట.

క్రిస్మస్ కోసం మాకు వంట నూనె, స్వీట్లు, బెల్లం కొంచెం ఎక్కువగా అందబోతున్నాయి. హానుక్కా సందర్భంగా మియెప్‌తో ఒక అందమైన కేకును తయారు చేయించి మిసెస్ వాన్ డాన్‌కి, అమ్మకి ఇచ్చాడట డస్సెల్. మియెప్‌కి ఉన్న పనులు చాలక ఈ పని కూడా చేయాల్సొచ్చింది! మార్గోట్, నేను పెన్సీతో తయారు చేసిన బ్రోచ్ అందుకున్నాం. అది ఆకర్షణీయంగా మెరుస్తూ ఉంది. దాన్ని సరిగ్గా వర్ణించలేను కానీ భలే అందంగా ఉంది.

మియెప్, బెప్ ల కోసం నా దగ్గర కూడా ఒక క్రిస్మస్ బహుమతి ఉంది. ఒక నెల మొత్తం నేను తాగే గంజిలో చక్కెర వేసుకోకుండా ఆదా చేసాను. దాన్ని మిస్టర్ క్లైమాన్ (కేకుల తయారీలో వాడే) ఫాండెంట్ తయారు చేయడానికి ఉపయోగించారు.

బయట చినుకులు పడుతున్నాయి, మేఘులు కమ్ముకున్నాయి. పొయ్యి నుంచి దుర్వాసన వస్తోంది. మా కడుపులు బరువుగా ఉండి రకరకాలుగా త్రేన్పులొస్తున్నాయి.

యుద్ధం ప్రతిష్టంభనలో ఉంది. అందువల్ల మా ఉత్సాహాలు తక్కువగా ఉన్నాయి.

సీ, ఆన్

శుక్రవారం, డిసెంబర్ 24, 1943

ప్రియమైన కిట్టి,

నేను ఇంతకు ముందు చాలాసార్లు రాసినట్టుగా, మనోభావాలు (మూడ్స్) అనేవి ఇక్కడ మమ్మల్ని బాగానే ప్రభావితం చేస్తున్నాయి. ఇక నా పరిస్థితి ఈమధ్య మరీ అధ్వాన్నంగా తయారవుతోంది. హిమ్మెల్‌హోచ్ జాచ్‌జెండ్, జు టోడేబెట్రూబ్ట్ [17] అనే మాట నాకు ఖచ్చితంగా వర్తిస్తుంది. ఇతర యూదుల పిల్లలతో పోల్చినప్పుడు మేము ఎంత అదృష్టవంతులమో అనుకుంటాను. నేను 'ప్రపంచం పైన' ఉన్నాననిపిస్తుంది. కొన్నిసార్లు 'నిరాశలో కూరుకుపోయినట్టు' అనిపిస్తుంది. ఉదాహరణకి, మిసెస్ క్లైమాన్ వచ్చి జోపీ వాళ్ళ హాకీ క్లబ్, పడవల్లో యాత్రలు, బడిలో నాటకాలు, స్నేహితులతో కలిసి మధ్యాహ్నం టీ తాగడాల గురించి మాట్లాడుతున్నప్పుడు అలా అనిపించింది.

నేను జోపీని చూసి అసూయపడుతున్నానని కాదు కానీ ఒక్కసారి ఆనందంగా గడపాలని, నాప్పి కలిగే అంత గట్టిగా నవ్వాలని ఎంతో ఇదిగా ఎదురుచూస్తున్నాను. మేము కుష్ఠరోగుల్లాగా ఈ ఇంట్లో చిక్కుకున్నాం, ముఖ్యంగా శీతాకాలం సెలవులు, ఇంకా క్రిస్మస్, కొత్త సంవత్సర సెలవుల్లో. నిజానికి, నేనిలా రాయనే రాయకూడదు. అలా రాస్తే నేను చాలా కృతఘ్నురాలినని అనిపిస్తుంది. కానీ అంతా నాలోనే దాచుకోలేను మరి. అందువల్ల నేను మొదట్లో చెప్పింది మళ్ళీ చెప్తాను: 'మనసులకంటే కాగితానికి ఓపిక ఎక్కువ.'

దుస్తులు గాలికి ఎగురుతూ, మొహమ్మీద చల్లదనంతో ఎవరైనా బయటి నుంచి వచ్చినప్పుడు, 'మళ్ళీ మమ్మల్ని స్వచ్ఛమైన గాలి ఎప్పుడు పీల్చుకోనిస్తారు?' అనిపిస్తుంది. అలా ఆలోచించకుండా ఉండడానికి నా తలని రగ్గుల్లోకి దూర్చేయాలనిపిస్తుంది. కానీ అలా చేయడానికి లేదే! పైగా దానికి విరుద్ధంగా, తల పైకెత్తి ధైర్యంగా ఉన్నట్టు మొహం పెట్టాలి. అయినా కూడా ఆలోచనలనేవి వస్తూనే ఉంటాయి. ఒక్కసారి మాత్రమే కాదు, మళ్ళీ మళ్ళీ వస్తుంటాయి.

---

[17] గోయేత్ నుంచి ఒక ప్రసిద్ధమైన వాక్యం: 'ప్రపంచానికి పైన, లేదా నిరాశ లోతుల్లో'

నన్ను నమ్ము...ఒకటిన్నర సంవత్సరాలు దిగ్బంధంలో ఉన్నాక, కొన్నిసార్లు ఇక భరించలేం అనిపిస్తుంది. కాని, మనోభావాలనేవి ఎంత అన్యాయమైనవిగా, కృతఘ్నత లేనివిగా అనిపించినా కూడా వాటిని పట్టించుకోకుండా ఉండలేం. నేను స్వేచ్ఛగా ఉన్నానినిపించేలా సైకిల్ తొక్కాలని, నృత్యం చెయ్యాలని, ఈల వెయ్యాలని, ప్రపంచాన్ని చూడాలని, యవ్వనంలో ఉన్న అనుభూతి పొందాలని కోరు కుంటున్నాను. కాని అలా కోరుకుంటున్నట్టు బయటికి కనిపించనవ్వకూడదు. మేము ఎనిమిది మందిమీ మా పరిస్థితికి బాధపడుతూ లేదా మా మొహాల్లో అసంతృప్తి స్పష్టంగా కనిపిస్తుండగా తిరుగుతూ ఉంటే ఏమవుతుందో ఒక్కసారి ఊహించు. అది మమ్మల్ని ఎక్కడికి తీసుకెళ్తుంది? నేను కొన్నిసార్లు... నా ఉద్దేశమేంటో ఎవరైనా అర్థం చేసుకుంటారా? ఎవరైనా నాకు కృతఘ్నత లేకపోవడాన్ని పట్టించుకో కుండా, యూదునా కాదా అని ఆలోచించకుండా, నన్ను హాయైన సరదా అత్యవసరంగా కావలసి య్యుక్తవయసు అమ్మాయిగా చూడగలరా? అనుకుంటూ ఉంటాను. నాకు సమాధానం తెలీదు కదా, దాని గురించి ఎవరితోనైనా మాట్లాదను కూడా మాట్లాడలేను. ఎందుకంటే నేను ఏడవడం మొదలుపెడతానని నాకు ఖచ్చితంగా తెలును. ఏడుపు ఉపశమనం కలిగిస్తుంది, ఒంటరిగా ఏడవనంతవరకు. నాకు ఎన్ని సిద్ధాంతాలు ఉన్నా, నేను ఎన్ని ప్రయత్నాలు చేసినా నన్ను అర్థం చేసుకొనే తల్లి లేకపోవడం నాకు లోటే. ఆ లోటు ప్రతిరోజూ, ప్రతి గంట ఉంటుంది. అందుకే నేనేం చేసినా, ఏం రాసినా తరువాతి కాలంలో నా పిల్లలతో ఎలాంటి అమ్మగా ఉండాలో ఊహిస్తూ ఉంటాను...జనం చెప్పే ప్రతి విషయాన్ని మరీ తీవ్రంగా తీసుకొని అమ్మగా, నన్ను మాత్రం గంభీరంగా పరిగణించే అమ్మగా. నా ఉద్దేశమేంటో వివరించడం చాలా కష్టంగా ఉంది కానీ, 'అమ్మ' అనే మాటే అంతా చెప్పుది. నేనేం చేస్తున్నానో నీకు తెలుసా? మా అమ్మని 'మమ్' అని పిలుస్తున్నట్టు నాకు అనిపించాలని ఆమెని తరచూ 'మిస్సీ' అని పిలుస్తున్నాను. కొన్నిసార్లు దాన్ని 'మమ్స్' గా కుదిస్తాను, ఒక అసంపూర్ణమైన 'మమ్' అన్నట్టు. 'స్' తీసేస్తే ఆమెని గౌరవించాలనే ఉంది. ఆమెని దీని గ్రహించకపోవడం మంచిదైంది. ఎందుకంటే, బాధపడుతుంది కదా.

ఊం, ఆ విషయం గురించి ఇంత చాలు. రాయడం నన్ను 'నిరాశ లోతుల' నుంచి కొంత వరకు బయటికి తీసుకొచ్చింది.

సీ, ఆన్

అది క్రిస్మస్ తరువాతి రోజు. పిమ్ గురించి, పోయిన ఏడాది ఇదే సమయంలో ఆయన నాకు చెప్పిన కథ గురించి ఆలోచించకుండా ఉండలేకపోతున్నాను. నాన్న చెప్పిన మాటలు అప్పుడు గాని ఇప్పుడు గాని నాకు అర్థం కాలేదు. నాన్న కనుక మళ్ళీ ఆ ప్రస్తావన తీసుకొస్తే, ఆయన చెప్పింది నాకు అర్థమైందన్నట్టు చెయ్యగలనేమో!

చాలామందికి సంబంధించిన 'లోపలి రహస్యాలు' తెలిసినవారు కాబట్టి పిమ్ తన మనోభావాలని ఒక్కసారి వెళ్ళగించాల్సిన అవసరం ఉంది, అందుకే ఆయన దాని గురించి నాతో చెప్పారని అనుకుంటున్నాను. పిమ్ తన గురించి ఎప్పుడూ మాట్లాడరు. ఆయన ఏం అనుభవిస్తున్నారన్న దానిమీద మార్గ్రోట్‌కి ఎటువంటి అవగాహనా ఉందని నేను అనుకోను. పాపం పిమ్, ఆ అమ్మాయిని తన మరిచిపోయారని నన్ను నమ్మించలేరు. ఎప్పటికీ నమ్మించలేరు. అది ఆయనని దేనికైనా సర్దుకుపోయేలా చేసింది. ఎందుకంటే, అమ్మ చేసే తప్పులు నాన్నకి తెలియకపోవు. ఆయన అనుభవించినది నేనూ అనుభవించాల్సి రాకుండానే ముందు ముందు కొంచెం ఆయనలాగే ఉండగలనని ఆశిస్తున్నాను!

ఆన్

112

సోమవారం, డిసెంబర్ 27, 1943

శుక్రవారం సాయంత్రం నా జీవితంలో మొదటిసారి క్రిస్మస్ బహుమతి అందుకున్నాను. మిస్టర్ క్లైమాన్, మిస్టర్ కుగ్లర్, ఇంకా అమ్మాయులు మాకోసం అద్భుతమైన ఆశ్చర్యం ఒకటి సిద్ధం చేశారు. మియెప్ 'పీస్ 1944' అని రాసిన రుచికరమైన క్రిస్మస్ కేక్ తయారు చేసింది. యుద్ధానికి ముందటి ప్రమాణాలతో తయారైన బిస్కెట్లు బెప్ ఇచ్చింది.

పీటర్కి, మార్గోట్కి, నాకు తలా ఒక పెరుగు కుండ, పెద్దవాళ్లకి తలా ఒక బీరు బాటిల్ కూడా ఉన్నాయి. వాటన్నిటిని ఎంతో చక్కగా అందమైన చిత్రాలని అతికించిన కాగితాల్లో చుట్టారు. మిగతా విషయాలకొస్తే, మాకు సెలవులు త్వరగా గడిచిపోయాయి.

ఆన్

బుధవారం, డిసెంబర్ 29, 1943

నిన్న రాత్రి మళ్ళీ నాకు చాలా బాధగా అనిపించింది. అమ్మమ్మ, హ్యానెలి మరోసారి నా దగ్గరికొచ్చారు. అమ్మమ్మ, ఆహో, నా ప్రియమైన అమ్మమ్మ. ఆమె ఎంత బాధపడింది, ఎప్పుడూ ఎంత దయతో వ్యవహరించిందో, మాకు సంబంధించిన ప్రతి విషయం మీద ఎంత ఆసక్తి చూపించిందో...ఆమెని మేము ఎంత తక్కువగా అర్థం చేసుకున్నామో. ఆ సమయమంతా ఆమె ఒక భయంకరమైన రహస్యాన్ని[18] జాగ్రత్తగా కాపాడుతూ వచ్చిందని ఆలోచిస్తేనే అదోలా ఉంటుంది! అమ్మమ్మ ఎప్పుడూ చాలా నమ్మకంగా, మంచిగా ఉండేది. మాలో ఎవ్వరినీ నిరాశపరిచేది కాదు. ఏం జరిగినా, నేను ఎంత తప్పుగా ప్రవర్తించినా, ఎప్పుడూ నావైపు ఉండేది. అమ్మమ్మా, నువ్వు నన్ను ప్రేమించావా లేదా నువ్వ కూడా నన్ను అర్థం చేసుకోలేదా? నాకు తెలీదు. మేమంతా ఉన్నా కూడా, ఆమె ఎంత ఒంటరితనం అనుభవించి ఉండాలి! మనల్ని చాలామంది ప్రేమిస్తున్నప్పుడు కూడా మనం ఒంటరిగానే ఉండగలం. ఎందుకంటే మనం ఇంకా ఎవరికీ కూడా 'నాకున్నది ఒక్క నువ్వే' అనేలాంటి వ్యక్తలం కాదు.

మరి హ్యానెలి సంగతి? ఆమె ఇంకా బతికే ఉందా? ఏం చేస్తోంది? ప్రియమైన భగవంతుడా, ఆమెని జాగ్రత్తగా కనిపెట్టుకొని మళ్ళీ మా దగ్గరికి తీసుకొనిరా. హ్యానెలి, నా రాత ఎలా ఉండేదో...అన్నదానికి నువ్వే గుర్తు. నీ స్థానంలో నన్ను నేను చూసుకుంటాను. మరి ఇక్కడ జరుగుతున్నదాన్ని నేనెందుకు తరచూ భరించలేకున్నాను? హ్యానెలి, ఇంకా ఆమెతో పాటు బాధపడేవారి గురించి ఆలోచిస్తున్నప్పుడు తప్ప నేను సంతోషంగా, తృప్తిగా పోయిగా ఉండాలి కదా? నేను స్వార్థపరురాలిని, పిరికిదాన్ని. నేనెప్పుడూ చాలా భయంకరమైన విషయాల గురించి ఎందుకు ఆలోచిస్తాను? ఎందుకు వాటి గురించే కలగంటాను? భయంతో అరవాలని ఎందుకనుకుంటాను? ఎందుకంటే, నాకు అన్నీ ఉన్నప్పటికీ, ఇంకా దేవుడి మీద సరైన నమ్మకం లేదు. దేవుడు నాకు ఎంతో ఇచ్చాడు, దానికి నాకు అర్హత లేదు. అయినా ప్రతిరోజూ ఎన్నో తప్పులు చేస్తున్నాను!

మనకి ఇష్టమైనవాళ్ళ బాధల గురించి ఆలోచిస్తే ఏడుపొచ్చేస్తుంది. నిజానికి, రోజంతా ఏడుస్తూ గడపేయగలం. మనం చేయగలిగిందంతా ఒక్కటే, దేవుడు ఏదో అద్భుతం చేసి వాళ్ళలో కొందరినైనా కాపాడాలని ప్రార్థించడం మాత్రమే. అది నేను కావలసినంత చేస్తున్నానేనే ఆశిస్తున్నాను!

ఆన్

---

[18] ఆన్ అమ్మమ్మకి ప్రాణాంతకమైన వ్యాధి ఉండేది.

గురువారం, డిసెంబర్ 30, 1943

ప్రియమైన కిట్టి,

చివరిగా జరిగిన తీవ్రమైన తగాదాల తరువాత, ఇక్కడ పరిస్థితులు సర్దుకున్నాయి. మాకు, డస్సెల్కి, 'మేడమీద' వాళ్ళకి మధ్య మాత్రమే కాదు, మిస్టర్ అండ్ మిసెస్ వాన్ డి మధ్య కూడా. అయినా కూడా, కొన్ని చీకటి ఉరుములు అప్పుడప్పుడూ ఇటువైపు వస్తున్నాయి. అన్నిటికీ కారణం...ఆహారం. పొద్దున పూట తక్కువ బంగాళాదుంపలు వేయించి, మిగతా రోజుకి కూడా వాటిని అట్టిపెట్టాలనే హాస్యాస్పదమైన ఆలోచన మిసెస్ వాన్ డికి వచ్చింది. అమ్మ, డస్సెల్, ఇంకా మిగతావాళ్ళు ఆమెతో ఏకీభవించలేదు. అందుకని ఇప్పుడు మేము బంగాళాదుంపలని కూడా విభజించుకుంటున్నాం. కొవ్వుపదార్థాలు, నూనెల పంపిణీ కూడా న్యాయంగా జరగట్లేదట. అమ్మ దానికి అడ్డుకట్ట వేయబోతోంది. ఆసక్తికరమైన పరిణామాలు ఏమైనా ఉంటే నీకు తెలియజేస్తాను. కొన్ని నెలలుగా మేము మాంసం (కొవ్వుతో ఉన్నది వాళ్ళకి, లేనిది మాకు), సూప్ (వాళ్ళు తింటారు, మేము తినం), బంగాళాదుంపలు(వాళ్ళవి ఒలిచినవి, మావి ఒలవనివి), ఇంకా ఇతర పదార్థాలు విభజించుకుంటున్నాం. ఇప్పుడు వేయించిన బంగాళాదుంపలు కూడా.

మేము పూర్తిగా విడిపోగలిగితే ఎంతబాగుంటుంది!

సీ, ఆన్

పి.ఎస్. మొత్తం రాచ కుటుంబం అంతా ఉన్న చిత్రాన్ని బెప్ నాకోసం నకలు తీసింది. అందులో జూలియానా చాలా చిన్నదిగా కనిపిస్తోంది, రాణి కూడా. చిన్నారులైన ముగ్గురు ఆడపిల్లలు ఎంతో బాగున్నారు. బెప్ ఎంతో మంచి మనసుతో ఈ పని చేసిందని నీకు అనిపించడం లేదూ?

ఆదివారం, జనవరి 2, 1944

ప్రియమైన కిట్టి,

ఈరోజు పొద్దున నాకు ఏ పనీ లేనప్పుడు డైరీ పుటలని అలా తిరగేశాను. 'అమ్మ' అనే విషయం మీద చాలా ఉత్తరాలు ఎంత ఘాటైన మాటలతో కనిపించాయంటే, అవి చూసి నాకు దిగ్భ్రాంతి కలిగింది. నాతో నేనే అనుకున్నాను, ఆన్, నిజంగా నువ్వేనా ద్వేషం గురించి మాట్లాడుతున్నది? 'ఓహ్, ఆన్, ఎలా చేయగలిగావు ఆ పని?' నేను చేతిలో తెరిచి ఉన్న పుస్తకంతో కూర్చొనే ఉండి 'ఎందుకు?' అని ఆలోచించసాగాను.

అప్పుడు నేను ఎంత కోపంతో, ద్వేషంతో నిండిపోయానంటే, అదంతా నీతో పంచుకోవాల్సొచ్చింది. నేను పోయిన ఏడాది ఆన్ను అర్థం చేసుకోవడానికి ప్రయత్నించాను. ఆమె తరఫున క్షమాపణలు చెప్పాను. ఎందుకంటే ఈ ఆరోపణలతో నిన్ను వదిలేసి, వాటిని ప్రేరేపించిన విషయాలని వివరించడానికి ప్రయత్నం చేయనంత కాలం నా మనస్సాక్షికి పోయిగా ఉండదు. అప్పుడు (ఇప్పుడు కూడా) నేను మానసికంగా అటూయిటూ అవుతూ భావోద్వేగాల్లో కూరుకుపోయాను. ఎవరు ఏమన్నారో ప్రశాంతంగా ఆలోచించకుండా విషయాలని నావైపు నుంచే చూశాను. పాపం వాళ్ళతా కూడా పాదరసంలాగా తీవ్రంగా మారుతూ ఉండే నా స్వభావంతో నేను బాధపెట్టినవాళ్ళే.

నేను నా లోపలే దాక్కొని, ఒక్క నా గురించి మాత్రమే ఆలోచించి నా ఆనందం, వ్యంగ్యం,

దుఃఖం గురించి అంతా ప్రశాంతంగా నా డైరీలో రాసుకున్నాను. ఈ డైరీ నాకు ఒక రకమైన స్క్రాప్‌బుక్ అవ్వడంతో, నాకు ఎంతో ముఖ్యమైనది. కానీ చాలావరకు పేజీలలో 'ఇక అంతే, అయిపోయింది' అన్నట్టుగా తేలికగా రాసేయగలిగినాను.

అప్పుడు నేను అమ్మ మీద చాలా కోపంతో ఉన్నాను. ఆమె నన్ను అర్థం చేసుకోలేదన్నది నిజమే. కానీ నేను ఆమెని అర్థం చేసుకోలేదు. ఆమె నన్ను ప్రేమించింది కాబట్టి నాతో మృదువుగా, ఆప్యాయంగా ఉండేది. కానీ నేను తెచ్చిపెట్టిన కష్టమైన పరిస్థితుల వల్ల, తనకి ఎదురైన బాధాకరమైన పరిస్థితుల వల్ల ఆమెకి తొందరగా చిరాకొచ్చేది. అందుకని, ఆమె నా మీద తరచూ ఎందుకు కోపంగా ఉండేదో అర్థం చేసుకోగలను.

నేను బాధపడ్డాను. దాన్ని మరీ ఎక్కువగా మనసుకి పట్టించుకున్నాను. దాంతో ఆమెతో దురుసుగా, జంతువులాగా ప్రవర్తించాను. ఇదంతా తిరిగి ఆమెని బాధ పెట్టింది. మేము చిరాకు, వేదనతో కూడిన ఒక విషవలయంలో చిక్కుకుపోయాం. మా ఇద్దరికీ కూడా అది చాలా సంతోషకరమైన కాలం కాదు కానీ, అదిప్పుడు కనీసం ఒక ముగింపుకి రాబోతోంది. అప్పట్లో నేను ఏం జరుగుతోందో చూడాలనుకోకుండా నా గురించే చాలా బాధపడ్డాను. అది కూడా అర్థం చేసుకోదగినదే.

కాగితం మీద పెట్టిన ఆ హింసాయుత ప్రకోపాలు నా కోపానికి వ్యక్తీకరణలు. అటువంటి సందర్భాల్లో నేను కాసేపైనా గదిలోనే ఉండిపోయి, కాళ్ళు కొన్నిసార్లు నేలకేసి కొట్టడం లేదా అమ్మని తనకి తెలియకుండా తిట్టుకోవడం చేసి ఉండాల్సింది.

కన్నీళ్ళతో అమ్మ గురించి ఘాటైన అభిప్రాయాలు చెప్పిన కాలం ఇక ముగిసిపోయింది. నాలో వివేకం పెరిగింది. అమ్మ ఆవేశం కూడా తగ్గి కాస్త స్థిమితంగా ఉంటోంది. చాలాసార్లు కోపంగా ఉన్నప్పుడు నా నాలుకని అదుపులో పెట్టుకోగలుగుతున్నాను. అమ్మ కూడా అలానే చేస్తోంది. కాబట్టి పైపైన చూస్తే మేము బాగానే సర్దుకుపోతున్నట్టు కనిపిస్తుంది. అయినా నేను చేయలేనిది ఒకటుంది. పిల్లలకి సహజంగా అమ్మ మీద ఉండే భక్తితో అమ్మని ప్రేమించడం.

అమ్మ మనసులో నిలిచిపోయేటట్టు కఠినంగా మాట్లాడటం కన్నా ఆ మాటలని కాగితం మీద పెట్టడమే మంచిది అనే అనుకుంటూ నా మనస్సాక్షికి ఉపశమనం కలిగిస్తున్నాను.

సీ, ఆన్

గురువారం, జనవరి 6, 1944

ప్రియమైన కిట్టీ,

ఈ రోజు నేను రెండు విషయాలు ఒప్పుకోవాలి. దీనికి చాలా సమయం పడుతుందికానీ, ఆ రెండు విషయాలు నేను ఎవరికో ఒకరికి చెప్పాలి. పైగా, ఏం జరిగినా సరే, నువ్వు రహస్యాలు దాస్తావని నాకు తెలుసు కాబట్టి అందుకు తగినదానివి నువ్వే.

మొదటిది అమ్మ గురించి. నీకు తెలుసు కదా, నేను అమ్మ గురించి తరచూ ఫిర్యాదు చేశాను. మంచిగా ఉండటానికి సాధ్యమైనంత ప్రయత్నం కూడా చేశాను. ఆమెలో ఏం తప్పు ఉందో నాకు అకస్మాత్తుగా తెలిసింది. మమ్మల్ని కూతుళ్ళుగా కాకుండా స్నేహితురాళ్ళుగా చూస్తానని అమ్మ చెప్పింది. అదంతా మంచిదే అనుకో, ఒక స్నేహితురాలు తల్లి స్థానాన్ని తీసుకోలేదన్న విషయం తప్ప.

మా అమ్మ ఒక మంచి ఉదాహరణగా ఉండాలి, నేను గౌరవించగల వ్యక్తిగా ఉండాలి. కానీ చాలా విషయాల్లో ఆమె ఏం చేయకూడదో దానికి ఉదాహరణగా ఉంటోంది. నాకనిపిస్తుంది...మార్గోట్ ఈ

విషయాల గురించి ఎంత వేరగా ఆలోచిస్తుందంటే, ఇప్పుడు నీకు నేను చెప్పినదాన్ని తను ఎప్పటికీ అర్థం చేసుకోలేదు. నాన్న ఏమో అమ్మ గురించిన అన్ని సంభాషణలనీ దాటవేస్తారు.

అమ్మ అంటే, మొట్టమొదటగా ఎంతో చాతుర్యం, నేర్పు కలిగిన మహిళ...ముఖ్యంగా యుక్తవయసులో ఉన్న పిల్లల పట్ల అని నేను ఊహించుకుంటాను. మమ్మీ లాగా, నేను ఏడుస్తున్నప్పుడు తనకి సరదా కలిగేటట్టు దెప్పి పొడిచే వ్యక్తిలాగా కాదు. నేను బాధపడినందుకు ఉన్నందుకు కాదు, వేరే విషయాల వల్ల అలా అనుకుంటున్నాను.

ఇది చాలా చిన్నదనిపించవచ్చు కానీ ఒక విషయం జరిగింది. దానికి నేను అమ్మని ఎప్పటికీ క్షమించలేదు. నేనొకసారి దంత వైద్యుడి దగ్గరికి వెళ్ళాల్సొచ్చింది. అమ్మ, మార్గోట్ నాతో వద్దామనుకున్నారు. నేను నా బైసికిల్ తీసుకెళ్ళాలని నిర్ణయం జరిగింది. తీరా పని పూర్తై బయటికి వచ్చాక, ఏదో కొనాలనో చూడాలనో, నాకు గుర్తు లేదు, మార్గోట్, అమ్మ టౌనికి వెళ్తున్నట్టు తియ్యగా చెప్పారు. మరి నాకూ వెళ్ళాలనే అనిపించింది. కానీ నాథో నా బైక్ ఉంది కాబట్టి నేను వాళ్ళతో వెళ్ళలేనన్నారు. రోషంతో నా కళ్ళల్లోకి నీళ్ళు చిప్పిల్లాయి. మార్గోట్, అమ్మ నన్ను చూసి నవ్వడం మొదలుపెట్టారు. నేను ఎంతగా రగిలిపోయానంటే, అక్కడ వీధిలోనే వాళ్ళని చూసి నా నాలుక బైట పెట్టాను. అప్పుడు అటుగా వెళ్తున్న పొట్టిగా ఉన్న ఒక ముసలావిడ భయంకరంగా ఖంగు తిన్నట్టు కనిపించింది. నేను సైకిల్ మీద ఇంటికెళ్ళి కొన్ని గంటలసేపు ఏడ్చి ఉంటాను. ఆశ్చర్యంగా, అమ్మ నన్ను కొన్ని వేలసార్లు గాయపరిచినా కూడా, ఈ ఒక్క గాయమే నన్ను ఇంకా పీడిస్తుంది. అప్పుడు నాకెంత కోపం వచ్చిందో తలచుకున్నప్పుడంతా అలా అనిపిస్తుంది.

రెండో విషయాన్ని ఒప్పుకోవడం నాకు కష్టంగా ఉంది, ఇది నా గురించినదే కాబట్టి. నేను సిగ్గరిని కాదు కిట్టీ. అయినా కూడా వాళ్ళు మరుగుదొడ్డికి వెళ్ళొచ్చిన వివరాలన్నీ చెప్తారు. వాళ్ళు తరచూ అలా చేస్తారు. దాన్ని వ్యతిరేకిస్తూ నా శరీరం మొత్తం రగిలినట్టు అనిపిస్తుంది.

నిన్న సిగ్గపడడం గురించి సిస్ హెప్టర్ రాసిన ఒక వ్యాసం చదివాను. అది చదువుతుంటే ఆమె నా గురించి రాసినట్టు అనిపించింది. నేను తొందరగా సిగ్గ పడతానని కాదు కానీ, మిగిలిన వ్యాసం నాకు తప్పకుండా వర్తించింది. ఆమె ప్రాథమికంగా చెప్పేది ఏంటంటే, బాలికలు యుక్తవయసులో లోపలికి కుంచుకుంటారని, తమ శరీరంలో జరుగుతున్న అద్భుతమైన మార్పుల గురించి ఆలోచించడం మొదలుపెడతారని. నాక్కూడా అలానే అనిపిస్తుంది. మార్గోట్, అమ్మ, నాన్న విషయంలో ఇటీవల జరిగిన ఇబ్బందికరమైన సంఘటనకి ఇదే కారణం అయ్యిందచ్చు. మరోవైపు, మార్గోట్ నాకన్నా చాలా సిగ్గరి అయినప్పటికీ ఆమె ఏమాత్రం ఇబ్బందిపడలేదు.

నాకు జరుగుతున్నది ఎంతో అద్భుతం అనిపిస్తోంది. నా శరీరం బయట జరుగుతున్న మార్పుల గురించి మాత్రమే కాదు నేను అంటున్నది, లోపల జరుగుతున్నది కూడా. నా గురించి లేదా ఈ విషయంలో దేని గురించి వేరెవళ్ళతో ఎప్పుడూ చర్చించను. అందుకే వాటి గురించి నాతో నేనే మాట్లాడుకోవాలి. ఋతుస్రావం వచ్చినప్పుడంతా (ఇప్పటికి మూడు సార్లు మాత్రమే వచ్చింది), నొప్పి, చిరాకు, గందరగోళం ఉన్నా కూడా, నాతో ఏదో మధురమైన రహస్యం ఉన్నట్టు అనిపిస్తుంది. అందువల్ల, ఇదొక తలనొప్పే అయినా కూడా, ఒక రకంగా, ఆ రహస్యాన్ని ఇంకోసారి అనుభవించే సమయం కోసం ఎప్పుడూ ఎదురుచూస్తుంటాను.

నా వయసు బాలికలు అభద్రతా భావంతో ఉంటారని, తాము 'సొంత అభిప్రాయాలు, ఆలోచనలు, అలవాట్లు ఉన్న వ్యక్తుల'ని అప్పుడప్పుడే తెలుసుకోవడం మొదలుపెడతారని కూడా సిస్ హెప్టర్ రాసింది. ఇక్కడికొచ్చినప్పుడు అప్పుడే నాకు పదమూడేళ్ళు నిండాయి. అందుకని నా గురించి నేను ఆలోచించడం మొదలుపెట్టాను. చాలా మంది అమ్మాయిల కంటే ముందే నేను 'స్వతంత్ర వ్యక్తి'ని

అయిపోయానని గ్రహించాను కూడా. కొన్నిసార్లు రాత్రి మంచమ్మీద పడుకున్నప్పుడు, నా వక్షోజాలను తాకి నిశ్చలంగా, స్థిరంగా కొట్టుకొనే నా గుండె చప్పుడు వినాలని బాగా అనిపిస్తుంది.

నాకు తెలియకుండానే, నేను ఇక్కడికి రాకముందే నాలో ఈ అనుభూతులు ఉండేవి. ఒకరోజు రాత్రి నేను జ్యాక్ ఇంట్లో ఉన్నప్పుడు, తను ఎప్పుడూ నా నుంచి దాచిన, నేనెప్పుడూ చూడని తన శరీరం గురించిన కుతూహలాన్ని ఆపుకోలేకపోయాను. మా స్నేహానికి రుజువుగా, ఒకరి రొమ్ముని మరొకరం ముట్టుకుందామని అడిగాను. దానికి జ్యాక్ ఒప్పుకోలేదు. తనని ముద్దుపెట్టుకోవాలన్న తీవ్రమైన కోరిక కూడా కలిగింది, ఆ పని చేశాను కూడా. నా ఆర్ట్ హిస్టరీ పుస్తకంలో వీనస్ లాంటి నగ్నంగా ఉన్న స్త్రీల బొమ్మలని చూసిన ప్రతిసారీ నేను పరవశించిపోతాను. కొన్నిసార్లు అవి నాకు ఎంత అద్భుతంగా అనిపిస్తాయంటే, కన్నీళ్ళని ఆపుకోవడానికి చాలా కష్టపడాల్సొస్తుంది. నాకే కనుక ఒక స్నేహితురాలు (గర్ల్ ఫ్రెండ్) ఉండుంటేనా!

గురువారం, జనవరి 6, 1944

ప్రియమైన కిట్టి,

ఎవరితోనైనా మాట్లాడాలనే నా కోరిక చాలా భరించలేనిదిగా మారింది. ఎంతగా అంటే, ఎందుకో ఈ పాత్ర కోసం పీటర్ని ఎంపిక చేసుకోవాలని బుద్ధి పుట్టింది. పగటిపూట నేను పీటర్ గదికి వెళ్ళిన కొన్ని సందర్భాల్లో, ఆ గది చక్కగా, హాయిగా ఉండని ఎప్పుడూ అనుకున్నాను. కానీ పీటర్ తనని ఇబ్బంది పెట్టేవాళ్ళని 'ఇక వెళ్ళండి' అన్నట్టు ప్రవర్తించే వ్యక్తి కాదు. చాలా మర్యాదగా ఉంటాడు. అందువల్ల నేనప్పుడూ ఎక్కువసేపు ఉండే ధైర్యం చేయలేదు. నేనేక తలనొప్పిని అనుకుంటాడేమో అని ఎప్పుడూ భయపడుతుంటాను. అతని గదిలోనే వేళ్ళడానికి, అతను గమనించకుండానే అతను నాతో మాట్లాడేలా చెయ్యడానికి ఏదో ఒక సాకు కోసం చూస్తూ వచ్చాను. నిన్న ఆ అవకాశం వచ్చింది. పీటర్ ప్రస్తుతం క్రాస్‌వర్డ్–పజిల్ పిచ్చిలో ఉన్నాడు. రోజంతా ఇంక వేరే ఏదీ చెయ్యడు. నేను అతనికి సహాయం చెయ్యసాగాను. దాంతో మేము కాసేపటికి అతని బల్ల దగ్గర కూర్చున్నాం...పీటర్ కుర్చీ మీద, నేను దివాన్ మీద.

అతని ముదురు నీలంరంగు కళ్ళలోకి చూడటం నాకు భలే అద్భుతమైన అనుభూతిని ఇచ్చింది. అనుకోకుండా నేను వెళ్ళినందుకు ఎంత సిగ్గుపడిపోయాడో కూడా చూశాను. అతని మనసులోని ఆలోచనలు చదవగలిగాను. ఎలా ప్రవర్తించాలో తెలియని నిస్సహాయత, సందిగ్ధత అతని మొహంలో చూశాను. అదే సమయంలో, అతని పురుష లక్షణం గురించిన అవగాహన రేఖామాత్రంగా కనిపించింది. అతని సిగ్గు చూసి నేను కరిగిపోయాను. 'నీ గురించి చెప్పు. బయటికి కనిపించే నా మాటకారితనానికి అతీతంగా నన్ను చూడు' అని చెప్పాలనుకున్నాను. కానీ ప్రశ్నలు అడగడం కంటే ఏ ప్రశ్నలు వేయాలా అని ఆలోచించడం సులభం అని తెలుసుకున్నాను.

సాయంత్రం అయిపోయింది. ఏమీ జరగలేదు, సిగ్గుపడటం మీద వ్యాసం గురించి నేను చెప్పడం తప్ప. దాని గురించి నీకు నేను రాశానని కాదు కానీ, అతను కొంచెం పెద్దయ్యాక అతనిలో మరింత భద్రతా భావం పెరుగుతుందని చెప్పాను.

ఆ రాత్రి నేను మంచం మీద పడుకొని బాగా ఏడ్చాను. ఏడుస్తున్నంతసేపూ ఎవరికీ వినిపించ కుండా జాగ్రత్తపడ్డాను. ఏదో ఒక పని చేసిపెట్టమని నేను పీటర్ని అడగాలన్న ఆలోచన నాకే నచ్చలేదు. కానీ కావాలనుకున్నవాటి కోసం జనం దాదాపు ఏమైనా చేస్తారు. ఉదాహరణకి నన్నే తీసుకో. నేను పీటర్ని మరింత తరచూ కలవాలని, ఎలాగైనా అతన్ని నాతో మాట్లాడించాలని నిశ్చయించుకున్నాను.

117

నేను పీటర్ని ప్రేమిస్తున్నానని నువ్వు అనుకోకూడదు. ఎందుకంటే నేను ప్రేమించట్లేదు. వాన్ డాన్సకి కొడుకు బదులు కూతురు ఉండింటే నేను తనతో స్నేహం చెయ్యడానికి ప్రయత్నించేదాన్ని.

ఈరోజు పొద్దున ఏడుగంటలకి కాస్త ముందు మేల్కొన్నాను. వెంటనే ఏం కల కన్నానో గుర్తు చేసుకున్నాను. నేను ఒక కుర్చీ మీద కూర్చున్నాను. నా ఎదురుగా పీటర్...పీటర్ షిఫ్.

మేము మేరీ బోస్ వేసిన బొమ్మల పుస్తకాన్ని చూస్తున్నాం. కల ఎంత స్పష్టంగా ఉందంటే, నాకు ఆ బొమ్మల్లోవి కొన్ని గుర్తున్నాయి. కానీ అంతటితో అయిపోలేదు–కల కొనసాగింది. పీటర్ కళ్ళు అకస్మాత్తుగా నా కళ్ళని కలిశాయి. నేను చాలాసేపు ఆ వెల్వెట్ లాంటి గోధుమ రంగు కళ్ళలోకి చూశాను. అప్పుడు అతను చాలా మృదువుగా, 'నాకు కనుక తెలిసి ఉంటే, చాలా కాలం క్రితమే నీ దగ్గరికి వచ్చేసేవాణ్ణి!' అన్నాడు. భావోద్వేగం అధిగమించడంతో నేను అకస్మాత్తుగా పక్కకి జరిగాను. ఆ తరువాత నా బుగ్గకి సున్నితమైన, ఆహ్, ఎంతో చల్లని చెంప ఆనింది. అది ఎంతో బాగా అనిపించింది, ఎంతో బాగా...

అక్కడే నాకు మెలకువోచ్చేసింది. నా బుగ్గని ఆనుకొని అతని చెంప ఉన్నట్టు, అతని గోధుమ రంగు కళ్ళు నా గుండె లోతుల్లోకి చూస్తున్నట్టు ఇంకా అనిపిస్తూనే ఉంది. ఎంత లోతుగా అంటే, అతన్ని నేను ఎంత ప్రేమిస్తున్నానో, ఇప్పటికీ ఎంత ప్రేమిస్తున్నానో అతను చదవగలిగే అంత. మళ్ళీ నా కళ్ళు నీళ్ళతో నిండిపోయాయి. అతన్ని నేను ఇంకోకసారి పోగొట్టుకున్నానని నిరాశపడ్డాను. కానీ పీటర్ ఒక్కడే నావాడు అని ఇచ్చితంగా తెలిసింది కాబట్టి అదే సమయంలో సంతోషంగా కూడా ఉన్నాను.

తమాషాగా అనిపిస్తుంది కానీ, నా కలల్లోకి ఇలాంటి స్పష్టమైన దృశ్యాలు తరచూ వస్తుంటాయి. ఒకరోజు రాత్రి నేను గ్రామీని[19] చాలా స్పష్టంగా చూశాను. ఎంత స్పష్టంగా అంటే, దాని మృదువైన చర్మం, నలిగినట్టున్న వెల్వెట్ లాంటి చర్మం కూడా కనిపించింది. ఇంకోకసారి సంరక్షించే దేవదూతగా అమ్మమ్మ కనిపించింది. ఆ తరువాత, నా స్నేహితుల బాధలకి, సాధారణంగా యూదులందరి బాధలకి ఇప్పటికీ ప్రతీక అని నాకు అనిపించే హన్నెలీ కనిపించింది. అందుకని ఆమె కోసం నేను ప్రార్థిస్తున్నప్పుడు, యూదులందరి కోసం, ఇంకా, అవసరమైన వాళ్ళందరి కోసం ప్రార్థిస్తున్నాను.

ఇక ఇప్పుడు పీటర్, నా ప్రియాతి ప్రియమైన పీటర్ కనిపించాడు. ఇంత స్పష్టమైన అతని మానసిక రూపాన్ని ఇంతవరకూ నేను చూడలేదు. నాకు ఛాయాచిత్రం అవసరం లేదు. ఓహ్, అతన్ని అంత బాగా చూడగలను.

సీ, ఆన్

శుక్రవారం, జనవరి 7, 1944

ప్రియమైన కిట్టీ,

నేను ఎంత మొద్దుని! నా నిజమైన ప్రేమ కథని నీకు ఇంకా చెప్పలేదన్న సంగతి మర్చిపోయాను.

నేను చిన్నపిల్లగా ఉన్నప్పుడు, నర్సరీ బడికి వెళ్తున్నరోజుల్లో, శాలీ కిమ్మెల్ని ఇష్టపడేదాన్ని. అతని తండ్రి పోయారు. అతను, అతని తల్లి ఒక అత్తతో కలిసి ఉండేవారు. శాలీ దగ్గర బంధువుల్లో ఒకడైన

---

[19] గ్రామీ అంటే ఆన్ ఫ్రాంక్ కి నాన్నమ్మ

అప్పీ అనే అబ్బాయి అందంగా, సన్నగా, ముదురు రంగు జట్టుతో ఉండేవాడు. అతనే ఆ తరువాత సినిమా హీరోలా అనిపించడం వల్ల...పొట్టిగా, నవ్వు తెప్పించే విధంగా, బొద్దుగా ఉండే శాలీ కన్నా ఎక్కువ ఆకర్షణీయంగా అనిపించేవాడు. చాలాకాలం ప్రతిచోటికీ మేమిద్దరం కలిసి వెళ్ళాం. ఆ విషయం పక్కన పెడితే, నా జీవితంలోకి పీటర్ వచ్చేవరకు నా ప్రేమకి స్పందన లేకపోయింది. పీటర్ ఆకర్షణలో పూర్తిగా మునిగిపోయాను. అతను కూడా నన్ను ఇష్టపడ్డాడు. ఒక వేసవి మొత్తం మేమిద్దరం విడదీయలేనట్టుగా ఉన్నాం. అతను కాటన్ సూట్లో, నేను చిన్నవైన వేసవి దుస్తుల్లో చేతులు పట్టుకొని మా ఇంటి దగ్గర నడవడం ఇంకా నా కళ్ళ ముందు ఉంది. వేసవి సెలవులు అయిపోయేసరికి అతను తరువాతి తరగతికి వెళ్ళగా, నేను ఆరో తరగతిలో ఉండిపోయాను. ఇంటికి వెళ్ళేటప్పుడు అతను నన్ను తీసుకెళ్ళడానికి వచ్చేవాడు. నేనైనా అతని దగ్గరికి వెళ్ళేదాన్ని. పీటర్ సరైనవాడు: గాంభీర్యం, నిశ్శబ్దం, తెలివి ఉట్టిపడే మొహంతో పొడుగ్గా, సన్నగా, అందంగా ఉండేవాడు. అతనికి నల్లని జట్టు, అందమైన గోధుమ రంగు కళ్ళు, ఎర్రని బుగ్గలు, కోటేరు లాంటి ముక్కు ఉండేవి. తన చిరునవ్వు తనని ఒక అబ్బాయి లాగా, కొంటెగా కనిపించేలా చేసేది. ఆ నవ్వంటే నాకు పిచ్చి ఇష్టం ఉండేది.

వేసవి సెలవుల్లో నేను ఊరెళ్ళిపోయాను. తిరిగి వచ్చేసరికి పీటర్ ఇదివరకు ఉన్న ఇంట్లో లేడు. అతను అక్కడ నుంచి వెళ్ళిపోయి ఒక బాగా పెద్దవాడైన అబ్బాయితో ఉండేవాడు. పీటర్ నన్ను కలవడం మానేశాడు కాబట్టి, నేను కేవలం ఒక చిన్నపిల్లని ఇతను పీటర్కి చెప్పాడట. అతన్ని నేను ఎంతగా ప్రేమించానంటే, నిజాన్ని ఎదుర్కోవాలనుకోలేదు. చివరికి, అతన్ని ఇంకా వెంబడిస్తే నాకు అబ్బాయిలంటే పిచ్చి అని జనం అంటారని గ్రహించేవరకు అతన్ని వెంబడించాను.

సంవత్సరాలు గడిచిపోయాయి. పీటర్ తన వయసు అమ్మాయిలతో తిరిగేవాడు. నన్ను పలకరించాలని కూడా అనుకోలేడు. నేను యూదు లిసియంలో చేరాను. నా తరగతిలో చాలామంది అబ్బాయిలు నాతో ప్రేమలో పడ్డారు. దాన్ని నేను ఆస్వాదించాను. వాళ్ళ దృష్టి నా మీద ఉండటం నాకు గొప్పగా అనిపించేది. అంతే, అది అక్కడితో అయిపోయింది. ఆ తరువాత, హాలో నా మీద విపరీతమైన ఆకర్షణ కలిగి ఉండేవాడు కానీ, ముందే నీకు చెప్పినట్టు, నేను మళ్ళీ ప్రేమలో పడలేదు.

సమయం అన్ని గాయాలనూ నయం చేస్తుంది.' అని ఒక సామెత. నా విషయంలో అలానే జరిగింది. నేను పీటర్ని మరిచిపోయానని, ఇక అతన్ని ఏమాత్రం ఇష్టపడటం లేదని నాకు నేను చెప్పుకున్నాను. కానీ అతని గురించిన జ్ఞాపకాలు ఎంత బలంగా ఉన్నాయంటే...నేను అతన్ని ఇక ఇష్టపడకపోవడానికి కారణం వేరే అమ్మాయిల మీద నాకు ఉన్న అసూయ అని ఒప్పుకోక తప్పలేదు. అయితే, ఏమీ మారలేదని ఈరోజు పొద్దున గ్రహించాను. మరోవైపు, నేను ఇంకొంచెం పెద్దదాన్ని అయ్యాను, ఇంకొంచెం పరిణతి చెందాను. నాతో పాటు నా ప్రేమ పెరిగింది. నేను చిన్నపిల్లని పీటర్ అనుకున్నాడని ఇప్పుడు అర్థం చేసుకోగలను. అయినా కూడా, ఇప్పటికీ కూడా, అతను నన్ను పూర్తిగా మరిచిపోయాడని అనుకుంటే, చాలా బాధ అనిపిస్తుంది. నేను అతని మొహాన్ని ఎంతో స్పష్టంగా చూశాను. పీటర్ తప్ప ఇంకెవరూ నా మనసులో అలా నిలిచిపోగలిగేవాళ్ళు కాదని నాకు ఖచ్చితంగా తెలుసు.

ఈరోజు నేను పూర్తి గందరగోళ స్థితిలో ఉన్నాను. పొద్దున నాన్న నన్ను ముద్దుపెట్టుకున్నప్పుడు, 'ఓహ్, మీరు పీటర్ అయ్యుంటేనా!' అని అరవాలనుకున్నాను. అతని గురించి ఎప్పుడూ ఆలోచిస్తూనే ఉన్నాను. రోజంతా నాలో నేనే అనుకోసాగాను, 'ఓహ్, పీటిల్, నా ప్రియతమా, ప్రియమైన పీటిల్...'

నాకు సహాయం ఎక్కడ దొరకుతుంది? నేను ఊరికే ఇలాగే వెర్రిగా ఉంటూ భగవంతుణ్ణి ఇలా ప్రార్థిస్తూ ఉండాలి...మేము ఎప్పటికైనా ఇక్కడ నుంచి బయట పడితే, పీటర్ నాకు ఎదురవుతాడు, నా కళ్ళలోకి చూస్తాడు, వాటిలో ఉన్న ప్రేమని చదివి, 'ఓహ్, ఆన్, నాకు కనుక తెలిసి ఉంటే, ఎప్పుడో నీ దగ్గరికి వచ్చేసేవాణ్ణి.'

ఒకసారి నాన్న, నేను శృంగారం గురించి మాట్లాడుతున్నప్పుడు, ఆ రకమైన కోరికని అర్థం చేసుకోవడానికి నేనింకా చాలా చిన్నదాన్ని అన్నారు. కానీ నేనది అర్థం చేసుకున్నానని మనసులో అనుకున్నాను. ఇప్పుడు ఖచ్చితంగా అనుకుంటున్నాను. నా ప్రియమైన పీటర్ కంటే నాకు వేరే ఏదీ ఎక్కువ కాదు!

అద్దంలో నా మొహాన్ని చూసుకున్నాను. అది చాలా మారిపోయింది. నా కళ్ళు స్పష్టంగా, లోతుగా ఉన్నాయి. చాలారోజులుగా లేనట్టు నా బుగ్గలు గులాబి రంగులో ఉన్నాయి. నా పెదవులు ముందుకన్నా మృదువుగా ఉంది. నేను సంతోషంగా కనిపించాను. అయినా నా వ్యక్తీకరణలో ఏదో తెలియని విచారం ఉంది. అందువల్ల నా పెదవుల మీది చిరునవ్వు మాయమైంది. పీటర్ నా గురించి ఆలోచించడం లేదని నాకు తెలుసు కాబట్టి నేను సంతోషంగా లేను. అయినా ఇప్పటికీ అతని అందమైన కళ్ళు నన్ను చూస్తున్నట్టు, అతని చల్లని, మృదువైన చెంప నా బుగ్గని ఆనుకొని ఉన్నట్టు అనిపిస్తుంది...ఓహ్, పీటర్, పీటర్, నీరూపం నుంచి ఎప్పటికైనా నన్ను నేను ఎలా విడిపించుకోగలను? నీ స్థానంలోకి ఎవరొచ్చినా అది పేలవమైన ప్రత్యామ్నాయమే అవ్వదా? నేను నిన్ను ప్రేమిస్తున్నాను. ఎంత గొప్పగా అంటే, అది నా మనసులో పెరగడమే కాదు, అది దాని పూర్తి స్వరూపంలో బయటికి దూకి, బహిర్గతం అయ్యేంతగా.

ఒక వారం క్రితం, ఒక్క రోజు క్రితం అయినా సరే, 'నీ స్నేహితుల్లో నువ్వు ఎవరిని పెళ్ళి చేసుకుంటావని నీకు అనిపిస్తుంది?' అని నువ్వు అడిగి ఉంటే, 'శాలీ...ఎందుకంటే...నేను పోయినా, శాంతిగా, భద్రంగా ఉన్న అనుభూతి కలిగిస్తాడు కాబట్టి!' అని సమాధానం ఇచ్చి ఉండేదాన్ని. కానీ ఇప్పుడు మాత్రం, 'పీటర్. నేను అతన్ని నా మనసుతో, నా ఆత్మతో ప్రేమిస్తున్నాను కాబట్టి. నన్ను నేను పూర్తిగా అర్పించేసుకుంటున్నాను!' అని గట్టిగా చెప్తాను. ఒక్క విషయం: అతను నా మొహాన్ని తాకచ్చన్న విషయం తప్ప వ్యవహారం ఇక అంతకన్నా దూరం వెళ్ళదు.

ఈరోజు పొద్దున నేను పీటర్‌తో ముందువైపు అటక మీద ఉన్నట్టు, కిటికీల దగ్గర నేల మీద కూర్చున్నట్టు, కాసేపు మాట్లాడిన తరువాత మేమిద్దరం ఏడవడం మొదలుపెట్టినట్టు ఊహించు కున్నాను. కొన్ని నెలల తరువాత అతని పెదవులు, అతని అందమైన చెంప తగిలిన అనుభూతి కలిగింది. ఓహ్, పీటర్, నా దగ్గరికి రా. నా ప్రియాతి ప్రియమైన పీటర్, నా గురించి ఆలోచించు!

బుధవారం, జనవరి 12, 1944

ప్రియమైన కిట్టీ,

బెప్ రెండు వారాల నుంచి వస్తోంది. అయినప్పటికీ, ఆమె చెల్లెలిని వచ్చే వారం వరకు మళ్ళీ బడికి రానివ్వరు. బెప్ విపరీతమైన జలుబుతో రెండు రోజులు మంచంలోనే ఉండిపోయింది. మియెప్, జ్యాన్ కూడా రెండ్రోజులు కడుపులో బాగాలేకపోవడంతో రాలేదు.

ప్రస్తుతం నేను నృత్యం,బ్యాలె నృత్యాల వ్యామోహంలో ఉన్నాను. రోజూ సాయంత్రం నా అడుగులని శ్రద్ధగా సాధన చేస్తున్నాను. అందమైన అంచులుండే మామ్మీ వంగపండురంగు లోదుస్తులతో ఒక అత్యాధునికమైన డాన్స్ దుస్తులని తయారు చేశాను. ఛాతీ మీదికి వచ్చేలా దాని పైభాగంలో పట్టీని జోడించాను. గులాబి రంగు రిబ్బనుతో ఈ సమ్మేళనం పూర్తవుతుంది. నా జిమ్ బూట్లని బ్యాలె చెప్పులుగా మార్చడానికి ప్రయత్నించాను కానీ విజయం సాధించలేదు. బిగిసిపోయిన నా శరీర భాగాలు మునుపటిలా సాగుగా వంచి, కదిలించగలిగేలా అవుతూ ఉన్నాయి. నేల మీద కూర్చుని ఒక్కొక్క చేతిలో ఒక్కొక్క మడమ ఉంచి రెండు కాళ్ళను పైకి గాల్లోకి ఎత్తడం అనేది ఒక అద్భుతమైన వ్యాయామం.

దీనికోసం నేను దిండు మీద కూర్చోవాలి. లేకపోతే పాపం నా నడుము మీద చాలా భారం పడుతుంది.

ఇక్కడ అందరూ ఎ క్లౌడ్‌లెస్ మార్నింగ్ అనే పుస్తకం చదువుతున్నారు. యుక్తవయస్కుల సమస్యలు ఎన్నిటినో ఇది వివరిస్తుంది కాబట్టి ఈ పుస్తకం చాలా బాగుందని అమ్మ అనుకుంది. నేను కొంచెం వ్యంగ్యంగా నాలో నేనే అనుకున్నాను, 'ముందు నువ్వు నీ సొంత యుక్తవయస్కుల గురించి ఎక్కువ ఆసక్తి చూపిస్తే బాగుంటుంది కదా!' అని.

నాకు అనిపిస్తోంది...ఈ ప్రపంచవ్యాప్తంగా ఎవరికైనా తమ తల్లిదండ్రులతో ఉండే అనుబంధం కంటే ఎక్కువ మార్గోట్‌కి, నాకు మా తల్లిదండ్రులతోనూ ఉందని అమ్మ నమ్ముతోంది. తను ఉన్నంత ఇదిగా ఏ తల్లీ తన పిల్లల జీవితాల్లో ఉండదని కూడా నమ్ముతోంది. ఆమె అక్కని దృష్టిలో పెట్టుకొని ఉండాలి. ఎందుకంటే నాకున్న సమస్యలు, ఆలోచనలే మార్గోట్‌కి ఉన్నాయని నేను అనుకోవడం లేదు మరి. తన కూతుళ్లలో ఒకరు తను ఊహించినట్టుగా ఏమాత్రం లేరని నేను అమ్మకి ఎత్తి చూపకుండా ఉండాలి. ఆమె పూర్తిగా దిగ్భ్రాంతికి లోనవుతుంది. ఏమైనప్పటికీ, ఆమె ఎప్పటికీ మారదు కూడా. ఆ బాధని ఆమెకే వదిలేస్తాను, ముఖ్యంగా అంతా ఇప్పుడు ఉన్నట్టే ఉండిపోతుందని నాకు తెలుసు కాబట్టి. మార్గోట్ తనని నాకన్నా ఎంతో ఎక్కువగా ప్రేమిస్తుందని అమ్మ ఖచ్చితంగా గ్రహించింది. అయినా, ప్రస్తుతం నేను ఒక దశలో ఉన్నానని అనుకుంటోంది.

నాతో పోలిస్తే మార్గోట్ చాలా మంచిది. తను ముందుకంటే చాలా వేగంగా ఉంది. ముందు ఉన్నంత పొడిచినట్టుగా ఈమధ్య దాదాపు మాట్లాడటం లేదు, నిజమైన స్నేహితురాలు అవుతోంది. నన్ను లెక్కలోకి రాని పాపాయిగా ఇక అనుకోవట్లేదు.

ఇది తమాషాగా ఉంటుంది కానీ, కొన్నిసార్లు ఇతరులు నన్ను చూసినట్టు నన్ను నేను చూస్తాను. 'ఆన్ ఫ్రాంక్' అనే వ్యక్తిని తీరికగా చూస్తూ ఆమె ఒక అపరిచితురాలు అయినట్టు ఆమె జీవితపు పుటలని తిరగేస్తాను.

నేను ఇక్కడికి రాకముందు, ఇప్పుడు ఆలోచిస్తున్నట్టుగా విషయాల గురించి ఆలోచించనప్పుడు, నేను మమ్మీ, పిమ్, మార్గోట్‌లకి చెందని, ఎప్పుడూ బయటి వ్యక్తిగానే ఉంటానని అప్పుడప్పుడూ అనిపించేది. కొన్నిసార్లు అనాథగా నటిస్తూ ఆరునెలల పాటు తిరిగాను. ఆ తరువాత, నిజానికి ఎంత అదృష్టవంతురాలిని అయినప్పటికీ బాధితురాలిగా నటించినందుకు నన్ను నేను హెచ్చరించుకున్నాను. ఆ తరువాత కొన్నిరోజులు బలవంతంగా ప్రయత్నించి స్నేహంగా ఉన్నాను. రోజూ పొద్దున మెట్ల మీద అడుగుల చప్పుడు విన్నప్పుడు, గుడ్ మార్నింగ్ చెప్పడానికి అమ్మ వస్తోందేమో అనుకొనేదాన్ని. ఆమెని మనస్ఫూర్తిగా పలకరించేదాన్ని. ఎందుకంటే, ఆత్మీయమైన ఆమె చూపు కోసం నిజాయితీగా ఎదురుచూసేదాన్ని కాబట్టి. కానీ అప్పుడు ఆమె నేను ఆమాతో ఈమాతో అన్నానంటూ నాతో కొట్టినట్టు మాట్లాడేది. నేనిక పూర్తిగా నిరుత్సాహపడి బడికి వెళ్లిపోయేదాన్ని. ఇంటికి వెళ్తట్టుప్పుడు, ఆమెకి చాలా సమస్యలున్నాయని ఆమె తరపున నాకు నేనే చెప్పుకొని...ఉత్సాహంతో ఇంటికి చేరుకొని, మళ్ళీ పొద్దుటి సంఘటనలు పునరావృతమయ్యే వరకు బోలెడన్ని విషయాలు చెప్పేదాన్ని. అప్పుడింక చేతిలో బడిసంచి తీసుకొని, చిన్నబుచ్చుకున్న మొహంతో ఆ గది నుంచి వెళ్ళిపోయేదాన్ని. కొన్నిసార్లు నేను కోపంగా ఉండాలని నిర్ణయించుకున్నా...బడి అయిపోయిన తర్వాత మాట్లాడటానికి ఎన్ని విషయాలు ఉంటాయంటే, నా తీర్మానాన్ని మరిచిపోయి, అమ్మ తను చేస్తున్న పనులను ఆపి, నన్ను వినాలనుకొనేదాన్ని. అప్పుడిక మెట్ల మీద అడుగుల చప్పుడు కోసం ఎదురు చూడని సమయం మళ్ళీ వచ్చేసేది. నేను ఒంటరిగా ఉన్నానని పించి రోజు రాత్రి దిండులో తల దూర్చి ఏడ్చేదాన్ని.

ఇక్కడ అంతా మరీ ఘోరంగా మారింది. కానీ అది నీకు ఇప్పటికీ తెలుసు. ఇప్పుడు దేవుడు నాకు సహాయం చేయడానికి ఒకరిని పంపాడు: పీటర్. నేను నా లాకెట్టుని అటాయిటూ కదిలిస్తూ,

121

నా పెదవులకి అద్దుతూ, 'నేను ఏమీ పట్టించుకోను! పీటర్ నావాడు, ఇది ఎవరికీ తెలియదు!' అనుకుంటాను. దీన్ని మనసులో పెట్టుకొని నేను ప్రతి పనికిరాని వ్యాఖ్యకీ అతీతంగా ఎదగగలను. ఒక యుక్తవయసు అమ్మాయి మనసులో ఇంత జరుగుతోందని ఇక్కడున్నవాళ్లలో ఎవరు అనుమానిస్తారు?

శనివారం, జనవరి 15, 1944

నా ప్రియమైన కిట్టీ,

మా తగాదాలు, వాదనలు అన్నీ ప్రతి ఒక్క వివరంతో సహా వివరించడానికి ఎటువంటి కారణమూ లేదు. మేము మాంసం, కొవ్వు, నూనెలు వంటి అనేక సంభారాలని విభజించుకున్నాం. మా బంగాళాదుంపలను మేము వేయించుకుంటున్నాం...అని చెప్పాలి. ఇటీవల మేము కొంచెం ఎక్కువగా బ్రెడ్ తింటున్నాం. ఎందుకంటే నాలుగు గంటలకంతా బాగా ఆకలేస్తోంది. కడుపు పెట్టే ఆకలి కేకలని నియంత్రించలేకపోతున్నాం.

అమ్మ పుట్టినరోజు వేగంగా వచ్చేస్తోంది. ఆమెకి మిస్టర్ కుగ్లర్ చక్కెర కొంచెం ఎక్కువగా (బహుమతిగా) ఇచ్చారు. ఇది వాన్ డాన్సలో అసూయని రేకెత్తించింది, మిసెస్ వాన్ డి పుట్టినరోజున ఇవ్వలేదు కాబట్టి. కఠినమైన మాటలు, ద్వేషపూరిత సంభాషణలు, కన్నీళ్ళ గురించి చెప్పి నీకు విసుగు తెప్పించడంలో ప్రయోజనం ఏముంది? వాళ్ళు మాకు అంతకన్నా ఎక్కువే చేస్తారని నీకు తెలుసు కదా.

అమ్మ తనకి ఒక కోరిక ఉందని చెప్పింది. అది ఇప్పట్లో నెరవేరే అవకాశం లేదు: మిస్టర్ వాన్ డాన్స్ మొహాన్ని రెండు వారాల పాటు చూడాల్సిన అవసరం లేకుండా ఉండాలని. వేరేవాళ్లతో ఇంటిని పంచుకొనే ప్రతి ఒక్కరికీ తోటివాళ్లతో ఎప్పుడో ఒకప్పుడు విభేదాలొస్తాయా? అనిపిస్తుంది. లేదా మాకు మాత్రమే ఈ దురదృష్టం కలిగిందా? భోజనాప్పుడు, గిన్నెలో సగం వరకు ఉన్న పులుసులో పావు భాగం డస్సెల్ తినేసి వెళ్ళిపోయినప్పుడు నాకు ఆకలి పోతుంది. గబుక్కున లేచి అత్తని తన కుర్చీలో నుంచి కిందికి తోసి తలుపు బయటికి విసిరేయాలనిపిస్తుంది.

జనంలో ఎక్కువమంది అంత పీనాసిగా, స్వార్థపరులుగా ఉంటారా? ఇక్కడికి వచ్చినప్పటి నుంచి నాకు మానవ స్వభావం గురించి కొంత అవగాహన కలిగింది. ఇది మంచిదే కానీ, ప్రస్తుతానికి చాలు. పీటర్ కూడా అదే అంటాడు.

మా తగాదాలు, స్వేచ్ఛ, స్వచ్ఛమైన గాలి కోసం మా ఎదురుచూపులకి అతీతంగా యుద్ధం మాత్రం కొనసాగుతూనే ఉంది. కాబట్టి ఇక్కడ ఉన్నంతకాలం మేము చేతనైనంత బాగా ఉండే ప్రయత్నం చెయ్యాలి.

నేను బోధిస్తున్నాను. కానీ నేను ఇక్కడే ఇంకా చాలాకాలం ఉంటే, ఎండిపోయిన పాత బీన్స్ లాగా అయిపోతానని కూడా నమ్ముతున్నాను. నేను నిజంగా కోరుకుంటున్నది నిజాయితీ, మంచితనం ఉన్న యుక్తవయస్కురాలిగా ఉండటమే!

సీ, ఆన్

బుధవారం సాయంత్రం, జనవరి 19, 1944

ప్రియమైన కిట్టి,

నాకు (అదుగో, మళ్ళీ అక్కడికే వెళ్తున్నాను!) ఏం జరిగిందో తెలీదు కానీ, ఆ కల వచ్చినప్పటి నుంచి నేనెలా మారిపోయానో గమనిస్తూనే ఉన్నాను. అది సరే, నిన్న రాత్రి మళ్ళీ పీటర్ గురించి కలొచ్చింది. మళ్ళీ ఒకసారి అతని కళ్ళు నా కళ్ళలోకి చొచ్చుకుపోయినట్టు అనిపించింది కానీ ఈ కలలో స్పష్టత తక్కువగా ఉంది. ముందొచ్చిన కల అంత అందంగా కూడా లేదు.

నాన్నతో మార్గోట్‌కి ఉన్న అనుబంధం గురించి నేనెప్పుడూ అసూయపడేదాన్నని నీకు తెలుసు. ఇప్పుడు ఆ అసూయ జాడ కూడా మిగల్లేదు. ఇప్పటికీ నాన్న నా పట్ల అసమంజసంగా ఉన్నప్పుడు బాధపడతాను కానీ, ఆ తరువాత, 'మీరు మీలాగే ఉన్నందుకు మిమ్మల్ని నేను నిందించలేను. పిల్లలు, యక్తవయసులో ఉన్నవాళ్ళ ఆలోచనల గురించి మీరు చాలా మాట్లాడతారు కానీ వాటి గురించి మీకు ఏమీ తెలీదు!' అనుకుంటాను. నేను నాన్న నుంచి ఆప్యాయత కంటే ఎక్కువేదో కావాలనుకుంటున్నాను, ఆయన ఇచ్చే కౌగిలింతలు, ముద్దుల కంటే ఎక్కువ. ఎప్పుడూ నా గురించే నేను అంతగా ఆలోచించడం దారుణం కదా? మంచిగా, దయతో ఉండాలనుకునే నేనే ముందు వాళ్ళని క్షమించకూడదా? నేను అమ్మని కూడా క్షమిస్తున్నాను. కానీ ఆమె నన్ను వ్యంగ్యంగా వ్యాఖ్యానించిన ప్రతిసారీ లేదా నన్ను చూసి నవ్వుతున్న ప్రతిసారీ నన్ను నేను నియంత్రించుకోవడానికి నేను చేయగలిగేది నా గురించి ఆలోచించుకోవడమే.

నేనెలా ఉండాలో అలా ఏమాత్రం ఉండడం లేదని నాకు తెలుసు. అలా ఎప్పుడైనా ఉంటానా?

ఆన్ ఫ్రాంక్

పిఎస్. నీకు నేను కేక్ గురించి చెప్పానా లేదా అని నాన్న అడిగారు. అమ్మ తన పుట్టినరోజున కార్యాలయం నుంచి నిజమైన మోచా కేక్, యుద్ధానికి ముందటి నాణ్యతతో తయారైనది, అందుకుంది. అది నిజంగా భలే మంచి రోజు! కానీ ప్రస్తుతానికి అలాంటి వాటి కోసం నా మెదడులో చోటు లేదు.

శనివారం, జనవరి 22, 1944

ప్రియమైన కిట్టి,

తమ నిజ స్వరూపాలని దాచుకోవడానికి జనం ఎందుకంత ప్రయాస పడతారో నువ్వు నాకు చెప్పగలవా? లేదా నేను వేరేవాళ్ళతో కలిసి ఉన్నప్పుడు ఎప్పుడూ చాలా భిన్నంగా ఎందుకు ప్రవర్తిస్తానో చెప్పగలవా? ఎందుకు జనానికి ఒకరి మీద ఒకరికి నమ్మకం అంత తక్కువగా ఉంటుంది? అందుకు ఏదో కారణం ఉండాలని నాకు తెలుసు. కానీ మనం ఎవ్వరితో కూడా, ఎంతో దగ్గరవాళ్ళకి కూడా, చెప్పుకోలేకపోవడం చాలా భయంకరమైందని కొన్నిసార్లు అనిపిస్తుంది.

ఆ కల వచ్చిన రాత్రి నుంచి నేను ఎదిగినట్టున్నాను. మరింత స్వతంత్రురాల్ని అయినట్టు అనిపిస్తోంది. వాన్ డాన్ కుటుంబం పట్ల నా వైఖరి కూడా మారిందని చెప్తే నువ్వు ఆశ్చర్యపోతావు. అన్ని చర్చలు, వాదనలు పక్షపాతంతో నా కుటుంబం అనే కోణం నుంచి చూడటం మానేశాను. ఇంత తీవ్రమైన మార్పుకి కారణమేంటి? అయినా, చూడు, అమ్మ వేరేలా ఉండి ఉంటే, ఆమె నిజమైన అమ్మగా ఉండి ఉంటే, మా

బంధం చాలా, చాలా వేరేగా ఉండేదని అకస్మాత్తుగా గ్రహించాను. ఎట్టి పరిస్థితుల్లో కూడా మిసెస్ వాన్ డాన్ ఒక అద్భుతమైన వ్యక్తి కాదు కానీ, వాళ్ళ ఒక క్లిష్టమైన అంశం గురించి మాటలాడుకున్న ప్రతిసారీ అమ్మతో వ్యవహరించడం ఆమెకు అంత కష్టం కాకుండా ఉండుంటే సగం వాదనలు తప్పేవి. అయినా మిసెస్ వాన్ డాన్‌లో ఒక మంచి గుణం ఉంది: మనం ఆమెతో మాట్లాడగలం. ఆమె స్వార్థపరురాలు, పీనాసి, నమ్మదగినది అయ్యుండచ్చు. కానీ, ఆమెని రెచ్చగొట్టి అన్యాయంగా ప్రవర్తించేలా చెయ్యనంత కాలం ఆమె తెలిగ్గా వెనక్కి తగ్గుతుంది. ఈ కిటుకు ప్రతిసారీ పనిచేయదుకానీ మనం ఓపిగ్గా ఉంటే, ప్రయత్నిస్తూనే ఉండి ఎంతవరకు సాధించగలమో చూడచ్చు.

మా పెంపకం గురించి, పిల్లని గారాబం చేయకపోవడం గురించి, తిండి గురించి-ప్రతిదాని గురించి, ఖచ్చితంగా ప్రతిదాని గురించి-మేము మనసు విప్పి, స్నేహపూర్వకంగా ఉండిపోయుంటే, ఎప్పుడూ చెడు వైపు చూడకుండా ఉండి ఉంటే, పరిస్థితి వేరే విధంగా మలుపు తిరిగేది.

నువ్వేం చెప్పబోతున్నావో నాకు ఖచ్చితంగా తెలుసు కిట్టీ. 'కానీ, ఆన్, ఈ మాటలు నిజంగా నీ నోటి నుంచే వస్తున్నాయా? మేడ మీది నుంచి వచ్చిన ఎన్నో కఠినమైన మాటలని భరించిన నీ నుంచేనా? అన్ని అన్యాయాల గురించి తెలిసిన నీ నుంచేనా?'

అయినా కూడా అవి నా నుంచే వస్తున్నాయి. 'ఆపిల్ పండు చెట్టికి దూరంగా ఎప్పటికీ పడదు' అన్న సామెతలో చెప్పినట్టు కేవలం నా తల్లిదండ్రులని అనుకరించకుండా, విషయాలని కొత్తగా పరిశీలించి నా సొంత అభిప్రాయం ఏర్పరుచుకోవాలని అనుకుంటున్నాను. నేను వాన్ డాన్‌లని మళ్ళీ పరిశీలించి, ఏది నిజమో, ఏది అతిగా చెప్పబడిందో నాకు నేనుగా నిర్ణయించుకోవాలని అనుకుంటున్నాను. ఈ ప్రయత్నంలో వాళ్ళ వల్ల నేను నిరాశకి గురైతే, అమ్మానాన్నని ఎప్పుడూ సమర్థించగలను. అలా కాకపోతే, నేను వాళ్ళ వైఖరిని మార్చడానికి ప్రయత్నించచ్చు. అది పని చేయకపోతే మాత్రం, నేను నా సొంత అభిప్రాయాలకి, తీర్పుకి కట్టుబడి ఉంటాను. అన్ని తెలిసినదానిగా నాకు ఖ్యాతి ఉన్నప్పటికీ, మా మధ్య ఉన్న ఎన్నో తేడాల గురించి మిసెస్ వాన్ డీతో మనసు విప్పి మాట్లాడటానికి అన్ని ప్రయత్నాలు చేస్తాను. నా నిష్పక్షిక అభిప్రాయాన్ని అందించడానికి భయపడను. నా సొంత కుటుంబం గురించి ప్రతికూలంగా ఏమీ అనను. దానర్థం, ఇంకొకరెవరైనా నా కుటుంబీకులకి ప్రతికూలంగా మాట్లాడితే వాళ్ళని నేను సమర్థించనని కాదు. ఇక ప్రస్తుతానికి, నేను ఉబుసుపోక కబుర్లు మాట్లాడటం అనేది గతానికి సంబంధించిన విషయం.

ఇప్పటివరకు తగాదాలన్నిటికీ వాన్ డాన్లే పూర్తిగా కారణమని నేను సంపూర్ణంగా నమ్మాను కానీ ఇప్పుడు లోపం ఎక్కువగా మాదేనని నాకు ఖచ్చితంగా తెలుసు. సమస్యలకి సంబంధించినంతవరకు మేము చెప్పినదే సరైనది కానీ, తెలివైన మనుషులకి (మాలాంటివాళ్ళు!) ఇతరులతో ఎలా వ్యవహరించాలనే విషయంలో మరింత అంతర్దృష్టి ఉండాలి.

ఆ అంతర్దృష్టిలో నాకు కనీసం కొంచెమైనా ఉంది, దాన్ని బాగా ఉపయోగపెట్టడానికి ఒక సందర్భం దొరుకుతుందని ఆశిస్తున్నాను.

నీ, ఆన్

సోమవారం, జనవరి 24, 1944

ప్రియమైన కిట్టి,

నాకు చాలా విచిత్రమైన విషయం జరిగింది. (నిజానికి, 'జరిగింది' అనేది సరైన పదం కాదు.)

నేను ఇక్కడికి రాక ముందు, ఇంట్లో లేదా బడిలో ఎవరైనా శృంగారం గురించి మాట్లాడినప్పుడు, రహస్యంగా లేదా అసహ్యంగా మాట్లాడుకొనేవాళ్ళు. శృంగారంతో సంబంధం ఉన్న మాటలన్ని గుసగుసగా మాట్లాడేవారు. ఆ మాటలు అర్థం కాని వాళ్ళని చూసి నవ్వేవారు. ఇది నాకు ఏదోగా అనిపించింది. ఈ విషయం గురించి మాట్లాడేటప్పుడు జనం ఎందుకు అంత మర్మంగానో అసహ్యంగానో మొహం పెడతారని తరచూ ఆలోచిస్తుంటాను. నేను వేటిని మార్చలేను కాబట్టి వీలైనంత తక్కువగా మాట్లాడటం లేదా నా స్నేహితురాళ్ళని సమాచారం అడగటం చేస్తాను.

నేను (శృంగారం గురించి) చాలా తెలుసుకున్న తరువాత, అమ్మ నాతో ఒకసారి ఇలా అన్నది, 'ఆన్, నీకు ఒక మంచి సలహా ఇస్తాను. ఇది అబ్బాయిలతో ఎప్పుడూ చర్చించకు. వాళ్ళే దీని ప్రస్తావన తీసుకొస్తే సమాధానం ఇవ్వకు.'

నేను ఖచ్చితంగా ఇచ్చిన సమాధానం నాకు ఇంకా గుర్తుంది. 'ఇవ్వను, నిజంగా.' దాని గురించి ఇంక చర్చ జరగలేదు.

మేము అజ్ఞాతంలోకి వెళ్ళిన మొదట్లో, నిజానికి అమ్మ నుంచి వినాల్సిన విషయాల గురించి నాన్న తరచూ నాకు చెప్పేవారు. మిగితాదంతా పుస్తకాల నుంచి లేదా సంభాషణల ద్వారా తెలుసుకున్నాను.

బడిలో ఉన్న అబ్బాయిలు వ్యవహరించినంత వెకిలిగా పీటర్ వాన్ డాన్ ఈ విషయంలో ఎప్పుడూ చేయలేదు. లేదా మొదట్లో ఒకసారో లేదా రెండుసార్లో మాట్లాడి ఉండచ్చు, అప్పుడు కూడా నన్ను మాట్లాడించలనే ప్రయత్నంతో కాకుండా. ఈ విషయాల గురించి తను పీటర్‌తో ఎప్పుడూ చర్చించలేదని, తనకి తెలిసినంతవరకు తన భర్త కూడా అలా చెయ్యలేదని మిసెస్ వాన్ డాన్ ఒకసారి మాతో అన్నది. పీటర్‌కి ఎంత తెలుసో లేదా అతనికి సమాచారం ఎక్కడ నుంచి దొరికిందో కూడా ఆమెకి తెలీదు.

నిన్న మార్గోట్, పీటర్, నేను బంగాళాదుంపల తొక్క తీసేటప్పుడు, సంభాషణ ఏదో విధంగా బోష్(పిల్లి) వైపుకి మళ్ళింది. 'బోష్ అబ్బాయో లేదా అమ్మాయో మనకి ఇంకా ఖచ్చితంగా తెలీదు, తెలుసా?' అని నేను అడిగాను.

'అవును తెలుసు' అని అతను సమాధానం ఇచ్చాడు. 'బోష్ ఒక టామ్‌క్యాట్.' (ఇళ్ళలో పెంచుకొనే మగపిల్లి)

నేను నవ్వడం మొదలుపెట్టాను. 'అతను గర్భవతి అయితే ఏదో ఒక టామ్‌క్యాటే.' అన్నాను.

పీటర్, మార్గోట్ నా నవ్వులో శ్రుతి కలిపారు. ఒక నెలో రెండు నెలల క్రితమో పీటర్ మాకు సమాచారం ఇచ్చాడు...త్వరలో బోష్ పిల్లని పెడుతుందని, ఎందుకంటే దాని కడుపు చాలా వేగంగా పెద్దదవుతోందని. అయినా, దొంగిలించిన ఎముకల కారణంగా బోష్ కడుపులో కొవ్వు పెరిగింది. లోపల పిల్లలు పెరగడం లేదు. ఇక పుట్టడం అనేది వొట్టిమాట.

నా ఆరోపణ నుంచి తనను తాను కాపాడుకొనే అవసరం కనిపించింది పీటర్‌కి. 'నాతో రా. నువ్వే చూసుకోవచ్చు. నేను ఒక రోజు పిల్లితో పరిగెడుతుంటే, అది ఖచ్చితంగా అతడు అని స్పష్టంగా చూడగలిగాను.'

నా కుతూహలాన్ని ఆపుకోలేక అతనితో గిడ్డంగికి వెళ్ళాను. అయితే, ఆ సమయంలో బోష్

నందర్శకులని ఆహ్వానించడం లేదు. అసలు ఎక్కడా కనిపించలేదు కూడా. మేము కొద్దిసేపు ఎదురుచూశాం కానీ చలి పెరగడంతో తిరిగి మేడమీదికి వెళ్ళిపోయాం.

ఆ తరువాత, మధ్యాహ్నం పీటర్ రెండోసారి కిందికి వెళ్ళడం వినబడింది. నిశ్శబ్దంగా ఉన్న ఇంటి గుండా ఒక్కన్నే నడవడానికి ధైర్యాన్ని కూడగట్టుకొని గిద్దంకి చేరుకున్నాను. బరువు తూచే యంత్రం మీద బోస్ని కూర్చోపెట్టి దాని బరువు తూచడానికి పీటర్ సిద్ధమవుతుండగా, అది సామాన్లు కట్టే బల్ల మీద కూర్చొని పీటర్తో ఆడుతూ ఉంది.

'హెలో, నువ్వు చూడలనుకుంటున్నావా?' ఉపోద్ఘాతం లేకుండా అతను పిల్లి ఎత్తుకొని, వెల్లకిలా తిప్పి, నేరుగా దాని తలని, కాళ్ళని పట్టుకొని పాఠం చెప్పడం మొదలుపెట్టాడు. 'ఇది పురుష లైంగిక అవయవం. ఇవి విడిగా ఉన్న కొన్ని వెంట్రుకలు. ఇంకా, అది బోస్ వెనుక భాగం.'

పిల్లి ముందుకి తిరిగి తన చిన్న, తెల్లటి కాళ్ళ మీద నిలబడింది.

వేరే అబ్బాయి ఎవరైనా నాకు 'పురుష లైంగిక అవయవం' చూపినట్లైతే, అతనివైపు నేను ఇంకొకసారి చూసేదాన్ని కూడా కాదు. కానీ చాలా ఇబ్బందికరమైన విషయం గురించి పీటర్ మామూలు స్వరంలో మాట్లాడసాగాడు. అతనికి వేరే ఎటువంటి ఉద్దేశ్యాలు కూడా లేవు. అతను చెప్పడం పూర్తి చేసేసరికి నాకు ఎంత తేలిగ్గా అనిపించిందంటే, ఇక నేను కూడా మామూలుగా ఉండడం మొదలుపెట్టాను. మేము బోస్తో ఆడుకున్నాం. సమయాన్ని బాగా గడిపాం. కొంచెం కబుర్లు చెప్పుకున్నాం. చివరికి నిదానంగా ఆ పాడైన గిద్దంగి గుండా తలుపు వరకు నడిచాం.

'మొస్కికి పిల్లలు పుట్టకుండా చేసినప్పుడు అక్కడ నువ్వున్నావా?'

'ఉన్నాను. దానికి ఎక్కువ సమయం పట్టదు. సహజంగానే పిల్లికి మత్తుమందు ఇస్తారు.'

'వాళ్ళు ఏదైనా బయటికి తీస్తారా?'

'లేదు, జంతు వైద్యుడు కేవలం గొట్టాన్ని కత్తిరిస్తారు. బయటికి చూడటానికి ఏమీ ఉండదు.'

'సాధారణ' కాదని అనుకున్నాను కాబట్టి, అతన్ని ఒక ప్రశ్న అడగడానికి నేను కొంత ప్రయత్నం చేయాల్సొచ్చింది.

'పీటర్, జర్మన్ పదం గెస్ష్లెష్ట్సైల్ అంటే లైంగిక అవయవం అని అర్థం కదా? అయితే, మగ, ఆడ అవయవాలకి వేర్వేరు పేర్లు ఉంటాయి.'

'అది నాకు తెలుసు.'

'ఆడది యోని అని నాకు తెలుసు కానీ మగదాన్ని ఏమంటారో తెలీదు.'

'డిక్.'

'ఓకే, సరే,' అన్నాను. 'మనం ఈ మాటలు ఎలా తెలుసుకోవాలి? చాలా వరకు వాటిని అనుకోకుండా తెలుసుకుంటాం.'

'దాని కోసం ఎందుకు ఆగాలి? నేను మా అమ్మానాన్నని అడుగుతాను. నాకన్నా వాళ్ళకి తెలుసు. వాళ్ళకి అనుభవం కూడా ఎక్కువే.'

మేము అప్పటికే మెట్ల మీద ఉన్నాం కాబట్టి ఇంకేమీ మాట్లాడలేదు.

అవును, ఇది నిజంగా జరిగింది. ఇంత మామూలు స్వరంలో నేను దీని గురించి ఒక అమ్మాయితో ఎప్పటికీ మాట్లాడి ఉండేదాన్ని కాదు. అబ్బాయిల గురించి నన్ను హెచ్చరించినప్పుడు అమ్మ ఉద్దేశం ఇది కాదని నాకు బాగా తెలుసు.

ఒక విధంగా, మిగతా రోజంతా నేను నాలాగా మామూలుగా లేను. మా చర్చ గురించి ఆలోచించిన ప్పుడు నాకు ఏదోగా అనిపించింది. కానీ నేను కనీసం ఒక విషయం నేర్చుకున్నాను: ఈ విషయాలని సహజంగా, హాస్యోక్తులు వేయకుండా చర్చించే వ్యతిరేక లింగానికి చెందిన యువత కూడా ఉన్నారు.

పీటర్ నిజంగా తన తల్లిదండ్రులని ఎన్నో ప్రశ్నలు అడగబోతున్నాడా? అతను నిజంగా నిన్న కనిపించిన వ్యక్తేనా?

ఓహ్, నాకేం తెలుసు?!!!

సీ. ఆన్

శుక్రవారం, జనవరి 28, 1944

ప్రియమైన కిట్టి,

ఇటీవల కొన్ని వారాలుగా నాకు కుటుంబాల వంశవృక్షాలు, రాచకుటుంబాల వంశావళి పట్టికలంటే ఇష్టం బాగా పెరిగింది. ఒక్కసారి శోధనని ప్రారంభించిన తర్వాత, ఇక గతం గురించి లోతుగా అధ్యయనం చేయడం కొనసాగిస్తూనే ఉండాలని నాకు అర్థమైంది. ఇది ఎన్నో ఆసక్తికరమైన విషయాలు తెలుసుకోవడానికి దారి తీస్తుంది.

నా బడికి సంబంధించిన పని విషయానికొస్తే నేను చాలా శ్రద్ధగా ఉంటాను. రేడియోలో 'బిబిసి హోమ్' కార్యక్రమాన్ని బాగా అర్థం చేసుకోగలుగుతున్నాను. అయినా కూడా, ఆదివారాల్లో చాలాసేపు నా సినీతారల ఫొటోలని క్రమబద్ధీకరిస్తూ, వాటిని చూస్తూ గడుపుతాను. అవి ఇప్పుడు చెప్పుకోదగ్గ సంఖ్యకి చేరుకున్నాయి. మిస్టర్ కుగ్లర్ ప్రతి సోమవారం నాకోసం సినిమా అండ్ థియేటర్ పత్రికని తెస్తూ ఆనందపెడుతున్నారు. ఈ చిన్న ఖర్చు కూడా డబ్బు వృథా చెయ్యడమేనని మా ఇంట్లో ప్రాపంచిక కథ తక్కువున్న సభ్యులు తరచూ అంటుంటారు. అయినా, ఏ చిత్రంలోని నటీనటుల జాబితానైనా, ఒక సంవత్సరం తరువాత కూడా నేను ఖచ్చితంగా ఎలా చెప్పేస్తానో చూసి వాళ్ళు ఆశ్చర్యపోకుండా ఉండరు. తరచూ సెలవు రోజున తన ప్రియుడితో కలిసి సినిమాకి వెళ్ళే బెప్, శనివారం వాళ్ళు చూడబోయే సినిమా పేరు నాకు చెప్పింది. అప్పడికే నేను అందులోని ముఖ్యమైన నటీనటుల పేర్లు, సినిమా సమీక్షలు గడగడా చెప్పేస్తాను. నేను ముందు ముందు సినిమాలకి వెళ్ళాల్సిన అవసరం లేదని మమ్మీ ఈమధ్య వ్యాఖ్యానించింది. ఎందుకంటే నాకు వాటిలోని కథ, వ్యూహాలు, తారల పేర్లు, వాటి సమీక్షలు కంఠతా వచ్చు కాబట్టి.

నేనెప్పుడు కొత్త కేశాలంకరణతో సరదాగా వచ్చినా, వాళ్ళ మొహాల్లో కనిపించే అసమ్మతిని చదివేయగలను. నేను అనుకరించడానికి ప్రయత్నిస్తున్న సినీనటి ఎవరని ఎవరో ఒకరు తప్పకుండా అడుగుతారు. ఇది నేనే సొంతంగా అనుకొని చేసుకున్నానని అంటే నమ్మనట్టుగా చూస్తారు. ఇక హెయిర్ స్టైల్ విషయానికొస్తే, అది అరగంటకన్నా ఎక్కువసేపు నిలవదు. ఆ సరికి నేను కూడా వాళ్ళ వ్యాఖ్యలతో విసిగి, అలిసిపోతాను. దాంతో స్నానాల గదిలోకి పరిగెత్తి నా జట్టుని మామూలుగా నాకుండే వంకీలుగా మార్చేసుకుంటాను.

సీ. ఆన్

శుక్రవారం, జనవరి 28, 1944

ప్రియమైన కిట్టీ,

నిన్ను నువ్వు ఎప్పుడైనా ఆవుగా అనుకున్నావా అని ఈరోజు పొద్దున అనిపించింది. నేను చెప్పే పాత వార్తలనే పదే పదే నమలడం వల్ల మార్పు లేకుండా విసుగొచ్చి, ఇక ఆవులింతలు మొదలై, 'ఆన్ ఏదన్నా కొత్త విషయాన్నిబయటికి తీస్తే బాగుంటుంది' అని నీకు అనిపిస్తుందేమో అని ఆలోచించాను.

మన్నించు, ఇది నీకు గోతిలో నిలవ ఉన్న నీటిలాగా నిస్సేజంగా అనిపించచ్చు కానీ అవే పాత విషయాలు వింటూ నేనెంత అలసిపోయానో ఊహించుకో. భోంచేసేటప్పుడు మాట్లాడే మాటలు రాజకీయాలు లేదా మంచి ఆహారం గురించి కాకపోతే, అమ్మ గానీ మిసెస్ వాన్ డి గానీ వాళ్ళ బాల్యం గురించి ఇంతకు ముందు మేము వెయ్యి సార్లు విన్న కథలే మళ్ళీ వల్లిస్తారు. లేదా డసెల్ అందమైన రేసుగుర్రాల గురించో లేదా తన షార్లెట్ కున్న విస్తృతమైన దుస్తుల బీరువా గురించో లేదా నీళ్ళు కారే పడవలు, నాలుగేళ్ళకే ఈత కొట్టే మగపిల్లలు, నొప్పి పెట్టే కండరాలు, భయపడే రోగుల గురించో చెప్తాడు. వీటన్నిటి సారం ఇది: మా ఎనిమిది మందిలో ఒకరు నోరు తెరిచినప్పుడల్లా, మిగతా ఏడుగురు ఆ కథని పూర్తి చేసేయగలరు. ప్రతి జోక్‌లోని పంచ్ లైన్ వాళ్ళు చెప్పేముందే మాకు తెలుసు. అందువల్ల ఆ చెప్పినవాళ్ళు మాత్రమే నవ్వులొస్తుంది. ఇద్దరు మాజీ గృహిణులకి సంబంధించిన పాలవాళ్ళు, కిరాణా వ్యాపారులు, కసాయిలు ఆకాశానికి ఎత్తేస్తే ప్రశంసలు పొందుతారు లేదా పాతాళానికి తొక్కేయబడతారు. దీనివల్ల వాళ్ళంతా మా ఊహల్లో మెతుసెలహ్ అనే వృద్ధ దేవత అంత పెద్దవయసు వాళ్ళయ్యారు. అనెక్స్‌లో చర్చించడానికి కొత్త విషయాలకి గానీ తాజా విషయాలకి గానీ ఇచ్చింతగా అవకాశమే లేదు.

అయినప్పటికీ, మిస్టర్ క్లైమాన్, జాన్ లేదా మియెప్ నుంచి మేము విన్న కథని పెద్దలు ప్రతిసారీ తమ సొంత వివరాలతో అలంకరించి మళ్ళీ మళ్ళీ చెప్పకపోతే...ఇదంతా భరించచ్చు. తరచూ ఆ ఉత్సాహంగా కథ చెప్పేవాళ్ళని సరైన దారిలో పెట్టాలని అనిపించినప్పుడంతా నేను బల్ల కింద నా చేతిని గిల్లుకోవాల్సొస్తుంది. ఆన్ లాంటి చిన్నపిల్లలు తమ పెద్దలని ఎప్పుడూ సరిదిద్దకూడదు, వాళ్ళు ఎన్ని పొరపాట్లు చేసినా, వాళ్ళ ఊహలు ఎంత దూరం పోయినా సరే.

జాన్, మిస్టర్ క్లైమాన్‌కి అజ్ఞాతంలోకి వెళ్ళిన వ్యక్తుల గురించి మాట్లాడటం ఇష్టం. మా పరిస్థితిలో ఉన్న ఇతరుల గురించి వినడానికి మేము ఆత్రంగా ఉంటామని వాళ్ళకి తెలుసు. అరెస్టైనవాళ్ళ బాధని, అదే విధంగా, విడుదలైన వాళ్ళ సంతోషాన్ని పంచుకుంటామని వాళ్ళకి తెలుసు.

'హిప్ అండ్ స్లిప్పర్స్' అంటూ సాగే సామెతలో చెప్పినట్టు, అజ్ఞాతంలోకి వెళ్ళడం నిత్యకృత్యంగా మారింది. 'ఫ్రీ నెదర్లాండ్స్' వంటి అనేక రహస్య సహాయక సమూహాలు చాలా ఉన్నాయి. అవి నకిలీ గుర్తింపు కార్డులని సృష్టిస్తాయి, అజ్ఞాతంలో ఉన్నవారికి ఆర్థిక సహాయం అందిస్తాయి, దాక్కోవడానికి రహస్య ప్రదేశాలు ఏర్పాటు చేస్తాయి, రహస్య జీవితంలో ఉన్న యువ క్రైస్తవులకి ఉద్యోగాలిప్పిస్తాయి. తమ ప్రాణాలు పణంగా పెడుతూ ఈ ఉదార, నిస్వార్థ వ్యక్తులు ఇతరులకి ఎంత సహాయం చేస్తారో... ఆశ్చర్యం అనిపిస్తుంది.

దీనికి అందరిలోకి మంచి ఉదాహరణ మా సొంత సహాయకులే. వాళ్ళు మమ్మల్ని ఇప్పటివరకు కాపాడారు. సురక్షితంగా ఒడ్డుకి కూడా చేర్చగలరనే ఆశ ఉంది. అలా చెయ్యకపోతే, వాళ్ళు రక్షించడానికి ప్రయత్నిస్తున్న మనుషుల గతే వాళ్ళకి కూడా పడుతుంది. వాళ్ళకి మేము ఎంత భారంగా ఉన్నామో ఎప్పుడూ ఒక్క మాట కూడా అనలేదు. మావల్ల చాలా ఇబ్బంది కలుగుతోందని కూడా ఎప్పుడూ

ఫిర్యాదు చెయ్యలేదు. వాళ్ళు రోజూ మేడమీదికి వచ్చి మగవాళ్ళతో వ్యాపారం గురించి, రాజకీయాల గురించి, మహిళలతో ఆహారం, యుద్ధకాల కష్టాల గురించి, పిల్లలతో పుస్తకాలు, వార్తాపత్రికల గురించి మాట్లాడతారు. ఎంతో సంతోషంగా ఉన్నట్టు కనిపిస్తారు. పుట్టినరోజులు, ప్రత్యేక సందర్భాల్లో పువ్వులు, బహుమతులు తెస్తారు. ఇంకా, వాళ్ళు చెయ్యగలిగినదంతా చెయ్యడానికి ఎప్పుడూ సిద్ధంగా ఉంటారు. అది మనం ఎప్పటికీ మరచిపోకూడదు. కొంతమంది యుద్ధంలో లేదా జర్మనీకి వ్యతిరేకంగా వీరత్వాన్ని ప్రదర్శిస్తుండగా, మా సహాయకులు ప్రతిరోజూ మాతో ఉత్సాహంగా, ఆప్యాయంగా వ్యవహరిస్తూ వీరత్వాన్ని నిరూపించుకుంటున్నారు.

చాలా విచిత్రమైన కథలు అంతటా వినిపిస్తున్నాయి. వాటిలో చాలావరకు నిజాలే. ఉదాహరణకి, గెల్డర్ల్యాండ్ సంస్థానంలో సాకర్ పోటీ జరిగిన వార్త మిస్టర్ క్లైమాన్ ఈ వారం చెప్పారు. అందులో ఒక బృందంలో పూర్తిగా అజ్ఞాతంలోకి వెళ్ళినవాళ్ళు, రెండో బృందంలో పదకొండు మంది మిలిటరీ పోలీసులు ఉన్నారట. హిల్వర్సంలోకొత్త రిజిస్ట్రేషన్ కార్డులు జారీ అయ్యాయి. అజ్ఞాతంలో ఉన్న చాలామంది రేషన్ సరుకులు తీసుకోవడానికి (రేషన్ పుస్తకాన్ని పొందటానికి ఈ కార్డును చూపించాలి. లేకపోతే ఒక్కో పుస్తకానికి 60 గిల్డర్లు చెల్లించాలి), ఒక నిర్దిష్ట సమయంలో, విడిగా ఏర్పాటు చేసిన బల్ల దగ్గర కార్డులు తీసుకోవాలని రిజిస్టార్ కోరారు. ఆ జిల్లాలో అజ్ఞాతంలో ఉన్నవాళ్ళందరినీ ఆయన కోరారు.

అలాగే, ఇలాంటి పనుల గురించినా సమాచారం జర్మన్ల చెవుల పడకుండా మనం జాగ్రత్తపడాలి.

సీ, ఆన్

ఆదివారం, జనవరి 30, 1944

నా ప్రియమైన కిట్టి,

మరో ఆదివారం వచ్చేసింది; అబ్బా, ఆదివారం వచ్చిందే...అని మొదట్లో అనుకున్నట్టుగా ఇప్పుడు అనుకోవడం లేదు కానీ అవి బాగా విసుగ్గా ఉంటాయి.

నేనింకా గడ్డంకి వెళ్ళలేదుకానీ కొసేపట్లో వెళ్ళానేమో. రాత్రి నేను ఒక్కదాన్నే చీకట్లో కిందికి వెళ్ళాను. కొన్నిరోజుల క్రితం నాన్నతో వెళ్ళిన తరువాత ఇదే మొదటిసారి. జర్మన్ విమానాలు ముందుకూ వెనక్కీ ఎగురుతుండగా నేను మెట్ల పైభాగంలో నిలబడ్డాను. నేను ఒక్కదాన్నే ఉన్నాని, మిగతావాళ్ళ సహాయం ఆశించలేనని నాకు తెలుసు. నా భయం మాయమైంది. ఆకాశం వైపు చూసి దేవుడిని నమ్మాను.

ఒంటరిగా ఉండాల్సిన అవసరం నాకు బాగా ఉంది. నేను మామూలుగా లేనని నాన్న గమనించారు. కానీ నన్ను బాధ పెడుతున్నాదేంటో ఆయనకి చెప్పలేను. 'నేను చెయ్యాలనుకుంటున్నది ఒక్కటే, నన్ను నన్నుగా ఉండనివ్వండి, నన్ను ఒంటరిగా వదిలేయండి!' అని అరవడం.

ఎవరికి తెలుసు, నేను ఇష్టపడే దానికంటే ఎక్కువ ఒంటరితనంతో ఉండిపోయే రోజు వస్తుందేమో!

ఆన్ ఫ్రాంక్

గురువారం, ఫిబ్రవరి 3, 1944

ప్రియమైన కిట్టి,

దేశవ్యాప్తంగా రోజూ ఆక్రమణ గురించిన భయం పెరుగుతోంది. నువ్వు ఇక్కడ ఉండి ఉంటే, ఈ సన్నాహాలన్నీ నాకు నచ్చినట్టుగా నీకు కూడా నచ్చుతాయని ఖచ్చితంగా అనుకుంటున్నాను. అదే సమయంలో, మేము చేస్తున్న రచ్చని చూసి నువ్వు నవ్వుతావనడంలో అనుమానం లేదు. అయినా ఎవరికి తెలుసు, ఈ చేసిందంతా వృథా పోవచ్చు!

పత్రికల నిండా ఆక్రమణ వార్తలే. 'హోలండ్‌లో బ్రిటిషువారు దిగుతున్న సందర్భంలో, తమ దేశాన్ని రక్షించుకోవడానికి జర్మన్లు చెయ్యగలిగినదంతా చేస్తారు. అవసరమైతే వరదతో ముంచేస్తారు.' లాంటి వ్యాఖ్యానాలతో అవి అందరికి పిచ్చెక్కేలా చేస్తున్నాయి. వరద ముంచెత్తగల ప్రాంతాలని ప్రత్యేకంగా గుర్తిస్తూ హోలండ్ పటాలు ప్రచురించాయి. అందులో ఆమ్‌స్టర్‌డామ్‌లోని చాలా భాగాలు గుర్తించబడ్డాయి. మరి వీధుల్లో నడుము వరకు నీళ్ళు వచ్చేస్తే మేమేం చేయాలి అన్నది మా మొదటి ప్రశ్న. ఈ క్లిష్టమైన ప్రశ్నలనేక రకాల స్పందనలని తెచ్చిపెట్టింది:

'నడవడం లేదా బైక్ నడపడం అసాధ్యంకాబట్టి మనం నీళ్ళలో కష్టమ్మీద మనల్ని మనం ఈడ్చుకుంటూ వెళ్ళాలి.'

'ముర్ఖంగా మాట్లాడవద్దు. మనం ప్రయత్నం చేసి ఈత కొట్టాలి. మనమందరం మన స్నానపు సూట్లు, టోపీలు వేసుకొని సాధ్యమైనంతవరకు నీటి అడుగున ఈదుదాం. అప్పుడు మనం యూదులని ఎవరికీ తెలీదు.'

'చెత్త ఆలోచన! ఎలుకలు కాళ్ళని కొరుకుతుంటే ఆడవాళ్ళు ఈత కొట్టడాన్ని నేను ఊహించగలను!' (ఈ మాట అన్నది ఒక పురుషుడిలే; (ఉదాల్సొస్తే) అందరికంటే గట్టిగా ఎవరు అరుస్తారో చూద్దాం!)

'మనం ఇంటిని వదిలి వెళ్ళనేలేం. గిడ్డంగి చాలా బలహీనంగా ఉంది. వరదొస్తే కూలిపోతుంది.'

'అందరూ వినండి. హాస్యోక్తులు పక్కన పెడితే, మనం నిజంగానే ప్రయత్నం చేసి పడవ తెచ్చుకోవాలి.'

'ఎందుకు కంగారు? నా దగ్గర ఇంతకన్నా మంచి ఆలోచన ఉంది. మనం అటక మీద నుంచి ఒక్కొక్కరం సామాన్లు కట్టడానికి ఉపయోగించే డబ్బా (ప్యాకింగ్ క్రేట్) ఒక్కొక్కటి తీసుకొని చెక్క చెంచాని తెడ్డులాగా ఉపయోగించవచ్చు.'

'నేను స్టిల్ట్స్ (పెద్ద కర్రల) మీద నడవబోతున్నాను. చిన్నప్పుడు అందులో ప్రావీణ్యం సంపాదించాను.'

'జాన్ గసికి అవి అవసరం లేదు. అతను తన భార్యని వీపు మీద మోస్తాడు. ఇక మియెప్ ఏమో స్టిల్ట్స్ మీద నడుస్తుంది.'

అందువల్ల, ఏం జరుగుతోందనే దాని గురించి ఇప్పుడు నీకు సుమారుగా ఒక ఆలోచన ఉంది. ఉంది కదా, కిట్టి? ఈ తేలికపాటి హాస్య సంభాషణ చాలా వినోదం కలిగిస్తుంది. కానీ వాస్తవం దీనికి వ్యతిరేకంగా ఉంటుంది. ఇక ఆక్రమణ గురించిన రెండో ప్రశ్న తలెత్తింది: జర్మన్లు ఆమ్‌స్టర్‌డామ్ ఖాళీ చేస్తే మనమేం చెయ్యాలి?

'అందరితో పాటు నగరం ఒదిలిపెట్టి వెళ్ళాలి. మనకి సాధ్యమైనంత బాగా మారువేషం వేసుకోవాలి.'

'ఏం జరిగినా బయటికి వెళ్ళద్దు! ఇక్కడ ఉండడమే ఉత్తమం! జర్మన్లు హోలండ్ జనాభాని మొత్తం జర్మనీలోకి తోలేయగల సామర్థ్యం ఉన్నవాళ్ళు. అక్కడ వీళ్ళందరూ చచ్చిపోతారు.'

130

'మనం తప్పకుండా ఇక్కడే ఉంటాం. ఇదే అన్నిట్లోకీ భద్రమైన ప్రదేశం. క్లైమాన్, అతని కుటుంబ సభ్యులని ఇక్కడికొచ్చేసి మనతోనే ఉండమందాం.'

'మనం ఎలాగో ఒక సంచి నిండా చెక్క పలకలు సంపాదించాం. అవి నేలమీద పరచుకొని పడుకోవచ్చు. క్లైమాన్, మియెప్ లని కొన్ని దుప్పట్లు తెమ్మందాం. అవసరమైతే పనికొస్తాయి. మన దగ్గర ఉన్న అరవై ఐదు పౌండ్ ధాన్యానికి తోడు మరికొంత ధాన్యం అదనంగా తెప్పించుకొందాం. ఇంకొన్ని బీన్స్ కోసం జ్యాన్ ప్రయత్నం చెయ్యవచ్చు. ప్రస్తుతం మన దగ్గర అరవై ఐదు పౌండ్ బీన్స్, పది పౌండ్ పళ్లీలు ఉన్నాయి. యాబై డబ్బాల కూరాయల సంగతి మరచిపోవద్దు.'

'మిగతా వాటి సంగతి ఏంటమ్మా? మాకు తాజా లెక్కలు చెప్పు.'

'పది డబ్బాల చేపలు, నలభై డబ్బాల పాలు, ఇరవై పౌండ్ల పాల పొడి, మూడు సీసాల నూనె, నాలుగు కుండల వెన్న, నాలుగు జాడీల మాంసం, రెండు పెద్ద జాడీల స్ట్రాబెర్రీలు, రెండు జాడీల కోరిందకాయలు, ఇరవై జాడీల టమోటాలు, పది పౌండ్ ఓట్ మీల్, తొమ్మిది పౌండ్ బియ్యం. అంతే.'

మా దగ్గర సరుకులు కావలసినన్నీ ఉన్నాయి. అలాగే, కార్యాలయ సిబ్బందికి మేమే భోజనం పెట్టాలి. అంటే, ప్రతి వారం మా నిల్వలు తగ్గుతున్నట్టే. అందువల్ల ఉన్న సరుకంతా లెక్కలోకి రాదు. మా దగ్గర తగినంత బొగ్గు, కట్టెలు ఉన్నాయి. కొవ్వొత్తులు కూడా ఉన్నాయి.

'బట్టల్లో దాచుకోవడానికి మనం అందరం చిన్న చిన్న డబ్బు సంచులని తయారుచేద్దాం. ఇక్కడి నుంచి మనం వెళ్ళాల్సొస్తే మనతోపాటు మన డబ్బును తీసుకెళ్ళవచ్చు.'

'సమయం వచ్చినప్పుడు, ఇద్దరు వ్యక్తులని పహారాకి ఉండమందాం. ఒకరు ఇంటి ముందు వైపున్న అటక మీద, వెనుక భాగంలో ఒకరు.'

'ఆగండి, నీళ్ళు, గ్యాస్, విద్యుత్తు లేకపోతే ఎక్కువ ఆహారపదార్థాలు ఉండి ఏం లాభం?'

'మనం పొయ్యి మీద వంట చేసుకోవాలి. నీటిని వడకట్టి కాచాలి. కొన్ని పెద్ద జగ్గులు శుభ్రం చేసి వాటిలో నీళ్ళు నింపి పెట్టుకోవాలి. మనం పదార్థాలు పెట్టుకోవడానికి ఉపయోగిస్తున్న మూడు పాత్రల్లో, స్నానానికి ఉపయోగిస్తున్న పెద్ద సత్తు గంగాళంలో కూడా నీటిని నిల్వ చెయ్యవచ్చు.'

'దానికి తోడు, మసాలా దినుసుల గిడ్డంగిలో ఇంకా రెండు వందల మొప్పై పౌండ్ శీతాకాలపు బంగాళదుంపలు ఉన్నాయి.'

రోజంతా నేను విన్నది ఇవే. దండయాత్ర, దండయాత్ర, దండయాత్ర తప్ప ఇంకోటి లేదు. ఆకలితో ఉండడం, చనిపోవడం, బాంబులు, మంటలని ఆర్పే యంత్రాలు, నిద్రపోవడానికి ఉపయోగించే సంచులు (స్లీపింగ్ బ్యాగులు), గుర్తింపు కార్డులు, విషవాయువు, మొదలైన వాటి గురించి వాదనలు ఉత్సాహకరంగా ఉండవు.

అనెక్స్‌లోని ఒక పురుష నివాసి చేసిన స్పష్టమైన హెచ్చరికలకి ఒక మంచి ఉదాహరణ ఆయనకి జ్యాన్‌తో జరిగిన ఈ కింది సంభాషణ:

అనెక్స్: 'జర్మన్లు వెనక్కి వెళ్ళినప్పుడు, మొత్తం జనాభాని వాళ్ళతో తీసుకొని వెళతారని మేము భయపడుతున్నాం.'

జ్యాన్: 'అది అసాధ్యం. వాళ్ళ దగ్గర తగినన్ని రైళ్ళు లేవు.'

అనెక్స్: 'రైళ్ళా? వాళ్ళు పౌరులని రైళ్ళలో పంపిస్తారని నువ్వు నిజంగా అనుకుంటున్నావా? ఖచ్చితంగా కాదు. ప్రతి ఒక్కరూ కాలి నడకన వెళ్ళాల్సి ఉంటుంది.' (లేదా, డసైల్ ఎప్పుడూ చెప్పినట్లుగా, పెర్ పెడెస్ అపోస్టోరమ్ (యేసు యొక్క 12 మంది ముఖ్య శిష్యులు నడిచి వెళ్ళినట్లుగా.)

జ్యాన్: 'నేనది నమ్మలేకపోతున్నాను. మీరెప్పుడూ వ్యతిరేక దిశలో చూస్తున్నారు. పౌరులందరినీ తీసుకొని వెంట తీసుకెళ్ళడానికి వాళ్ళ కారణం ఏం చెప్తారు?'

అనెక్స్: 'జర్మన్లు వెళ్ళాల్సొస్తే, వెళ్ళిన తరువాత అన్ని ఆక్రమిత భూభాగాలకి వెళ్ళే తలుపులూ మూసేస్తారని గోబెల్స్ చెప్పినట్లు నీకు గుర్తు లేదా?'

జ్యాన్: 'వాళ్ళు చాలా విషయాలు చెప్పారు.'

అనెక్స్: 'అలా చెయ్యడం జర్మన్ల గొప్పతనమో లేదా మానవత్వమో అని నువ్వు అనుకుంటున్నావా? వాళ్ళ ఆలోచన ఇది: మేము కింది వెళితే, మిగతా అందరినీ మాతో కింది లాగేస్తాం.'

జ్యాన్: 'మీకు నచ్చినది మీరు మాట్లాడచ్చు, నేను మాత్రం నమ్మను.'

అనెక్స్: 'ఇది ఎప్పుడూ ఉండే పాత కథే. తమకి ఎదురయ్యేవరకూ ఎవ్వరూ ప్రమాదాన్ని చూడకూడదనే అనుకుంటారు.'

జ్యాన్: 'కానీ మీకు ఏదీ ఖచ్చితంగా తెలీదు. మీరు కేవలం ఊహించుకుంటున్నారు.'

అనెక్స్: 'ఎందుకంటే మేము ఇప్పటికే అదంతా అనుభవించాం. ముందు జర్మనీలో, ఆ తరువాత ఇక్కడ. రష్యాలో ఏం జరుగుతోందని నువ్వు అనుకుంటున్నావు?'

జ్యాన్: 'మీరు యూదులని ఇందులో చేర్చకూడదు. రష్యాలో ఏం జరుగుతోందో ఎవరికైనా తెలుసని నేను అనుకోవట్లేదు. బ్రిటీషువారు, రష్యావారు బహుశా జర్మన్ల లాగానే ప్రచారం కోసం ఎక్కువ చేసి చెప్పున్నారేమో.'

అనుబంధం: 'కానే కాదు. బిబిసి ఎప్పుడూ నిజమే చెప్పింది. ఒకవేళ వార్తలని కొంచెం ఎక్కువ చేసి చెప్పినా, వాస్తవాలు నిజంగా అవి ఉన్నంత చెడ్డవే. పోలాండ్, రష్యాల్లో లక్షలాది మంది శాంతి కాముకులైన పౌరులు హత్య చేయబడ్డారు లేదా విషవాయువుకి గురిచేయబడ్డారన్న విషయాన్ని నువ్వు కాదనలేవు.'

మిగిలిన మా సంభాషణని నీకే వదిలేస్తాను. నేను చాలా ప్రశాంతంగా ఉన్నాను. ఈ రచ్చంతా గమనించను. నేను బతుకుతానా, చస్తానాఅనేది పట్టించుకోని స్థితికి చేరుకున్నాను. నేను లేకుండా ప్రపంచం తిరుగుతూనే ఉంటుంది. ఏది ఏమైనప్పటికీ, సంఘటనలని మార్చడానికి నేనేమీ చెయ్యలేను. వ్యవహారాలని వాటి దారికి వాటిని వదిలేస్తాను. నేను చదువు మీద దృష్టి పెట్టి, చివరికి అంతా బాగుంటుందని ఆశిస్తాను.

సి. ఆన్

మంగళవారం, ఫిబ్రవరి 8, 1944

ప్రియమైన కిట్టీ,

నాకెలా అనిపిస్తోందో నీకు చెప్పలేను. ఒక నిమిషం శాంతి, నిశ్శబ్దం కోసం ఎదురుచూస్తున్నాను. ఆ తరువాతి నిమిషం కొద్దిగా వినోదం కోసం. మేము నవ్వడమే మర్చిపోయాం–అంటే నా ఉద్దేశం, ఆపలేనంత గట్టిగా నవ్వడం అని.

ఈరోజు పొద్దున ముసిముసిగా నవ్వాను; బడిలో నవ్వేవాళ్ళమే, అ విధంగా. మార్గోట్, నేను నిజమైన యుక్తవయస్కుల్లాగా ముసిముసిగా నవ్వసాగాం.

నిన్న రాత్రి అమ్మతో ఇంకొక సన్నివేశం జరిగింది. మార్గోట్ ఉన్ని దుప్పటిని తన చుట్టూ కప్పుకుంటూ ఉన్నట్టుండి తన మంచం మీది నుంచి దూకి దుప్పటిని జాగ్రత్తగా పరిశీలించింది. ఏం కనిపించిందో తెలుసా? గుండుసూది! అమ్మ దుప్పటికి అతుకు వేసినప్పుడు దాన్ని బయటికి తీయడం మర్చిపోయింది. నాన్న అర్థవంతంగా తల ఆటూయిటూ ఆడించారు. అమ్మ ఎంత నిర్లక్ష్యంగా ఉందో వ్యాఖ్యానించారు.

132

వెంటనే అమ్మ బాత్రూం నుంచి బయటికి వచ్చింది. అప్పుడు ఆమెని ఆటపట్టిద్దామని నేను, డు బిస్ట్ డోక్ ఐన్ ఇఛ్ఛే రాజెన్స్మటర్[20] అన్నాను.

ఆ మాట ఎందుకన్నానని అమ్మ అడిగిందిలే. ఆమె చూడకుండా వదిలేసిన గుండుసూది గురించి ఆమెకి మేము చెప్పాం. ఆమె వెంటనే అతిగంభీరంగా మొహం పెట్టి, 'అబ్బే నువ్వు కదా మాట్లాడాలి. నువ్వు కుట్టుపని చేస్తున్నప్పుడుమొత్తం నేలంతా గుండుసూదులతో ఉంటుంది. చూడు, నువ్వు చేతులు తీర్చిదిద్దుకొనే వస్తువుల డబ్బాని (మానిక్యుర్ సెట్) మళ్ళీ బయటే వదిలేశావు. అసలు నువ్వు ఎప్పుడూ దాన్ని దాని స్థానంలో పెట్టవనుకో!'

నేను దాన్ని ఉపయోగించలేదని చెప్పాను. ఆ అపరాధి మార్గ్రెట్ కాబట్టి తను నన్ను సమర్ధించింది. నేను ఎంత గజిబిజిగా పనులు చేస్తానో అమ్మ చెప్పనే ఉంది, ఇక నేను విసిగిపోయి, 'నువ్వు నిర్లక్ష్యంగా ఉన్నావని అన్నది నేను కానే కాదు. ఇంకొకళ్ళ తప్పులకి ఎప్పుడూ నేనే నిందలు భరిస్తున్నాను!' అని కొట్టినట్టుగా అనేసేవరకు.

అమ్మ నిశ్శబ్దంగా ఉండిపోయింది. ఒక నిమిషం లోపే 'శుభరాత్రి' అంటూ నేను ఆమెని ముద్దుపెట్టుకోవాల్సొచ్చింది. ఈ సంఘటన చాలా ముఖ్యమైనది కాకపోవచ్చు కానీ ఈమధ్య ప్రతి విషయం నాకు కోపం తెప్పిస్తోంది.

ఆన్ మేరీ ఫ్రాంక్

శనివారం, ఫిబ్రవరి 12, 1944

ప్రియాతి ప్రియమైన కిట్టీ,

సూర్యుడు వెలుగుతున్నాడు, ఆకాశం నీలంగా ఉంది, అద్భుతమైన గాలి వీస్తోంది. నేను ఎదురుచూస్తున్నాను–నిజంగా ఎదురుచూస్తున్నాను–అన్నిటికోసం: సంభాషణ, స్వేచ్ఛ, స్నేహితులు, ఏకాంతంగా ఉండడం కోసం. ఏడవడానికి ఎదురుచూస్తున్నాను! ఇంక నేను చెలరేగిపోతానేమో అనిపిస్తోంది. ఏడుపు సహాయపడుతుందని నాకు తెలుసు కానీ ఏడవలేను. నేను నిశ్చింత లేకుండా ఉన్నాను. ఒక గది నుంచి ఇంకొక గదికి నడుస్తాను, కిటికీ చట్రంలోని పగుళ్ళ గుండా ఊపిరి పీల్చుకుంటాను, 'నా కోరిక నెరవేర్చండి, చివరికి...' అంటున్నట్టుగా నా గుండె కొట్టుకుంటోంది.

నాలో వసంతం ఉందనిపిస్తోంది. వసంతం మేల్కొలుపుతున్నట్టుగా ఉంది. నా మొత్తం శరీరంలో, ఆత్మలో ఆ అనుభూతి తెలుస్తోంది. నేను మామూలుగా ఉన్నట్టు బలవంతంగా నటించాలి. నేను పూర్తి అయోమయస్థితిలో ఉన్నాను. ఏం చదవాలో, ఏం రాయాలో, ఏం చెయ్యాలో తెలీదు. నేను దేనికోసమో ఆరాటపడుతున్నానని మాత్రం తెలుసు...

సీ, ఆన్

---

[20] అబ్బా, నువ్వు క్రూరమైనదానివి.

సోమవారం, ఫిబ్రవరి 14, 1944

ప్రియమైన కిట్టి,

శనివారం నుంచి నాలో చాలా మార్పొచ్చింది. ఇదీ జరిగింది: నేను దేనికోసమో ఆరాటపడేదాన్ని ఇంకా ఆరాటపడుతున్నాను కానీ...ఒక చిన్న, సమస్య యొక్క చాలా చిన్నభాగం పరిష్కరించబడింది.

ఆదివారం పొద్దున పీటర్ నావైపే చూస్తూ ఉండడం గమనించాను. నాకు ఎంతో ఆనందంగా అనిపించింది. (నేను నీతో నిజాయితీగా ఉంటాను) మామూలుగా చూసే విధంగా చూడలేదు. నాకు తెలీదు, అది నేను వివరించలేను. కానీ నేను అనుకున్నట్టు అతను మార్గోట్‌తో ప్రేమలో లేడని నాకు ఉన్నట్టుండి అనిపించింది. రోజంతా నేను అతన్ని మరీ ఎక్కువగా చూడకుండా ఉండడానికి ప్రయత్నించాను. ఎందుకంటే, నేను చూసినప్పుడంతా అతను నా వైపు చూడడం కనిపించింది–నాకు మనసులో అద్భుతంగా అనిపించింది. అయినా, అది నాకు చాలా తరచూ కలగాల్సిన అనుభూతి కాదు.

పిమ్, నేను తప్ప మిగతా అందరూ ఆదివారం రేడియో చుట్టూ మూగి 'ఇమ్మార్టల్ మ్యూజిక్ ఆఫ్ ద జర్మన్ మాస్టర్స్' వింటున్నారు. డస్సెల్ రేడియో నాబులను ఒకటే తిప్పుతూండడం పీటర్‌కి, మిగతావాళ్ళకి కూడా కోపం తెప్పించింది. అరగంటసేపు తనను తాను నిగ్రహించుకున్న తరువాత, 'రేడియోని కెలకడం మానేస్తారా' అని పీటర్ కొంచెం చిరాగ్గా అడిగాడు. అందుకు డస్సెల్ తన అత్యంత అహంకార స్వరంలో, 'ఇచ్ మాచ్ దాస్ స్కోన్!'[21] అని సమాధానం ఇచ్చాడు.

పీటర్‌కి కోపం వచ్చి దురుసుగా ఒక మాట అన్నాడు. మిస్టర్ వాన్ డాన్ అతని పక్షాన నిలిచాడు. దాంతో డస్సెల్‌కి వెనక్కి తగ్గక తప్పలేదు. అంతే. విభేదానికి కారణం ప్రత్యేకించి అంత పెద్దదేమీ కాదు కానీ పీటర్‌కి బాగా బాధ కలిగింది. ఎందుకంటే, ఈరోజు పొద్దున నేను అటక మీద పుస్తకాల అరలో వెతుకుతున్నప్పుడు, పీటర్ పైకొచ్చి ఏం జరిగిందో నాకు చెప్పడం మొదలుపెట్టాడు. నాకు దాని గురించి ఏమీ తెలీదు. కానీ తను చెప్పేది శ్రద్ధగా వినే శ్రోత దొరికిందని పీటర్ తొందరగానే గ్రహించి, విషయం గురించి ఉపోద్ఘాతం చెప్పడం ప్రారంభించాడు.

'ఊఁ, విషయం ఎంతటే,' అన్నాడు. 'సాధారణంగా నేను ఎక్కువగా మాట్లాడను. ఎందుకంటే నేను ఇబ్బంది పడిపోతానని నాకు ముందే తెలుసు. తడబడుతూ మాట్లాడడం, సిగ్గుపడడం మొదలుపెడతాను. నా మాటలని ఎంతగా మెలితిప్పేస్తానంటే చివరికి నేను మాట్లాడడం ఆపాల్సొస్తుంది. నాకు సరైన మాటలు దొరకవు మరి. నిన్న అదే జరిగింది. నేను పూర్తిగా వేరే ఏదో చెప్పాలనుకున్నాను. కానీ మొదలుపెట్టిన తర్వాత, అన్నింటినీ కలిపేశాను. భయంకరంగా అనిపించింది. ఇంతకుముందు నాకొక చెడ్డ అలవాటు ఉండేది. అది ఇంకా ఉంటే బాగుండేదని కొన్నిసార్లు అనుకుంటాను. ఎవరిమీదైనా పిచ్చి కోపంగా ఉన్నప్పుడు వాళ్ళతో వాదించడానికి బదులు వాళ్ళని కొట్టేవాణ్ణి. ఈ పద్ధతి వల్ల లాభం ఉండదని నాకు తెలుసు. అందుకే నువ్వంటే నాకు అభిమానం. నీ దగ్గర మాటలకి ఎప్పుడూ కొదవ ఉండదు. నువ్వు చెప్పదలచుకున్నది సరిగ్గా చెప్పేస్తావు, కొంచెం కూడా సిగ్గుపడకుండా.'

'అయ్యో, దాని గురించి నీ అభిప్రాయం తప్పు.' అని నేను బదులిచ్చాను. 'నేను అనుకొనేదొకటి, చెప్పేదొకటి. దానికి తోడు, నేను చాలా ఎక్కువగా, చాలా ఎక్కువసేపు మాట్లాడతాను. అది కూడా అంతే చెడ్డది.'

'కావచ్చు, కానీ నువ్వు ఇబ్బంది పడుతున్నావని ఎవరూ తెలుసుకోలేకపోవడం అనే ప్రయోజనం నీకుంది. నువ్వు సిగ్గుపడడం గానీ గందరగోళపడడం గానీ జరగదు.'

---

[21] అది నేను నిర్ణయిస్తాను.

అతని మాటలకి నేను రహస్యంగా ఆనందించకుండా ఉండలేకపోయాను. అయినా, అతను తన గురించి అలాగే గుసగుసలాడుతున్నట్టు నెమ్మదిగా మాట్లాడుతూ ఉండాలని నేను కోరుకున్నాను కాబట్టి, నా నవ్వుని దాచిపెట్టాను. ఒక దిండు మీద కూర్చుని, చేతులని మోకాళ్ళ చుట్టూ వేసుకొని, అతనివైపు తదేకంగా చూశాను.

ఈ ఇంట్లో నేను ఉన్నట్టుగానే ఇంకొకరు ఉన్నందుకు నాకు సంతోషంగా ఉంది. నేను చెప్పేస్తానేమో అన్న భయం లేకుండా డస్సెల్ని విమర్శించచ్చని పీటర్ ఉపశమనం పొందినట్టుగా అనిపించింది. నా విషయానికొస్తే, నేను కూడా చాలా సంతోషించాను. ఎందుకంటే, ఒక స్నేహపూర్వకమైన తోడు దొరికిందన్న బలమైన అనుభూతి నాలో కలగడాన్ని పసిగట్టాను. ఇది నా స్నేహితురాళ్ళతో ఉండేదని మాత్రమే గుర్తుంది.

సీ, ఆన్

మంగళవారం, ఫిబ్రవరి 15, 1944

డస్సెల్‌తో జరిగిన చిన్న గొడవ అనేక ప్రకంపనాలకి దారి తీసింది. దానికి అతను తనని తాను మాత్రమే నిందించుకోవాలి. సోమవారం సాయంత్రం డస్సెల్ అమ్మని చూడటానికి వచ్చి విజయవంతంగా ఇలా చెప్పాడు. తను బాగా నిద్రపోయాడా లేదా అని పీటర్ పొద్దున అడిగాడని, ఆపైన ఆదివారం సాయంత్రం జరిగినదాని గురించి అతను ఎంత బాధపడ్డాడో చెప్పాడని, తను అన్న మాటలు నిజంగా ఆ ఉద్దేశంతో అనలేదన్నాడని జోడించాడు. తను దాని పట్టించుకోలేదని డస్సెల్ సర్ది చెప్పాడు. కాబట్టి మళ్ళీ అంతా సర్దుకుంది. అమ్మ ఈ కథ నాకు చెప్పింది. డస్సెల్ మీద చాలా కోపంగా ఉన్న పీటర్, తను నాతో చెప్పినవన్నీ ఇందుకు విరుద్ధంగా ఉన్నా కూడా, బాగా తగ్గాడే...అని రహస్యంగా ఆశ్చర్యపోయాను.

ఈ విషయం గురించి పీటర్‌తో మాట్లాడకుండా ఉండలేకపోయాను. అతను వెంటనే డస్సెల్ అబద్ధం చెప్పాడని అన్నాడు. నువ్వు పీటర్ మొహం చూడల్సింది. నా దగ్గరొక కెమెరా ఉంటే బాగుండేది. అసహనం, కోపం, ఏం చేయాలో తెలియకపోవడం, ఆందోళన, ఇంకా చాలా భావాలు ఒకదాని వెంట ఒకటి అతని మొహంలో కనిపించాయి.

ఆరోజు సాయంత్రం మిస్టర్ వాన్ డాన్, పీటర్ నిజంగా డస్సెల్ మీద అరిచారు. కానీ అది అంత ఇదిగా ఉండి ఉండదు. ఎందుకంటే ఈ రోజు పీటర్‌కి మరొకసారి డెంటల్ అపాయింట్‌మెంట్ ఉండింది.

నిజానికి, వాళ్ళు మళ్ళీ మాట్లాడుకోవాలని అనుకోలేదు.

బుధవారం, ఫిబ్రవరి 16, 1944

ఏవో కొన్ని అర్థం లేని మాటలు తప్ప పీటర్, నేను రోజంతా ఒకరితో ఒకరు మాట్లాడుకోలేదు. అటకమీదికి వెళ్ళలేనంత చల్లగా ఉంది. పైగా, ఈరోజు మార్గోట్ పుట్టినరోజు. పన్నెండున్నరకి అతను బహుమతులు చూడటానికొచ్చాడు. అవసరం కంటే ఎక్కువసేపు మాట్లాడుతూ ఇక్కడే ఉండిపోయాడు. ఇది అతను ఇంతకుముందు ఎప్పుడూ చెయ్యలేదు. మధ్యాహ్నం నాకు అవకాశం దొరికింది. తన పుట్టినరోజున మార్గోట్‌ని సతాయించాలని నాకు అనిపించింది కాబట్టి, కాఫీ తీసుకొని రావడానికి, ఆ తర్వాత బంగాళదుంపలు తేవడానికి వెళ్ళాను. నేను పీటర్ గదికి వచ్చినప్పుడు, అతను వెంటనే తన కాగితాలని మెట్ల మీద నుంచి తీసేశాడు. అటక మీదికి వెళ్ళే తలుపు మూసేయాలా అని అడిగాను.

'తప్పకుండా,' పీటర్ అన్నాడు, 'వెసెయ్. కిందికి రావాలనుకున్నప్పుడు తలుపు తట్టు, నేను తీస్తాను.'

నేను అతనికి ధన్యవాదాలు తెలిపి, మేడమీదికి వెళ్ళి, కనీసం పది నిమిషాలపాటు బాగా చిన్నగా ఉన్న చిన్న బంగాళదుంపల కోసం పీపాలో (బారెల్) వెతికాను. నాకు వీపు నొప్పి మొదలైంది. పైగా అటకమీద చల్లగా ఉంది. దాంతో సహజంగానే, తలుపు కొట్టుకునేకుండా కిందకి వెళ్ళడానికి తలుపుని నేనే తెరిచాను. కానీ అతను మర్యాదగా లేచి నా చేతుల నుంచి గిన్నె అందుకున్నాడు.

'నా వంతు ప్రయత్నం అంతా చేశాను కానీ ఇంతకన్నా చిన్నవి దొరకలేదు.'

'నువ్వు పెద్ద బారెల్లో చూశావా?'

'చూశాను, వాటన్నిట్లో వెతికాను.'

అప్పటికి నేను మెట్ల కింద ఉన్నాను. అతను తను ఇంకా పట్టుకొనే ఉన్న బంగాళదుంపల గిన్నెని పరిశీలించాడు. 'ఊహ్, కానీ ఇవి బాగున్నాయి కదా' అని, నేను అతని నుండి గిన్నె తీసుకున్నప్పుడు, 'అభినందనలు!' అని కూడా అన్నాడు.

అతను ఇలా చెప్పినప్పుడు, ఎంత వెచ్చగా, మెత్తగా చూశాడంటే, నేను లోలోపల సంతోషంతో వెలిగిపోయాను. అతను నన్ను సంతోషపెట్టాలనుకున్నాడని నేను కనిపెట్టాను. కానీ అతను సుదీర్ఘమైన అభినందన ప్రసంగం చేయలేడు కాబట్టి కళ్ళతోనే అంతా చెప్పాడు. అతన్ని నేనెంతో బాగా అర్థం చేసుకున్నాను. చాలా కృతజ్ఞతా భావం కలిగింది. ఇప్పటికీ ఆ మాటలు, ఆ చూపు మళ్ళీ తలుచుకున్నప్పుడు ఆనందంగా ఉంటుంది!

నేను కిందికి వెళ్ళినప్పుడు, అమ్మ ఈసారి రాత్రి భోజనానికి ఇంకొన్ని బంగాళదుంపలు అవసరమంది. కాబట్టి నేను మళ్ళీ పైకి వెళ్ళాను. నేను పీటర్ గదిలోకి వెళ్ళినప్పుడు, అతన్ని మళ్ళీ ఇబ్బంది పెట్టినందుకు క్షమాపణలు చెప్పాను. నేను మెట్లెక్కుతున్నప్పుడు అతను లేచి, మెట్లకి, గోడకి మధ్యక్కొచ్చి నిలబడి, నా చెయ్యి పట్టుకొని ఆపడానికి ప్రయత్నించాడు.

'నేను వెళ్తానులే' అన్నాడు, 'ఎలాగైనా మేడమీదికి వెళ్ళాలి.'

అవసరం లేదని, నిజంగా చిన్న దుంపలు మాత్రమే తేవాల్సిన పనిలేదని నేను బదులిచ్చాను.

సరేనని అతను నా చేతిని వదిలిపెట్టాడు. నేను తిరిగి వెళ్తూఉప్పుడు అతను తలుపు తెరిచి, మరోసారి నా నుంచి గిన్నె అందుకున్నాడు. తలుపు పక్కన నిలబడి, 'ఏం చదువుకుంటున్నావు?' అని అడిగాను.

'ఫ్రెంచ్,' అని బదులిచ్చాడు.

అతని పాఠాలని నేను ఒకసారి చూడచ్చా అని అడిగాను. అప్పుడు నేను చేతులు కడుక్కొని అతనికి ఎదురుగా దీవాన్ మీద కూర్చున్నాను.

నేను కొంచెం ఫ్రెంచ్ వివరించిన తరువాత, మేము మాట్లాడటం మొదలుపెట్టాం. యుద్ధం తరువాత అతను డచ్ ఈస్ట్ ఇండీస్కి వెళ్ళి రబ్బరు తోటలో ఉండాలని అనుకుంటున్నట్టు చెప్పాడు. ఇంట్లో తన జీవితం గురించి, నల్లబజారు గురించి, ఇంకా, తను ఎంత పనికిరాకుండా ఉన్నాడో చెప్పాడు. అతనికి బాగా ఆత్మన్యూనత ఉందన్నాను. రష్యా, ఇంగ్లాండ్ ఒకరి మీద ఒకరు యుద్ధం చేయడానికి నిర్ణయించుకున్నారని అంటూ అతను యుద్ధం గురించి, యూదుల గురించి మాట్లాడాడు. అతను క్రైస్తవుడే ఉంటే జీవితం చాలా పోయిగా ఉండేదని, లేదా యుద్ధం తరువాత క్రైస్తవుడిగా మారగలిగితే పోయిగా ఉంటుందని అన్నాడు. తను బాప్టిజం తీసుకోవాలనుకుంటున్నాడా అని అడిగాను. కానీ అది అతని ఉద్దేశం కూడా కాదు. తనని ఎప్పుడూ క్రైస్తవుడిగా భావించలేనని, కానీ యుద్ధం తరువాత తను యూదుడని ఎవరికీ తెలియకుండా చూసుకుంటానని చెప్పాడు. ఒక్కక్షణం నాకు బాధగా అనిపించింది. అతనిలో ఇప్పటికీ ఏ కొంచెంగానో విశ్వాసం తక్కువగా ఉండటం ఎంత అవమానకరం.

పీటర్ ఇంకా చెప్పసాగాడు, 'యూదులే ఇప్పటివరకు, ఎప్పటికీ కూడా ప్రత్యేకమైనవాళ్ళు!'

నేను సమాధానం చెప్పాను, 'వాళ్ళు ఏదైనా మంచి విషయంలో ప్రత్యేకంగా ఉండాలని ఆశిస్తున్నాను!'

కానీ మేము చాలా హాయిగా నాన్న గురించి, మానవ స్వభావాన్ని నిర్ణయించడం గురించి, అన్నిరకాల విషయాల గురించి మాట్లాడుతూనే ఉన్నాం. ఎన్నిటి గురించి అంటే, అవన్నీ నాకు గుర్తు కూడా రావడం లేదు.

అయిదుంబావుకి నేను వెళ్ళిపోయాను. ఎందుకంటే, బెప్ వచ్చింది.

ఆరోజు సాయంత్రం అతను వేరే ఇంకొక విషయం కూడా చెప్పాడు, అది నాకు బాగా అనిపించింది. ఒకసారి అతనికి సేనిచ్చిన ఒక సిసి నటుడి చిత్రం గురించి మాట్లాడసాగాడు. అది కనీసం ఒకటిన్నర సంవత్సరాలుగా అతని గదిలో వేలాడుతోంది. అది అతనికి ఎంతగా నచ్చిందంటే, నేను ఇంకొన్ని ఇస్తానన్నాను.

'ఒద్దు,' అని బదులిచ్చాడు, 'ఇప్పుడున్నదే నా దగ్గర పెట్టుకుంటాను. దాన్ని రోజూ చూస్తాను. అందులో ఉన్నవాళ్ళు నా మిత్రులైపోయారు.'

అతను మౌస్చిని ఎప్పుడు ఎందుకంత గట్టిగా కౌగిలించుకుంటాడో ఇప్పుడు నాకు ఇంకా బాగా అర్థమైంది. అతనికి కూడా ఆప్యాయత అవసరమే కదా. అతను అన్న ఇంకొక మాట చెప్పడం మర్చిపోయాను 'లేదు, నాకు సంబంధించిన విషయాలకొస్తే తప్ప నేను భయపడను. కానీ దాని(భయం) మీద దృష్టి పెడుతున్నాను.' అన్నాడు.

పీటర్కి చాలా ఆత్మన్యూనతా భావం ఉంది. ఉదాహరణకి, తను చాలా తెలివితక్కువవాడని, మేమెంతో తెలివైన వాళ్ళమని ఎప్పుడూ అనుకుంటాడు. నేను ఫ్రెంచ్లో అతనికి సహాయం చేస్తున్నప్పుడు వెయ్యి సార్లు ధన్యవాదాలు చెప్పాడు. నేను త్వరలోనే చెప్పబోతున్నాను, 'ఓహ్, ఆ విషయం వదిలెయ్! నీకు ఇంగ్లిషు, జాగ్రఫీ చాలా బాగా వచ్చు.' అని.

ఆన్ ఫ్రాంక్

గురువారం, ఫిబ్రవరి 17, 1944

ప్రియమైన కిట్టి,

ఈరోజు పొద్దున నేను మేడమీద ఉన్నాను, నా కథలు కొన్నింటిని చదువుతానని మిసెస్ వాన్ డికి మాట ఇచ్చాను మరి. 'ఎవాస్ డ్రీమ్' తో మొదలుపెట్టాను. అది ఆమెకి చాలా నచ్చింది. ఆ తరువాత 'సీక్రెట్ అనెక్స్' నుంచి కొన్ని భాగాలు చదివాను. అవి ఆమెని బాగా నవ్వించాయి. పీటర్ కూడా కొద్దిసేపు విన్నాడు (చివరి భాగం మాత్రమే). ఇంకొంచెం చదవడానికి నేను తన గదికి రావచ్చేమో అడిగాను.

నేను అప్పటికికప్పుడే అవకాశం తీసుకోవాల్సొచ్చింది. అందువల్ల నా ఎక్సర్సన్ పుస్తకం తీసుకొచ్చి క్యాడీ మరియు హాన్స్ దేవుడి గురించి మాట్లాడే చోట అతన్ని చదవనిచ్చాను. ఇది అతని మీద ఎటువంటి ముద్ర వేసిందో నేను నిజంగా చెప్పలేను. ఏదో చెప్పాడు, బాగుందా లేదా అన్నదాని గురించి కాదు, దాని వెనుక ఉన్న ఆలోచన గురించి. నాకు అంతగా గుర్తు లేదు. నేను వినోదభరితమైన విషయాలు మాత్రమే రాయలేదన్న సంగతి అతను చూడలనుకున్నానని చెప్పాను. అతను తొను... అన్నట్టు తల ఊపాడు. నేనింక ఆ గది నుంచి వచ్చేశాను. ఇంకా ఏదైనా వింటానేమో చూద్దాం!

నీ, ఆన్ ఫ్రాంక్

శుక్రవారం, ఫిబ్రవరి 18, 1944

నా ప్రియమైన కిట్టి,

నేను మేడమీదికి ఎప్పుడు వెళ్ళినా 'అతన్ని' చూడగలననే వెళ్తాను. ప్రస్తుతం నేను ఎదురుచూడటానికి ఏదో ఉంది కాబట్టి, ఇక్కడి నా జీవితం చాలా మెరుగైంది.

కనీసం నా స్నేహం యొక్క లక్ష్యం ఎప్పుడూ ఇక్కడే ఉంటుంది. నేను ప్రత్యర్థుల గురించి భయపడాల్సిన అవసరం కూడా లేదు (మార్గొట్ తప్ప). నేను ప్రేమలో ఉన్నానని అనుకోవద్దు, ఎందుకంటే లేను కాబట్టి. కానీ పీటర్కి, నాకు మధ్య ఏదో ఒక రకమైన స్నేహం, నమ్మకం అనే భావన విర్బడబోతున్నాయని అనిపిస్తోంది. నాకు అవకాశం వచ్చినప్పుడంతా అతన్ని చూడటానికి వెళ్తాను. ఇంతకుముందు లాగా, నేను వెళ్తే ఏం చేయాలో అతనికి తెలీదన్నట్టుగా పరిస్థితి లేదు. దానికి విరుద్ధంగా, నేను బయటికి వస్తుంటే అతను ఇంకా మాట్లాడుతూనే ఉంటున్నాడు. అమ్మకి నేను మేడమీదికి వెళ్ళడం ఇష్టం లేదు. నేను పీటర్ని ఇబ్బంది పెడుతున్నానని, అతన్ని ఒంటరిగా వదిలేయాలని ఎప్పుడూ అంటుంది. నిజాయితీగా చెప్పాలంటే, నా అంతరాత్మ చేసే ప్రబోధానికి ఆమె విలువ ఇవ్వకూడదా? నేను పీటర్ గదికి వెళ్ళినప్పుడు నన్ను చాలా విచిత్రంగా చూస్తుంది. మళ్ళీ కిందికొచ్చినప్పుడు, అప్పటిదాకా ఎక్కడున్నానని అడుగుతుంది. ఇది భయంకరం. కానీ ఆమె మీద నాలో ద్వేషం మొదలైంది!

నీ, ఆన్ ఎం ఫ్రాంక్

శనివారం, ఫిబ్రవరి 19, 1944

ప్రియమైన కిట్టి,

మళ్ళీ శనివారంవచ్చింది. ఇదే నీకు చెప్పాల్సినదంతా చెప్పేస్తుంది. ఈరోజు పొద్దున అంతా నిశ్శబ్దంగా గడిచిపోయింది. నేను దాదాపు గంటసేపు మాంసం ముద్దలు తయారుచేస్తూ మేడమీద గడిపాను. కానీ అప్పుడప్పుడూ మాత్రమే 'అతని' తో మాట్లాడాను.

అందరూ రెండున్నరకి ఒక కునుకు తీయడానికి మేడమీదికి వెళ్ళినప్పుడు, నేను దుప్పటీ అవీ తీసుకొని కింది కి వెళ్ళాను, బల్ల దగ్గర కూర్చొని చదవడమో రాయడమో చేద్దామని. కానీ ఎక్కువసేపు చెయ్యలేకపోయాను. నా తలని చేతుల్లో పెట్టుకొని మనస్ఫూర్తిగా ఏడ్చాను. కన్నీళ్ళు నా బుగ్గల మీద నుంచి ప్రవహించాయి. చాలా బాధగా అనిపించింది. ఓహ్, నన్ను ఓదార్చడానికి 'అతను' కనుక వచ్చి ఉంటే.

నేను మళ్ళీ మేడమీదికి వెళ్ళేసరికి నాలుగు దాటింది. ఐదుగంటలకి, మళ్ళీ ఒకసారి మేము కలవగలమని ఆశిస్తూ కొన్ని బంగాళదుంపలు తేవడానికి బయలుదేరాను. కానీ నేను తల దువ్వుకుంటూ ఇంకా బాత్రూంలో ఉండగానే అతను బోషిని చూడటానికి వెళ్ళాడు.

మిసెస్ వాన్ డి కి సహాయం చెయ్యాలనుకొని నా పుస్తకం అవీ తీసుకొని మేడమీదికి వెళ్ళాను. కానీ అకస్మాత్తుగా మళ్ళీ కన్నీళ్ళొస్తున్నట్టు అనిపించింది. గబగబా మెట్లు దిగి మరుగుదొడ్డికి వెళ్ళాను, వెళ్ళేదారిలో గబుక్కున అద్దం తీసుకొని. నా పని అయిపోయాక చాలాసేపు, పూర్తిగా దుస్తులు ధరించే, టాయిలెట్ మీదే కూర్చున్నాను. కన్నీళ్ళతో నా ఆప్రాన్ (వంట చేసేటప్పుడు దుస్తుల మీద మరకలు పడకుండా ధరించేది) మీది ఎరుపు భాగంలో నల్లటి చారలు పడ్డాయి. నాకు పూర్తి నిరాశగా అనిపించింది.

నా మనసులో జరిగింది ఇది: ఓహ్, ఈ రకంగా నేను ఎప్పటికీ పీటర్ని చేరుకోలేను. ఎవరికి తెలుసు, బహుశా అతనికి నేనంటే ఇష్టమే లేకపోవచ్చు. అతనికి చెప్పుకోవడానికి ఎవరూ అవసరం లేకపోవచ్చు. బహుశా అతను నా గురించి ఏదో మామూలుగా మాత్రమే అనుకుంటూ ఉండొచ్చు. నేను మళ్ళీ ఒంటరిని అయిపోవచ్చు, చెప్పుకోవడానికి ఎవ్వరూ లేకుండా, పీటర్ లేకుండా, ఆశ, ఓదార్పు లేదా ఎదురుచూడటానికి ఏమీ లేకుండా. ఓహ్, అతని భుజమ్మీద నా తల పెట్టుకొని మరీ ఇంత ఒంటరిగా, అందరిచేత వదిలేయబడ్డదానిగా అనిపించకపోతే ఎంత బాగుంటుంది! ఎవరికి తెలుసు, బహుశా అతనికి నేనంటే లక్ష్యం లేదేమో. వేరేవాళ్ళని కూడా ఇదే విధంగా మెత్తగా చూస్తాడేమో. బహుశా ఇది నాకే ప్రత్యేకం అని ఊహించుకున్నానేమో. 'ఓహ్, పీటర్, నువ్వే కనుక నన్ను వినగలిగితే లేదా నన్ను చూడగలిగితే ఎంత బాగుండు. ఒకవేళ నిజం నిరాశపరిచేదైతే, నేను దాని భరించలేను.'

కొంచెంసేపటికి నాకు మళ్ళీ ఆశాజనకంగా అనిపించింది, పూర్తి నమ్మకం కలిగింది...నా కన్నీళ్ళు ఇంకా ప్రవహిస్తున్నప్పటికీ—లోపలి వైపు.

సీ, ఆన్ ఎం ఫ్రాంక్

ఆదివారం, ఫిబ్రవరి 20, 1944

మిగిలిన వారమంతా వేరేవాళ్ళ ఇళ్ళలో ఏం జరుగుతుందో ఇక్కడ అనెక్స్‌లో ఆదివారాలు జరుగుతుంది. వేరేవాళ్ళంతా మంచి మంచి బట్టలు వేసుకొని ఎండలో విహరిస్తూ ఉంటే మేము ఇల్లు ఊడ్చి, తుడిచి, బట్టలు ఉతుక్కుంటాం.

ఎనిమిది గంటలు: మిగతావాళ్ళం ఇంకా పడుకొనే ఉండాలనుకున్నా, డస్సెల్ మాత్రం ఎనిమిది గంటలకి లేచేస్తాడు. అతను బాత్రూంకి వెళ్తాడు, తరువాత కింది అంతస్తుకి, తరువాత మళ్ళీ పైకి, ఆ తరువాత బాత్రూంకి వెళ్తాడు. స్నానం చేయడానికి మొత్తం గంటసేపు కేటాయిస్తాడు.

తొమ్మిదిన్నర: దీయాలు వెలుగుతాయి. తెర తొలగుతుంది. మిస్టర్ వాన్ డాన్ బాత్రూంకి వెళ్తారు. నేను మంచం మీద పడుకొని, డస్సెల్ ప్రార్థన చేసుకుంటుంటే అతన్నివైపునుంచి చూడ్డంలోకి రావడం నాకు ఆదివారం పొద్దున కలిగిన ఇబ్బందుల్లో ఒకటి. ఇది వింతగా అనిపిస్తుందని నాకు తెలుసు కానీ డస్సెల్ ప్రార్థన చేసుకోవడం అనేది చూడటానికి ఒక భయంకరమైన దృశ్యం. అతను కేకల వేస్తాడో లేదా ఉద్వేగానికి లోనవుతాడో కాదు, అస్సలు కాదు. కానీ అతను ఒక పావుగంటసేపు—మొత్తం పదిహేను నిమిషాలు—మునివేళ్ళ మీద నుంచి మడమల వరకు వెనక్కి, ముందుకి వెనక్కి, ముందుకి కదులుతూ ఉంటాడు. ఇది కొనసాగుతూనే ఉంటుంది. నేను కనుక గట్టిగా కళ్ళ మూసుకోకపోతే నాకు తల తిరగడం మొదలౌతుంది.

పదింబావు: వాన్ డాన్లు ఈల వేస్తారు; బాత్రూం ఖాళీ అయింది. ఫ్రాంక్ ఫ్యామిలీ క్వార్టర్స్‌లో, మొదటి నిద్రమొహాలు దిండ్ల నుంచి పైకి లేవడం మొదలుపెడతాయి. అప్పుడింక అన్నీ వేగంగా, వేగంగా, వేగంగా జరిగిపోతాయి. మార్గోట్, నేను ఎవరో ఒకరం స్నానం చేస్తాం. కింది అంతస్తులో చాలా చల్లగా ఉంటుంది కాబట్టి మేము ప్యాంటు, తల కండువాలు (హెడ్ స్కార్ఫ్) ధరిస్తాం. ఇంతలో నాన్న బాత్రూం పనిలో ఉంటారు. పదకొండు గంటలకి బాత్రూం ఉపయోగించుకోవడం మార్గోట్ లేదా నా వంతు. ఇక మేమందరం శుభ్రంగా ఉన్నట్లే.

పదకొండున్నర: అల్పాహారం. దీని గురించి ఎక్కువగా మాట్లాడను. ఎందుకంటే నేను ప్రస్తావన తీకుండానే తిండి గురించి తగినంత చర్చ జరుగుతుంది.

పన్నెండంబావు: ఎవరి దారిన వాళ్ళు వెళ్తాం. నాన్న వదులుగా, ఓవరాల్స్ (మైనున్నుంచి కిందవరకు ఉం

డే కోటు, బట్టలకి దుమ్ము అంటకుండా ఉండేందుకు వేసుకొనేది) వేసుకొని, చేతులు, మోకాళ్ల మీద కూర్చొని రగ్గుని ఎంత తీవ్రంగా రుద్దుతారంటే, గదినంతా దుమ్ము కప్పిస్తుంది. డస్సెల్ పడకలు సర్దుతాడు (అంతా తప్పుగా సర్దుతాడులే). ఆ పని చేస్తున్నంతసేపూ అదే బీథోవెన్ వయోలిన్ కచేరీని ఎప్పుడూ ఈల వేస్తాడు. అమ్మ ఉతికిన బట్టలను ఆరేస్తూ అటక మీద తిరుగుతున్న శబ్దం వినిపిస్తుంది. మిస్టర్ వాన్ డాన్ టోపీ పెట్టుకొని కిందివైపుకి అదృశ్యమవుతారు. సాధారణంగా ఆయనని పీటర్, మౌచి అనుసరిస్తారు. మిసెస్ వాన్ డీ ఒక పొడవైన ఆప్రాన్, ఒక నల్లటి ఉన్ని జాకెట్, ఓవర్షూలు, తల చుట్టూ ఎర్రటి ఉన్ని కండువా ధరిస్తుంది. విడిచిన బట్టల మూటని పట్టుకొని, బాగా అలవాటున్న దుస్తులు ఉతికే మహిళ కదిలించే విధంగా తల కదిలిస్తూ కిందికి బయలుదేరుతుంది. మార్గోట్, నేను పాత్రలు తోమి గదిని సర్దేస్తాం.

బుధవారం, ఫిబ్రవరి 23, 1944

నా ప్రియమైన కిట్టీ,

నిన్నటి నుంచి వాతావరణం అద్భుతంగా ఉంది. నాకు బాగానే ఉత్సాహం కలిగింది. నా రచన, నాకున్న అతిగొప్ప లక్షణం, బాగా కుదురుతోంది. నా ఊపిరితిత్తుల నుంచి పాత గాలిని తీసేద్దామని రోజు పొద్దున అటక మీదికెళ్లాను. ఈరోజు పొద్దున వెళ్లినప్పుడు పీటర్ శుభ్రం చేసేపనిలో పడావుడిగా ఉన్నాడు. అతను త్వరగా ముగించి నేలమీద నేను కూర్చొని ఉన్న నాకిష్టమైన చోటికొచ్చాడు. మేమిద్దరం నీలాకాశం, మంచుతో మెరుస్తున్న ఆకులు లేని చెస్ట్నట్ చెట్టు, గాల్లో దూసుకుంటూ ఎగిరిపోతూ వెండి వెలుగులు చిమ్ముతున్న సీగల్స్, ఇతర పక్షులని చూశాం. మాట్లాడలేనంతగా ప్రభావితం ఆయ్యాం. ముగ్ధులమయ్యాం. నేను కూర్చొని ఉన్నాను. అతను మందపాటి స్తంభానికి తల ఆనించి నిలబడ్డాడు. మేము గాలి పీల్చుకున్నాం. బయటికి చూసి, మాటలతో ఆ ముగ్ధత్వం భంగం కాకూడదని ఇద్దరమూ భావించాం. చాలాసేపు ఇలాగే ఉండిపోయాం. అతను చెక్కని పొగులుగా కొట్టడానికి అటక మీదికి వెళ్లాల్సిన్స్ సమయానికి...అతను మంచివాడు, సంస్కారం ఉన్న అబ్బాయని నాకు తెలిసింది. అతను నిచ్చెనెక్కి అటకమీదికి ఎక్కాడు, నేను అనుసరించాను. అతను చెక్కని పొట్టుగా కొడుతున్న పదిహేను నిమిషాల్లో మేము ఒక్క మాట కూడా మాట్లాడుకోలేదు. నేను నిలబడి ఉన్న చోటు నుంచి అత్తిని చూశాను. చెక్కని సరైన విధానంలో కొట్టడానికి, తన బలాన్ని చూపించుకోవడానికి చేయగలిగి నంత చేస్తున్నాడని స్పష్టంగా తెలుస్తోంది. కానీ నేను తెలచి ఉన్న కిటికీ నుంచి కూడా బయటికి చూశాను. నా కళ్లని తిప్పుతూ ఆమ్స్టర్డామ్కి చెందిన ఒక పెద్ద భాగం, ఇళ్ల పైకప్పులు, భూమ్యాకాశాలు కలిసే చోట చూశాను. భూమ్యాకాశాలు కలిసే చోట ఎర్రదిన నీలి రంగు పట్టి అది దాదాపు కనిపించనంత పలుచని రంగులో ఉంది.

'ఈ సూర్యరశ్మి, ఈ మేఘరహిత ఆకాశం ఉన్నంతకాలం, వాటిని నేను ఆస్వాదించగలిగినంత కాలం, బాధగా ఎలా ఉండగలను?' అనుకున్నాను.

భయపడేవాళ్లకి, ఒంటరితనంతో ఉన్నవాళ్లకి లేదా సంతోషంగా లేనివాళ్లకి ఉత్తమ పరిష్కారం బయటికి వెళ్లడం...ఎక్కడో ఆకాశం, ప్రకృతి, దేవుడితో ఏకాంతంగా ఉండగలిగే చోటు. ఎందుకంటే అప్పుడు, అప్పుడు మాత్రమే, ప్రతిదీ ఎలా ఉండాలో అలా ఉందని, ప్రకృతి అందం సరళతల మధ్య జనం సంతోషంగా ఉండాలని దేవుడు కోరుకుంటాడని తెలుస్తుంది.

ఇది ఉన్నంత కాలం, ఇది ఎప్పటికీ ఉండాలి, పరిస్థితులు ఏమైనప్పటికీ, ప్రతి దుఃఖానికి తగిన ఓదార్పు ఉంటుందని నాకు తెలుసు. బాధపడే వాళ్లందరికీ ప్రకృతి ఓదార్పునివ్వగలదని గట్టిగా నమ్ముతున్నాను.

140

ఆహ్, ఎవరికి తెలుసు, బహుశా పట్టలేని ఈ సంతోషానుభూతిని నాలాగే అనుభూతి చెందుతున్న ఎవరో ఒకరితో పంచుకోవటానికి ఎక్కువ కాలం పట్టకపోవచ్చు.

సీ, ఆన్

పీ.ఎస్. ఆలోచనలు: పీటర్‌కి.

ఇక్కడ చాలా కాలంగా మేము ఎన్నో, ఎంతో కోల్పోతున్నాం. అది నువ్వు ఎంత కోల్పోతున్నావో నేను కూడా అంత కోల్పోతున్నాను. నేను బాహ్య విషయాల గురించి మాట్లాడటం లేదు, ఎందుకంటే ఆ కోణంలో మాకు అన్ని బాగా అందుతున్నాయి. నా ఉద్దేశ్యం అంతర్గత విషయాలు అని. నీలాగే, నాకు కూడా స్వేచ్ఛ, స్వచ్ఛమైన గాలి కావాలని ఉంది. కానీ వాటిని నష్టపోతున్నందుకు ధారాళంగా పరిహారం పొందుతున్నామనే అనుకుంటున్నాను. లోపల, నా ఉద్దేశ్యంలో.

ఈరోజు పొద్దున నేను కిటికీ ముందు కూర్చొని బయటికి...దేవుడు, ప్రకృతి వైపు సుదీర్ఘంగా, లోతుగా చూస్తున్నప్పుడు, సంతోషంగా ఉన్నాను, కేవలం సంతోషంగా ఉన్నాను. పీటర్...జనం తమలో ఆ రకమైన ఆనందాన్ని, ప్రకృతి యొక్క ఆనందాన్ని, ఆరోగ్యాన్ని, వాటికి తోడు ఇంకా మరెన్నో అనుభూతి చెందుతున్నంత కాలం, వాళ్ళ ఎప్పుడూ ఆ ఆనందాన్ని తిరిగి పొందగలుగుతారు.

ధనం, ప్రతిష్ఠ కోల్పోవచ్చు, అంతా కోల్పోవచ్చు. కానీ మన మనసులోని ఆనందం కాస్త మనకబారగలదు, అంత మాత్రమే. కానీ అది ఎప్పుడూ ఉంటుంది, మనం జీవించినంత కాలం మనల్ని మళ్ళీ సంతోషపెట్టడానికి ఎప్పుడూ ఉంటుంది.

నీకు ఒంటరిగా లేదా విచారంగా అనిపించినప్పుడంతా ఒక అందమైన రోజున అటక మీదికెళ్ళి బయటివైపుకి చూడటానికి ప్రయత్నించు. ఇళ్ళు, పైకప్పులని కాదు, ఆకాశాన్ని చూడటానికి. ఆకాశం వైపు నువ్వు నిర్భయంగా చూడగలిగినంతవరకు, నువ్వు లోపల స్వచ్ఛంగా ఉన్నావని మీకు తెలుస్తుంది. మరోసారి ఆనందం దొరుకుతుంది.

ఆదివారం, ఫిబ్రవరి 27, 1944

నా ప్రియమైన కిట్టి,

తెల్లవారి నుంచి రాత్రి పొద్దుపోయేవరకు నేను చేసేదంతా పీటర్ గురించి ఆలోచించడం మాత్రమే. నా కళ్ళ ముందు అతని ప్రతిరూపంతో నిద్రపోతాను, అతని గురించి కలలు కంటాను, అతను ఇంకా నావైపు చూస్తూ ఉండగా మేల్కొంటాను.

పీటర్, నేను నిజంగా పైకి కనిపించేంత వేరుగా లేమన్న బలమైన భావన నాకు ఉంది. ఎందుకో వివరిస్తాను: పీటర్‌కి, నాకు కూడా తల్లి లేదు. అతని తల్లి చాలా బాహ్యమైన వ్యక్తి. ఆమెకి సరదాగా ఉండడం ఇష్టం. అతని బుర్రలో ఆలోచనలు ఎలా ఉన్నాయో పెద్దగా పట్టించుకోదు. నా తల్లికి నా జీవితం మీద మంచి ఆసక్తి ఉంది. కానీ ఆమెలో నేర్పు, సున్నితత్వం గాని ఒక తల్లిలా అర్థం చేసుకోవడం గాని లేవు.

పీటర్, నేను ఇద్దరం మా ఆంతరంగిక భావాలతో పోరాడుతున్నాం. మా మీద మాకు ఇంకా నమ్మకం లేదు. మానసికంగా, మాతో అంత దురుసుగా వ్యవహరించకూడదన్నంత బలహీనంగా ఉన్నాం. అలా జరిగినప్పుడంతా నేను బయటికి పరిగెత్తి నా మనోభావాలు దాచాలనుకుంటాను. కానీ దానికి బదులు

గిన్నెలు, పెనాలు విసిరేస్తాను, నీళ్ళు చల్లేస్తాను. సాధారణంగా నేను గోల చేసే రకాన్ని. అందువల్ల నేను మైళ్ళ దూరంలో ఉండాలని అందరూ కోరుకుంటారు. పీటర్ ప్రతిచర్య మాత్రం...తనలోనే ఉండిపోవడం, మాట్లాడకపోవటం, నిశ్శబ్దంగా కూర్చొని పగటి కలలు కనడం, అంతసేపూ తన నిజ స్వరూపం బయట పడకుండా జాగ్రత్తగా దాచడం.

చివరికి మేము ఒకరినొకరం ఎలా, ఎప్పుడు చేరుకుంటాం?

ఇంకా ఎంతకాలం ఈ ఆత్రుతని అదుపులో ఉంచుకోగలనో నాకు తెలీదు.

సీ, ఆన్ ఎం ఫ్రాంక్

సోమవారం, ఫిబ్రవరి 28, 1944

నా ప్రియమైన కిట్టి,

ఇది ఒక పీడకల లాంటిది, నేను మేలుకొన్న తరువాత చాలాసేపు కొనసాగుతుంది. నేను రోజులో దాదాపు ప్రతి గంటా అతన్ని చూస్తాను. అయినా అతనితో ఉండలేను. మిగతావాళ్ళని గమనించనివ్వలేను. నా మనసు బాధపడుతున్నప్పటికీ ఉత్సాహంగా ఉన్నట్టు నటించాలి.

పీటర్ విఫ్, పీటర్ వాన్ డాన్...మంచివాడు, దయగలవాడు, నేను ఎంతో ఇదిగా ఎదురుచూస్తున్న ఒకే పీటర్గా కరిగిపోయారు. అమ్మ భయంకరం. నాన్న మంచివారు, అది ఆయనని ఇంకా భరించలేనట్టుగా తయారుచేస్తుంది. ఇంక మార్గోట్ ఎమో దారుణం. ఎందుకంటే నా నవ్వు మొహాన్ని ఉపయోగించుకొని నా మంచి అన్నీ తీసేసుకుంటుంది. కానీ నేను కోరుకొనేది నన్ను ఒంటరిగా వదిలేయ్యాలని మాత్రమే.

పీటర్ అటక మీదికి రాలేదు కానీ ఏదో వడ్రంగి పని చెయ్యడానికి పై అటక మీదికి వెళ్ళాడు. అతను చెక్కని కోసిన, కొట్టిన ప్రతిసారీ నా ధైర్యంలోంచి ఇంకొక భాగం విచ్చిన్నమైపోయి, నేను ఇంకా ఎక్కువగా బాధపడ్డాను. దూరంగా ఒక గడియారం 'మనసు స్వచ్ఛంగా ఉంచుకో, మెదడు స్వచ్ఛంగా ఉంచుకో!' అంటూ గంట కొట్టసాగింది.

నేను భావోద్వేగం ఉన్న మనిషిని, నాకు తెలుసు. నిరాశపరురాలిని, మూర్ఖురాలిని, అది కూడా తెలుసు. ఓహ్, నాకు సహాయం చెయ్యి!

సీ, ఆన్ ఎం ఫ్రాంక్

బుధవారం, మార్చి 1, 1944

ప్రియమైన కిట్టి,

నా సొంత వ్యవహారాలు వెనక్కి నెట్టబడ్డాయి...ఒక చోరబాటు వల్ల. నా చోరబాట్లనిటితో నీకు విసుగు తెప్పిస్తున్నాను. కానీ 'గిస్ అండ్ గో' ని తమ రాకతో గౌరవించడంలో దొంగలు ఆనందం పొందుతున్నప్పుడు నేనే చెయ్యగలను?

నిన్న రాత్రి ఏడున్నరకి మిస్టర్ వాన్ డాన్ మామూలుగానే మిస్టర్ కుగ్లర్ కార్యాలయానికి వెళ్ళుడగా గాజు తలుపు, కార్యాలయం తలుపు రెండూ తెరిచి ఉండడం చూశారు. ఆయన ఆశ్చర్యపోయారు కానీ వాటిని దాటి వెళ్ళిపోయారు. గదిని రెండుగా వేరు చేసే (ఆల్కోవ్) తలుపులు కూడా తెరిచి ఉండి, ముందు కార్యాలయమంతా భయంకరమైన గజిబిజిగా ఉండడం చూసి ఇంకా ఆశ్చర్యపోయారు.

'దోపిడీ జరిగింది' అని ఆయన మనసుకి తట్టింది. కాని నిర్ధారించుకోవడానికని కింది అంతస్తులో ముందు తలుపు దగ్గరికి వెళ్ళి తాళం వేసుందో లేదో చూశారు. అంతా వేసి కనిపించింది. 'బెప్, పీటర్ ఈ సాయంత్రం చాలా నిర్లక్ష్యంగా ఉండి ఉండాలి,' అన్న నిర్ణయానికి మిస్టర్ వాన్ డి వచ్చారు. మిస్టర్ కుగ్లర్ కార్యాలయంలో కొంతసేపు ఉండి, దీపం ఆర్పేసి, తెరిచిన తలుపులు, గజిబిజిగా ఉన్న కార్యాలయం గురించి పెద్దగా కంగారు పడకుండా మేడమీదికి వెళ్ళరు.

ఈరోజు తెల్లవారురూమున పీటర్ మా తలుపు తట్టి, ముందు తలుపు పూర్తిగా తెరిచి ఉందని, ప్రొజెక్టర్, మిస్టర్ కుగ్లర్ కొత్త బ్రీఫ్‌కేస్ గూట్లో నుంచి మాయమయ్యాయని చెప్పాడు. పీటర్‌ని తలుపు తాళం వెయ్యమన్నారు. మిస్టర్ వాన్ డాన్ ముందు రాత్రి తను చూసినవి మాకు చెప్పారు. దాంతో మేము చాలా భయపడ్డాం.

ఎవరో బలవంతంగా ప్రవేశించినట్టు సంకేతాలు లేవు కాబట్టి, దొంగ దగ్గర నకిలీ తాళంచెవి ఉండాలి. అతను సాయంత్రం మొదలవుతుండగానే దొంగతనంగా లోపలికొచ్చి తన వెనకాల తలుపు మూసేసి, మిస్టర్ వాన్ డాన్ అటు వెళ్తున్న చప్పుడు విని దొక్కోని ఉండాలి. మిస్టర్ వాన్ డాన్ మేడమీదికి వెళ్ళిన తరువాత దొంగిలించిన సొత్తుతో పారిపోయుండాలి. ఆ తొందరలో తలుపు మూయడం గురించి పట్టించుకోకుండా వెళ్ళిపోయుండాలి.

మా తాళంచెవి ఎవరి దగ్గర ఉండవచ్చు? దొంగ గిడ్డంగికి ఎందుకు వెళ్ళలేదు? ఈ పని చేసింది మా సొంత గిడ్డంగి ఉద్యోగుల్లో ఒకరా? అతను మిస్టర్ వాన్ డాన్ అటు వెళ్ళడం విన్నాడు, బహుశా చూశాడేమో కూడా. కాబట్టి మమ్మల్ని పట్టిస్తాడా?

నిజంగా భయమేస్తోంది. ఎందుకంటే, దొంగ మళ్ళీ వద్దామని ప్రయత్నం చేయాలనుకుంటాడో లేదో మాకు తెలీదు. లేదా భవనంలో వేరే ఎవరో ఉన్నారని తెలిసి నిర్ఘాంతపోయి రాకుండా ఉండిపోతాడా?

సీ, ఆన్

పిఎస్. నువ్వు మా కోసం ఒక మంచి డిటెక్టివ్‌ని వెతికలిగితే మేము ఎంతగానో సంతోషిస్తాం. సహజంగానే, ఒక షరతు ఉంది: అజ్ఞాతంలో ఉన్న మనుషుల గురించి ఎవ్వరికీ తెలియజేయకుండా ఉండే నమ్మకస్తుడై ఉండాలి.

గురువారం, మార్చి 2, 1944

ప్రియమైన కిట్టీ,

ఈరోజు మార్గోట్, నేను కలిసి కాసేపు అటక మీద ఉన్నాం. పీటర్ (లేదా మరొకరితో) ఉన్నట్టు నేను ఊహించుకొనేంత ఆనందంగా ఆమెతో కలిసి ఉన్నప్పుడు ఉండలేను. నాకు అనిపించినట్టుగానే చాలా విషయాల గురించి ఆమెకి కూడా అనిపిస్తుందని నాకు తెలుసు!

శుభ్రం చేస్తున్నప్పుడు, అమ్మతో, మిసెస్ వాన్ డాన్‌తో బెప్ మాట్లాడటం మొదలుపెట్టింది. తను ఎంత నిరుత్సాహానికి గురవుతుందో చెప్పసాగింది. ఆ ఇద్దరూ ఎలా సహాయం చేశారు? ముఖ్యంగా లౌక్యం లేని మా అమ్మ, పరిస్థితి చెడు నుంచి అధ్వాన్నం అయ్యేలా చేసింది. ఆమె సలహా ఏంటో నీకు తెలుసా? ప్రపంచంలో బాధలు పడుతున్న మిగతా జనం గురించి బెప్ ఆలోచించాలని!

మనమే దయనీయంగా ఉన్నప్పుడు ఇతరుల దయనీయ పరిస్థితి గురించి ఆలోచించడం ఎలా సహాయం చెయ్యగలదు? నేను అదే చెప్పాను. అందుకు స్పందనగా, నేను ఈ రకమైన సంభాషణలకి దూరంగా ఉండాలని వాళ్ళు అన్నారులే.

పెద్దలు ఎంతటి మూర్ఖులు! అదేదో మాకందరికి...పీటర్, మార్గోట్, బెప్, నాకు అటువంటి మనోభావాలు లేనట్టు. ఒక్క తల్లి ప్రేమ లేదా చాలా చాలా దగ్గరి సన్నిహితుల ప్రేమ మాత్రమే తోడ్పడగలదు. కాని ఈ ఇద్దరు తల్లులకి మా గురించిన ఏ విషయము అర్థం చేసుకోరు! బహుశా అమ్మ కంటే మిసెస్ వాన్ డాన్ కొంచెం ఎక్కువ అర్థం చేసుకుంటుంది. ఓహ్, పాపం బెప్ కి నేనన్నా చెప్పి ఉంటే బాగుండేది. నా సొంత అనుభవం నుంచి నాకు తెలిసింది ఏదైనా తనకి ఉపయోగపడేది. కాని నాన్న మా మధ్యకి వచ్చారు, నన్ను దురుసుగా పక్కకి తోస్తూ. వాళ్ళంతా ఎంతో తెలివితక్కువవాళ్ళు!

మార్గోట్ తో కూడా నేను అమ్మ, నాన్న గురించి మాట్లాడాను. వాళ్ళు అంత విసిగించేలా ఉండకపోతే ఇక్కడ ఎంత బాగుంటుంది...అన్నాను. ఒక్కో అంశం గురించి ప్రతి ఒక్కరూ ఒకరి తరువాత చర్చించే విధంగా సాయంత్రాలు కార్యక్రమాలు నిర్వహించగలిగేవాళ్ళం. కాని మనం ఇప్పటికే అన్నీ అనుభవించాం. ఇక్కడ మాట్లాడటం అనేది నాకింక అసాధ్యం! మిసెస్ వాన్ డాన్ గొడవపడినట్టుగా మాట్లాడుతుంది. అమ్మదేమో వ్యంగ్య ధోరణి, మామూలు స్వరంతో విడి చెప్పలేదు. నాన్న పాల్గొనాలనే అనుకోరు, డస్సెల్ కూడా అంతే. మిసెస్ వాన్ డి ఎంత తరచుగా దాడికి గురవుతుందంటే, ఆమె ఇక గొడవ పడలేనట్టు ఎర్రబారిన మొహంతో ఊరికే కూర్చుంటుంది. మరి మా సంగతేంటి? మాక్కొక అభిప్రాయం ఉండటానికి వీల్లేదు. ఏం, వాళ్ళు మాత్రం ముందుకెళ్ళట్లేదా! ఒక అభిప్రాయం లేదా! నోరు మూసుకోమని జనం మాకు చెప్పగలరు కాని ఒక అభిప్రాయం ఏర్పరచుకోకుండా మమ్మల్ని ఆపలేరు. ఒకరి అభిప్రాయాన్ని ఎవ్వరూ ఆపలేరు, వాళ్ళు ఎంత చిన్నవాళ్ళైనా సరే! బెప్ కి, మార్గోట్ కి, పీటర్ కి, నాకు సహాయం చెయ్యగలిగే ఏకైక విషయం...ఎంతో ప్రేమ, అంకితభావం. అదే మాకు ఇక్కడ దొరకట్లేదు. పైగా, ఎవ్వరికి, ముఖ్యంగా ఇక్కడున్న మూర్ఖులైన మునులకి, మమ్మల్ని అర్థం చేసుకోనే సామర్థ్యం లేదు. ఎందుకంటే, మేము వాళ్ళెవరైనా అనుకోనేదాని కంటె సున్నితం, ఆలోచనలో ఎంతో ముందున్నవాళ్ళం!

ప్రేమ, ప్రేమంటే ఏంటి? దాన్ని నిజంగా మాటల్లో పెట్టగలమని నేను అనుకోను. ప్రేమ అనేది ఒకరిని అర్థం చేసుకోవడం, ఆ వ్యక్తి ఆనందాలని, బాధలని పంచుకుంటూ బాగా చూసుకోవడం. చివరిగా ఇందులో శారీరక ప్రేమ ఉంటుంది. వివాహం చేసుకున్నా చేసుకోకపోయినా, బిడ్డ కలిగినా కలగకపోయినా ప్రేమలో ఏదో పంచుకుంటారు, ఏదో ఇచ్చేస్తారు, బదులుగా ఏదో అందు కుంటారు. మనం జీవించినంత కాలం మన పక్కన ఉండి మనల్ని అర్థం చేసుకోనే వ్యక్తి...ఇంకెవరితో కూడా పంచుకోవాల్సిన అవసరం లేని వ్యక్తి ఉన్నంతవరకూ మన గుణాన్ని కోల్పోయినా ఫరవాలేదు!

నీ, ఆన్ ఎమ్ ఫ్రాంక్

ప్రస్తుతం అమ్మ మళ్ళీ నామీద చిరాకు పడుతోంది. నేను తనతోకంటే మిసెస్ వాన్ డాన్ తో ఎక్కువ గా మాట్లాడుతున్నాననని ఆమెకి అసూయగా ఉందన్నది స్పష్టం.

ఈ మధ్యాహ్నం నేను ఎలాగోలా పీటర్ ని పట్టుకోగలిగాను. మేమిద్దరం కనీసం నలభై ఐదు నిమిషాలు మాట్లాడుకున్నాం. అతను తన గురించి నాతో ఏదో చెప్పలనుకున్నాడు, కాని అంత తేలిగ్గా చెప్పలేకపోయాడు. అందుకు చాలా సమయం పట్టినా, మొత్తానికి చెప్పగలిగాడు. నాకు అక్కడ ఉండటం మేలా లేదా వెళ్ళడమా అన్నది నిజంగా తెలియలేదు. కాని అతనికి సహాయం చెయ్యాలని ఎంతగానో అనిపించింది! బెప్ గురించి చెప్పి, మా ఇద్దరి అమ్మలు ఎంత లౌక్యం లేనివాళ్ళో చెప్పాను. తన తల్లి దండ్రులు రాజకీయాలు, సిగరెట్లు, ఇంకా అన్ని రకాల విషయాల గురించి ఎప్పుడూ కొట్టుకుంటూనే ఉంటారని అతను చెప్పాడు. నేను ఇంతకుముందే నీకు చెప్పినట్టుగా, పీటర్ చాలా సిగ్గరి. కాని, ఒక

సంవత్సరమో లేదా రెండు సంవత్సరాలో తన తల్లిదండ్రులని చూడకపోయినా సంతోషంగానే ఉంటానని ఒప్పుకోకపోయే అంత సిగ్గరి కాదు. 'మా నాన్న కనిపించేంత మంచివారేం కాదు,' అని చెప్పాడు. 'కానీ సిగరెట్ల విషయంలోఅమ్మ చెప్పేదే పూర్తిగా సరైనది.'

నేను కూడా మా అమ్మ గురించి చెప్పాను. కానీ అతను మా నాన్న సమర్ధనకొచ్చాడు. 'ఆయన అద్భుతమైన వ్యక్తి' అనుకున్నాడట.

ఈరోజు రాత్రి ఉతికిన నా ఆప్రాన్ ఆరేస్తుంటే అతను నన్ను పిలిచి, తన అమ్మానాన్న మళ్ళీ వాడలాడుకొని ఒకరితో ఒకరు మాట్లాడుకోపోవడం గురించి కింద ఏమీ చెప్పదని కోరాడు. నేను అప్పటికే మార్గోట్‌తో చెప్పేసినప్పటికీ, మాట ఇచ్చాను. మార్గోట్ దాన్ని ఇంకెవరికీ చెప్పదని నాకు ఖచ్చితంగా తెలుసు.

'ఓహ్, పీటర్,' అన్నాను, 'నువ్వు నా గురించి ఆందోళన పడాల్సిన అవసరం లేదు. వినే ప్రతి విషయం గురించీ వాగడం మానేశాను. నువ్వు నాకు చెప్పేదీ ఎవరికీ చెప్పను.'

అది విని అతను సంతోషించాడు. మేము ఎంత భయంకరంగా అవియివి మాట్లాడు కుంటామో కూడా చెప్పను. ఇంకా అన్నాను, 'మార్గోట్ చాలా సరిగ్గా చెప్పింది, నేను నిజాయితీగా లేనని. ఎందుకంటే, నేను గాలికబుర్లు చెప్పడం ఆపేయాలని ఎంతగా అనుకుంటున్నా, మిస్టర్ డస్సెల్ గురించి చర్చించడం కంటే ఎక్కువగా నాకు నచ్చేది ఇంకేదీ లేదని.'

'అది నువ్వు ఒప్పుకోవడం మంచి విషయం,' అన్నాడు. అతను సిగ్గుపడ్డాడు. అతను నిజాయితీగా ఇచ్చిన అభినందనతో నాకూ దాదాపు ఇబ్బందిగా అనిపించింది.

అప్పుడు మేము 'మేడమీద', 'కింద' గురించి ఇంకొంత మాట్లాడుకున్నాం. వాళ్ళ అమ్మానాన్న అంటే నాకు ఇష్టం లేదని తెలిసి పీటర్ నిజంగా ఆశ్చర్యపోయాడు. 'పీటర్,' అన్నాను, 'నేను ఎప్పుడూ నిజాయితీగా ఉంటానని నీకు తెలుసు. కాబట్టి, ఇది మాత్రం నీకెందుకు చెప్పకూడదు? మనం వాళ్ళ తప్పులను కూడా చూడగలం కదా.'

ఇంకా అన్నాను, 'పీటర్, నీకు నేను నిజంగా సహాయం చెయ్యాలనుకుంటున్నాను. చెయ్యనిస్తావా? నువ్వు ఇబ్బందికరమైన స్థితిలో చిక్కుకున్నావు. నువ్వు ఏమీ చెప్పకపోయినా కూడా, అది నీకు నిరాశ కలిగిస్తుందని నాకు తెలుసు.'

'ఓహ్, నువ్వెప్పుడైనా సహాయం చెయ్యచ్చు!'

'బహుశా నువ్వు మా నాన్నతో మాట్లాడటం మంచిదేమో. నువ్వు ఆయనకి ఏదైనా చెప్పచ్చు. ఆయన మళ్ళీ ఎవరికీ చెప్పరు.'

'నాకు తెలుసు, ఆయన నిజమైన మిత్రుడు.'

'నీకు ఆయనంటే చాలా ఇష్టం, కదా?'

పీటర్ తల పంకించాడు. నేను కొనసాగించాను, అయితే, నాన్నకి కూడా నువ్వంటే ఇష్టం, తెలుసా!'

అతను వెంటనే తలపైకెత్తి చూసి సిగ్గుపడ్డాడు. ఈ కాసిన్ని మాటలు అతన్ని ఎంత సంతోషపెట్టాయో చూస్తుంటే నిజంగా మనసుకు హత్తుకున్నట్టు అనిపించింది. 'నీకలా అనిపిస్తుందా?' అని అడిగాడు.

'అవును' అన్నాను. 'ఆయన అప్పుడప్పుడు అనే చిన్నచిన్న మాటల ద్వారా చెప్పచ్చు.'

అప్పుడు మిస్టర్ వాన్ డాన్ ఏదో పురమాయించడానికి లోపలికొచ్చారు. 'నాన్నలాగే పీటర్ ఒక అద్భుతమైన వ్యక్తి'!

సీ, ఎన్ ఎం ఫ్రాంక్

శుక్రవారం, మార్చి 3, 1944

నా ప్రియమైన కిట్టి,

ఈరోజ రాత్రి కొవ్వొత్తిలోకి చూసినప్పుడు, నాకు మళ్ళీ ప్రశాంతంగా, సంతోషంగా అనిపించింది. అమ్మమ్మ ఆ కొవ్వొత్తిలో ఉన్నట్టు అనిపిస్తోంది. నన్ను చూస్తూ నన్ను కాపాడుతున్నది, నన్ను మళ్ళీ సంతోషపెడుతున్నదీ ఆమే అనిపిస్తోంది. కానీ...నా మనోభావాలన్నిటినీ ఎలుతున్నవారు ఇంకొకరున్నారు. అది...పీటర్. ఈరోజ నేను బంగాళాదుంపలు తేవడానికి వెళ్లాను. చేతిలో బంగాళాదుంపలతో నిండుగా ఉన్న గిన్నెతో నేను మెట్ల మీద నిలబడి ఉంటే, 'భోజన విరామంలో నువ్వేం చేశావు?' అని అడిగాడు.

నేను మెట్లమీద కూర్చున్నాను. ఇంక మేము మాట్లాడుకోవటం మొదలుపెట్టాం. బంగాళాదుంపలు అయిదుంబావు వరకు వంటగది చేరలేదు (నేను వాటిని తేవడానికి వెళ్ళిన గంట తర్వాత వరకు). పీటర్ తన తల్లిదండ్రుల గురించి ఇంకేమీ చెప్పలేదు. మేము పుస్తకాల గురించి, గతం గురించి మాత్రమే మాట్లాడుకొన్నాం. ఓహ్, అతను తన కళ్లలో ఎంతటి వెచ్చదనంతో నన్ను చూస్తాడో. అతనితో నేను ప్రేమలో పడటానికి ఎక్కువ సమయం పడుతుందని అనిపించడం లేదు.

ఈ సాయంత్రం అతనే ఈ విషయం లేవనెత్తాడు. నేను బంగాళాదుంపల తొక్కతీసిన తరువాత అతని గదికెళ్ళాను. వాతావరణం ఎంతో వేడిగా ఉందన్నాను. 'మార్గోట్ని, నన్ను చూసి ఉష్ణోగ్రత చెప్పేయ్యొచ్చు. ఎందుకంటే మేము చలిగా ఉన్నప్పుడు తెల్లగా, వేడిగా ఉన్నప్పుడు ఎర్రగా మారిపోతాం.' అన్నాను.

'ప్రేమలో ఉన్నావా?' అని అడిగాడు.

'నేను ప్రేమలో ఎందుకు ఉండాలి?' ఇది చాలా వెర్రి సమాధానం (లేదా, ప్రశ్న).

'ఎందుకు ఉండకూడదు?' అతన్నాడు. ఇంతలో భోజనం వేళ అయింది.

అతని ఉద్దేశం ఏంటి? నా వాగుడు అతన్ని ఇబ్బంది పెడుతోందా అని చివరికి ఈరోజ అడగగలిగాను. అతను చెప్పినది 'ఓహ్, అది నాకు బాగానే ఉంటుంది!' అని, ఇంతే. తన సమాధానంలో ఎంత భాగం సిగ్గుపడుతూ చెప్పాడో నేను చెప్పలేను.

కిట్టి, నేను ప్రేమలో ఉన్న వ్యక్తిలాగా, తనకి ప్రియమైన డార్లింగ్ గురించి తప్ప ఇంకేమీ మాట్లాడలేనిదానిగా అనిపిస్తున్నాను. పీటర్ ఒక డార్లింగ్. ఎప్పటికైనా అతనికి ఆమాట చెప్పగలనా? తను కూడా నాగురించి అలానే అనుకుంటేనే చెప్పగలను. కానీ నన్ను చిన్నపిల్లని చూసుకున్నట్టు చూసుకోవాలి. అటువంటిదాన్ని నేను. అది నాకు మరీ బాగా తెలుసు.

అతనికేమో అందరూ తనని ఒంటరిగా వదిలేయడం ఇష్టం. కాబట్టి అతను నన్ను ఎంత ఇష్టపడుతున్నాడో తెలిదు. ఏదైమైనా, మేము ఒకరినొకరం ఇంకొంచెం బాగా తెలుసుకుంటున్నాం. మేము ఇంకొంచెం చెప్పుకోనే ధైర్యం చేయ్యాల్సింది. కానీ ఎవరికి తెలుసు, బహుశా నేను అనుకున్న దానికంటే త్వరగా ఆ సమయం వస్తుందేమో! రోజుకి ఒకసారో రెండుసార్లో నావైపు అర్ధమైనట్టుగా చూస్తాడు. నేనూ కళ్ళార్పుతాను. దాంతో ఇద్దరం సంతోషిస్తాం. అతను సంతోషంగా ఉండటం గురించి మాట్లాడటం పిచ్చిగా అనిపిస్తుంది. అయినా, నేను ఆలోచించినట్టే అతనూ ఆలోచిస్తాడని నాకు చాలా ఇదిగా అనిపిస్తుంది.

సీ. ఆన్ ఎం ఫ్రాంక్

శనివారం, మార్చి 4, 1944

ప్రియమైన కిట్టీ,

అలసట, నిరుత్సాహం, విసుగు లేని శనివారం ఈ నెలలో ఇదే మొదటిది. కారణం పీటర్. ఈరోజు పొద్దున నేను నా ఆప్రాన్ ఆరేయడానికి అటకమీదికి వెళ్తుంటే, అక్కడే ఉండి ఫ్రెంచ్ సాధన చెయ్యలనుకుంటున్నామో అని నాన్న అడిగారు. అవునని చెప్పాను. మేము కాసేపు ఫ్రెంచ్‌లో మాట్లాడుకున్నాం. అప్పుడు నేను పీటర్‌కి కొంత ఫ్రెంచ్ వివరించాను. ఆ తరువాత ఆంగ్లం మీద పనిచేశాం. నాన్న డికెన్స్ పుస్తకం నుంచి గట్టిగా చదివారు. అప్పుడు నేను స్వర్గంలో ఉన్నాను. నాన్న కుర్చీ మీద, పీటర్‌కి దగ్గరగా కూర్చొని ఉన్నాను మరి.

పావు తక్కువ పడకొండుకి కిందికి వెళ్ళాను. మళ్ళీ పడకొండున్నరకి పైకి వెళ్ళినప్పుడు, పీటర్ అప్పటికే మెట్లమీద నా కోసం చూస్తున్నాడు. మేము పావు తక్కువ ఒంటిగంట వరకు మాట్లాడుకున్నాం. నేను గది నుంచివెళ్తున్నప్పుడల్లా (ఉదాహరణకి భోజనం తర్వాత), ఇంకా, పీటర్‌కి అవకాశం దొరికి ఇంకెవరూ వినే అవకాశం లేనప్పుడు, 'చిరియో, ఆన్, తరువాత కలుద్దాం' అంటాడు.

అబ్బా, నాకెంత సంతోషంగా ఉంది! అతను నాతో ప్రేమలో పడబోతున్నాడా? అనిపిస్తుంది. ఏదేమైనా, అతను మంచి అబ్బాయి. అతనితో మాట్లాడటం ఎంత బాగుంటుందో నీకు తెలీదు!

మిసెస్ వాన్ డికి నేను పీటర్‌తో మాట్లాడటం బాగానే ఉందనిపిస్తుంది (అభ్యంతరం ఏమీ ఉండదు). కానీ ఈరోజు ఆమె నన్ను ఆటపట్టిస్తూ, 'నేను మీ ఇద్దరినీ నమ్మచ్చా?' అని అడిగింది.

'తప్పకుండా నమ్మాలి' అని నిరసన తెలిపాను. 'ఇది నాకు అవమానమే అనుకుంటున్నాను!'

పొద్దున, మధ్యాహ్నం, రాత్రి నేను పీటర్‌ని చూడటం కోసమే ఎదురు చూస్తుంటాను.

సీ, ఆన్ ఎం ఫ్రాంక్

ఎన్.ఎస్. చెప్పడం మరిచిపోయే ముందు...నిన్న రాత్రి అన్నిటినీ మంచు కప్పింది. ఇప్పుడు అది కరిగిపోయింది. ఇక దాదాపు ఏమీ మిగల్లేదు.

సోమవారం, మార్చి 6, 1944

ప్రియమైన కిట్టీ,

పీటర్ తన తల్లిదండ్రుల గురించి నాకు చెప్పినప్పటి నుంచి, అతని పట్ల ఒక రకమైన బాధ్యత నాకు ఉన్నట్టు అనిపిస్తోంది–ఇది వింతగా లేదూ? వాళ్ళ గొడవలు అతనికి ఎంత ముఖ్యమో నాకూ అంతే అన్నట్టుగా ఉంది. అయినా కూడా ఇంక నేను ఆ ప్రస్తావన తీసుకొచ్చే ధైర్యం చెయ్యను, అది అతనికి ఇబ్బంది కలిగిస్తుందేమో అని. ప్రపంచంలోని డబ్బంతా ఇచ్చినా నేను అలా చొరబడటానికి ఇష్టపడను.

అన్నిటి గురించీ నేను ఆలోచించినంత లోతుగా పీటర్ కూడా ఆలోచిస్తాడని అతని మొహం చూసి చెప్పగలను. నిన్న రాత్రి మిసెస్ వాన్ డి, 'ఆలోచనాపరుడు!' అని ఎగతాళి చేసినప్పుడు నాకు కోపమొచ్చింది. పీటర్ మొహం ఎర్రబడింది, అతను ఇబ్బందిపడ్డాడు. నాకు చెప్పలేనంత కోపం వచ్చింది.

ఈ మనుషులు నోరేందుకు మూసుకోరు?

దూరంగా నిలబడి, అతను ఎంత ఒంటరిగా ఉన్నాడో చూస్తూ ఏమీ చెయ్యలేకపోవడం ఎలా ఉంటుందో నువ్వు ఊహించలేవు. అతని స్థానంలో నేనున్నట్లుగా, కొన్నిసార్లు గొడవలప్పుడు అతను ఎంత నిరాశకి గురవుతాడో ఊహించగలను. ఇక ప్రేమ గురించి...పాపం పీటర్, అతనికి బాగా ప్రేమ కావాలి!

తనకి స్నేహితులు అవసరం లేదని అతను చెప్పినప్పుడు చాలాకఠినంగా అనిపించింది. ఓహ్, అతను ఎంతో తప్పుగా అనుకుంటున్నాడు! అతను ఆమాట నిజంగా అంటున్నాడని నేను అనుకోను. తనని తాను ఆమోదించుకోవడానికి, తన మనోభావాలు చూపించాల్సిన అవసరం ఎప్పటికీ ఉండకూడదని తన పురుష లక్షణాన్ని, తన ఏకాంతం, తెచ్చిపెట్టుకున్న వ్యతిరేకతని అంటిపెట్టుకొని ఉంటాడు. పాపం పీటర్, ఎంతకాలం ఇలా ఉండగలడు? ఈ మానవాతీత ప్రయత్నం వల్ల అతను బద్దలైపోడు?

ఓహ్, పీటర్, నేనే కనుక నీకు సహాయం చెయ్యగలిగితేనా, నువ్వు చెయ్యనిస్తేనే కదా! ఇద్దరం కలిసి ఒంటరితనాన్ని పారద్రోలగలం, నీది, నాది!

నేను బాగా ఆలోచిస్తున్నాను కానీ పెద్దగా మాట్లాడటం లేదు. అతన్ని చూసినప్పుడు నేను సంతోషంగా ఉంటాను. మేము కలిసి ఉన్నప్పుడు సూర్యుడు ప్రకాశిస్తే ఇంకా సంతోషంగా ఉంటాను. నిన్న నేను తలస్నానం చేశాను. అతను పక్కగదిలోనే ఉంటాడని నాకు తెలుసు కాబట్టి, పట్టపగ్గాలు లేనట్టుగా ఉన్నాను. అలా ఉండకుండా ఉండలేకపోయాను; నేను లోపల ఎంత నిశ్శబ్దంగా, గంభీరంగా ఉంటే బయట అంత సందడిగా ఉంటాను!

నా బలహీనతని ముందుగా ఎవరుకనిపెడతారు?

వాన్ డాన్లకి కూతురు లేకపోవడం మంచిదే. ఒకే లింగానికి చెందిన వ్యక్తితో అయితే నా ఆక్రమణ ఇంత సవాలుతో కూడుకొన్నదిగా, ఇంత అందంగా, ఇంత చక్కగా ఎప్పటికీ ఉండేది కాదు.

సీ, ఆన్ ఎం ఫ్రాంక్

పిఎస్. నీతో నేనెప్పుడూ నిజాయితీగా ఉంటానని నీకు తెలుసు. కాబట్టి, నేను ఒకదాని తరువాత ఇంకొకటిగా ఊహించని అనుభవాలు ఎదుర్కొంటానని నీకు చెప్పలనుకుంటా. అతను నన్ను చూడటానికి తహతహలాడిపోతున్నాడన్న విషయం నాకు తెలుసుకోవాలని ఉంటుంది. అతను దొంగతనంగా చేసే ప్రయత్నాలు నా దృష్టికి వచ్చినప్పుడు నేను సంతోషంతో చెక్కలైపోతాను. నాలాగా అతను కూడా తనని తాను తేలిగ్గా వ్యక్తపరచుకోవాలని అనుకుంటున్నట్టు అనిపిస్తుంది. అతని ఆ ఇబ్బందే నాకు బాగా నచ్చుతుందని మాత్రం అతనికి తెలీదు.

మంగళవారం, మార్చి 7, 1944

ప్రియమైన కిట్టీ,

వెనక్కి తిరిగి 1942 లోని నా జీవితం గురించి ఆలోచించినప్పుడు, అదంతా చాలా అవాస్తవంగా అనిపిస్తుంది. ఆ స్వర్గంలాంటి జీవితాన్ని ఆస్వాదించిన ఆన్ ఫ్రాంక్ ఈ నాలుగు గోడల మధ్య వివేకవతురాలిగా ఎదిగిన వ్యక్తికి పూర్తి భిన్నంగా ఉండేది. అవును, అది స్వర్గమే. ప్రతి వీధి మూలా ఐదుగురు ఆరాధకులు, దాదాపు ఇరవై మంది స్నేహితులు, నా ఉపాధ్యాయులలో చాలా మందికి బాగా ఇష్టమైనది, నాన్న, అమ్మ చేత గారాబం చేయబడినది, మిఠాయిలు నిండిన సంచులు, సొంత ఖర్చులకి బోలెడంత డబ్బు. ఎవరికైనా ఇంకేం కావాలి?

వాళ్ళందరిని నేనేలా ఆకట్టుకోగలిగానని నువ్వు బహుశా ఆశ్చర్యపోతున్నావేమో. నేను 'ఆకర్షణీయంగా' ఉన్నాను కాబట్టి, అని పీటర్ అంటాడు. కానీ పూర్తిగా అదే కాదు. నా తెలివైన సమాధానాలు, చమత్కార వ్యాఖ్యలు, నవ్వుమొహం, విమర్శనాత్మక బుర్ర చూసి ఉపాధ్యాయులకి అబ్బురంగా అనిపించేది, వినోదంగా ఉండేది. నేను అలాగే ఉండేదాన్ని: భయంకరమైన వగలాడితనంతో, వినోదం కలిగిస్తూ. నాకు కొన్ని మంచి గుణాలు ఉండేవి. అవి నన్ను అందరి దయాదృష్టిలో ఉంచేవి: కష్టపడే తత్త్వం, నిజాయితీ, ఉదారస్వభావం. నేను రాసే జవాబులు చూడాలనుకును ఎవరినీ నేనెప్పుడు నిరాశపరిచేదాన్ని కాదు. నా మిత్రాయులు అందరితో పంచుకోనేదాన్ని. నేనే గొప్ప అన్నట్టు దూరంగా ఉండేదాన్ని కాదు.

ఆ అభిమానం అంతా చివరికి నా మీద నాకు అతి నమ్మకాన్ని కలిగించిందా? నా కీర్తి పతాకకస్తాయిలో ఉండగానే నేను అకస్మాత్తుగా వాస్తవికతలోకి తోయ్యబడటం మంచిదే అయ్యింది. ప్రశంస, అభిమానం లేని జీవితానికి అలవాటుపడటానికి నాకు సంవత్సరం కన్నా ఎక్కువ సమయం పట్టింది.

నన్ను బడిలో ఎలా చూశారు? తరగతి హాస్యనటిగా, శాశ్వతమైన ప్రతినాయికిగా, ఎప్పుడూ మంచి మానసిక స్థితిలో ఉండేదానిగా, 'ఏడిచే పాపాయి' గా ఎప్పుడు లేకుండా. అందరూ నాతోపాటు సైకిల్ తొక్కుతూ బడికి రావాలని అనుకున్నా, లేదా చిన్న చిన్న సహాయలు చెయ్యాలనుకున్నా. అందులో ఆశ్చర్యమేముంది?

నేను వెనక్కి తిరిగి ఆ ఆన్ ఫ్రాంక్ ని...హోయిగా, వినోదం కలిగిస్తూ, కానీ తన అందం గురించి స్పృహ ఉన్న అమ్మాయిగా, (ఇప్పటి) నాతో ఎటువంటి సంబంధం లేనిదిగా చూస్తాను. పీటర్ నా గురించి ఏం చెప్పాడు? 'నువ్వు నాకు కనిపించినప్పుడంతా నీ చుట్టూ ఒక ఆడపిల్లల గుంపు, కనీసం ఇద్దరు అబ్బాయిలు ఉండేవారు. నువ్వు ఎప్పుడు నవ్వుతూ ఉండేదానివి. ఎప్పుడూ ఆకర్షణకి కేంద్రంగా ఉండేదానివి!' అతను సరిగ్గానే చెప్పాడు.

ఆ ఆన్ ఫ్రాంక్లో ఏం మిగిలింది? ఓహ్, ఎలా నవ్వాలో, విమర్శని ఎలా లెక్కచెయ్యకుండా ఉండాలో నేను మరచిపోలేదు. ముందుకన్నా మెరుగ్గా కాకపోయినా, తప్పు చేస్తే జనాన్ని ఇప్పటికి తూర్పారబట్టగలను. ఇప్పటికి సరదాగా సరసాలాడగలను, వినోదాన్నివ్వగలను, నేను ఉండాలనుకుంటే...

కానీ ఇక్కడే ఒక అడుపు ఉంది. నాకు ఆ స్పేస్తో కూడిన, సంతోషకరమైన జీవితాన్ని ఒక సాయంత్రం, కొన్ని రోజులు, ఒక వారంపాటు జీవించాలని ఉంది. ఆ వారం చివరలో నేను అలసిపోయి ఉంటాను. అప్పుడు నాతో ఏదైనా అర్థవంతంగా మాట్లాడే మొదటి వ్యక్తికి కృతజ్ఞురాలినవుతాను. నాకు స్నేహితులు కావాలి, ఆరాధకులు కాదు. ఎదుటివాళ్ళని సమ్మోహపరిచే నా నవ్వున్ కాక, నా శీలాన్ని, నా చేతలని చూసి గౌరవించే వ్యక్తులు కావాలి. నా చుట్టూ ఉన్న జీవితం చాలా చిన్నదిగా ఉంటుంది కానీ వాళ్ళు మనస్ఫూర్తిగా ఉన్నంతవరకు అది ముఖ్యం కాదు.

అన్ని ఉన్నా నేను 1942లో నేను పూర్తి సంతోషంగా లేను. అందరూ నన్ను దూరం పెట్టినట్టు తరచూ అనిపించేది. కానీ రోజంతా ఏదో ఒక పనిలో ఉండేదాన్ని కాబట్టి దాని గురించి ఆలోచించలేదు. తెలిసి గాని తెలియక గాని ఆ శూన్యతని హాస్యోక్తులతో భర్తీ చేసేందుకు ప్రయత్నిస్తూ, నాకు సాధ్యమైనంత వరకూ జీవితాన్ని ఆనందించాను.

వెనక్కి తిరిగి చూస్తే, నా జీవితంలోని ఈ కాలం ఇక తిరిగి పొందలేని విధంగా ముగిసి పోయిందని గ్రహించాను. పోయి, స్వేచ్ఛ ఉన్న పాఠశాల రోజులు ఎప్పటికీ తిరిగిరావు. అలాగని వాటిని నేను కోల్పోవట్లేదు కూడా. వాటి స్థాయిని దాటికేశాను. నాలో ఒక గంభీరమైన కోణం ఎప్పుడూ ఉంటుంది కాబట్టి ఇకమీదట నేనొక చిన్నపిల్లగానే ఉండిపోలేను.

1944 కొత్త సంవత్సరంరోజు వరకు నా జీవితాన్ని నేనొక శక్తిమంతమైన భూతద్దం నుంచి చూస్తున్నట్టు చూస్తున్నాను. ఇంట్లో ఉన్నప్పుడు నా జీవితం సూర్యకాంతితో నిండిపోయి ఉండేది.

తరువాత, 1942 మధ్యలోఒక్క రాత్రిలో అంతా మారిపోయింది. ఆ గొడవలు, ఆరోపణలు–ఇవన్నీ తీసుకులేకపోయాను. నేను ఊహించనివి నాకు జరిగాయి. దాంతో ఆ పరిస్థితుల్లో కుదురుకోవడానికి అప్పుడు నాకు తెలిసింది ఎదిరించి మాట్లాడటం ఒక్కటే.

1943 మొదటి సగం ఏడవాల్సిన పరిస్థితులని, ఒంటరితనాన్ని తెచ్చింది. ఇంకా, పెద్ద సంఖ్యలో ఉండిన నా లోపాలని నేను క్రమంగా గ్రహించేటట్టు చేసింది. నేను పగలంతా కబుర్లు చెప్తూ గడిపేశాను. పిమ్సని నావైపుకి లాక్కోవడానికి ప్రయత్నించి విఫలమయ్యాను. ఇది, వాళ్ళ తిట్లని నేను భరించాల్సిన అవసరం రాకుండా నన్ను నేను మెరుగుపరచుకోవడం అన్న కష్టమైన పనిని నాకే వదిలేసింది. ఎందుకంటే వాళ్ళు నాకంత నిరాశ కలిగించారు.

సంవత్సరంలో రెండో సగం కొంచెం మేలు. నాకు యుక్తవయసొచ్చింది. దాంతో అందరూ నన్ను పెద్దదానిలాగానే ఎక్కువగా వ్యవహరించారు. నేను విషయాల గురించి ఆలోచించడం, కథలు రాయడం మొదలుపెట్టాను. చివరికి, ఇకమీదట ఇతరులకి నాతో ఎటువంటి సంబంధం లేదనే నిర్ధారణకి వచ్చాను. గడియారంలోని లోలకం లాగా నన్ను ముందుకి వెనక్కీ ఊపే హక్కు వాళ్ళకి లేదు. నా సొంత తరహాలో నన్ను నేను మార్చుకోవాలనుకున్నాను. మా అమ్మ లేకుండానే నేను పూర్తిగా వ్యవహరించగలనని గ్రహించాను. అది నన్ను బాధించింది. కానీ ఇక ఎప్పటికీ నేను నాన్నని నమ్మలేనన్న విషయం నన్ను అంతకన్నా ఎక్కువగా దెబ్బతీసింది. నన్ను తప్ప నేను ఇంకెవరిని నమ్మలేదు.

కొత్త సంవత్సరం రోజు తరువాత రెండో పెద్ద మార్పు కలిగింది: నా కల. దీని ద్వారా, నేనొక అబ్బాయి స్నేహం కోసం చూస్తున్నాను, అమ్మాయిది కాదు, అని తెలుసుకున్నాను. పైకి కనిపించే ఉల్లాసస్వభావం కింద ఒక అంతర్గత ఆనందం ఉందని కూడా తెలిసింది. ఎప్పటికప్పుడు నిశ్శబ్దంగా ఉన్నాను. ఇప్పుడు నేను పీటర్ కోసం మాత్రమే బతుకుతున్నాను. ఎందుకంటే, ముందు ముందు నాకేం జరుగుతుందన్నది అతని మీదే ఎక్కువగా ఆధారపడి ఉంది!

రాత్రి ఇచ్ డాంకె డిర్ ఫర్ ఆల్ దాస్ గుట్ ఉంద్ లైబ్ ఉంద్ షైన్[22] అన్న ప్రార్థనలని ముగించిన తరువాత నేను మంచం మీద పడుకున్నాను. ఆనందంతో నిండిపోయాను. వీటన్నిటి గురించి ఆలోచిస్తాను: అజ్ఞాతంలోకి వెళ్ళడం, నా ఆరోగ్యం, నా మొత్తం ఉనికి దాస్/గుట్ (చింతించకు, చివరికి మంచే గెలుస్తుంది), పీటర్ ప్రేమ (ఇది ఇంకా చాలా కొత్తగా, నాజుగ్గా ఉంది. మాలో ఎవరూ గట్టిగా చెప్పడానికి ధైర్యం చేయట్లేదు), భవిష్యత్తు, దాస్ లైబ్ (ప్రేమ సంబంధం)లాగా ఆనందం మరియు ప్రేమ, ప్రపంచం, ప్రకృతి, అందులోని ప్రతిదాని అద్భుతమైన అందం, ఆ వైభవం, దాస్ స్మోన్ (అందం) లాగా.

అటువంటి క్షణాల్లో నేను బాధల గురించి ఆలోచించను. ఇంకా మిగిలి ఉన్న అందం గురించి ఆలోచిస్తాను. ఇక్కడే అమ్మకి, నాకు చాలా తేడా ఉంది. విచారం కలిగినప్పుడు ఆమె ఇచ్చే సలహా: 'ప్రపంచంలోని బాధనంతటి గురించి ఆలోచించండి. మీరు అందులో భాగం కానందుకు కృతజ్ఞతతో ఉండండి.' నా సలహా: 'బయటికి వెళ్ళండి, పల్లెటూరికి. సూర్యుడిని, ప్రకృతి ప్రసాదించే అన్నిటిని అనుభవించండి. బయటికెళ్ళి మీలోని ఆనందాన్ని తిరిగి పొందటానికి ప్రయత్నించండి. మీలో, ఇంకా మీ చుట్టుపక్కలా ఉన్న అన్నిటిలోని అందం గురించి ఆలోచించి సంతోషంగా ఉండండి.'

అమ్మ సలహా సరైనదని నేను అనుకోను. ఎందుకంటే, ఒకవేళ ఆ బాధలో మీరు భాగమైతే మీరేం చేయాలి? మీరు కనిపించకుండా పోతారు. దీనికి విరుద్ధంగా, దురదృష్టంలో కూడా అందం మిగిలి

[22]మంచివి, ప్రియమైనవి, అందమైనవి...అన్నిటికీ కృతజ్ఞతలు భగవంతుడా.

ఉంటుంది. మీరు కనుక దాని కోసం వెతికితే, మీరు ఇంకా ఇంకా ఆనందాన్ని కనుగొంటారు. మీ సమతుల్యతని తిరిగి పొందుతారు. సంతోషంగా ఉన్న మనిషి ఇతరులని సంతోషపరుస్తాడు. ధైర్యం, విశ్వాసం ఉన్న మనిషి ఎప్పటికీ దుఃఖంతో మరణించడు!

సీ, ఆన్ ఎం ఫ్రాంక్

బుధవారం, మార్చి 8, 1944

మార్గోట్, నేను ఒకరికొకరు సందేశాలు రాసుకుంటున్నాం, కేవలం వినోదం కోసమేలే.

ఆన్: ఇది వింతగా ఉంది కానీ, ముందు రోజు రాత్రి ఏం జరిగిందో మరుసటి రోజు మాత్రమే నేను గుర్తుతెచ్చుకోగలను. ఉదాహరణకి, మిస్టర్ డస్సెల్ నిన్న రాత్రి గట్టిగా గురక పెట్టినట్టు నాకు అకస్మాత్తుగా గుర్తొచ్చింది. (ఇప్పుడు బుధవారం మధ్యాహ్నం పావు తక్కువ మూడైంది. ఇప్పుడు మిస్టర్ డస్సెల్ మళ్ళీ గురక పెడుతున్నాడు. అందుకే నా బుర్ర వెలిగిందనుకో.) నేను పొట్టి (ఇ్రాండ్) ఉపయోగించాల్సిన అవసరం వచ్చినప్పుడు, ఆ గురకని ఆపడానికి కావాలనే ఎక్కువ శబ్దం చేశాను.

మార్గోట్: ఏది మేలు, గురక లేదా గాలి కోసం ఆయాసపడటమా?

ఆన్: గురకే మేలు. ఎందుకంటే నేను శబ్దం చేసినప్పుడు అది ఆగిపోతుంది, ఆ వ్యక్తిని నిద్ర నుంచి లేపకుండానే.

నేను మార్గోట్కి రాయనిది, నీ దగ్గర ఒప్పుకుంటున్నది ఏంటంటే కిట్టీ, నాకు పీటర్ గురించి చాలా కలలొస్తున్నాయి. మొన్న రాత్రి అపోలో ఐస్-స్కేటింగ్ రింక్ నుంచి ఆ చిన్న పిల్లవాడితో నేను ఇక్కడే మన ముందుగదిలో స్కేటింగ్ చేస్తున్నట్టు కలొచ్చింది. వాడు తన అక్కతో ఉన్నాడు. ఆ అమ్మాయి కాళ్ళు సన్నగా, పొడవుగా ఉంటాయి. ఎప్పుడూ అదే నీలిరంగు దుస్తులు వేసుకొంటుంది కదా. కొంచెం అతిగా నన్ను నేను పరిచయం చేసుకొని వాడి పేరు అడిగాను. వాడి పేరు పీటర్. నాకు నిజంగా ఎంతమంది పీటర్లు తెలుసా...అని కలలో ఆశ్చర్యంగా అనుకున్నాను!

ఆ తరువాత మేము పీటర్ గదిలో నిలబడి, మెట్ల పక్కన ఒకరికొకరు ఎదురుగా ఉన్నట్టు కలొచ్చింది. అతనితో నేనేదో చెప్పాను. అతను నాకు ముద్దిచ్చాడు కానీ, నన్ను అంతగా ప్రేమించట్లేదని, నేను తనతో చనువుగా ఉండకూడదని బదులిచ్చాడు. ఆర్తంగా, బతిమాలుతున్న స్వరంలో, 'నేను చనువుగా ఉండట్లేదు, పీటర్!' అన్నాను.

నాకు మెలకువొచ్చినప్పుడు, పీటర్ నిజంగా అదంతా చెప్పలేదని సంతోషించాను. నిన్న రాత్రి మేము ఒకరినొకరు ముద్దు పెట్టుకుంటున్నట్టు కలొచ్చింది. కానీ పీటర్ బుగ్గలు చాలా నిరాశపరిచాయి: అవి కనిపించేంత మృదువుగా లేవు. అవి ఎక్కువగా నాన్న చెంపల్లాగా అనిపించాయి–అప్పటికే గడ్డం గీసుకుంటున్న మనిషి చెంపల్లాగా.

శుక్రవారం, మార్చి 10, 1944

నా ప్రియమైన కిట్టీ,

'దురదృష్టాలు ఎప్పుడూ ఒంటరిగా రావు' అనే సామెత ఈ రోజుకి ఖచ్చితంగా వర్తిస్తుంది. పీటర్ ఇప్పుడే అలా అన్నాడు. ఇప్పటివరకు జరిగిన, ఇంకా మమ్మల్ని పీడిస్తూనే ఉన్న భయంకరమైన విషయాలన్నీ నీకు చెప్తాను.

151

మొదటిది, హెన్క్, ఆగ్నేల పెళ్ళి కారణంగా మియెప్ అనారోగ్యంతో ఉంది. పెళ్ళితంతు జరిగిన వెస్టర్కెర్క్లో ఆమెకి జలుబు పట్టుకుంది. రెండోది, కడుపులో రక్తస్రావం మొదలైనప్పటి నుంచి మిస్టర్ క్లైమాన్ మళ్ళీ ఉద్యోగానికి రాలేదు. కాబట్టి బెప్ ఒక్కతే ఈ కోటాని చూసుకోవాల్సొస్తోంది. మూడోది, పోలీసులు ఒక వ్యక్తిని అరెస్టు చేశారు (అతని పేరు నేను రాయను). అతను మాకు బంగాళాదుంపలు, వెన్న, జామ్ లు సరఫరా చేస్తాడు కాబట్టి ఇది అతనికి మాత్రమే కాదు, మాక్కూడా భయంకరమైనదే. మిస్టర్ ఎం అని నేను పిలిచే అతనికి పదమూడు సంవత్సరాల కంటే తక్కువ వయసున్న ఐదుగురు పిల్లలున్నారు. మరోకరు పుట్టబోతున్నారు.

నిన్న రాత్రి మాకు ఇంకొక చిన్న భయం కలిగింది: మేము భోజనం చేస్తుండగా అకస్మాత్తుగా ఎవరో పక్కిటి గోడని తట్టారు. మిగిలిన సాయంత్రమంతా మేము ఆందోళనగా, దిగులుగా ఉన్నాం.

ఇక్కడ ఏం జరుగుతోందో రాసే మానసిక స్థితిలో ఈమధ్య నేను లేను. నాలో నేనే మరింత చుట్టుకుపోయాను. నన్ను తప్పుగా అనుకోవద్దు. పాపం, మంచి మనసున్న మిస్టర్ ఎం కి జరిగినదానికి నేను విపరీతంగా బాధపడుతున్నాను కానీ నా డైరీలో అతని కోసం ఇంతకంటే ఎక్కువ చోటు లేదు.

మంగళవారం, బుధవారం, గురువారం నేను పీటర్ గదిలో నాలుగున్నర నుంచి అయిదుంబావు వరకు ఉన్నాను. మేము ఫ్రెంచ్ మీద పనిచేశాం. ఇంకా, ఆ విషయం, ఈ విషయం గురించి మాట్లాడుకున్నాం. మధ్యాహ్నమప్పుడు దగ్గర దగ్గర ఆ గంటసేపటి కోసం నేను నిజంగా ఎదురుచూస్తాను. కానీ అన్నిటికన్నా మంచి విషయం ఏంటంటే, పీటర్కి కూడా నన్ను చూడటం అంతే సంతోషంగా ఉంటుంది.

సీ, ఆన్ ఎం ఫ్రాంక్

శనివారం, మార్చి 11, 1944

ప్రియమైన కిట్టి,

ఈమధ్య నేను స్థిరంగా కూర్చోలేకపోతున్నాను. మేడమీదికి, కిందికి, మళ్ళీ పైకి తిరుగుతుంటాను. నాకు పీటర్తో మాట్లాడటం ఇష్టం కానీ అతన్ని విసిగిస్తానేమో అని ఎప్పుడూ భయపడుతుంటాను. అతను గతం గురించి, తన తల్లిదండ్రుల గురించి, తన గురించి నాకు కొంచెం చెప్పాడు కానీ, అది సరిపోదు. ఇంకా కావాలని నేందుకు ఎదురుచూస్తుంటానా అని ప్రతి ఐదు నిమిషాలకీ ఆశ్చర్యపోతుంటాను. (ఇదివరకు) నేనొక నిజమైన చిరాకునని అతను అనుకోనేవాడు. ఒకరినొకరం అలా అనుకోనేవాళ్ళం. నేను నా మనసు మార్చుకున్నాను. కానీ అతను తనది మార్చుకున్నాడని నాకెలా తెలుస్తుంది? అతను కూడా మనసు మార్చుకున్నాడనే అనుకుంటున్నాను. కానీ, దానర్థం మేము ప్రాణస్నేహితులు కావాలని కాదు...నాకు సంబంధించినంత వరకు, ఇది ఇక్కడ మా సమయాన్ని మరింత భరించగలిగేలా చేస్తుందని నేను అనుకున్నా కూడా. కానీ ఈ ధోరణి నన్ను పిచ్చిదాన్ని చెయ్యనివ్వను. నేను అతని గురించి ఆలోచించడానికి కావలసినంత సమయం గడుపుతున్నాను. ఇక మిమ్మల్నందరినీ కూడా ఆందోళనకి గురి చెయ్యాల్సిన అవసరం లేదు. ఎందుకంటే, నేను ఎంతో దుర్భరంగా ఉన్నాను!

ఆదివారం, మార్చి 12, 1944

ప్రియమైన కిట్టీ,

రోజులు గడుస్తున్న కొద్దీ ఇక్కడ విషయాలు మరీ పిచ్చిగా మారుతున్నాయి.

నిన్నటి నుంచి పీటర్ నా వైపు చూడలేదు. నా మీద కోపం ఉన్నట్టుగా ప్రవర్తిస్తున్నాడు. అతన్ని వెంబడించకుండా ఉండటానికి, అతనితో సాధ్యమైనంత తక్కువగా మాట్లాడటానికి నాకు చేతనైనంత చేస్తున్నాను, కానీ అది సులభం కాదు! ఏం జరుగుతోంది, అతను నన్ను ఒక నిమిషం ఆమడదూరంలో ఉంచి తరువాతి నిమిషంలో నా పక్కకి దూసుకెళ్లేలా చేస్తున్నదేంటి? బహుశా నిజంగా ఉన్నదానికన్నా ఎక్కువ దారుణంగా ఊహించుకుంటున్నానేమో. బహుశా అతను కూడా నాలాగే ఒక్కొక్కసారి ఒక్కొక్క మానసిక స్థితిలో ఉంటాడేమో, రేపు మళ్ళీ అంతా సరిగ్గా ఉంటుందేమో!

నాకు మహా కోపంగా, బాధగా ఉన్నా కూడా, పైకి మాత్రం అంతా సాధారణంగా ఉన్నట్టు వ్యవహరించడం బాగా కష్టంగా ఉంది. నేను మాట్లాడాలి, ఇంట్లో సహాయం చేయాలి, మిగతావాళ్ళతో కలిసి కూర్చోవాలి, ఇంకా, అన్నిటికంటే ముఖ్యంగా, ఉత్సాహంగా ఉన్నట్టు నటించాలి! అన్నిటికంటే ఎక్కువగా, ఆరుబయట గడపకపోతూ, నేను కోరుకున్నంత సేపు ఏకాంతంగా ఉండగలిగే స్థలం లేకపోవడం లోటుగా ఉంది! అన్నిటినీ కలగాపులగం చేస్తున్నానేమో, కిట్టీ. కానీ మరి నేను పూర్తి అయోమయ స్థితిలో ఉన్నాను. ఒకవైపు, అతని మీద ఇష్టంతో సగం పిచ్చిదానిగా ఉన్నాను, అతన్ని చూడకుండా ఒకే గదిలో ఉండలేను. మరొకవైపు, అతను నాకు అంత ముఖ్యం ఎందుకవ్వాలి, నేను మళ్ళీ ప్రశాంతంగా ఎందుకు ఉండలేను అని ఆశ్చర్యపోతున్నాను!

పగలూ రాత్రి, మేలుకొని ఉన్న ప్రతి గంటా నన్ను నేను ఇలా ప్రశ్నించుకోవడం తప్ప ఇంకేమీ చెయ్యట్లేదు, 'ఒంటరిగా ఉండటానికి అతనికి తగినంత అవకాశం నువ్విచ్చావా? మేడమీద మరీ ఎక్కువ సమయం గడుపుతూ వచ్చావా? అతను ఇంకా మాట్లాడటానికి సిద్ధంగా లేని గంభీరమైన విషయాల గురించి మరీ ఎక్కువగా మాట్లాడుతున్నావా? బహుశా అతనికి నువ్వంటే కనీసం ఇష్టం కూడా లేదేమో? అదంతా నీ ఊహేనా? మరైతే అతను తన గురించి నీకు అంత ఎందుకు చెప్పాడు? అలా చెప్పానని అతను బాధపడుతున్నాడా?' ఇంకా చాలా ఎక్కువ అనుకుంటున్నాను.

నిన్న మధ్యాహ్నం నేను బయటి నుంచి వచ్చిన విచారకరమైన వార్తలతో ఎంతగా డస్సిపోయా నంటే, కాసేపు పడుకుందామని నా దీవాన్ మీద వాలిపోయాను. నిద్ర మాత్రమే కావాలనిపించింది, ఆలోచించాల్సి రావడం కాదు. నాలుగు వరకు పడుకున్నాను కానీ అప్పుడింక నేను పక్కగదికి వెళ్ళాల్సొచ్చింది. అమ్మ అడిగిన ప్రశ్నలన్నిటికీ బదులివ్వడం, నేను ఎందుకు పడుకున్నానో నాన్నకి చెప్పడానికి ఒక సాకు కనిపెట్టడం అంత సులభం కాలేదు. నేను తలనొప్పి అని చెప్పుకున్నాను. అది అబద్ధం కాదు, ఎందుకంటే నాకు తలనొప్పించింది...లోపలి వైపు!

సాధారణ మనుషులు, సాధారణ అమ్మాయిలు, నా లాంటి యుక్తవయస్కులు, నామీద నాకు కలిగిన ఈ జాలి అంతా కొంచెం వెర్రే అనుకుంటారు. కానీ అదంతే. నేను నా మనసుని నీకు వెల్లడి చేస్తున్నాను, ఇక మిగతా సమయమంతా ముందులాగానే గడుసుగా, ఉత్సాహంగా, ఆత్మ విశ్వాసంతో ఉంటున్నాను...ప్రశ్నలను నివారించడానికి, నా మీద నాకే కోపం రాకుండా ఉండటానికి.

మార్గ్రెట్ మనసు చాలా మంచిది, తనని నమ్మి తనతో నా మనసులో మాట చెప్పాలని కోరుకుంటుంది. కానీ ఆమెకి అన్నీ చెప్పలేను. ఆమె నన్ను చాలా, చాలా ఎక్కువగా పట్టించుకుంటుంది. ఇంకా, తన ఒంటరి చెల్లెలి గురించి ఆలోచిస్తూ, నేను నోరు తెరిచినప్పుడల్లా నన్ను దగ్గరగా చూస్తూ, 'ఇది

153

నటిస్తోందా, లేక నిజంగానే ఇది చెప్పున్నదే దీని ఉద్దేశమా?' అనుకుంటూ చాలా సమయం గడుపుతుంది.

మేమెప్పుడూ కలిసి ఉండటమే దీనికి కారణం. నేను నమ్మే వ్యక్తి అన్ని సమయాల్లో నాతోనే ఉండాలని నాకు లేదు. చిక్కపడిన నా ఆలోచనలని ఎప్పుడు విడదీస్తాను? నాకు మళ్ళీ మనశ్శాంతి ఎప్పుడు దొరుకుతుంది?

సీ, ఆన్

మంగళవారం, మార్చి 14, 1944

ప్రియమైన కిట్టీ,

ఈ రోజు మేము ఏం తినబోతున్నామో వింటే నీకు (నాకు కాకపోయినా) ఆశ్చర్యం కలగచ్చు. పనమ్మాయి కింద పనిచేస్తోంది కాబట్టి ప్రస్తుతానికి నేను వాన్ డాన్స ఆయిల్‌క్లాత్ కప్పిన టేబుల్ దగ్గర కూర్చొని ఉన్నాను...యుద్ధానికి ముందటి పెర్ఫ్యూం చల్లిన రుమాలుని నా ముక్కుకి, నోటికి నొక్కిపెట్టి. నేనేం మాట్లాడుతున్నానో నీకు రేఖామాత్రంగా కూడా తెలియకపోవచ్చు. అందువల్ల నన్ను 'మొదటితోనే మొదలుపెట్టని'. మాకు ఆహార కూపన్లు సరఫరా చేసే వ్యక్తులు అరెస్టయ్యారు. కాబట్టి మా దగ్గర ఐదు నల్లబజారు రేషన్ పుస్తకాలు మాత్రమే ఉన్నాయి–కూపన్లు లేవు, కొవ్వు, నూనెలు లేవు. మిఎస్, మిస్టర్ క్లైమాన్ మళ్ళీ అనారోగ్యంతో ఉన్నారు కాబట్టి, బెప్ ఒక్కతే బజారు పని చూసుకోలేదు. తిండిని చూస్తే దుఃఖమొస్తోంది, మేమూ అలాగే ఉన్నాం. రేపటికి కొంచెం కూడా కొవ్వు, వెన్న లేదా వనస్పతి లేదు. మేము అల్పాహారంలో వేయించిన బంగాళాదుంపలు తినలేం (రొట్టెని ఆదా చేయడానికి ఇలా చేస్తున్నాం). అందుకని దాని బదులు గంజి తాగుతున్నాం. మేము ఆకలితో మాడుతున్నామని మిసెస్ వాన్ డి అనుకుంటోంది కాబట్టి కొన్ని పాలు, కొంచెం మీగడ కొన్నాం. ఈరోజు భోజనంలోకి చిదిమిన బంగాళాదుంపలు, ఊరబెట్టిన కేల్ (క్యాబేజ్ వంటిది) ఉన్నాయి. రుమాలుతో నేను తీసుకుంటున్న ముందు జాగ్రత్త చర్యకి ఇదే వివరిస్తుంది. కొన్ని సంవత్సరాలు దాటితే కేల్ ఎంత కంపు కొడుతుందో నువ్వు నమ్మవు! వంటింట్లో చెడిపోయిన రేగుపళ్ళు, కుళ్ళిన గుడ్లు, ఉప్పనీళ్ళ మిశ్రమం వాసనొస్తోంది. అయ్యో, ఆ చెత్త తినాల్సి వస్తుందన్న ఆలోచనే వాంతి తెప్పిస్తోంది! దానికి తోడు, మా బంగాళాదుంపలకి ఎలాంటి విచిత్ర వ్యాధులు సంక్రమించాయంటే, ప్రతి రెండు బకెట్లలో ఒకటి ఫోస్వేడి టెర్‌లోచెత్తబుట్టలోకి చేరుతోంది. వాటికి ఏ వ్యాధి వచ్చిందో తెలుసుకోవడానికి ప్రయత్నించడం ద్వారా మాకు మేము వినోదం కలిగించుకుంటున్నాం. అవి క్యాన్సర్, మశూచి, తట్టుతో బాధపడుతున్నాయనే నిర్ణయానికొచ్చాం. నిజాయితీగా చెప్పాలంటే, యుద్ధం జరుగుతున్న నాలుగో సంవత్సరంలో అజ్ఞాతంలో ఉండటం విహారయాత్రేం కాదు. ఈ గజిబిజి అంతా అయిపోతే ఎంత బాగుండేది!

నిజం చెప్పాలంటే, ఇక్కడి జీవితం వేరే విషయాల్లో కాస్త పోయిగా ఉండంటే, నాకు తిండి గురించి అంత పట్టింపు ఉండేది కాదు. కానీ అది అంతే: భారమైన ఈ బతుకుని మేమిక భరించలేకపోవడం అనేది మొదలైంది. ప్రస్తుత పరిస్థితి మీద ఐదుమంది పెద్దవళ్ళ అభిప్రాయాలు ఇదుగో (పిల్లలకి అభిప్రాయాలు ఉండకూడదు, ఈ ఒక్కసారి నేను నిబంధనలకి కట్టుబడి ఉంటున్నాను):

మిసెస్ వాన్ డాన్: 'నేను చాలా కాలం క్రితమే వంటగదికి రాణిగా ఉండాలనుకోవడం మానేశాను. కానీ ఏమీ చేయకుండా కూర్చోవడం విసుగు తెప్పించింది. అందుకని మళ్ళీ వంట చేయడం మొదలుపెట్టాను. అయినా ఫిర్యాదు చేయకుండా ఉండలేను: నూనె లేకుండా వంట చేయడం

154

అసాధ్యం. పైగా ఆ పాడు వాసనలన్నీ నాకు దోకు తెప్పిస్తున్నాయి. దానికి తోడు, నా ప్రయత్నాలకి ప్రతిఫలంగా నాకేం దక్కుతుంది? కృతజ్ఞత లేకపోవడం, దురుసుగా ఉండే వ్యాఖ్యానాలు. నేనెప్పుడూ తక్కువే. ప్రతిదానికీ నన్నే నిందిస్తారు. ఇంకా ఏంటంటే, యుద్ధం అంతగా ముందుకెళ్లట్లేదన్నది నా అభిప్రాయం. చివరికి జర్మన్లు గెలుస్తారు. మనం ఆకలితో మాడబోతున్నామని భయంగా ఉంది. నేను సరైన మానసిక స్థితిలో లేనప్పుడు, ఎవరు దగ్గరికొచ్చినా కొట్టినట్టు మాట్లాడతాను.'

మిస్టర్ వాన్ డాన్: 'నేను ఒకదాని తరువాత ఒకటి, సిగరెట్ తాగుతూనే ఉంటాను. అప్పుడు భోజనం, రాజకీయ పరిస్థితి, కెల్లి (మిసెస్ వాన్ డాన్) మానసిక స్థితి అంత ఘోరంగా ఏమీ అనిపించవు. ఆమె మనసు మంచిది. పొగ తాగడానికి ఏమీ లేకపోతే మాత్రం నాకు బాగుండదు. అప్పడిక నాకు మాంసం కావాలి, జీవితం భరించలేనిదిగా మారుతుంది, ఏదీ బాగుండదు, దారుణమైన గొడవ కూడా జరుగుతుంది. నా కెల్లి మూర్ఖురాలు.'

మిసెస్ ఫ్రాంక్: 'తిండి అంత ముఖ్యం కాదు కానీ ప్రస్తుతం రై బ్రెడ్ ముక్క ఉంటే భలే ఉంటుంది. ఎందుకంటే నాకు చాలా ఆకలిగా ఉంది. నేనే గనక మిసెస్ వాన్ డాన్ అయ్యితే, చాలా కాలం క్రితమే మిస్టర్ వాన్ డాన్ చేత పొగతాగడం ఆపించేసేదాన్ని. కానీ ఇప్పుడు నాకు ఎలాగైనా సిగరెట్ కావాలి. ఎందుకంటే నా తల అంతగా తిరుగుతోంది. వాన్ డాన్సు భయంకరమైన మనుషులు. బ్రిటిషువారు ఎన్నో తప్పులు చేస్తుండచ్చు, కానీ యుద్ధం పురోగమిస్తోంది. నేను నోరు మూసుకొని, పోలండ్‌లో లేనందుకు కృతజ్ఞతతో ఉండాలి.'

మిస్టర్ ఫ్రాంక్: 'అంతా బాగానే ఉంది, నాకేదీ అవసరం లేదు. ప్రశాంతంగా ఉండండి, మనకి చాలా సమయం ఉంది. నాకు బంగాళాదుంపలు ఇవ్వండి చాలు, ఇక నేను నిశ్శబ్దంగా ఉంటాను. జెప్ కోసం నా నరుకుల్లో కొన్నిటిని తీసిపెట్టడం మంచిది. రాజకీయ పరిస్థితి మెరుగుపడుతోంది, నాకు చాలా నమ్మకంగా ఉంది.'

మిస్టర్ డసెల్: 'నా కోసం నేను పెట్టుకున్న పని పూర్తి చేయ్యాలి. అన్నీ సమయానికి పూర్తి చేయ్యాలి. రాజకీయ పరిస్థితి సాహసం అన్నట్టుగా ఉంది. మనం పట్టుబడటం అసా...ధ్యం. నేను, నేను, నేను...!'

నీ, ఆన్

గురువారం, మార్చి 16, 1944

ప్రియమైన కిట్టి,

హా! కొన్ని క్షణాలపాటు నిరాశ, విధ్వంసం నుంచి విడుదల! ఈ రోజు నేను వింటున్నదంతా ఇది: 'ఒకవేళ ఇది, అది జరిగితే, మనం ఇబ్బందుల్లో ఉన్నట్టే. ఇంకా, ఒకవేళ ఫలానావాళ్లు అనారోగ్యానికి గురైతే, మన సంగతి మనమే చూసుకోవాలి, ఇంకా ఒకవేళ...'

సరే, మిగిలినవి నీకు తెలుసు. లేదా, ఎంతైనా అనెక్స్ నివాసితులు ఏం మాట్లాడతారో ఊహించగలిగే అంత పరిచయం వాళ్లతో నీకింకుదనే అనుకుంటున్నాను.

ఇన్ని 'ఒకవేళ'లకి కారణం, మిస్టర్ కుగ్లర్ని ఆరు రోజుల పనికి సంబంధించిన వివరాల కోసం పిలవడం. జెప్ బాగా జలుబుతో బాధపడుతోంది. దాంతో రేపు ఇంట్లోనే ఉండాల్సి రావచ్చు. మియెప్ ఫ్లూ ఇంకా తగ్గలేదు. ఇక మిస్టర్ క్లేమాన్ స్పృహ కోల్పోయేంతగా ఆయన కడుపులో రక్తస్రావం జరిగింది. ఎంత దుఃఖభరితమైన కథ!

మిస్టర్ కుగ్లర్ తన అనారోగ్యానికి సంబంధించిన వైద్య ధృవీకరణ పత్రం కోసం నేరుగా ఒక

నమ్మకమైన వైద్యుడి దగ్గరికి వెళ్ళాలని మేము అనుకుంటున్నాం. అది హిల్వర్సమ్‌లోని సిటీ హాల్‌కి సమర్పించవచ్చు. గిడ్డింగ్ ఉద్యోగులకి రేపు సెలవిచ్చారు. కాబట్టి బెప్ కార్యాలయంలో ఒంటరిగా ఉంటుంది. ఒకవేళ (ఇంకొక 'ఒకవేళ వచ్చింది) బెప్ ఇంట్లోనే ఉండాల్సొస్తే, తలుపుకి తాళం ఉండిపోతుంది. ఇక మేము ఎలకల్లాగా నిశ్శబ్దంగా ఉండాలి, కెగ్ కంపెనీకి వినబడకుండా. ఒంటిగంటకి జాన్స్ ఒక అరగంట కోసం జూ పర్యవేక్షకుడి లాగా వస్తాడు...దూరంగా పెట్టబడి, జాలిగొలిపి మమ్మల్ని చూడటానికి. ఈరోజు మధ్యాహ్నం, ఎంతో...కాలం తరువాత, జాన్ మాకు బయటి ప్రపంచం గురించి కొన్ని వార్తలు చెప్పాడు. మేము అతని చుట్టూ గుమిగూడి ఉండటం నువ్వు చూసి ఉండాల్సింది. ఇది సరిగ్గా 'బామ్మ కాళ్ళ దగ్గర' అన్నట్టుగా బొమ్మలో (ప్రింట్‌లో) చూసినట్టుగా అనిపించింది.

అతను తన కృతజ్ఞత గల ప్రేక్షకులతో మాట్లాడి రంజింపజేశాడు–ఇంకదేని గురించి?–తిండి. మిసెస్ పి అనే మియెప్ స్నేహితురాలు జాన్ కోసం వంట చేస్తుంది. మొన్న జాన్ బఠానీలతో క్యారెట్లు తిన్నాడు. దాంట్లో మిగిలినవి నిన్న తిన్నాడు. ఈ రోజు ఆమె ఎండబెట్టిన బఠానీలు వండుతోంది, రేపు మిగిలిన క్యారెట్లు బంగాళాదుంపలతో గుజ్జుగా చేయాలనే ఆలోచనలో ఉంది.

మియెప్ డాక్టర్ సంగతేంటని మేము అడిగాం.

'డాక్టరా?' అన్నాడు జాన్. ఈరోజు పొద్దున ఆయనకి ఫోన్ చేశాను. ఆయన రిసెప్షనిస్ట్ మాట్లాడింది. నేను ఫ్లూ ప్రిస్క్రిప్షన్ కోసం అడిగాను. రేపు పొద్దున ఎనిమిదికి, తొమ్మిదికి మధ్య తీసుకోమని చెప్పింది. మనకు కనుక ఫ్లూ వ్యాధి మరీ ఎక్కువగా వస్తే, డాక్టర్ స్వయంగా ఫోన్ దగ్గరకొచ్చి, మీ నాలుక బయటపెట్టి ఆ అనండి' అంటాడు. 'ఓ, నాకు వినిపిస్తోంది. మీ గొంతుకి ఇన్ఫెక్షన్ సోకింది. నేను ప్రిస్క్రిప్షన్ రాస్తాను, మీరు దాన్ని మందుల అంగడికి తీసుకురావచ్చు. ఇక ఉంటాను.' అంటాడు. ఇక అంతే. ఆయన పని తేలిక, ఫోన్ ద్వారా రోగ నిర్ధారణ చెయ్యడం. కానీ నేను వైద్యుని నిందించకూడదు. ఒక వ్యక్తికి రెండు చేతులే ఉంటాయి మరి. ఈమధ్య రోగులు మరీ ఎక్కువగా, వైద్యులు మరీ తక్కువగా ఉంటున్నారు.'

అయినా, జాన్ ఫోన్ కాల్ గురించి మేమందరం పోయిగా నవ్వుకున్నాం. ఈ రోజుల్లో వైద్యుడి కోసం ఎదురుచూసే గది ఎలా ఉంటుందో నేను ఊహించగలను. వైద్యులు పేద రోగులని కాకుండా చిన్నచిన్న అనారోగ్యాలతో బాధపడుతున్న వాళ్ళని, 'మీరు ఇక్కడేం చేస్తున్నారు?' అన్నట్టు చూస్తున్నారు. 'వరుసలో చివరికి వెళ్ళండి, నిజమైన రోగులకి ఎక్కువ ప్రాధాన్యత ఇవ్వాలి!'

సీ, ఆన్

గురువారం, మార్చి 16, 1944

ప్రియమైన కిట్టి,

వాతావరణం బ్రహ్మాండంగా, వర్ణించలేనంత అందంగా ఉంది. నేను ఒక్క క్షణంలో అటక మీదికి వెళ్ళబోతున్నాను.

పీటర్ కంటే చాలా ఎక్కువ చిరాగ్గా నేనెందుకంటానో ఇప్పుడు నాకు తెలుసు. అతనికి తనకంటూ ఒక గది ఉంది. అక్కడ అతను పని చెయ్యగలడు, కలలు కనగలడు, ఆలోచించగలడు, నిద్రపోగలడు. నేనెప్పుడూ ఒక మూల నుంచి మరొక మూలకి తరమబడుతుంటాను. నేను డస్సెల్‌తో పంచుకునే గదిలో ఎప్పుడూ ఒంటరిగా ఉండను, అలా ఉండాలని చాలా కాలంగా కోరుకుంటున్నాను, నేను అటకమీద ఆశ్రయం పొందటానికి ఇది ఇంకొక కారణం. అక్కడ ఉన్నప్పుడు, లేదా నీతో ఉన్నప్పుడు, కొద్దిసేపైన

156

సరే, నేను నేనుగా ఉండచ్చు. అయినా కూడా, నాకు ఏడవడం ఇష్టం లేదు. అందుకు విరుద్ధంగా, ధైర్యంగా ఉండాలనుకుంటున్నాను!

అదృష్టవశాత్తూ నేను రోజురోజుకి ప్రశాంతంగా, అమ్మ పట్ల ఎక్కువ వ్యతిరేకంగా, నాన్న పట్ల తక్కువ ఆప్యాయతతో, మార్గ్‌రెట్‌తో ఒక్క ఆలోచనని కూడా పంచుకోవటానికి ఇష్టపడటం లేదన్నవి తప్ప, మిగతావాళ్ళు నా ఆంతరంగిక భావాలని గమనించట్లేదు. నేనొక డ్రమ్ముకంటే గట్టిగా మూసుకొని ఉన్నాను. అన్నిటికీ మించి, నా ఆత్మవిశ్వాసాన్ని నేను కాపాడుకోవాలి. నా మనసు, మెదడు ఒకదానితో ఒకటి నిరంతరం యుద్ధంచేస్తున్నాయని ఎవరికీ తెలియకూడదు. ఇప్పటి వరకు ఎప్పుడూ తర్కమే యుద్ధంలో గెలిచింది, కాని నా భావోద్వేగాలు పైచెయి సాధిస్తాయా? కొన్నిసార్లు అవి పైచెయి సాధిస్తాయని నేను భయపడతాను, కాని నిజానికి అవి అలా సాధించాలని తరచూ ఆశిస్తుంటాను!

ఓహ్, ఈ విషయాల గురించి పీటర్‌తో మాట్లాడకుండా ఉండటం చాలా భయంకరంగా ఉంది. కాని అతన్నే ప్రారంభించనివ్వాలని నాకు తెలుసు. నా కలలో నేను చెప్పినది, చేసినది అంతా అసలెప్పుడూ జరగనట్టుగా పగటిపూట నటించడం ఎంతో కష్టం! కిట్టీ, ఆన్ వేరొది. కాని ప్రస్తుతం జరుగుతున్నవి వేరొ సమయాలు, ఇంకా వేరొ పరిస్థితులు.

నా ఆలోచనలను, మనోభావాలనన్నిటిని రాయగలగడం వీటిలోని అతి చక్కని భాగం. లేకపోతే, నేను ఉక్కిరిబిక్కిరి అయిపోయేదాన్ని. ఈ విషయాలన్నిటి గురించి పీటర్ ఏమనుకుంటున్నాడో...అనిపిస్తుంది. ఒకరోజు వీటి గురించి అతనితో మాట్లాడగలనని అనుకుంటూ ఉంటాను. అతను ఇంతవరకు తనకి తెలిసిన, బయటికి కనిపించే ఆన్‌ని ప్రేమించి ఉండడు కాబట్టి, నా అంతరంగం గురించి ఏదో ఊహించి ఉండాలి! శాంతిని, నిశ్శబ్దాన్ని ఇష్టపడే పీటర్ లాంటి వ్యక్తి నా పడావుడిని, సందడిని ఎలా భరించగలడు? నా రాతి ముసుగు కింద ఏముందో చూసే మొదటి, ఏకైక వ్యక్తి అతనే అవుతాడా? అందుకు అతనికి చాలా సమయం పడుతుందా? ప్రేమ, జాలి ఒకటేగా అనిపిస్తాయనే పాత సామెత ఏదో ఉంది కదా? ఇక్కడ జరుగుతున్నది అదే కాదా? ఎందుకంటే, నేను తరచూ అతని మీద జాలిపడతాను, నామీద నేను పడుతున్నంతగా!

నిజాయితీగా చెప్తున్నాను, ఎలా మొదలుపెట్టాలో నాకు తెలీదు, నిజంగా తెలీదు. మరి, మాట్లాడటం అనేది పీటర్‌కి ఇంకా ఎంత కష్టమైనప్పుడు, అతనే మొదలుపెట్టాలని నేనెలా అనుకోగలను? నేను అతనికి రాయగలిగితే, అప్పుడు కనీసం నేను చెప్పదానికి ప్రయత్నిస్తున్నది ఎంటో అతనికి తెలుస్తుంది, అది మాటల్లో చెప్పడం చాలా కష్టంకాబట్టి!

సీ, ఆన్ ఎం ఫ్రాంక్

శుక్రవారం, మార్చి 17, 1944

నా ప్రియమైన డార్లింగ్,

అన్నీ సర్దుకున్నాయి. బెప్‌కి గొంతు గరగర మాత్రమే ఉంది, ఫ్లూ కాదు. పని వివరాలు అందజేయడం నుంచి తప్పించుకోనేందుకు మిస్టర్ కుగ్లర్‌కి వైద్య ధ్రువీకరణ పత్రం వచ్చింది. మొత్తం అనెక్స్ అంతా హమ్మయ అనుకుంటూ నిట్టూర్పు విడిచింది. ఇక్కడ అంతా బాగానే ఉంది! మార్గ్‌రెట్, నేను మా తల్లిదండ్రుల ధోరణితో అలిసిపోయామన్నది తప్ప.

నన్ను తప్పుగా అనుకోవద్దు. నాన్నని నేనింకా ఎప్పటిలాగే ప్రేమిస్తున్నాను. మార్గ్‌రెట్ నాన్న, అమ్మ ఇద్దరినీ ప్రేమిస్తుంది. కాని, ఇప్పుడు మేమున్న వయసులో, వాళ్ళ నియంత్రణ నుంచి బయటికి

వచ్చేసి కొన్ని నిర్ణయాలు సొంతంగా తీసుకోవాలనుకుంటాం. నేను మేడమీదికి వెళ్ళినప్పుడల్లా, నేనేం చెయ్యబోతున్నానో అడుగుతారు, నాకు విలువ ఇవ్వరు. ఇక నేను రాత్రి దుస్తుల్లోకి మారే సమయం కాలేదా అని అమ్మ రోజూ సాయంత్రం ఎనిమిదింటావుకి నన్ను అడుగుతుంది. ఇంకా, నేను చదివే ప్రతి పుస్తకాన్ని వాళ్ళు ఆమోదించాలి. ఆ విషయంలో వాళ్ళు అంత కరినంగా లేరు, దాదాపు ప్రతి పుస్తకాన్ని చదవనిస్తారని ఒప్పుకోవాలి. కాని రోజంతా వాళ్ళ వ్యాఖ్యానాలు, ప్రశ్నలు విని మార్గోట్, నేను విసిగి అలసి ఉన్నాను.

వాళ్ళకి అసంతృప్తి కలిగించే ఇంకొక విషయం ఉంది: నాకిక పొద్దున, మధ్యాహ్నం, రాత్రి వాళ్ళకి చిన్నచిన్న ముద్దులు ఇవ్వాలనిపించడం లేదు. ఆ అందమైన ముద్దుపేర్లను దెబ్బతిన్నట్టు అనిపిస్తున్నాయి. ఇంకా, పిల్లల గురించి, మరుగుదొడ్డికి వెళ్ళడం గురించి మాట్లాడటం మీద నాన్నకి ఉన్న ఇష్టం అసహ్యం కలిగిస్తుంది. క్లుప్తంగా చెప్పాలంటే, కొంతకాలం వాళ్ళ సాహచర్యం లేకుండా ఉండటం కంటే ఎక్కువగా నేను ఇంకేదీ ఇష్టపడను, వాళ్ళేమో దాని అర్థం చేసుకోరు. వీటిలో ఏ ఒక్కటైనా మార్గోట్, నేను వాళ్ళతో అన్నామని కాదు. చెప్పి ఏం లాభం? వాళ్ళెటూ అర్థం చేసుకోరు.

నిన్న రాత్రి మార్గోట్ అన్నది, నన్ను నిజంగా ఇబ్బంది పెట్టేది ఏంటంటే, మనం చేతుల్లో తలపెట్టుకొని ఒకసారో రెండుసార్లో నిట్టూర్చిస్తే, 'తలనొప్పిగా ఉందా లేదా ఆరోగ్యం బాగాలేదా అని వాళ్ళు అడుగుతారు.' అని.

ఇదివరకు మా ఇంట్లో సాన్నిహిత్యం, సామరస్యం ఉన్న కుటుంబం ఉండేది. ప్రస్తుతం అందులోది చాలా తక్కువ మిగిలి ఉన్నదని హఠాత్తుగా గ్రహించడం మా ఇద్దరికీ పెద్ద దెబ్బ! దీనికి చాలా వరకు కారణం ఇక్కడ అన్ని ప్రశాంతతకి దూరంగా ఉండటమే. ఇలా అనడంలో నా ఉద్దేశం ఏంటంటే, మా లోపల మా వయసు అమ్మాయిల కంటే మేము చాలా పెద్దవాళ్ళమైనా, బాహ్య విషయాలకి వస్తే మేము పిల్లల్లాగే వ్యవహరించబడుతున్నాం. నాకు పధ్నాలుగేళ్ళే అయినా నాకేం కావాలో నాకు తెలుసు. ఎవరు ఒప్పు, ఎవరు తప్పు అన్నది తెలుసు. నాకు నా సొంత అభిప్రాయాలు, ఆలోచనలు, సూత్రాలు ఉన్నాయి. ఇంకా, ఒక యుక్తవయస్కురాలి నుంచి ఈమాట రావడం విడ్డూరంగా అనిపించినప్పటికీ, నేను పెద్దదాన్ని, చిన్నపిల్లని కాదనిపిస్తుంది–ఇతరుల నుంచి నేను పూర్తిగా స్వతంత్రంగా ఉన్నానిపిస్తుంది. వాదనలో, చర్చని కొనసాగించడంలో అమ్మ కంటే నేనే మేలని నాకు తెలుసు. వ్యక్తిగత అభిప్రాయాల ప్రభావం లేకుండా నిజం మాట్లాడటంలో నేనే మెరుగని తెలుసు. ఆమె కంటే ఎంతో చక్కగా, నేర్పుగా వ్యవహరించగలను. ఆ కారణంగా, (ఇది నీకు నవ్వు తెప్పిస్తుందేమో) ఆమె కంటే నేను చాలా రకాలుగా ఉన్నతమైనదాన్ని అనుకుంటున్నాను. ఒకరిని ప్రేమించాలంటే, ఆ వ్యక్తిని ఆరాధించాలి, గౌరవించాలి. కాని అమ్మ పట్ల నాకు గౌరవం గాని ఆరాధన గాని లేవు!

నాకు పీటర్ ఉండుంటే అంతా బాగానే ఉండేది. ఎందుకంటే అతన్ని నేను చాలా రకాలుగా ఆరాధిస్తాను. అతను చాలా సభ్యతగా ఉంటాడు, తెలివైనవాడు!

నీ, ఆన్ ఎం ఫ్రాంక్

శనివారం, మార్చి 18, 1944

ప్రియమైన కిట్టీ,

ఒక సజీవమైన ఆత్మకి చెప్పినదాని కంటే నా గురించి, నా మనోభావాల గురించి నీకే ఎక్కువ చెప్పాను. అందుచేత అందులో శృంగారం గురించి మాత్రం ఎందుకు ఉండకూడదు?

శృంగారం విషయానికొస్తే తల్లిదండ్రులు, మొత్తమ్మీద జనం చాలా విచిత్రంగా ఉంటారు. తమ కొడుకులకి, కూతుళ్లకి పన్నెండు సంవత్సరాల వయసులో అంతా చెప్పే బదులు, ఆ విషయం గురించిన ప్రస్తావన వచ్చిన క్షణంలోనే పిల్లని గది నుంచి బయటికి పంపేసి, వాళ్ళని సొంతంగా తెలుసుకోవడానికి వదిలేస్తారు. ఆ తరువాత, తమ పిల్లకి ఎలాగో విషయం తెలిసిందని గమనించినప్పుడు, నిజానికి వాళ్ళకి తెలిసినదానికంటే ఎక్కువ (లేదా తక్కువ) తెలుసని అనుకుంటారు. అందువల్ల, ఇది ఎంటో పిల్లని అడిగి, దానికి సవరణలు చెయ్యడానికి ఎందుకు ప్రయత్నించరు?

పెద్దలకి ఒక పెద్ద అవరోధం–నా అభిప్రాయం ప్రకారం ఇది ఒక గులకరాయి కంటే ఎక్కువ కాదు –ఇది: చాలామంది విషయంలోనూ స్వచ్ఛత అనేది చాలా అర్థం లేనిదని పిల్లలు ఒక్కసారి తెలుసుకుంటే, వాళ్ళు పెళ్ళిని పవిత్రమైనదిగా, స్వచ్ఛమైనదిగా చూడటం మానేస్తారన్నది వాళ్ళ భయం. నాకు సంబంధించినంతవరకు, ఒక వ్యక్తి తన పెళ్ళికి కొద్దిగా అనుభవాన్ని తీసుకురావడం తప్పు కాదు. దీనికి పెళ్ళితో సంబంధం లేదు కదా, ఉందా?

నాకు పదకొండేళ్లు వచ్చిన వెంటనే, వాళ్ళు నాకు బుుతుస్రావం గురించి చెప్పారు. కాని అప్పుడు కూడా, రక్తం ఎక్కడి నుంచి వస్తుందో, ఎందుకొస్తుందో నాకు తెలీదు. పన్నెండున్నరేళ్ల వయసులో, నా అంత అజ్ఞాని కాని జ్యాక్ నుంచి ఇంకొంచెం నేర్చుకున్నాను. ఒక పురుషుడు, స్త్రీ కలిసి ఉన్నప్పుడు ఏంచేస్తారో నా సొంత అంతర్దృష్టి నాకు చెప్పింది. ముదు ఇదొక వెర్రి ఆలోచనలా అనిపించింది కాని జ్యాక్ దాన్ని ధృవీకరించినప్పుడు, దాన్ని నా అంతట నేనే కనుగొన్నందుకు గర్వపడ్డాను!

పిల్లలు తల్లి కడుపు నుంచి బయటికి రారని కూడా నాకు జ్యాక్ చెప్పింది. ఆమె చెప్పినట్టు, 'పదార్థాలు ఎక్కడికి వెళ్తాయో అక్కడి నుంచే తుది ఉత్పత్తి బయటికొస్తుంది!' జ్యాక్, నేను లైంగిక విద్య గురించిన ఒక పుస్తకం నుంచి కన్నెపొర గురించి, ఇంకొన్ని వివరాల గురించి తెలుసుకున్నాం. పిల్లని కనకుండా నిరోధించవచ్చని కూడా నాకు తెలుసు కాని, శరీరంలో అదెలా పని చేస్తుందన్నది మాత్రం ఒక రహస్యంగా మిగిలిపోయింది. నేను ఇక్కడికి వచ్చినప్పుడు, వేశ్యలు మొదలైనవాళ్ళ గురించి నాన్న నాకు చెప్పారు. కాని మొత్తం మీద సమాధానం లేని ప్రశ్నలు ఇంకా ఉన్నాయి.

తల్లులు తమ పిల్లకి అంతా చెప్పకపోతే, వాళ్ళు దాని గురించి చిలవలు పలవలుగా వింటారు. అది సరైనది కాకపోవచ్చు.

ఇది శనివారం అయినా కూడా నాకు విసుగ్గు లేదు! అందుకు కారణం నేను పీటర్‌తో అటకమీద ఉండటమే. అక్కడ నేను కళ్ళు మూసుకొని కలలు కంటూ కూర్చున్నాను. అద్భుతంగా అనిపించింది.

సీ, ఆన్ ఎం ఫ్రాంక్

ఆదివారం, మార్చి 19, 1944

ప్రియమైన కిట్టి,

నిన్నటి రోజు నాకు చాలా ముఖ్యమైంది. భోజనం తరువాత అంతా మాములుగానే ఉంది. ఐదు గంటలకి నేను బంగాళదుంపల పని మీద పడ్డాను. తరువాత అమ్మ పీటర్‌కి ఇవ్వమని కొంచెం బ్లడ్ సాసేజ్ ఇచ్చింది. ముందు నేను వెళ్ళాలని అనుకోలేదు కాని చివరికి వెళ్ళాను. అతను సాసేజ్‌ని తీసుకోలేదు. అపనమ్మకం గురించి మాకు జరిగిన వాదనే దానికి కారణం అన్న భయంకరమైన భావన నాకు కలిగింది. ఇక నేను ఒక్క క్షణం కూడా భరించలేకపోయాను. నా కళ్ళు నీళ్ళతో నిండిపోయాయి. ఇంకొక మాట లేకుండా, అమ్మకి పళ్ళెం తిరిగిచ్చేసి, బాగా ఏడవడానికి మరుగుదొడ్డికి వెళ్ళాను. ఆ

తరువాత నేను పీటర్‌తో మాట్లాడేయాలని నిర్ణయించుకున్నాను. రాత్రి భోజనానికి ముందు మేము నలుగురం అతనికి క్రాస్‌వర్డ్ పజిల్‌లో సహాయం చేయసాగాం కాబట్టి నేను ఏమీ అనలేకపోయాను. కానీ మేము తినడానికి కూర్చుంటున్నప్పుడు అతనితో, 'పీటర్, ఈ రాత్రి నువ్వు సంక్షిప్తలిపిని (షార్ట్‌హ్యాండ్) సాధన చెయ్యబోతున్నావా?' అని అడిగాను.

'లేదు' అన్నది అతని సమాధానం.

'నీతో నేను తరువాత మాట్లాడాలనుకుంటున్నాను.'

అతను సరేనన్నాడు.

గిన్నెలు కడగడం అయిపోయాక, నేను అతని గదికి వెళ్ళి, మా మధ్య చివరిగా జరిగిన గొడవ కారణంగా అతను సొసైటీని తిరస్కరించాడేమోనని అడిగాను. అదృష్టవశాత్తూ, కారణం అది కాదు. అంత ఆత్రంగా కనిపించడం మర్యాద కాదని అతను అనుకున్నాడట. మెట్ల మీద చాలా వేడిగా ఉంది. దాంతో నా ముఖం ఎండ్రకాయ లాగా ఎర్రగా ఉంది. అందువల్ల, మార్గోట్ కోసం కొంచెం నీళ్ళు తీసుకెళ్ళి ఇచ్చి, కొంత స్వచ్ఛమైన గాలికోసం మళ్ళీ పైకెళ్ళాను. పీటర్ గదికి వెళ్ళే ముందు కావాలని అందరికీ కనిపించే విధంగా వాన్ డాన్స్ కిటికీ పక్కన వెళ్ళి నిలబడ్డాను. అతను తెరిచిన కిటికీకి ఎడమ వైపున నిలబడి ఉన్నాడు. అందుకని నేను కుడి వైపుకి వెళ్ళాను. విశాలమైన పగటి వెలుతురులో కంటే, కొంత చీకటిలో, తెరిచిన కిటికీ పక్కన మాట్లాడటం చాలా తేలిక. పీటర్‌కి కూడా అలానే అనిపించిందని అనుకుంటున్నాను. మేము ఒకరితో ఒకరం ఎంత చెప్పుకున్నాం, ఎంత ఎక్కువంటే, అదంతా మళ్ళీ చెప్పలేను. కానీ అది బాగా అనిపించింది. అది నేను అనెక్స్‌లో గడిపిన అత్యంత అద్భుతమైన సాయంత్రం. మేము స్పృశించిన వివిధ విషయాల గురించి క్లుప్తంగా వివరణ ఇస్తాను.

ముందు మేము గొడవల గురించి, ఈమధ్య నేను వాటిని ఏ రకంగా చాలా వేరే కోణంలో చూస్తున్నానో మాట్లాడుకున్నాం. ఆ తరువాత మా తల్లిదండ్రుల నుంచి మేమెలా దూరమయ్యాం అనే దాని గురించి మాట్లాడుకున్నాం. నేను అమ్మ, నాన్న, మార్గోట్, నన్ను గురించి పీటర్‌కి చెప్పాను. ఒక సందర్భంలో, 'మీరెప్పుడూ ఒకరికొకరు గుడ్ నైట్ ముద్దు ఇచ్చుకుంటారు కదా?' అని అడిగాడు.

'ఒక్కటా? డజన్ల కొద్దీ. మీరలా చెయ్యరు కదా?'

'లేదు, నిజంగా నేనెవరినీ ముద్దు పెట్టుకోలేదు.'

'నీ పుట్టినరోజున కూడానా?'

'అవును, నా పుట్టినరోజున ముద్దు పెట్టుకున్నాను.'

మా ఇద్దరిలో ఒక్కరం కూడా ఎలా మా మా తల్లిదండ్రులని నమ్మమో మాట్లాడుకున్నాం. అతని తల్లిదండ్రులు ఒకరినొకరు ఎంతగానో ప్రేమించుకుంటూ, అతను తమని నమ్మి అన్నీ చెప్పాలని కోరుకుంటారు కానీ, అతనలా కోరుకోని విషయం మాట్లాడుకున్నాం. నేను మంచం మీద పడుకొని ఏడుస్తూ నా బాధనంత ఎలా వెళ్ళగక్కుతానో, అతను అటక మీదికి వెళ్ళికొప్పగా తిట్టుకోవడం గురించి మాట్లాడుకున్నాం. మార్గోట్, నేను ఈమధ్యే ఒకరినొకరు ఎలా తెలుసుకున్నామో, అయినా కూడా మేమెప్పుడూ కలిసి ఉంటాం కాబట్టి ఒకరికొకరం చాలా తక్కువగా చెప్పుకుంటాం అన్నది మాట్లాడుకున్నాం. ఊహించదగిన ప్రతి విషయం గురించి, నమ్మకం, మనోభావాలు, ఇంకా, మా గురించి మాట్లాడుకున్నాం. ఓహ్, కిట్టీ, అతను సరిగ్గా నేను అనుకున్నట్టే ఉన్నాడు.

అప్పుడు మేము 1942వ సంవత్సరం గురించి, అప్పుడు మేము ఎంత వేరేగా ఉన్నామో మాట్లాడుకున్నాం. ఆ కాలంలోని మమ్మల్ని మేము గుర్తించను కూడా లేము. మొదట్లో మాకు ఒకరంటే ఒకరికి అసలు ఎలా పడేది కాదో మాట్లాడుకున్నాం. నేను వాచాలపు మాట్లాడే మహా తలనొప్పిని అతను అనుకున్నాడు. అతను పెద్ద ప్రత్యేకమేమీ కాదని నేను తొందరగా నిర్ధారించేశాను. అతను నాతో

ఎందుకు తిరగలేదో నాకు అర్థం కాలేదు. కానీ ఇప్పుడు సంతోషంగా ఉన్నాను. తను తరచూ తన గదికి ఎలా వెళ్ళిపోయేవాడో కూడా ప్రస్తావించాడు. నా సందడి, ఉత్సాహం, అతని నిశ్శబ్దం ఒకే నాణానికి రెండు వైపులా ఉన్నాయని, నేను కూడా శాంతిని, నిశ్శబ్దాన్ని ఇష్టపడతాను కానీ నాకంటూ నా డైరీ తప్ప ఇంకేమీ లేదని, మిస్టర్ డస్సెల్‌తో మొదలుపెట్టి ప్రతి ఒక్కరూ నన్ను వెనక నుంచి చూస్తారని, నాకు నా తల్లిదండ్రులతోనే ఎప్పుడూ కూర్చోవడం ఇష్టం లేదని నేను చెప్పాను. మా తల్లిదండ్రులకు పిల్లలు ఉండడం తనకి ఎంత ఆనందంగా ఉందో, అతను ఇక్కడ ఉన్నందుకు నేనెంత సంతోషపడుతున్నానో చర్చించుకున్నాం. అతను అంతర్ముఖం అవ్వాల్సిన అవసరాన్ని, తల్లిదండ్రులతో అతని సంబంధాన్ని నేనిప్పుడు ఎలా అర్థం చేసుకుంటున్నానో, వాళ్ళు వాదులాడుకున్నప్పుడు అతనికి ఎంతగా సహాయం చేయాలనుకుంటున్నానో చెప్పాను.

'కానీ నువ్వు నాకెప్పుడూ సహాయంగానే ఉన్నావు!' అన్నాడు.

'ఎలా?' చాలా ఆశ్చర్యంగా అడిగాను.

'ఉల్లాసంగా ఉండడం ద్వారా.'

ఇదే ఆ సాయంత్రం అంతటికీ అతను అన్న అతి చక్కని మాట. తను తన గదికి వచ్చినట్టుగా నేను కూడా రావడం తనకి అభ్యంతరం లేదన్నాడు. నిజానికి, అలా వెళ్ళడం అతనికి నచ్చింది. నాన్న, అమ్మ పిలిచే ముద్దుపేర్లన్నీ అర్థం లేనివని, ఇక్కడొకసారి, అక్కడొకసారి ముద్దు పెట్టుకోవడం దానంతట అదే నమ్మకానికి దారి తీయలేదని కూడా నేను అతనికి చెప్పాను. మాదైన మార్గంలో పనులు చెయ్యడం, డైరీ, ఒంటరితనం, ప్రతి ఒక్కర లోపలి, బయటి మనుషుల మధ్య వ్యత్యాసం, నా ముసుగు మొదలైన వాటి గురించి కూడా మాట్లాడుకున్నాం. అద్భుతంగా అనిపించింది. అతను నన్ను స్నేహితురాలిగా ప్రేమించే వరకు వచ్చి ఉండాలి, ప్రస్తానికి అది చాలు. నేను చాలా కృతజ్ఞతతో, సంతోషంగా ఉన్నాను. నాకు మాటలు దొరకడంలేదు. నేను మన్నించమని కోరాలి, కిట్టీ. ఎందుకంటే నా శైలి ఈ రోజు నా సాధారణ స్థాయిలో లేదు. నా బుర్రలోకి ఏమేం వచ్చిందో అదంతా రాసేశాను!

పీటర్, నేను ఒక రహస్యాన్ని పంచుకుంటున్నట్టు అనిపిస్తోంది. అతను ఆ కళ్ళతో, ఆ చిరునవ్వుతో, ఆ కన్నుగటుతో నన్ను చూసినప్పుడల్లా, నా లోపలికి ఒక కాంతి వెళ్ళినట్టుగా ఉంటుంది. పరిస్థితులు ఇలాగే ఉంటాయని, మేము ఎన్నో, ఎన్నో, ఎన్నో ఎక్కువ సంతోషకరమైన గంటలు కలిసి గడపగలమని ఆశిస్తున్నాను.

నీ కృతజ్ఞతాపూర్వక మరియు సంతోషంగా ఉన్న ఆన్

సోమవారం, మార్చి 20, 1944

ప్రియమైన కిట్టీ,

నేను మళ్ళీ ఇంకొక సాయంత్రం (తన గదికి) రాగలనా అని పీటర్ ఈరోజు పొద్దున అడిగాడు. అతన్ని నేను ఇబ్బంది పెట్టనని ప్రమాణం చేసి చెప్పాను. ఒకరికి స్థలం ఉన్నచోట ఇద్దరికి కూడా ఉంటుందని అన్నాడు. ప్రతిరోజు సాయంత్రం అతన్ని కలవలేనని, ఎందుకంటే ఇది మంచి ఆలోచన అని నా తల్లిదండ్రులు అనుకోవడం లేదని చెప్పాను. అయితే, దాని గురించి నేను పట్టించుకోకూడదని అతను అనుకున్నాడు. దాంతో నేను ఏదో ఒక శనివారం సాయంత్రం వద్దాం అనుకుంటున్నానని చెప్పాను. చందమామని ఎప్పుడు చూడగలమో అతను నాకు తెలియజేయగలడేమో కూడా అడిగాను.

'తప్పకుండా,' అని, 'బహుశా మనం కిందికెళ్ళి అక్కడి నుంచి చందమామని చూడచ్చు.' అన్నాడు. నేనొప్పుకున్నాను. దొంగలంటే నాకంత భయం లేదు.

161

ఈలోగా, నా ఆనందం మీద నీలినీడ పడింది. మార్గోట్‌కి పీటర్ అంటే ఇష్టమని చాలా కాలంగా నాకు అనిపిస్తోంది. ఎంతగా అన్నది మాత్రం తెలీదు కానీ పరిస్థితి మొత్తం చాలా ఇబ్బంది కరంగా ఉంది. నేను పీటర్‌ని కలవటానికి వెళ్ళిన ప్రతిసారీ ఆమెని బాధపెడుతున్నాను, బాధపెట్టడం నా ఉద్దేశం కాకపోయినా. తమాషా ఏంటంటే, దాన్ని తను బయటికి చూపించదు. నేను చాలా పిచ్చిగా అసూయపడేదాన్నని నాకు తెలుసు. కానీ తన మీద నేను జాలి పడకూడదని మార్గోట్ అంది.

'నువ్వు ఒక్కతివే విడిగా ఉన్నట్టుండడం చాలా భయంకరంగా ఉందనిపిస్తోంది,' అన్నాను.

'నేను దానికి అలవాటు పడిపోయానులే,' అని తను కాస్త నిష్కురంగా సమాధానం ఇచ్చింది.

నేను పీటర్‌కి చెప్పే ధైర్యం చేయలేను. బహుశా తరువాత చెప్తానేమో కానీ అతను, నేను ముందు వేరే చాలా విషయాల గురించి చర్చించాల్సిన అవసరం ఉంది.

నిన్న రాత్రి అమ్మ నన్ను హెచ్చరించింది, అది నాకు కావలసిందే. ఆమె మీద నాకున్న వ్యతిరేకతని, ద్వేషాన్ని నేను మరీ దూరం తీసుకెళ్ళకూడదు. ఏదెలా ఉన్నా, అమ్మతో స్నేహంగా ఉండటానికి మరోకసారి ప్రయత్నించాలి. నా వ్యాఖ్యలని నాలోనే ఉంచుకోవాలి!

పిమ్ కూడా ముందు ఉన్నంత మంచిగా లేరు. నన్ను చిన్నపిల్లలా చూడకుండా ఉండటానికి ప్రయత్నిస్తున్నారు కానీ ప్రస్తుతం మరీ కఠినంగా ఉన్నారు. దీన్నుంచి ఏం జరుగుతుందో చూడాలి, అంతే! నేను బీజగణితం నేర్చుకోకపోతే, యుద్ధం తరువాత నాకు అదనపు ట్యూషన్ లభించదని నన్ను హెచ్చరించారు. ఏం జరుగుతుందో ఊరికే ఉండి చూడగలను కానీ నాకు కొత్త పుస్తకం దొరికితే మళ్ళీ మొదలుపెట్టాలనుంది.

ఇప్పటికిది చాలు. నేను పీటర్ వైపు చూడటం తప్ప ఏమీ చేయట్లేదు, నేను పొంగిపార్లిపోతున్నాను!

నీ, ఆన్ ఎం ఫ్రాంక్

మార్గోట్ మంచితనానికి సాక్ష్యం. ఈ రోజు, మార్చి 20, 1944న నేనిది అందుకున్నాను:

ఆన్, నువ్వంటే నాకు అసూయగా లేదని నిన్న నేను చెప్పినప్పుడు, నేను పూర్తి నిజాయితీగా లేను. పరిస్థితి ఇది: నువ్వన్నా, పీటర్ అన్నా నాకు అసూయ లేదు. నా ఆలోచనలు, మనోభావాలు పంచుకోవడానికి నాకెవరూ దొరకలేదు, సమీప భవిష్యత్తులో ఆ అవకాశం లేదని మాత్రమే నేను బాధపడుతున్నాను. కానీ అందుకే మీరిద్దరూ ఒకరిమీద ఒకరు నమ్మకం పెట్టుకోగలరని నేను మనస్ఫూర్తిగా కోరుకుంటున్నాను. వేరేవాళ్ళు చాలా మామూలు అనుకొనేవి ఇప్పటికే ఇక్కడ మీరు చాలా కోల్పోతున్నారు.

మరోకవైపు, నేను పీటర్‌తో ఎప్పటికీ అంత దూరం వెళ్ళేదాన్ని కాదని నాకు ఖచ్చితంగా తెలుసు. ఎందుకంటే నా ఆలోచనలు ఒకరితో పంచుకొనే ముందు ఆ వ్యక్తికి నేను చాలా దగ్గరైనట్టు నాకు అనిపించాలి. నేను పెద్దగా చెప్పకపోయినా అతను నన్ను చాలా బాగా లోతుగా అర్థం చేసుకున్నాడని నాకు అనిపించాలి. ఈ కారణంగా, అతను మేధోపరంగా నాకంటే గొప్పవాడని నాకు అనిపించేలా ఉండాలి. పీటర్ విషయంలో అలా కాదు. కానీ అతనికి దగ్గరైనట్టు నీకు అనిపించడం నేను ఊహించగలను.

అందువల్ల నిన్ను నువ్వు తిట్టుకోవల్సిన అవసరం లేదు. ఎందుకంటే నేను పొందాల్సినదాన్ని నువ్వు తీసుకుంటున్నావని నువ్వు అనుకుంటున్నావు కాబట్టి. సత్యానికి మించి ఏదీ ఉండదు. మీ స్నేహం ద్వారా లాభం పొందేందుకు కావలసినదంతా నీ దగ్గర, పీటర్ దగ్గర ఉంది.

నా సమాధానం:

ప్రియమైన మార్గోట్,

నీ ఉత్తరం నీ మంచి మనసుని తెలుపుతోంది. కానీ ఈ పరిస్థితి విషయంలో నాకు ఇంకా పూర్తిగా సంతోషంగా లేదు, ఎప్పటికైనా ఉంటుందని అనుకోను.

162

ప్రస్తుతానికి, పీటర్కి, నాకు ఒకరి మీద ఒకరికి నువ్వుకున్నంత విశ్వాసం లేదు. బాగా వెలుతురు ఉన్నప్పుడు కాక సంధ్య సమయంలో తెరిచిన కిటికీ పక్కన నిలబడి ఉన్నప్పుడు ఒకరితో ఒకరం ఎక్కువగా చెప్పుకోగలం, అంతే. మన మనోభావాలని పైకప్పు నుంచి అరిచి చెప్పడం కంటే గుసగుసగా చెప్పుకోవడం సులభం కూడా. నీలో పీటర్ అంటే ఒక రకమైన సోదర ప్రేమ మొదలైందని, నేను సహాయం చేసినట్లే అతికి నువ్వు చేయ్యాలనుకుంటావని నాకనిపిస్తుంది. ఏదో ఒక రోజు నువ్వలా చేయ్యగలవేమో, మా మనసులో ఉన్నది ఆ రకమైన విశ్వాసం కాకపోయినా. విశ్వాసం అనేది రెండు వైపుల నుంచి రావాలని నేను నమ్ముతున్నాను. నాన్న, నేను నిజంగా అంత దగ్గర కాకపోవడానికి కారణం ఇదేనని కూడా అనుకుంటున్నాను. కాని ఇంక దీని గురించి మనం మాట్లాడుకోవద్దు. నువ్వు ఇంకా చర్చించాలనుకుంటే, దయచేసి రాయి. ఎందుకంటే, నా ఉద్దేశ్యమేంటో ముఖాముఖి మాట్లాడటం కంటే కాగితం మీద పెట్టడం నాకు తేలిక. నిన్ను నేనెంతగా అభిమానిస్తానో నీకు తెలుసు. నీ మంచితనం, నాన్న మంచితనం నాకు కాస్త అంటుకోగలవని మాత్రమే ఆశిస్తున్నాను. ఎందుకంటే, ఆ కోణంలో, మీరిద్దరూ చాలా ఒకటేగా ఉంటారు.

సీ, ఆన్

బుధవారం, మార్చి 22, 1944

ప్రియమైన కిట్టీ,

నిన్న రాత్రి మార్గోట్ నుంచి నాకు ఈ లేఖ వచ్చింది:

ప్రియమైన ఆన్,

నిన్నటిలేఖ చదివినతరువాత, నువ్వుపని చేయడానికో లేదామాట్లాడటానికో పీటర్దగ్గరికివెళ్ళినప్పుడంతా నీ మనస్సాక్షి నిన్ను కలవరపెడుతోందని నాకు అనిపిస్తోంది, అది నాకు బాగా అనిపించట్లేదు. దానికి నిజంగా ఎటువంటి కారణం లేదు. నా మనసులో, నా నమ్మకానికి తగినవాడు ఎవరో ఉన్నారని నాకు తెలుసు (నేను అతనికి తగినదాన్ని అయినట్లు). అతని స్థానంలో పీటర్ ఉండటం నేను సహించలేను.

అయితే, నువ్వు రానిన్నట్లుగా, నేను పీటర్ని ఒక సోదరుడిగా అనుకుంటున్నాను...ఒక తమ్ముడిగా. మేము ఒకరికొకరం మా మనోభావాలని పంపుకుంటున్నాము. ముందు ముందు ఒక తమ్ముడిలాంటి, అక్కలాంటి ఆప్యాయత పెరగచ్చు, పెరగకపోవచ్చు. కాని ఇది ఖచ్చితంగా ఇంకా ఆ దశకి చేరుకోలేదు. కాబట్టి నువ్వు నన్ను గురించి జాలిపడాల్సిన అవసరం లేదు. ఇప్పుడు నీకు సాంగత్యం దొరికింది కాబట్టి దాన్ని నీకు వీలైనంత ఆనందించు.

ఈలోగా, ఇక్కడ విషయాలు ఇంకా ఇంకా అద్భుతంగా మారుతున్నాయి. కిట్టీ, ఆనెక్స్లో నిజమైన ప్రేమ పెరుగుతోందేమో అనుకుంటున్నాను. మేము ఇక్కడ తగినంత ఎక్కువకాలం ఉంటే పీటర్ని పెళ్ళి చేసుకోవడం గురించిన ఈ హాస్యోక్తులన్నీ అంత పనికిరానివేమీ అవ్వు. అతని నేను పెళ్ళి చేసుకోవాలనుకుంటున్నానని కాదు, గుర్తుంచుకో. అతను పెద్దయ్యాక ఎలా ఉంటాడో కూడా నాకు తెలీదు. లేదా మేము పెళ్ళి చేసుకునేంతగా ఒకరినొకరు ప్రేమించుకుంటామో లేదో కూడా తెలీదు.

పీటర్ కూడా నన్ను ప్రేమిస్తున్నాడని నాకు ఖచ్చితంగా తెలుసు. ఏ విధంగా అన్నది మాత్రం తెలీదు. అతను ఒక మంచి స్నేహితురాలు మాత్రమే కావాలనుకుంటున్నాడో లేదా ఒక అమ్మాయిగా లేదా చెల్లిగా నాపట్ల ఆకర్షితుడయ్యాడో నేను తెలుసుకోలేను. తన తల్లిదండ్రులు వాదులాడుకునేటప్పుడు అతనికి

నేను సహాయం చేశానని అతను చెప్పినప్పుడు, నాకు భలే సంతోషంగా అనిపించింది. అతని స్నేహం మీద నాకు నమ్మకం కలిగించే దిశగా ఇదొక అడుగు. నిన్న అతన్ని అడిగాను, డజను మంది ఆన్ లు అతన్ని చూడటానికి వచ్చేస్తూ ఉంటే ఏం చేస్తాడని. అతని సమాధానం: 'వాళ్ళంతా నీలాగే ఉంటే, అదేమంత ఇబ్బందిగా ఉండదు.' అతనిది ఎదుటివాళ్ళని చాలా సౌకర్యంగా ఉంచే గుణం. అతనికి నన్ను చూడటం నిజంగా ఇష్టమనిపిస్తుంది. ఈలోపల, అతను ఫ్రెంచ్ నేర్చుకోవడానికి చాలా కృషి చేస్తున్నాడు, రాత్రి పదింటావు వరకు కూడా చదువుతున్నాడు.

ఓహ్, నేను వెనక్కి తిరిగి శనివారం రాత్రి గురించి, మా మాటలు, మా కంఠస్వరాల గురించి ఆలోచించినప్పుడు, మొదటిసారిగా నాతో నాకు సంతృప్తిగా అనిపించింది. నా ఉద్దేశ్యం ఎంటంటే, నేను ఇప్పటికీ అదే చెప్తాను, అందులోని ఒక్కమాట కూడా మార్చుకోవడం లేదు, మామూలుగా నేను చేసేటట్టే. నవ్వుతున్నా లేదా ఊరికే కదలకుండా కూర్చున్నా అతను ఎంతో అందంగా ఉంటాడు. అతను ఎంతో మంచివాడు, అందగాడు. నేను పైకి కనిపించే ప్రాపంచికంగా ఉండే ఆన్నీ కానే కాదు, అతనిలాగే ఒక కలలు కనే వ్యక్తిని, అతనికి ఉన్నన్ని సమస్యలతో...అని తెలుసుకున్నప్పుడు అతనికి చాలా ఆశ్చర్యం కలిగి ఉంటుందనిపిస్తుంది!

నిన్న రాత్రి గిన్నెలు కడిగిన తర్వాత అతను నన్ను మేడమీద ఉండమని అడగాలని ఎదురుచూశాను. కానీ ఏమీ జరగలేదు. నేను వెళ్ళిపోయాను. రేడియో వినే సమయం అయ్యిందని అతను డస్సెల్కి చెప్పడానికి కిందికి వచ్చి కాసేపు బాత్రూం చుట్టూ తచ్చాడాడు. కానీ డస్సెల్ మరీ ఎక్కువ సమయం తీసుకొనేసరికి, మేడమీదికి వెళ్ళిపోయాడు. తన గదిలో అటూయిటూ తిరిగి మామూలుకన్నా తొందరగా మంచమెక్కేశాడు.

సాయంత్రం అంతా నేను నిశ్చింత లేకుండా ఉన్నాను. మొహం మీద చల్లని నీళ్ళు చల్లుకోవటానికి బాత్రూంకి వెళ్తూనే ఉన్నాను. కొంచెం చదివాను, ఇంకొంచెం పగటికలలు కన్నాను. గడియారం వైపు చూసి ఎదురుచూస్తూ, ఎదురుచూస్తూ, ఎదురుచూస్తూ, ఉన్నాను, చూస్తున్నంతసేపూ అతని అడుగుజాడలు వింటూ. అలిసిపోయి, త్వరగా మంచమెక్కాను.

ఈ రాత్రి నేను స్నానం చెయ్యాలి, మరి రేపు? రేపు అనేది ఎంతో దూరంలో ఉంది!

నీ, ఆన్ ఎం ఫ్రాంక్

నా సమాధానం:

ప్రియమైన మార్గోట్,

ఏం జరుగుతుందో అని ఎదురు చూడటం అన్నిటికన్నా మేలని నేను అనుకుంటున్నాను. ఇదివరకు మేమున్నట్టు మళ్ళీ అయిపోవాలా లేదా ఇంకేదైనా చెయ్యాలా అని పీటర్, నేను నిర్ణయించుకోవాల్సొచ్చే సమయం మరీ దూరం లేదేమో. ఇది ఎలా మారుతుందో నాకు తెలీదు. అంత దూరం నేను చూడలేకపోతున్నాను.

కానీ ఒక్క విషయం మాత్రం నాకు ఖచ్చితంగా తెలుసు: పీటర్, నేను స్నేహితులమైతే, నీక్కూడా అతనంటే చాలా ఇష్టమని, అవసరమైతే అతనికి సహాయం చెయ్యడానికి సిద్ధంగా ఉన్నవని అతనికి చెప్పబోతున్నాను. చెప్పడంటావని నాకు ఖచ్చితంగా తెలుసు, కానీ పట్టించుకోను. నీ గురించి పీటర్ ఏమనుకుంటున్నాడో నాకు తెలీదు. కానీ సమయం వచ్చినప్పుడు అడుగుతాను. ఇది ఖచ్చితంగా తప్పేం కాదు, మంచిదే! మేము అటక మీదున్నా లేదా ఇంకెక్కడో ఉన్నా నువ్వొచ్చి మాతో చేరచ్చు. నీవల్ల మాకు ఇబ్బంది ఉండదు. ఎందుకంటే, సాయంత్రం చీకటిగా ఉన్నప్పుడు మాత్రమే మాట్లాడుకోవాలని ఈ విషయం గురించి మేము మాట్లాడుకోకుండానే ఒప్పందం చేసుకున్నాం.

164

ఉత్సాహంగా ఉండు! అది ప్రతిసారీ తేలిక కాకపోయినా, నా వంతు ప్రయత్నం నేను చేస్తున్నాను. నువ్వు అనుకున్న సమయం నువ్వు అనుకున్న దానికంటే ముందే రావచ్చు.

సీ, ఆన్

గురువారం, మార్చి 23, 1944

ప్రియమైన కిట్టి,

ఇక్కడి విషయాలు దాదాపు మామూలైపోయాయి. అదృష్టం కొద్దీ మాకు కూపన్లు ఇచ్చేవాళ్ళు జైలు నుంచి విడుదలయ్యారు!

మియెప్ నిన్నటి నుంచి వస్తోంది కానీ ఈరోజు మంచం పట్టడం ఆమె భర్త వంతు అయ్యింది – వణుకు, జ్వరం, ఫ్లూ సాధారణ లక్షణాలతో. బెప్ బాగానే ఉంది. దగ్గు మాత్రం ఇంకా ఉంది. మిస్టర్ క్లేమాన్ చాలా కాలం ఇంట్లోనే ఉండాలి.

నిన్న ఇక్కడికి దగ్గరలో ఒక విమానం కూలిపోయింది. అందులోని సిబ్బంది సమయానికి పారాచూట్ ద్వారా బయటపడగలిగారు. అది ఒక బడి మీద కూలింది కానీ అదృష్టవశాత్తూ లోపల పిల్లలు లేరు. చిన్న అగ్నిప్రమాదం జరిగింది. ఇద్దరు మరణించారు. వైమానిక దళం కిందికి వస్తుండగా జర్మన్లు వాళ్ళ మీద బుల్లెట్ల వర్షం కురిపించారు. అంత క్రూరమైన చర్యని చూసిన ఆమ్‌స్టర్‌డామ్ వాసులు మండిపడ్డారు. మేము, అంటే నా ఉద్దేశంలో ఆడవాళ్ళం, కూడా చాలా భయపడ్డాం. ఆ కాల్పుల శబ్దం అంటే నాకు ద్వేషం.

ఇప్పుడిక నా గురించి.

నిన్న నేను పీటర్‌తో ఉన్నాను. ఏదో ఒక విధంగా, ఎలా అన్నది నిజాయితీగా నాకు తెలీదు కానీ, మేము శృంగారం గురించి మాట్లాడుకున్నాం. అతన్ని కొన్ని విషయాలు అడగాలని చాలాకాలం క్రితమే నిర్ణయించుకున్నాను. అతనికి అంతా తెలుసు. మార్గోట్‌కి, నాకు అంత బాగా తెలీదని నేను చెప్పినప్పుడు ఆశ్చర్యపోయాడు.

మార్గోట్, నన్ను, అమ్మ, నాన్న గురించి నేను చాలా చెప్పాను. ఈమధ్య నేను వాళ్ళని ఏమీ అడిగే ధైర్యం చెయ్యడం లేదని కూడా చెప్పాను. అతను నాకు జ్ఞానోదయం కలిగిస్తానని అన్నాడు, నేను కృతజ్ఞతాపూర్వకంగా ఒప్పుకున్నాను: గర్భనిరోధక మందులు ఎలా పనిచేస్తాయో వివరించాడు. మరి నేనేమో, అబ్బాయిలకి వాళ్ళు పెద్దవాళ్ళైనట్టు ఎలా తెలుస్తుందని చాలా ధైర్యంగా అడిగేశాను. అతను దాని గురించి ఆలోచించాల్సొచ్చింది. ఈ రాత్రికి చెప్తానన్నాడు. జ్యాక్‌కి ఏం జరిగిందో నేను చెప్పాను. ఇంకా, అమ్మాయిలకి బలంగా ఉన్న అబ్బాయిల నుంచి రక్షణ లేదని అన్నాను. 'నా విషయంలో నువ్వు భయపడాల్సిన అవసరం లేదు' అన్నాడు. ఆరోజు సాయంత్రం నేను మళ్ళీ వెళ్ళినప్పుడు, అబ్బాయిల విషయంలో ఎలా ఉంటుందో చెప్పాడు. కొంచెం ఇబ్బందికరంగానే అనిపించినా, అతనితో చర్చించగలిగినందుకు చాలా బాగా అనిపించింది. అలాంటి సన్నిహిత విషయాల గురించి నేను ఒక అబ్బాయితో, తను ఒక అమ్మాయితో బహిరంగంగా మాట్లాడగలమని అతనైనా నేనైనా ఎప్పుడూ ఊహించలేదు. నాకిప్పుడు అంతా తెలుసనే అనుకుంటున్నాను. అతను జర్మన్ భాషలో ప్రెసెంటివ్‌మిట్టెల్[23] అనేదాని గురించి చాలా చెప్పాడు.

---

[23] అది ప్రాసెర్వేటివ్‌మిట్టెల్: రోగ నివారణ.

ఆరోజు రాత్రి బాత్రూంలో మార్గోట్, నేను ఆమె ఇద్దరు స్నేహితులు బ్రామ్, ట్రిస్ గురించి మాట్లాడుకుంటున్నాం. ఈరోజు పొద్దున నేను ఊహించని దారుణమైన విషయాన్ని ఎదుర్కొన్నాను: అల్పాహారం తరువాత పీటర్ నన్ను మేడమీదకి పిలిచాడు. 'నువ్వు నాతో చెలగాటం ఆడుకున్నావు' అన్నాడు. 'రాత్రి నువ్వు, మార్గోట్ ఏం మాట్లాడుకున్నారో నేను విన్నాను. కేవలం పీటర్‌కి ఎంత తెలుసో కనుక్కొని ఆ తరువాత బాగా నవ్వుకోవాలని అనుకున్నావు!'

నేను నిర్ఘాంతపోయాను! ఆ దారుణమైన ఆలోచన నిజం కాదని చెప్పడానికి విశ్వప్రయత్నం చేశాను: అతనికి ఎలా అనిపించి ఉంటుందో అర్థం చేసుకోగలిగాను, కానీ అది నిజం కాదు.

'అయ్యో, లేదు పీటర్,' అన్నాను. నేనెప్పుడూ అంత నీచంగా ప్రవర్తించను. నువ్వు నాతో చెప్పేవేవీ ఎవ్వరికీ చెప్పనని నీతో అన్నాను, అలా చెప్పను కూడా. అలా నటించి, ఆతరువాత కావాలని అలా నీచంగా...'లేదు పీటర్, నా దృష్టిలో అది హాస్యం కాదు. అది న్యాయం కాదు. నేను ఏమీ చెప్పలేదు, నిజం. నన్ను నమ్మవా?' నమ్ముతానని అతను హామీ ఇచ్చాడు. కానీ మళ్ళీ ఎప్పుడైనా దాని గురించి మాట్లాడుకోవాల్సి ఉంటుందనిపిస్తుంది. నేను రోజంతా దాని గురించి ఆందోళన పడటం తప్ప ఏమీ చెయ్యలేదు. అదృష్టవశాత్తూ అతను ఆ విషయంలో వెంటనే బయటపడి తన మనసులో ఏముందో చెప్పాడు.

నేను అంత నీచమైనదాన్నని అతను అనుకొనే ఉండిపోయింటే ఎలా ఉండేదో ఊహించుకో. అతను చాలా మంచివాడు!

ఇప్పుడింక అతనికి నేను అన్నీ చెప్పాలి!

నీ, ఆన్

శుక్రవారం, మార్చి 24, 1944

ప్రియమైన కిట్టి,

తాజా సాయంత్రం గాలి పీల్చుకోవడానికి ఈమధ్య నేను తరచూ భోజనం తర్వాత పీటర్ గదికెళ్తున్నాను. సూర్యుడు మన మొహాల మీద చక్కిలిగింతలు పెట్టే సమయంలో కంటె చీకట్లో త్వరగా అర్థవంతమైన సంభాషణల్లోకి వెళ్ళగలం. అతని పక్కన కుర్చీ మీద కూర్చొని బయటికి చూడటం వెచ్చగా, హాయిగా ఉంటుంది. నేను అతని గదిలోకి మాయమైపోయినప్పుడు వాన్ డాన్లు, డస్సెల్ ఎందుకూ కొరగాని వ్యాఖ్యలు చేస్తారు. 'ఆన్‌స్ జ్వైట్ హీమాత్'[24] అంటారు. లేదా 'ఒక పెద్దమనిషి రాత్రిపూట దీపాలు లేకుండా తన గదికి ఆడపిల్లని రానివ్వడం మంచి విషయమేనా?' అంటారు. ఇలా విమర్శిస్తూ హాస్యమాడేటప్పుడు పీటర్ చూపే సమయస్ఫూర్తి అమోఘం. యాధృచ్చికంగా, మా అమ్మ బాగా కుతూహలంతో ఉంటుంది. మేము ఏమేం మాట్లాడుకుంటామో అడగడానికి చాలా ఇదిగా ఉంటుంది. నేను సమాధానం చెప్పనంటానని రహస్యంగా భయపడుతుందిలే. మేము చిన్నవయసులో ఉన్నాం కాబట్టి పెద్దలకి అసూయ అని, వాళ్ళు అసహ్యంగా చేసే వ్యాఖ్యలని అంతగా పట్టించుకోకూడదని పీటర్ అన్నాడు.

కొన్నిసార్లు అతను నన్ను తీసుకెళ్ళడానికి కిందికొస్తాడు కానీ అది కూడా ఇబ్బందికరంగానే ఉంటుంది. ఎందుకంటే అన్ని జాగ్రత్తలు తీసుకున్నా కూడా అతని మొహం ఎర్రబడుతుంది. నోట్లోంచి

---

[24]ఆన్ రెండో ఇల్లు.

ఒక్క మాట కూడా రాదు. నేను సిగ్గుపడనందుకు సంతోషిస్తున్నాను. అది చాలా ఇబ్బందికరంగా అనిపిస్తుండాలి.

పైగా, నేను మేడమీద పీటర్‌తో సంతోషంగా ఉంటే, మార్గ్రోట్ కింద ఒక్కతే కూర్చోవడం బాధ అనిపిస్తుంది. కానీ దాని గురించి నేనేం చెయ్యగలను? తనొస్తే నాకేం అభ్యంతరం ఉండదు కానీ అక్కడ తనొక్కతే బరువుగా కూర్చొని ఉన్నట్టు అనిపిస్తుంది.

మా ఆకస్మిక స్నేహం గురించి నేను లెక్కలేనన్ని వ్యాఖ్యలు విన్నాల్సోచ్చింది. యుద్ధం మరో ఐదేళ్ళు కొనసాగితే అనెక్స్‌లో జరిగే పెళ్ళి గురించి భోజనాల సమయంలో ఎంత తరచూ మాట్లాడుకుంటారో నీకు చెప్పలేను. ఈ తల్లిదండ్రుల బాతాఖానీని మేమేమైనా పట్టించుకుంటామా? అంటే...అస్సలు లేదు. ఇవన్నీ చాలా వెర్రిమాటలు కాబట్టి. ఒకప్పుడు వాళ్ళు కూడా చిన్నవాళ్ళే అని మా అమ్మానాన్న మర్చిపోయారా? మర్చిపోయారన్నది స్పష్టంగా తెలుస్తోంది. ఏమైనప్పటికీ, మేము గంభీరంగా ఉన్నప్పుడు వాళ్ళు మమ్మల్ని చూసి నవ్వుతారు. మేము హాస్యమాడేటప్పుడు వాళ్ళ గంభీరంగా ఉంటారు.

తరువాత ఏం జరగబోతోందో, మాట్లాడుకోవటానికి ఇక విషయాలే దొరకవో నాకు తెలీదు. ఇది ఇలాగే కొనసాగితే మాత్రం ఇక చివరికి మేము మాటల్లేకుండా కలిసి ఉండాల్సొస్తుంది. అతని తల్లిదండ్రులు అంత వింతగా ప్రవర్తించడం మానేస్తే ఎంత బాగుంటుందో. నన్ను అంత తరచూ చూడటం వాళ్ళకి ఇష్టం లేదేమో. ఇదే దానికి కారణమేమో. మేము ఏం మాట్లాడుకుంటామో పీటర్, నేను వాళ్ళకి చెప్పం గాక చెప్పం. ఇంత సన్నిహిత విషయాల గురించి చర్చిస్తున్నామని వాళ్ళకి తెలిస్తే ఎలా ఉంటుందో ఊహించు.

అమ్మాయిలు అక్కడ కింద ఎలా ఉంటారో పీటర్‌కి తెలిసేమో అడగాలనుకుంటున్నాను. అబ్బాయిలు అమ్మాయిలంత క్లిష్టంగా ఉంటారనుకోను. ఛాయాచిత్రాల్లో లేదా మగవాళ్ళ నగ్న చిత్రాల్లో అబ్బాయిలు ఎలా ఉంటారో తేలిగ్గా తెలుస్తుంది కానీ మహిళ విషయంలో అది వేరే. మహిళల్లో జననేంద్రియాలు, లేదా వేరే ఏమంటారో, వాళ్ళ కాళ్ళ మధ్య దాచినట్టుగా ఉంటాయి. పీటర్ బహుశా ఒక అమ్మాయిని దగ్గరగా చూడలేదేమో. నిజం చెప్పాలంటే, నేను కూడా చూడలేదు. అబ్బాయిల విషయం చాలా సులభం. అమ్మాయిల శరీరభాగాలని నేనెలా వివరించాలి? అతను చెప్పినదాన్ని బట్టి, అదంతా ఎలా అమరి ఉంటుందో అతనికి ఖచ్చితంగా తెలీదు. అతను మటర్‌మండ్[25] గురించి మాట్లాడాడు కానీ అది లోపలి భాగంలో ఉంటుంది. అది కనిపించదు. మా స్త్రీలలో ప్రతీది చక్కగా అమర్చి ఉంటుంది. నాకు పదకొండు లేదా పన్నెండేళ్ళు వచ్చే వరకు లోపలి భాగంలో కూడా పెదవులు ఉంటాయని నేను గ్రహించలేదు. అవి కనిపించవు మరి. ఇంకా తమాషా విషయం ఏంటంటే, గుహ్యంకురం నుంచి మూత్రం బయటికొస్తుందని నేను అనుకున్నాను. ఎత్తుగా ఉండే ఆ చిన్న భాగం ఏంటని నేను ఒకసారి అమ్మని అడిగాను. తనకి తెలియదని చెప్పింది. తను కావాలనుకున్నప్పుడు ఆమె నిజంగా మూగదైపోగలదు!

కానీ మళ్ళీ విషయానికొద్దాం. అసలు ఏ నమూనాలో లేకుండా అదంతా ఎలా ఉంటుందో ఎలా వివరించాలి?

ఏదో ఒక విధంగా నేను ప్రయత్నించనా? సరే, ఇదిగో!

నిలబడి ఉన్నప్పుడు ముందు నుంచి కనిపించేది జట్టు మాత్రమే. కాళ్ళ మధ్య జట్టుతో కప్పబడిన రెండు మృదువైన, మెత్తనివి ఉంటాయి. నిలబడినప్పుడు అవి దగ్గరికి నొక్కుకుపోతాయి కాబట్టి లోపల ఏముందో చూడలేం. కూర్చున్నప్పుడు అవి దూరం అవుతాయి. లోపలివైపు అవి చాలా ఎర్రగా, బాగా

<hr>

[25] గర్భసంచి కింది భాగం.

కండతో ఉంటాయి. బయటి పెదవుల పైభాగం మీద చర్మం మడత పడుతుంది. అదేంటా అని రెండోసారి ఆలోచిస్తే ఒక రకమైన పొక్కుల కనిపిస్తుంది. అది గుహ్యాంకురం. అప్పుడు లోపలి పెదవులొస్తాయి. అవి కూడా ఒక రకమైన జిగురు పదార్థంతో దగ్గరగా ఉంటాయి. అవి తెరుచుకున్నప్పుడు, కండతో ఉన్న ఒక చిన్న ఎత్తు కనిపిస్తుంది. అది బోటనవేలు పైభాగం కంటే పెద్దగా ఉండదు. దాని పైభాగంలో రెండు చిన్న రంధ్రాలు ఉంటాయి. అక్కడ నుంచే మూత్రం బయటికొస్తుంది. దిగువ భాగం కేవలం చర్మం లాగా కనిపిస్తుంది కానీ అదే యోని ఉన్న చోట. దాని కనుగొనలేము. ఎందుకంటే చర్మం మడతలు రంధ్రాన్ని దాచిపెడతాయి. ఆ రంధ్రం ఎంత చిన్నదంటే, పురుషుడు అక్కడ ఎలా ప్రవేశించగలడో నేను ఊహించనేను. శిశువు ఎలా బయటికి రాగలడో అసలే ఊహించలేను. చూపుడు వేలిని లోపల దూర్చడానికి ప్రయత్నించడమే చాలా కష్టం. అది ఉండేది అంతే కానీ చాలా ముఖ్యమైన పాత్ర పోషిస్తుంది!

సీ, ఆన్ ఎం ఫ్రాంక్

శనివారం, మార్చి 25, 1944

ప్రియమైన కిట్టీ,

మార్పనేది జరిగిన తరువాత గాని మనం ఎంత మారిపోయామో గ్రహించలేం. నేను చాలా పూర్తిగా మారిపోయాను. నా గురించినవన్నీ భిన్నంగా ఉన్నాయి: నా అభిప్రాయలు, ఆలోచనలు, విమర్శనాత్మక దృక్పథం. లోపల, బయట ఏదీ ఒకేలా ఉండదు. ఇది నిజం కనుక, నేను మంచి కోసమే మారానని నిశ్చింతగా చెప్పగలను. ఒకసారి నీకు చెప్పాను...చాలా సంవత్సరాలు బాగా ప్రేమను పొందిన తరువాత పెద్దలు, వాళ్ళ మందలింపులనే కఠినమైన వాస్తవానికి సర్దుకోవడం నాకు చాలా కష్టమెందని. కానీ నేను అంత భరించాల్సి రావడానికి నాన్న, అమ్మే ఎక్కువగా కారణం. ఇంట్లో ఉన్నప్పుడు నేను జీవితాన్ని ఆనందించాలని వాళ్ళు కోరుకున్నారు, అది మంచిదే. కానీ ఇక్కడ మాత్రం వాళ్ళ అభిప్రాయాలని ఒప్పుకోమని నన్ను ప్రోత్సహించకుండా ఉండాల్సింది. అన్ని గొడవలు, గాలివార్తల్లో నాకు 'తమ' వైపు మాత్రమే చూపించకుండా ఉండాల్సింది. స్కోరు యాఖై–యాఖై అని నేను గుర్తించడానికి చాలా కాలం పట్టింది. ఇక్కడ చాలా తప్పులు జరిగాయని, వాటిని చిన్నవాళ్ళు, పెద్దవాళ్ళు అందరూ చేశారని నాకు తెలుసు. వాన్ డాన్లతో వ్యవహరించడంలో నాన్న, అమ్మ చేసిన అతి పెద్ద తప్పు ఏంటంటే, వీళ్ళు ఎప్పుడూ నిజాయితీగా, స్నేహంగా లేరు (చెప్పాలంటే, స్నేహాన్ని ప్రదర్శించాల్సి ఉంటుంది). అన్నింటికీ మించి, గొడవ చెయ్యడం లేదా గాలివార్త రేపడం కాకుండా, నేను శాంతిని కొనసాగించాలనుకుంటున్నాను. నాన్న, మార్గోట్లతో ఇది కష్టం కాదు కానీ అమ్మతో కష్టమే. అందుకే ఆమె అప్పుడప్పుడు నన్ను బాగా తిట్టడం నాకు ఆనందంగా ఉంటుంది. మిస్టర్ వాన్ డాన్ మనసుని...ఆయన చెప్పినదానితో అంగీకరించడం, నిశ్శబ్దంగా ఉండి వినడం, ఎక్కువగా మాట్లాడకుండా గెలవచ్చు. ముఖ్యంగా, ఆయన ఆటపట్టెచడాన్ని, ఆయన వేసే అవే పాత హాస్యోక్తులకి మన సొంత హాస్యోక్తితో కలిపి చెప్పడం ద్వారా గెలవచ్చు. మిసెస్ వాన్ డాన్ని ఆమెతో మనసువిప్పి మాట్లాడటం, మనం తప్పు చేసినప్పుడు ఒప్పుకోవడం ద్వారా గెలవచ్చు. ఆమె తన లోపాలని కూడా నిర్మొహమాటంగా ఒప్పుకుంటుంది, వాటిలో ఆమెకి చాలా ఉన్నాయి. ఆమె మొదట్లో నా గురించి అనుకున్నంత చెడుగా ఇప్పుడు అనుకోదని నాకు మరీ బాగా తెలుసు. దానికి కారణం ఒక్కటే...నేను నిజాయితీగా ఉంటాను, అనుకున్నది మొహమ్మీదే అనేస్తాను కాబట్టి, అది ముఖాస్తుతి కాకపోయినా సరే. నేను నిజాయితీగా ఉండాలనుకుంటున్నాను. అది మనం

ముందుకెళ్ళేలా చేస్తుందని, మన గురించి మనం ఇంకా మంచిగా అనుకోనేలా చేస్తుందని అనుకుంటున్నా.

మేము మిస్టర్ క్లైమాన్‌కి ఇచ్చిన బియ్యం గురించి నిన్న మిసెస్ వాన్ డాన్‌ మాట్లాడుతోంది. 'మనం చేసేదంతా ఇవ్వడం, ఇవ్వడం, ఇవ్వడం మాత్రమే. కానీ ఒక హద్దు దాటాక ఇంక ఇచ్చింది చాలనిపిస్తుంది. మిస్టర్ క్లైమాన్ ప్రయత్నిస్తే తనే బియ్యం ఏర్పాటు చేసుకోగలడు. మన సరుకులన్నింటినీ ఎందుకిచ్చెయ్యాలి? మనకి కూడా అవి అంతే అవసరం.'

'లేదు, మిసెస్ వాన్ డాన్,' నేను బదులిచ్చాను. 'మీరన్నది నేనొప్పుకోను. మిస్టర్ క్లైమాన్ తప్పకుండా కొంచెం బియ్యం సంపాదించుకోగలడు కానీ దాని గురించి ఆందోళన పడటం ఆయనకి ఇష్టం లేదు. మనకి సహాయం చేస్తున్నవాళ్ళను మనం విమర్శించకూడదు. వాళ్ళకి అవసరమైనది మనం ఇవ్వగలిగితే తప్పకుండా ఇవ్వాలి. వారికి ఒక పళ్ళెం బియ్యం తక్కువైతే అంత తేడా ఏం ఉండదు. మనం బీన్స్ తినగలం కదా.'

మిసెస్ వాన్ డి నేను అనుకున్నట్టు అనుకోలేదు. కానీ, ఈ మాటని తను ఒప్పుకోనప్పటికీ తను వెనక్కి తగ్గడానికి సిద్ధంగా ఉందని చెప్పింది. అది పూర్తిగా వేరే విషయం.

సరే, ఈరోజుకి కావలసినంత చెప్పేశాను. కొన్నిసార్లు నా స్థానం ఏంటో నాకు తెలుసు, కొన్నిసార్లు నా సందేహాలు నాకుంటాయి. కానీ చివరికి నేనే అనుకుంటానో అదే జరుగుతుంది! అలా అవుతుందని నాకు తెలుసు! ముఖ్యంగా, ఇప్పుడు నాకు సహాయం ఉంది కాబట్టి. ఎందుకంటే చాలా సమస్యల నుంచి బయటపడేందుకు పీటర్ నాకు సహాయం చేస్తున్నాడు!

అతను నన్ను ఎంతగా ప్రేమిస్తున్నాడో, ఎప్పుడైనా ముద్దు పెట్టుకొనే అంత దూరం మేము వెళ్తామో లేదో నాకు నిజంగా తెలీదు. ఏమైనా, నేను విషయాన్ని బలవంతంగా ముందుకి తీసుకెళ్ళాలనుకోవడం లేదు! నేను తరచూ పీటర్‌ని కలుస్తానని నాన్నతో చెప్పాను. ఒప్పుకుంటారా అని అడిగాను. (సహజం గానే) ఒప్పుకున్నారు మరి!

సాధారణంగా నేను మనసులోనే ఉంచుకొనే విషయాలని పీటర్‌కి చెప్పడం ఇప్పుడు ఇంకా తేలిక. ఉదాహరణకి, భవిష్యత్తులో నేను రాయాలనుకుంటున్నాను. రచయితని కాలేకపోతే, నేను చేసే పనికి తోడుగా రాయడం కూడా చేస్తానని చెప్పాను.

డబ్బుమీద గాని ప్రాపంచికమైన ఆస్తుల మీద గాని నాకు అంతగా ధ్యాస లేదు. నేను అందగత్తెని గాని తెలివైనదాన్ని గాని ఉపాయకారిని గాని కాను. కానీ సంతోషంగా ఉన్నాను. అలానే ఉండాలను కుంటున్నాను! నేను సంతోషంగా పుట్టాను, జనాన్ని ప్రేమిస్తాను. నాది నమ్మే స్వభావం. మిగతా అందరూ కూడా సంతోషంగా ఉండడం నాకిష్టం.

నీకు అంకితమైన స్నేహితురాలు, ఆన్ ఎం ఫ్రాంక్

శూన్యంగా ఉన్న ఒకరోజు, స్పష్టంగా మరియు ప్రకాశవంతంగా ఉన్నా,
ఏ రాత్రైనా ఉన్నట్టే చీకటిగా ఉంది.

(కొన్ని వారాల క్రితం ఇది రాశాను. ఇది ఇక నిజం కాదు కానీ, నేను రాసిన కవితలు అతి తక్కువ, వాటి మధ్య చాలా విరామం ఉంది. అందుకని దీన్ని చేర్చాను.)

169

సోమవారం, మార్చి 27, 1944

ప్రియమైన కిట్టి,

అజ్ఞాతంలోని మా జీవితం గురించి చెప్పున్నప్పుడు, కనీసం ఒక్క సుదీర్ఘ అధ్యాయం రాజకీయాల గురించి ఉండాలి కానీ ఆ విషయాన్ని నేను వదిలేస్తూ వచ్చాను. వాటి మీద నాకున్న ఆసక్తి అంత తక్కువ మరి. అయినా, ఈరోజు ఒక మొత్తం లేఖని రాజకీయాలకి అంకితం చేస్తాను.

ఈ అంశం మీద చాలా భిన్నమైన అభిప్రాయాలు ఉన్నాయనుకో. యుద్ధ సమయాల్లో దీని గురించిన చర్చలు తరచూ వినిపించడంలో ఆశ్చర్యం లేదు, కానీ...రాజకీయాల గురించి అంతగా వాదించడం కేవలం మూర్ఖత్వం! వాళ్ళు చేసే పనుల పర్యవసానాన్ని వాళ్ళే అనుభవించేంత వరకూ వాళ్ళు నవ్వనీ, ప్రమాణాలు చెయ్యనీ, పందెం వెయ్యనీ, గొణగనీ, ఏది చేయాలనుకుంటే అది చెయ్యనీ. కానీ వాళ్ళని వాదించనివ్వద్దు. ఎందుకంటే అది విషయాలని ఇంకా దిగజారుస్తుంది. బయటి నుంచి వచ్చిన వ్యక్తులు మాకు చాలా వార్తలు చెప్తారు. అవి నిజాలు కావని తరువాత రుజువవుతుంది.

అయితే, ఇప్పటివరకు మా రేడియో ఎప్పుడూ అబద్ధం చెప్పలేదు. జాన్, మియెప్, మిస్టర్ క్లెమాన్, బెప్, మిస్టర్ కుగ్లర్ ల రాజకీయ మానసిక స్థితులు హెచ్చుతగ్గులవుతూ ఉంటాయి. అయితే వాళ్ళలో జాన్ కాస్త నయం. ఇక్కడ అనెక్సలో అదెప్పుడూ మారదు. దండయాత్ర, వైమానిక దాడులు, ఉపన్యాసాలు మొదలైన వాటి మీద అంతలేని చర్చలకి, 'అసా...ధ్యం!' ఉమ్ గాట్టెస్ విల్లెన్[26] వంటి లెక్కలేనన్ని ఆశ్చర్యాలు తోడవుతుంటాయి. ఒకవేళ వాళ్ళు సరిగ్గా ఇప్పుడు మొదలుపెడితే, అది ఎంతసేపు కొనసాగుతుందో మరి! 'అద్భుతంగా, సాహసంగా, గొప్పగా కొనసాగుతుంది!'

ఆశావాదులు, నిరాశావాదులు–వాస్తవికవాదులు గురించి ఇక చెప్పనవసరం లేదు–తమ అభిప్రాయాలు ఎడతెరిపి లేకుండా చెప్తారు. మిగతా విషయాల్లాగానే సత్యం మీద తమకే గుత్తాధిపత్యం ఉందని వాళ్ళందరికీ గట్టి నమ్మకం. తన భర్తకి బ్రిటిషువారి మీద బాగా నమ్మకం ఉండటం ఒక నిర్దిష్టమైన మహిళకి కోపం తెప్పిస్తుంది. తనకి ప్రియమైన దేశం గురించి అపహాస్యం, అవమానకరమైన వ్యాఖ్యలు చేస్తున్నందుకు ఆ నిర్దిష్టమైన భర్త తన భార్య మీద దాడి చేస్తాడు!

అలా ఇది పొద్దున్నుంచి అర్ధరాత్రి వరకు సాగుతుంది. తమాషా ఏంటంటే, వాళ్ళు ఎప్పటికీ అలసిపోరు. దానికోసం నేనొక ఉపాయం కనిపెట్టాను. దాని ప్రభావం చాలా గొప్పగా ఉంది, ఒక వ్యక్తిని సూదితో గుచ్చి ఆ వ్యక్తి గెంతుతుంటే చూస్తున్నట్టు. అది ఇలా పనిచేస్తుంది: నేను రాజకీయాల గురించి మాట్లాడటం మొదలుపెడతాను. దీనికి కావలసిందల్లా ఒకే ఒక్క ప్రశ్న, పదం లేదా వాక్యం. ఆ తరువాత మనకి తెలిసే లోపలే మొత్తం కుటుంబం ఇందులోకొచ్చేస్తుంది!

జర్మన్ 'వెహర్మాఛ్ట్ న్యూస్ వార్తలు', ఇంగ్లీష్ బీబీసీ వార్తలు చాలావన్నట్టు, వీళ్ళు ఇప్పుడు ప్రత్యేక వైమానిక దాడి ప్రకటనలు కూడా జోడించారు. ఒక్క మాటలో చెప్పాలంటే, అద్భుతం. కానీ నాణేనికి మరోకవైపు ఏంటంటే, బ్రిటిష్ వైమానిక దళం రోజంతా విరామం లేకుండా పనిచేస్తుంది, జర్మన్ ప్రచార యంత్రాంగంలాగా రోజుకి ఇరవై నాలుగు గంటలూ అబద్ధాలు చెబుతూ ఉండకుండా.

అందువల్ల రోజూ పొద్దున ఎనిమిది గంటలకి (వీలైతే అంతకంటే ముందే) రేడియో పెట్టేస్తారు. రాత్రి తొమ్మిది, పది లేదా పదకొండు వరకు ఇక గంట గంటకి వినడమే. పెద్దలకి అంతులేని సహనం ఉంటుందని, కానీ వాళ్ళ మెదళ్ళు ముద్దబారిపోయాయని చెప్పటానికి ఇది అత్యుత్తమ సాక్ష్యం (నా

---

[26]ఓహ్, దేవుడి కోసం.

ఉద్దేశం వాళ్లలో కొందరు. ఎవరినీ అవమానించకూడదని అనుకుంటున్నాను కాబట్టి). అసలైతే ఒక్క ప్రసారం లేదా మహా అయితే రెండు ప్రసారాలు రోజంతా వెళ్లబుచ్చటానికి సరిపోవాలి. కానీ కాదు, ఆ వయసుమళ్లిన అవివేకులు...ఏం ఖరవాలేదులే, నేనివన్నీ ఇప్పటికీ అనేశాను! ఇంగ్లాండ్, ఫ్రాంక్ ఫిలిప్స్ లేదా క్వీన్ విల్హెల్మినా నుంచి డచ్లో ప్రసారం చేసే 'మ్యూజిక్ వైల్ యు వర్క్' కార్యక్రమం ఒక్కొక్కదానికి ఇష్టంగా వినే ఒక్కొక్క శ్రోత ఉంటారు. పెద్దలు తినడమో నిద్రపోవడమో చెయ్యకపోతే రేడియో చుట్టూ మూగి...తినడం, నిద్రపోవడం, రాజకీయాల గురించి మాట్లాడతారు. అబ్బా! అధిక విసుగుపిస్తోంది. ఫీరంగా, బక్కచిక్కిన ముసల్లమ్మగా మారకుండా ఉండటానికి నేను చేయగలిగేది ఇదే! నా చుట్టూ వయసు మళ్లినవాళ్లు ఉన్నా కూడా, అది అంత 'కాని ఆలోచన' కాకపోవచ్చు!

దీనికొక గొప్ప ఉదాహరణ మా ప్రియతమ విన్స్టన్ చర్చిల్ చేసిన ప్రసంగం.

ఆదివారం సాయంత్రం తొమ్మిది గంటలు. బల్ల మీద టీ పాట్ ఉంది. అందులోని టీ వేడిగా ఉండాలని గుడ్డ కప్పి ఉంది. ఇంతలో అతిథులు గదిలోకి ప్రవేశిస్తారు. రేడియోకి ఎడమ వైపున డస్సెల్, దాని ముందు మిస్టర్ వాన్ డి, పక్కగా పీటర్ కూర్చుంటారు. మిస్టర్ వాన్ డి పక్కన అమ్మ, వాళ్ల వెనుక మిసెస్ వాన్ డి. మార్గొట్, నేను చివర వరుసలో, పిమ్ టేబుల్ దగ్గర కూర్చొని ఉంటాం. మేము కూర్చునే క్రమాన్ని ఇది అంత స్పష్టంగా వర్ణించట్లేదు. అది నేను గమనించాను కానీ ఖరవాలేదు, అదేమంత ముఖ్యమైనది కాదు. మగవాళ్లు పొగ తాగుతున్నారు. వింటూనే ఉండటం వల్ల వచ్చిన అలసటతో పీటర్ కళ్లు మూతలుపడతాయి. అమ్మ పొడవైన, నల్లటి గౌను వేసుకొని ఉంది. మిసెస్ వాన్ డి విమానాల వల్ల వణుకుతోంది. ప్రసంగంతో సంబంధం లేకుండా ఆ విమానాలు ఎస్సెన్ నగరం వైపుకి యధాలాపంగా ఎగురుతున్నాయి. నాన్న టీ జుర్రుకుంటున్నారు. నిద్రపోతున్న మౌస్సీ మార్గొట్ మోకాళ్లు, నా మోకాళ్లని ఆక్రమించేసి పడుకొని ఉండగా, మేము అక్కచెల్లెళ్ల బంధంతో ఏకంగా ఉన్నాం. మార్గొట్ జుట్టు రింగులు రింగులుగా ఉంది. నా నైట్డ్రెస్ చాలా చిన్నగా, చాలా బిగుతుగా, చాలా పొట్టిగా ఉంది. ఇదంతా (మేమందరం అలా రేడియో వినటం) చాలా సన్నిహితంగా, హాయిగా, ప్రశాంతంగా కనిపిస్తుంది. ఒక్కసారికి నిజంగా అలానే ఉంది. అయినా నేను ప్రసంగం ఎప్పుడెప్పుడు అయిపోతుందా అని భయంగా ఎదురుచూస్తాను. ఆత్రంగా ఇంకొక వాదన మొదలుపెట్టాలని వాళ్లు అసహనంతో ఉంటారు! ష్, ష్...ఒక పిల్లి, ఎలుకని దాని రంధ్రం నుంచి ఆకర్షిస్తున్నట్టు వాళ్లు ఒకరినొకరు గొడవలకి, విభేదాలకి ప్రేరేపించుకుంటారు.

సీ, ఆన్

మంగళవారం, మార్చి 28, 1944

నా ప్రియమైన కిట్టి,

రాజకీయాల గురించి ఇంకా రాయాలనే ఉన్నా, ఈరోజు అందించడానికి వేరే వార్తలు చాలా ఉన్నాయి. మొదటిదేంటంటే, నేను పీటర్ దగ్గరికి వెళ్లడాన్ని అమ్మ నిషేధించింది. ఎందుకంటే, ఆమె ఉద్దేశం ప్రకారం మిసెస్ వాన్ డాన్ సి అసూయగా ఉందట. రెండోది, మేడమీదికి వచ్చి మాతో చేరమని పీటర్ మార్గొట్ని పిలిచాడు. అతను నిజంగానే మనస్ఫూర్తిగా పిలిచాడో లేదా ఊరికే మర్యాద కోసం చెప్పాడో నాకు తెలీదు. మూడోది, మిసెస్ వాన్ డాన్ అసూయని నేను పట్టించుకోవాలా వద్దా అని నాన్నని అడిగాను. అవసరం లేదని నాన్న అన్నారు.

ఇప్పుడు నేనేం చెయ్యాలి? అమ్మ కోపంగా ఉంది, నేను మేడమీదికి వెళ్లడం ఆమెకి ఇష్టం లేదు. డస్సెల్తో నేను పంచుకునే గదిలో నన్ను మళ్లీ రివర్క్ చేసుకోమంటోంది. ఏమో, తనే అసూయ

పడుతుండవచ్చు. ఆ కొన్ని గంటల విషయంలో నాన్నకి అసంతప్తిగా ఏమీ ఉండదు. పైగా మేము కలివిడిగా ఉండటం మంచిదనే అనుకుంటారు. మార్గ్రోట్‌కి కూడా పీటర్ అంటే ఇష్టమే కాని ఇద్దరు వ్యక్తులు ఒక విషయం మీద మాట్లాడినట్టు ముగ్గురం మాట్లాడలేరని అనుకుంటుంది.

దానికి తోడు, పీటర్ నాతో ప్రేమలో ఉన్నాడని అమ్మ అనుకుంటోంది. నీకు నిజం చెప్పాలంటే, అతను నన్ను ప్రేమిస్తే బాగుంటుంది. అప్పుడు మేమిద్దరం సమానంగా ఉంటాం. అప్పుడు ఒకరినొకరం తెలుసుకోవడం ఇంకా చాలా తేలికవుతుంది. అతను ఎప్పుడూ నన్ను చూస్తూ ఉంటాడని అమ్మ వాదిస్తుంది. సరే, మేము అప్పుడప్పుడు ఒకరినొకరు చూసి కళ్ళతో సైగలు చేసుకుంటాం. కాని అతను నా బుగ్గసొట్టలని ఆరాధిస్తాంటే నేనేమీ చెయ్యలేను కదా?

చాలా కష్టమైన పరిస్థితిలో ఉన్నాను. అమ్మ నాకు వ్యతిరేకంగా ఉంది, నేనూ ఆమెకి వ్యతిరేకంగానే ఉన్నాను. అమ్మకి, నాకు మధ్య జరిగే నిశ్శబ్ద పోరాటాన్నిస్నాన్న పట్టించుకోరు. అమ్మ విచారంగా ఉంది. ఎందుకంటే ఆమె ఇప్పటికీ నన్ను ప్రేమిస్తుంది కాబట్టి. కాని నేను ఏమాత్రం విచారంగా లేను. ఎందుకంటే ఆమె ఇంక నాకు ఏమీ కాదు.

పీటర్ విషయానికొస్తే...అతన్ని వదులుకోవాలని లేదు. అతను చాలా మంచివాడు. అతనంటే నాకు ఎంతో ఆరాధన. అతనికి, నాకు నిజంగా అందమైన బంధం ఉండవచ్చు. మరి ఈ వయసు మళ్ళిన మనుషులు మళ్ళీ మా వ్యవహారంలో ఎందుకు కలగజేసుకుంటున్నారు? అదృష్టవశాత్తూ, నాకు అనిపించేదంతా నాలోనే దాచుకోవడం నాకు అలవాటైపోయింది కాబట్టి అతనంటే నాకెంత వెర్రో బయటికి చూపించకుండా ఉండగలను. అతను ఎప్పటికైనా ఏదైనా చెప్పాడా? నాకు కలలో పీటర్ చెప స్వర్శ తెలిసినట్టు నిజంగానే తెలుస్తుందా? ఓహ్, పీటర్, పీటర్...మీరిద్దరూ ఒకటే! వాళ్ళు మమ్మల్ని అర్థం చేసుకోరు. మేము ఒక్క మాట కూడా మాట్లాడకుండా ఒకరి పక్కన ఒకరు కూర్చొని తృప్తిపడిపోతామని వాళ్ళు ఎప్పటికీ అర్థం చేసుకోలేరు. మమ్మల్ని దగ్గర చేస్తున్నదేదో వాళ్ళకి తెలిస్తే తెలీదు! అబ్బా, ఈ కష్టాలన్నిటిని మేమెప్పుడు దాటగలం? అయినా వాటిని అధిగమించల్సి రావటం మంచిదే. ఎందుకంటే దానివల్ల ముగింపు ఇంకా అందంగా ఉంటుంది. తన చేతుల మీద తల పెట్టుకొని కళ్ళు మూసుకున్నప్పుడు అతనింకా చిన్నపిల్లవాడే. మొసైతో ఆడుతున్నప్పుడైనా, ఆమె గురించి మాట్లాడినప్పుడైనా అతను ప్రేమించే మనిషి. బంగాళదుంపలు గాని లేదా వేరే భారీ వస్తువులు గాని మోసినప్పుడు బలవంతుడు. తుపాకీ కాల్పులు చూడటానికి వెళ్ళినప్పుడో, దొంగల కోసం చీకటిగా ఉన్న ఇంటి గుండా నడిచినప్పుడో ధైర్యమున్నవాడు. బాగా ఇబ్బందికరంగా ఉన్నప్పుడు, ఒక తీరుగా లేనప్పుడు ప్రీతిపాత్రుడు. అతనికి నేను ఏదైనా నేర్పించే సందర్భం కంటే అతను నాకు ఏదైనా వివరించే సందర్భం ఇంకా ఎక్కువ బాగుంటుంది. దాదాపు అన్ని విధాలుగా అతను నాకన్నా గొప్పవాడుగా ఉండాలని ఆశిస్తున్నాను!

మా అమ్మని మేమెందుకు పట్టించుకోవాలి? ఓహ్, అతను ఏమన్నా మాట్లాడితే కదా.

నేను గర్విష్టినని నాన్న ఎప్పుడూ అంటారు కాని కాదు, నాది ఆత్మగౌరవం మాత్రమే! నేను బడికెళ్తున్న రోజుల్లో ఒక్క అబ్బాయి తప్ప నేను అందంగా ఉంటానన్నవాళ్ళు పెద్దగా లేరు. ఆ అబ్బాయి... నేను నవ్వినప్పుడు చాలా అందంగా ఉంటానన్నాడు. నిన్న పీటర్ నాకు నిజమైన ప్రశంస ఇచ్చాడు. కేవలం సరదా కోసం మేము మాట్లాడుకున్నది కొంచెం చెప్తాను. దాంతో నీకు విషయం అర్థమవుతుంది.

పీటర్ తరచూ ''ఏదీ, కాస్త నవ్వు'' అంటూ ఉంటాడు. నాకు వింతగా అనిపించేది. అందుకని నిన్న అడిగాను, 'నువ్వెప్పుడు నన్ను నవ్వమని అడుగుతావెందుకు?'

'ఎందుకంటే నీ బుగ్గల్లో సొట్టలు పడతాయి కాబట్టి. అదెలా చేస్తావు నువ్వు?'

'నేను వాటితోనే పుట్టాను. నా చుబుకంలో కూడా ఒకటి ఉంది. అందం విషయంలో నాకున్నది ఇద్దొక్కటే.'

'కాదు, కాదు, అది నిజం కాదు!'

172

'అవును, అది నిజమే. నేను అందగత్తెనని కాదని నాకు తెలుసు. ఎప్పుడూ లేను, ఎప్పటికీ ఉండను!'

'నేనొప్పుకోను. నువ్వు అందగత్తెవే అనుకుంటున్నాను.'

'నేను కాదు.'

'ఔనంటున్నాను. నువ్వు నన్ను నమ్మాలి.'

అప్పుడింక నేను కూడా అతని గురించి అదే అన్నానులే.

సీ, ఆన్ ఎం ఫ్రాంక్

బుధవారం, మార్చి 29, 1944

ప్రియమైన కిట్టీ,

క్యాబినెట్ మంత్రి బోల్కెస్టెయిన్ లండన్ నుంచి వచ్చిన డచ్ ప్రసారంలో మాట్లాడుతూ...యుద్ధం తరువాత, యుద్ధం గురించి రాసిన డైరీలు, లేఖలు సేకరిస్తామని చెప్పారు. ఇక అందరూ నా డైరీ మీద పడ్డారు. 'రహస్య అనెక్స్' గురించి నేనొక నవల ప్రచురిస్తే ఎంత ఆసక్తికరంగా ఉంటుందో ఒకసారి ఊహించుకో. ఆ పేరు చూడగానే అదొక డిటెక్టివ్ కథేమో అని జనం అనుకుంటారు.

అయినా, బాగా ఆలోచిస్తే, యుద్ధం అయిపోయిన పది సంవత్సరాల తరువాత...మేమెలా జీవించామో, ఎం తిన్నామో, అజ్ఞాతంలో ఉన్న యూదుల గురించి ఏం మాట్లాడ్డన్నామో చదివితే జనానికి నరదాగా ఉండచ్చు. మా జీవితాల గురించి నీకు నేను చాలా ఎక్కువే చెప్పినప్పటికీ, మా గురించి నీకు తెలిసింది చాలా తక్కువ. వైమానిక దాడులు జరుగుతున్నప్పుడు ఆడవళ్ళు ఎంతగా భయపడతారో నీకు తెలుదు. ఉదాహరణకి మొన్న ఆదివారం, ఉదాహరణకి, 350 బ్రిటీష్ విమానాలు ఇజ్ముయిడెన్ మీద 550 టన్నుల బాంబులు కురిపించినప్పుడు ఇళ్ళన్నీ గడ్డిపరకల్లా వణికిపోయాయి. ఇక్కడ ఎన్ని అంటువ్యాధులు వ్యాపిస్తున్నాయో కూడా నీకు తెలీదు.

వీటన్నిటి గురించి నీకేమీ తెలీదు. మొత్తం అన్నీ విషయాలు వివరించాలంటే నాకు రోజంతా పడుతుంది. కూరగాయలు, అన్ని రకాల వస్తువులు కొనడానికి జనం వరుసలో నిలబడాలి. వైద్యులు రోగుల్ని చూడలేకపోతున్నారు. ఎందుకంటే వాళ్ళు బయలుదేరిన మరుక్షణంలోనే వాళ్ళ కార్లు, బైక్లు పోతున్నాయి. దోపిడీలు, దొంగతనాలు ఎంత మామూలైపోయాయంటే, డచ్ లో ఉంటున్నవాళ్ళకి ఉన్నట్టుండి ఏమైంది, ఎందుకు అంత తెలిగ్గా దొంగతనాలు చేస్తున్నారు అని మనకి మనం ప్రశ్నించుకోవాల్సిందే. ఎనిమిది, పదకొండేళ్ళ పిల్లలు జనాల ఇళ్ళ కిటికీలు పగలగొట్టి చేతికి అందినవన్నీ దొంగిలిస్తున్నారు. జనం ఐదు నిమిషాల పాటు కూడా ఇల్లు విడిచి వెళ్ళే ధైర్యం చేయట్లేదు. ఎందుకంటే వాళ్ళు మళ్ళీ వచ్చేప్పటికి వాళ్ళ వస్తువులు కనబడకుండా పోవచ్చు. దొంగిలించబడిన టైప్ రైటర్లు, పర్షియన్ రగ్గులు, ఎలక్ట్రిక్ గడియారాలు, బట్టలు మొదలైన వాటిని తిరిగిస్తే బహుమానాలు ఇస్తామంటూ చేసే ప్రకటనలతో వార్తాపత్రికలు నిండిపోతున్నాయి. వీధి మూలల్లో ఉన్న విద్యుత్ గడియారాలు ధ్వంసమైపోయాయి. ప్రజా ఫోన్లన్నీ తీగలన్నీ తీగిపోయి ఉన్నాయి.

డచ్ వారిలో మనోధైర్యం బాగా ఉండే అవకాశం లేదు. అందరూ ఆకలితో ఉన్నారు. ఎర్సాట్జ్ కాఫీ మినహా ఒక మొత్తం వారానికి ఇచ్చే రేషన్ ఆహారం రెండ్రోజులు కూడా రావడం లేదు. ఈ ఆక్రమణలు ఇప్పుడే ఆగేవి కావు. ఇంకా చాలా కాలం కొనసాగుతాయి. మగవాళ్ళని జర్మనీకి పంపించేస్తున్నారు, పిల్లలు అనారోగ్యంతోనో పోషకాహార లోపంతోనో ఉన్నారు. ప్రతి ఒక్కరూ చిరిగిన బట్టలు, అరిగిపోయిన

173

బూట్లు వేసుకుంటున్నారు. కొత్త సోల్ (చెప్పుల మడమ భాగం) ధర నల్లబజారులో 7.50 గిల్డర్లు. దానికి తోడు, చెప్పులు తయారు చేసేవాళ్ళు మరమ్మతులు చేయరు. చేసినా, మనం మన బూట్ల కోసం నాలుగు నెలలు ఎదురుచూడాలి. ఇంతలోపల అవి మాయమైపోవచ్చు కూడా.

దీన్నుంచి ఒక మంచి ధోరణి మొదలైంది: తిండి దొరక్కపోవడం, శిక్షలు బాగా తీవ్రంగా ఉండటంతో అధికారుల మీద విధ్వంసక చర్యలు పెరుగుతున్నాయి. ఆహార సంబంధిత కార్యాలయం, పోలీసులు, అధికారులు–వీళ్ళు తమ తోటి పౌరులికి సహాయం చేయడమో లేదా వాళ్ళ చర్యలని ఖండించి జైలుకి పంపించడమో చేస్తున్నారు. అదృష్టవశాత్తూ, డచ్ ప్రజల్లో కొద్ది శాతం మాత్రమే తప్పుదారి పట్టి ఉన్నారు.

సీ, ఆన్

శుక్రవారం, మార్చి 31, 1944

ప్రియమైన కిట్టీ,

కొంచెం ఉహించు, ఇక్కడ ఇంకా చాలా చల్లగానే ఉంది. అయినా చాలామంది దాదాపు నెల రోజులుగా బొగ్గు లేకుండానే నెట్టుకొస్తున్నారు. భయంకరంగా అనిపిస్తోంది కదూ? రష్యన్ ఫ్రంట్ గురించి అన్నిచోట్లూ ఆశావాదం ఉంది. అది విజయవంతంగా నడుస్తోంది మరి! రాజకీయ పరిస్థితుల గురించి నేను తరచూ రాయను కాని ప్రస్తుతం రష్యన్లు ఎక్కడున్నారో మాత్రం నీకు చెప్పాలి. వాళ్ళు పోలిష్ సరిహద్దుని, రోమేనియాలోని ప్రట్ నదిని చేరుకున్నారు. ఓడెస్సాకి దగ్గరగా ఉన్నారు, టెర్నోపోల్ని చుట్టుముట్టారు. స్టాలిన్ ఏదైనా అసాధారణ ప్రకటన చేస్తారేమో అని మేము రోజు రాత్రి చూస్తూంటాం.

మాస్కోలో కాల్పులు జరపడం ద్వారా చేసే సైనిక వందనాలు ఎన్ని జరుగుతున్నాయంటే, నగరం రోజంతా అనేకరకాల శబ్దాలతో మోగిపోతోంది. వాళ్ళకి సమీపంలోనే పోరాటం జరుగుతున్నట్టు నటించడానికి వాళ్ళు ఇష్టపడుతున్నారు లేదా ఆనందం వ్యక్తం చేయడానికి వాళ్ళకి వేరే మార్గం ఏది లేకపోయిందో నాకు తెలీదు!

హంగెరీని జర్మన్ దళాలు ఆక్రమించాయి. అక్కడ ఇప్పటికీ పది లక్షల మంది యూదులు నివసిస్తున్నారు. వాళ్ళ పరిస్థితి కూడా బాధాకరంగానే ఉంది.

ఇక్కడ ప్రత్యేకంగా ఏమీ జరగడం లేదు. ఈరోజు మిస్టర్ వాన్ డాన్ పుట్టినరోజు. ఆయన రెండు ప్యాకెట్ల పొగాకు, తన భార్య దాచి ఉంచగలిగిన కాఫీ ఒకసారి, మిస్టర్ కుగ్లర్ నుంచి నిమ్మకాయల పంచ్, మియెప్ నుంచి సార్డైన్స్ చేపలు, మా నుంచి యా డి కొలొన్, లైలాక్, తులిప్ పుష్పాలు, చివరిది కాని ఏమాత్రం తక్కువైనది కాని కోరిందకాయ కేక్ అందుకున్నారు. పిండి నాణ్యత తక్కువగా ఉండడం, వెన్న లేకపోవడం వల్ల కేకు కొద్దిగా అతుక్కుపోతున్నట్టు ఉంది కాని రుచి బాగానే ఉంది.

పీటర్ గురించి, నా గురించిన మాటలన్నీ కాస్త చల్లబడ్డాయి. అతను ఈరోజు రాత్రి నన్ను తీసుకెళ్ళడానికి వస్తున్నాడు. అలా చెయ్యడం అతనికి ఏమాత్రం ఇష్టం లేదు! అయినా చేస్తున్నాడు. అది అతని మంచితనం అని నీకు అనిపించడం లేదా? మేము చాలా మంచి స్నేహితులం. మేమిద్దరం కలిసి చాలా సమయం గడుపుతాం. ఉహించగలిగిన ప్రతి విషయం గురించి మాట్లాడుకుంటాం. ఏదైనా సున్నితమైన విషయం వచ్చినప్పుడు, అదే వేరే అబ్బాయిలతో అయితే నేను వెనక్కి తగ్గేదాన్ని. పీటర్‌తో ఉన్నప్పుడు ఆ అవసరం లేకపోవడం నాకు చాలా హాయిగా ఉంది. ఉదాహరణకి, రక్తం గురించి మాట్లాడుతున్నప్పుడు సంభాషణ ఏదో రకంగా బూతుసావం మొదలయిన విషయాల మీదికి మళ్ళింది.

174

రక్తం పోయినా తట్టుకోగలిగే అంతటి శక్తి ఆడవాళ్ళకి ఉంటుందని అతని అభిప్రాయం. నేను కూడా వాళ్ళలో ఒకదాన్నట. ఎందుకో మరి.

ఇక్కడ నా జీవితం మెరుగుపడింది, చాలా మెరుగుపడింది. దేవుడు నన్ను వదిలిపెట్టలేదు, ఎప్పటికీ వదిలిపెట్టడు కూడా.

సీ. ఆన్ ఎం ఫ్రాంక్

శనివారం, ఏప్రిల్ 1, 1944

నా ప్రియమైన కిట్టి,

అయినా ఇంకా అంతా చాలా కష్టంగానే ఉంది. నా ఉద్దేశం ఏంటో నీకు తెలుసు, తెలుసు కదా? అతని ముద్దు కోసం ఎదురుచూస్తున్నాను. కానీ ఆ ముద్దు చాలా సమయం తీసుకుంటోంది. నేనింకా స్నేహితురాలినే అనుకుంటున్నాడా? అంతకన్నా ఎక్కువేమీ కానా?

నాకు మనోధైర్యం ఉందని, చాలావరకు ఒంటళ్ళసి ఒంటరిగానే భరించగలనని నీకు, నాకు ఇద్దరికీ తెలుసు. నా చింతల గురించి వేరేవాళ్ళతో చెప్పే అలవాటు నాకెప్పుడూ లేదు. నేనెప్పుడూ ఒక అమ్మని అంటిపెట్టుకోలేదు. కానీ అతని భుజమ్మీద తలవాల్చి నిశ్శబ్దంగా అక్కడ కూర్చోవడమంటే నాకు చాలా ఇష్టం.

అంతా బ్రహ్మాండంగా ఉన్నప్పుడు పీటర్ చెంప నా బుగ్గకి ఆనుకోవడం గురించి నాకొచ్చిన కల అసలు మరచిపోలేను! అతనికి ఆ కోరిక ఉందా? నన్ను ప్రేమిస్తున్నాని చెప్పడానికి అతను సిగ్గుపడుతున్నాడా? నేను అతనికి దగ్గరగా ఉండాలని అంతగా ఎందుకు కోరుకుంటున్నాడు? అబ్బా, అతనేమైనా మాట్లాడచ్చు కదా?

ఇక నేను ఆగాలి, ప్రశాంతంగా ఉండాలి. నేను మళ్ళీ ధైర్యంగా ఉండటానికి ప్రయత్నిస్తాను. నేను ఓపిగ్గా ఉంటే, మిగిలినవి వాటాంతట అవే వస్తాయి. కానీ అతన్ని నేను వెంబడిస్తున్నట్టుంది. ఇది అస్సలు బాగాలేదు. నేనే ఎప్పుడూ మేడమీదికి వెళ్ళాలి. నా దగ్గరికి అతను ఎప్పుడూ రాడు. దీనికి కారణం మేమందరం కలిసి చేసుకున్న గదుల ఏర్పాటే. అందువల్ల నేనెందుకు అభ్యంతరం చెప్తానో అతను అర్థం చేసుకుంటాడు. నేను అనుకున్నదాని కంటే ఎక్కువే అర్థం చేసుకుంటాడని ఖచ్చితంగా చెప్పగలను.

సీ. ఆన్ ఎం ఫ్రాంక్

సోమవారం, ఏప్రిల్ 3, 1944

నా ప్రియమైన కిట్టి,

నా మామూలు పద్ధతికి విరుద్ధంగా, ఇక్కడి భోజనం ఎలా ఉందన్నదాని గురించి నీకొక వివరణాత్మక వర్ణన రాయబోతున్నాను. ఎందుకంటే ఇది కొంత ఇబ్బందికరంగా, కొంచెం ముఖ్యమైన విషయంగా తయారైంది. ఇక్కడ అనెక్స్లో మాత్రమే కాదు, హాలండ్, యూరప్, ఇంకా అన్ని దేశాల్లో కూడా.

ఇక్కడ ఉన్న ఇరవై ఒక్క నెలల్లో మేము చాలా 'ఆహార చక్రాల' ని చవిచూశాం. దాని అర్థం ఏంటో ఇంకొక్క క్షణంలో నీకు తెలుస్తుంది. 'ఆహార చక్రం' ఉన్న కాలం అంటే, ఆ రోజుల్లో మాకు తినడానికి ఒకటే వంటకం లేదా ఒకే కూరగాయ మాత్రమే ఉంటుంది. చాలాకాలం ఎండివ్ ఆకు తప్ప

175

మరేమీ తినలేదు. ఇసుకతో ఎండివ్, ఇసుకలేకుండా ఎండివ్, చిదిమిన బంగాళాదుంపలతో ఎండివ్, చిదిమిన బంగాళదుంపలు, ఎండివ్ వంటకం. తరవాత పాలకూర, దాని తరువాత కోహ్ల్‌ర్యాబీ కూర, సాల్సిఫై కూర, దోసకాయలు, టమోటాలు, కేబేజీ ఊరగాయ, వగైరా.

రోజూ పగలూ రాత్రీ భోజనంలో ఇదే తినడం...ఉదాహరణకి కాబేజీ ఊరగాయ తినడం అంత నరకంగా ఏమీ అనిపించదు. కానీ మనం బాగా ఆకలితో ఉన్నప్పుడు చాలా పనులు చేస్తాం. అయితే, మేమిప్పుడు ఉన్నది ముందెప్పుడూ లేనంత సంతోషకరమైన కాలం. ఎందుకంటే అసలు కూరగాయలే లేవు కాబట్టి.

మా వారపు భోజన పదార్థాల జాబితాలో బ్రౌన్ బీన్స్, విరిచిన బఠాణీల సూప్, ఆవిరి కుడుములు లేదా వడలతో బంగాళాదుంపలు, బంగాళాదుంపలతో వేయించిన పిండి వంటకం ఉంటాయి. దేవుడి దయ వల్ల టర్నిప్ టాప్స్ లేదా కుళ్ళిన క్యారెట్లు ఉంటాయి. ఆ తరువాత మళ్ళీ బ్రౌన్ బీన్స్‌తో మొదలు. రొట్టెల కొరత కారణంగా అల్పాహారంతో మొదలుపెట్టి ప్రతి పూటా బంగాళ దుంపలు తింటాం. అయితే, వాటిని కొద్దిగా వేయించుకుంటాం. సూప్ కోసం బ్రౌన్ బీన్స్, హారికోట్ బీన్స్, బంగాళాదుంపలు, కూరగాయల సూప్ ప్యాకెట్లు, చికెన్ సూప్ ప్యాకెట్లు, బీన్స్ సూప్ ప్యాకెట్లని ఉపయోగిస్తాం. రొట్టెతో సహా ప్రతిదాంట్లోనూ బ్రౌన్ బీన్స్ వేస్తారు. రాత్రి భోజనానికి ఎప్పుడూ బంగాళాదుంపలని పులుసుతో, ఇంకా, అదృష్టం కొద్దీ మా దగ్గర ఇంకా ఉన్న బీట్‌రూట్ సలాడ్‌తో తింటాం. ఆవిరి కుడుములు లేదా వడల గురించి నీకు చెప్పాలి. వాటిని ప్రభుత్వం పంపిణీ చేసే పిండి, నీళ్ళు, ఈస్ట్ కలిపి తయారు చేస్తాం. అవి ఎంత జిగురుగా, గట్టిగా ఉంటాయంటే, కడుపులో రాళ్ళు ఉన్నట్టు అనిపిస్తుంది, కానీ ఫరవాలేదు!

అన్నిటినీ మించి చెప్పుకోవాల్సింది వారానికి ఒకసారి తినే కాలేయం ముక్కల ఆహారం, వెన్నలేని రొట్టె మీద రాసే జ్యామ్ గురించి. అయినా కూడా మేమింకా బతికే ఉన్నాం. చాలాసార్లు అది రుచిగానే ఉంటుంది!

నీ, ఆన్ ఎం ఫ్రాంక్

బుధవారం, ఏప్రిల్ 5, 1944

నా ప్రియమైన కిట్టీ,

చాలా కాలంగా నా బడిపని (స్కూల్ వర్క్) చెయ్యాలని ఎందుకు అనిపిస్తుందో నాకే తెలీదు. యుద్ధం అయిపోవడం అనేది ఇంకా చాలా దూరం ఉన్నట్టుంది, వాస్తవానికి దూరంగా, ఒక అభూతకల్పనలా. సెప్టెంబరు నాటికి యుద్ధం ముగియకపోతే మాత్రం నేనిక బడికి వెళ్ళను. రెండెళ్ళు వెనుకపడటం నాకిష్టం లేదు.

రోజులన్నీ పీటర్‌తో నిండిపోయాయి. పీటర్ తప్ప కలల్లో, ఆలోచనల్లో మరేదీ లేదు. ఇలా శనివారం వరకు జరిగింది. ఆరోజు నేను మరీ దారుణంగా ఉన్నట్టు అనిపించింది. భయంకరంగా అనిపించింది. పీటర్‌తో ఉన్నప్పుడు వస్తున్న కన్నీళ్ళని ఆపుకున్నాను. నిమ్మకాయ పంచ్ తాగుతున్నప్పుడు వాన్ డాన్ కుటుంబంతో కలిసి గట్టిగా నవ్వాను. ఉల్లాసంగా, ఉత్సాహంగా ఉన్నాను. కానీ ఒక్కదాన్నే ఉన్నప్పుడు వెంటనే తెలిసిపోయింది, నేను బాగా ఏడవబోతున్నాను. నా నైటీలో అలా నేల మీదికి జారి చాలా శ్రద్ధగా ప్రార్థన చెయ్యడం మొదలుపెట్టాను. ఆ తరువాత కటికనేల మీద కూర్చుండిపోయి మోకాళ్ళని ఛాతికి దగ్గరగా తీసుకొని, మొహాన్ని చేతుల్లో పెట్టుకొని ఏడ్చేశాను. గట్టిగా నేనేడ్చిన ఏడుపు నన్ను భూమ్మీదికి తీసుకొచ్చింది.

కన్నీళ్ళని రానివ్వలేదు, ఎందుకంటే పక్క గదిలో ఉన్నవాళ్ళు ఎవరైనా నా ఏడుపు వినటం నాకిష్టం లేదు. ఆ తరువాత నన్ను నేనే సంభాళించుకోవడానికి ప్రయత్నించాను, 'నేను తప్పకుండా, నేను తప్పకుండా, నేను తప్పక...' అని పదే పదే చెప్పుకుంటూ. అలవాటులేని విధంగా కూర్చోవడం కష్టం అవ్వడంతో, మంచం పక్కకి పడిపోయి, సరిగ్గా పదిన్నరకి ముందు మంచం ఎక్కివరకు పోరాడాను. అది అయిపోయింది!

ఇప్పుడది నిజంగానే అయిపోయింది. అజ్ఞానంతో ఉండిపోకుండా జీవితంలో ముందుకి సాగటానికి, పాత్రికేయురాలు అవ్వడానికి ని బడిపని తప్పకుండా చేయాలని గ్రహించాను. నేను అదే అవ్వాలనుకుంటున్నాను మరి! నేను రాయగలనని నాకు తెలుసు. నేను రాసిన కథల్లో కొన్ని బాగుంటాయి. రహస్య అనెక్స్ గురించి నేను వర్ణించినవి నవ్వు తెప్పిస్తాయి. డైరీలో నేను రాసినది చాలావరకు స్పష్టంగా, సజీవంగా ఉంటుంది. కానీ...నాలో నిజంగా ప్రతిభ ఉందా అనేది ఇంకా తెలియాల్సి ఉంది.

నేను రాసినవాటిలో 'ఎవాస్ (డ్రీం' అన్నిటికన్నా బాగున్న ఫెయిరీ టేల్. విచిత్రం ఏంటంటే, ఆ కథ ఆలోచన ఎక్కడి నుంచి వచ్చిందో నాకు ఏమాత్రం తెలియదు. 'కేడీ లైఫ్' లోని భాగాలు కూడా బాగుంటాయి కానీ మొత్తంగా చూస్తే అది అంత ప్రత్యేకమైనదేమీ కాదు. ఆత్మవిమర్శలో నాకు నేనే సాటి. అంతేకాదు, నన్ను నేను చాలా కఠినంగా విమర్శించుకుంటాను. ఏది మంచిదో ఏది చెడో నాకు తెలుసు. కానీ మనం రాయగలిగిన వాళ్ళం అయితేనే అది ఎంత అద్భుతంగా ఉంటుందో తెలుసుకోగలం. నేను బొమ్మలు గియలేనన్న వాస్తవాన్ని తలచుకొని ఎప్పుడూ దుఖించేదాన్ని. కానీ ఇప్పుడు మాత్రం, కనీసం రాయగలనని చాలా సంతోషంగా ఉంది. పుస్తకాలు లేదా వార్తాపత్రికల కథనాలు రాయగల ప్రతిభ నాకు లేకపోతే, నేనెప్పుడూ నాకోసమైన రాసుకోవచ్చు. కానీ నేను దానికంటే ఎక్కువ సాధించాలనుకుంటున్నాను. అమ్మ, మిసెస్ వాన్ డాన్, ఏదో తమ పనులు చేసుకుంటూ పోతూ ఆ తరువాత మరుగున పడిపోయే ఆడవాళ్ళు...వాళ్ళందరిలా నేను జీవించటం అనేది అసలు ఊహించలేను. భర్త, పిల్లలతోపాటు నన్ను నేను అంకితం చేసుకోవడానికి నాకేదైనా ఉండాలి! చాలామంది లాగా ఉపయోగం లేని జీవితాన్ని గడపాలని నేను కోరుకోవటం లేదు. అందరికీ, నేనెప్పుడూ కలవనివాళ్ళకి కూడా ఉపయోగపడేలా లేదా ఆనందం చేకూర్చేలా ఉండాలన్నది నా కోరిక. మరణం తరువాత కూడా జీవించే ఉండాలనుకుంటున్నాను! అందువల్లే నేను ఎదగడానికి, నాలో ఉన్నదంతా వ్యక్తపరచడానికి నేను ఉపయోగించుకోగలిగే ఈ బహుమతిని (రచనా సామర్థ్యాన్ని) నాకు ఇచ్చినందుకు దేవుడికి చాలా కృతజ్ఞురాలిని.

నేను రాసేటప్పుడు బాధ్యతలన్నిటినీ దులిపేసుకోగలను. నా దుఖం మాయమవుతుంది. నాలో మళ్ళీ ఉత్సాహం జీవం పోసుకుంటుంది! కానీ, ఎప్పటికైనా గొప్పగా ఏదైనా రాయగలనా, ఎప్పటికైనా పాత్రికేయురాలినో రచయిత్రినో అవ్వగలనా? అన్నది ఒక పెద్ద ప్రశ్న.

అలా అవ్వాలని కోరుకుంటున్నాను, బాగా కోరుకుంటున్నాను. ఎందుకంటే రచన అన్నిటినీ...నా ఆలోచనలు, ఆదర్శాలు, ఉహలని...నమోదు (రికార్డు) చేయడానికి అవకాశం ఇస్తుంది.

చాలాకాలంగా నేను 'కేడీ లైఫ్' ని అంతగా పట్టించుకోలేదు. తరువాత ఏం జరుగుతుందో ఆలోచించి పెట్టాను కానీ ఆ కథ అంత బాగా వస్తున్నట్టుగా అనిపించలేదు. అది నేనెప్పటికీ పూర్తి చెయ్యలేనేమో. అది చిత్తుకాగితాల బుట్టలోకి వెళ్తుందో లేదా అగ్నికి ఆహుతి అవుతుందో...అది భయం కరమైన ఆలోచన. అయినా కూడా, 'పధ్నాలుగేళ్ళ వయసులో, చాలా తక్కువ అనుభవంతో, తత్త్వశాస్త్రం గురించి రాయలేం.' అని నాకు నేనే సర్దిచెప్పుకుంటాను.

అందుకని, తిరిగి ఊపిరి పీల్చుకున్న ఉత్సాహంతో ముందుకెళ్ళాలి, పైకెళ్ళాలి. అవన్నీ నెరవేరతాయి. ఎందుకంటే నేను రాయాలనే నిశ్చయించుకున్నాను!

నీ, ఆన్ ఎం ఫ్రాంక్

177

గురువారం, ఏప్రిల్ 6, 1944

ప్రియమైన కిట్టి,

నా అభిరుచులు, ఆసక్తులు ఏంటని నువ్వు నన్ను అడిగావు. సమాధానం చెప్పాలనుకుంటున్నాను. నాకవి చాలా ఉన్నాయి కాబట్టి ఆశ్చర్యపోవద్దని నిన్ను ముందే హెచ్చరించటం మంచిది.

అన్నిట్లోకి మొదటిది: రాయడం. కానీ ఇది నిజంగా అభిరుచి అని అనుకోను.

రెండోది: వంశవృక్ష పటాలు. కనిపించిన ప్రతి వార్తాపత్రిక, పుస్తకం, పత్రాల్లోనూ ఫ్రెంచ్, జర్మన్, స్పెయిన్, ఇంగ్లిష్, ఆస్ట్రియా, రష్యా, నార్వే, డచ్ రాచ కుటుంబాల వంశవృక్షాల కోసం చూస్తుంటాను. వాటిలో చాలావరకు గొప్ప పురోగతి సాధించాను. ఎందుకంటే, జీవిత చరిత్రలు లేదా చరిత్ర పుస్తకాలు చదివేటప్పుడు వాటికి కావలసిన విషయాలు రాసుకుంటున్నాను. ఇలా చాలాకాలంగా చేస్తున్నాను. చరిత్రకి సంబంధించిన వ్యాసాల్లోని భాగాలు కొన్ని చూసి రాసుకుంటాను కూడా.

అందుకని నా మూడో అభిరుచి చరిత్ర. నాన్న ఇప్పటికే నాకోసం చాలా పుస్తకాలు కొన్నారు. సార్వజనిన గ్రంథాలయానికి (పబ్లిక్ లైబ్రరీకి) వెళ్ళి నాకు అవసరమైన సమాచారాన్ని వెతికి తీసుకొనే రోజు ఎప్పుడెప్పుడు వస్తుందా అని చూస్తున్నాను.

నాలుగోది, గ్రీకు మరియు రోమన్ పురాణాలు. ఈ అంశం మీద కూడా నా దగ్గర రకరకాల పుస్తకాలున్నాయి. జియస్ యొక్క తొమ్మిది మంది కుమార్తెల (దేవతల) పేర్లు, ఏడుమంది ప్రేమికుల పేర్లు చెప్పగలను. నా దగ్గర హెర్క్యులస్ భార్యల పేర్లు, మొదలైనవి...నేను క్షణ్ణంగా చదివేసినవి, నా దగ్గర ఉన్నాయి.

నా ఇతర అభిరుచులు సినీ తారలు, కుటుంబ ఛాయాచిత్రాలు. చదవడం అన్నా పుస్తకాలన్నా నాకు పిచ్చి. కళలకి సంబంధించిన చరిత్రంటే విపరీతమైన ప్రేమ. ముఖ్యంగా రచయితలు, కవులు చిత్రకారులకు సంబంధించిన చరిత్ర. సంగీతకారుల చరిత్ర ఆ తరువాత రావచ్చు. బీజగణితం (ఆల్జీబ్రా) అంటే నాకు అసహ్యం. మిగతా తరగతి సబ్జెక్ట్స్ చాలా ఇష్టం. అయితే, అన్నిట్లోకి బాగా ఇష్టమైంది చరిత్ర!

సీ, ఆన్ ఎం ఫ్రాంక్

మంగళవారం, ఏప్రిల్ 11, 1944

నా ప్రియమైన కిట్టి,

నా తల తిరుగుతోంది. ఎక్కడ మొదలుపెట్టాలో నిజంగా తెలియటం లేదు. గురువారం నాడు (చివరిగా నీకు రాసినరోజు) అంతా మామూలుగానే సాగింది. శుక్రవారం మధ్యాహ్నం (గుడ్ ఫ్రైడే) మేము మోనోపోలీ ఆట ఆడాం. శనివారం మధ్యాహ్నం కూడా ఆడాం. రోజులు చాలా త్వరగా గడిచిపోయాయి. శనివారం రెండు గంటల ప్రాంతంలో భారీ కాల్పులు ప్రారంభమయ్యాయి. మగవాళ్ళ అభిప్రాయం ప్రకారం అవి మెషిన్ గన్స్. మిగిలిన సమయమంతా నిశ్శబ్దంగా గడిచిపోయింది.

ఆదివారం మధ్యాహ్నం నా ఆహ్వానం మీద పీటర్ నాలుగున్నరకి నన్ను చూడటానికొచ్చాడు. అయిదుంబావుకి ముందువైపున్న అటక మీదికెళ్ళాం. అక్కడ ఆరు గంటల వరకు ఉండిపోయాం. ఆరు నుంచి ఏడుంబావు వరకు రేడియోలో ఒక అందమైన మొజార్ట్ కచేరీ వచ్చింది. అందులో

ముఖ్యంగా క్లీన్ నాచ్యూసిక్ సంగీతం నాకు చాలా నచ్చింది. వంటింట్లో వినడం అనేది నేనసలు సహించలేను. ఎందుకంటే అందమైన సంగీతం నా అంతరాత్మని కదిలిస్తుంది. ఆదివారం సాయంత్రం పీటర్ స్నానం చెయ్యలేకపోయాడు. ఆఫీసు వంటగదిలో ఉండే స్నానం చేసే తొట్టె మురికి బట్టలతో నిండిపోయింది మరి. మేమిద్దరం కలిసి ముందువైపున్న అటక మీదికెళ్ళాం. పోయిగా కూర్చోవచ్చు కదా అని నా గదిలో కనిపించిన ఓకే ఒక మెత్తటి దిండు తీసుకెళ్ళాను. సామాన్లు కట్టడానికి ఉపయోగించే ఒక చెక్కపెట్టె మీద మేము కూర్చున్నాం. చెక్కపెట్టె, దిండు రెండూ చాలా సన్నగా ఉండటంతో, చాలా దగ్గరగా కూర్చున్నాం. మరో రెండు చెక్కపెట్టెలికి ఆనుకున్నాం. మౌస్సీ మాకు తోడుగా ఉంది కాబట్టి మేము పర్యవేక్షకులెవరూ లేకుండా లేము. అకస్మాత్తుగా, పావు తక్కువ తొమ్మిదికి, మిస్టర్ వాన్ డాన్ ఈల వేసి, మిస్టర్ డస్సెల్ దిండు మా దగ్గర ఉందేమో అడిగారు. మేము ఒక్క ఉడుతన లేచి దిండుని, పిల్లిని తీసుకొని కిందికెళ్ళాం. ఈ దిండే ఎంత బాధకి కారణమైంది. తను వాడుకొనే దిండుని నేను తీసుకున్నానని అతనికి కోపమొచ్చింది. దానికి పురుగులు మునురుకుంటాయేమో అని అతని భయం. ఈ ఒక్క దిండు వల్ల ఇల్లెగిరిపోయేల అరిచాడు.

ఇందుకు ప్రతీకారంగా పీటర్, నేను అతని మంచంలో రెండు గట్టి బ్రష్లు దోపి పెట్టాం. కాని అనుకోకుండా డస్సెల్ తన గదిలో కూర్చోవాలని నిర్ణయించుకున్నప్పుడు వాటిని బయటికి తీసేయాల్సొచ్చింది. ఈ చిన్న విరామం, వినోద కార్యక్రమం వల్ల బాగా నవ్వుకున్నాం. కాని మా నరదా స్వల్పకాలికమే అయ్యింది. తొమ్మిదిన్నరకి పీటర్ మెల్లిగా తలుపు తట్టి, పైకొచ్చి ఒక కష్టమైన ఆంగ్లవాక్యం విషయంలో సహాయం చెయ్యమని నాన్నని అడిగాడు.

'నాకేదో అనుమానంగా ఉంది' అని నేను మార్గోట్ తో అన్నాను. 'ఇదొక సాకు మాత్రమే అని తెలిసిపోతోంది. వాళ్ళు మాట్లాడే విధానం చూసి ఎవరో చొరబడ్డారని చెప్పచ్చు!' నేను చెప్పింది నిజమే. ఆ సమయంలోనే గిడ్డంగిలో ఎవరో చొరబడ్డారు. నాన్న, మిస్టర్ వాన్ డాన్, పీటర్ మెరుపులాగా కిందికెళ్ళారు. మార్గోట్, అమ్మ, మిసెస్ వాన్ డీ, నేను వాళ్ళ కోసం ఎదురుచూశాం. భయపడిన నలుగురు ఆడవాళ్ళు మాట్లాడుకోవాలి. అందుకే కింది నుంచి పెద్ద శబ్దం ఒకటి వినబడేవరకు అదే చేశాం. ఆ తరువాత అంతా నిశ్శబ్దంగా అయిపోయింది. పావు తక్కువ పదైంది. మా మొహాలు పాలిపోయాయి. మాకు భయమేసినా నిశ్శబ్దంగానే ఉండిపోయాం. మగవాళ్ళు ఎక్కడున్నారు? ఆ పెద్ద శబ్దం ఏంటి? వాళ్ళు దొంగలతో గొడవ పడుతున్నారా? ఆలోచించలేనంతగా భయమేసింది. ఎదురుచూడటం తప్ప ఇంకేమీ చేయలేకపోయాం.

పది గంటలకి మెట్ల మీద అడుగుల శబ్దం వినిపించింది. నాన్న పాలిపోయిన మొహంతో ఆందోళనగా లోపలికొచ్చారు, వెనకాలే మిస్టర్ వాన్ డాన్ వచ్చారు. 'దీపాలు ఆర్పేయండి, శబ్దం చేయకుండా మేడమీదికి వెళ్ళిపోండి. పోలీసులొస్తారని అనుకుంటున్నాం!' భయపడటానికి సమయం లేదు. లైట్లు ఆర్పేశారు. నేను గబుక్కున అరలోనుంచి జాకెట్ ఒకటి తీసుకున్నాను. అప్పుడు మేము పై అంతస్తులో కూర్చున్నాం.

'ఏమైంది? త్వరగా చెప్పండి!'

మాకు చెప్పేవాళ్ళెవరూ లేరు. మగవాళ్ళు మళ్ళీ కిందికెళ్ళారు. ఆ నలుగురూ పదిగంటల పదినిమిషాల వరకు మళ్ళీ పైకి రాలేదు. వాళ్ళలో ఇద్దరు పీటర్ గదిలో తెరిచిన కిటికీ దగ్గర కాపలా ఉన్నారు. పోడవుగా ఉన్న చివరిమెట్టు (ల్యాండింగ్) మీదున్న తలుపుకి తాళం వేశారు. పుస్తకాల అర మూసేశారు. రాత్రిపూట వెనుకొనే దీపం మీద కోటు ఒకటి కప్పేశాం. ఆ తరువాత, ఏం జరిగిందో వాళ్ళు మాకు చెప్పారు:

మెట్ల మీద నిలబడి ఉన్నప్పుడు పీటర్ కి రెండు పెద్ద శబ్దాలు వినిపించాయిట. అతను కిందికెళ్ళి, గిడ్డంగి తలుపు ఎడమ భాగంలో ఉండాల్సిన పెద్ద చెక్కపలక లేకపోవడం చూశాడు. వెంటనే మేడమీదికి

179

దూసుకొచ్చి, 'మే గార్డ్' ని అప్రమత్తం చేశాడు. ఆపైన నలుగురూ కిందికెళ్ళారు. వాళ్ళు గిడ్డంగికి వెళ్ళినప్పుడు దొంగలు వాళ్ళ పని వాళ్ళు చేసుకుంటున్నారు. ఇక ఏమీ ఆలోచించకుండా మిస్టర్ వాన్ డాన్ 'పోలీస్!' అని గట్టిగా అరిచారు. హడావుడిగా అడుగులేసిన చప్పుడు. దొంగలు పారిపోయారు.

పోలీసులు తలుపులో ఉన్న రంధ్రాన్ని చూడకుండా ఉండాలని చెక్కపలకకి మళ్ళీ తలుపుకి పెట్టేశారు. కానీ బయటి నుంచి ఎవరో తన్నిన తన్నుకి అది ఎగిరి నేల మీద పడింది. దొంగల ధైర్యం చూసి మగవాళ్ళు ఆశ్చర్యపోయారు. పీటర్కి, మిస్టర్ వాన్ డాన్కి చంపేయాలన్నంత కోపం వచ్చింది. మిస్టర్ వాన్ డాన్ గొడ్డలిని నేలకేసి కొట్టారు. అంతే, మళ్ళీ అంతా నిశ్శబ్దం. మరోసారి తలుపుకి చెక్కపలక పెట్టారు. మరోసారి ఆ ప్రయత్నం విఫలమైంది. బయటి నుంచి ఒక మగవాడు, ఒక మహిళ ఆ తలుపు రంధ్రం గుండా ఫ్లాష్ లైటు వేశారు. దాంతో మొత్తం గిడ్డంగి వెలిగిపోయింది. 'ఏంటీ...' అంటూ మగవాళ్ళలో ఒకరు గొణిగారు. కానీ ఇప్పుడు పాత్రలు తారుమారయ్యాయి. వాళ్ళిప్పుడు పోలీసులు కాదు, దొంగలు. వెంటనే నలుగురు మగవాళ్ళూ మేడమీదికి పరిగెత్తారు. డస్సెల్, మిస్టర్ వాన్ డాన్ గబుక్కున డస్సెల్ పుస్తకాలని లాగేశారు. పీటర్ వంటింట్లో, ప్రైవేటు కార్యాలయంలో తలుపులు, కిటికీలు తెరిచాడు. ఫోన్ తీసి నేలమీదికి విసిరాడు. ఆ నలుగురూ చివరికి పుస్తకాల అర వెనక్కి చేరారు.

మొదటి భాగం పూర్తైంది

ఫ్లాష్లైట్తో వచ్చిన మగవాడు, ఆడది బహుశా పోలీసులని అప్రమత్తం చేసి ఉంటారు. అది ఆదివారం రాత్రి, ఈస్టర్ ఆదివారం. మరుసటి రోజు ఈస్టర్ సోమవారం నాడు కార్యాలయం తెరవరు. అంటే మంగళవారం పొద్దున వరకు మేము ఆనెక్స్లో తిరగలేం. ఒక పగలు, రెండు రాత్రుళ్ళు అంత భయంలో కూర్చోవాల్సి రావడం ఎలా ఉంటుందో ఆలోచించు! మేము ఏమీ ఆలోచించకుండా గాఢాంధకారంలో ఊరికే కూర్చున్నాం. ఎందుకంటే, భయంతో మిసెస్ వాన్ డి దీపం ఆర్పేసింది. మేము గుసగుసలాడుకున్నాం. క్రిరమని శబ్దం విన్న ప్రతిసారీ, ఎవరో ఒకరు 'ష్, ష్' అన్నారు.

పదన్నెరిండి, తరువాత పదకొండు. ఒక్క శబ్దం లేదు. మేడమీదున్న మా దగ్గరికి నాన్న, మిస్టర్ వాన్ డాన్ ఒకరి తరువాత ఒకరు వంతులు వేసుకొని వచ్చారు. తరువాత, పదకొండంబావుకి కింది నుంచి ఏదో శబ్దం...ఇక్కడ పైన కుటుంబం మొత్తం శ్వాస తీసుకోవడం వినిపిస్తోంది. ఎవ్వరూ కదల్లేదు. అడుగుల శబ్దం...ఇంట్లో, ప్రైవేటు కార్యాలయంలో, వంటింట్లో, ఆ తరువాత...మెట్ల మీద. శ్వాస తీసుకుంటున్న చప్పుళ్ళు ఆగిపోయాయి, ఎనిమిది గుండెలు వేగంగా కొట్టుకున్నాయి. మెట్ల మీద అడుగుల శబ్దం, తరువాత పుస్తకాల అర దగ్గర పటపట శబ్దం. ఇది వర్ణించలేని క్షణం.

'ఇంక మన పని అయిపోయింది' అన్నాను. అదే రోజు రాత్రి మా పదిహేను మందినీ గెస్టపో (రహస్య పోలీసులు) ఈడ్చుకుపోతున్న దృశ్యాలు నా కళ్ళముందు కదలాడాయి.

పుస్తకాల అర దగ్గర నుంచి మళ్ళీ పటపటా శబ్దం వచ్చింది, రెండుసార్లు. అప్పుడొక పెద్ద క్యాన్ పడిపోయిన శబ్దం విన్నాం. అడుగుల చప్పుళ్ళు మెల్లిగా తగ్గాయి. ప్రస్తుతానికి ప్రమాదం నుంచి బయటపడ్డాం. అందరి శరీరాలూ ఒక్కసారి వణికాయి. పళ్ళు టకటక కొట్టుకుంటున్న శబ్దాలు నాకు వినిపించాయి, ఎవరూ ఒక్క మాట కూడా మాట్లాడలేదు. ఇలా పదకొండున్నర వరకు ఉన్నాం.

ఇంట్లో ఇక శబ్దాలేవీ రాలేదు కానీ కిందికెళ్ళే మెట్లలో పైమెట్టు (ల్యాండింగ్) మీద ఒక దీపం వెలుగుతోంది, సరిగ్గా పుస్తకాల అర ముందు. అది వెలుగుతోంది పోలీసులకి బాగా అనుమానాస్పదంగా అనిపించినందుకా లేదా వాళ్ళు ఆర్పేయడం మరిచిపోయినందుకేనో? ఎవరైనా వెనక్కొచ్చి దాన్ని ఆర్పేస్తారా? మాకు మాట్లాడే శక్తి కలిగింది. భవనం లోపల ఇక ఎవరూ లేరు కానీ

ఎవరైనా బయట కాపలా ఉన్నారేమో. అప్పుడు మేము మూడు పనులు చేశాం: ఏం జరిగి ఉంటుందో ఊహించడానికి ప్రయత్నించాం, భయంతో వణికిపోయి మరుగుదొడ్డికి వెళ్ళాం. బకెట్లు అటక మీద ఉండడంతో మా దగ్గర ఉన్నది లోపువు చిత్తుకాగితాల బుట్ట మాత్రమే. అది పీటర్ది. మొదట మిస్టర్ వాన్ డాన్ వెళ్ళారు, తరువాత నాన్న. కానీ అమ్మకి అది ఇబ్బందికరంగా అనిపించింది. నాన్న చిత్తుకాగితాల బుట్టని పక్కకి తీసుకొచ్చారు. అప్పుడు మార్గ్రెట్, మిసెస్ వాన్ డాన్, నేనూ దాని ఉపయోగించుకున్నాం. చివరికి అమ్మ కూడా ఉపయోగించుకుంది. కాగితాలు కావలసొచ్చింది. అదృష్టవశాత్తూ నా జేబులో కొన్ని ఉన్నాయి.

చిత్తుకాగితాల బుట్ట కంపుకొడుతోంది. అంతా గుసగుసల మీద నడుస్తోంది, మేమిక పూర్తిగా అలిసిపోయాం. అర్ధరాత్రైంది.

'నేలమీద పడుకొని నిద్రపోండి!' అంటూ మార్గ్రెట్‌కి, నాకు చెరొక దిండు, దుప్పటి ఇచ్చారు. మార్గ్రెట్ ఆహార పదార్థాలు ఉంచే అల్మారా దగ్గర పడుకుంది, నేను బల్ల కాళ్ళ మధ్యలో పక్క వేసుకున్నాను.

నేల మీద పడుకున్నప్పుడు ఆ వాసన అంత ఘోరంగా లేదు కానీ మిసెస్ వాన్ డాన్ నిశ్శబ్దంగా వెళ్ళి కొంచెం బ్లీచ్ పోసి తీసుకొచ్చింది. ముందుజాగ్రత్తగా ఒక తుండుగుడ్డని పాట్టీకి (మేము ఉపయోగించిన చిత్తుకాగితాల బుట్టకి) చుట్టేసింది.

మాటలు, గుసగుసలు, భయం, దుర్వాసన, అపానవాయువులు, జనాలు నిరంతరంగా బాత్రూంకు వెళ్ళి రావటం...ఈ వాతావరణంలో నిద్రపోవడానికి ప్రయత్నించు! అయినా, బాగా అలిసిపోవడంతో రెండున్నరకి నాకు కునుకు పట్టింది. మూడున్నర వరకు ఏమీ వినబడలేదు. మిసెస్ వాన్ డి నా కాళ్ళ మీద తల పెట్టుకున్నప్పుడు మెలకువొచ్చింది.

'దయచేసి నాకు వేసుకోవడానికి ఏదైనా ఇవ్వండి!' అన్నాను. కొన్ని బట్టలిచ్చారు కానీ అవేంటో మాత్రం అడగద్దు: నా పైజామా మీద వేసుకొనే వదులైన ఉన్ని దుస్తులు ఒక జత, ఎరుపు రంగు జాకెట్, ఒక నల్లని స్కర్ట్, తెల్లటి మేజోళ్ళు, మోకాలి వరకు వేసుకొనే చిరిగిపోయిన మేజోళ్ళు.

మిసెస్ వాన్ డి కుర్చీలో వెనక్కి వాలింది. మిస్టర్ వాన్ డి నా కాళ్ళ మీద తలపెట్టుకొని పడుకున్నారు. మూడున్నర నుంచి ఇంకా వణుకుతూనే నేను ఆలోచనలో మునిగిపోయాను. ఎంతగా వణికానంటే పాపం మిస్టర్ వాన్ డాన్‌కి నిద్ర పట్టలేదు. పోలీసులు తిరిగొస్తారనే అనుకున్నాను. అప్పుడు ఏం చెయ్యాలో ఆలోచించాను. మేము అజ్ఞాతంలో ఉన్నామని వాళ్ళకి చెప్తాం. వాళ్ళు మంచివాళ్ళైతే మేము సురక్షితంగా ఉంటాం. ఒకవేళ వాళ్ళు నాజీ సానుభూతిపరులైతే, లంచం ఇవ్వజూపుతాం!

'మనం వైర్‌లెస్ సెట్‌ను దాచాలి!' అని మూలుగుతున్నట్టుగా చెప్పింది మిసెస్ వాన్ డి.

'ఔను, పొయ్యిలో,' మిస్టర్ వాన్ డి బదులిచ్చారు. 'వాళ్ళు మనల్ని పట్టుకుంటే వైర్‌లెస్‌ని కూడా పట్టుకోగలరు కదా!'

'అయితే వాళ్ళు ఆన్ డైరీని కూడా పట్టుకుంటారు' అన్నారు నాన్న.

'అయితే దాన్ని కాల్చేయండి' అని మా గుంపులో అందరికంటే ఎక్కువగా భయపడిపోయినవాళ్ళు సూచించారు.

నేను బాగా భయపడిన సందర్భాల్లో ఇదొకటి, పోలీసులు పుస్తకాల అర దగ్గర శబ్దాలు చేసినది ఇంకొకటి. ఆడ, నా డైరీ కాల్చేయాలా...డైరీ పోతే, నేను కూడా పోతాను! అదృష్టం కొద్దీ నాన్న ఇంకేమీ అనలేదు.

అన్ని సంభాషణలు గుర్తు తెచ్చుకోవడంలో అర్థం లేదు. చాలా మాట్లాడుకున్నాం. బాగా భయపడిన మిసెస్ వాన్ డాన్‌ని నేను ఓదార్చాను. తప్పించుకోవటం, గెస్టాపో చేత విచారించబడటం, మిస్టర్ క్రైమన్‌కి ఫోన్ చెయ్యటం, ధైర్యంగా ఉండటం గురించి మాట్లాడుకున్నాం.

'మనం సైనికుల్లా ప్రవర్తించాలి, మిసెస్ వాన్ డాన్. మనం పోవాల్సిన సమయం వస్తే...అది రాణీ కోసం, దేశం కోసం, స్వేచ్ఛ, సత్యం, న్యాయం కోసం అవుతుంది, రేడియోలో వాళ్ళెప్పుడూ

చెప్పన్నట్టుగా. ఒకే ఒక్క దురదృష్టకరమైన విషయం ఏంటంటే, మనం మనతోపాటు వేరేవాళ్ళ పరిస్థితి కూడా దిగజార్చేస్తాం!'

గంటసేపటి తరువాత మిస్టర్ వాన్ డాన్ తను కూర్చున్న స్థలాన్ని మరోసారి తన భార్యతో మార్చుకున్నారు. నాన్న వచ్చి నా పక్కన కూర్చున్నారు. మగవాళ్ళు బాగా సిగరెట్లు తాగారు. అప్పుడప్పుడు నిట్టూర్పులు వినిపించాయి, ఎవరో మళ్ళీ టాయిలెట్‌కి వెళ్ళిచ్చారు, దాంతో ఇక మళ్ళీ అంతా మొదలైంది.

నాలుగు గంటలు, ఐదు, ఐదున్నర. నేను వెళ్ళి పీటర్‌తో కలిసి అతని కిటికీ దగ్గర కూర్చున్నాను, ఎంత దగ్గరగానంటే, ఒకరి శరీరం వణకటం ఇంకొకరికి తెలుస్తుంది. ఒకటో రెండో మాటలు మాట్లాడుకున్నాం. బాగా జాగ్రత్తగా విన్నాం. పక్క గదిలో కిటికీ మీద తెర దించారు. వాళ్ళు మిస్టర్ క్లైమాన్‌కి ఫోన్‌లో చెప్పాలనుకున్న అన్ని విషయాలతో ఒక జాబితా తయారుచేశారు. ఎందుకంటే, ఆయనకి ఏడు గంటలకి ఫోన్ చేసి, ఎవరినైనా ఇక్కడికి పంపించమందాం అనుకున్నారు. వాళ్ళు పెద్ద సాహసం చేస్తున్నారు. ఎందుకంటే, ఫోన్ చేసినప్పుడు తలుపు దగ్గర గాని గిడ్డంగిలో గాని ఉన్న పోలీసులు వినే అవకాశం ఉంది. దాంతో అంతకంటే ప్రమాదకరమైంది జరగచ్చు. అంతే పోలీసులు మళ్ళీ రావచ్చు. వాళ్ళ జాబితాని నేను జత చేస్తున్నాను. కాని స్పష్టత కోసం దాన్ని ఇక్కడ కాపీ చేస్తాను.

దోపిడీ: భవనంలో పోలీసులు, పుస్తకాల అర వరకు, కాని అంతకి మించి పోలేదు. స్పష్టంగా, దొంగలకి అంతరాయం కలిగింది. గిడ్డంగి తలుపుని బలవంతంగా పగలకొట్టి, తోటలో నుంచి పారిపోయారు. ప్రధాన ద్వారం గడియ వేసి ఉంది. కుగ్లర్ రెండవ తలుపు గుండా వెళ్ళి ఉండాలి.

ప్రైవేటు కార్యాలయంలోని నల్ల అరలో టైప్ రైటర్, లెక్కలకి ఉపయోగించే యంత్రం సురక్షితంగా ఉన్నాయి.

మియెప్ గాని బెప్ గాని వంటింట్లో గిన్నెలు కడుగుతున్నారు.

బెప్ లేదా కుగ్లర్ దగ్గర మాత్రమే రెండో తాళంచెవి ఉంది. తాళం కప్ప విరిగిపోయిందచ్చు.

జ్యాన్‌ని అప్రమత్తం చేయడానికి ప్రయత్నించండి. తాళం చెవి తీసుకురండి. కార్యాలయం చుట్టూ పరిశీలించండి. పిల్లికి కూడా తిండి పెట్టండి.

మిగతా అంతా అనుకున్న రీతిలో జరిగిపోయింది. మిస్టర్ క్లైమాన్‌కి ఫోన్ చేశారు. తలుపుల నుంచి కర్రలు తొలగించారు. టైప్‌రైటర్ మళ్ళీ బీరువాలో పెట్టేశారు. అప్పుడు మేమందరం మళ్ళీ బల్ల చుట్టూ కూర్చొని జ్యాన్ గాని పోలీసులు గాని వస్తారని ఎదురుచూశాం.

పీటర్ నిద్రలోకి జారిపోయాడు. మిస్టర్ వాన్ డాన్, నేను నేలమీద పడుకొని ఉండగా కింద పెద్ద పెద్ద అడుగుల శబ్దం విన్నాం. నేను నిశ్శబ్దంగా లేచాను. 'అది జ్యాన్!' అన్నాను.

'లేదు, లేదు, అది పోలీసులే!' మిగతా వాళ్ళంతా అన్నారు.

మా పుస్తకాల అర మీద ఎవరో తట్టారు. మియెప్ ఈల వేసింది. మిసెస్ వాన్ డాన్ ఇక భరించలేకపోయింది. తెల్లగా పాలిపోయిన మొహంతో కుర్చీలో చేతులు వేలాడేసి కూర్చుంది. ఆ ఆందోళన ఇంకొక్క నిమిషం కొనసాగి ఉంటే, ఆమె మూర్ఛపోయేది.

జ్యాన్, మియెప్ లోపలికొచ్చారు. రాగానే వాళ్ళకొక సంతోషకరమైన సన్నివేశం ఎదురైంది. మా బల్ల ఒక్కటే ఫోటో తీయదగినంత గొప్పగా ఉంది. నినిమా అండ్ థియేటర్ పత్రిక తెరిస్తే వచ్చే నాట్యం చేసే అమ్మాయిల దస్తం లాగా ఉంది. దానికి జ్యామ్, విరేచనాల కోసం మేము తీసుకుంటున్న పెక్టిన్ మందు అంటుకున్నాయి. రెండు జ్యామ్ జాడీలు, సగం బ్రెడ్ రోల్, పావువంతు బ్రెడ్ రోల్, పెక్టిన్ ఔషధం, ఒక అద్దం, ఒక దువ్వెన, అగ్గిపెట్టెలు, సిగరెట్ బూడిద, సిగరెట్లు, పొగాకు, యాష్ ట్రే, పుస్తకాలు, ఒక జత ప్యాంట్లు, ఫ్లాష్‌లైట్, మిసెస్ వాన్ డాన్ దువ్వెన, టాయిలెట్ కాగితాలు మొదలైనవి బల్ల మీద పరిచి ఉన్నాయి.

జ్యాన్, మియెప్ లని కేకింతలు, కన్నీళ్ళు స్వాగతం పలికాయి. జ్యాన్ తలుపుకి ఉన్న రంధ్రం మీద పైన్ చెక్కపలక వేళాదనీ, మళ్ళీ మియెప్తో కలిసి చోరబాటు గురించి పోలీసులకి చెప్పటానికి వెళ్ళారు. రంధ్రాన్ని గమనించి పోలీసులకి చెప్పిన రాత్రి కాపలాదారు మిస్టర్ స్లీగర్స్ గిడ్డంగి తలుపు కింద పెట్టిన కాగితం కూడా మియెప్కి కనిపించింది. జ్యాన్ మిస్టర్ స్లీగర్స్ని కూడా కలవాలనుకున్నాడు.

అందువల్ల ఇంటిని, మమ్మల్ని యధాస్థితికి తేవటానికి మాకు అరగంట సమయం మాత్రమే ఉంది. ఆ ముప్పై నిమిషాల్లో అంతటి మార్పుని నేనెప్పుడూ చూడలేదు. మార్గ్రేట్, నేను కింద అంతస్తులో పడకలు సిద్ధం చేసి, బాత్రూంకి వెళ్ళి పళ్ళు తోముకొని, చేతులు కడుక్కొని, తల దువ్వుకున్నాం. అప్పుడు నేను గదిని కాస్త చక్కబెట్టి మళ్ళీ మేడమీదికి వెళ్ళాను. అప్పటికి బల్ల శుభ్రం చేసి ఉంది కాబట్టి కొంచెం నీళ్ళు తెచ్చుకొని కాఫీ, టీ తయారు చేసి, పాలు కాచి బల్ల మీద అన్నీ అమర్చాం. నాన్న, పీటర్ అవసరార్ధం మరుగుదొడ్డి లాగా మేము ఉపయోగించినవాటిని ఖాళీ చేసి, వాటిని గోరువెచ్చని నీళ్ళు, బ్లీచ్ పౌడర్తో కడిగాను. వాటిలో పెద్దది పూర్తిగా నిండిపోయి బరువుగా ఉండటంతో దాన్ని ఎత్తడానికి చాలా కష్టపడ్డాను. పరిస్థితిని ఇంకా అధ్వాన్నం చేస్తూ, అది కారటం మొదలుపెట్టింది. దాంతో వాళ్ళు దాన్ని బకెట్లో ఉంచాల్సొచ్చింది. పదకొండు గంటలకి జ్యాన్ తిరిగొచ్చి బల్ల దగ్గర మాతో పాటు కూర్చున్నాడు. క్రమంగా అందరూ ప్రశాంతంగా ఊపిరి తీసుకోవడం ప్రారంభించారు. ఏం జరిగిందో తెలుసుకున్న జ్యాన్ ఇలా చెప్పాడు:

మిస్టర్ స్లీగర్స్ నిద్రపోయాడు. కానీ, గస్తీ తిరిగినప్పుడు అతనికి తలుపులో రంధ్రం కనిపించిందని అతని భార్య జ్యాన్తో చెప్పింది. అతను ఒక పోలీసుని పిలిచాడు. వాళ్ళిద్దరూ భవనమంతా వెతికారు. మిస్టర్ స్లీగర్స్ నైట్ వాచ్ మాన్ దాలో, రోజూ రాత్రి బైక్ మీద గస్తీ తిరుగుతాడు. అప్పుడతని రెండు కుక్కలూ అతని వెంట వెళ్తాయి. అతను మంగళవారం వచ్చి మిస్టర్ కుగ్లర్కి మిగతా విషయాలు చెబుతాడని అతని భార్య చెప్పింది. పోలీస్ స్టేషన్లో ఎవరికీ చోరబాటు గురించి ఏమీ తెలిసినట్టు లేదు కానీ, మంగళవారం పొద్దున్నే ఇక్కడికొచ్చి పరిశీలించాలని వాళ్ళు రాసుకున్నారు. ఆరోజు వాళ్ళు చేయబోయే మొదటి పని ఇదేనట.

జ్యాన్ తిరిగి వెళ్ళేటప్పుడు, మాకు బంగాళాదుంపలు సరఫరా చేసే మిస్టర్ వాన్ వెన్ అనుకుండా ఎదురు పడ్డాడు. జ్యాన్ ఆయనకి చోరబాటు గురించి చెప్పాడు. 'నాకు తెలుసు,' మిస్టర్ వాన్ వెన్ ప్రశాంతంగా సమాధానం ఇచ్చాడు. 'నిన్న రాత్రి నా భార్య, నేను నడుస్తూ మీ భవనం దాటి వెళ్తున్నప్పుడు, గిడ్డంగి తలుపులో నాకొక రంధ్రం కనిపించింది. నా భార్య ముందుకెళ్ళిపోదాం' అన్నది కానీ నేను ఫ్లాష్లైట్తో లోపలికి తొంగిచూశాను. అప్పుడే దొంగలు పారిపోయి ఉండాలి. ఎందుకైనా మంచిదని నేను పోలీసులని పిలవలేదు. మీ విషయంలో పోలీసులని పిలవటం తెలివైన పని కాదనిపించింది. 'నాకేమీ తెలీదు కానీ నా అనుమానాలు నాకున్నాయి.' అన్నాడు. జ్యాన్ అతనికి కృతజ్ఞతలు చెప్పి వచ్చేశాడు. మిస్టర్ వాన్ వెన్ ఎప్పుడూ భోజన సమయంలో బంగాళాదుంపలు తెచ్చిస్తాడు కాబట్టి అతనికి మేమిక్కడ ఉండచ్చనే అనుమానం ఉండడం సహజమే. చాలా మర్యాదస్తుడు!

జ్యాన్ వెళ్ళేసరికి ఒంటి గంటైంది. అప్పుడు మేము స్నానం చేశాం. ఎనిమిది మందిమీ పడుకున్నాం. నేను పావు తక్కువ మూడుకి మేలుకొనేసరికి మిస్టర్ డస్సెల్ అప్పటికే లేచి ఉండటం కనిపించింది. నిద్రపోవడం వల్ల నా మొహం బిడ్డగా అయిపోయింది. స్నానాల గదిలోకి వెళ్ళినప్పుడు అనుకోకుండా పీటర్ ఎదురుపడ్డాడు. అతను అప్పడే కిందికొచ్చాడట. మేమిద్దరం ఆఫీసులో కలుసుకోవాలని అనుకున్నాం. నేను కాస్త తయారై కిందికెళ్ళాను.

'ఇంత జరిగిన తరువాత, నీకింకా ముందు వైపున్న అటక మీదికి వెళ్ళే ధైర్యం ఉందా?' అని అడిగాడు. నేను ఉందన్నట్టు తల పంకించి, నా దిండుని తీసుకొని ఒక వస్త్రంలో చుట్టాను. మేము

కలిసి పైకెళ్ళాం. వాతావరణం చాలా అద్భుతంగా ఉంది. త్వరలోనే వైమానిక దాడి గురించిన హెచ్చరికల మోతలు ప్రారంభమైనా, ఉన్నచోటే ఉండిపోయాం. పీటర్ నా భుజం చుట్టు చెయ్యి వేశాడు. నేనూ నా చేతిని అతని భజం చుట్టు వేశాను. నాలుగు గంటలకి మార్గోట్ వచ్చి మమ్మల్ని కాఫీకి తీసుకెళ్ళేవరకు నిశ్శబ్దంగా అలానే కూర్చున్నాం.

మేము రొట్టె తిన్నాం, నిమ్మరసం తాగాం, చలోక్తులు విసురుకున్నాం. (మొత్తానికి మళ్ళీ అలా ఉండగలిగాం) మళ్ళీ అంతా యధాస్థితికి వచ్చింది. ఆ సాయంత్రం నేను పీటర్కి థాంక్స్ చెప్పాను, మా అందరిలోకీ అతనే ధైర్యంగా ఉన్నాడని.

ఆరోజ రాత్రి ఉన్నంత ప్రమాద పరిస్థితిలో మాలో ఎవ్వరూ అంతకుముందు ఉండలేదు. దేవుడు నిజంగా మమ్మల్ని కాపాడాడు. ఒక్కసారి ఆలోచించు...పోలీసులు సరిగ్గా పుస్తకాల అర దగ్గరున్నారు. లైటు వేసి ఉంది. అయినా మా అజ్ఞాత స్థలాన్ని ఎవరూ కనిపెట్టలేదు! 'ఇక మా పనైపోయింది!' అని నేను ఆ క్షణంలో గొణిగాను కానీ మేము మరోసారి తప్పించబడ్డాం. దండయాత్ర జరిగినప్పుడు, బాంబులు పడటం ప్రారంభించినప్పుడు, ప్రతి మనిషీ తనని తానే రక్షించుకోవాలి. కానీ ఈసారి మాకు సహాయం చేస్తున్న మంచివాళ్ళు, అమాయకులైన క్రైస్తవుల గురించి మేము భయపడ్డాం.

'మమ్మల్ని రక్షించావు, రక్షిస్తూనే ఉండు!' మేము చెప్పగలిగేది ఇంతే.

ఈ సంఘటన చాలా మార్పులు తీసుకొచ్చింది. ప్రస్తుతానికి, డస్సెల్ తన పనులు స్నానాలగదిలో చేసుకోవాలి, పీటర్ రాత్రి ఎనిమిదిన్నర, తొమ్మిదిన్నర మధ్య ఇంట్లో పహారా కాస్తాడు. కెగ్ (పక్కింట్లో ఉన్న సంస్థ) మనుషులకి ఒకరా కిటికీ తెరిచి ఉన్నట్టు గమనించారు కాబట్టి పీటర్ ఇక తన గది కిటికీ తెరవడానికి లేదు. రాత్రి తొమ్మిదిన్నర తర్వాత ఇక మరుగుదొడ్డిలో నీళ్ళు వదలకూడదు. మిస్టర్ స్లీగర్స్ని రాత్రి కాపలాదారుగా నియమించారు. తెల్లరంగు మంచలకున్న ఇనప చట్రాలతో బారికేడ్ తయారు చెయ్యడానికి ఈరోజ రాత్రి అజ్ఞాతం నుంచి ఒక వడ్రంగి రాబోతున్నాడు. అనెక్స్లో ఎడాపెడా చర్చలు జరుగుతున్నాయి. మిస్టర్ కుగ్లర్ మా అజాగ్రత్తకి మమ్మల్ని నిందించారు. మేమెప్పుడు కింది వెళ్ళకూడదని జాన్ కూడా అన్నాడు. మేమిప్పుడు చేయాల్సింది ఏంటంటే...స్లీగర్స్ నమ్మకమైనవాడేనా, తలుపు వెనుక ఎవరైనా ఉన్నట్టనిపిస్తే కుక్కలు మొరుగుతాయా, బారికేడ్ ఎలా తయారు చెయ్యాలి, మొదలైన అన్ని రకాల విషయాలు తెలుసుకోవడం.

మేము గొలుసులతో కట్టేసిన యూదులమని, ఒక ప్రదేశంలో కట్టివేయబడ్డామని, మాకు ఎటువంటి హక్కులు లేకపోయినా వెయ్యి రకాల బాధ్యతలతో ఉన్నామనే సత్యాన్ని మాకు ఈ సంఘటన గట్టిగా గుర్తు చేసింది. మేము మా మనోభావాలని పక్కన పెట్టెయ్యాలి. ధైర్యంగా, బలంగా ఉండాలి, ఫిర్యాదులు చెయ్యకుండా అసౌకర్యాన్ని భరించాలి, మాకున్న శక్తి మేర చెయ్యగలిగింది చేసి దేవుడి మీద నమ్మకం ఉంచాలి. ఒక రోజు ఈ భయంకరమైన యుద్ధం ముగిసిపోతుంది. యూదులుగా మాత్రమే కాకుండా మేము మళ్ళీ మనుషులుగా బతికే సమయం వస్తుంది!

ఈ దుస్థితిని మాకు ఎవరు కలిగించారు? మిగతా వాళ్ళందరి నుంచి మమ్మల్ని ఎవరు వేరు చేశారు? ఇలాంటి బాధలకి మమ్మల్ని ఎవరు గురి చేశారు? దేవుడే మమ్మల్ని ఈ విధంగా తయారు చేశాడు కానీ అదే దేవుడు మమ్మల్ని మళ్ళీ పైకి తీసుకుంటాడు. ప్రపంచం దృష్టిలో, మా బతుకులు ఇంక అయిపోయాయి. కానీ ఈ బాధలన్నిటి తరువాత, ఇంకా యూదులు మిగిలి ఉంటే, ఆ యూదులు ఆదర్శనీయంగా నిలబడతారు. ఎవరికి తెలుసు, మా మతం ప్రపంచానికి, అందులోని ప్రజలందరికీ మంచితనం అంటే ఏంటో నేర్పుతుందేమో. ఆ కారణం, ఆ ఒక్క కారణం వల్లే మేమిప్పుడు బాధపడలేము. మేమెప్పుడూ డచ్ వారిగానో లేదా ఇంగ్లిషువారిగానో లేదా మరే విధంగానో ఉండలేం. మేమెప్పుడూ యూదులం కూడా. మేము యూదులుగానే ఉండాల్సి ఉంటుంది. కానీ, మేమలా ఉండాలనుకుంటాం.

ధైర్యంగా ఉండండి! కర్తవ్యాన్నిగుర్తు తెచ్చుకోని ఫిర్యాదు చేయకుండా దాన్ని నిర్వర్తిద్దాం. ఒక పరిష్కార మార్గం తప్పకుండా కనిపిస్తుంది. దేవుడు మనవాళ్లని ఎప్పుడూ వదిలిపెట్టలేదు. యుగాలుగా యూదులు హింస పడవల్సించింది, కాని యుగాలగా వాళ్ళు జీవిస్తూనే ఉన్నారు. శతాబ్దాల తరబడి ఎదుర్కొన్న బాధలు వాళ్ళని బలోపేతం చేశాయి. బలహీనులు పడిపోతారు. బలవంతులు జీవిస్తారు, ఓడింపబడరు!

ఆరోజు రాత్రి నేను నిజంగా చచ్చిపోతానేనే అనుకున్నాను. పోలీసుల కోసం ఎదురుచూశాను. యుద్ధభూమిలో ఉన్న సైనికుడిలా మరణానికి సిద్ధమయ్యాను. సంతోషంగా నా దేశం కోసం ప్రాణం ఇచ్చేదాన్నే. కాని ఇప్పుడు, ఇప్పుడు నేను తప్పింపబడ్డాను కాబట్టి, డచ్ వారాలిని కావాలన్నదే యుద్ధం తరువాత నా మొదటి కోరిక. డచ్ అంటే నాకు ప్రేమ. ఈ దేశాన్ని ప్రేమిస్తున్నాను. ఈ భాషని ప్రేమిస్తున్నాను. ఇక్కడ పని చెయ్యాలనుకుంటున్నాను. స్వయంగా రాణికీ రాయాల్సొచ్చినా, నా లక్ష్యాన్ని చేరుకునే వరకు వదిలిపెట్టను!

నేను నా తల్లిదండ్రుల నుంచి మరీ స్వతంత్రురాలినైపోతున్నాను. చిన్నదాన్ని కాబట్టి జీవితాన్ని ఎక్కువ ధైర్యంతో ఎదుర్కొంటాను. అమ్మకి ఉన్నదాని కంటే మెరుగైన, నిజమైన న్యాయస్ఫూర్తి నాకు ఉంది. నాకేం కావాలో నాకు తెలుసు. నాకొక లక్ష్యం ఉంది, అభిప్రాయాలున్నాయి, ఒక మతం, ప్రేమ ఉన్నాయి. నేను నేనుగా ఉండగలిగితేనే నాకు సంతప్తిగా ఉంటుంది. నేనొక మహిళనని, మనోబలం, గొప్ప ధైర్యం ఉన్న మహిళనని నాకు తెలుసు!

దేవుడు నన్ను జీవించనిస్తే, అమ్మ సాధించినదాని కంటే ఎక్కువ సాధిస్తాను. నాకంటూ ఒక గుర్తింపుని సంపాదిస్తాను. ప్రపంచంలోకి వెళ్ళి మానవజాతి కోసం పని చేస్తాను!

ముందు ధైర్యం, ఆనందం అవసరమని ఇప్పుడు నాకు తెలుసు!

సీ. ఆన్. ఎం. ఫ్రాంక్

శుక్రవారం, ఏప్రిల్ 14, 1944

ప్రియమైన కిట్టీ,

ఇక్కడ అందరూ ఇంకా ఆందోళనగానే ఉన్నారు. పిమ్ దాదాపు సహనం కోల్పోయే స్థితికి చేరుకున్నారు. మిసెస్ వాన్ డి జలుబు వల్ల నసుగుతూ మంచమ్మీద పడుకొని ఉంది. సిగరెట్లు లేకపోవడం వల్ల మిస్టర్ వాన్ డి ఉత్సాహం తగ్గిపోతోంది. చాలావరకు తన సౌకర్యాలు వదులుకోవాల్సొచ్చిన డస్సెల్ ప్రతి ఒక్కరినీ ఆక్షేపిస్తున్నాడు, వగైరా, వగైరా. మాకీమధ్య అదృష్టం కలిసొస్తున్నట్టు లేదు. టాయిలెట్ కారుతోంది, కొళాయి పూడుకుపోయింది. మాకు అనేక పరిచయాలు ఉండటం మేలైంది, త్వరలోనే వాటిని మరమ్మతు చేయించుకోగలం.

అప్పుడప్పుడు నేను భావోద్వేగాలకు లోనవుతానని నీకు తెలుసు కదా. కాని అలా ఉండటానికి ఎప్పటికప్పుడు కారణాలు ఉంటాయి: పనికిరాని వస్తువులు, దుమ్ము మధ్య గట్టి చెక్కపెట్టె మీద పీటర్, నేను దగ్గర దగ్గరగా కూర్చొని, ఒకరి భుజాల చుట్టూ మరొకరు చేతులు వేసుకొని ఉన్నప్పుడు, పీటర్ నా ముంగురులుతో ఆడుకుంటున్నప్పుడు, బయత పక్షులు పాటలు పాడుతున్నప్పుడు, చెట్లకి మొగ్గలొస్తున్నప్పుడు, సూర్యుడు ఆహ్లాదకరంగా ఉన్నప్పుడు, ఆకాశం నీలి రంగులో ఉన్నప్పుడు...ఆహ్, ఇవే నేను ఎంతగానో కోరుకునేది!

నా చుట్టూ కనిపించేది అసంతప్తితో, కోపంతో ఉండే మొహాలే. నాకు వినిపించేదంతా నిట్టూర్పులు, బలవంతంగా అణుచుకొన్న ఫిర్యాదులే. మా జీవితాలు ఉన్నట్టుండి అధ్వాన్నంగా మారాయని నువ్వు

185

అనుకుంటావేమో. నిజాయితీగా చూస్తే, విషయాలు మనం ఎంత చెడగొడితే అంత చెడతాయి. ఇక్కడ అనెక్స్‌లో, ఒక్కరూ కూడా మార్గదర్శకులుగా ఉందామని అనుకోరు. ఎవరి మనోభావాలని వాళ్ళు ఎలా మెరుగుపరుచుకోవాలో మాలో ప్రతి ఒక్కరూ తెలుసుకోవాలి!

రోజూ వినిపించే మాట, 'ఇదంతా అయినప్పుడు కదా!'

పని, ప్రేమ, ధైర్యం, ఆశ నన్ను మంచిగా మలుస్తాయి,
నిర్దుకుపోవడంలో నాకు సహాయపడతాయి!

కిట్, ఈరోజు నాకు కాస్త పిచ్చిగా ఉందని నిజంగా నమ్ముతున్నాను, ఎందుకో తెలీదు మరి. నా రచన అంతా కలగాపులగమైపోయింది. ఒకదాన్నుంచి ఇంకొకదానికి వెళ్ళిపోతున్నాను. ఈ ధోరణిలో రాసే ఎవరైనా ఎప్పుడైనా ఆసక్తి చూపుతారా...అని కొన్నిసార్లు బాగా అనుమానం కలుగుతుంది. బహుశా దీన్ని 'ది మ్యూజింగ్స్ ఆఫ్ ఎన్ అగ్ల డక్లింగ్' (ఒక అనాకారి బాతు పిల్ల ఆలోచనలు) అంటారేమో. ఖచ్చితంగా, నా డైరీలు మిస్టర్ బోల్కెస్టెయిన్ లేదా మిస్టర్ గెర్బ్రాండికి[27] పెద్దగా ఉపయోగపడవు.

సీ, ఎన్. ఎం. ఫ్రాంక్

శనివారం, ఏప్రిల్ 15, 1944

ప్రియమైన కిట్టీ,

'చెడు విషయాలు ఒకదాని తర్వాత ఒకటి జరుగుతూనే ఉన్నాయి. ఇదంతా ఎప్పటికి ముగుస్తుంది?' ఈమాట తప్పకుండా మళ్ళీ అనచ్చు. ఇప్పుడేం జరిగిందో ఊహించుకో? పీటర్ ముందు తలుపు తెరవటం మర్చిపోయాడు. ఫలితంగా, మిస్టర్ కుగ్లర్, ఇంకా గిడ్డంగి ఉద్యోగులు లోపలికి రాలేకపోయారు. ఆయన (మిస్టర్ కుగ్లర్) కేగ్ కార్యాలయానికి వెళ్ళి, మా ఆఫీసు వంటింట్లో ఉన్న కిటికీని పగలగొట్టి, అందులోంచి వచ్చారు. అనెక్స్‌లోని కిటికీలు తెరిచి ఉన్నాయి, కేగ్ మనుషులు అది చూశారు కూడా. వాళ్ళు ఏమని అనుకుంటూ ఉండాలి? మరి వాన్ మారెన్ సంగతి? మిస్టర్ కుగ్లర్ మహా కోపంగా ఉన్నారు. తలుపులని బలోపేతం చెయ్యడానికి ఆయన ఏమీ చెయ్యట్లేదని నిందిస్తాం, ఆ పైన ఇలాంటి తెలివితక్కువ పని చేస్తాం! పీటర్ చాలా కలత పడుతున్నాడు. బల్ల దగ్గర కూర్చున్నప్పుడు, తను అందరికన్నా ఎక్కువగా పీటర్ గురించే బాధ పడుతున్నానని అమ్మ చెప్పింది. దాంతో దాదాపు ఏడ్చినంత పనిచేశాడు. మేము కూడా అంతే నిందార్హులం. ఎందుకంటే, తలుపు గడియ తీశావా? అని పీటర్‌ని సాధారణంగా రోజూ అడుగుతాం. మిస్టర్ వాన్ డాన్ కూడా అడుగుతాం. బహుశా, తరువాత వెళ్ళి అతన్ని ఓదార్చలేనేమో. అతనికి సహాయం చెయ్యాలని నాకు బాగా ఉంది!

రహస్య అనెక్స్‌లోని జీవితం గురించి గడిచిన కొన్ని వారాల తాజా వార్తలు ఇవే:

ఒక వారం క్రితం శనివారం నాడు, బోషికి అకస్మాత్తుగా అనారోగ్యం కలిగింది. వాడు చాలా నిశ్శబ్దంగా కూర్చొని చొంగ కార్చటం మొదలుపెట్టాడు. మియెప్ వెంటనే వాణ్ణి ఎత్తుకొని, ఒక తుండుగుడ్డలో చుట్టి, షాపింగ్ సంచిలో పెట్టుకొని కుక్క–మరియు–పిల్లి వైద్యశాలకి తీసుకెళ్ళింది. బోషికి

[27]లండన్లో ప్రవాసంలో ఉన్న డచ్ ప్రభుత్వానికి గెరిట్ బోల్కెస్టెయిన్ విద్యా మంత్రిగా, పీటర్ గెర్బ్రాండి ప్రధాన మంత్రిగా ఉన్నారు. ఆన్ రాసిన మార్చి 29, 1944 లేఖ చదవండి.

ఒక రకమైన పేగు సమస్య ఉంది. అందువల్ల వైద్యుడు వాడికి మందిచ్చాడు. పీటర్ బోస్‌కి కొన్నిసార్లు ఆ మందు వేశాడు కానీ వాడు తొందర్లోనే కనిపించకుండా పోయాడు. వాడు తన ప్రియురాలితో తిరగడానికి వెళ్ళి ఉంటాడని నేను గట్టిగా చెప్పగలను. కానీ ఇప్పుడు వాడి ముక్కు వాచి ఉంది. ఎప్పుడు వాళ్ళని దగ్గరికి తీసుకున్నామ్మియాఁ' అంటున్నాడు. బహుశా వాడు తిండి దొంగిలించడానికి ప్రయత్నిస్తుంటే ఎవరైనా కొట్టారేమో. మొత్తిన్ని గొంతు కొన్ని రోజులుగా పూడుకుపోయింది. మేము దాన్నికూడా వైద్యుడి దగ్గరికి తీసుకెళ్ళాలని నిర్ణయించుకున్నప్పుడే దాని గొంతు బాగుపడటం మొదలైంది.

మేమిప్పుడు రోజు రాత్రి అటక మీద ఉన్న కిటికీని కొద్దిగా తెరిచి ఉంచుతున్నాం. పీటర్, నేను తరచూ సాయంత్రం పూట అక్కడ కూర్చుంటాం.

రబ్బరు సిమెంటు, ఆయిల్ పెయింటు పుణ్యమాని మా మరుగుదొడ్డి త్వరగా బాగైంది. విరిగిన కొళాయిని తీసి సీసీ కొత్తది బిగించారు.

అదృష్టవశాత్తూ, మిస్టర్ క్లేమాన్ ఆరోగ్యం మెరుగవుతోంది. త్వరలో నిపుణుడికి చూపించుకోబోతున్నారు. అయనకి ఆపరేషన్ చెయ్యాల్సిన అవసరం రాకూడదని మాత్రమే మేము కోరుకోగలం.

ఈ నెల మాకు ఎనిమిది రేషన్ పుస్తకాలు అందాయి. దురదృష్టవశాత్తు, వచ్చే రెండు వారాల్లో ఓట్ మీల్ లేదా ఓట్స్ రవ్వకి బదులు బీన్స్ తీసుకోవాలి. మా సరికొత్త వంటకం పిక్కలిల్లి (కూరగాయల ఆవకాయ). మనకి అదృష్టం లేకపోతే దొరికేది జాడీకేది దోసకాయ, ఆవపిండి సాస్ మాత్రమే.

కూరగాయలు దొరకడం చాలా అరుదైపోయింది. లెట్యూస్, లెట్యూస్, ఇంకా ఎక్కువ లెట్యూస్ మాత్రమే దొరుకుతోంది. మా భోజనంలో పూర్తిగా బంగాళాదుంపలు, పులుసు ఉంటాయి.

క్రిమియాలో సగానికి పైగా భాగాన్ని రష్యన్లు ఆక్రమించారు. బ్రిటిషువారు కాసినోను దాటి ముందుకి సాగడం లేదు. వెస్టర్న్ వాల్ (జెరూసిలెంలోని యూదుల ప్రార్థనా స్థలం) మీదే మేము ఆధారపడాలి. నమ్మశక్యం కానంత భారీ వైమానిక దాడులు చాలా జరుగుతున్నాయి. హేగ్‌లోని సెంట్రల్ రిజిస్టర్ కార్యాలయం మీద బాంబు దాడి జరిగింది. డచ్ ప్రజలందరికీ కొత్త రేషన్ రిజిస్ట్రేషన్ కార్డులు ఇస్తారు.

ఈ రోజుకిక చాలు.

నీ, ఆన్ ఎం ఫ్రాంక్

ఆదివారం, ఏప్రిల్ 16, 1944

నా ప్రియమైన కిట్టీ,

నిన్నటి తేదీని గుర్తుంచుకో. ఎందుకంటే అది నేను మరిచిపోలేని రోజు. మొట్టమొదటి ముద్దు అందుకున్న రోజు ప్రతి అమ్మాయికి ముఖ్యమైనదే కదా? మరి అందుకే, అది నాకు చాలా ముఖ్యమైనది. బ్రామ్ నా కుడి బుగ్గమీద ముద్దు పెట్టుకున్నది, నా కుడి చేతిని మిస్టర్ వొర్రాన్ ముద్దు పెట్టుకున్నదీ లెక్కలోకి రావు. ఉన్నట్టుండి ఈ ముద్దు నాకెలా దొరికిందో నీకు చెప్తాను.

నిన్న రాత్రి నేను ఎనిమిది గంటలకి పీటర్‌తో కలిసి అతని దీవాన్ మీద కూర్చొని ఉన్నాను. అతను నా చుట్టూ చేయి వెయ్యటానికి ఎక్కువసేపు పట్టలేదు (అది శనివారం కావటం వలన అతను ఓవరాల్స్, దుస్తుల మీద వేసుకొనే కోటు లాంటిది, వేసుకోలేదు). 'మనం కొద్దిగా జరిగితే బాగుంటుంది కదా, నా తల గూటికి తగలకుండా ఉంటుంది' అని అన్నాను.

187

అతను ఎంతగా జరిగాడంటే నిజంగా మూలకి వచ్చేశాడు. నా చేతిని అతని చేతి కింది నుంచి వీపు మీద వేశాను. అతనేమో నన్ను పూర్తిగా కప్పేసేలా తన చేతిని నా భుజం చుట్టూ వేశాడు. ఇలా మేము వేరే సందర్భాల్లో కూర్చున్నాం కానీ నిన్న రాత్రిలాగా ఇంత దగ్గరగా కాదు. అతను నన్ను తన దగ్గరగా, గట్టిగా పెట్టుకున్నాడు. నా ఎడమ భాగం అతని ఛాతీకి తగులుతోంది. నా గుండె అప్పటికే వేగంగా కొట్టుకోవడం ప్రారంభించింది. కానీ ఇంకా ఏదో జగల్సి ఉంది. నా తల అతని భుజమ్మీద, దానిమీద అతని తల పెట్టుకోనేవరకు అతనికి తృప్తి కలగలేదు. ఐదు నిమిషాల తర్వాత నేను మళ్ళీ కూర్చున్నాను. కానీ కాసేపటికే నా తలని తన చేతుల్లోకి తీసుకొని తన పక్కకి చేర్చుకున్నాడు. ఆహ్, అది చాలా అద్భుతంగా అనిపించింది. నేను మాట్లాడలేకపోయాను. ఎంతో ఆనందంగా అనిపించింది. అతను నా బుగ్గని, చేతిని కొంచెం మోటుగా తడిమాడు. నా జుట్టుతో ఆడుకున్నాడు. ఆ సమయంలో చాలావరకు మా తలలు తగులుతూనే ఉన్నాయి.

కిట్టి, ఒళ్ళంతా ఎలాంటి అనుభూతి కలిగిందో చెప్పలేను. మాటలు రానంత సంతోషంగా అనిపించింది. అతనికి అలానే అనిపించి ఉంటుందని అనుకుంటున్నాను.

తొమ్మిదిన్నరకి మేము లేచాం. పీటర్ టెన్నిస్ బూట్లు తొడుక్కున్నాడు, రాత్రి సమయంలో భవనం చుట్టూ తిరిగేటప్పుడు ఎక్కువ శబ్దం రాకుండా ఉండటానికి. నేను అతని పక్కన నిలబడి ఉన్నాను. ఉన్నట్టుండి నేను సరిగ్గా ఎలా కదిలానో తెలీదు కానీ, మేము కిందికి వెళ్ళేముందు అతను నా జుట్టు మీదుగా నా ఎడమ బుగ్గ మీద, చెవి మీద సగం సగం తగిలేట్టు ముద్దిచ్చాడు. నేను వెనక్కి తిరిగి చూడకుండా దూసుకుంటూ కిందికి వెళ్ళిపోయాను. ఈరోజు కోసం నేను చాలా ఎదురుచూస్తున్నాను.

ఆదివారం పొద్దున, పదకొండు గంటలకి కొంచెం ముందు.

సీ, ఆన్ ఎం ఫ్రాంక్

సోమవారం, ఏప్రిల్ 17, 1944

ప్రియమైన కిట్టి,

నా వయసు అమ్మాయి దీవాన్ మీద కూర్చొని పదిహేడున్నర సంవత్సరాల అబ్బాయిని ముద్దుపెట్టుకోవడం నాన్న, అమ్మ ఆమోదిస్తారని నువ్వు అనుకుంటున్నావా? నాకు అనుమానమే. కానీ ఈ విషయంలో నా సొంత అభిప్రాయం మీదే నాకు నమ్మకం ఉండాలి. అతని చేతుల్లో వాలి కలలు కనడం ఎంతో ప్రశాంతంగా ఉంది, భద్రంగా ఉన్నట్టు అనిపిస్తుంది. అతని చెంప నా బుగ్గని ఆనుకోవడం చాలా ఉత్తేజం కలిగిస్తుంది. నా కోసం ఒకరు ఎదురుచూస్తున్నారని తెలుసుకోవడం అద్భుతంగా ఉంది. కానీ, మళ్ళీ ఒక కానీ ఉంది, పీటర్ దీన్ని ఇంతటితో వదిలెయ్యాలని అనుకుంటాడా? అతను ఇచ్చిన మాటని నేను మరచిపోలేదు, కానీ...అతనొక అబ్బాయి!

నేను చాలా చిన్న వయసులో మొదలుపెడుతున్నానని నాకు తెలుసు. పదిహేను కూడా నిండలేదు, అప్పుడే ఇంత స్వతంత్రంగా ఉన్నాను. వేరేవాళ్ళకి అర్థం చేసుకోవడం కొంచెం కష్టమే. నిశ్చితార్థం గురించి లేదా పెళ్ళి గురించి కొంతైనా మాట్లాడుకోకపోతే మార్గ్రెట్ ఒక అబ్బాయిని ముద్దు పెట్టుకోదని నాకు ఖచ్చితంగా తెలుసు. పీటర్కి గానీ నాకు గానీ అలాంటి ఆలోచనలు లేవు. నాన్నని కలవడానికి ముందు అమ్మ ఒక మగవాణ్ణి తాకలేదని నాకు ఖచ్చితంగా తెలుసు. నా గుండె అతని ఛాతీని, నా తల అతని భుజాన్ని, అతని తల, మొహం నా తలకి, మొహానికి తాకేలా నేను పీటర్ చేతుల్లో వాలినట్టు తెలిస్తే నా స్నేహితురాళ్ళు లేదా జాక్ ఏమంటారు!

188

ఓస్, ఆన్, ఇది నిర్వంతపోయే విషయం! కాని నిజంగా, ఇది అసలు నిర్వంతపోయే విషయమని నేను అనుకోను. ప్రపంచానికి దూరంగా మేము ఇక్కడ కుక్కముడ్డాం. ఆత్రుతతో, భయంతో ఉన్నాం. ముఖ్యంగా ఈమధ్య అలా ఎక్కువగా ఉంటున్నాం. మరి ఒకరినొకరు ప్రేమించుకుంటున్నప్పుడు దూరంగా ఎందుకుండాలి? ఇలాంటి సమయాల్లో ముద్దెందుకు పెట్టుకోకూడదు? తగిన వయసు వచ్చే వరకు ఎందుకు ఎదురుచూడాలి? ఎవరి అనుమతైనా ఎందుకు అడగాలి?

నా సొంత ప్రయోజనాలని నేను చూసుకోవాలని నిర్ణయించుకున్నాను. అతను నన్ను బాధపెట్టాలని గాని నిరాశపరచాలని గాని ఎప్పుడూ అనుకోడు. నా మనసు చెప్పేది, మా ఇద్దరినీ సంతోషపెట్టేది నేనెందుకు చెయ్యకూడదు?

అయినా కిట్టీ, నువ్వు నా సందేహాన్ని గ్రహించగలవని అనిపిస్తుంది. ఇలా దోంగతనంగా తిరగడానికి వ్యతిరేకంగా నా నిజాయితీ తిరుగుబాటు చేస్తుందాలి. నేనే చేస్తున్నానో నాన్నకి చెప్పడం నా కర్తవ్యమా? బైనని నీకు అనిపిస్తోందా? మా రహస్యాన్ని మూడో వ్యక్తితో పంచుకోవాలని అనుకుంటున్నానా? అలా చేస్తే దాని అందమంతా చాలా వరకు పోతుంది కాని అది నా మనసుకి తెరిపినిస్తుందా? ఈ విషయం అతని దగ్గర తీసుకొస్తాను.

ఓస్, అవును, నేను అతనితో ఇంకా చాలా చర్చించాలి. ఎందుకంటే, ఊరికే గట్టిగా కౌగిలించుకొని కూర్చోవడంలో అర్థం లేదనిపిస్తుంది. ఒకరితో ఒకరు ఆలోచనలు పంచుకోవటానికి చాలా నమ్మకం అవసరం, కాని దానివల్ల మేమిద్దరం ఇంకా దఢంగా ఉంటాం!

నీ, ఆన్ ఎం ఫ్రాంక్

పిఎస్. నిన్న పొద్దున మేము ఆరు గంటలకే లేచాం. ఎందుకంటే మొత్తం కుటుంబానికి మళ్ళీ చొరబాటు శబ్దాలు వినపడ్డాయి. ఈసారి మా పొరుగువారిలో ఒకరు బాధితులై ఉండాలి. ఏడు గంటలకి మేము చూసినప్పుడు, అదృష్టం కొద్దీ ఇంకా తలుపులు గట్టిగా మూసే ఉన్నాయి!

మంగళవారం, ఏప్రిల్ 18, 1944

ప్రియమైన కిట్టీ,

ఇక్కడంతా బాగుంది. తలుపు మీద కొన్ని ఇనుప రేకులు బిగించడానికి నిన్న రాత్రి వడ్రంగి మళ్ళీ వచ్చాడు. మే 20కి ముందు రష్యా, ఇటలీల్లో, అలాగే పశ్చిమ దేశాల్లో పెద్ద ఎత్తున దాడులు జరుగుతాయని నాన్న నిశ్చయంగా అనుకుంటున్నారట. ఆ మాట ఇప్పుడే అన్నారు. యుద్ధం ఎంత ఎక్కువ కాలం జరిగితే ఇక్కడి నుంచి విముక్తి పొందడం గురించి ఊహించటం అంత కష్టం.

పది రోజులుగా వాయిదా వేస్తూ వచ్చిన విషయం గురించి నిన్న పీటర్, నేను మాట్లాడుకున్నాం. చాలా సన్నిహితమైన విషయాల గురించి చర్చించడానికి వెనకాడకుండా, నేను అమ్మాయిల గురించి అంతా చెప్పాను. స్త్రీ శరీరంలో రంధ్రం ఉండే భాగం గురించి అతనికి అంత అవగాహన లేదు. నేను ఆశ్చర్యపోయాను. నిజానికి అది స్త్రీ కాళ్ళ మధ్య ఉంటుందని అతను ఊహించలేకపోయాడు. పెద్దల దగ్గర ఒకరినొకరం ముద్దు పెట్టుకోవడంతో ఆ సాయంత్రం ముగిసింది. అది నిజంగా ఒక మనోహరమైన అనుభూతి!

పీటర్, నేను ఇంకా లోతుగా చర్చించడానికి ఒకరోజా నా 'ఫేవరెట్ కోట్స్ నోట్‌బుక్' ని నాతో తీసుకెళ్తానేమో. పగలూ రాత్రి ఒకరి చేతుల్లో ఒకరం ఉండడం అంత తప్పినిస్తుందని నేను అనుకోను. అతనికి కూడా అలానే అనిపిస్తే బాగుండు.

తేలికపాటి శీతాకాలం తరువాత అందమైన వసంతం జరుగుతోంది. అప్పుడప్పుడు తేలికపాటి జల్లులతో మరీ వేడిగా లేదా మరీ చల్లగా కాకుండా, ఏప్రిల్ అద్భుతంగా ఉంది. మా చెస్ట్ నట్ చెట్టు మారాకు వేస్తోంది. ఇప్పటికే అక్కడక్కడా కొన్ని చిన్న పువ్వులు కనిపిస్తున్నాయి.

బెప్ శనివారం మాకు నాలుగు పుష్పగుచ్ఛాలు బహుమతిగా ఇచ్చింది: మూడు డాఫోడిల్స్ వి, ఒకటి నాకోసం గ్రేప్ హైసింత్ పువ్వులది. మిస్టర్ కుగ్లర్ మాకోసం ఇంకా ఇంకా ఎన్నో వార్తాపత్రికలు తెస్తున్నారు.

నేను బీజగణితం (ఆల్జీబ్రా) చేయాల్సిన సమయమైంది, కిట్టీ. చీరియో.

సీ, ఆన్ ఎం ఫ్రాంక్

బుధవారం, ఏప్రిల్ 19, 1944

ప్రియమైన డార్లింగ్,

(ఇది దోరిత్ క్రీస్లర్, ఇడా వాస్ట్, హెరాల్డ్ పాల్సెన్లు నటించిన సినిమా శీర్షిక!)

తెరిచిన కిటికీ ముందు కూర్చోవడం, ప్రకృతిని ఆస్వాదించడం, పక్షుల పాట వినడం, బుగ్గల మీద సూర్యుడి కిరణాలు పడటం, ప్రియుడు చేతుల్లో ఉండటం కంటే ఆనందం ఇంకేమంటుంది? అతను దగ్గరగానే ఉంటూ మాట్లాడకపోయినా, నా చుట్టూ అతని చెయ్యి ఉంటే ఎంతో ప్రశాంతంగా, భద్రంగా ఉన్నట్టు అనిపిస్తుంది. ఇది నాకెంతో మంచి చేస్తున్నప్పుడు చెడ్డ గుణం ఎలా అవుతుంది? ఆహ్, మౌస్చి వల్ల అయినా సరే, మాకు మళ్ళీ అంతరాయం కలగకపోతే ఎంత బాగుంటుంది.

సీ, ఆన్ ఎం ఫ్రాంక్

శుక్రవారం, ఏప్రిల్ 21, 1944

నా ప్రియమైన కిట్టీ,

నిన్న నేను గొంతు నొప్పితో మంచం మీదే ఉండిపోయాను. కానీ మధ్యాహ్నానికి విసుగు రావడం, జ్వరం కూడా లేకపోవడంతో ఈరోజు లేచాను. నా గొంతునొప్పి దాదాపు 'వర్చ్‌వండెన్'.[28]

నీకు తెలిసే ఉండచ్చు, నిన్న మా ఫ్యూరర్ (హిట్లర్) యాబై ఐదవ పుట్టినరోజు. ఈరోజు యార్క్ రాకుమారి ఎలిజబెత్ పద్దెనిమిదవ పుట్టినరోజు. సాధారణంగా రాచ కుటుంబీకుల పిల్లలకి తగిన వయసొచ్చిన తరువాత ఆ విషయం ప్రకటిస్తారు కానీ, ఆమె గురించి ఇంకా ప్రకటించలేదని బిబిసి పేర్కొంది. ఈ అందగత్తెని ఏ యువరాజుకిచ్చి పెళ్ళి చేస్తారోనని మేము ఆలోచిస్తున్నాం కానీ అందుకు తగినవాడెవరో ఊహించలేకపోతున్నాం. బహుశా ఆమె సోదరి, ప్రిన్సెస్ మార్గరెట్ రోజ్, బెల్జియం యువరాజు బౌదొయిన్‌ని పెళ్ళి చేసుకుంటుందేమో!

ఇక్కడ ఒక విపత్తు తరువాత ఇంకొక విపత్తు వరుసగా కలుగుతూనే ఉన్నాయి. (అంత తేలిగ్గా చోరబాట్లకి అవకాశం లేకుండా) బయటి తలుపులని ఇలా గట్టిపరిచారో లేదో అలా వాన్ మారెన్ మళ్ళీ ఇబ్బంది పెట్టడం మొదలుపెట్టాడు. బంగాళదుంప పిండిని దొంగిలించిన వ్యక్తి అతడే అయ్యుండాలి. కానీ అతను

---

[28] మాయమైపోయింది.

బేప్ మీద నిండ మొహాలని చూస్తున్నాడు. అనెక్స్‌లో మరోసారి కలకలం రేగడంలో ఆశ్చర్యం లేదు మరి. బేపీకి విపరీతమైన కోపంగా ఉంది. బహుశా మిస్టర్ కుగ్లర్ చివరికి ఈ దుష్టపాత్రకి బుద్ధిచెప్పేటట్టు చేస్తారేమో.

ఈరోజు పొద్దున బీథోవెన్ స్ట్రాట్ నుంచి వస్తువులకి వెలకట్టే వ్యక్తి వచ్చాడు. మా చెక్కపెట్టెకి 400 గిల్డర్లు ఇస్తానన్నాడు. మా అభిప్రాయం ప్రకారం, వేరేవాళ్ళ అంచనాలు కూడా తక్కువగానే ఉన్నాయి.

'ద ప్రిన్స్' పత్రిక నా జానపద కథల్లో (ఫెయిరీ టేల్స్‌లో) ఒకటేదైనా అచ్చు వేస్తుందేమో అడగాలని ఉంది, మారుపేరుతోనేలే. కానీ ఇప్పటివరకు నేను రాసిన జానపద కథలన్నీ మరీ పెద్దవి. అందువల్ల నాకు పెద్దగా అవకాశం ఉంటుందని అనుకోను.

మళ్ళీ కలిసేవరకు, డార్లింగ్.

నీ, ఆన్

మంగళవారం, ఏప్రిల్ 25, 1944

ప్రియమైన కిట్టి,

పది రోజులుగా డస్సెల్ మిస్టర్ వాన్ దాన్‌తో మాట్లాడట్లేదు. చోరబాటు జరిగినప్పటి నుంచి కొత్త భద్రతా చర్యలు విధించారు. అదే కారణం. నియమాల్లో ఒకటి, అతను ఇక మీదట సాయంత్రాలు కిందికి వెళ్ళడానికి వీల్లేదు. పీటర్, మిస్టర్ వాన్ దాన్ రోజు రాత్రి తొమ్మిదిన్నరకి చివరిసారి ఇంటి చుట్టూ గస్తీ తిరిగి వస్తారు. ఆ తరువాత ఎవరూ కిందికి వెళ్ళకూడదు. రాత్రి ఎనిమిది తర్వాత లేదా పొద్దున ఎనిమిది తర్వాత మరుగుదొడ్డిలో నీళ్ళు వదలడానికి వీల్లేదు.

పొద్దునప్పుడు మాత్రమే, మిస్టర్ కుగ్లర్ కార్యాలయంలో దీపాలు (లైట్లు) వెలిగినప్పుడు కిటికీలు తెరవచ్చు. ఇక రాత్రిపూట వాటిని క్రరలతో తెరవడానికి వీల్లేదు. డస్సెల్ నిరాశకి ఈ చివరి నియమమే కారణం. మిస్టర్ వాన్ దాన్ తనకి కోపం తెప్పించారని అతను అంటాడు కానీ అతను తనేనే నిందించుకోవాలి. ఆహారం లేకుండా అయినా బతుకుతాను కానీ గాలి లేకుండా బతకలేనని, కిటికీలు తెరిచి ఉంచడానికి వాళ్ళు ఒక దారిని కనిపెట్టాలని అన్నాడు.

'దీని గురించి నేను మిస్టర్ కుగ్లర్‌తో మాట్లాడాలని' అతను నాతో అన్నాడు.

ఈ రకమైన విషయాలని మేమెపుడూ మిస్టర్ కుగ్లర్‌తో చర్చించలేదు కదా, మా సమూహంలో మాత్రమే మాట్లాడుకుంటున్నాం కదా అని నేను బదులిచ్చాను.

'ప్రతి విషయం ఎప్పుడూ నా వెనకాలే జరుగుతోంది. దీని గురించి నేను మీ నాన్నగారితో మాట్లాడాలి.' అన్నాడు.

అతను శనివారం మధ్యాహ్నాలు గాని ఆదివారాలు గాని మిస్టర్ కుగ్లర్ కార్యాలయంలో కూర్చోవడానికి కూడా వీల్లేదు. ఎందుకంటే, కెగ్ నిర్వాహకుడు పక్కగదికి వచ్చినప్పుడు ఇతని మాటలు వినే అవకాశం ఉంటుందని. అయినా, డస్సెల్ వెంటనే వెళ్ళి అక్కడ కూర్చున్నాడు. మిస్టర్ వాన్ దాన్‌కి బాగా కోపమొచ్చింది. నాన్న డస్సెల్‌తో మాట్లాడటానికి కిందికెళ్ళారు. అతను ఏదో పనికిరాని కారణం చెప్పాడు కానీ దానికి ఈసారి నాన్న కూడా పడలేదు. డస్సెల్ నాన్నని అవమానించాడు కాబట్టి ఈమధ్య నాన్న అతనితో అతి తక్కువగా వ్యవహరిస్తున్నారు. అతను ఏమన్నాడో మాలో ఎవరికీ తెలీదు కానీ అన్నదేదో చాలా ఇబ్బంది కలిగించేది అయ్యుండాలి.

వచ్చేవారం ఆ మనిషి పుట్టినరోజని అనుకుంటేనే ఎలాగో ఉంటుంది. నిరాశా నిస్పహాలతో

ఉన్నప్పుడు పుట్టినరోజు ఎలా జరుపుకుంటారు? తను కనీసం మాట్లాడను కూడా మాట్లాడనివాళ్ళిచ్చే బహుమతులు ఎలా తీసుకోగలరు?

మిస్టర్ వోస్కుయిజ్ ఆరోగ్యం బాగా సన్నగిల్లుతోంది. పది రోజులకి పైగా ఆయనని దాదాపు నూట నాలుగు జ్వరం. ఆయన పరిస్థితి దారుణంగా ఉందని డాక్టర్ చెప్పరు. క్యాన్సర్ ఆయన ఊపిరితిత్తులకి వ్యాపించిందని అనుకుంటున్నారు. పాపం, ఆయనకి మేము ఎంతగానో సహాయం చెయ్యాలని అనుకుంటున్నాం కానీ ఇప్పుడు దేవుడు మాత్రమే సహాయం చెయ్యగలడు!

నేను 'బ్లర్ ది ఎక్స్‌ప్లోరర్' అనే సరదా కథ రాశాను. అది నా ముగ్గురు శ్రోతల్లో పెద్ద విజయం సాధించింది. నాకీకా జలుబుగా బాగా ఉంది. దాన్ని మార్గ్‌గో్‌కి, అలాగే అమ్మకి, నాన్నకి కూడా అంటించాను. అది పీటర్‌కి రాకపోతే బాగుండు. అతను ముద్దు పెట్టుకుందాం అన్నాడు. నేను తన ఎల్ డొరాడో (గొప్ప నిధులున్న స్థలం) అన్నాడు. ఒక మనిషిని అలా పిలవకూడదు, వెర్రి పిల్లాడు! అయినా కూడా అతను చాలా మంచివాడు!

సీ, ఆన్ ఎం ఫ్రాంక్

గురువారం, ఏప్రిల్ 27, 1944

ప్రియమైన కిట్టి,

ఈరోజు పొద్దున మిసెస్ వాన్ డి మానసిక స్థితి (మూడ్) బాగాలేదు. రోజంతా ఆమె చేసింది ఫిర్యాదు చేయడం మాత్రమే. ముందు తన జలుబు గురించి, దగ్గు మందు దొరక్కపోవటం గురించి, ఎప్పుడూ ముక్కు చీదల్సొస్తోందన్న బాధ గురించి. ఆ తరువాత సూర్యుడు ప్రకాశించడం లేదని, ఆక్రమణ మొదలు కాలేదని, కిటికీల్లో నుంచి చూడటానికి మాకు అనుమతి లేదని, వగైరా, వగైరా గొణిగింది. ఆమెని చూసి మేము నవ్వకుండా ఉండలేకపోయాం. అదంతగా కోపం తెప్పించి ఉండకపోవచ్చు. ఎందుకంటే ఆమె కూడా మా నవ్వులతో శ్రుతి కలిపింది.

> మా బంగాళదుంప కుగెల్ తయారీ విధానం, ఉల్లిపాయలు లేకపోవడం వల్ల సవరించబడింది:
> తొక్క తీసిన బంగాళదుంపలను తురిమి, ప్రభుత్వం పంపిణీ చేసిన పిండి, ఉప్పు కలిపాలి.
> అచ్చు లేదా ఓవెన్‌లో ఉపయోగించే గిన్నెకి పారాఫిన్ మైనం లేదా స్టెరిన్ రాసి ఈ
> మిశ్రమాన్ని అందులో వేసి రెండున్నర గంటలపాటు వండాలి. కుళ్ళిన స్ట్రాబెర్రీ పాకంతో
> వడ్డించాలి. (ఉల్లిపాయలు లేవు. అచ్చుకి రాయడానికి నూనె, పిండి కూడా!)

ప్రస్తుతం నేను గొట్టింగెన్ విశ్వవిద్యాలయం ప్రొఫెసర్ రాసిన ఎంపెరర్ చార్లెస్ ఫైవ్ (చక్రవర్తి ఐదవ చార్లెస్) చదువుతున్నాను. ఆయన ఈ పుస్తకం మీద నలబై సంవత్సరాలు పనిచేశాడు. యాభై పేజీలు చదవడానికి నాకు ఐదు రోజులు పట్టింది. అంతకంటే ఎక్కువ చదవలేను. పుస్తకంలో 598 పేజీలు ఉన్నాయి కాబట్టి, ఎంత సమయం పడుతుందో నువ్వు తెలుసుకోవచ్చు. ఇదంతా రెండవ భాగాన్ని లెక్కించకుండానే. కానీ...చాలా ఆసక్తికరంగా ఉంది!

ఒక పాఠశాల విద్యార్థిని ఒక్క రోజులో చేయాల్సిన పనులు! ఉదాహరణకి నన్నే తీసుకో. ముందుగా, నెల్సన్ చివరి యుద్ధం గురించిన వ్యాసాన్ని డచ్ నుంచి ఆంగ్లంలోకి అనువదించాను. తరువాత, ఉత్తర యుద్ధం (1700–21) గురించి బాగా చదివాను. అందులో పీటర్ ద గ్రేట్, చార్లెస్ XII,

అగస్టస్ ది స్ట్రాంగ్, స్టానిస్లాస్ లెక్జిన్స్కి, మాజెప్ప, వాన్ గోర్న్, బ్రాండెన్బర్గ్, వెస్టర్న్ పొమెరేనియా, ఈస్టర్న్ పొమెరేనియా, డెన్మార్క్, వీటికి తోడు సాధారణ సమావేశాలు. తరువాత, నేను బ్రెజిల్లో అడుగుపెట్టాను. అక్కడ బాహియా పొగాకు, సమద్దిగా లభించే కాఫీ, రియో డి జనీరో, పెర్నంబకో మరియు సావో పాలోలోని ఒకటిన్నర మిలియన్ల నివాసుల గురించి చదివాను. చివరగా అయినా ప్రాధాన్యతలో తక్కువ కాని అమెజాన్ నది గురించి చదివాను. అప్పుడు నీగ్రోలు, ములాట్టోలు, మెస్టిజోస్, శ్వేతజాతీయులు, నిరక్షరాస్యత రేటు–50 శాతానికి పైనే–ఇంకా మలేరియా గురించి చదివాను. కొంత సమయం మిగిలింది కాబట్టి ఒక వంశపారంపర్య పటాన్ని చూశాను: జాన్ ది ఓల్డ్, విలియం లూయిస్, ఎర్నెస్ట్ కాసిమిర్ I, హెన్రీ కాసిమిర్ I, చిన్నారి మార్గ్రియెట్ ఫ్రాన్సిస్కా వరకు (1943లో ఒట్టావాలో పుట్టింది).

పన్నెండు గంటలు: అటక మీద నా అధ్యయనం మళ్ళీ మొదలుపెట్టాను, వీళ్ళ గురించి చదువుతూ: డీన్ లు, పూజారులు, మంత్రులు, పోప్ లు, ఇంకా...అబ్బో, ఒంటిగంట అయిపోయింది!

రెండుకి పాపం ఆ పిల్లవాడు (అహెం) మళ్ళీ వచ్చేశాడు. పాత ప్రపంచం (ఓల్డ్ వరల్డ్) మరియు కొత్త ప్రపంచం (న్యూ వరల్డ్) కోతులు తర్వాత వచ్చాయి. కిట్టి, త్వరగా చెప్పు, హిప్పోపొటామస్ కాలికి ఎన్ని వేళ్ళు ఉంటాయి?

అప్పుడిక బైబిల్, నోహ్ యొక్క ఆర్క్, షెమ్, హామ్ మరియు జాఫెత్ వచ్చాయి. ఆ తరువాత, ఐదవ చార్లెస్, తరువాత పీటర్తో కల్నల్ గురించిన రాక్రే పుస్తకం, ఆంగ్లంలో. ఒక ఫ్రెంచ్ పరీక్ష, ఆపైన మిస్సిస్సిప్పి మరియు మిస్సౌరీల మధ్య పోలిక!

ఈరోజుకిక చాలు. వీడ్కోలు!

నీ, ఆన్ ఎం ఫ్రాంక్

శుక్రవారం, ఏప్రిల్ 28, 1944

ప్రియమైన కిట్టీ,

పీటర్ షిఫ్ గురించిన నా కలని నేను ఎప్పుడూ మరచిపోలేదు (జనవరి మొదట్లో చూడండి). ఇప్పుడు కూడా అతని చెంప నా బుగ్గమీద ఉన్నట్టు అనిపిస్తోంది. మిగతా అన్నిటినీ ఆ అద్భుతమైన ప్రకాశమే మరిపించింది. ఈ పీటర్తో కూడా అప్పుడప్పుడు అలాగే అనిపించింది కాని ఎప్పుడూ కూడా అంత తీవ్రంగా కాదు...నిన్న రాత్రి వరకు. ఎప్పటిలాగే మేము దివాన్ మీద ఒకరి చేతుల్లో ఒకరున్నాం. ఉన్నట్టుండి రోజూ ఉండే ఆన్ జారిపోయి రెండవ ఆన్ ఆమె స్థానంలోకి వచ్చింది. రెండవ ఆన్ ఎప్పుడూ అతివిశ్వాసం తో లేదా వినోదాత్మకంగా ఉండదు కాని ప్రేమించాలని, సున్నితంగా ఉండాలని మాత్రమే కోరుకుంటుంది.

నేను ఆనుకొని దగ్గరగా కూర్చున్నాను. ఒక భావోద్వేగ తరంగం నా మీదికి వచ్చేసింది. నా కళ్ళలోకి నీళ్ళు చిప్పిల్లాయి. ఎడమ కంటి నుంచి వచ్చిన కన్నీళ్ళు అతని ఓవరాల్స్ మీద పడ్డాయి. కుడి కంటి నుంచి వచ్చినవి నా ముక్కు మీదినుంచి జారి, గాల్లోనుంచి వెళ్ళి మొదటి కన్నీళ్ళ పక్కన చేరాయి. అతను గమనించాడా? తను గమనించినట్టుగా కదలిక ఏదీ చూపించలేదు. నాకు అనిపించిన విధంగానే అతనికి అనిపించిందా? అతను ఒక్క మాట కూడా అనలేదు. తన పక్కన ఇద్దరు ఆన్ లు ఉన్నారని అతను తెలుసుకున్నాడా? నా ప్రశ్నకి సమాధానం లేదు.

ఎనిమిదిన్నరకి నేను లేచి మేమెప్పుడూ వీడ్కోలు చెప్పుకొనే కిటికీ దగ్గరికి వెళ్ళాను. నేనింకా వణుకుతున్నాను, ఇంకా రెండవ ఆన్ నే. అతను నా దగ్గరికి వచ్చాడు. అతని మెడ చుట్టూ చేతులేసి అతని ఎడమ బుగ్గమీద ముద్దు పెట్టుకున్నాను. రెండోవైపు ముద్దు పెట్టుకోబోతుండగా నా పెదవులు

193

అతని పెదవులతో కలిశాయి. ఇద్దరం పెదవులని ఒత్తుకున్నాం. అబ్బరంగా ఆపకుండా పదే పదే కౌగిలించుకుంటునే ఉన్నాం, ఓస్!

పీటర్ని సునిశితంగా చూడటం అవసరం. తన జీవితంలో మొదటిసారి ఒక అమ్మాయిని కనుగొన్నాడు. మొట్టమొదటిసారిగా, అతి పెద్ద, భరించలేని వాగుడుకాయకి కూడా ఒక లోపలి స్వభావం, హృదయం ఉంటాయని, మనతో ఒంటరిగా ఉన్నప్పుడు రూపాంతరం చెందుతాయని తెలుసుకున్నాడు. తన జీవితంలో మొదటిసారిగా తనని, తన స్నేహాన్ని ఇంకొక వ్యక్తికిచ్చాడు. అతనికి ఇంతకు ముందెప్పుడూ స్నేహితులు లేరు, అబ్బాయి గాని అమ్మాయి గాని. ఇప్పుడు మేము ఒకరినొకరు కనుగొన్నాం. ఆ విషయాన్నికొస్తే, నేను కూడా అతన్ని తెలుసుకోలేదు. ఇప్పటివరకు నమ్మి నా విషయాలు చెప్పుకోవడానికి నాకెవరూ లేకపోయారు. అదే దీనికి దారితీసింది...

ఒకటే ప్రశ్న నన్ను చిరాకు పెడుతోంది: 'ఇది సరైనదేనా?' ఇంత త్వరగా నేను దగ్గర కావడం, అంత మక్కువతో ఉండడం, పీటర్కి ఉన్నంత మక్కువ, కోరిక నాకూ ఉండడం? నేను, ఒక అమ్మాయిని, నన్ను నేను అంత దూరం వెళ్ళనివ్వచ్చా?

అందుకు అవకాశం ఉన్న ఒకే ఒక సమాధానం: 'నేను ఎంతగానో ఎదురుచూస్తున్నాను...అది కూడా చాలా కాలంగా. చాలా ఒంటరిగా ఉన్నాను. నాకిప్పుడు ఓదార్పు దొరికింది!'

పొద్దున సమయాల్లో మేము మామూలుగానే ఉంటాం. మధ్యాహ్నాల్లో కూడా, ఎప్పుడో ఒకసారి తప్ప. కానీ రోజంతా అణచివేసిన కోరిక, అన్ని వేళల్లోని ఆనందం, పోయి...ఇవన్నీ సాయంత్రాలు పైకి ఉబికి వచ్చేస్తాయి. అప్పుడింక మేము చేయగలిగిందంతా ఒకరి గురించి మరొకరు ఆలోచించడమే. రోజూ రాత్రి మా చివరి ముద్దు తరువాత, నాకు పారిపోవాలని, మళ్ళీ ఎప్పటికీ అతని కళ్ళలోకి చూడకూడదని అనిపిస్తుంది. దూరంగా, దూరంగా చీకట్లోకి, ఒంటరిగా!

ఇకపోతే ఆ పద్నాలుగు మెట్ల కింద నాకోసం ఎదురుచూసేదేంటి? ప్రకాశవంతమైన లైట్లు, ప్రశ్నలు, నవ్వు. నేను మామూలుగానే ఉంటూ, వాళ్ళు ఏమీ గమనించకూడదని ఆశిస్తాను.

నా మనసు ఇప్పటికీ చాలా లేతగా ఉంది, నిన్న రాత్రి కలిగినటువంటి విఘాతం (షాక్) నుంచి అంత త్వరగా కోలుకోలేనంత లేతగా. సునిశితమైన ఆన్ అరుదుగా కనిపిస్తుంది. తను రాగానే బయటికి తోసేస్తే ఊరుకోనే రకం కాదు. పీటర్ నాలోని ఒక భాగాన్ని చేరుకున్నాడు. ఇంతకుముందు నా కలలో తప్ప ఎవ్వరూ చేరుకోని భాగానికి. అతను నన్ను వశం చేసుకొని నన్ను తిరగేశాడు. ప్రతి ఒక్కరికీ తమని తాము చక్కబరుచుకోవటానికి నిశ్శబ్దంగా ఉండే సమయం కొద్దిగా అవసరం కదా? ఓస్, పీటర్, నన్ను నువ్వే చేశావు? నా నుంచి నీకేం కావాలి?

ఇది ఎక్కడికి దారితీస్తుంది? ఆహ్, ఇప్పుడు కదా నాకు బెప్ పరిస్థితి అర్థమవుతోంది? ఇప్పుడిక, ఇప్పుడు నేనే దాన్ని అనుభవిస్తున్నాను కాబట్టి ఆమె సందేహాలేంతో నాకు అర్థం అవుతున్నాయి. నేను ఇంకొంచెం పెద్దదాన్నైతే, అతను నన్ను పెళ్లి చేసుకోవాలనుకుంటే, నేనేమని సమాధానం ఇస్తాను? ఆన్, నిజాయితీగా ఉండు! నువ్వు అతన్ని పెళ్లి చేసుకోలేవు. కానీ ఆ విషయాన్ని వదిలేసి ముందుకెళ్ళడం చాలా కష్టం. పీటర్ వ్యక్తిత్వం, సంకల్పబలం, ధైర్యం, బలం ఇంకా చాలా తక్కువగా ఉన్నాయి. అతను ఇంకా పిల్లవాడు. మానసికంగా నాకన్నా పెద్దవాడు కాదు. అతను కోరుకుంటున్నదంతా ఆనందం, మనశ్శాంతి మాత్రమే. నాకు నిజంగా పద్నాలుగేళ్ళేనా? నేను నిజంగా కేవలం ఒక వెర్రి పాఠశాల విద్యార్థినినేనా? నిజంగా ప్రతి విషయంలో అనుభవం లేనిదాన్నా? చాలామంది కన్నా నాకన్నా అనుభవం ఎక్కువ. నా వయసులో ఉన్నవాళ్ళు ఎవ్వరూ అనుభవించనిది ఏదో నేను అనుభవించాను.

నేను నా గురించి భయపడుతున్నాను, నా కోరిక నన్ను చాలా తొందరగా లొంగేలా చేస్తోందని భయపడుతున్నాను. ముందు ముందు ఇది వేరే అబ్బాయిలతో ఎప్పటికైనా ఏ విధంగా సరైనది

194

అవుతుంది? అబ్బా...మనసు, మెదడు మధ్య శాశ్వతమైన ఈ పోరాటం చాలా కష్టంగా ఉంది. రెండిటికీ సమయం, సందర్భం ఉన్నాయి. కానీ నేను సరైన సమయాన్ని ఎంచుకున్నానని నాకెలా తెలుస్తుంది?

సీ. ఆన్. ఎం. ఫ్రాంక్

మంగళవారం, మే 2, 1944

ప్రియమైన కిట్టి,

మా గురించి నాన్నకి చెప్పమంటావా అని శనివారం రాత్రి పీటర్ని అడిగాను. మేము దాని గురించి చర్చించిన తరువాత, నాన్నకి నేను చెప్పాలనేదే అతని అభిప్రాయం అన్నాడు. నేను సంతోషించాను. అతను ఇంగితం, సున్నితత్వం ఉన్నవాడని ఇది నిరూపిస్తుంది. నేను కిందికి రాగానే, కొంచెం నీళ్ళు తేవడానికి నాన్నతో వెళ్ళాను. మెట్ల మీద ఉన్నప్పుడు, 'నాన్నా...పీటర్, నేను కలిసి ఉన్నప్పుడు, మేము గదిలో చెరొక మూలా కూర్చోమని మీరు అనుకొనే ఉంటారు. అది తప్పని మీరు అనుకుంటున్నారా?'

సమాధానం చెప్పే ముందు నాన్న కాస్త ఆగారు, 'లేదు, అది తప్పనుకోను. కానీ ఆన్, మీరు అంత దగ్గరగా బతుకున్నప్పుడు జాగ్రత్తగా ఉండాలి.' అలాంటివే ఇంకొన్ని మాటలన్నారు. ఆ తరువాత మేము మేడమీదికి వెళ్ళాం.

ఆదివారం పొద్దున ఆయన నన్ను తన దగ్గరికి పిలిచి, 'ఆన్, నువ్వు చెప్పిన దాని గురించి ఆలోచిస్తున్నాను.' (ఓ, ఓహ్, ఏం చెప్పబోతున్నారో నాకు తెలుసు!) 'ఇక్కడ అనెక్స్లో అదంత మంచి ఆలోచన కాదు. మీరు కేవలం స్నేహితులనే నేను అనుకున్నాను. పీటర్ నిన్ను ప్రేమిస్తున్నాడా?' అని అడిగారు.

'అయ్యో లేదు' నేను సమాధానం చెప్పాను.

'సరే, మీరిద్దరూ నాకు అర్థమయ్యారని నీకు తెలుసు. కానీ నువ్వే నిగ్రహం చూపించాలి. అంత తరచూ మేడమీదికి వెళ్ళద్దు. నువ్వు సహాయం చేయగలిగిన దానికంటే ఎక్కువగా అతన్ని ప్రోత్సహించద్దు. ఇలాంటి విషయాల్లో మగవాడే ఎప్పుడూ చురుకైన పాత్ర పోషిస్తాడు. పరిమితులని విధించడం మహిళల పని. నువ్వు స్వేచ్ఛగా ఉన్నప్పుడు బయటి విషయాలన్నీ బాగా వేరేగా ఉంటాయి. నువ్వు వేరే అబ్బాయిలని, అమ్మాయిలని కలుస్తావు, బయటికి వెళ్తావు, ఆటల్లో, అన్నిరకాల వ్యాపకాల్లో పాల్గొంటావు. కానీ ఇక్కడ మాత్రం, మీరు మరీ ఎక్కువగా కలిసి ఉంటూ ఎవరిచేతా గమనించబడకుండా ఉండాలంటే మాత్రం కుదరదు. మీరిద్దరూ రోజూ ప్రతి గంటా, నిజానికి ఎప్పుడూ ఒకరినొకరు చూస్తూంటారు. జాగ్రత్తగా ఉండు ఆన్. మరీ గాఢంగా తీసుకోవద్దు!'

'నేను తీసుకోను, నాన్నా. కానీ పీటర్ సంస్కారం ఉన్న అబ్బాయి, మంచి అబ్బాయి.'

'అవును, కానీ అతని వ్యక్తిత్వం ఇంకా అంత బలంగా లేదు. అతన్ని మంచివైపుకి నడిపించడం సులభం, కానీ చెడువైపుకి కూడా నడిపించొచ్చు. అతని మంచి కోసమే అతను బాగుండాలని కోరుకుంటున్నాను. ఎందుకంటే అతను ప్రాథమికంగా మంచి వ్యక్తి.'

మేము ఇంకొంచెం మాట్లాడుకున్నాం. నాన్న అతనితో మాట్లాడాలన్న అంగీకారానికి వచ్చం.

ఆదివారం మధ్యాహ్నం మేము ముందువైపు అటక మీద ఉన్నప్పుడు, పీటర్ అడిగాడు, 'నువ్వు మీ నాన్నగారితో మాట్లాడావా, ఆన్?'

'మాట్లాడాను,' అని బదులిచ్చాను, 'దాని గురించి నీకంతా చెప్పాను. ఇది తప్పు అని ఆయన అనుకోవడం లేదు. కానీ ఇక్కడ, మనం ఇంత దగ్గరగా ఉన్న చోట, అది గొడవలకి దారి తీయచ్చ'ని అన్నారు.

'మనం గొడవ పడకూడదని ముందే అనుకున్నాం. నా మాట నిలబెట్టుకోవాలని అనుకుంటున్నాను.' అన్నాడు.

'నేను కూడా పీటర్. కానీ మనం సీరియస్‌గా ఉన్నామని నాన్న అనుకోలేదు. మనం స్నేహితులం మాత్రమే అనుకున్నారు. ఇంకా మనం స్నేహితులుగా ఉండగలమా?' అలా అనుకుంటున్నావా?'

'అవును, అనుకుంటున్నాను. మరి నీ సంగతి?'

'నేను కూడా. నాకు నీ మీద నమ్మకం ఉందని నాన్నకి కూడా చెప్పాను. నేను నాన్నని ఎంత నమ్ముతానో నిన్ను కూడా అంతే నమ్ముతాను, పీటర్. నువ్వు నా నమ్మకానికి తగినవాడివని అనుకుంటున్నాను. నువ్వు తగినవాడివే, కదా?'

'అనుకుంటున్నాను.' (అతను చాలా సిగ్గుపడ్డాడు.)

'నాకు నీమీద నమ్మకం ఉంది, పీటర్,' నేను కొనసాగించాను. 'నీది మంచి ప్రవర్తన అని, ఈ ప్రపంచంలో నువ్వు ముందుకి వెళ్తావని నమ్ముతున్నాను.'

ఆ తరువాత మేము వేరే విషయాల గురించి మాట్లాడుకున్నాం. తరువాత నేనన్నాను, 'మనం ఎప్పటికైనా ఇక్కడి నుంచి బయటికి వెళ్తే, నువ్వు నా గురించి ఇంకోకసారి ఆలోచించవని నాకు తెలుసు.'

అతనికి భళే ఆవేశమొచ్చింది. 'అది నిజం కాదు, ఆన్. ఓహ్, నా గురించి నువ్వలా ఆలోచించటానికి కూడా అవకాశం ఇవ్వను!'

అప్పుడే ఎవరో మమ్మల్ని పిలిచారు.

నాన్న అతనితో మాట్లాడారట. ఆమాట సోమవారం చెప్పాడు. 'మన స్నేహం ప్రేమగా మారుతుందేమోనని మీ నాన్నగారికి అనిపిస్తుందట' అన్నాడు. 'కానీ, మనం హద్దుల్లోనే ఉంటామని నేను చెప్పాను.'

నేను తరచూ మేడమీదకు వెళ్ళడం మానేయాలని నాన్న అన్నారు కానీ అది నాకిష్టం లేదు. పీటర్‌తో కలిసి ఉండటం నాకు ఇష్టమని మాత్రమే కాదు, ముందే చెప్పినట్టు, అతన్ని నేను నమ్ముతున్నాను కాబట్టి. అతని మీద నాకు నమ్మకం ఉంది. అది అతనికి రుజువు చేసి చూపించాలనుంది. కానీ నేను బాధతో కిందే ఉంటే అలా ఎప్పటికీ చేయలేను.

లేదు, నేను వెళ్తున్నాను!

ఈలోగా, డస్సెల్ నాటకం పరిష్కారమైంది. శనివారం సాయంత్రం భోజనం సమయంలో అందమైన డచ్ భాషలో క్షమించమని అడిగాడు. మిస్టర్ వాన్ డాన్ వెంటనే రాజీ పడ్డారు. డస్సెల్ రోజంతా తన ప్రసంగం సాధన చేస్తూ గడిపి ఉంటాడు.

అతని పుట్టినరోజైన ఆదివారం ఏ సంఘటనా లేకుండా గడిచిపోయింది. అతనికి మేము 1919 నాటి మంచి వైన్ సీసా ఇచ్చాం. వాన్ డాన్లు (ఇప్పుడు వాళ్ళు బహుమతి ఇవ్వగలరు కదా) పిక్కిల్లిల్లి జాడీ, రేజర్ బ్లేడ్ ప్యాకెట్టూ బహూకరించారు. మిస్టర్ కుగ్లర్ ఒక జాడీ నిమ్మకాయ పాకం ఇచ్చాడు (నిమ్మరసం తయారు చేసుకోవడానికి), మియెప్ 'లిటిల్ మార్టిన్' పుస్తకం, బెప్ ఒక మొక్క ఇచ్చారు. అతను అందరికీ గుడ్డు ఇచ్చాడు.

సీ, ఆన్ ఎం ఫ్రాంక్

196

బుధవారం, మే 3, 1944

ప్రియమైన కిట్టి,

ముందుగా ఈ వారం వార్తలు! మేము రాజకీయాల నుంచి కొంతకాలం సెలవు తీసుకుంటున్నాం. ఏమీ లేదు, అంటే, నేను చెప్పేదంటే, నివేదించడానికి ఏమీ లేవు. దాడి జరుగుతుందనే నమ్మకం నాకు కూడా క్రమంగా కలుగుతోంది. వీళ్ళు రష్యావాళ్ళనే అన్ని ఘోరమైన పనులూ చెయ్యనివ్వలేరు మరి. నిజానికి, రష్యన్లు కూడా ప్రస్తుతం ఏమీ చెయ్యడం లేదు.

ఈమధ్య మిస్టర్ క్లైమాన్ రోజూ పొద్దున్న కార్యాలయానికి వస్తున్నారు. ఆయన పీటర్ వాడే దీవాన్ కోసం కొత్త స్ప్రింగులు తీసుకొచ్చారు. ఇక పీటర్ దాన్ని కొత్తగా అమర్చుకోవాలి. అతనికి ఇప్పుడు ఆ పని చెయ్యాలని లేదు. అందులో ఆశ్చర్యం లేదు. మిస్టర్ క్లైమాన్ పిల్లల కోసం కొంచెం ఫ్లీ (పురుగుల) పొడి కూడా తీసుకొచ్చారు.

మా బోస్ కనబడకుండా పోయిందని నీకు చెప్పానా? పోయిన గురువారం నుంచి దాని అయిపు లేదు. ఎవరో జంతు ప్రేమికులు దాన్ని రుచికరమైన వంటకం చేసేసుకున్నారేమో, అది బహుశా ఇప్పటికే పిల్లల స్వర్గంలో ఉందేమో. కొనుక్కొనే స్తోమత ఉన్న అమ్మాయి ఎవరైనా దాని బొచ్చుతో చేసిన టోపీ పెట్టుకుంటుందేమో. పీటర్ మనసు విరిగిపోయింది.

రెండు వారాలుగా మేము శనివారం నాడు పదకొండున్నరకి మధ్యాహ్న భోజనం చేసేస్తున్నాం. పొద్దనప్పుడు ఒక కప్పు గంజితో సర్దుకోవాలి. రేపటి నుంచి రోజూ ఇలాగే ఉంటుంది. ఇది మాకు ఒక పూట భోజనాన్ని ఆదా చేస్తుంది. కూరగాయలు దొరకడం ఇప్పటికీ చాలా కష్టంగానే ఉంది. ఈ మధ్యాహ్నం మేము కుళ్ళిపోయిన ఉడికించిన లెట్యూస్ తిన్నాం.

ఇక ఉన్నవి సాధారణ లెట్యూస్, పాలకూర – ఉడికించిన లెట్యూస్, అంతే. అది ఆ కుళ్ళిన బంగాళదుంపలకి జోడిస్తే, అదొక రాజభోజనం అస్సలే! నా నెలసరి రెండు నెలలకి పైగా రాలేదు కానీ చివరికి మొన్న ఆదివారం మొదలైంది. గందరగోళం, ఇబ్బంది ఉన్నప్పటికీ, అది నన్ను విడిచిపెట్టనందుకు సంతోషంగా ఉంది.

నువ్వు ఖచ్చితంగా ఊహించినట్టే, తరచూ నిరాశతో మేమిలా అనుకుంటాం, 'యుద్ధం వల్ల ఏంటి ప్రయోజనం? ఎందుకు, ఓహ్, మనుషులెందుకు శాంతియుతంగా కలిసి బతకలేరు? ఈ వినాశనమంతా ఎందుకు?'

ఇది అర్థమయ్యే ప్రశ్నే. కానీ ఇప్పటివరకు ఎవరూ సంతప్తికరమైన సమాధానం ఇవ్వలేదు. ఇంగ్లాండ్ ఎందుకు ఇంకా పెద్దవి, ఇంకా మెరుగైన విమానాలు, బాంబులు తయారుచేస్తోంది? అదే సమయంలో లెక్కలేకుండా కొత్తగా ఇళ్ళెందుకు పునర్నిర్మిస్తోంది? వైద్య శాస్త్రానికి, కళాకారులకి లేదా పేదలకి ఒక్క పెన్నీ కూడా ఖర్చు పెట్టనప్పటికీ, ప్రతిరోజూ యుద్ధం కోసం మిలియన్లు ఎందుకు ఖర్చు చేస్తున్నారు? ప్రపంచంలోని ఇతర ప్రాంతాల్లో గుట్టలుకొద్దీ ఆహారం కుళ్ళిపోతున్నప్పుడు జనం ఆకలితో ఎందుకు అలమటించాలి? ఓహ్, జనం ఎందుకు అంత పిచ్చిగా ఉంటారు?

యుద్ధాలు జరగడానికి కేవలం రాజకీయ నాయకులు, పెట్టుబడిదారులే కారణమంటే నేను నమ్మను. ఓహ్, కాదు, సామాన్యుడు కూడా అంతే అపరాధి. లేకపోతే, ప్రజలు, దేశాలు చాలా కాలం క్రితమే తిరుగబడేవి! జనంలో వినాశం కలిగించే కోరిక ఉంది...రెచ్చిపోవాలి, హత్య చేయాలి, చంపేయాలి అన్న కోరిక. ఏ మినహాయింపూ లేకుండా మానవాళి అంతా పరిణతి చెందేవరకు యుద్ధాలు జరుగుతూనే ఉంటాయి. జాగ్రత్తగా నిర్మించబడినవి, పండించినవి, పెంచబడినవి నాశనమవుతాయి, మళ్ళీ అవన్నీ మొదలుపెట్టడం కోసమే!

నేను తరమా కుంగిపోయినా ఎప్పుడూ ఆశ కోల్పోలేదు. నా దృష్టిలో మా రహస్య జీవితం ప్రమాదం, శంగారంతో నిండిన ఆసక్తికరమైన సాహసం. ప్రతి లోటూ నా డైరీకి ఒక వినోదం కలిగించే అనుబంధం. మిగిలిన అమ్మాయిలకి భిన్నమైన జీవితం గడపాలని, భవిష్యత్తులో సాధారణ గృహిణికి కాకుండా ఉండాలని నేను నిశ్చయించుకున్నాను. ఇక్కడ నేను అనుభవిస్తున్నది ఒక ఆసక్తికరమైన జీవితానికి మంచి ప్రారంభం. అత్యంత ప్రమాదకరమైన క్షణాల్లోని హాస్య కోణాన్ని చూసి నేను నవ్వడానికి అదే కారణం, అదొక్కటే కారణం.

నేను చిన్నదాన్ని, నాలో ఎన్నో గుణాలు దాగున్నాయి. నేను చిన్నదాన్ని, శక్తి ఉన్నదాన్ని. ఒక పెద్ద సాహసాన్నే ఎదుర్కొంటున్నట్టు జీవితాన్ని కొనసాగిస్తున్నాను. నేను దాని మధ్యలో ఉన్నాను. దాని గురించి రోజంతా ఫిర్యాదు చేస్తూ ఉండలేను. ఎందుకంటే అలా చేస్తే సరదాగా గడపడం అసాధ్యం! ఆనందం, ఉల్లాసపూరిత స్వభావం, బలం...ఇవన్నీ నాకు లభించిన దీవెనలు. ప్రతిరోజూ నేను ఎదుగుతున్నట్టు అనిపిస్తుంది. విముక్తి దగ్గరికొస్తున్నట్టు అనిపిస్తుంది. నేను ప్రకృతి సౌందర్యాన్ని, ఇంకా నా చుట్టూ ఉన్న ప్రజల మంచితనాన్ని అనుభవిస్తున్నాను. ఇది ఎంత వ్యామోహం, వినోదం కలిగించే సాహసం! అని ప్రతిరోజూ అనుకుంటాను. ఇవన్నీ ఉండగా, నాకెందుకు నిరాశ?

సీ. ఎన్ ఎం ఫ్రాంక్

శుక్రవారం, మే 5, 1944

ప్రియమైన కిట్టీ,

నాన్నకి నా విషయంలో అసంతృప్తిగా ఉన్నారు. ఆదివారం చర్చ తరువాత, నేను రోజూ సాయంత్రం మేడమీదికి వెళ్ళడం ఆపేస్తానని అనుకున్నారు. ఆయనకి ఆ 'నట్స్‌చెరీ'[29] కొనసాగడం ఇష్టం లేదు. ఆ మాటనే నేను సహించలేను. దాని గురించి మాట్లాడటమే చెడ్డది. మరి అప్పుడు నేను బాధపడేలా కూడా ఆయన ఎందుకు చెయ్యాలి? ఈరోజు ఆయనతో మాట్లాడతాను. మార్గ్రెట్ నాకొక మంచి సలహా ఇచ్చింది.

కాస్త అటూఇటూగా నేను చెప్పాలనుకున్నది ఇది:

నాన్నా, నేను మీకు వివరణ ఇవ్వాలని మీరు అనుకుంటున్నట్టుంది. కాబట్టి ఇస్తాను. మీరు నా విషయంలో నిరాశ పడ్డారు. నేను మరింత నిగ్రహంతో ఉండాలనుకున్నాను. ఒక పద్నాలుగేళ్ళ వయసు అమ్మాయి ప్రవర్తించినట్టు నేను ప్రవర్తించాలని మీరు అనుకుంటున్నారు, ఇందులో అనుమానం లేదు. కానీ అక్కడే మీరు పొరబడుతున్నారు!

మనం ఇక్కడికి వచ్చినప్పటి నుంచి, జూలై 1942 నుంచి కొన్ని వారాల క్రితం వరకు, నాకేమీ తేలిగ్గా గడవలేదు. నేను రాత్రిపూట ఎంత ఏడ్చానో, ఎంత అసంతృప్తితో, నిరుత్సాహంతో ఉండేదాన్నో, ఎంత ఒంటరితనం అనుభవించానో తెలిస్తే, నేను మేడమీదికి వెళ్ళాలని కోరుకోవడాన్ని మీరు అర్థం చేసుకునేవారు! ఇప్పుడు అమ్మది గాని ఇంకెవరిదైనా గాని చేయూత అవసరం లేని స్థితికి నేను చేరుకున్నాను. ఇది ఒక్క రాత్రిలో జరగిపోలేదు. నేను ఇప్పుడున్నంత స్వతంత్రురాలిని అవ్వడానికి చాలా కాలం పోరాడాను, కష్టపడ్డాను, కన్నీళ్ళు కార్చాను. మీరు నవ్వచ్చు, నమ్మడానికి నిరాకరించవచ్చు. కానీ నేను లెక్కచేయను. నేను స్వతంత్రురాలిని నాకు తెలుసు. నా ప్రవర్తనకి మీకు వివరణ ఇవ్వాల్సిన

అవసరం ఉందని నాకు అనిపించడం లేదు. మీకు తెలియకుండా మీ వెనుక నేనేదో చేస్తున్నానని మీరు అనుకోకూడదని మాత్రమే చెప్పాను. నేను ఒక్కక్కే జవాబుదారిని. అది నేనే.

నేను సమస్యల్లో ఉన్నప్పుడు, ప్రతి ఒక్కరూ—మీతో సహ—కళ్ళు, చెవులు మూసేసుకున్నారే గాని నాకు సహాయం చేయలేదు. పైగా నాకు దక్కిందంతా...అంతగా గోల చేయొద్దన్న చీవాట్లే. నేను గోల చేసింది బాధపడుతూ ఉండకుండా ఉండటానికే. నా అంతరాత్మ చెప్పింది వినకూడదన్నంత అతి విశ్వాసంతో నేను ఉండిదాన్ని. గత ఏడాదిన్నరగా పగలూ రాత్రీ నటిస్తూనే ఉన్నాను. ఎప్పుడూ ఫిర్యాదు చేయలేదు, నా ముసుగు తీయలేదు. అలాంటిదేదీ చేయలేదు. ఇప్పుడు...ఇప్పుడింక ఆ యుద్ధం అయిపోయింది. నేను గెలిచాను! నేను స్వతంత్రురాలిని, శారీరకంగా, మానసికంగా రెండిటిలోనూ.

నాకిక ఒక తల్లి అవసరం లేదు. ఈ పోరాటం నుంచి నేను మరింత బలమైన వ్యక్తిగా ఎదిగాను. ఇప్పుడింక అది అయిపోయింది కాబట్టి, ఇప్పుడింక యుద్ధం గెలిచినట్టు నాకు తెలుసు కాబట్టి, నా దారిన నేను వెళ్ళాలనుకుంటున్నాను, సరైనదని నాకు అనిపించే మార్గాన్ని అనుసరించడానికి. నన్ను పధ్నాలుగేళ్ళ అమ్మాయిగా అనుకోవద్దు. ఎందుకంటే ఈ కష్టాలన్నీ నన్ను అంతకంటే పెద్దదాన్ని చేశాయి. నా చర్యలకి నేను విచారించను. నేను అనుకున్నట్టే ప్రవర్తిస్తాను!

మీరు సున్నితంగా నచ్చెప్పడానికి చేసే ప్రయత్నం నేను మేడమీదికి వెళ్ళడాన్ని ఆపలేదు. మీరిక ఆ విషయాన్ని వదిలేయాలి లేదా నన్ను పూర్తిగా నమ్మాలి. మీరేం చేసినా సరే, నన్ను మాత్రం ఒంటరిగా వదిలేయండి!

సీ, ఆన్ ఎం ఫ్రాంక్

శనివారం, మే 6, 1944

ప్రియమైన కిట్టీ,

నిన్న రాత్రి భోజనానికి ముందు నేను రాసిన ఉత్తరం నాన్న జేబులో పెట్టేశాను. మార్గోట్ చెప్పినదాని ప్రకారం, ఆయన దాన్ని చదివి ఆ సాయంత్రమంతా కలతగానే ఉన్నారు. (నేను మేడమీద ఉన్నాను, గిన్నెలు కడుగుతూ!) పాపం పిమ్, అటువంటి ఉత్తరం ప్రభావం ఎంతో నాకు ముందు తెలిసి ఉండాల్సింది. ఆయన ఎంతో సున్నితం! నేను వెంటనే పీటర్‌తో ఇక ఏ ప్రశ్నలూ అడగద్దని, ఇంకేమీ అనద్దని చెప్పాను. ఈ విషయం గురించి పిమ్ నాతో ఇంకేమీ అనలేదు. అనబోతున్నారా?

ఇక్కడ అంతా కాస్త అటూఇటూగా సాధారణ స్థితికి చేరుకుంది. ధరల గురించి, బయట ఉన్న జనం గురించి జ్యాన్, మిస్టర్ కుగ్లర్, మిస్టర్ క్లైమాన్ చెప్పున్నవి మేము నమ్మలేకపోతున్నాం. అర పౌండ్ టీ 350.00 గిల్డర్లు, అర పౌండ్ కాఫీ 80.00 గిల్డర్లు, ఒక పౌండ్ వెన్న 35.00 గిల్డర్లు, ఒక గుడ్డు 1.45 గిల్డర్లు. ఒక ఔన్సు బల్గేరియన్ పొగాకుని జనం 14.00 గిల్డర్లు పెట్టి కొంటున్నారు! అందరూ నల్లబజారు వ్యాపారమే చేస్తున్నారు. చిన్నచిన్న పనులు చేసే ప్రతి ఒక్క అబ్బాయి ఏదో ఒకటి అమ్ముతున్నాడు. బేకరీలో పనిచేసే అబ్బాయి మాకు ఒక సన్నటి డార్నింగ్ ఉన్ని బంతిని 90 సెంట్లకి అమ్మాడు, పాలవాడు రేషన్ పుస్తకాలని తీసుకోగలడు, ఒక కాటికాపరి జన్ను పంపిణీ చేస్తాడు. చోరబాట్లు, హత్యలు, దొంగతనాలు రోజువారీ ఘటనలైపోయాయి. పోలీసులు, రాత్రి కాపలాదార్లు కూడా వీటిలో భాగమవుతున్నారు. ప్రతి ఒక్కరికీ ఆకలి తీర్చుకోవడానికి ఆహారం కావాలి. జీతాలు అందకపోవడంతో జనం మోసానికి పాల్పడుతున్నారు. పదిహేను, పదహారు, పదిహేడు, అంతకన్నా ఎక్కువ వయసు అమ్మాయిలు కనిపించడంలేదని రోజూ ఫిర్యాదులు అందుతున్నారు. వాళ్ళ ఆచూకీ పట్టుకోవడంలో పోలీసులు నిమగ్నమై ఉన్నారు.

నాకు నా 'ఎల్లెన్, ద ఫెయిరీ' కథ పూర్తి చేయాలనుంది. ఈలికే సరదాకి, అన్ని కాపీరైట్లతో కలిపి నాన్నకి తన పుట్టినరోజున ఇవ్వచ్చు కదా.

తరువాత కలుద్దాం! (నిజానికి, ఇది సరైన పదబంధం కాదు. ఇంగ్లాండ్ నుంచి ప్రసారమయ్యే జర్మన్ కార్యక్రమాన్ని ఎప్పుడూ 'బీఫ్ వైడర్హోరెన్,'[30] తో ముగిస్తారు. కాబట్టి నేను 'మనం మళ్ళీ రాసే వరకు' అనాలి.)

నీ, ఎన్ ఎమ్ ఫ్రాంక్

ఆదివారం ఉదయం, మే 7, 1944

ప్రియమైన కిట్టి,

నాన్న, నేను నిన్న మధ్యాహ్నం చాలాసేపు మాట్లాడుకున్నాం. నేను బాగా ఏడ్చాను. నాన్న కూడా ఏడ్చారు. నాన్న నాతో ఏమన్నారో తెలుసా, కిట్టి?

'నా జీవితంలో నాకెన్నో ఉత్తరాలొచ్చాయి. కానీ ఏదీ నన్నింతగా బాధ పెట్టలేదు. నీ తల్లిదండ్రులు నీకు ఎంతో ప్రేమని పంచారు. నీ తల్లిదండ్రులు నీకు సహాయం చేయడానికి ఎప్పుడూ సిద్ధంగా ఉన్నారు. ఏదేమైనా సరే, నిన్నెప్పుడూ సమర్థించారు. నువ్వు చేసే పనులకి మాకు వివరణ ఇవ్వాల్సిన పని లేదంటావా! నీకు అన్యాయం జరిగిందని, నీ ఖర్మకి నిన్ను వదిలేశామని అనుకుంటున్నావు. లేదు, ఆన్, నువ్వు మాకు చాలా అన్యాయం చేశావు!'

'బహుశా నీ ఉద్దేశం అది కాదేమో, కానీ నువ్వు రాసింది మాత్రం అదే. లేదు, ఆన్. మా మీద అలాంటి నింద పడేలాగా మేము ఏమీ చేయలేదు!'

ఓహ్, నేను ఘోరంగా ఓడిపోయాను. నా జీవితం మొత్తంలో నేను చేసిన అతి ఘోరమైన పని ఇదే. ఆ విషయం చెప్పడానికి, నన్ను నేను గొప్పదానిలా కనిపించడానికి, అది చూసి నాన్న నన్ను గౌరవించాలని నా కన్నీళ్ళని ఉపయోగించాను. ఖచ్చితంగా జీతంలో నా వంతు బాధ అనుభవించాను. అమ్మ గురించి నేను చెప్పినవన్నీ నిజమే. కానీ, అంత మంచివారు, నాకోసం అన్నీ చేసిన పిమ్ను నిందించడం మాత్రం మాటలకి అందనంత క్రూరమైనది.

చివరికి ఎవరో ఒకరు నా స్థాయి తగ్గించి నా అహంకారాన్ని బద్దలుకొట్టడం మంచిదైంది. ఎందుకంటే నేను మరీ బాగా గర్వంతో ఉన్నాను. కుమారి ఆన్ చేసిందంతా మంచిదే అని కాదు కదా! ఒకరిని ప్రేమిస్తున్నానని అంటూ ఆ వ్యక్తినే కావాలని అంత బాధకి గురిచేసే ఎవరైనా ద్వేషించదగిన వారే, నీచాతి నీచం!

నాన్న నన్ను క్షమించిన విధానం వల్ల నాకు మరీ సిగ్గుగా ఉంది. ఆ ఉత్తరాన్ని పొయ్యిలోకి విసిరేస్తున్నారు. ఇప్పుడు నాతో ఎంతో బాగుంటున్నారు, ఏదో తప్పు చేసింది తనే అన్నట్టు. సరే, ఆన్, నువు నేర్చుకోవలసింది ఇంకా చాలా ఉంది. వేరేవాళ్ళని తక్కువగా చూస్తూ వాళ్ళ మీద నిందలు వేసే బదులు నువ్వు నేర్చుకోవడం మొదలుపెట్టాల్సిన సమయం ఇదే!

జీవితంలో నేను చాలా దుఃఖం అనుభవించాను, కానీ నా వయసులో ఎవరు అనుభవించలేదు? నేను నటిస్తూ వచ్చాను కానీ దాని గురించి నాకు తెలియను కూడా లేదు. నేను ఒంటరిగా ఉన్నానని అనిపించింది కానీ ఎప్పుడూ నిరాశపడలేదు! దాన్నంతా ఇక ఆపుచేయాలనే ఉద్దేశంతో ఒకప్పుడు కత్తితో వీధిలోకి పరిగెత్తిన నాన్నలా కాదు. అంత దూరం నేనెప్పుడూ వెళ్ళలేదు.

---

[30] మనం మళ్ళీ మాట్లాడుకొనే వరకు.

నా గురించి నేను ఎంతగానో సిగ్గుపడాలి, సిగ్గుపడుతున్నాను కూడా. జరిగినదాన్ని మార్చలేము కాని కనీసం అది మళ్ళీ జరగకుండా చూడవచ్చు. నాకు మళ్ళీ మొదలుపెట్టాలని ఉంది. నాకిప్పుడు పీటర్ ఉన్నాడు కాబట్టి అది కష్టం కాదు. అతను నాకు చేయాతనిస్తుంటే నేను చెయ్యగలనని నాకు తెలుసు! నేనిక ఒంటరిగా లేను. అతను నన్ను ప్రేమిస్తున్నాడు, నేను అతన్ని ప్రేమిస్తున్నాను. నాకు నా పుస్తకాలు, నా రచన, నా డైరీ ఉన్నాయి. నేను అంత అనాకారిని కాదు, తెలివితక్కువదాన్ని కాదు. నాది ఉత్సాహంగా ఉండే స్వభావం. నాకు మంచి వ్యక్తిత్వం పెంపొందించుకోవాలని ఉంది!

అవును, ఆన్. నీ ఉత్తరం క్రూరమైనది, అవాస్తవమని నీకు ముందే బాగా తెలుసు. అయినా దాన్ని చూసి నువ్వు గర్వించావు! నేను మళ్ళీ ఒకసారి నాన్నని ఆదర్శంగా తీసుకుంటాను, నన్ను నేను మెరుగుపరచుకుంటాను.

నీ, ఆన్ ఎం ఫ్రాంక్

సోమవారం, మే 8, 1944

ప్రియమైన కిట్టి,

మా కుటుంబం గురించి నీకు ఎప్పుడైనా చెప్పానా? చెప్పలేదనుకుంటా, కాబట్టి నన్నిక మొదలుపెట్టని. నాన్న చాలా ధనవంతులకి పుట్టారు, ఫ్రాంక్‌ఫర్ట్ ఆమ్ మెయిన్‌లో. మైఖేల్ ఫ్రాంక్ ఒక బ్యాంకుకి అధిపతి. ఆయన మిలియనీర్ అయ్యారు. ఇక ఆలిస్ స్టెర్న్ తల్లిదండ్రులు ప్రముఖులు, ఉన్నవాళ్ళు. మైఖేల్ ఫ్రాంక్ మొదటినుంచీ ధనవంతడేం కాదు. ఆయన సొంతంగా ఎదిగిన వ్యక్తి. వయసులో ఉన్నప్పుడు నాన్న ధనవంతుడి కొడుకులాగే బతికారు. ప్రతి వారం పార్టీలు, ఆనందాలు, విందులు, అందమైన అమ్మాయిలు, నత్యం చెయ్యడం, రాత్రి విందులు, లంకంత ఇల్లు, వగైరా. తాతాగారు పోయిన తరువాత చాలా డబ్బు పోయింది. ప్రపంచ యుద్ధం, ద్రవ్యోల్బణం తరువాత ఏమీ మిగల్లేదు. యుద్ధం మొదలయ్యే వరకు కొంతమంది డబ్బున్న బంధువులు ఉండేవారు. అందువల్ల నాన్న పెంపకం చాలా బాగా జరిగింది. ఆయన నిన్ను ఎందుకు నవ్వారంటే, తన యాఖై అయిదేళ్ళలో మొదటిసారి బల్ల దగ్గర మూకుడ్డి తోమారు.

అమ్మది అంత డబ్బున్న కుటుంబం కాదు కాని బాగానే ఉన్నవాళ్ళు. 250 మంది అతిథులతో ప్రైవేట్ బాల్స్ (ఘనంగా ఏర్పాటు చేసే నత్య కార్యక్రమాలు, విందులు), రాత్రి విందులు, నిశ్చితార్థం పార్టీల గురించిన కథలు నోళ్ళు వెళ్ళబెట్టుకొని విన్నాను.

ఇప్పుడు మేము డబ్బున్నవాళ్ళం కానే కాదు. కాని యుద్ధం తరువాతి జీవితం మీద నేను ఆశలు పెట్టుకున్నాను. అమ్మ, మార్గ్రెట్ లాగా నా దృష్టి మధ్య తరగతి జీవితం మీద అంతగా లేదని నీకు ఘంటాపథంగా చెప్పగలను. భాషలు నేర్చుకుంటూ, కళల చరిత్ర అధ్యయనం చేస్తూ ఏడాది పాటు పారిస్, లండన్‌లలో గడపాలని ఉంది. పాలస్తీనాలో అప్పుడే పుట్టిన పిల్లలని చూసుకోవాలనుకుంటున్న మార్గ్రెట్‌తో ఈ విషయాన్ని పోల్చు. నాకు ఇప్పటికీ ఘనమైన దుస్తులు, ఆసక్తికరమైన వ్యక్తులున్న దశ్యాలు కళ్ళ ముందు కదలాడుతున్నాయి. ఇంతకు ముందే చాలాసార్లు నీకు చెప్పినట్టు, నేను ప్రపంచాన్ని చూడాలని, అన్ని రకాల ఉత్తేజం కలిగించే పనులు చెయ్యాలని అనుకుంటున్నాను. దానికోసం కొంత డబ్బు ఖర్చైనా ఫరవాలేదు!

ఈరోజు పొద్దున మియెప్, తను శనివారం నాడు వెళ్ళిన తన కజిన్ నిశ్చితార్థం పార్టీ గురించి మాకు చెప్పింది. తన కజిన్ తల్లిదండ్రులు ధనవంతులు. పెళ్ళికొడుకు తల్లిదండ్రులు ఇంకా

ధనవంతులు. అక్కడ వడ్డించిన ఆహారం గురించి చెప్పి మియెప్ మా నోళ్ళు ఊరించింది. మాంసం ఉండలతో కూరగాయల సూప్, చీజ్, మాంసం ముక్కలతో రోల్స్, గుడ్లు, కాల్చిన గొడ్డు మాంసంతో వంటకం, చీజ్ రోల్స్, గేటో (మీగడ, పళ్ళ పొరలతో ఘనంగా తయారుచేసిన కేకు), వైన్, ఇంకా సిగరెట్లు. పైగా, ఎవరికి కావలసినంత వాళ్ళు తినొచ్చు.

మియెప్ పది పెగ్గుల జిన్ లాంటి మద్యం తాగింది. మూడు సిగరెట్లు తాగింది. ఇది మా మద్యనిషేధాన్ని లేదా పరిమితిని సమర్థించగలదా? మియెప్ ఒక్కతే అన్ని తాగితే, ఆమె భర్త ఎన్నిటిని నొక్కిని ఉంటాడు? పార్టీలో అందరూ కొంచెం మత్తెక్కినవాళ్ళేలే. అందులో హత్యకలని దర్యాప్తు చేసే పోలీసు అధికారులు కూడా ఇద్దరున్నారు. వాళ్ళు పెళ్ళి జంట ఫోటోలు తీశారు. మేమెప్పుడూ మియెప్ ఆలోచనల్లో ఉంటాం అన్నది నువ్వు స్పష్టంగా చూడచ్చు. ఎందుకంటే ఆమె ఆలస్యం చేయకుండా వెంటనే వాళ్ళ చిరునామాలు తీసుకుంది, ఏదైనా జరిగితే ఉపయోగపడతారని. మంచి డచ్ వ్యక్తులతో పరిచయాలు మాకు కావాలి.

మాకు బాగా నోరూరసాగింది. అల్పాహారం కోసం రెండు చెంచాల గంజి తప్ప ఇంకేమీ తీసుకోని మేము విపరీతమైన ఆకలితో ఉన్నాం. ప్రతిరోజూ సగం వండిన బచ్చలికూర (విటమిన్ల కోసం!), కుళ్ళిన బంగాళాదుంపలు తప్ప మరేమీ దక్కని మేము. మా ఖాళీ కడుపులని ఉడికించిన లెట్యూస్, పచ్చి లెట్యూస్, పాలకూర, పాలకూర, ఇంకా ఎక్కువ పాలకూరతో నింపే మేము. బహుశా మేము పాప్‌ఐ (ఒక కల్పిత కథలోని బలవంతుడు) లాగా బలవంతులం అవుతామేమో, ఇప్పటివరకు అటువంటి సంకేతమేదీ నేను చూడకపోయినా!

ఒకవేళ మియెప్ మమ్మల్ని పార్టీకి తీసుకెళ్ళి ఉంటే, వేరే అతిథుల కోసం రోల్స్ అవీ మిగిలేవి కావు. మేమక్కడ ఉండుంటే, ఫర్నిచర్‌తో సహా కనిపించినవన్నీ లాక్కునేవళ్ళం. మేము నిజంగా ఆమె నోటి నుంచి మాటలని లాక్కున్నాగం. రుచికరమైన భోజనం గురించి గాని సొగసైన వ్యక్తుల గురించి గాని మా జీవితాల్లో ఎప్పుడూ విననట్టు ఆమె చుట్టూ గుమిగూడాం! ఇక వీళ్ళు ఆ విశిష్ట మిలియనీర్ మనవరాళ్ళు. ఇదొక వెర్రిలోకం!

సీ, ఆన్ ఎం ఫ్రాంక్

మంగళవారం, మే 9, 1944

ప్రియమైన కిట్టీ,

నేను 'ఎల్లెన్, ద ఫెయిరీ' గురించిన నా కథని పూర్తి చేసేశాను. దాన్ని మంచి నోట్‌పేపర్‌లో కాపీ చేసి, ఎర్ర సిరాతో అలంకరించి పేజీలని కలిపి కుట్టాను. అది మొత్తంగా చూస్తే చాలా అందంగా కనిపిస్తోంది కానీ పుట్టినరోజు బహుమతిగా సరిపోతుందో లేదో నాకు తెలియదు. మార్గోట్, అమ్మ ఇద్దరూ కవితలు రాశారు.

మిస్టర్ కుగ్లర్ ఈరోజు మధ్యాహ్నం మేడమీదికి ఒక వార్తతో వచ్చారు...సోమవారం నుంచి మిసెస్ బ్రోక్స్ రోజూ మధ్యాహ్నం కార్యాలయంలో రెండు గంటలు గడపాలనుకుంటున్నారసి. అసలు ఊహించు! కార్యాలయ సిబ్బంది మేడమీదికి రాలేరు, బంగాళదుంపల పంపిణీ కుదరదు, బెప్‌కి రాత్రి భోజనం ఉండదు, మేము మరుగుదొడ్డిని ఉపయోగించలేం, మేము కదలలేం, ఇంకా అన్ని రకాల ఇతర అసౌకర్యాలు! ఆమెని వదిలించుకోవడానికి మేము రకరకాల మార్గాలను ప్రతిపాదించాం. ఆమె కాఫీలో విరోచనాలు కలిగించే మందు కలిపితే పని అవుతుందని మిస్టర్ వాన్ డాన్ అనుకున్నారు. 'ఒద్దు,' అని

సమాధానం ఇచ్చారు మిస్టర్ క్లైమాన్, 'దయచేసి ఒద్దు. అప్పుడు మనం ఆమెని ఎప్పటికీ వదిలించుకోలేం (We'll never get her off the bog)!' అన్నారు.

ఘొల్లున నవ్వులు. 'బోగ్?' అడిగింది మిసెస్ వాన్ డి. 'దాని అర్థం ఏంటి?' ఎవరో ఒక వివరణ ఇచ్చారు. 'ఆ మాట ఉపయోగించడం సరైనదేనా?' ఆమె పూర్తి అమాయకత్వంతో అడిగింది. 'బెప్ ముసిముసిగా అనింది,' 'ద బిజెన్కార్డ్' లో ఏవో కొంటూ 'బోగ్' కి దారి అడగడాన్ని ఊహించుకోండి. మనమేం మాట్లాడుతున్నామో వాళ్ళకి తెలియను కూడా తెలియదు!

'బోగ్' అన్న మాటని అరువుగా తీసుకోవడానికి ఇప్పుడింక డస్సెల్ రోజూ సరిగ్గా పన్నెండున్నరకి దాని మీద కూర్చుంటాడు. ఈరోజు మధ్యాహ్నం నేను ధైర్యంగా ఒక గులాబీ రంగు కాగితం ముక్క తీసుకొని ఇలా రాశాను:

మిస్టర్ డస్సెల్ యొక్క టాయిలెట్ సమయాలు

ఉదయం 7:15 నుండి 7:30 వరకు

మధ్యాహ్నం 1 గంట తర్వాత

లేకపోతే, అవసరమైనప్పుడు మాత్రమే!

అతను ఇంకా లోపల ఉన్నప్పుడే నేను దీని బాత్రూమ్ ఆకుపచ్చ తలుపు మీద పెట్టి ట్రేస్ చేశాను. 'అతిక్రమణదారులు నిర్బంధానికి లోనవుతారు!' అని కూడా నేను జోడించి ఉండచ్చు. ఎందుకంటే మా మరుగుదొడ్డికి లోపల, బయట రెండువైపుల నుంచి తాళం వేయచ్చు.

మిస్టర్ వాన్ డాస్ చెప్పిన తాజా హాస్యోక్తి:

ఆడమ్, ఈవ్ గురించిన బైబిల్ పాఠం విన్న తరువాత, పదమూడు సంవత్సరాల బాలుడు తన తండ్రిని, 'నాన్నా, నేనెలా పుట్టాను?' అని అడిగాడు.

'అంటే,' తండ్రి బదులిస్తూ, 'కొంగ నిన్ను సముద్రం నుంచి తీసి అమ్మ మంచం మీద పడుకోబెట్టి, ఆమె కాలు కొరికింది. రక్తం ఎంతగా పోయిందంటే, ఆమె ఒక వారం పాటు మంచం మీద ఉండాల్సొచ్చింది.' అన్నాడు.

ఆ అబ్బాయి పూర్తిగా సంతృప్తి కలగలేదు. అందుకని తన తల్లి దగ్గరికి వెళ్ళాడు. 'చెప్పమ్మా' అని అడిగాడు, 'నువ్వెలా పుట్టావు, నేనెలా పుట్టాను?'

అతని తల్లి అతనికి అదే కథ చెప్పింది. చివరిగా, చక్కని విషయాలను విన్నాలనుకొని అతను తన తాత దగ్గరికి వెళ్ళాడు. 'చెప్పండి తాతయ్యా,' అన్నాడు. 'మీరెలా పుట్టారు, మీ కూతురెలా పుట్టింది?' ఇక మూడోసారి అతనికి సరిగ్గా అదే కథ చెప్పబడింది.

ఆరోజు రాత్రి అతను తన డైరీలో ఇలా రాశాడు: 'జాగ్రత్తగా విచారించిన తరువాత, గత మూడు తరాలుగా మా కుటుంబంలో లైంగిక సంపర్కం జరగట్టేదని తెలిపోయింది!'

నాకు చెయ్యాల్సిన పని ఇంకా ఉంది. అప్పుడే మధ్యాహ్నం మూడైంది.

నీ, ఆన్ ఎం ఫ్రాంక్

పి.ఎస్. కొత్త పనమ్మాయి గురించి ప్రస్తావించానని అనుకుంటున్నాను కాబట్టి చెప్పున్నాను. ఆమెకి పెళ్ళైంది, అరవై ఏళ్ళ వయసు, వినికిడి లోపం! చాలా పోయి, అజ్ఞాతంలో ఉన్న ఎనిమిది మంది వ్యక్తులు చేసే గోల దష్ట్యా.

ఓ, కిట్, వాతావరణం మనోహరంగా ఉంది. నేనే కనుక బయటికి వెళ్ళగలిగితే!

203

బుధవారం, మే 10, 1944

ప్రియమైన కిట్టి,

నిన్న మధ్యాహ్నం అటక మీద మేము ఫ్రెంచ్ నేర్చుకుంటున్నాం. అకస్మాత్తుగా నా వెనుకవైపు నీళ్ళు చిమ్ముతున్న శబ్దం విన్నాను. అదేంటని పీటర్ని అడిగాను. అతను సమాధానం ఇవ్వకుండా పైలాటక మీదికి దూసుకెళ్ళాడు. అక్కడొక విపత్కర దశ్యం చూశాడు. తడిగా ఉన్న తన లిట్టర్ బాక్స్ (మలమూత్రాలకి ఉపయోగించేది) పక్కన కూర్చొని ఉన్న మౌస్చిని సరైన స్థలానికి తోసేశాడు. తరువాత కీచుగా అరుపులు, కేకలు వినిపించాయి. అప్పటికి మౌస్చి మూత్ర విసర్జన పూర్తి చేసేసి మెట్ల గుండా కిందికి వెళ్ళిపోయింది. మౌస్చి తన పెట్టెలాంటిది ఇంకొకదాని కోసం వెతుకుతూ, సరిగ్గా నేల మీద ఉన్న పగుళ్ళ మీద పేర్చిన చెక్క పలకల మీద నిలబడింది. వెంటనే ఆ మూత్రం మేమున్న అటకలోకి కారింది. అదృష్టం కొద్దీ బంగాళదుంపల పీపా పక్కన పడింది. చిన్న చిన్న పసుపురంగు చుక్కలు పైకప్పు నుంచి కారుతూ, అటకలోని నేలలో కూడా పగుళ్ళు ఉండడంతో, కింద భోజనాల బల్ల మీదికి కారాయి... మేజోళ్ళు, పుస్తకాల మధ్య.

నేను పొట్ట చెక్కలయ్యేలా నవ్వాను. ఆ దశ్యం చాలా తమాషాగా అనిపించింది. ఒక కుర్చీ కింద మౌస్చి, చేతిలో నీళ్ళు, బ్లీచ్ పొడి, గుడ్డతో పీటర్, అందరినీ శాంతింపచేయడానికి ప్రయత్నిస్తున్న మిస్టర్ వాన్ డాన్. గబినీ వెంటనే చక్కబెట్టేశారు కానీ పిల్లి మూత్రం వల్ల గదంతా కంపుకొడుతుందన్న నిజం అందరికీ తెలిసింది. బంగాళదుంపలు కూడా దాని నిరూపించాయి, చెక్క పలకలు కూడా. వాటిని (చెక్కలని) నాన్న ఒక బకెట్లో పెట్టుకొని, కాల్చేయడానికని కిందికి తీసుకొచ్చారు.

పాపం మౌస్చీ! నీ పెట్టె కోసం మన్ను దొరకడం ఎంత అసాధ్యమో నీకేలా తెలుస్తుంది?

ఆన్

గురువారం, మే 11, 1944

ప్రియమైన కిట్టి,

నిన్ను నవ్వించే కొత్త నాటిక:

పీటర్ జుట్టు కత్తిరించాల్సివచ్చింది. ఎప్పటిలాగే వాళ్ళ అమ్మే హెయిర్ డ్రెస్సర్. ఏడు ఇరవై ఐదుకి పీటర్ తన గదిలోకి మాయమై ఏడున్నర కొట్టగానే నీలిరంగు ఈత నిక్కరు, టెన్నిస్ బూట్లలో మళ్ళీ కనిపించాడు.

'వస్తున్నావా?' వాళ్ళ అమ్మని అడిగాడు.

'ఆడ, ఒక్క నిమిషంలో వచ్చేస్తాను కానీ కత్తెర కనిపించడం లేదు!'

పీటర్ ఆమెకి వెతకటంలో సహాయం చేద్దామని ఆమె సౌందర్య సాధనాల సారుగులో వెతకసాగాడు. 'అదంతా గందరగోళం చేయద్దు, పీటర్' అని ఆమె గొణిగింది.

పీటర్ జవాబు నాకు వినిపించలేదు కానీ అది దురుసుమాట అయ్యుండాలి. ఎందుకంటే ఆమె అతని జబ్బని గట్టిగా పట్టుకుంది. అతను తిరిగి ఆమె జబ్బని పట్టుకున్నాడు. ఆమె తన శక్తికొద్దీ అతన్ని గుద్దింది. అప్పుడు పీటర్ వెక్కిరింతగా భయం నటిస్తూ తన చేతిని లాగేసుకున్నాడు. 'ఓయ్, ముసలి అమ్మాయి!' అన్నాడు.

మిసెస్ వాన్ డి ఆగిపోయింది. పీటర్ ఆమె రెండు చేతుల మణికట్లు పట్టుకొని లాగుతూ గది అంతా తిప్పాడు. ఆమె నవ్వింది, అరిచింది, తిట్టింది, తన్నింది కానీ లాభం లేకపోయింది. పీటర్ తన ఖైదీని అటకమీదికెళ్ళే మెట్టు వరకు నడిపించాడు. అక్కడ అతను ఆమెని విడిచిపెట్టాల్సొచ్చింది. మిసెస్ వాన్ డి మళ్ళీ గదిలోకొచ్చి పెద్దగా నిట్టూరుస్తూ కుర్చీలో కూలబడిపోయింది.

'డై ఎంటురంగ్ డెర్ మటర్,'[31] అని నేను హాస్యమాడాను.

'అవును, కానీ వాడు నన్ను బాధపెట్టాడు.' అన్నదామె.

నేను ఆమె చేతులు చూసి ఎర్రగా ఉన్న ఆమె మణికట్లని నీళ్ళతో చల్లబరిచాను. పీటర్ ఇంకా మెట్టు దగ్గరే ఉన్నాడు. మళ్ళీ అసహనం పెరగడంతో, సింహాన్ని లొంగదీసేవాడిలాగా బెల్టు చేతిలో పట్టుకొని గదిలోకొచ్చాడు. మిసెస్ వాన్ కదలలేదు కానీ రుమాలు కోసం వెతుకుతూ తన రాసుకొనే బల్ల దగ్గరే ఉండిపోయింది. 'నువ్వే ముందు క్షమాపణ చెప్పాలి.' అన్నాడు.

'సరే, నేను క్షమాపణ కోరుతున్నాను. ఎందుకంటే, నేనలా చేయకపోతే మనం అర్ధరాత్రి వరకు ఇక్కడే ఉంటాం.' అన్నదామె.

తనకి ఇష్టం లేకపోయినప్పటికీ మిసెస్ వాన్ డి నవ్వాల్సొచ్చింది. మాకు వివరణ ఇవ్వాల్సిన అవసరం ఉండదనుకుంది. అందుకని ఆమె లేచి తలుపు వైపుకి వెళ్ళింది. (మాకు అంటే నా ఉద్దేశం నాన్న, అమ్మ, నేను. మేమప్పుడు శుభ్రం చేసే పనిలో ఉన్నాం.) 'ఇంట్లో ఉండగా వాడెప్పుడూ ఇలా ఉండేవాడు కాదు,' ఆమె చెప్పింది. 'నేను వాణ్ణి బెల్టుతో ఎంత గట్టిగా కొట్టి ఉండేదాన్నంటే, వాడు కిందికి పరిగెత్తేవాడు (!). ఇంత దురుసుగా ఎప్పుడూ లేదు. డాక్కూనే పరిస్థితి రావడం వాడికిది మొదటిసారి కాదు. ఆధునిక పెంపకం, ఆధునిక పిల్లలతో మనకి లభించేది ఇదే. నేనెప్పటికీ మా అమ్మని అలా లాగి ఉండేదాన్ని కాదు. మీరు మీ తల్లితో అలా ప్రవర్తించారా, మిస్టర్ ఫ్రాంక్?' ఆమె చాలా కలతపడింది. ముందుకి వెనక్కి నడుస్తూ, చెప్పాలనిపించిందంతా చెప్పసాగింది. ఆమె ఇంకా మేడమీదికి వెళ్ళలేదు. చివరికి, చాలాసేపటి తరువాత, ఆమె నిష్క్రమించింది.

ఐదు నిముషాల లోపే ఆమె కిందికి దూసుకొచ్చింది. ఆమె బుగ్గలు ఉబ్బిపోయి ఉన్నాయి. కుర్చీ మీద తన ఆప్రాన్ విసిరేసింది. పని పూర్తైందా అని నేను అడిగితే, తను కిందికి వెళ్తున్నానని సమాధానం ఇచ్చింది. సుడిగాలిలా కిందికి దూసుకెళ్ళింది, బహుశా నేరుగా తన పుట్టి (మిస్టర్ వాన్ డాన్) చేతుల్లో పడిపోవడానికేమో.

ఎనిమిది వరకు మళ్ళీ పైకి రాలేదు. ఈసారి తన భర్తతో వచ్చింది. పీటర్ని అటక మీది నుంచి లాగి, కనికరం లేకుండా అరిచారు, తిట్ల వర్షం కురిపించారు: మర్యాద లేని ఎందుకూ పనికిరాని పిల్లవాడు, చెడుకి నిదర్శనం, ఆన్ ఇది, మార్గ్రెట్ అది, మిగిలినవి నాకు వినిపించలేదు.

ఈరోజ మళ్ళీ అంతా శాంతంగా అనిపించింది!

సీ. ఎన్ ఎం ఫ్రాంక్

పిఎస్. మంగళవారం, బుధవారం సాయంత్రం మా ప్రియతమ రాణి దేశాన్ని ఉద్దేశించి ప్రసంగించారు. ఆమె విశ్రాంతి కోసం యాత్రకి వెళ్తున్నారట. అందువల్ల నెదర్లాండ్స్ కి ఆరోగ్యంగా తిరిగొస్తారట. 'త్వరలో, నేను హాలండ్ కి తిరిగి వచ్చినప్పుడు', 'వేగంగా విముక్తి', 'వీరత్వం', 'భారమైన బాధ్యతలు' వంటి మాటలని ఆమె ఉపయోగించారు.

---

[31] 'ద ఆబ్డక్షన్ ఆఫ్ మదర్' (అమ్మ అపహరణ) అనేది మొజార్ట్ రూపొందించిన ఒపెరా 'ద ఆబ్డక్షన్ ఫ్రమ్ ద సెరాల్యొ'ని గుర్తుతెస్తుంది.

ఆ తరువాత ప్రధాని గెర్బ్రండి ప్రసంగించారు. ఆయన గొంతు ఎంత కీచుగా చిన్నపిల్లవాడి గొంతులా ఉందంటే, అమ్మ అప్రయత్నంగా 'ఈ...ష్' అంది. మిస్టర్ ఎడెల్ గొంతుని అరువు తెచ్చుకున్న ఒక మతాధికారిలాగా...యూదులను, నిర్బంధ శిబిరాల్లో, జైళ్లలో ఉన్నవాళ్లందరినీ, ఇంకా జర్మనీలో పనిచేస్తున్న ప్రతి ఒక్కరినీ జాగ్రత్తగా చూసుకోవాలని దేవుడిని కోరుకుంటూ ముగించారు.

గురువారం, మే 11, 1944

ప్రియమైన కిట్టీ,

నా మొత్తం 'జంక్ బాక్స్' (అన్నిరకాల వస్తువులుండే డబ్బా)ని ఫౌంటెన్ పెన్నుతో సహా మేడ మీద వదిలేశాను. పెద్దవాళ్లు మధ్యాహ్నం పడుకొనే సమయంలో (రెండున్నర వరకు) ఇబ్బంది పెట్టడానికి వీల్లేదు కాబట్టి, నువ్వు పెన్సిల్‌తో రాసిన ఉత్తరంతో సరిపెట్టుకోవాలి.

నేనిప్పుడు చాలా పని హడావుడిలో ఉన్నాను. వింతగా అనిపిస్తుందేమో కానీ నేను చేయాల్సిన పనులన్నీ పూర్తి చేయడానికి కావలసిన సమయం లేదు. నేను ఏమేం చేయాలో క్లుప్తంగా నీకు చెప్పనా? సరే మరి, రేపటి లోపల గెలీలియో గెలీలీ జీవిత చరిత్ర మొదటి భాగం చదవడం ముగించాలి. ఎందుకంటే దాన్ని లైబ్రరీకి తిరిగివ్వాలి. నిన్న అది చదవడం మొదలుపెట్టాను. 320 పేజీల్లో 220 వరకు చదివేశాను కాబట్టి మిగతాది లాగేస్తాను. వచ్చే వారం పాలస్టీన్ ఎట్ ద క్రాస్ రోడ్స్, ఇంకా గెలీలీ రెండవ భాగం చదవాలి. దానికి తోడు, నిన్న ఐదవ చార్లెస్ చక్రవర్తి జీవిత చరిత్ర మొదటి సంపుటి చదవడం పూర్తి చేశాను. నేను సేకరించిన అనేక వంశపారంపర్య పటాలు, రాసుకున్న వివరాలకి సంబంధించి చెయ్యాల్సిన పని ఇంకా ఉంది. ఆ తరువాత నా వివిధరకాల పుస్తకాల నుంచి మూడు పేజీల తెలియని పదాలున్నాయి. అవన్నీ రాసి, కంఠస్థం చేసి, గట్టిగా చదవాలి. నాల్గవది: నా సినీతారలు భయంకరమైన గందరగోళంలో ఉన్నారు, క్రమబద్ధీకరించాల్సిన అవసరం చాలా ఉంది. కానీ దానికి చాలా రోజులు పడుతుంది కాబట్టి, ప్రైగ ప్రొఫెసర్ ఆన్ ఇప్పటికే చెప్పినట్టుగా ఊపిరి సలపనంత పనిలో మునిగిపోయి ఉంది కాబట్టి, వాళ్లు కొంతకాలం గందరగోళాన్ని భరించాలి. ఇంకా థియస్, ఈడిపస్, పీలియస్, ఆర్ఫియస్, జేసన్, హెర్క్యులెస్ అందరూ చిక్కు నుంచి విడివడటానికి ఎదురుచూస్తున్నారు. ఎందుకంటే వాళ్లు చేసే పనులన్నీ దుస్తుల్లోని రంగురంగుల దారాల్లా నా మనసులో అటూయిటూ తిరుగుతున్నాయి. మైరాస్, ఫిడియాస్ మీద కూడా అత్యవసరంగా శ్రద్ధ పెట్టాల్సిన అవసరం ఉంది. లేకపోతే అవి నా పథకంలో ఎలా ఇముడుతాయో పూర్తిగా మరిచిపోతాను. 'సెవెన్ ఇయర్స్ వార్', 'నైన్ ఇయర్స్ వార్' కి కూడా ఇదే వర్తిస్తుంది. ఇప్పుడేమో అన్నిటినీ కలిపేస్తున్నాను. మరి, నాకున్నటువంటి జ్ఞాపకశక్తితో ఎవరైనా ఇంకేం చేయగరు! ఇప్పుడే ఇలా ఉంటే నాకు ఎనభై ఏళ్లొచ్చేసరికి ఎంత మతిమరుపు వచ్చేస్తుందో ఊహించుకో!

ఆఁ, ఇంకొక విషయం. ద బైబిల్. స్నానం చేస్తున్న సుసన్నా కథ వరకు రావడానికి నాకెంత సమయం పడుతుంది? సొడోమ్, గొమొర్రా అంటే ఏంటి? అబ్బో, తెలుసుకోవడానికి, నేర్చుకోవడానికి ఇంకా చాలా ఉంది. ఇంతలో ఫార్లెట్ ఆఫ్ ద పాలటీన్స్‌ని మధ్యలోనే విడిచిపెట్టేశాను.

కిట్టీ, నేను చాలా పనులతో నిండా మునిగి ఉండటం చూస్తున్నావు కదా?

ఇప్పుడిక వేరే విషయం. జర్నలిస్టు కావాలని, ఆ తరువాత ప్రసిద్ధ రచయిత్రి కావాలన్నదే నా గాఢమైన కోరిక అని నీకు చాలా కాలంగా తెలుసు. ఈ గొప్ప భ్రమలు (లేదా భ్రమని నిరూపించబడినవి!) ఎప్పటికైనా నిజమవుతాయో లేదో వేచి చూడాలి. కానీ ఇప్పటివరకు నా దగ్గర అంశాలకి కొరత లేదు.

ఏదేమైనా, యుద్ధం తరువాత ద సీక్రెట్ అనెక్స్ అనే పుస్తకాన్ని ప్రచురించాలనుకుంటున్నాను. విజయం సాధిస్తానో లేదో ఇంకా చూడాలి. కానీ నా డైరీ దానికి ఆధారంగా ఉపయోగపడుతుంది.

నేను 'కేడీ లైఫ్' కూడా పూర్తి చేయాల్సి ఉంది. మిగిలిన కథ క్రమాన్ని ఆలోచించి పెట్టాను. శానిటోరియంలో (ఆరోగ్య కేంద్రం) నయమైన తరువాత, కేడీ ఇంటికెళ్ళిపోయి హాన్స్‌కి ఉత్తరాలు రాయడం కొనసాగిస్తుంది. అది 1941. హాన్స్ నాజీ సానుభూతిపరుడని తెలుసుకోవటానికి ఆమెకి ఎక్కువ సమయం పట్టదు. యూదుల దుస్థితి, ఇంకా తన స్నేహితురాలు మరియాన్ దుస్థితి గురించి కేడీ తీవ్రంగా ఆందోళన పడుతుంది. అందువల్ల వాళ్ళ మధ్య దూరం పెరగడం మొదలవుతుంది. వాళ్ళు మళ్ళీ కలుసుకుంటారు కానీ హాన్స్ ఇంకొకమ్మాయిని కోరుకున్నప్పుడు విడిపోతారు. కేడీ మనసు ముక్కలవుతుంది. ఆమె మంచి ఉద్యోగం కావాలనుకుంటుంది కాబట్టి నర్సింగ్ చదువుతుంది. డిగ్రీ తరువాత వాళ్ళ నాన్న స్నేహితులు అడిగారని స్విట్జర్లాండ్‌లోని టీబీ శానిటోరియంలో నర్సుగా పనిచేయడానికి ఒప్పుకుంటుంది. తనకి మొదటిసారి సెలవొచ్చినప్పుడు కోమో సరస్సు చూడటానికి వెళ్తుంది. అక్కడ ఆమెకి హాన్స్ కనిపిస్తాడు. రెండు సంవత్సరాల క్రితం తను కేడీ తరువాత కలిసిన అమ్మాయిని పెళ్ళి చేసుకున్నానని, కానీ తన భార్య కుంగుబాటుతో ప్రాణం తీసుకుందని అతను చెప్తాడు.

ఇప్పుడు తన చిన్నారి కేడీ మళ్ళీ కనిపించింది కాబట్టి ఆమెని తను ఎంతగా ప్రేమిస్తున్నాడో గుర్తిస్తాడు. తనని పెళ్ళి చేసుకోమని మరోసారి అడుగుతాడు. కేడీ అతన్ని ఎప్పటిలాగే ప్రేమించినా కూడా, నిరకరిస్తుంది. ఒప్పుకోవడానికి ఆమెకి అహం అడ్డుపడుతుంది. హాన్స్ వెళ్ళిపోతాడు. కొన్ని సంవత్సరాల తరువాత, అతను అనారోగ్యంతో పోరాడుతూ ఇంగ్లండ్‌లో ఉన్నాడని తెలుసుకుంటుంది.

ఇరవై ఏడేళ్ళ వయసులో కేడీ, సైమన్ అనే ఒక డబ్బున్న వ్యక్తిని పెళ్ళి చేసుకుంటుంది. క్రమంగా ఆమె అతన్ని ప్రేమించసాగింది కానీ హాన్స్‌ని ప్రేమించినంతగా కాదు. ఆమెకి లిలియాన్, జూడిత్ అనే ఇద్దరు కూతుళ్ళు, నికో అనే కొడుకు ఉన్నారు. ఆమె, సైమన్ కలిసి సంతోషంగా ఉంటారు కానీ, ఒకరోజు రాత్రి హాన్స్‌ను వీడ్కోలు పలికినట్టుగా ఆమె కలగనేవరకు హాన్స్ ఆమె మనసులోనే ఉంటాడు.

ఇదేదో భావోద్వేగంతో కూడిన అర్థంలేని కథ కాదు. ఇది నాన్న జీవిత కథ ఆధారంగా రాసినది.

సీ. ఆన్. ఎం. ఫ్రాంక్

శనివారం, మే 13, 1944

నా ప్రియమైన కిట్టి,

నిన్న నాన్న పుట్టినరోజు, నాన్న, అమ్మ పంతొమ్మిదో పెళ్ళిరోజు, పనమ్మాయి లేని రోజు...1944లో ఇంతకు ముందెప్పుడూ ప్రకాశించనట్టుగా సూర్యుడు ప్రకాశిస్తున్నాడు. మా చెస్ట్ నట్ చెట్టు పూర్తిగా వికసించింది. అది ఆకులతో నిండిపోయి, పోయినేడాది కంటే చాలా అందంగా ఉంది.

నాన్న లిన్నేయస్ జీవితచరిత్ర పుస్తకం మిస్టర్ క్లైమాన్ నుంచి, ప్రకృతి గురించిన ఒక పుస్తకాన్ని మిస్టర్ కగ్లర్ నుంచి, 'ద కెనాల్స్ ఆఫ్ ఆమ్‌స్టర్‌డాం' డస్సెల్ నుంచి, బాగా పెద్దదిగా ఉన్న ఒక పెట్టిని వాన్ డాన్ నుంచి అందుకున్నారు. (దాన్ని ఎంతో అందంగా రంగు కాగితాల్లో చుట్టి ఇచ్చారు కాబట్టి ఆ పని ఒక ప్రొఫెషనల్ చేశారేమో అనిపిస్తోంది). అందులో మూడు గుడ్లు, ఒక సీసా బీర్, పెరుగు జాడీ, ఇంకా ఆకుపచ్చ రంగు టై ఉన్నాయి. దానిముందు మేమిచ్చిన బెల్లం పాకంలో ఉన్న కూజా చాలా చిన్నదిగా అనిపించింది. మియెప్, బెప్ ఇచ్చిన ఎర్రటి కార్నేషన్ పువ్వులతో పోలిస్తే నా గులాబీల వాసన అద్భుతం

అనిపించింది. అంతా కలిసి నాన్న మీద ప్రేమ కురిపించేశారు. సిమోన్స్ బేకరీ నుంచి యాఖై బిస్కెట్లు వచ్చాయి, రుచికరమైనవి! నాన్న మాకు మసాలా కేకు, పురుషులకి బీర్, ఆడవాళ్ళకి పెరుగు ఇచ్చారు. అన్నిటి రుచీ అద్భుతమే!

సీ, ఆన్ ఎం ఫ్రాంక్

మంగళవారం, మే 16, 1944

నా ప్రియమైన కిట్టి, కేవలం మార్పు కోసం (చాలాకాలం వీటి గురించి మాట్లాడుకోలేదు కాబట్టి) నిన్న రాత్రి మిస్టర్ మరియు మిసెస్ వాన్ డి. మధ్య జరిగిన ఒక చిన్న చర్చని వివరిస్తాను:

మిసెస్ వాన్ డి.: 'అట్లాంటిక్ గోడని దఢపరిచడానికి జర్మనీవారికి చాలా సమయం ఉంది. వాళ్ళు బ్రిటిషువారిని నిలువరించడానికి ఖచ్చితంగా తమకి చేతనైనందంతా చేస్తారు. జర్మన్లు ఎంత బలంగా ఉన్నారో చూస్తే అద్భుతం అమనిపిస్తుంది!'

మిస్టర్ వాన్ డి.: 'ఓహ్, అవును, అద్భుతమే!'

మిసెస్ వాన్ డి: 'అవును!'

మిస్టర్ వాన్ డి.: 'వాళ్ళు చాలా బలంగా ఉన్నారు, చివరికి వాళ్ళే యుద్ధంలో గెలుస్తారు. నీ ఉద్దేశ్యం అదేనా?'

మిసెస్ వాన్ డి.: 'గెలవచ్చు. వాళ్ళు గెలవరన్న మాట నేను నమ్మలేను.'

మిస్టర్ వాన్ డి.: 'దీనికి నేను సమాధానం కూడా చెప్పను.'

మిసెస్ వాన్ డి.: 'ఎప్పుడూ మీదే చివరి మాట. ప్రతిసారీ మీరన్నదే నిజమంటారు.'

మిస్టర్ వాన్ డి.: 'లేదు, నేనలా చెయ్యను. నేనెప్పుడూ చాలా మితంగా సమాధానాలిస్తాను.'

మిసెస్ వాన్ డి.: 'కానీ మీ దగ్గర ఎప్పుడూ సమాధానం ఉంటుంది, ఎప్పుడూ మీరు చెప్పిందే సరి! మీ అంచనాలు ఎప్పుడూ నిజం కావని మీకు తెలును!'

మిస్టర్ వాన్ డి.: 'ఇప్పటివరకు నిజమే అయ్యాయి.'

మిసెస్ వాన్ డి.: 'లేదు, అవ్వలేదు. దాడి పోయినేడే జరుగుతుందని, ఫిన్స్ ఈపాటికి యుద్ధం నుంచి తొలగిపోయి ఉంటారని, మొన్న చలికాలంలోనే ఇటలీ ప్రచారం ముగిసిపోవాల్సిందని, రష్యన్లు ఇప్పటికే లంబెర్గ్ ను స్వాధీనం చేసుకుంటారని చెప్పారు. ఓ? మీ అంచనాలని నేను పెద్దగా నమ్మను.'

మిస్టర్ వాన్ డి. (ఒక్క ఉదుటన లేసు): 'కాస్త మార్పు కోసం నోరు మూసుకోకూడదా? ఎవరు చెప్పింది సరైనదో నిరూపిస్తాను. నన్ను పొడిచి పొడిచి ఏదోక రోజు అలసిపోతావు. నీ నిష్ఠూరాలు ఇంకొక్క నిమిషం కూడా భరించలేను. చూస్తూ ఉండు. ఒకరోజు నీ మాటలు నువ్వే వెనక్కి తీసుకోనేలా చేస్తాను!'

(మొదటి సన్నివేశం ముగిసింది)

నిజంగా, నవ్వుకోలేకపోయాను. అమ్మ కూడా. పీటర్ కూడా నవ్వకుండా ఉండటానికి పెదాలు కొరుక్కోసాగాడు. ఓహ్, ఆ తెలివితక్కువ పెద్దలు. యువతరం గురించి ఎన్నెన్నో వ్యాఖ్యలు చేసే ముందు వాళ్ళు కొన్ని విషయాలు నేర్చుకోవాలి!

శుక్రవారం నుంచి మళ్ళీ రాత్రిపూట కిటికీలు తెరిచే ఉంచుతున్నాం.

సీ, ఆన్ ఎం ఫ్రాంక్

మా అనెస్ కుటుంబానికి ఆసక్తి కలిగించేవి
(కోర్సులు, చదివే విషయాల మీద ఒక పద్ధతి ప్రకారం చేసిన సర్వే)

మిస్టర్ వాన్ డాన్: ఏ కోర్సులు లేవుబీ నౌర్ యొక్క ఎన్సైక్లోపీడియా, లెక్సికాన్‌లోని చాలా సమాచారం చదువుతారుబీ డిటెక్టివ్ కథలు, వైద్య పుస్తకాలు మరియు ఉత్తేజాన్ని కలిగించే లేదా చిన్నగా ఉండే ప్రేమ కథలు చదవడానికి ఇష్టపడతారు.

మిసెస్ వాన్ డాన్: ఆంగ్లంలో దూరవిద్య కోర్సుబీ జీవిత చరిత్ర ఆధారంగా రాసిన నవలలు, అప్పుడప్పుడు ఇతర రకాల నవలలు చదవడానికి ఇష్టపడతారు.

మిస్టర్ ఫ్రాంక్: ఆంగ్లం నేర్చుకుంటున్నారు (డికెన్స్!), కొంచెం లాటిన్ కూడా. ఎప్పుడూ నవలలు చదవరు కాని మనుషులు మరియు ప్రదేశాల యొక్క గంభీరమైనవి, అలంకారాలు అంతగా లేని వర్ణనలని ఇష్టపడతారు.

మిసెస్ ఫ్రాంక్: ఆంగ్లంలో దూరవిద్యా కోర్సుబీ డిటెక్టివ్ కథలు తప్ప అన్నీ చదువుతారు.

మిస్టర్ డస్సెల్: ఆంగ్లం, స్పానిష్ మరియు డచ్ నేర్చుకుంటున్నారు. అయినా ఫలితాలు పెద్దగా కనబడలేదుబీ అన్నీ చదువుతారుబీ ఎక్కువమంది అభిప్రాయమే ఆయన అభిప్రాయం.

పీటర్ వాన్ డాన్: ఆంగ్లం, ఫ్రెంచ్, డచ్ భాషల్లో దూరవిద్యా కోర్సులు, ఇంగ్లిష్ మరియు జర్మన్ భాషల్లో సంక్షిప్తలిపి, ఇంగ్లిష్‌లో కమర్షియల్ కరస్పాండెన్స్, చెక్క పని, ఆర్థిక శాస్త్రం మరియు కొన్నిసార్లు గణితం నేర్చుకుంటున్నారుబీ అరుదుగా చదువుతారు, కొన్నిసార్లు భౌగోళిక విషయాలు చదువుతారు.

మార్గోట్ ఫ్రాంక్: ఇంగ్లిష్, ఫ్రెంచ్ మరియు లాటిన్ భాషలలో కరస్పాండెన్స్ కోర్సులు, ఆంగ్లం, జర్మన్ మరియు డచ్ భాషల్లో సంక్షిప్తలిపి, ట్రిగనామెట్రీ, సాలిడ్ జ్యామెట్రీ, మెకానిక్స్, భౌతిక శాస్త్రం, రసాయన శాస్త్రం, బీజగణితం, జ్యామెట్రీ, ఆంగ్ల సాహిత్యం, ఫ్రెంచ్ సాహిత్యం, జర్మన్ సాహిత్యం, డచ్ సాహిత్యం, పుస్తకాలు దాచుకోవడం, భౌగోళిక శాస్త్రం, ఆధునిక చరిత్ర, జీవశాస్త్రం, ఆర్థిక శాస్త్రంబీ అన్నీ చదువుతుంది, ముఖ్యంగా మతం మరియు వైద్యం గురించి.

ఆన్ ఫ్రాంక్: ఫ్రెంచ్, ఆంగ్లం, జర్మన్ మరియు డచ్ భాషల్లో సంక్షిప్తలిపి, జ్యామెట్రీ, బీజగణితం, చరిత్ర, భౌగోళిక శాస్త్రం, కళల చరిత్ర, పురాణాలు, జీవశాస్త్రం, బైబిల్ చరిత్ర, డచ్ సాహిత్యంబీ జీవిత చరిత్రలు, అవి నిస్తేజంగా అనిపించినా, ఉత్తేజకరంగా అనిపించినా చదువుతుంది. ఇంకా, చరిత్ర పుస్తకాలు. (కొన్నిసార్లు నవలలు మరియు సరదాగా చదవటం)

శుక్రవారం, మే 19, 1944

ప్రియమైన కిట్టి,

నిన్న నా ఒళ్ళు పుచ్చిపోయినట్టు అనిపించింది. అరవడం (నేనే అందరినీ!), తలనొప్పి, కడుపు నొప్పి, ఇంకా నువ్వు ఊహించగలిగేది ఏదైనా. ఈరోజు బాగానే ఉన్నాను. విపరీతమైన ఆకలితో ఉన్నాను. అయినా రాత్రి భోజనంలో తినాల్సిన బ్రౌన్ బీన్స్ తినకుండా వదిలేస్తా.

పీటర్‌కి, నాకు మధ్య అంతా బాగానే ఉంది. పాపం ఆ అబ్బాయికి నాకన్నా చాలా ఎక్కువ సున్నితత్వం, ఆప్యాయత అవసరం. అతను ఇప్పటికీ ప్రతి సాయంత్రం గుడ్-నైట్ ముద్దు అందుకున్నప్పుడు సిగ్గుపడతాడు. ఇంకొకటివ్వమని బతిమాలుకుంటాడు. నేను బోకీ ఒక మంచి ప్రత్యామ్నాయాన్ని, అంతేనా? అయినా ఫరవాలేదు. ఒకరు తనని ప్రేమిస్తున్నారని తెలిసి ఎంతో సంతోషిస్తున్నాడు.

చాలా శ్రమపడి జయించిన తరువాత, ఆ పరిస్థితి నుంచి నేను కొంచెం దూరంగా ఉంటున్నాను. అయినంత మాత్రాన నా ప్రేమ చల్లబడిందనుకోకు. పీటర్ నాకెంతో ప్రియమైనవాడు. కాని నేను నా

209

అంతరాత్మ తలుపు మూసేసాను. అతను ఎప్పుడైనా మళ్ళీ తాళాన్ని బద్దలు కొట్టాలనుకుంటే మాత్రం ఇంకా బలమైన గడపార ఉపయోగించాల్సి ఉంటుంది!

సీ, ఆన్ ఎం ఫ్రాంక్

శనివారం, మే 20, 1944

ప్రియమైన కిట్టీ,

నిన్న రాత్రి నేను అటక మీది నుంచి కిందికి వచ్చినప్పుడు, గదిలోకి ప్రవేశించిన క్షణమే, కార్నేషన్ పూల అందమైన వాజ్ పడిపోయి ఉండటం చూశాను. అమ్మ కింద కూర్చుని నీళ్ళు తుడుస్తోంది. మార్గోట్ నా నేల మీద నుంచి నా కాగితాలు ఎరుతోంది. 'ఏమైంది?' ఏం జరిగిందో ఊహిస్తూ ఆత్రంగా అడిగాను. వాళ్ళు బదులు చెప్పేలోగానే గదినంతా చూసి జరిగిన నష్టాన్ని అంచనా వేశాను. నా మొత్తం వంశవృక్షాల ఫోల్డర్, నా ఎక్సర్‌సైజ్ పుస్తకాలు, నా పాఠ్యపుస్తకాలు, అన్నీ తేలుతున్నాయి. నేను ఏడ్చినంత పనిచేశాను. నాకెంత బాధగా అనిపించిందంటే, ఇక జర్మన్ మాట్లాడటం మొదలుపెట్టాను. ఒక్కమాట కూడా గుర్తులేదు కానీ, మార్గోట్ చెప్పినదాని ప్రకారం ఏదో ఉనుబర్‌డెబ్బేర్, శాండెన్, స్కేక్లింగ్, ఎంట్సెట్జిచ్, నై జ ఎర్డెళ్ళ్,³² ఇంకా చాలా. నాన్న పగలబడి నవ్వడం మొదలుపెట్టారు. అమ్మ, మార్గోట్ అందులో శృతి కలిపారు. కానీ నాకు మాత్రం నేను చేసిన పనంతా, వివరంగా రాసుకున్నదంతా పోయినందుకు ఏడవాలనిపించింది.

కాస్త దగ్గరగా పరిశీలించాను. అదృష్టవశాత్తూ, ఆ 'లెక్కించలేనంత నష్టం' నేను ఊహించినంతగా లేదు. అటక మీద కూర్చొని అతుక్కొని ఉన్న కాగితాలని జాగ్రత్తగా వేరుచేసి, దండెం మీద ఆరేశాను. ఆ దృశ్యం ఎంత తమాషాగా అనిపించిందంటే, ఇక నేను కూడా నవ్వాల్సొచ్చింది. ఐదవ ఛార్లెస్, విలియం ఆఫ్ ఆరేంజ్, మేరీ ఆంటోనెట్ పక్కన మరియు డి మెడిసి.

'ఇది రాసెన్‌షాండ్³³ అని మిస్టర్ వాన్ డాన్ హాస్యమాడారు.

నా కాగితాల సంరక్షణ బాధ్యతని పీటర్‌కి అప్పగించిన తరువాత నేను తిరిగి కిందికెళ్ళాను.

'ఏ పుస్తకాలు పాడైపోయాయి?' వాటిని చూస్తున్న మార్గోట్‌ని అడిగాను. 'బీజగణితం' అని మార్గోట్ అన్నది. నా తలరాత కొద్దీ నా బీజగణిత పుస్తకం పూర్తిగా నాశనం కాలేదు. అది అసలు వాజ్‌లోనే పడిపోయింటే బాగుండేది. నేను ఇంతవరకు ఏ పుస్తకాన్నీ ఇంతగా అసహ్యించుకోలేదు. నాకన్నా ముందు అది ఎవరెవరి దగ్గర అది ఉండేదో ఆ ఇరవై మంది అమ్మాయిల పేర్లు ముఖచిత్రం లోపలివైపున్నాయి. అది పాతగా, పసుపు రంగులో, రాతలు, కొట్టివేతలు, పునశ్చరణలతో నిండి ఉంది. ఇంకొకసారి నాకు పిచ్చిగా ఉన్నప్పుడు ఇంత చండాలంగా ఉన్న ఆ పుస్తకాన్ని చింపి పోగులు పెడతాను!

సీ, ఆన్ ఎం ఫ్రాంక్

---

³²లెక్కించలేనంత నష్టం, భయంకరం, బాధాకరం, మళ్ళీ దొరకనివి.
³³జాతి స్వచ్ఛతకు అప్రతిష్ఠ.

సోమవారం, మే 22, 1944

ప్రియమైన కిట్టీ,

మే 20 న నాన్న పందెం ఓడిపోయి మిసెస్ వాన్ డాన్‌కి ఐదు జాడీల పెరుగు ఇవ్వాల్సొచ్చింది. దాడి ఇంకా ప్రారంభం కాలేదు. నేను తేలిగ్గా చెప్పగలను...అమ్మరామ్ అంతా, హోలండ్ అంతా, నిజానికి స్పెయిన్ వరకు ఉన్న యూరప్ పశ్చిమ తీరం మొత్తం పొద్దస్తమానం దాడి గురించి మాట్లాడుతున్నారని, చర్చలు జరుపుతున్నారని, పందెం వేస్తున్నారని, ఇంకా...ఆశిస్తున్నారని.

ఉత్కంఠ పతాకస్థాయికి చేరుకుంటోంది. ఏరకంగా చూసినా, 'మంచివాళ్ళు' అని మనం భావించే ప్రతి డచ్ వ్యక్తి బ్రిటిషవారి మీద విశ్వాసం ఉంచరని అనలేం. బ్రిటీమ్ బుకాయింపు ఒక నేర్పుతో కూడిన వ్యూహాత్మక చర్య అని అందరూ అనుకోవట్లేదు. ఓహ్, ప్రజలకి చేతలు కావాలి-గొప్ప, వీరోచిత పనులు చెయ్యడం కావాలి.

అందరూ సంకుచితంగా ఆలోచించేవారే. బ్రిటిషవారు తమ దేశం కోసం, సొంత ప్రజల కోసం పోరడుతున్నారనే వాస్తవాని గురించి ఎవరూ ఆలోచించరు. ప్రతి ఒక్కరూ కూడా వీలైనంత తొందరగా హోలండ్‌ని కాపాడటం ఇంగ్లండ్ బాధ్యత అనుకుంటున్నారు. మన పట్ల బ్రిటిషవారికి బాధ్యతేముంది? డచ్ వారు ఉదారమైన సహాయం ఆశిస్తున్నారన్నది స్పష్టం. కానీ అది పొందడానికి వాళ్ళు ఏం చేశారు? ఓహ్, లేదు. డచ్ వారు చాలా పొరబడ్డారు. బ్రిటిషవారు బుకాయిస్తున్నప్పటికీ, యుద్ధం జరగడానికి ప్రస్తుతం జర్మన్ల ఆక్రమణలో ఉన్న చిన్న పెద్ద దేశాలు ఎంత కారణమో అంతకన్నా పెద్ద కారణం బ్రిటిషవారు అంటూ నిందించలేం. బ్రిటిషవారు సాకులు చెప్పబోవట్లేదు. జర్మనీ మళ్ళీ ఆయుధాలు సమకూర్చుకుంటున్న కాలంలో బ్రిటీషవారు నిద్రపోతున్నారన్నది నిజమే. కానీ మిగతా దేశాలన్నీ, ముఖ్యంగా జర్మనీ సరిహద్దులో ఉన్నవి కూడా నిద్రపోయాయి. తమకి సరిరాని పరిస్థితుల పట్ల నిర్లక్ష్యం తగదని బ్రిటన్, మిగతా ప్రపంచం తెలుసుకున్నాయి. ఇప్పుడు వాటిలో ప్రతి ఒక్కటి, ముఖ్యంగా ఇంగ్లండ్, తన ఉష్ట్రపక్షి విధానికి (సమస్యని ఎదుర్కోనకుండా ఇసుకలో తల దాచుకొనే విధానానికి) భారీ మూల్యం చెల్లించాల్సి ఉంది.

కారణం లేకుండా ఏ దేశమూ తన మనుషులని త్యాగం చేయదు. అది కూడా, ఇంకొకరి ప్రయోజనాల కోసం. ఇందుకు బ్రిటన్ మినహాయింపేమీ కాదు. దండయాత్ర, విముక్తి, స్వేచ్ఛ ఏదో ఒక రోజున వస్తాయి. అయినా, ఆ వచ్చే సమయం ఎప్పుడన్నది బ్రిటన్ ఎంపిక చేస్తుంది, ఆక్రమణకి గురైన దేశాలు కాదు.

చాలామంది జనులు యూదుల పట్ల తమ వైఖరిని మార్చుకున్నారని విని మాకు చాలా దుఃఖం కలిగింది. మేము నిర్ఘాంతపోయాం. ఒకప్పుడు యూదుల పట్ల ద్వేషపూరిత ఆలోచనే లేని ప్రదేశాల్లో అది మొలకెత్తిందని తెలిసింది. ఈ వాస్తవం మా అందరిమీదా చాలా గాఢంగా ప్రభావం చూపిస్తోంది. ద్వేషానికి కారణం అర్థం చేసుకోవచ్చు. అది మానవ సహజం కావచ్చు. అయినా కూడా అది సరైనది మాత్రం కాదు. క్రైస్తవుల అభిప్రాయం ప్రకారం, వాళ్ళ రహస్యాలని యూదులు జర్మన్‌లకి చెప్పేస్తున్నారు. వాళ్ళ సహాయకుల చర్యలని ఖండిస్తూ భయంకరమైన శిక్షలకి గురి చేస్తున్నారు, ఇప్పటికే చాలా మందికి కలిగించినట్టుగా. ఇదంతా నిజమే. కానీ అన్ని విషయాల్లాగే, వాళ్ళు ఈ విషయాన్ని కూడా రెండు వైపుల నుంచి చూడాలి. క్రైస్తవులు మా స్థానంలో ఉంటే ఇందుకు భిన్నంగా ఏమైనా వ్యవహరిస్తారా? ఎవ్వరైనా సరే, యూదులా క్రైస్తవులా అన్న తేడా లేకుండా, జర్మన్ ఒత్తిడి నేపథ్యంలో మౌనంగా ఉండిపోగలరా? ఇది ఆచరణాత్మకంగా అసాధ్యమని అందరికీ తెలుసు. మరి యూదులు అసాధ్యమైన పని చేయాలని వాళ్ళెందుకు అంటున్నారు?

211

యుద్ధానికి ముందు పోలాండ్‌కి వలస వచ్చిన యూదులని ఇప్పుడు పోలాండ్‌కి పంపించారు. వాళ్ళు మళ్ళీ ఇక్కడికి తిరిగి రావడానికి అనుమతించకూడదని ఆజ్ఞాతంగా ఉన్న వర్గాల్లో చెప్పుకుంటున్నారు. వాళ్ళకి పోలాండ్‌లో ఆశ్రయం పొందే హక్కు అయితే ప్రసాదించారు కానీ హిట్లర్ పోయిన తర్వాత వాళ్ళు మళ్ళీ జర్మనీకి వెళ్ళిపోవాలని అంటున్నారు.

అది విన్నప్పుడు, ఈ సుదీర్ఘమైన, కష్టమైన యుద్ధాన్ని ఎందుకన్నా చేస్తున్నామా అనిపిస్తుంది. మేము స్వేచ్ఛ, సత్యం, న్యాయం కోసం పోరాడుతున్నామని మాతో ఎప్పుడూ అంటూ ఉంటారు! యుద్ధం ఇంకా ముగియను కూడా లేదు. అంతలోనే విభేదాలు ఏర్పడ్డాయి. యూదులని తక్కువస్తాయి మనుషులుగా చూస్తున్నారు. 'ఒక క్రైస్తవుడు చేసేదానికి అతను మాత్రమే బాధ్యుడు, కానీ ఒక యూదుడు చేసేది అందరు యూదుల మీద ప్రతిబింబిస్తుంది.' అన్న పాత సామెత లెక్కలేనన్నిసార్లు ధ్వనించబడింది. అది మళ్ళీ ఒకసారి ధ్వనించబడినందుకు చాలా విచారంగా ఉంది.

నిజం చెప్పాలంటే, మంచితనం, నిజాయితీ గల గౌరవనీయులైన ప్రజలున్న డచ్ దేశం మేము అలాంటి వాళ్ళమని ఎలా నిర్ణయించిందో నాకు అర్థం కావట్లేదు. మా మీద—అంటే, ప్రపంచంలోని అత్యంత అణగారినవాళ్ళు, దురదృష్టవంతులు, దయనీయమైన మనుషుల మీద.

నాక్కట్టే ఆశ ఉంది: ఈ యూదు వ్యతిరేకత అనేది కేవలం కొంతకాలమే ఉంటుంది. డచ్ వారు తమ నిజమైన స్వరూపాన్ని చూపిస్తారు. తమ మనసులకి న్యాయం అనిపించిన దాన్నుంచి ఎప్పటికీ పక్కకి జరగరు అని. ఎందుకంటే ఇది (యూదు వ్యతిరేకత) అన్యాయం!

వాళ్ళు కనుక ఈ భయంకరమైన ముప్పుని కొనసాగిస్తే, ఇప్పటికీ పోలాండ్‌లో మిగిలి ఉన్న అతి కొద్దిమంది యూదులు కూడా వెళ్ళిపోవాల్సి ఉంటుంది. మేము కూడా మూటలు భుజాలకేసుకొని, ఒకప్పుడు మమ్మల్ని దయతో దగ్గరికి తీసుకొని ఇప్పుడు మాకు వ్యతిరేకంగా మారిన ఈ అందమైన దేశం నుంచి దూరంగా వెళ్ళాల్సొస్తుంది.

నేను పోలాండ్‌ని ప్రేమిస్తున్నాను. నా సొంత దేశాన్ని కోల్పోయాను కాబట్టి ఇది నాకు పితృభూమి అవుతుందని ఒకప్పుడు ఆశపడ్డాను. ఇప్పటికీ ఆశపడుతున్నాను!

సీ, ఎన్ ఎం ఫ్రాంక్

గురువారం, మే 25, 1944

ప్రియమైన కిట్టి,

బెప్ నిశ్చితార్థం జరిగింది! మాలో ఎవ్వరూ ప్రత్యేకంగా సంతోషించకపోయినా, ఈ వార్త పెద్ద ఆశ్చర్యమేమీ కలిగించలేదు. బెర్ట్స్ మంచివాడు, స్థిరమైనవాడు, అథ్లెటిక్ యువకుడు కావచ్చు కానీ బెప్ అతన్ని ప్రేమించట్లేదు. అతన్ని పెళ్ళి చేసుకోవద్దని ఆమెకి నేను సలహా ఇవ్వడానికి ఈ కారణం చాలు.

బెప్ ప్రపంచంలో ఏదో సాధించాలని చూస్తోంది. బెర్ట్స్ ఏమో ఆమెని వెనక్కి లాగుతున్నాడు. అతను ఎటువంటి ఆసక్తులు లేని, తనను తాను నిరూపించుకోవాలనే కోరిక లేని ఒక కార్మికుడు. అది బెప్‌ని సంతోషపెడుతుందని అనుకోను. బెప్ ఎటూ నిర్ణయం తీసుకోలేని తన అనిశ్చితికి ముగింపు పలకాలనుకోవడం నేను అర్థం చేసుకోగలను. నాలుగు వారాల క్రితం అతన్ని తెంచుకుంది. కానీ అప్పుడామెకి పరిస్థితి ఇంకా ఘోరంగా అనిపించింది. అందువల్ల అతనికి ఉత్తరం రాసింది. ఇదుగో, ఇప్పుడామె నిశ్చితార్థం జరిగిపోయింది.

ఈ నిశ్చితార్థంలో అనేక కారణాలున్నాయి. మొదటిది, జబ్బుతో ఉన్న బెప్ తండ్రి. ఆయనకి బెర్ట్స్

212

అంటే చాలా ఇష్టం. రెండోది, ఆమె వోస్కుయిజ్ల్ అమ్మాయిల్లో పెద్దది. వాళ్ళ అమ్మ ఆమెని ముసలి పనిమనిషి అంటూ ఆటపట్టిస్తుంది. మూడోది, ఆమెకి ఈమధ్యే ఇరవై నాలుగేళ్ళు పూర్తయ్యాయి. అది బెప్ కి చాలా ముఖ్యమైన విషయం.

బెప్ కి బర్ట్స్ తో సంబంధం మాత్రమే ఉంటే బాగుండేదని అమ్మ అనింది. అది నాకు తెలీదు కానీ బెప్ ని చూస్తే జాలేస్తోంది. ఆమె ఒంటరితనాన్ని నేనర్థం చేసుకోగలను. ఏదేమైనా, బెర్ట్స్ ఎక్కడో దాక్కొని ఉన్నాడు లేదా అజ్ఞాతంలోకి వెళ్ళాడు కాబట్టి, యుద్ధం తరువాత వాళ్ళ పెళ్ళయ్యే అవకాశం ఉంది. అంతేకాకుండా, వాళ్ళ దగ్గర తమకంటూ ఒక్క పెన్నీ కూడా లేదు. పెళ్ళి దుస్తులు, నగలు కొనడానికి ఏమీ లేదు. బెప్ ముందున్న పరిస్థితి చూస్తే జాలిగా ఉంది. ఆమెకి అంతా మంచే జరగాలని మేమందరం కోరుకుంటున్నాం. ఆమె ప్రభావంతో బెర్ట్స్ మెరుగుపడతాడని లేదా ఆమెని గుర్తించి అభినందించే ఇంకొక వ్యక్తి దొరకాలని ఆశిస్తున్నాను!

సీ, ఆన్ ఎం ఫ్రాంక్

అదే రోజు

రోజూ ఏదో ఒకటి జరుగుతోంది. ఈరోజు పాద్రిన మిస్టర్ వాన్ పెన్ అరెస్టయ్యారు. ఆయన తన ఇంట్లో ఇద్దరు యూదులని దాచాడు. ఆయన అరెస్ట్ మాకు భారీ దెబ్బ...పాపం ఆ యూదులు మరోసారి అగాధం అంచుల మీద ఉన్నారనే కాదు, మిస్టర్ వాన్ పెన్ పరిస్థితి భయంకరంగా ఉందని కూడా.

ప్రపంచం తలక్రిందులైంది. చిన్నాపెద్దా, పేదాగొప్పా, అందరి మీదా అధమాధములు రాజ్యం చేస్తుండగా ఎంతో సంస్కారవంతులు నిర్బంధ గహాలకి, జైళ్ళకి, ఏకాంత గదులకి తరలింపబడుతున్నారు. ఒకరు నల్ల వ్యాపారం వల్ల, మరొకరు యూదులని లేదా ఇతర దురదృష్టకర ప్రాణులని దాచిపెట్టడం వల్ల పట్టుబడుతున్నారు. నాజీలైనవాళ్ళకి తప్ప మిగతావాళ్ళకి ఒకరోజు వెళ్ళి మరోరోజు వచ్చేలోపల తమకేం జరుగుబోతుందో వేరెవళ్ళకీ తెలీదు.

మిస్టర్ వాన్ పెన్ లేకపోవడం మాక్కూడా చాలా నష్టమే. బెప్ ఒక్కతే అన్ని బంగాళదుంపలని ఇక్కడికి మోసుకొని రాలేదు, అలా చేయకూడదు కూడా. కాబట్టి, వాటిని తక్కువగా తినడం ఒక్కటే మేము చేయగలిగేది. మా మనసులో ఏముందో నీకు చెప్తాను కానీ, అది ఖచ్చితంగా ఇక్కడి జీవితం మెరుగయ్యేలా చెయ్యదు. అల్పాహారం తినకుండా వదిలేద్దామని, భోజానికి గంజి, రొట్టెలు, రాత్రి భోజనంలోకి వేయించిన బంగాళదుంపలు తినాలని, వీలైతే, కూరగాయలు లేదా లెటూస్ వారానికి ఒక్కటెండుసార్లు తిందామని అమ్మ అంటోంది. ఇక ఉన్నదంతా అదే. మేము ఆకలితో ఉండబోతున్నాం. కానీ పట్టుబడటం కంటే దారుణం ఇంకొకటుండదు.

సీ, ఆన్ ఎం ఫ్రాంక్

శుక్రవారం, మే 26, 1944

నా ప్రియమైన కిట్టి,

చాలా, చాలా కాలం తరువాత కిటికీ చత్రానికున్న పగులుకి ఎదురుగా నా బల్ల దగ్గర నిశ్శబ్దంగా కూర్చొని నీకు చెప్పదలచుకున్న ప్రతిదాన్ని, ప్రతిదాన్ని రాయగలుగుతున్నాను.

కొన్ని నెలల్లో ఉన్నదానికంటే ఎక్కువ దయనీయంగా ఉన్నానని పిస్తోంది. చోరబాటు (బ్రేక్ ఇన్) తరువాత కూడా నా లోపలా, బయటా ఇంత దారుణంగా దెబ్బతిన్నట్టు నాకనిపించలేదు. ఒక వైపు

213

మిస్టర్ వాన్ పెన్, యూదుల సమస్య (దీని గురించి ఇంట్లో ప్రతి ఒక్కరూ వివరంగా చర్చించారు), దండయాత్ర (ఇదికూ చాలా దూరం ఉంది)లకు సంబంధించిన వార్తలు, భయంకరమైన ఆహారం, ఉద్రిక్తత, దయనీయ వాతావరణం, పీటర్ విషయంలో నాకు ఎదురైన నిరాశ ఉన్నాయి. మరోవైపు, బెప్ నిశ్చితార్ధం, విట్సన్ రిసెప్షన్, పువ్వులు, మిస్టర్ కుగ్లర్ పుట్టినరోజు, కేకులు, క్యాబరేలు, సినిమాలు, కచేరీల గురించిన కథలు ఉన్నాయి. (ఈ రెండిటి మధ్య) ఆ దూరం, ఆ అపారమైన దూరం ఎప్పుడూ ఉండనే ఉంది. ఒక రోజు మేము అజ్ఞాత జీవితంలోని హాస్యకోణాన్ని చూసి నవ్వుతున్నాం. ఆ మరుసటి రోజు (అలాంటి రోజులు చాలా ఉన్నాయి) భయపడతాం. భయం, ఉద్రిక్తత, నిరాశలని మా మొహాల్లో చదవచ్చు.

మియెప్, మిస్టర్ కుగ్లర్ మావి, ఇంకా అజ్ఞాతంలో ఉన్న వాళ్ళందరి బరువులు మోస్తున్నారు... మియెప్ తను చేసే ప్రతి పనిలో, మిస్టర్ కుగ్లర్ మా ఎనిమిది మందికి సంబంధించిన అపారమైన బాధ్యత తీసుకోవడం ద్వారా. ఇది కొన్నిసార్లు ఆయనని ఎంతగా ఉక్కిరిబిక్కిరి చేస్తుందంటే, పేరుకుపోయే ఒత్తిడి, కలిగే శ్రమ వల్ల ఆయన అసలు మాట్లాడనేలేరు. మిస్టర్ క్లైమాన్, బెప్ కూడా మమ్మల్ని చాలా బాగా చూసుకుంటారు. కానీ వాళ్ళు కొన్ని గంటలైనా లేదా కొన్ని రోజులపాటైనా అనెక్స్ గురించిన ఆలోచనలని పక్కన పెట్టగలుగుతున్నారు. వాళ్ళ చింతలు వాళ్ళకున్నాయి. మిస్టర్ క్లైమాన్‌కి తన ఆరోగ్యం, బెప్‌కి తన నిశ్చితార్ధం. ప్రస్తుతానికి ఇది (నిశ్చితార్ధం) అంత ఆశాజనకంగా కనిపించడం లేదు. కానీ వాళ్ళకి బయటికెళ్ళాడాలు, స్నేహితులని కలవడాలు, సాధారణ ప్రజలుగా దైనందిన జీవితాలు కూడా ఉన్నాయి. దానివల్ల కొన్నిసార్లు వాళ్ళకి ఒత్తిడి నుంచి ఉపశమనం దొరుకుతుంది, కొద్దిసేపైనా సరే. మాకు మాత్రం ఇప్పుడు, ఎప్పుడూ దొరకలేదు. ఇక్కడున్న రెండేళ్ళలో ఒక్కసారి కూడా ఉపశమనం దొరకలేదు. పెరుగుతున్న ఈ అణచివేత, భరించలేని బరువు ఇంకెంతకాలం మమ్మల్ని నొక్కేస్తాయి?

డ్రైనేజి గొట్టాలు మళ్ళీ మూసుకుపోయాయి. మేము నీళ్ళ కొళాయిలు తిప్పడానికి వీల్లేదు. ఒకవేళ తిప్పినా, ఒక్కసారి అలా తిప్పి మళ్ళీ కట్టెయ్యాలి. మరుగుదొడ్డిలో నీళ్ళు వదలలేం. కాబట్టి, టాయిలెట్ బ్రష్ ఉపయోగించాలి. మురికి నీటిని పెద్ద మట్టి పాత్రలోకి పోస్తున్నాం. ఈరోజుకి ఫరవాలేదు. కానీ నీటి గొట్టాలు బాగుచేసే వ్యక్తి (ప్లంబర్) దాన్ని తనంతకూడే బాగుచేయలేకపోతే ఏం జరుగుతుంది? వాళ్ళు మంగళవారం వరకు గొట్టాలు బాగుచేయడానికి రాలేరు.

మియెప్ మాకు 'హ్యాపీ విట్సన్' అని రాసిన ఎండ్రుద్రాక్ష రొట్టె పంపించింది. మా మనోభావాలు, పనులు 'సంతోషం' అన్నమాటకి దూరంగా ఉండడం వల్ల ఆమె మమ్మల్ని దాదాపు ఎగతాళి చేస్తున్నట్టుగా ఉంది.

వాన్ పెన్ వ్యవహారం జరిగినప్పటి నుంచి మేమందరం ఇంకా భయంతో ఉన్నాం. మరోసారి అన్ని వైపుల నుంచి 'ష్' అని వినిపిస్తే, ఇక మేము ఇంకా నిశ్శబ్దంగా పనిచేస్తాం. పోలీసులు అక్కడ తలుపుని బలవంతంగా తెరిచారు. అదే పని వాళ్ళు ఇక్కడ కూడా అంతే సులభంగా చేయగలరు కదా! మేమేం చేస్తాం...ఒకవేళ మేమెప్పటికీ...లేదు, అది నేను రాయకూడదు. కానీ ఆ ప్రశ్న నా మనసులో వెన్కి వెళ్ళిపోదు. అందుకు విరుద్ధంగా, నేను ఇప్పటివరకు అనుభవించిన భయం అంతా ఒక భయంకర స్వరూపంగా నా ముందు అస్పష్టంగా కనిపిస్తోంది.

ఈరోజు సాయంత్రం ఎనిమిది గంటలకి నేను ఒంటరిగా కింకి మరుగుదొడ్డికి వెళ్ళాల్సొచ్చింది. మిగతావాళ్ళంతా రేడియో వింటుండటం వల్ల అక్కడ ఎవరూ లేరు. నేను ధైర్యంగా ఉండాలనుకున్నాను, కానీ చాలా కష్టమైంది. ఆ విశాలమైన, నిశ్శబ్దంగా ఉన్న ఇంట్లో కంటే నేనెప్పుడూ మేడమీదే సురక్షితంగా ఉన్నానని పిస్తుంది. మేడమీది నుంచి వచ్చే ఆ అర్థంకాని అస్పష్ట శబ్దాలు, వీధిలో గట్టిగా కొట్టే హోర్నల మధ్య నేను ఒంటరిగా ఉన్నప్పుడు, ఇక వెనక్కి వెళ్ళడానికి తొందరపడాలి. నేనెక్కడ ఉన్నానో గుర్తు చేసుకోవాలి, భయంతో నాకు వణుకు పుట్టకుండా.

నాన్నతో మాట్లాడినప్పటి నుంచి మియెప్ మాతో ఇంకా చక్కగా వ్యవహరిస్తోంది. దాని గురించి నేనింకా నీకు చెప్పలేదు కదా. మియెప్ ఒకరోజు మధ్యాహ్నం వేళ ఎర్రబడిన మొహంతో పైకొచ్చి, ప్రస్తుతం ఉన్న యూదు వ్యతిరేకత వాళ్ళకి కూడా సోకిందని మేము అనుకుంటున్నామేమో అని నాన్నని నేరుగా అడిగింది. నాన్న ఆశ్చర్యపోయారు. అలాంటిదేమీ లేదని వెంటనే ఆమె మనసులో నుంచి ఆ ఆలోచన పోయేట్టు చేశారు. కాని మియెప్కి ఎక్కడో కాస్త అనుమానం ఉండిపోయింది. మా కష్టాలతో వాళ్ళని మేము బాధపెట్టకూడదు కానీ, ఇప్పుడు వాళ్ళు మా కోసం ముందుకన్నా ఎక్కువ పనులు చేస్తున్నారు. మా సమస్యల గురించి ఇంకా ఎక్కువ ఆసక్తి చూపిస్తున్నారు. వాళ్ళు ఎంత మంచివాళ్ళు, ఎంత గొప్ప వ్యక్తులో!

మేము అజ్ఞాతంలోకి వెళ్ళకపోయుంటే, ఇప్పటికే చనిపోయి ఈ దుఃఖాన్ని అనుభవించాల్సిన అవసరం లేకుండా ఉండుంటే, బాగుండేదా? ముఖ్యంగా వేరేవాళ్ళకి భారం తప్పేది కదా? అని నన్ను నేను మళ్ళీ మళ్ళీ ప్రశ్నించుకున్నాను. కాని ఈ ఆలోచన వల్ల మేమందరం కుంచించుకుపోతాం. మేము జీవితాన్ని ఇంకా ప్రేమిస్తూనే ఉన్నాం. మేమింకా ప్రకృతి స్వరాన్ని మరిచిపోలేదు. మాకు ఆశ ఉంది...అన్నిటి మీదా ఆశ ఉంది.

ఒక విమాన దాడి అయినా సరే, ఏదో ఒకటి త్వరలో జరగనీ. ఈ ఆందోళన కంటే ఇంకేదీ ఇంతకన్నా ఎక్కువగా అణచివేయలేదు. ముగింపు రానీ, ఎంత క్రూరంగా అయినా సరే. కనీసం అప్పుడైనా మేము విజేతలమో లేదా పూర్తిగా ఓడిపోయినవాళ్ళమో తెలుస్తుంది.

సీ, ఆన్ ఎం ఫ్రాంక్

బుధవారం, మే 31, 1944

ప్రియమైన కిట్టీ,

శనివారం, ఆదివారం, సోమవారం, మంగళవారం నా ఫౌంటెన్ పెన్ను చేతిలో పట్టుకోలేనంత వేడిగా ఉండటంతో నీకు రాయలేకపోయాను. శుక్రవారం డ్రైనేజీ గొట్టాలు మూసుకుపోయాయి, శనివారం వాటిని బాగుచేశారు. మిసెస్ క్లైమాన్ మధ్యాహ్నం మాకోసం వచ్చింది. ఆమె జోపీ గురించి చాలా చెప్పింది. ఆమె, జాక్యా వాన్ మార్సెన్ ఒకే హాకీ క్లబ్లో ఉన్నారట. చోరబాటీమీ జరగలేదని నిర్ధారణ చేసుకోవడానికి ఆదివారం బెప్ వచ్చింది. అలాగే మాతో అల్పాహారం తినడానికి ఉండిపోయింది. (క్రిస్టియన్స పండగ) విట్ సోమవారం (మిస్టర్ గ్యాస్ అనెక్స్ కాపలాదారుగా ఉన్నాడు), మంగళవారం కిటికీలు తెరవడానికి చివరికి (finally we were allowed to) మాకు అనుమతిచ్చారు. ఇంతటి అందమైన, వెచ్చటి విట్ వారాంతం మాకు ఎప్పుడో కానీ దొరకదు. వెచ్చటి అనుకుండా 'వేడి' అనడం మేలేమో. అనెక్స్లో వేడి వాతావరణం భయంకరంగా ఉంటుంది. ఇప్పుడు మేము ఎదుర్కొంటున్న అనేక సమస్యల గురించి నీకొక అంచనా రావడానికి ఈ భరించలేని వేడి రోజులని క్లుప్తంగా వివరిస్తాను.

శనివారం: 'అద్భుతం, ఎంత అద్భుతమైన వాతావరణం' అని పొద్దున మేమంతా అన్నాం. మధ్యాహ్నం కిటికీలు మూయాల్సి వచ్చినప్పుడు, 'అబ్బా, ఇంత వేడిగా లేకుంటే బాగుండేది,' అన్నాం.

ఆదివారం: 'వేడి భరించలేకుండా ఉన్నాం. వెన్న కరిగిపోతోంది, ఇంట్లో ఎక్కడా చల్లగా లేదు. రొట్టె ఎండిపోతోంది. పాలు పుల్లబడుతున్నాయి. కిటికీలు మాత్రం తెరవడానికి లేదు. 'ప్రతి ఒక్కరూ విట్సన్ సెలవురోజని ఆనందంగా గడుపుతుంటే, పాపం బహిష్మరానికి గురైన మేము మాత్రం ఉక్కిరిబిక్కిరి అవుతున్నాం.' (మిసెస్ వాన్ డీ ప్రకారం)

సోమవారం: 'నా పాదాలు నొప్పిస్తున్నాయి. వేసుకోవడానికి చల్లదాన్నిచ్చే బట్టలెవీ నాకు లేవు. ఈ వేడిలో నేను శుభ్రం చెయ్యలేను!' అని పొద్దున్నుంచి అర్ధరాత్రి వరకు ఒకటే నస. భయంకరంగా అనిపించింది. నేను వేడిని తట్టుకోలేకుండా ఉన్నాను. ఈ రోజు గాలొచ్చిందని సంతోషంగా ఉంది కాని సూర్యుడు ఇంకా ప్రకాశిస్తూనే ఉన్నాడు.

సీ, ఆన్ ఎం ఫ్రాంక్

శుక్రవారం, జూన్ 2, 1944

ప్రియమైన కిట్టి,

'అటక మీదికి వెళుతుంటే, గొడుగు కూడా తీసుకెళ్ళండి. అది కూడా పెద్దదైతే మంచిది!' ఇది 'ఇంట్లోని జల్లుల' నుంచి మమ్మల్ని రక్షించడానికి అనే మాట. ఒక డచ్ సామెత ఉంది: 'హై అండ్ డ్రై, సేఫ్ అండ్ సౌండ్' (ఎత్తుగా, పొడిగా ఉన్న చోట ఉంటే అంతా క్షేమమే). కాని ఇది స్పష్టంగా యుద్ధకాలానికి (తుపాకులు!), అజ్ఞాతంలో ఉన్నవాళ్ళకి (చెత్త డబ్బా!) వర్తించదు. మొస్సీ వార్తాపత్రికల మీదో లేదా నేల మీద నెరెల మధ్యో తనకి తాను ఉపశమనం కలిగించుకొనే అలవాటు చేసుకుంది. అందుకని, జల్లులు పడతాయేమో అని భయపడుతుంటాం. అంతకన్నా దారుణమైనది దుర్వాసన. గిడ్డంగిలోని కొత్త మూర్తేతో కూడా ఇదే సమస్య. శిక్షణ ఇవ్వని పిల్లి ఇంట్లో ఉన్నవాళ్ళకి...ఈ ఇంట్లో వ్యాపించే మిరియాలు, థైమ్ (పుదీన వంటి ఆకు) వాసనలే కాకుండా వేరే ఏ వాసనలోస్తాయో ఊహించగలరు.

తుపాకి కాల్పుల కోసం నా దగ్గర సరికొత్త నివారణ సూచన (ప్రిస్క్రిప్షన్) కూడా ఉంది: కాల్పులు గట్టిగా వినిపిస్తున్నప్పుడు దగ్గరున్న చెక్క మెట్ల దగ్గరికి వెళ్ళండి. పైకి కిందికి కొన్నిసార్లు పరిగెత్తండి. కనీసం ఒక్కసారైనా పడిపోయేలా చూసుకోండి. గతలు పడే శబ్దాలు, పరిగెడుతున్న, పడిపోతున్న శబ్దాల వల్ల మీకు పేలుడు చప్పుళ్ళే వినబడవు. అప్పుడు దాని గురించి అంత కంగారు పడరు. 'మీ విశ్వాసపాత్రురాలు' ఈ చమత్కార సూత్రాన్ని ఉపయోగించింది, గొప్ప విజయం సాధించింది!

సీ, ఆన్ ఎం ఫ్రాంక్

సోమవారం, జూన్ 5, 1944

ప్రియమైన కిట్టి,

అనుబంధంలో కొత్త సమస్యలు. వెన్న విభజన మీద డస్సెల్‌కి, ఫ్రాంక్ కుటుంబానికి మధ్య గొడవ. వెనక్కి తగ్గిన డస్సెల్. అతనికి, మిసెస్ వాన్ డాన్ మధ్య స్నేహం, సరసాలు, ముద్దులు, స్నేహపూర్వకమైన చిన్న చిన్న చిరునవ్వులు...మహిళా సాంగత్యం కోసం డస్సెల్ ఎదురుచూపు మొదలింది.

మేమే మసాలా కేక్ తినలేని పరిస్థితిలో లేనప్పుడు మిస్టర్ కుగ్లర్ పుట్టినరోజు కోసమని కేక్ తయారు చెయ్యడం ఎందుకో వాన్ డాన్‌లకి అర్థం కావడం లేదు. ఇదంతా కుంచిత స్వభావం. మేడమీది మనోభావం (మూడ్): బాగాలేదు. మిసెస్ వాన్ డికి జలుబు చేసింది. డస్సెల్ బ్రూవర్ ఈస్ట్ మాత్రలతో (పోషకాలను అందించే మాత్రలు) దొరికిపోయాడు. మాకు మాత్రం ఒక్కటీ అందలేదు.

216

ఐదవ సైన్యం (జర్మనీ సైన్యం) రోమ్‌ని ఆక్రమించింది. నగరాన్ని నాశనం చేయలేదు, బాంబు దాడి చేయలేదు. హిట్లర్‌కి గొప్ప ప్రచారం లభించింది.

బంగాళాదుంపలు, కూరగాయలు కొన్నే ఉన్నాయి. ఒక రొట్టెల ప్యాకెట్టులో ఫంగస్ చేరింది.

ఫార్మికెల్లే (కొత్త గిడ్డంగి పిల్లి పేరు)కి మిరియాలంటే పడదు. అది తన పెట్టెలో నిద్రపోతుంది, చెక్క పలకల్లో గోళ్ళు చేసుకుంటుంది. దాన్ని అట్టేపెట్టుకోవడం అసాధ్యంగా ఉంది.

వాతావరణం బాగాలేదు. పాస్ డి కలైస్, ఫ్రాన్స్ ల పశ్చిమ తీరం మీద ఆగకుండా బాంబు దాడి. ఎవరూ డాలర్లు కొనట్లేదు. బంగారం మీద కూడా ఆసక్తి తక్కువగా ఉంది. మా నల్లరంగు పెట్టెలో ఉన్న డబ్బు ఇక కొంచెమే ఉంది. వచ్చే నెల మేము దేనిమీద బతుకుతాం?

సీ, ఎన్‌ ఎం ఫ్రాంక్

మంగళవారం, జూన్ 6, 1944

నా ప్రియమైన కిట్టీ,

'ఇది డి–డే' (చారిత్రాత్మకమైన దాడి మొదలుపెట్టిన రోజు) అని బిబిసి పన్నెండు గంటలకి ప్రకటించింది. 'అది ఈరోజే.' దండయాత్ర ప్రారంభమైంది!

ఈరోజు పొద్దున ఎనిమిది గంటలకి బ్రిటిషువారు కలేస్, బౌలోన్, లే హావ్రే, ఇంకా చెర్బోర్గ్, అలాగే పాస్ డి కలైస్ (ఎప్పటిలాగే) మీద భారీ బాంబు దాడులు జరిపినట్లు వార్త ప్రసారమైంది. ఇంకా, ఆక్రమిత భూభాగాల్లో ఉన్నవాళ్ళకి ముందుజాగ్రత్త చర్యగా, తీరం నుంచి ఇరవై మైళ్ళ దూరంలో ఉన్న అందరూ బాంబు దాడులు ఎదుర్కోవడానికి సిద్ధం కావాలని హెచ్చరిక జారీ చేశారు. బ్రిటిషువారు ఆ సమయానికి ఒక గంట ముందే వీలైన చోట్ల కరపత్రాలు వదులుతారు.

జర్మన్ వార్తల ప్రకారం, బ్రిటిష్ పారాట్రూపర్లు ఫ్రాన్స్ తీరంలో దిగారు. 'బ్రిటిష్ నావికాదళాలు (ల్యాండింగ్ క్రాఫ్ట్) జర్మన్ నావికా విభాగాలతో పోరాటంలో నిమగ్నమై ఉన్నాయి' అని బిబిసి తెలిపింది.

తొమ్మిది గంటలకి అల్పాహారం చేస్తున్నప్పుడు అనెక్స్ చేసిన తీర్మానం: ఇది ప్రయోగాత్మకంగా దిగడం (ట్రయల్ ల్యాండింగ్), రెండెళ్ళ క్రితం డిఎప్పేలో జరిగినట్టుగా.

పది గంటలకి జర్మన్, డచ్, ఫ్రెంచ్ తదితర భాషల్లో బిబిసి ప్రసారం: దాడి ప్రారంభమైంది! కాబట్టి ఇది 'నిజమైన' దండయాత్ర. జర్మన్ భాషలో పదకొండు గంటలకు బిబిసి ప్రసారం: సుప్రీం కమాండర్ జనరల్ డ్వైట్ ఐసన్‌హోవర్ ప్రసంగం.

ఆంగ్లంలో బిబిసి ప్రసారం: 'ఇది డి–డే.' జనరల్ ఐసన్‌హోవర్ ఫ్రెంచ్ ప్రజలతో ఇలా అన్నాడు: 'ఇప్పుడు గట్టి పోరాటం జరగనుంది. కానీ దీని తరువాత ఇక విజయమే. 1944 పూర్తి విజయాన్ని సాధించే సంవత్సరం. విజయభవ!'

ఒంటిగంటకి ఆంగ్లంలో బిబిసి ప్రసారం: 11,000 విమానాలు ముందుకు వెనక్కీ తిరుగుతున్నాయి. లేదా దళాలను దింపడానికి, శత్రు శ్రేణుల మీద బాంబు వేయడానికి తయారుగా ఉన్నాయి. చెర్బోర్గ్, లే హావ్రే మధ్య ప్రాంతానికి 4,000 సైన్యాన్ని, యుద్ధ పరికరాలని తీసుకొచ్చే నావలు (ల్యాండింగ్ క్రాఫ్ట్), చిన్న పడవలు వస్తూనే ఉన్నాయి. ఇంగ్లీష్, అమెరికా దళాలు ఇప్పటికే భారీ పోరాటంలో నిమగ్నమై ఉన్నాయి. వీళ్ళంతా చేసిన ప్రసంగాలు: బెల్జియం ప్రధాన మంత్రి గెర్బ్రాండి, నార్వే రాజు హోకాన్, ఫ్రాన్స్‌కి చెందిన డి గల్లె, ఇంగ్లాండ్ రాజు, చివరిగా అయినా అంతే ముఖ్యమైన చర్చిల్.

అనెక్స్‌లో భారీ కల్లోలం! ఇది నిజంగా దీర్ఘకాలంగా ఎదురుచూస్తున్న విముక్తికి నాందేనా?

217

మనందరం ఎంతగానో మాట్లాడుకున్న, ఇప్పటికి ఎంతో అందంగా, జానపద కథలాగా అనిపిస్తున్న విముక్తి ఎప్పటికైనా నిజం కాబోతోందా? ఈ సంవత్సరం, 1944, మాకు విజయాన్ని తెస్తుందా? మాకింకా తెలీదు. కానీ ఆశ ఉన్నచోటే జీవితం ఉంది. అది మనలో తాజా ధైర్యాన్ని నింపుతుంది. మనల్ని మళ్ళీ బలపరుస్తుంది. ఇంకా రాబోయే అనేక భయాలు, కష్టాలు, బాధలను భరించడానికి మేము ధైర్యంగా ఉండాలి. ఇప్పుడిక ప్రశాంతంగా, స్థిరంగా ఉండాలి. పంటి బిగువున బాధని భరించాలి! ఫ్రాన్స్, రష్యా, ఇటలీ, ఇంకా జర్మనీ కూడా వేదనతో కేకలు వేయగలవు కానీ మాకింకా ఆ హక్కు లేదు!

ఓహ్, కిట్టీ, దండయాత్రకి సంబంధించిన భలే మంచి విషయం ఏంటంటే, స్నేహితులు (మిత్రరాజ్యాలు) దారిలో ఉన్నారని నాకు అనిపిస్తోంది. ఆ భయంకర జర్మన్లు మమ్మల్ని ఎంత సుదీర్ఘకాలం అణిచివేసి బెదిరించారంటే, స్నేహితుల గురించిన ఆలోచన, విముక్తి మాత్రమే మా సర్వస్వం అనిపిస్తోంది! ఇప్పుడు యూదులు మాత్రమే కాదు, హాలెండ్, ఇంకా ఆక్రమిత ఐరోపా అంతా విడుదలకు నోచుకుంటాయి. మార్గోట్ అంటోంది, బహుశా నేను అక్టోబర్ లేదా సెప్టెంబరులో మళ్ళీ బడికి వెళ్ళగలనేమో అని.

నీ, ఆన్ ఎం ఫ్రాంక్

పిఎస్. ఎప్పటికప్పుడు నీకు తాజా వార్తలు తెలియజేస్తుంటాను!

ఈరోజు పొద్దున, నిన్న రాత్రి జర్మన్ శ్రేణుల మీద గడ్డి, రబ్బరుతో చేసిన ఉత్తుత్త (డమ్మీ) బాంబులని విడిచారు. అవి భూమిని తాకిన నిమిషమే పేలాయి. అలాగే, చీకట్లో కనబడకుండా ఉండడానికి మొహంలకి నల్ల రంగు పూసుకున్న చాలామంది వైమానిక శ్రేణులు (పారాట్రూపర్లు) కూడా దిగారు. రాత్రప్పుడు ఫ్రెంచ్ తీరం మీద 5,500 టన్నుల బాంబు దాడి జరిగింది. మళ్ళీ పొద్దన్నే ఆరు గంటలకి జరిగింది. మొదటి నావికాదళం ఒడ్డుకి చేరింది. ఈరోజు 20,000 విమానాలు కర్తవ్యపాలనలో ఉన్నాయి. అవి దిగడానికి ముందే జర్మన్ తీర బ్యాటరీలని నాశనం చేశాయి. ఒక చిన్న [బ్రిడ్జ్ హెడ్ (శత్రు భూభాగంలో) విర్భచుకొనే యుద్ధ స్థావరం] ఇప్పటికీ ఏర్పడింది. వాతావరణం బాగాలేకపోయినా అంతా బాగానే జరుగుతోంది. సైన్యం మరియు ప్రజలు 'ఒక సంకల్పం, ఒక ఆశ' అన్నట్టు ఉన్నారు.

శుక్రవారం, జూన్ 9, 1944

ప్రియమైన కిట్టీ,

ఆక్రమణ గురించిన అద్భుతమైన వార్తలు! మిత్రరాజ్యాలు ఫ్రాన్స్ తీరంలో బేయస్ అనే గ్రామాన్ని కైవసం చేసుకున్నాయి, ప్రస్తుతం కేన్ కోసం పోరాడుతున్నాయి. చెర్బోర్గ్ ప్రదేశం ఉన్న ద్వీపకల్పాన్ని విడగొట్టడం వాళ్ళ ఉద్దేశమని స్పష్టంగా తెలుస్తోంది. రోజూ సాయంత్రం యుద్ధ విలేఖరులు సైన్యం ఎదుర్కొంటున్న ఇబ్బందులు, ప్రదర్శిస్తున్న ధైర్యం, పోరాటపటిమ గురించి నివేదిస్తున్నారు. యుద్ధ కథనాల కోసం వాళ్ళు అత్యంత అద్భుతమైన సాహసాలు చేస్తున్నారు. గాయపడి ఇప్పటికే ఇంగ్లాండ్‌కు తిరిగొచ్చినవారిలో కొందరు రేడియోలో మాట్లాడారు. వాతావరణం భయంకరంగా ఉన్నా కూడా, విమానాలు చురుగ్గా ముందుకి వెనక్కి ఎగురుతూనే ఉన్నాయి. డి-డే నాడు దళాలతో పాటు తను కూడా దిగాలని చర్చిల్ అనుకున్నారని, కానీ ఐసెన్‌హొవేర్, ఇతర సైన్యాధికారులు ఆయనని ఆపగలిగారని మేము బీబీసీలో విన్నాం. ఒక్కసారి ఊహించుకో, అంతటి వద్దకి ఎంత ధైర్యం. ఆయనకి కనీసం డెబ్బై ఉండి ఉండాలి!

ఇక్కడ ఉత్సాహం కొంతవరకు చచ్చిపోయింది. అయినా, చివరికి ఈ సంవత్సరం ముగిసేలోపల

యుద్ధం ముగిసిపోతుందని మేమందరం ఆశిస్తున్నాం. ఇది కాలానికి సంబంధించిన విషయం! మిసెస్ వాన్ డాన్ నిరంతరం చేసే మారాం భరించడం కష్టంగా ఉంది. ఇప్పుడిక ఆమె దాడి గురించి మాకు పిచ్చెక్కించలేదు కాబట్టి, వాతావరణం బాగాలేకపోవడం గురించి రోజంతా సణుగుతోంది. ఆమెని మేము అటక మీద చల్లటి నీళ్ళ బకెట్లోకి పడేయగలిగితేనా!

మిస్టర్ వాన్ డాన్, పీటర్ తప్ప అనెక్స్‌లోని మిగతా అందరం పియానో విద్వాంసుడు, బాల మేధావి అయిన ఫ్రాన్స్ లిఖ్ట్ జీవితచరిత్ర హంగేరియన్ రాప్సడీ మూడు భాగాలూ చదివాం. నా అభిప్రాయం ప్రకారం అందులో మహిళల గురించి కొంచెం ఎక్కువే ప్రాధాన్యం ఉన్నా, చాలా ఆసక్తికరంగా ఉంది. లిఖ్త్ ఆ కాలంలోని అతిగొప్ప, అత్యంత ప్రసిద్ధ పియానో కళాకారుడు మాత్రమే కాదు, అతిపెద్ద స్త్రీలోలుడు కూడా...డెబ్భై ఏళ్ళ వయసులోనూ. ఆయనకి దొరసాని మేరీ డి అగౌల్ట్, రాకుమారి కారొలిన్ సేన్ విట్గెన్‌స్టీన్, నర్తకి లోలా మొన్‌టేజ్, పియానో కళాకారిణులు ఆగ్నెస్ కింగ్ వర్త్, సోఫీ మెన్టర్, సిర్కేసియా యువరాణి ఓల్గా జన్సెనా, బారొనెస్ ఓల్గా మెయెన్‌డార్ఫ్, నటి లిల్లా...ఆమె ఇంటి పేరెంటి? వగైరా, వగైరా...లెక్కలేనంత మందితో సంబంధాలుండేవి. పుస్తకంలో సంగీతం గురించి, ఇతర కళల గురించిన భాగాలు ఇంకా చాలా బాగుంటాయి. అందులో పేర్కొన్నవారిలో షుమాన్, క్లారా విక్, హెక్టర్ బెర్లియోజ్, జోహాన్నెస్ బ్రహ్మ్స్, బీథోవెన్, జోచిమ్, రిచర్డ్ వాగ్నర్, హాన్స్ వాన్ బోలో, అంటోన్ రూబిన్‌స్టెయిన్, ఫ్రెడెరిక్ చోపిన్, విక్టర్ హ్యుగో, హానోర్ డి బాల్జాక్, హిల్లర్, హుమ్మెల్, చెర్ని, రోస్సీ, పగనిని, మెండెల్సోన్స్, తదితరులు ఉన్నారు.

పైకి చాలా ఆడంబరంగా కనిపించినా, లిఖ్త్ చాలా సంస్కారవంతుడు, ఉదారుడు, నిరాడంబరుడు అనిపిస్తాడు. ఆయన ఇతరులకి సహాయం చేశాడు. కళకి అన్నిటికంటే ఎక్కువ ప్రాధాన్యం ఇచ్చాడు. కాగ్నాక్ (నాణ్యమైన మద్యం ఒక), స్త్రీలని చాలా ఇష్టపడ్డాడు. కన్నీళ్ళని భరించలేకపోయాడు. పెద్దమనిషి. ఎవరు సహాయం అడిగినా తిరస్కరించలేకపోయాడు. డబ్బు మీద ధ్యాస లేనివాడు. ఇంకా, మత స్వేచ్ఛ గురించి, ప్రపంచం గురించి పట్టించుకోనేవాడు.

సీ. ఆన్ ఎం ఫ్రాంక్

మంగళవారం, జూన్ 13, 1944

ప్రియమైన కిట్,

ఇంకొక పుట్టినరోజు గడిచిపోయింది. కాబట్టి, నాకిప్పుడు పదిహేను. నేను చాలానే బహుమతులు అందుకున్నాను: స్ప్రింగర్ రాసిన ఐదు భాగాల కళా చరిత్ర పుస్తకం, లోదుస్తులు, రెండు బెల్టులు, ఒక రుమాలు, రెండు కుండల పెరుగు, ఒక కుండ జామ్, రెండు తేనె బిస్కెట్లు (చిన్నవి), నాన్న, అమ్మ నుంచి ఒక వక్షశాస్త్ర పుస్తకం, మార్గోట్ నుంచి బంగారు చేతి కంకణం, వాన్ డాన్స్ నుంచి ఒక పిక్చర్ ఆల్బమ్, డస్సెల్ నుంచి బయోమాల్ట్ (పాన్యం చేసుకోనే పొడి), తీపి బఠానీలు, మియెప్ నుంచి మిఠాయిలు, బెప్ నుంచి మిఠాయిలు, ఎక్సర్‌సైజ్ పుస్తకాలు, ఇక అన్నిటికన్నా గొప్పవి: మిస్టర్ కుగ్లర్ నుంచి మారియా థెరిసా పుస్తకం, ఇంకా ఫుల్ క్రీమ్ చీజ్ ముక్కలు. పీటర్ పియోనీ పువ్వుల అందమైన గుత్తి ఇచ్చాడు. పాపం ఆ అబ్బాయి మంచి బహుమతి వెతుకుదామని చాలా ప్రయత్నాలు చేశాడు కానీ అవేవీ ఫలించలేదు.

వర్షాలు, గాలులు, ఎత్తైన అలలతో వాతావరణం దారుణంగా ఉన్నా కూడా, దాడి అద్భుతంగా సాగుతూనే ఉంది.

నిన్న చర్చిల్, స్మట్స్, ఐసెన్‌హోవర్, ఆర్నాల్డ్ లు బ్రిటిషువారు స్వాధీనం చేసుకొని విముక్తి కలిగించిన

ఫ్రెంచ్ గ్రామాలని సందర్శించారు. అప్పుడు చర్చిల్ ఒక టార్పెడో పడవ (సిగరెట్ ఆకారంలో ఉన్న నీటి క్షిపణులని తీసుకెళ్ళే పడవ)లో ఉన్నారు. చాలామంది మగవాళ్ళలాగానే ఆయనకి భయం అంటే ఎంతో తెలియనట్టుంది. ఇదొక అసూయ కలిగించే లక్షణం!

ఇక్కడ అనెక్స్ కోటలోని మా స్థానం నుంచి డచ్ వారి మానసిక స్థితిని అంచనా వేయడం కష్టం. పనిలేని (!) బ్రిటిషువారు చివరికి నడుం బిగించి పనికి దిగడం చాలామందికి ఆనందంగా ఉంది. బ్రిటిషువారిచే ఆక్రమింపబడకూడదని అనేవాళ్ళు తాము ఎంత అన్యాయంగా ఆలోచిస్తున్నారో గ్రహించట్లేదు. వాళ్ళ తర్క సారాంశం ఇదీ: పోలండ్, ఇతర ఆక్రమిత దేశాలకి స్వేచ్ఛనివ్వడానికి బ్రిటన్ పోరాడాలి, కష్టపడాలి, తన బిడ్డలను త్యాగం చేయాలి. ఆ తరువాత ఇక బ్రిటిషువారు పోలండ్లో ఉండకూడదు. మమ్మల్ని క్షమించండంటూ ఆక్రమిత దేశాలన్నిటికీ ఎంతగానో వేడుకోవాలి. డచ్ ఈస్ట్ ఇండీస్‌ని దాని అసలైన యజమానికి అప్పజెప్పిని, బలహీనపడి, డబ్బులేని స్థితిలో బ్రిటన్ వెనక్కివెళ్ళిపోవాలి. ఎంతటి మూర్ఖులు సమూహం. అయినా కూడా, నేను మునుపే చెప్పినట్టు, చాలా మంది డచ్ ప్రజలని వాళ్ళ సైన్యంలో చేర్చుకోవచ్చు. ఒకవేళ బ్రిటన్ జర్మనీతో శాంతి ఒప్పందం కుదుర్చుకొని ఉంటే, పోలండ్, దాని పొరుగు దేశాల గతి ఏమయ్యుండేది? అందుకు బ్రిటన్‌కి పుష్కలమైన అవకాశాలు ఉన్నాయి కదా. పోలండ్ జర్మన్ అయ్యేది, అంతటితో ఇక అంతమయ్యేది!

ఇప్పటికీ బ్రిటిషువారిని తక్కువగా చూస్తూ, అక్కడి ఎలికలు వద్దులంటూ బ్రిటన్ ని, ప్రభుత్వాన్ని ఎద్దేవా చేస్తూ, బ్రిటిషువారిని పిరికివాళ్ళనే డచ్ ప్రజలందరినీ బాగా కదిలించాలి. ఒక దిండుని అటూయిటూ గలికొట్టి సరిచేసినట్టు. అది గందరగోళంగా ఉన్న వాళ్ళ మెదళ్ళని సరి చేస్తుందేమో!

కోరికలు, ఆలోచనలు, ఆరోపణలు, నిందలు నా మెదడులో తిరుగుతున్నాయి. నేను చాలామంది అనుకున్నంత మోసకారిని కాను. నాకున్న వివిధరకాల లోపాలు అందరికంటే నాకే బాగా తెలుసు. కాని ఒక తేడా ఉంది: నేను మారాలని అనుకుంటున్నానని, మారతానని, ఇప్పటికే చాలా మారిపోయానని కూడా నాకు తెలుసు!

నేను బాగా దూకుడని, నాకన్నీ తెలుసని అనుకుంటానని అందరూ ఇప్పటికీ అనుకుంటున్నారు, ఎందుకని? అని నన్ను నేను తరచూ ప్రశ్నించుకుంటాను. నేను నిజంగా అంత అహంకారినా? అంత అహంకారంతో ఉన్నది నేనేనా లేదా వాళ్ళా? వెర్రిగా అనిపించినా సరే, ఈ చివరి వాక్యాన్ని నేను కొట్టేయను. ఎందుకంటే అది అంత వెర్రి మాటేమీ కాదు. నన్ను నిందించే ఇద్దరు ప్రధానమైన వాళ్ళు, పూర్తిగా తెలివిలేని వాళ్ళని పేరున్న మిసెస్ వాన్ డాన్, డస్సెల్‌లు కేవలం 'మూర్ఖులు'! అంతకన్నా బాగా చెప్పుకరలేదు. తెలివితక్కువ వ్యక్తులు సాధారణంగా వాళ్ళకన్నా బాగా ఎవరైనా ఏదైనా చేస్తే భరించలేరు. దానికి ఉదాహరణలు ఈ ఇద్దరు డమ్మీలే, మిసెస్ వాన్ డాన్, డస్సెల్. మిసెస్ వాన్ డి నేను తెలివి తక్కువదాన్నని అనుకుంటుంది. ఎందుకంటే ఈ వ్యాధితో ఆమె బాధ పడుతున్నంతగా నేను పడటం లేదు కాబట్టి. ఆమె ఇంకా ఎక్కువ దూకుడు కాబట్టి నాది దూకుడు స్వభావం అంటుంది. ఆమె దుస్తులు ఇంకా చిన్నగా ఉంటాయి కాబట్టి నావి చాలా చిన్నగా ఉంటాయనుకుంటుంది. ఆమెకి ఏమాత్రం తెలియని అంశాల గురించి నేను మాట్లాడేదానికి రెండింతలు ఎక్కువ మాట్లాడుతుంది కాబట్టి నాకన్నీ తెలుసని నేను అనుకుంటానని ఆమె భావిస్తుంది. డస్సెల్‌ది కూడా ఇదే వరస. కాని నాకు ఇష్టమైన సూక్తులలో ఒకటి 'పొగ ఉన్న చోట అగ్ని ఉంది'. నాకన్నీ తెలుసని నేను అనుకుంటానని తడుముకోకుండా ఒప్పుకుంటున్నాను.

ఇంకొకరు నన్ను చీవాట్లు పెట్టడం, తిట్టడం కంటే ఎక్కువగా నన్ను నేనే చీవాట్లు పెట్టుకుంటాను, తిట్టుకుంటాను. ఇదే నా వ్యక్తిత్వానికి సంబంధించి బాగా కష్టమైన విషయం. ఇక అమ్మ తన సలహాలు జోడిస్తే, ఆ ఉపన్యాసాల దొంతర ఎంత మందంగా తయారవుతుందంటే, వాటిని నేను ఎప్పటికీ

అధిగమించలేనేమో అనే నిరాశ ఆవహించేస్తుంది. అప్పుడు నేనింక ఎదురు మాట్లాడతాను, పాత ఆన్ అనివార్యంగా బయటపడే వరకు అందరితో విభేదిస్తాను. 'నన్నెవరూ అర్థం చేసుకోరు!'

ఈ పదబంధం నాలో ఒక భాగం. నమ్మకం కలగదేమో కానీ, అందులో నిజం దాగుంది. కొన్నిసార్లు నేను ఆత్మనిందల కింద ఎంత లోతుగా కూరుకుపోతానంటే, నన్ను నేను బయటికి తీసుకోవడానికి తోడ్పడే ఒక ఓదార్పు మాట ఎవరైనా అంటే బాగుంటుందనిపిస్తుంది. నా మనోభావాలని గంభీరంగా తీసుకొనే వ్యక్తి నాకు ఉండి ఉంటే ఎంత బాగుండేది. అయ్యో, ఆ వ్యక్తి నాకింకా కనిపించలేదు. అందువల్ల శోధన కొనసాగాలి.

నువ్వు పీటర్ గురించి ఆలోచిస్తున్నావని నాకు తెలుసు. ఆలోచిస్తున్నావు కదా, కిట్? పీటర్ నన్ను ప్రేమిస్తున్నాడు, అది నిజమే. కానీ గర్ల్ ఫ్రెండ్ గా కాదు, ఒక స్నేహితురాలిగా. అతని మమకారం రోజురోజుకీ పెరుగుతుంది కానీ ఏదో తెలియని శక్తి మమ్మల్ని వెనక్కి లాగుతోంది. అదేంటన్నది నాకు తెలియదు.

అతని కోసం నా తాపత్రయం గురించి మరీ ఎక్కువగా అనుకున్నానేమో అని కొన్నిసార్లు అనుకుంటాను. కానీ అది నిజం కాదు. ఎందుకంటే, ఒక్కరెండు రోజులు నేను అతని గదికి వెళ్లలేకపోతే, ఎప్పటిలాగే అతని కోసం ఎంతో ఆత్రంగా చూస్తాను. పీటర్ దయగలవాడు, మంచివాడు. అయినా, అతను నన్ను చాలా రకాలుగా నిరాశకి గురిచేశాడనే విషయాన్ని కాదనలేను. ముఖ్యంగా, మతం అంటే ఇష్టం లేకపోవడం, తిండి గురించి అతను అనే మాటలు, ఇంకా అటువంటి చాలా విషయాలని నేను ఒప్పుకోలేను. అయినా, ఎప్పటికీ గొడవ పడకూడదని మేము చేసుకున్న ఒప్పందానికి మేము కట్టుబడి ఉంటామని గట్టిగా నమ్ముతున్నాను. పీటర్ శాంత కాముకుడు, సహనం ఉన్నవాడు, ఇంకొకరితో తేలిగ్గా కలిసిపోగలడు.

కొన్ని మాటలు వాళ్ళ అమ్మ అంటే కూడా ఒప్పుకోడు. అలాంటివి నేను ఎన్నో అంటాను. అయినా కూడా ఊరుకుంటాడు. తన పొరబాట్లు, తప్పులు దిద్దుకొని తన వ్యవహారాలన్నీ ఒక క్రమంలో పెట్టాలని గట్టి ప్రయత్నం చేస్తున్నాడు. అయినా తన అంతరంగాన్ని ఎందుకు దాచిపెడుతున్నాడు? అది నన్ను చూడనివ్వదేం? నిజానికి, అతను నాకన్నా గంభీరం. కానీ, బయటికి ఏమీ వ్యక్తం చేయని వాళ్ళు కూడా రోజులు గడిచేకొద్దీ నమ్మకమైన మనుషుల కోసం ఇంతే, కృశగా...చాలా ఎక్కువగా కావచ్చు, ఎదురుచూస్తారు. ఇది అనుభవం నుంచి తెలుసుకున్నాను. (తెలియాల్సిందంతా నాకు సిద్ధాంతపరంగా మాత్రం తెలుసు, ఆచరణపరంగా కాదన్న నిందని నేను ఎప్పుడూ ఎదుర్కొంటున్నప్పటికీ)

పీటర్, నేను ఇద్దరం కూడా మాలో దీర్ఘాలోచన జరిగే వయసుని ఆనెస్ లో గడిపాం. మేము తరచూ భవిష్యత్తు, గతం, వర్తమానం గురించి చర్చిస్తాం. కానీ, నీకు ముందే చెప్పినట్లు, నేను అసలు విషయాన్ని వదిలేస్తుంటాను. అయినా అది జీవించే ఉందని నాకు తెలుసు!

నేను ఎంత కాలంగా బయటికి వెళ్లలేదు కాబట్టి ప్రకృతి అంటే ఇంత పిచ్చి ఎర్రడింది? అద్భుతమైన నీలాకాశం, కిలకిలలాడే పక్షులు, చంద్రకాంతి, విరుస్తున్న మొగ్గలు నన్ను కట్టి పడేయని ఓకానొక కాలం గుర్తొస్తోంది. ఇక్కడికి వచ్చినప్పటి నుంచి పరిస్థితులు మారిపోయాయి. ఉదాహరణకి, విట్సన్ పండగ సమయంలో ఒకరోజు రాత్రి, చాలా వేడిగా ఉన్నప్పుడు, చందమామని చూద్దామనిపించింది. ఆ ఒకే ఒక్కసారి నా అంతట నేను పడకొందున్నర వరకు చాలా కష్టపడి కళ్ళు తెరిచే ఉంచాను. కానీ నా త్యాగం ఫలించలేదు. కాంతి (గ్లేర్) ఎక్కువగా ఉండటంతో కిటికీ తెరిచే సాహసం చెయ్యలేకపోయాను. చాలా నెలల క్రితం, ఇంకొకసారి, రాత్రి కిటికీ తెరిచి ఉన్నప్పుడు అనుకోకుండా మేడమీద ఉన్నాను. దాన్ని మళ్ళీ మూయాల్సి వచ్చేవరకు నేను కిందికి వెళ్ళలేదు. ఆ చీకటి, వర్షం కురుస్తున్న సాయంత్రం, గాలి, పరిగెడుతున్న మేఘాలు నన్ను మంత్రముగ్దను చేశాయి. ఏడాదిన్నర కాలంలో రాత్రిని

నేను ముఖాముఖి చూడటం అదే మొదటిసారి. ఆరోజు సాయంత్రం తరువాత, దాన్ని మళ్ళీ చూడాలని బాగా అనిపించింది. దొంగలు, చీకటిగా ఉన్న ఎలుకలు తిరిగే ఇల్లు, లేదా దొంగతనాల భయం కంటే కూడా ఆ కోరిక తీవ్రత చాలా ఎక్కువగా ఉండేది. నేనొక్కదాన్నే కింది వెళ్ళి వంటిల్లు, ప్రైవేట్ కార్యాలయం లో ఉన్న కిటికీల గుండా బయటికి చూశాను. ప్రకృతి అందమైందని చాలా మంది అనుకుంటారు. చాలా మంది సమయాన్ని బట్టి నక్షత్రాలు నిండిన ఆకాశం కింద నిద్రపోతారు. ఆసుపత్రుల్లో, జైళ్ళలో ఉన్న చాలా మంది...ప్రకృతి అందించే ఆనందాలని స్వేచ్ఛగా అనుభవించగలిగే రోజు కోసం ఎదురుచూస్తారు. కానీ, ధనవంతులు, పేదవాళ్ళు అందరూ ఒకే విధంగా పంచుకొనే ప్రకృతి ఆనందాలకి మాలాగా దూరమైన వాళ్ళు ఉండరు.

ఇది కేవలం నా ఊహ కాదు. ఆకాశం, మేఘాలు, చంద్రుడు, నక్షత్రాలని చూస్తే నిజంగా నాకు ప్రశాంతంగా ఉంటుంది. జీవితం మీద ఆశ కలుగుతుంది. ఇది (మత్తుని, ప్రశాంతతని కలిగించే) వలేరియన్ లేదా బ్రోమైడ్ కంటే మంచి మందు. ప్రకృతిని చూస్తే నేను వినయంగా ఉన్నానిపిస్తుంది. అది నన్ను ప్రతి దెబ్బని ధైర్యంగా ఎదుర్కొనేలా చేస్తుంది!

ఎప్పుడో కొన్ని అరుదైన సందర్భాల్లో తప్ప దుమ్ము పట్టిన కిటికీల ధూళి నిండిన తెరల గుండా మాత్రమే ప్రకృతిని చూడగలుగుతున్నాను. చూడటం వల్ల కలిగే ఆనందాన్ని అది పోగొడుతుంది. నా అదృష్టం అలా ఉంది మరి. ఒక్క ప్రకృతికి మాత్రమే ప్రత్యామ్నాయం లేదు!

పురుషులకన్నా స్త్రీలు తక్కువని ఎందుకు అనుకుంటారు, ఎందుకు ఇంకా అనుకుంటున్నారు? ఇది నన్ను తరచూ కలవరపెట్టి అనేక ప్రశ్నల్లో ఒకటి. ఇది అన్యాయమని చెప్పడం చాలా తేలిక. కానీ నాకది చాలదు. ఈ గొప్ప అన్యాయానికి కారణం నిజంగా తెలుసుకోవలనంది!

శారీరక బలం ఎక్కువ కాబట్టి పురుషులు మొదటి నుంచి స్త్రీల మీద ఆధిపత్యం చలాయిస్తున్నారేమో. సంపాదించేది, పిల్లని కలిగించేది పురుషులే. దాంతో వాళ్ళకి నచ్చినట్టు చేస్తారు...ఇటీవలి కాలం వరకు, మహిళలు నిశ్శబ్దంగా సర్దుకుపోయారు. అది మూర్ఖత్వం. ఎందుకంటే, అది అలా ఎంత ఎక్కువ కాలం ఉంటే అంత లోతుగా పాతుకుపోతుంది. అదృష్టవశాత్తూ, చదువు, ఉద్యోగం, అభివృద్ధి మహిళల కళ్ళు తెరిపించాయి. చాలా దేశాల్లో వారికి సమాన హక్కులు లభించాయి. చాలా మంది, ముఖ్యంగా మహిళలు, కానీ పురుషులు కూడా, ఈ పరిస్థితిని ఇంతకాలంగా సహించడం ఎంత తప్పో, ఇప్పుడు గ్రహిస్తున్నారు. ఆధునిక మహిళలు పూర్తి స్వతంత్రంగా ఉండే హక్కు కావాలనుకుంటున్నారు!

కానీ అక్కడితో సరిపోదు. మహిళలకి గౌరవం కూడా దక్కాలి! సాధారణంగా, ప్రపంచంలోని అన్ని ప్రాంతాల్లో పురుషులు ఎంతగానో గౌరవం పొందుతున్నారు. మరి మహిళలు తమ వాటా ఎందుకు దక్కించుకోకూడదు? సైనికులని, యుద్ధ వీరులని గౌరవిస్తారు, స్మరిస్తారు. అన్వేషకులకి అమర కీర్తి లభిస్తుంది. అమరవీరులని గౌరవిస్తారు. కానీ, ఎంత మంది జనం స్త్రీలని కూడా సైనికులుగా పరిగణిస్తారు?

మెన్ ఎగైనెస్ట్ డెత్ అనే పుస్తకంలో, సాధారణంగా ఏ యుద్ధ వీరుడైనా ఎప్పటికీ అనుభవించే కంటే ఎక్కువ నొప్పి, అనారోగ్యం, దుఃఖాలని మహిళలు ఒకే ఒక్క ప్రసవంలో అనుభవించేశారని రాశారు. ఆ వాస్తవం తెలిసి నేను నిర్ఘాంతపోయాను. మరి ఆ బాధలన్నింటినీ భరించినందుకు ఆమెకి లభించే ప్రతిఫలం ఏంటి? పిల్లలు పుట్టడం వల్ల ఆకారాన్ని కోల్పోయినప్పుడు ఆమెని పక్కకి తోసేస్తారు. పిల్లలు త్వరలోనే వెళ్ళిపోతారు. ఆమె అందం పోతుంది. మానవ జాతిని కొనసాగించడానికి కష్టపడి, బాధని అనుభవించే మహిళలు, పెద్ద నోరున్న స్వేచ్ఛా పోరాటయోధులందరి కంటే ఎక్కువ గట్టిదనం, ధైర్యం ఉన్న సైనికులు!

అంతమాత్రాన మహిళలు పిల్లని కనడం మానేయాలని నేనంటున్నట్టు కాదు. ప్రకృతి వాళ్ళని పిల్లకి జన్మనివ్వాలని ఉద్దేశించింది. కాబట్టి అది అలానే ఉండాలి. నేను ఖండిస్తున్నది మన విలువల

222

వ్యవస్థని, ఇంకా...సమాజంలో మహిళల వాటా ఎంతో గొప్పది, కష్టమైనది, వెరసి చాలా అందమైనది అని ఒప్పుకోని పురుషుల స్వభావాన్ని.

ప్రపంచంలో మనం నాగరికం అని భావించే ప్రాంతాల్లో...పుట్టుక అనేది అనివార్యమని, నిరోధించలేనిదని ఇక అనుకోవడంలేదు. ఆ విషయాన్ని పురుషులు తెలుసుకోవాలని పుస్తక రచయిత పాల్ డి క్రూయిఫ్ అన్నారు. ఈ విషయంలో ఆయనతో నేను పూర్తిగా ఏకీభవిస్తున్నాను. పురుషులకి ఇవన్నీ మాట్లాడటం తేలికే–స్త్రీలు భరించే బాధలు వాళ్ళు భరించరు, ఎప్పటికీ భరించాల్సి రాదు!

వచ్చే శతాబ్దంలో పిల్లల్ని కనడం మహిళల కర్తవ్యం అన్న నమ్మకం మారుతుంది. అది ఆర్భాటమైన మాటలు, ఫిర్యాదులు లేకుండా బాధ్యతలని మోసే మహిళలందరూ గౌరవాభిమానాలు పొందేలా చేస్తుందని నేను నమ్ముతున్నాను.

శుక్రవారం, జూన్ 16, 1944

ప్రియమైన కిట్టి,

క్రొత్త సమస్యలు: మిసెస్ వాన్ డి పూర్తి గందరగోళంలో ఉంది. కాల్చడం, జైల్లో పడేయడం, ఉరి తీయడం, ఆత్మహత్య గురించి ఆమె మాట్లాడుతోంది. పీటర్ ఆమెతో కంటే నాతో ఎక్కువగా చెప్పుకుంటాడని ఆమెకి అసూయగా ఉంది, డస్సెల్ తన సరసాలకి సరిగ్గా స్పందించట్లేదని బాధగా, ఫర్ కోటు అమ్మగా వచ్చిన డబ్బంతా తన భర్త పొగాకు మీద తగలేస్తాడేమో అని భయపడుతోంది. ఆమె గొడవపడుతుంది, శపిస్తుంది, ఏడుస్తుంది, తన మీద తనే జాలి పడుతుంది, నవ్వుతుంది. మళ్ళీ ఇదంతా తిరిగి మొదలవుతుంది.

ఇంత వెర్రిగా, చిరాగ్గా ఏడ్చే మానవజాతికి చెందిన నమూనాతో ఎవరేం చేయగలరు? ఎవరూ ఆమెని అంతగా పట్టించుకోరు. ఆమెకి వ్యక్తిత్వబలం లేదు. ప్రతి ఒక్కరి దగ్గర ఫిర్యాదులు చేస్తుంది. ఇక నువ్వు ఆమె ఎలా కనిపిస్తుందో చూడాలి: వాస్ హింటెన్ లైజియం, వాస్ వోర్స్ మ్యూజియం.[34] ఇంకా ఘోరమైన విషయం ఏంటంటే, పీటర్ పెంకిగా, మిస్టర్ వాన్ డాన్ చికాగ్గా, ఇక తల్లైమో ఎవరిమీదా నమ్మకం లేకుండా తయారవుతున్నారు. అవును, అందరూ నిరాశగా ఉన్నారు! మనం గుర్తుంచుకోవాల్సింది ఓకే ఒక నియమాన్ని: అన్నిటినీ చూసి నవ్వేయడం, మిగతా అందరినీ మరచిపోవడం! ఇది అహంకారంతో చెప్పున్నట్టు అనిపిస్తుంది కానీ, నిజానికి తమ మీద తమకే జాలి ఉన్నవాళ్ళకి ఇదొక్కటే మందు.

నాలుగు వారాల పని కోసం మిస్టర్ కుగ్లర్ అల్క్మార్లో గడపాల్సి ఉంది. ఆయన డాక్టర్ సర్టిఫికెట్తో, ఒక్తెకా సంస్థ నుంచి లేఖ తీసుకుని దాన్ని తప్పించుకోవడానికి ప్రయత్నిస్తున్నారు. త్వరలో తనకి కడుపులో శస్త్రచికిత్స జరుగుతుందని మిస్టర్ క్లెమాన్ ఆశిస్తున్నారు. నిన్న రాత్రి పదకొండు నుంచి ప్రైవేట్ ఫోన్ల కనెక్షన్లన్నీ తీసేశారు.

నీ, ఆన్ ఎం ఫ్రాంక్

---

[34]గౌరె రూపంలో అలంకరించిన గౌరవమానసం.

శుక్రవారం, జూన్ 23, 1944

ప్రియమైన కిట్టి,

ఇక్కడ అంతా మామూలుగానే ఉంది. చెర్బోర్గ్ మీద బ్రిటిషువారు పూర్తిస్థాయి దాడి ప్రారంభించారు. పిమ్, మిస్టర్ వాన్ డాన్ ప్రకారం, అక్టోబర్ పది లోపల మేము విడుదలవుతాం. రష్యన్లు సైనికదాడుల్లో పాల్గొంటున్నారు. వాళ్ళు నిన్న విటెబ్స్క్ దగ్గర దాడి ప్రారంభించారు, సరిగ్గా జర్మన్లు రష్యా మీద దాడి చేసిన మూడేళ్ళకి.

బెప్ ఉత్సాహం ఎప్పటికంటే బాగా తగ్గిపోయింది. మా బంగాళాదుంపలు దాదాపుగా అయిపోయాయి. ఇప్పటి నుంచి ప్రతి ఒక్కరికి లెక్కగట్టి ఇవ్వబోతున్నాం. అప్పుడిక తమ వాటాతో ఎవరికి కావల్సింది వాళ్ళు చేసుకోవచ్చు. సోమవారం నుంచి మియెప్ ఒక వారంపాటు సెలవు తీసుకుంటుంది. మిస్టర్ క్లెమాన్ వైద్యులకి ఆయన ఎక్స్‌రేలో ఏమీ కనిపించలేదు. ఆయన ఆపరేషన్ చేయించుకోవాలా లేక జరిగేది జరగనీ అని వదిలేయాలా అన్న ఆలోచనల మధ్య నలిగిపోతున్నారు.

సీ, ఆన్ ఎం ఫ్రాంక్

మంగళవారం, జూన్ 27, 1944

నా ప్రియమైన కిట్టి,

ఇక్కడి మానసిక స్థితి మారిపోయింది, అంతా బ్రహ్మండంగా జరుగుతోంది. చెర్బోర్గ్, విటెబ్స్క్, జ్లోబిన్ ఈరోజు స్వాధీనమయ్యాయి. వాళ్ళు చాలా మందిని, చాలా సామగ్రిని స్వాధీనం చేసుకొనే ఉంటారు. చెర్బోర్గ్ సమీపంలో ఐదుగురు జర్మని అధికారులని చంపేశారు, ఇద్దరిని బంధించారు. ఇప్పుడిక ఒక నౌకాశ్రయం ఉంది కాబట్టి, బ్రిటిషువారు తమకి కావలసినవన్నీ ఓడుక్కి తెచ్చుకోవచ్చు. దాడి మొదలుపెట్టిన మూడు వారాలకే కోటెంటిన్ ద్వీపకల్పం మొత్తం పట్టుబడింది! ఎం గొప్ప విన్యాసం!

డి-డే మొదలైన తరువాత ఇక్కడ గాని ఫ్రాన్స్‌లో గాని ఈ మూడు వారాల్లో వర్షం, తుఫానులు లేని రోజు లేదు. కానీ ఆ దురదృష్టం బ్రిటిషువారు, అమెరికావారు తమ శక్తిని ప్రదర్శించడాన్ని ఆపలేకపోయింది. అది కూడా ఏ విధంగానుకున్నావు! జర్మన్లు తమ దగ్గరున్న అద్భుత ఆయుధాన్ని ప్రయోగించారులే. కానీ అలాంటి చిన్న టపాకాయలు ఏమీ చేయలేవు. ఏదో ఇంగ్లాండ్‌లో చిన్న నష్టం కలిగించడం, పాకి వార్తాపత్రికల్లో ముఖ్యాంశాల ఘోషణ తప్ప. ఏదైమైనా, బోల్షెవిక్‌లు నిజంగా దగ్గరికి వస్తున్నారని పాకి దేశ వాళ్ళు తెలుసుకున్నప్పుడు, వణికిపోతారు. [రెండవ ప్రపంచ యుద్ధమప్పుడు జర్మన్లని జెర్రి (పాకి), జర్మనీని జెర్రిపాట్ (ఒక గదిలో మలమూత్రాలకి ఉపయోగించే పాత్ర) అని బ్రిటన్, మిత్రరాజ్యాలు అనేవి.]

సైన్యం కోసం పని చేయని జర్మన్ మహిళలందరినీ తమ పిల్లలతో సహ తీర ప్రాంతాల నుంచి గ్రోనింగెన్, ఫ్రైస్‌ల్యాండ్, గెల్డర్‌ల్యాండ్ ప్రదేశాలకి తరలించారు. దాడి హాలెండ్ చేరుకుంటేనే దాన్ని లెక్కలోకి తీసుకుంటానని ముస్సర్ట్[35] ప్రకటించాడు. ఆ లావాటి పంది పోరాటం చేద్దాం అనుకుంటున్నాడా? ఎప్పుడో చాలాకాలం క్రితం అతను రష్యాలో చేయగలిగి ఉండాడులే. కొంతకాలం

---

[35] డచ్ నేషనల్ సోషలిస్ట్ (నాజీ) పార్టీ వ్యవస్థాపకుల్లో ఒకరు.

క్రితం ఫిన్లాండ్ శాంతి ప్రతిపాదనని తిరస్కరించింది. ఇప్పుడు మళ్ళీ చర్చలు ఆగిపోయాయి. ఆ మూర్ఖులు విచారిస్తారు!

జూలై 27కి వ్యవహారం ఎంత దూరం రావచ్చని నువ్వు అనుకుంటున్నావు?

సీ, ఆన్ ఎం ఫ్రాంక్

శుక్రవారం, జూన్ 30, 1944

ప్రియమైన కిట్టి,

జూన్ 30 వరకు ఎడతెరిపిలేకుండా వాతావరణం బాగాలేదు.[36] (Bad weather from one at a stretch to the thirty June)

అది నేను బాగా చెప్పలేదా? ఓస్, నాకు ఇప్పటికే కొద్దిగా ఆంగ్లం వచ్చు. అది నిరూపించ చదానికి నిఘంటువు సహాయంతో ఏన్ ఐడియల్ హాస్బెండ్ చదువుతున్నాను! యుద్ధం అద్భుతంగా జరుగుతోంది. బొబ్రూయిస్క్, మొగిలేవ్, ఓర్షా పట్టుబడ్డాయి, చాలామంది ఖైదీలు కూడా పట్టుబడ్డారు.

ఇక్కడంతా బాగానే ఉంది. మాకు ఉత్సాహం కలుగుతోంది. మా అద్భుతమైన ఆశావాదులు విజయం సాధించారు. వాన్ డాన్ లు చక్కర మాయం చేస్తున్నారు. బెప్ తన జుట్టు తీరు మార్చుకుంది. మియెప్ వారంపాటు సెలవులో ఉంది. ఇవీ తాజా వార్తలు!

నా ముందుపళ్ళలో ఒకదానికి భయంకరమైన రూట్–కెనాల్ చికిత్స చేయించుకుంటున్నాను. నొప్పి భయంకరంగా ఉంది. ఎంతగా నొప్పించిందంటే, నేను మూర్ఛపోతానని డస్సెల్ అనుకున్నాడు. దాదాపు మూర్ఛపోయాను కూడా. మిసెస్ వాన్ డికి కూడా వెంటనే పంటి నొప్పెచ్చింది!

సీ, ఆన్ ఎం ఫ్రాంక్

పిఎస్: మిన్నా వాన్ బార్న్‌హెల్‌లో బర్స్[37] సత్రం యజమాని పాత్ర పోషించాడని బాసెల్ నుంచి విన్నాం. అతనికి 'కళాత్మక గుణం' ఉందని అమ్మ అన్నది.

గురువారం, జూలై 6, 1944

ప్రియమైన కిట్టి,

ఒక నేరస్థుడినో లేదా జూదరినో అవుతానని పీటర్ అన్నప్పుడు నాకు భయమేస్తుంది. అతను హాస్యమే ఆడుతున్నాడు. కానీ అతను తన బలహీనతలకే భయపడుతున్నాడని నాకు ఇంకా అనిపిస్తూనే ఉంది. మార్గోట్, పీటర్ నాతో ఎప్పుడూ అంటూ ఉంటారు, 'నీకున్న ధైర్యసాహసాలు, బలం నాకు ఉండుంటే, నీ చొరవ, నీకున్న తరగని శక్తి ఉండుంటే, నేను...చేయగలను...!'

ఇతరుల ప్రభావాన్ని నామీద పడనివ్వని గుణం నిజంగా అంత గొప్పదా? నేను నా మనస్సాక్షిని అనుసరించటం సరైనదేనా?

---

[36] ఆన్ ఇంగ్లిషులో రాసినది.
[37] ఆన్ కజిన్, నటుడు బర్న్ హార్ట్ (బడ్డీ) ఎలియాస్.

నిజం చెప్పాలంటే, 'నేను బలహీనంగా ఉన్నాను' అని చెప్పగలిగిన ఎవరైనా, ఆ తరువాత అలానే ఉండిపోవడాన్ని నేను ఊహించలేను. నీ గురించి నీకు తెలిస్తే, ఎందుకు పోరాడకూడదు? నీ వ్యక్తిత్వాన్ని ఎందుకు పెంపొందించుకోకూడదు? వాళ్ళెప్పుడూ ఇచ్చే సమాధానం: 'ఎందుకంటే అలా చేయకపోయడం తేలిక!' ఈ సమాధానంతో నాకు బాగా నిరుత్సాహంగా ఉంటుంది. తేలికా? దానర్థం మోసంతో, సోమరిగా బతకడం కూడా తేలిక అనేనా? ఛ, అలా అవ్వడానికి లేదు. కష్టం లేని జీవితానికి, డబ్బుకి జనం వెంటనే ఆకర్షింపబడతారనేది నిజం కావడానికి లేదు. పీటర్‌కి తన మీద తనకి నమ్మకం కలగటానికి నేనేం చేయాలి? అన్నిటికంటే ముఖ్యంగా, తన మేలు కోసమే తను మారటానికి నేనేం చేయాలి? అన్న ప్రశ్నలకి సమాధానం ఏంటని చాలా ఆలోచించాను. నేను సరిగ్గా ఆలోచిస్తున్నానో లేదో తెలీదు.

ఎవ్వరినా నాతో ప్రతి విషయం చెప్పుకుంటే ఎంత బాగుంటుందో...నేను తరమూ ఊహించుకునేదాన్ని, కానీ ఇప్పుడు ఆ విషయం ఆ దశకి చేరుకుంది కాబట్టి ఇంకొకరి స్థానంలోకెళ్ళి సరైన సమాధానం కనుక్కోవడం ఎంత కష్టమో తెలుసుకంటున్నాను. ముఖ్యంగా 'తేలిక', 'డబ్బు' అనేవి నాకు కొత్తవి, పూర్తిగా తెలియని విషయాలు.

పీటర్ నామీద ఆధారపడటం మొదలుపెట్టాడు. ఎట్టి పరిస్థితుల్లోనూ నేనది కోరుకోవడం లేదు. మన కాళ్ళ మీద మనం నిలబడటమే కష్టం. కానీ దాంతోబాటు మన స్వభావం, ఆత్మ విషయంలో నిజాయితీగా నిలబడటం ఇంకా కష్టం.

నేను ఆలోచనా సముద్రంలో అటూయిటూ తేలుతున్నాను. 'తేలిక' అనే భయంకరమైన పదానికి సమర్ధవంతమైన విరుగుడు కోసం శోధిస్తూ రోజులు గడిపాను. అది సులభం, అద్భుతం అనిపించినా కూడా, అతన్ని అధఃపాతాళంలోకి, ఇక మీదట స్నేహితులు, సహాయం లేదా అందం లేని స్థితికి, మళ్ళీ పైకి రాలేనంత కింది లాక్కుపోతుంది. ఇది అతను తెలుసుకొనేలా నేనేం చేయాలి?

మనందరం బతికి ఉన్నాం. కానీ ఎందుకో, దేనికో మనకి తెలీదు. మనమంతా ఆనందాన్ని వెతుకుతున్నాం. మనమంతా వేర్వేరుగా కనిపిస్తున్న ఒకటే రకమైన జీవితాలు గడుపుతున్నాం. మేము ముగ్గురం (పీటర్, మార్గిట్, నేను) మంచి కుటుంబాల నుంచి వచ్చాం. చదువుకోవడానికి, ఏదో అవ్వడానికి మాకు అవకాశం ఉంది. చాలా సంతోషం కలగాలని ఆశించటానికి చాలా కారణాలు ఉన్నాయి. అయితే...దాన్ని మేము సంపాదించుకోవాలి. తేలిక మార్గంలో వెళ్ళి సాధించే విషయం కాదిది. ఆనందాన్ని సంపాదించడం అంటే మంచి చేయడం, పని చేయడం. ఊహించడం, సోమరిగా ఉండటం కాదు. సోమరితనం ఆకర్షణీయంగా ఉండచ్చు. కానీ పని మాత్రమే నిజమైన తృప్తినిస్తుంది. పని చేయడం ఇష్టంలేనివాళ్ళని నేను అర్థం చేసుకోలేను. కానీ పీటర్ సమస్య అది కాదు. అతనికొక లక్ష్యం లేదు. పైగా, తను ఏమీ సాధించలేని మూర్ఖుడని, చేతకానివాడని అనుకుంటాడు. పాపం, ఇంకొకరిని సంతోషపెట్టడం అనేది ఎలా ఉంటుందో అతనికి ఇంతవరకు తెలీదు. నేను నేర్పలేనేమో అనిపిస్తుంది. అతనికి మతం మీద నమ్మకం లేదు. యేసు క్రీస్తు గురించి ఎత్తిపొడిచినట్లుగా మాట్లాడతాడు. దేవుడి గురించి తేలిగ్గా మాట్లాడతాడు. నేనూ చాందసురాలినేం కాదు. అయితే, అతన్ని ఎంతో ఒంటరిగా, కోపంతో, నిరాశగా చూసిన ప్రతిసారీ బాధగా అనిపిస్తుంది. మతం మీద నమ్మకం ఉన్నవాళ్ళు సంతోషంగా ఉండాలి. ఎందుకంటే తమకంటే పైస్థాయిలో ఉన్న శక్తిని నమ్మగలిగే గుణం అందరికీ ఉండదు. శాశ్వతమైన శిక్ష పడుతుందనే భయంతో కూడా బతకాల్సిన అవసరం లేదు. పాప ప్రక్షాళన, స్వర్గం, నరకం అనే విషయాలని అంగీకరించడం చాలామందికి కష్టం. అయినా కూడా, మతం అనేది, అది ఏ మతం అయినా సరే, మనుషులని సరైన మార్గంలో ఉంచుతుంది. దేవుడంటే భయం కాదు ఉండాల్సింది. ఆత్మ గౌరవాన్ని నిలబెట్టుకోవడం, మనస్సాక్షి ప్రకారం నడుచుకోవడం కావాలి. ప్రతిరోజూ, రోజు ముగిసే సమయంలో ఎవరికి వారు తమ ప్రవర్తనని సమీక్షించుకొని తప్పొప్పులని

తెలుసుకుంటే ప్రతి ఒక్కరూ ఎంత ఉత్తములు, ఎంత మంచివాళ్ళు అవుతారు! అప్పుడిక ప్రతి కొత్తరోజూ...రోజు మొదట్లోనే ఇంకా మెరుగ్గా ఉండటానికి ప్రయత్నిస్తారు. ఖచ్చితంగా ఎంతో సాధిస్తారు. ఈ సూచనని అందరూ పాటించవచ్చు. దీనికి ఖర్చేమీ కాదు, ఖచ్చితంగా ఉపయోగపడుతుంది కూడా. తెలియని వారు అనుభవం ద్వారా తెలుసుకోవాలి, 'నిశ్చలంగా ఉండే మనస్సుని బలాన్నిస్తుంది' అని.

నీ, ఆన్ ఎం ఫ్రాంక్

శనివారం, జూలై 8, 1944

ప్రియమైన కిట్టి,

మిస్టర్ బ్రోక్స్ బెవేర్జెస్ వెళ్ళటంతో, పంటలను వేలం వేసే చోట స్ట్రాబెర్రీలు కొనగలిగారు. అవి ఇక్కడికి దుమ్ము, ఇసుకతో వచ్చాయి కానీ చాలా పెద్ద పరిమాణాల్లో వచ్చాయి. ఆఫీసుకి, మాకు కలిపి ఇరవై నాలుగు డబ్బాలకి తక్కువ లేవు. అదే రోజు సాయంత్రం మేము మొదటి ఆరింటిలోని పళ్ళను జాడీలో నిలవచేశాం. ఎనిమిది జాడీల జామ్ కూడా తయారుచేశాం. మరుసటి రోజు పొద్దున మియెప్ ఆఫీసు కోసం జామ్ తయారు చెయ్యడం ప్రారంభించింది.

పన్నెండున్నరకి బయటి తలుపు తాళం వేసేశారు. నాన్న, పీటర్, మిస్టర్ వాన్ డాన్ తడబడుతూ మెట్లెక్కుతూ చాలా శ్రమతో డబ్బాలను వంటింట్లోకి తీసుకొచ్చారు. ఆన్ వాటర్ హీటర్ నుంచి వేడినీళ్ళు తీసుకొచ్చింది. మార్గ్రెట్ బోక్సా కోసం వెళ్ళింది. అందరూ తలో చెయ్యా వేశారు! నాకు తమాషాగా అనిపించటంతో, కిక్కిరిసి ఉన్న ఆఫీసు వంటింట్లోకి వెళ్ళాను. మియెప్, బెప్, మిస్టర్ క్లైమాన్, జ్యాన్, పీటర్, నాన్న; అనెస్ట్ బందం, సరఫరా దళం అంతా కలిసిపోయి ఉన్నారు, అది మిట్ట మధ్యాహ్నం! తెరిచి ఉన్న కిటికీలు, వాటి తెరలు, పెద్ద పెద్ద గొంతులు, తలుపు కొట్టడాలు...నేను ఉత్సాహంతో వణికిపోసాగాను. 'మనం నిజంగానే దాక్కొని ఉన్నామా?' అనుకుంటూనే ఉన్నాను. చివరికి మళ్ళీ బయటి ప్రపంచంలోకి వెళ్ళినప్పుడు ఇలాగే సందడిగా ఉంటుందేమో కదా.

పళ్ళెం నిండటంతో నేను మేడమీదికి దూసుకెళ్ళాను, మిగిలిన కుటుంబ సభ్యులందరూ వంటింటి బల్ల చుట్టూ చేరి స్ట్రాబెర్రీల పొట్టు తీస్తున్న చోటికి. వాళ్ళు అంతవరకు చెయ్యాలి, అంతే. కానీ బోక్సాలో కంటె వాళ్ళ నోళ్ళలోకే ఎక్కువ స్ట్రాబెర్రీలు వెళుతున్నాయి. వాళ్ళకి తొందరగానే ఇంకొక బోక్సా కావాల్సొస్తుంది. అందుకని పీటర్ మళ్ళీ కిందికెళ్ళాడు కానీ అప్పుడే డోర్ బెల్ రెండుసార్లు మోగింది. దాంతో బోక్సాని ఉన్న చోటే వదిలేసి, మేడమీదికి పరుగెత్తుకొచ్చి పుస్తకాల అలమరాని మూసేశాడు. మేము అసహనంగా సమయం గడుపుతూ కూర్చున్నాం. స్ట్రాబెర్రీలను కడిగాలి కానీ ఇంటి నియమానికి కట్టుబడ్డాం: 'అపరిచితులు కింది అంతస్తులో ఉన్నప్పుడు నీళ్ళు వాడకూడదు. పారే నీటి శబ్దం వాళ్ళకి వినిపించే అవకాశం ఉంది.'

ఒంటి గంటకి జ్యాన్ పైకొచ్చి, ఆ గంట కొట్టింది పోస్ట్ మ్యాన్ అని చెప్పాడు. పీటర్ మళ్ళీ హడావిడిగా కిందికెళ్ళాడు. డింగ్–డాంగ్...మళ్ళీ గంట మోగింది. మళ్ళీ వెనక్కొచ్చాడు. ఎవరైనా వస్తున్నారేమో అని వినే ప్రయత్నం చేశాను. ముందు పుస్తకాల అలమర దగ్గర, తరువాత మెట్ల పైభాగంలో చూశాను. చివరిగా పీటర్, నేను మెట్లకున్న బారుల మీద వాలి, జంట దొంగల్లాగా కింది నుంచి వచ్చే శబ్దాలు వినడానికి వాటికి చెవులు ఒత్తేసి నిలబడ్డాం. తెలియని గొంతులేవీ వినిపించలేదు. పీటర్ మునివేళ్ళ మీద మెట్లు దిగి, 'బెప్!' అని పిలిచాడు. 'బెప్!' మరోసారి పిలిచాడు. అతని గొంతు వంటగదిలో నుంచి వచ్చే శబ్దాల్లో కలిసిపోయింది. అందువల్ల పరిగెత్తుకుంటూ కిందికి వెళ్ళాడు, వంటింట్లోకి. నేను

227

పైన్నుంచి భయంగా చూస్తున్నాను. 'వెంటనే మేడమీదికి వెళ్ళు పీటర్, ఇక్కడ అకౌంటెంట్ ఉన్నారు. వెళ్ళాలి మరి!' అది మిస్టర్ కుగ్లర్ గొంతు. నిట్టూరుస్తూ పీటర్ మేడమీదికి వచ్చేసి పుస్తకాల అలమరాని మోసేశాడు.

మిస్టర్ కుగ్లర్ చివరికి ఒకటిన్నరకి మేడమీదికి వచ్చారు. 'దేవుడా, ప్రపంచం మొత్తం స్ట్రాబెర్రీల మయమైపోయింది. నేను స్ట్రాబెర్రీలని అల్పాహారంగా తిన్నాను. జ్యాన్ భోజనంగా తినబోతున్నాడు. క్లైమన్ వాటిని చిరుతిండిగా తింటున్నాడు. మియెప్ వాటిని ఉడకబెడుతోంది. బెప్ వాటి పొట్టు తీస్తోంది. నేనెక్కడికి వెళ్ళినా వాటి వాసన తెలుస్తోంది. ఆ ఎరుపు నుంచి తప్పించుకోవాలని మేడమీదికి వచ్చాను కానీ నేను చూస్తున్నదేంటి? జనం స్ట్రాబెర్రీలని కడగడం!' అన్నారు.

మిగిలిన స్ట్రాబెర్రీలని జాడీలో నిలవ ఉంచారు. ఆ సాయంత్రం: రెండు జాడీల సీల పోయింది. నాన్న తొందరగా వాటిని జ్యామ్ చేసేశారు. మరునాడు పొద్దున: మరో రెండు మూతలు పైకొచ్చేశాయి. ఆ మధ్యాహ్నం: నాలుగు మూతలు. మిస్టర్ వాన్ డాన్ జాడీలని స్టెరిలైజ్ చేసేటప్పుడు వాటిని సరిగ్గా వేడి చెయ్యలేదు. అందువల్ల నాన్న రోజు సాయంత్రం జ్యామ్ చేయాల్సొచ్చింది. మేము స్ట్రాబెర్రీలతో గంజి, స్ట్రాబెర్రీలతో మజ్జిగ, స్ట్రాబెర్రీలతో రొట్టె, మిఠాయిగా స్ట్రాబెర్రీలు, చక్కెరతో స్ట్రాబెర్రీలు, ఇసుకతో ఉన్న (శుభ్రం చేయని) స్ట్రాబెర్రీలు తిన్నాం. రెండు రోజులపాటు స్ట్రాబెర్రీలు, స్ట్రాబెర్రీలు, స్ట్రాబెర్రీలు తప్ప ఇంకేమీ లేకపోయింది. ఇక మా సరుకు కొంత అయిపోయింది, మిగిలినది జాడీల్లోకెళ్ళింది, తాళం వేసిన తలుపుల వెనకాల సురక్షితంగా.

'హే, ఆన్,' ఒకరోజు మార్గోట్ పిలిచింది, 'మిసెస్ వాన్ పెన్ మనకి కొన్ని బఠానీలు పంపించింది, ఇరవై పౌండ్లు!'

'అవునా, ఆమె ఎంత మంచిది కదా' అన్నాను. అది ఖచ్చితంగా నిజం. కానీ వాటితో చాలా పని కూడా ఉంటుంది...అబ్బ!

'శనివారం రోజు మీరందరూ బఠానీలు ఒలవాలి' అమ్మ బల్ల దగ్గర ప్రకటించింది.

ఆ విధంగానే ఈరోజు పొద్దున అల్పాహారం తర్వాత బల్ల మీద మా అతిపెద్ద ఎనామెల్ పళ్ళెం బఠానీలతో నిండుగా దర్శనమిచ్చింది. బఠానీలు ఒలవడం విసుగు కలిగించే పని అనిపిస్తే, వాటి లోపలి పొరలు తీయడానికి ప్రయత్నించాలి. పొర తీసేసిన గింజలు మధురుగా, రుచిగా, ఎక్కువ విటమిన్లతో ఉంటాయనే విషయం చాలామందికి తెలుసని నేను అనుకను. కానీ దానివల్ల అంతకంటే పెద్ద ప్రయోజనం ఏంటంటే, పొట్టు లేకుండా బఠానీలు మాత్రమే తింటే దాదాపు మూడు రెట్లు ఎక్కువ ప్రయోజనం కలుగుతుంది.

గింజల మీద పొర తీయటం అనేది సున్నితంగా, జాగ్రత్తగా చెయ్యాల్సిన పని. అది చిన్న చిన్న విషయాలని కూడా పట్టి పట్టి చూసే దంతవైద్యులికి, లేదా ప్రతిదానికి రాద్ధాంతం చేసే మసాలా నిపుణులికి నప్పే పని. నాలాంటి సహనం లేని యుక్తవయసు అమ్మాయికి మాత్రం భయంకరమైన పని. మేము తొమ్మిదిన్నరకి పని మొదలుపెట్టాం. నేను పదినర్నకి కూర్చున్నాను. పదకొండుకి లేచి పదకొండున్నరకి మళ్ళీ కూర్చున్నాను. అంతసేపూ...చివర్లు తుంచు, గింజని ఒలిచేయ్, నార తీసేయ్, గింజని పళ్ళెంలో వెయ్య, వగైరా, వగైరా మాటలు నా చెవుల్లో గింగురుమన్నాయి. నా కళ్ళని ఆవరించేసింది ఇవే: ఆకుపచ్చ, ఆకుపచ్చ, పురుగులు, నార, కుళ్ళిన గింజ, మళ్ళీ ఆకుపచ్చ, ఆకుపచ్చ. విసుగు పోగొట్టుకోవాలని, చెయ్యడానికి ఏదైనా పని ఉండాలని పొద్దంతా నాకు తోచిన కబుర్లన్నీ చెప్పి అందరిని నవ్వించాను. ఆ పనిలో మార్పనేది లేకపోవడంతో మహా విసిగిపోయాను. నారని బయటికి లాగిన ప్రతిసారీ నేను గణింగా మాత్రమే ఉండిపోకూడదని ఇంకా ఇంకా గట్టిగా అనుకున్నాను.

చివరికి పన్నెండుకి మేము అల్పాహారం తిన్నాం కానీ పన్నెండున్నర నుంచి ఒకటింటావు వరకు

228

మేము మళ్ళీ గింజలు ఒలవాల్సొచ్చింది. అది ఆపేసినప్పుడు కొంచెం వాంతి వస్తున్నట్టు అనిపించింది. మిగతావాళ్ళకి కూడా అలానే అనిపించింది. ఆ దౌర్భాగ్యపు బరణీల వల్ల ఆలోచన అనేది లేకుండా స్థాణువుల నాలుగు వరకు పడుకున్నాము.

సీ, ఎన్ ఎం ఫ్రాంక్

శనివారం, జూలై 15, 1944

ప్రియమైన కిట్టీ,

గ్రంథాలయం నుంచి చాలా స్ఫూర్తి కలిగించే పేరు ఉన్న పుస్తకం ఒకటి వచ్చింది. ఆధునిక అమ్మాయి గురించి మీరేమనుకుంటున్నారు?' అన్నది. ఈరోజు ఆ విషయం గురించి చర్చించాలనుకుంటున్నాను.

రచయిత 'నేటి యువతను' ఆపాదమస్తకం విమర్శిస్తుంది, అయితే అందర్నీ 'పనికి రాని' వారిగా కొట్టిపారేయకుండానే. అందుకు వ్యతిరేకంగా, ఇప్పుడున్నదాని కంటే పెద్దది, మంచిది, అందమైనది అయిన ప్రపంచాన్ని నిర్మించే శక్తి వాళ్ళలో ఉందని ఆమె నమ్మతోంది. కానీ వాళ్ళు నిజమైన అందం గురించి ఆలోచించకుండా పైపై విషయాల్లోనే మునిగి పోతున్నారని చెప్పింది. కొన్ని భాగాల్లో రచయిత తన అసమ్మతిని నామీదే గురిపెట్టినట్టు బాగా అనిపించింది. అందుకే, చివరికి నీ ముందు నా మనసు విప్పాలని, ఈ దాడి నుంచి నన్ను నేను రక్షించుకోవాలని అనుకుంటున్నాను.

ఎంత కాలంగా నేను వాళ్ళకి తెలుసన్న విషయంతో సంబంధం లేకుండా, నేను తెలిసిన వాళ్ళందరికీ నాకున్న ఒక అసాధారణ గుణం స్పష్టంగా తెలియాలి: నాకు అపారమైన సొంత జ్ఞానం ఉంది. నేను చేసే ప్రతి పనిలోనూ ఒక అపరిచితురాలు నన్ను చూస్తున్నట్టుగా నన్ను నేను చూసుకుంటాను. రోజూ కనిపించే ఆన్ ముందు నిలబడి, పక్షపాతం లేకుండా లేదా కుంటిసాకులు చెప్పకుండా, ఆమె చేసే మంచి చెడూ రెండూ చూడగలను. ఈ స్వీయ-అవగాహన నన్నెప్పటికీ వదలదు. నేను నోరు తెరిచిన ప్రతిసారీ, 'నువ్వది వేరే విధంగా అనాల్సింద' నో లేదా 'అది సరిగ్గానే ఉంద' నో అనుకుంటాను. నన్ను నేను ఎన్ని రకాలుగా విమర్శించుకుంటానంటే, 'ప్రతి బిడ్డ తనకి తానుగా ఎదగాలి' అని నాన్న చెప్పే సామెతలోని నిజాన్ని గ్రహించటం మొదలుపెట్టాను. తల్లిదండ్రులు పిల్లలకి సలహా మాత్రమే ఇవ్వగలరు లేదా సరైన దారిని మాత్రమే చూపించగలరు. చివరికి ఎవరి వ్యక్తిత్వాన్ని వాళ్ళే మలచుకుంటారు. దానితో పాటు, నేను జీవితాన్ని అసాధారణమైన ధైర్యంతో ఎదుర్కొంటాను. నాకు ఎంతో శక్తి ఉంది, బరువులు మోసే సామర్థ్యం ఉంది, చిన్నదాన్ని, స్వేచ్ఛ ఉన్నదాన్ని అనిపిస్తుంది! ఈ విషయం తెలిసినప్పుడు సంతోషంగా అనిపించింది. ఎందుకంటే, జీవితంలో తినబోయే దెబ్బలని నేను ఇంకా తేలిగ్గా తట్టుకోగలనని దాని అర్థం.

అయితే ఈ విషయాల గురించి చాలా తరచూ మాట్లాడాను. ఇప్పుడు 'నాన్న, అమ్మ నన్ను అర్థం చేసుకోరు' అనే అంకానికొస్తాను. అమ్మానాన్న నన్ను ఎప్పుడూ గారాబం చేశారు, కనికరంతో చూశారు, వాన్ డాన్ దంపతుల నుంచి సమర్థించారు, అందరు తల్లిదండ్రులు చెయ్యగలిగేదంతా చేశారు. అయినా కూడా, నేను ఒంటరిగా ఉన్నట్టు అనిపిస్తుంది. ఇలా చాలా ఎక్కువ కాలంగా అనిపిస్తోంది. నన్ను వదిలేశారు, నిర్లక్ష్యం చేశారు, తప్పుగా అర్థం చేసుకున్నారు అనిపిస్తోంది. నా తిరుగుబాటు ధోరణిని పోగొట్టడానికి నాన్న చెయ్యగలిగిందంతా చేశారు కానీ లాభం లేకపోయింది. నా ప్రవర్తనని నిశితంగా చూసుకొని ఏం తప్పు చేస్తున్నానో తెలుసుకొని నన్ను నేను సరిచేసుకున్నాను.

నా పోరాటంలో నాన్న నాకు మద్దతు ఇవ్వలేదెందుకు? నాకు చేయూత ఇవ్వాలని ప్రయత్నించినా, ఎందుకని అది సరిపోలేదు? దానికి సమాధానం: నాన్న సరైన మార్గాలు ఎన్నుకోలేదు. నాతో ఎప్పుడూ

229

కూడా నేను కష్టదశలో ఉన్న చిన్నపిల్లనైనట్టు మాట్లాడారు. అది వెర్రితనం అనిపిస్తుంది. ఎందుకంటే, అసలు నాలో ఒకరకమైన ఆత్మవిశ్వాసం నింపింది, నాకు వివేకం ఉందని నాకు అనిపించేలా చేసింది ఒక్క నాన్న మాత్రమే. కానీ ఆయన ఒక విషయం పట్టించుకోలేదు. నా కష్టాలను అధిగమించాలని నేను చేసే ఈ పోరాటం నాకు వేరే దేనికన్నా కూడా ముఖ్యమైందని గ్రహించలేకపోయారు. 'సాధారణ కౌమారదశ సమస్యలు' లేదా 'వేరే అమ్మాయిలు' లేదా 'దాన్నుంచి నువ్వు ఎదుగుతావు' అనే మాటలు నేను వినలుకోలేదు. 'మిగతా అందరు అమ్మాయిలు' ను చూసినట్టు కాకుండా 'తనకి తానే ప్రత్యేకమైన' ఆన్ గా నన్ను చూడాలనుకున్నారు. పిమ్‌కి అది అర్థం కాలేదు. దానికి తోడు, ఎవరైనా తమ గురించి చాలా విషయాలు నాకు చెప్పినే గానీ నేను వాళ్ళని నమ్మలేను. నాన్న గురించి నాకు చాలా తక్కువ తెలుసు కాబట్టి ఆయనకి ఇంకా ఎక్కువగా దగ్గరవ్వలేను. ఒకప్పుడు ఇవే ఊగిసలాడే భావోద్వేగాలు ఉన్నవాడిగా, ప్రస్తుతం వయసు పైబడిన తండ్రిలాగానే పిమ్ ఎప్పుడూ వ్యవహరిస్తారు. ఆయన ఎంత ప్రయత్నం చేసినా నాకింక స్నేహితుడిగా అనిపించరు. ఫలితంగా, జీవితం మీద నా దక్షతాని గానీ దీర్ఘకాలం ఆలోచించి విర్వరచుకొన్న సిద్ధాంతాలు గానీ ఎవరితోనూ చెప్పలేదు. నా డైరీతో, అప్పుడప్పుడు మార్గ్గొట్‌తో తప్ప. నాకు సంబంధించిన విషయాలన్నీ నాన్న నుంచి దాచాను. నా ఆదర్శాలేంటో ఆయనకి ఎప్పుడు చెప్పలేదు. కావాలని ఆయన నుంచి నన్ను నేను దూరం చేసుకున్నాను.

ఇది వేరే ఏ విధంగా కూడా చెయ్యగలిగేదాన్ని కాదు. నాకు దారి చూపే పనిని పూర్తిగా నా మనోభావాలకే వదిలేశాను. అది అహంకారమే. కానీ నా మనశ్శాంతికి అన్నిటికన్నా ఏది మంచిదో అదే చేశాను. నా ఎదుగుదల ఇంకా మధ్యలో ఉండగానే విమర్శకి గురై ఉంటే, నాకు మనశ్శాంతి లేకుండా పోయేది. దానితోపాటు చాలా కష్టపడి సాధించిన ఆత్మవిశ్వాసం కూడా పోయేది. నాది రాతి గుండె అనిపించవచ్చు. కానీ, అలాగని పిమ్ నుంచి విమర్శలు తీసుకోలేను. ఎందుకంటే నా మనసు లోపలదాగున్న ఆలోచనలు నాన్నతో ఎప్పుడూ చెప్పకపోవడమే కాదు, చిరాకు పుట్టించే పనులు చేస్తూ ఆయనని ఇంకా దూరం నెట్టేశాను.

కొన్నిసార్లు పిమ్ నాకంత కోపం తెప్పిస్తారెందుకు? ఈ విషయం గురించి చాలా తరచూ అనుకుంటాను. ఆయన నాకు పాఠాలు చెప్పడం భరించలేను. ఇంకా, ఆయనది బలవంతంగా తెచ్చిపెట్టుకున్న ఆప్యాయత అనిపిస్తుంది. నా పాటికి నన్ను వదిలేయడం నాకు కావాలి. ఆయనతో మాట్లాడేటప్పుడు నా గురించి నాకు ఇంకా ఖచ్చితంగా తెలియాలి. అంతవరకు ఆయన నన్ను పట్టించుకోకపోవడం మేలు! నాకు చాలా బాధ కలిగినప్పుడు నాన్నకి నేను రాసిన ఘోరమైన ఉత్తరం తలచుకొని ఇప్పటికి అపరాధభావంతో నలిగిపోతున్నాను. అబ్బా, అన్ని విధాలుగా బలంగా, ధైర్యంగా ఉండటం కష్టం!

అయినప్పటికీ, నాకు ఎదురైన నిరాశలన్నిట్లోకి ఇదే గొప్పదని కాదు. నేను నాన్న గురించి ఆలోచించినదాని కంటే చాలా ఎక్కువగా పీటర్ గురించి ఆలోచిస్తాను. నేనే అతన్ని సాధించుకున్నాను. అది నాకు బాగా తెలుసు. అతను నన్ను సాధించుకోలేదు. నా మనసులో అతని ప్రతిరూపాన్ని చిత్రించుకున్నాను...స్నేహం, ప్రేమ బాగా అవసరమన్న నెమ్మదైనవాడిగా, మంచివాడిగా, సున్నితమైన అబ్బాయిగా! జీవం ఉన్న ఒక మనిషికి నా మనసులో ఉన్నదంతా చెప్పాల్సిన అవసరం నాకు కలిగింది. నా దారిని మళ్ళీ తెలుసుకోవడంలో తోడ్పడే ఒక స్నేహితుడు కావాలనిపించింది. నేనేం చెయ్యాలనుకున్నానో అది సాధించాను. నెమ్మదిగానే అయినా ఖచ్చితంగా అతన్ని నా వైపుకి ఆకట్టుకున్నాను. చివరికి అతను నా స్నేహితుడయ్యాక, ఒక సాన్నిహిత్యం మా మధ్య అదంతటదే పెరిగింది. ఇప్పుడు దాని గురించి ఆలోచేస్తే, అది అసాధారణం అనిపిస్తుంది. మేము బాగా వ్యక్తిగత విషయాలు మాట్లాడుకున్నాం. కానీ నా మనసుకి బాగా దగ్గరగా ఉన్నవాటిని ఇంకా స్పశించనే లేదు. ఇప్పటికి పీటర్ గురించి నాకు తలా తోకా

తెలియడం లేదు. అతనిది పైపై వ్యక్తిత్వమా? లేక నా విషయంలో కూడా అతన్ని వెనక్కి లాగుతున్నది అతని సిగ్గేనా? కానీ అవన్నీ పక్కన పెడితే, నేనొక పొరపాటు చేశాను. అతనికి దగ్గరవ్వడానికి సాన్నిహిత్యాన్ని ఉపయోగించాను. అలా చేస్తూ, స్నేహానికి సంబంధించిన వేరే దారులెవీ ఒడ్డనుకున్నాను. అతను ప్రేమని కోరుకుంటున్నాడు. అతనికి నా మీదున్న ఇష్టం దిన దిన ప్రవర్ధమానం అవ్వడం కనిసిస్తూనే ఉంది. మేం కలిసి గడిపే సమయం అతనికి తప్తినిస్తుంది కానీ, నాకు మాత్రం మళ్ళీ అదంతా మొదలుపెట్టాలని అనిపించేలా చేస్తుంది. నేను మాట్లాడాలని ఆశపడే విషయాలు నేనుగా ఎప్పుడూ లేవడియను. పీటర్ ని, అతను గ్రహించిన దానికంటే ఎక్కువగానే నాకు దగ్గరయ్యేలా ప్రోద్బలం చేశాను. ఇప్పుడిక అతను నన్ను గట్టిగా పట్టుకొని ఉన్నాడు. అతన్ని విదిలించేసి, మళ్ళీ తన మీదే తను ఆధారపడేలా చేసే మంచి దారేదీ నాకు కనిపించటం లేదు, నిజాయితీగా చెప్పన్నాను. అతను నాలాంటి ఆలోచనలు, ఆసక్తులు ఉన్న వ్యక్తి ఎప్పటికీ కాలేడని తొందరగానే గ్రహించాను. అయినా కూడా, ఇరుకుగా ఉన్న తన ప్రపంచాన్ని బద్ధలు చేసుకొని బయటపడటానికి, తన యవ్వనపు హద్దుల్ని విస్తరించుకోవడానికి అతనికి సహాయం చెయ్యడానికి ప్రయత్నించాను.

'లోతుగా చూస్తే, వద్దుల కంటే యువతే ఎక్కువగా ఒంటరితనాన్ని అనుభవిస్తున్నారు.' ఇది నేనెక్కడో ఒక పుస్తకంలో చదివాను. అది నా మనసులో ఉండిపోయింది. నాకు తెలిసినంతవరకు అది నిజమే అంటాను.

అందుకని, ఇక్కడ ఉండటం పిల్లలకంటే పెద్దలకే కష్టమా? అని నువ్వు అనుకుంటున్నట్టైతే, దాని సమాధానం 'కాదు, ఖచ్చితంగా కాదు'. పెద్దవాళ్ళకి ప్రతిదాని గురించి ఒక అభిప్రాయం ఉంటుంది. వాళ్ళు ఏంటో, ఏం చేస్తున్నారో వాళ్ళకి ఖచ్చితంగా తెలుసు. ఆదర్శాలు చెదిరిపోయి నాశనం అవుతున్నప్పుడు, మానవ మనస్తత్వంలోని చెడు గుణాలు పెచ్చరిల్లుతున్నప్పుడు, సత్యం, న్యాయం, దేవుడి గురించి అందరూ సందేహపడుతున్నప్పుడు...యుక్త వయసులో ఉన్న మాకు సొంత అభిప్రాయాలకే కట్టుబడి ఉండటం రెండు రెట్లు కష్టం.

పెద్దవాళ్ళకి అనస్సేలో ఎక్కువ కష్టంగా ఉందని వాదించేవాళ్ళు, సమస్యల ప్రభావం మా మీద చాలా ఎక్కువగా ఉందనే విషయం తెలుసుకోలేదన్నట్టే. ఈ సమస్యలు ఎదుర్కోవటానికి మేము మరీ చిన్నవాళ్ళం. కానీ వాళ్ళు మా మీద వాళ్ళ ప్రభావాన్ని బలవంతంగా రుద్దేస్తారు, చివరికి మేము ఒక పరిష్కారాన్ని ఆలోచించే వరకు. అయితే, వాస్తవాలు ఎదురైనప్పుడు మా పరిష్కారాలు పనికి రాకుండా పోతాయి. ఇలాంటి సమయాల్లో చాలా కష్టంగా ఉండేది ఏంటంటే...ఆదర్శాలు, కలలు, ఇష్టంగా నెరవేర్చుకోవాలనుకున్న ఆశలు మాలో చిగురించేది చివరికి అవి భయంకరమైన వాస్తవం కింద నలిగిపోవటానికే అన్నది. నా ఆదర్శాల్లో ఒక్కటి కూడా నేను వదిలిపెట్టకపోవడం ఆశ్చర్యంగా ఉంది. అవి చాలా అసంబద్ధమైనవి, అసాధ్యమైనవి అనిపిస్తున్నాయి. అయినా కూడా నేను వాటిని పట్టుకొనే ఉన్నాను. ఎందుకంటే, ఏదెలా ఉన్నా, మనుషులు నిజంగా మంచి మనసున్నవాళ్ళే అని నేను నమ్ముతున్నాను.

గందరగోళం, దుఃఖం, చావుల పునాది మీద జీవితాన్ని నిర్మించుకోవడం నాకు సాధ్యం కానే కాదు. ప్రపంచం నెమ్మదిగా ఒక అరణ్యంగా మారుతుండటం చూస్తున్నాను. రాబోయే ఉరుమును వింటున్నాను. అది ఒక రోజు మమ్మల్ని కూడా నాశనం చేస్తుంది. లక్షలాది మంది మనుషుల బాధ నాకు తెలుస్తోంది. అయినా, ఆకాశం వైపు చూసినప్పుడు, ఎందుకో గాని అంతా మంచి కోసమే మారుతుందని, ఈ క్రూరత్వం కూడా అంతం అవుతుందని, శాంతి, ప్రశాంతత మళ్ళీ నెలకొంటాయని అనిపిస్తుంది. ఈలోపల నేను నా ఆదర్శాలని అంటిపెట్టుకొని ఉండాలి. బహుశా వాటిని సాధించే రోజు వస్తుంది కాబోలు!

నీ, ఆన్ ఎం ఫ్రాంక్

శుక్రవారం, జూలై 21, 1944

ప్రియమైన కిట్టీ,

మొత్తానికి నేను ఆశావాదిని అవుతున్నాను. చివరికిప్పుడు అన్నీ బాగా జరుగుతున్నాయి! నిజంగానే! బ్రహ్మాండమైన వార్త! హిట్లర్ మీద హత్యాయత్నం జరిగింది, అయితే ఈసారి మాత్రం ఆ ప్రయత్నం చేసింది యూదు జాతికి చెందిన కమ్యూనిస్టులు గానీ ఇంగ్లీషు పెట్టుబడిదారులు గానీ కాదు. అది చేసింది ఒక జర్మన్ సైన్యాధికారి. అతను కౌంట్ (రాచరికపు బిరుదు ఉన్నవాడు) మాత్రమే కాదు, యువకుడు కూడా. ఫ్యూరర్ (హిట్లర్) ఆ 'దేవుడి కరుణ' కి రుణపడి ఉన్నాడు. దురదృష్టవశాత్తూ, ఆయన కేవలం కొన్ని చిన్న కాలిన గాయాలతో, కొన్నిచోట్ల గరుకుపోవడంతో తప్పించుకున్నారు. ఆయనకి దగ్గరలో ఉన్న అనేకమంది అధికారులు, జనరల్స్ చనిపోయారు లేదా గాయపడ్డారు. కుట్ర చేసిన నాయకుడిని కాల్చి చంపేశారు.

చాలా మంది అధికారులు, సైన్యాధికారులు యుద్ధంతో విసిగిపోయి ఉన్నారనేదానికి ఇది ఇప్పటివరకు దొరికినవాటిలో గొప్ప సాక్ష్యం. వాళ్ళు హిట్లర్ అంతులేని అగాధంలో మునిగిపోవడం చూడాలనుకుంటున్నారు. అది జరిగినప్పుడు ఒక సైనిక నియంతత్వాన్ని స్థాపించి, మిత్రరాజ్యాలతో శాంతి చేసుకుని, తమ ఆయుధ బలాలను తిరిగి పెంచుకుని, కొన్ని దశాబ్దాల తరువాత మరో కొత్త యుద్ధాన్ని ప్రారంభించాలనుకుంటున్నారు. హిట్లర్ని వదిలించుకోవటానికి భగవంతుడి దయ కావాలనే సమయం తీసుకుంటోంది. ఎందుకంటే, నిర్మూలైన జర్మనీని ఒకరినొకరు చంపుకొనివ్వడమే మిత్రరాజ్యాలకి ఇంకా సులభం, ఖర్చు కూడా తక్కువ. దానివల్ల రష్యన్లకి, బ్రిటీష్ వారికీ పెద్దగా పని ఉండదు. వాళ్ళ నగరాల పునర్నిర్మాణం ఇంకా ముందే ప్రారంభించడానికి అది వీలు కల్పిస్తుంది. కానీ మేమింకా ఆ దశకి చేరుకోలేదు. అద్భుతమైన ఆ సంఘటన కోసం ఎదురుచూస్తుండటాన్ని నేను దేశిస్తాను. అయినా కూడా, నేను సత్యాన్ని, పూర్తి సత్యాన్ని, సత్యాన్ని తప్ప మరోకటి చెప్పటం లేదని నువ్వు బహుశా గ్రహించే ఉండాలి. నేను గొప్ప ఆదర్శాలేవీ వల్లించట్లేదు.

అంతే కాదు, హిట్లర్ ఎంతో దయతో తన విశ్వాసపాత్రులు, అంకితభావం కలిగిన ప్రజల కోసం ఒక ప్రకటన జారీ చేశాడు. అందులో మొత్తం సైనిక సిబ్బంది అందరూ గెస్టపో అధికారాల కిందికి వస్తారన్నాడు. ఏ సైనికుడైనా సరే, తన ఉన్నతాధికారులలో ఎవరైనా హిట్లర్ని చంపడానికి చేసే పిరికి ప్రయత్నంలో భాగం పంచుకున్నాడని తెలిస్తే, ఆ అధికారి కనిపించగానే కాల్చేయచ్చని ప్రకటించాడు!

ఇదొక గందరగోళంగా తయారవుతుంది. చాలాసేపు కవాతు చేసిన తరువాత చిన్నారి జానీ కాళ్ళు వాచిపోయాయి. అతని పై అధికారి అతని మీద అరుస్తున్నాడు. వెంటనే జానీ తన రైఫిల్ని తీసుకుని, 'నువ్వు, నువ్వు హిట్లర్ని చంపడానికి ప్రయత్నించావు. ఇదుగో!' అని అరిచాడు. ఒక్క తుపాకీ గుండు, అంతే. జానీని మందలించే ధైర్యం చేసిన తలబిరుసు అధికారి శాశ్వతమైన జీవితంలోకి వెళ్ళిపోయాడు (లేదా అది శాశ్వతమైన మరణమా?) చివరికి ఏం జరుగుతుందంటే, ఎవరైనా అధికారి ఒక సైనికుడిని చూసిన ప్రతిసారీ లేదా ఆదేశం ఇచ్చిన ప్రతిసారీ అక్షరాలా తన ప్యాంటు తడిపేసుకుంటాడు. ఎందుకంటే తనకన్నా సైనికులకే ఎక్కువ అధికారాలు ఉన్నాయి మరి.

ఇది నువ్వు అర్థం చేసుకోగలిగావా లేక నేను మళ్ళీ ఒక విషయం నుంచి ఇంకొక విషయానికి వెళ్ళిపోతున్నానా? నేను చేయలేను మరి...అక్టోబరులో మళ్ళీ బడికి వెళ్ళే అవకాశం ఉండటంతో నేను తార్కికంగా ఆలోచించలేనంత సంతోషంగా ఉన్నాను! అయ్యో, జరగబోయే సంఘటనలని ఊహించడం నాకిష్టం లేదని నీకు ఇప్పుడే చెప్పాను కదా? నన్ను క్షమించు, కిట్టీ. మావాళ్ళు నన్ను 'వైరుధ్యాల కట్ట' అని ఊరికే అనలేదు.

సీ, ఎన్ ఎమ్ ఫ్రాంక్

232

మంగళవారం, ఆగస్టు 1, 1944

ప్రియమైన కిట్టి,

'వైరుధ్యాల మూట' అన్నది నా మునుపటి లేఖకి ముగింపు, ఈ లేఖకి మొదలు. 'వైరుధ్యాల మూట' అంటే ఏంటో నాకు ఖచ్చితంగా చెప్పగలవా? 'వైరుధ్యం' అంటే ఏంటి? చాలా పదాల్లా, దీనికి రెండు విధాలుగా అర్థం చెప్పొచ్చు: బయటి నుంచి విధించబడే వైరుధ్యం, మన లోపల నుంచి విధించబడేది. మొదటిదాని అర్థం ఇతరుల అభిప్రాయాలని అంగీకరించకపోవడం, ఎప్పుడూ తనకే తెలుసనుకోవడం, తన మాటే నెగ్గాలి అనుకోవటం. ఒక్కమాటలో చెప్పాలంటే, వేటికి నేను పేరుపొందానో, ఆ అవగుణాలన్నీ. రెండవది, నాలో ఉందని ఎవ్వరికీ తెలియనిది. అది నా సొంత రహస్యం.

నీకు నేను చాలాసార్లు చెప్పినట్టుగా, నాది ద్వంద్వ వ్యక్తిత్వం. ఒకదాంట్లో నా ఉల్లాసకరమైన సంతోషం, నా అధిక ప్రసంగం, జీవితంలో నా ఆనందం, అన్నిటికీ మించి, ఏ విషయంలోనైనా మంచిని చూసి అభినందించే సామర్థ్యం ఉన్నాయి. అంటే నా ఉద్దేశం...సరసాలు, ఒక ముద్దు, ఒక కౌగిలింత, శంగారానికి సంబంధించిన హాస్యోక్తుల్లో నాకు తప్పేమీ కనిపించడం లేదని. నాలోని ఈ పార్శ్వం రెండోదాన్ని దొంగదెబ్బ కొట్టడానికి సాధారణంగా ఎదురుచూస్తూ ఉంటుంది. ఈ రెండోది చాలా స్వచ్ఛమైనది, లోతైనది, శ్రేష్ఠమైనది. ఎవరికీ ఆన్‌లోని మంచి పార్శ్వం తెలీదు. అందుకే ఎక్కువ మంది నన్ను భరించలేరు. ఆహ్, నేను ఒకపూట క్లౌన్ (సర్కస్‌లో నవ్వించే పాత్ర)గా ఉండగలను. అంతటితో ఇక అందరికీ ఒక నెలకి సరిపడా వినోదం కలిగినట్టే. నిజానికి, ఒక మేధావికి ఒక శంగార చిత్రం ఎలాంటిదో నేను అలాంటిదాని...కేవలం ఒక మార్పు, మధ్యలో వచ్చే హాస్య సన్నివేశం, త్వరగా మరిచిపోయే విషయం లాంటిదాని, అదేమీ చెడ్డది కాదు కానీ ప్రత్యేకించి మంచిది కూడా కాదు. ఇది నీకు చెప్పాల్సి రావడం నాకు అసహ్యంగా ఉంది కానీ, అది నిజమని తెలిసినప్పుడు ఎందుకు ఒప్పుకోకూడదు? తేలిగ్గా, ఎక్కువగా పైపైన ఉండే పార్శ్వం నా గంభీరమైన స్వభావంకన్నా ముందుగా కదం తొక్కుతుంది. అందువల్ల ఎప్పుడూ గెలుస్తుంది. ఆన్ అని పిలవబడే వ్యక్తికి సగం మాత్రమే ఉన్న ఈ ఆన్‌ని బయటికి నెట్టేయడానికి-ఆమెని ఓడించడానికి, ఆమెను దాచడానికి-ఎంత తరుచుగా ప్రయత్నించానో నువ్వు ఊహించలేవు. కానీ అది ఫలించలేదు, ఎందుకో నాకు తెలుసు.

మామూలుగా నేనెలా ఉంటానో తెలిసినవాళ్ళు నాలో ఇంకొక పార్శ్వం ఉందని, అది ఇంకా మంచిది, శ్రేష్ఠమైనది అని తెలుసుకొంటారని నాకు భయం. నన్ను గేలి చేస్తారని, నవ్వుతారని, నేనేదో భావోద్వేగం తో ఉన్నట్టు చూస్తారని, నన్ను తేలిగ్గా తీసుకొంటారని భయం. నన్ను తేలిగ్గా తీసుకోవడం నాకు అలవాటే. కానీ అది 'పోయగా ఉండే' ఆన్‌కి అలవాటు. దాంతో ఆమె నర్దుకుపోతుంది. లోపలి ఆన్ మరీ బలహీనురాలు. ఈ మంచి ఆన్‌ని నేను పావుగంట పాటు బలవంతంగా వెలుగులోకి తెచ్చినా, ఆమెని మాట్లాడమని పిలవగానే ఆల్చిప్పలా నోరు మూసేసుకుంటుంది. మొదటి ఆన్‌ని మాట్లాడనిస్తుంది. అది నేను తెలుసుకొనే లోపలే ఆమె మాయమైపోతుంది.

కాబట్టి, మంచి ఆన్ ఎప్పుడూ నలుగురిలో కనిపించదు. నేనొక్కదాన్నే ఉన్నప్పుడు దాదాపు ఆమె ఎప్పుడూ ప్రధానపాత్ర పోషించినా కూడా, ఒక్కసారి కూడా నలుగురిలో ఉన్నప్పుడు కనిపించలేదు. నేనెలా ఉండటానికి ఇష్టపడతానో, లోపల ఎలా ఉన్నానో నాకు తెలుసు. కానీ దురదృష్టవశాత్తూ నేను నాతో మాత్రమే అలా ఉంటాను. బహుశా అందుకేనేమో-కాదు, ఖచ్చితంగా అందుకే అని నాకు తెలుసు-లోపల సంతోషంగా ఉన్నానని నేను అనుకుంటాను, పైకి సంతోషంగా ఉంటానని వేరేవాళ్ళు

అనుకుంటారు. స్వచ్ఛమైన ఆన్ నాకు దిశానిర్దేశం చేస్తుంది. బయటికి మాత్రం నేను గంతులేసే, కట్టని తెంచుకోవాలని చూసే బుజ్జి మేకని.

నీకు ముందే చెప్పినట్టు, నేను చెప్పే విషయాలు నాకు అనిపించే విషయాలు కాదు. అందుకే, మగపిల్లల వెంటపడేది, వగలాడి, మూర్ఖురాలు, ప్రేమకథలు చదివేదిగా పేరుపడ్డాను. పోయిగా ఉండే ఆన్ నవ్వుతుంది, నిర్లక్ష్యంగా జవాబిస్తుంది, దేనికీ లెక్కలేనట్టు ఉంటుంది. దేనికీ విచారించనట్టు నటిస్తుంది. నిశ్శబ్దంగా ఉండే ఆన్ సరిగ్గా దీనికి వ్యతిరేకంగా స్పందిస్తుంది. ప్రస్తుతం నేను పూర్తి నిజాయితీగా ఉన్నట్టైతే మాత్రం, ఈ తేడా గురించి నేను ఆలోచిస్తానని ఒప్పుకోవాలి. నన్ను నేను మార్చుకోవడానికి చాలా కష్టపడుతున్నాను కానీ, నేనెప్పుడూ ఎక్కువ బలంగా ఉన్న శత్రువుని ఎదుర్కొంటూ ఉంటానని చెప్పాలి.

నాలోని ఒక స్వరం ఏడుస్తూ ఇలా అంటోంది, 'చివరికి నీకేమైందో చూడు. నీ చుట్టూ ఉన్నది వ్యతిరేక అభిప్రాయాలు, ధైర్యాన్ని దెబ్బతీసే చూపులు, వెక్కిరించే మొహాలు, నిన్నుఇష్టపడని వ్యక్తులు. ఇదంతా జరుగుతున్నది నువ్వు నీలోని మంచి భాగం చెప్పే సలహాలు వినకపోవడం వల్లే.' నన్ను నమ్ము. నాకు వినడం ఇష్టమే కానీ అది పనిచేయదు. ఎందుకంటే నేను నిశ్శబ్దంగా, గంభీరంగా ఉంటే మళ్ళీ ఏదో వేషం వేస్తున్నానని అందరూ అనుకుంటారు. అప్పుడు నన్ను నేను కాపాడుకోవడానికి హాస్యంగా ఏదో అనాలి. నేను నిశ్శబ్దంగా ఉన్నప్పుడు, ఎవరైతే నాకు ఒంట్లో బాగాలేదనుకొని అస్విరిన్స్, నిద్ర కలిగించే మందులతో నన్ను నింపేస్తారో, నాకు జ్వరం ఉందేమో అని మెడ మీద, నుదుటి మీద చెయ్యి పెట్టి చూస్తారో, కడుపులో ఎలా ఉందని అడుగుతారో, అదోలా ఉన్నందుకు మందలిస్తారో, అటువంటి నా సొంత కుటుంబం గురించి కూడా నేను మాట్లాడట్లేదు. ఇక నేను భరించలేనంత వరకు వాళ్ళు అదంతా చేస్తారు. ఎందుకంటే, అందరూ మీద పడటం మొదలుపెడితే నాకు కోపమొస్తుంది. ఆ తరువాత బాధ అనిపిస్తుంది. ఇక చివరికి నా మనసుని తిరగేస్తాను. నా చెడు భాగాన్ని బయటికి తీసి మంచి భాగాన్ని లోపలికి పంపించేస్తాను. నేనేలా ఉండాలని కోరుకుంటానో అలా ఉండడానికి దారి వెతికే ప్రయత్నం చేస్తుంటాను. ఒకవేళ...ఒకవేళ...ప్రపంచంలో జనమే లేకుండా ఉంటే నేనేలా ఉంటానో... అనుకుంటాను.

సీ. ఆన్ ఎమ్ ఫ్రాంక్

(ఆన్ డైరీ ఇక్కడ ముగుస్తుంది.)

తరువాతి మాట

ఆగస్టు 4, 1944 ఉదయం పది, పదిన్నర మధ్య 263 ప్రిన్సెన్‌గ్రాఫ్ట్ వద్ద ఒక కారు వచ్చి ఆగింది. అందులోంచి అనేకమంది దిగారు: యూనిఫారం ధరించిన ఒక ఎస్‌ఎస్ సార్జెంట్, కార్ల్ జోసెఫ్ సిల్బర్‌టౌర్, పౌర దుస్తుల్లో ఉన్న కనీసం ముగ్గురు డచ్ సభ్యులున్న సాయుధ 'భద్రతా పోలీసుల' బందం. ఎవరో వారికి రహస్యంగా సమాచారం అందించి ఉండాలి.

వాళ్ళు అనెక్స్‌లో దాక్కొని ఉన్న ఎనిమిది మందిని అదుపులోకి తీసుకున్నారు. అలాగే వాళ్ళ సహాయకుల్లో విక్టర్ కుగ్లర్, జోహాన్స్ క్లైమాన్‌లిద్దరినీ కూడా. అయితే మియెప్ గీస్, ఎలిసబెత్ (బెప్) వోస్కుయిజ్ల్‌ని అదుపులోకి తీసుకోలేదు. అనెక్స్‌లో దొరికిన విలువైన వస్తువులన్నీ, నగదునంతా తీసేసుకున్నారు.

అదుపులోకి తీసుకున్న తరువాత, కుగ్లర్, క్లైమాన్‌లని ఆమ్‌స్టర్‌డ్యామ్‌లోని ఒక జైలుకి తరలించారు. సెప్టెంబర్ 11, 1944 న, విచారణ చేయకుండానే, వాళ్ళని ఆమర్స్‌ఫూట్ (హోలండ్)లోని ఒక శిబిరానికి బదిలీ చేశారు. క్లైమాన్ ఆరోగ్యం బాగోలేకపోవడం వల్ల సెప్టెంబర్ 18, 1944 న విడుదలయ్యాడు. ఆయన 1959లో మరణించే వరకు ఆమ్‌స్టర్‌డ్యామ్‌లోనే ఉన్నారు.

తనని, తోటి ఖైదీలని బానిస కార్మికులుగా జర్మనీకి తరలిస్తున్న సమయంలో 1945 మార్చి 28న, కుగ్లర్ తప్పించుకొని పారిపోయారు. అలా జైలు శిక్ష నుంచి తప్పించుకోగలిగారు. ఆయన 1955లో కెనడాకు వలస వెళ్ళారు. 1989లో టొరంటోలో మరణించాడు.

ఎలిసబెత్ (బెప్) వోస్కుయిజ్ల్ విస్క్ 1983లో ఆమ్‌స్టర్‌డ్యామ్‌లో మరణించింది.

మియెప్ గీస్ 2010 జనవరి 11న చనిపోయేవరకు ఆమ్‌స్టర్‌డ్యామ్‌లోనే ఉండిపోయింది. ఆమె భర్త జ్యాన్ 1993లో మరణించారు.

అనెక్స్‌లోని ఎనిమిది మంది నివాసితులని అదుపులోకి తీసుకున్నాక, వాళ్ళని ముందు ఆమ్‌స్టర్‌డ్యామ్‌లోని జైలుకు తీసుకెళ్ళారు. తరువాత హోలండ్‌లో ఉత్తరం వైపున్న యూదుల తాత్కాలిక శిబిరమైన వెస్టర్‌బోర్క్‌కి బదిలీ చేశారు. సెప్టెంబర్ 3, 1944 న వాళ్ళని అక్కడ నుంచి బహిష్కరించిన వెస్టర్‌బోర్క్ నుంచి బయలుదేరిన చివరి బండి ఎక్కించారు. వాళ్ళు మూడు రోజుల తరువాత ఆష్విజ్ (పోలాండ్) చేరుకున్నారు.

ఒట్టో ఫ్రాంక్ చెప్పిన సాక్ష్యం ప్రకారం, హెర్మన్ వాన్ పెల్స్ (వాన్ డాన్)ని ఆష్విజ్‌లో అక్టోబర్ లేదా నవంబర్ 1944లో విషవాయువుతో చంపేశారు. ఇది విషవాయు కేంద్రాలు (గ్యాస్ ఛాంబర్లు) కూల్చివేయబడటానికి కొంతకాలం ముందు జరిగింది.

అగస్టే వాన్ పెల్స్ (పెట్రోనెల్లా వాన్ డాన్)ని ఆష్విజ్ నుంచి బెర్గెన్-బెల్సెన్ కి, అక్కడి నుంచి బుచెన్‌వాల్డ్ కి, తరువాత ఏప్రిల్ 9, 1945న థెరిసియన్‌స్టాడ్ కి, అక్కడి నుంచి మరోక నిర్బంధ శిబిరానికి బదిలీ చేసినట్టు తెలుస్తోంది. ఆమె మరణించిన తేదీ తెలియకపోయినా, ఆమె చనిపోయిందని ఖచ్చితంగా తెలిసింది.

పీటర్ వాన్ పెల్స్ (వాన్ డాన్)ని జనవరి 16, 1945లో ఆష్విజ్ నుంచి మాతొసేన్ (ఆస్ట్రియా) వరకు నిర్వహించిన 'మరణ ప్రయాణా' నికి (డెత్ మార్చ్) బలవంతంగా పంపించారు. అతను అక్కడే, శిబిరవాసులు విముక్తి పొందటానికి మూడు రోజుల ముందు, అంటే 1945, మే 5న మరణించాడు.

ఫ్రిట్జ్ పిఫెర్ (ఆల్బర్ట్ డస్సెల్) 1944, డిసెంబర్ 20న న్యూంగామ్మే నిర్బంధ శిబిరంలో మరణించారు. అంతకుముందు ఆయనని అక్కడికి బుచెన్‌వాల్డ్ నుంచి లేదా సాచ్‌సెన్‌హాసెన్ నుంచి బదిలీ చేశారు.

ఎడిత్ ఫ్రాంక్–ఆన్ తల్లి–1945, జనవరి 6న ఆష్విట్జ్– బిర్కెనౌలో ఆకలి, విపరీతమైన అలసట వల్ల మరణించారు.

మార్గోట్, ఆన్ ఫ్రాంక్‌లని అక్టోబర్ చివరలో ఆష్విట్జ్ నుంచి హన్నోవర్ (జర్మనీ) సమీపంలో ఉన్న నిర్బంధ శిబిరం బెర్గెన్–బెల్సెన్‌కి తీసుకొచ్చారు. 1944–1945 శీతాకాలంలో భయంకరమైన అపరిశుభ్రత వల్ల మొదలైన టైఫస్ మహమ్మారి అంటువ్యాధి మార్గోట్, ఆ తరువాత కొన్నిరోజులకి ఆన్‌తో సహా వేలాది మంది ఖైదీలని పొట్టనబెట్టుకుంది. ఆన్ ఫిబ్రవరి చివరిలో లేదా మార్చి ప్రారంభంలో మరణించి ఉండాలి. ఇద్దరు బాలికల మతదేహాలని బహుశా బెర్గెన్–బెల్సెన్‌లోని సామూహిక సమాధుల్లో పడేసి ఉండచ్చు. ఈ శిబిరాని బ్రిటిష్ దళాలు 1945, ఏప్రిల్ 12న విడిపించాయి.

అనెక్స్‌లో ఉండిన ఎనిమిది మందిలో నిర్బంధ శిబిరాల నుంచి బయటపడింది ఒట్టో ఫ్రాంక్ ఒక్కరే. రష్యన్ దళాలచేత ఆష్విట్జ్ నిర్బంధ శిబిరం విముక్తి పొందిన తరువాత ఆయనని ఒడెస్సా, మార్సెయిల్ ద్వారా ఆమ్‌స్టర్‌డామ్‌కి తిరిగి పంపించారు. ఆయన 1945 జూన్ 3న ఆమ్‌స్టర్‌డామ్ చేరుకున్నారు. 1953 వరకు అక్కడే ఉన్నారు. ఆ తర్వాత ఆయన తన సోదరి, ఆమె కుటుంబం, ఆ తరువాత ఆయన సోదరుడు నివసించిన బాసెల్ (స్విట్జర్లాండ్)కి మారారు. ఆయన వియన్నాకి చెందిన ఎల్ఫ్రీడ్ మార్కోవిట్స్ గిరింజర్‌ని వివాహం చేసుకున్నారు. ఆమె ఆష్విట్జ్ నిర్బంధ శిబిరం నుంచి బయటపడిన వ్యక్తి. కాని మాతొసేన్ నిర్బంధ శిబిరంలో భర్తని, కొడుకుని కోల్పోయారు. 1980 ఆగస్టు 19న తను మరణించే వరకు, ఒట్టో ఫ్రాంక్ బాసెల్ సరిహద్దుల్లో ఉన్న బిర్స్‌ఫెల్డెన్‌లో నివసించారు. అక్కడున్నప్పుడే తన కుమార్తె డైరీ ద్వారా ఇచ్చిన సందేశాన్ని ప్రపంచవ్యాప్తంగా ఉన్న ప్రజలకి అందించే పనికి తనను తాను అంకితం చేసుకున్నారు.